ਸਲੀਕੇ ਨਾਲ ਜੀਓ
(ਚੋਣਵੇਂ ਨਿਬੰਧ)

ਇਸੇ ਕਲਮ ਤੋਂ.........

ਸਲੀਕੇ ਨਾਲ ਜੀਓ

(ਚੋਣਵੇਂ ਨਿਬੰਧ)

ਅਜੀਤ ਸਿੰਘ ਚੰਦਨ

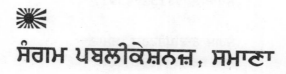

ਸੰਗਮ ਪਬਲੀਕੇਸ਼ਨਜ਼, ਸਮਾਣਾ

Saleeke Naal Jiyo

(a collection of essays)

by

Ajit Singh Chandan

11-Jagjit Nagar,

Pakhowal Road, Ludhiana-141001

Ph. 0161-2613360

© ਲੇਖਕ

2010

ISBN 978-93-80918-09-9

ਪ੍ਰਕਾਸ਼ਕ	:	ਸੰਗਮ ਪਬਲੀਕੇਸ਼ਨਜ਼,
		ਸੇਖੋਂ ਕਲੋਨੀ, ਨੇੜੇ ਬੱਸ ਸਟੈਂਡ,
		ਸਮਾਣਾ—147101, ਜ਼ਿਲ੍ਹਾ: ਪਟਿਆਲਾ
		ਫੋਨ: 01764-223047, 222347
		ਮੋਬਾਈਲ: 98152-43917

| ਟਾਈਪ | : | ਸੰਗਮ ਟਾਈਪਸੈਟਰਜ਼, ਸਮਾਣਾ |
| ਪ੍ਰਿੰਟਰਜ਼ | : | ਸ਼ਿਵ ਸ਼ਕਤੀ ਪ੍ਰਿੰਟਰਜ਼, ਦਿੱਲੀ |

ਮੁੱਲ	:	**Asian Publications**
		7137-132 Street
		Surrey, BC V3W 4M3
		(604) 597-5837

ਸਮਰਪਣ

ਉਹਨਾਂ ਰੁੱਖਾਂ, ਰੰਗ-ਬਿਰੰਗੇ ਫੁੱਲਾਂ, ਪੰਛੀਆਂ,
ਝੀਲਾਂ, ਝਰਨਿਆਂ ਤੇ ਦਰਿਆਵਾਂ ਦੇ ਨਾਂ!
ਜਿਨ੍ਹਾਂ ਤੋਂ ਮੈਨੂੰ ਇਹ ਲੇਖ
ਲਿਖਣ ਦੀ ਪ੍ਰੇਰਨਾ
ਮਿਲੀ।

ਆਪਣੇ ਵੱਲੋਂ ਕੁਝ ਸ਼ਬਦ

ਤੁਸੀਂ ਓਨੇ ਹੀ ਮਹਾਨ ਜਾਂ ਵੱਡੇ ਹੋ, ਜਿੰਨੀਆਂ ਤੁਹਾਡੀਆਂ ਖੁਸ਼ੀਆਂ ਹਨ ਤੇ ਇਹ ਖੁਸ਼ੀਆਂ ਕਿਸੇ ਬਾਜ਼ਾਰੋਂ ਮੁੱਲ ਵੀ ਨਹੀਂ ਵਿਕਦੀਆਂ, ਸਗੋਂ ਖੁਸ਼ੀਆਂ ਪ੍ਰਾਪਤ ਕਰਨ ਲਈ, ਸਾਨੂੰ ਆਪਣੇ ਅੰਦਰ, ਦੁਰਭਾਵਨਾ, ਕੂੜ-ਕਬਾੜ ਤੇ ਹੋਰ ਨਿੱਕ-ਸੁੱਕ ਨੂੰ ਬੁਹਾਰਨਾ ਪੈਂਦਾ ਹੈ। ਇਹ ਅੰਦਰਲਾ ਖਿਲਾਰਾ ਹੀ ਇਨਸਾਨ ਵਿਚ ਖੁਸ਼ੀਆਂ ਪੈਦਾ ਨਹੀਂ ਹੋਣ ਦਿੰਦਾ। ਕਿਸੇ ਅੰਦਰਲੀ ਮੈਲੀ ਭਾਵਨਾ ਨਾਲ ਖੁਸ਼ੀਆਂ ਝਰੀਟ ਹੋ ਜਾਂਦੀਆਂ ਹਨ। ਜੇਕਰ ਸਾਡਾ ਅੰਦਰ ਧੋਤਾ ਹੋਵੇ ਤੇ ਸਾਡੇ ਪਵਿੱਤਰ ਹਿਰਦੇ ਵਿਚ ਸਵੇਰ ਦੇ ਸੂਰਜ ਵਰਗੀ ਗੁਲਾਬੀ-ਗੁਲਾਬੀ ਲੋਅ ਉੱਗ ਪਵੇ ਤਾਂ ਅਵੇਸ਼ ਹੀ ਸਾਡੇ ਚਿਹਰੇ 'ਤੇ ਖੁਸ਼ੀਆਂ ਆ ਸਕਦੀਆਂ ਹਨ। ਕਿਉਂਕਿ ਖੁਸ਼ੀ ਕੋਈ ਬਾਹਰੀ ਮ੍ਰਿਗ-ਤ੍ਰਿਸ਼ਨਾ ਨਹੀਂ, ਜਿਸਨੂੰ ਲੱਭਦੇ ਫਿਰੋਂ, ਸਗੋਂ ਖੁਸ਼ੀ ਤਾਂ ਇਕ ਉੱਡਦਾ ਪਰਿੰਦਾ ਹੈ ਜੋ ਆਪਣੇ ਖੰਭਾਂ ਨਾਲ ਆਕਾਸ਼ ਦੀ ਨੀਲੱਤਣ 'ਚ ਰੰਗ ਭਰਦਾ ਹੈ। ਖੁਸ਼ੀ ਵਗਦੇ ਪਾਣੀਆਂ ਦੀ ਘੁੰਮਘਾਰ ਹੈ ਤੇ ਨਿੱਖਰੇ ਜਲ ਦਾ ਸਰੋਤ ਹੈ ਜੋ ਆਦਿ ਕਾਲ ਤੋਂ ਇਨਸਾਨ ਨੂੰ ਜ਼ਿੰਦਗੀ ਤੇ ਬਹਿਸ਼ਤ ਵੰਡਦਾ ਆ ਰਿਹਾ ਹੈ।

ਪਿਆਰ ਦੀ ਇਕ ਚੰਗਿਆੜੀ ਇਨਸਾਨ ਦੀ ਰੂਹ 'ਚ ਚਾਨਣ ਖਿਲੇਰ ਦਿੰਦਾ ਹੈ ਤੇ ਉਹ ਰੌਸ਼ਨ ਹੋ ਜਾਂਦਾ ਹੈ ਤੇ ਪਿਆਰ ਦੀ ਇਕ ਤੱਕਣੀ ਸਾਡੇ ਸੁੱਤੇ ਪਏ ਜਜ਼ਬੇ ਜਗਾ ਕੇ ਉਹਨਾਂ ਵਿਚ ਮੁੜ ਤੋਂ ਜ਼ਿੰਦਗੀ ਦੀ ਚਿਣਗ ਭਖਾ ਸਕਦਾ ਹੈ। ਕਈ ਵਾਰ ਇਕ ਦੁਰਬਲ ਤੇ ਕਮਜ਼ੋਰ ਇਨਸਾਨ ਵੀ ਪਿਆਰ ਦੀ ਰਾਹ ਵੇਖਕੇ ਜੀਵਨ-ਮੰਜ਼ਲਾਂ ਤੈਅ ਕਰਨ ਤੁਰ ਪੈਂਦਾ ਹੈ।

ਪਿਆਰ-ਸ਼ਕਤੀ ਤੁਹਾਨੂੰ ਖੰਭ ਲਗਾ ਦਿੰਦਾ ਹੈ। ਇਹਨਾਂ ਪਿਆਰ-ਖੰਭਾ ਨਾਲ ਉੱਡਦੇ ਹੋਏ, ਤੁਸੀਂ ਪ੍ਰੇਮੀ ਦੇ ਨਗਰ ਜਾ ਪਹੁੰਚਦੇ ਹੋ। ਪਿਆਰ ਨਾਲ ਵਰੋਸਾਇਆ ਇਨਸਾਨ ਕਦੇ ਇਕੱਲਾ ਨਹੀਂ ਹੁੰਦਾ, ਸਗੋਂ ਉਸਨੂੰ ਆਪਣੀ ਇਕੱਲਤਾ 'ਚ ਵਧੇਰੇ ਆਨੰਦ ਜਾਪਦਾ ਹੈ। ਇਕੱਲਤਾ ਪਿਆਰੀ ਲੱਗਦੀ ਹੈ। ਇਕੱਲਤਾ 'ਚ ਇਕ ਸੁਰ ਹੋ ਕੇ ਉਹ ਆਪਣੀ ਪ੍ਰੇਮਿਕਾ ਨਾਲ ਗੱਲ ਵੀ ਕਰ ਸਕਦਾ ਹੈ ਤੇ ਪੌਣਾ ਹੱਥੀਂ ਸੁਨੇਹੇ ਵੀ ਭੇਜ ਸਕਦਾ ਹੈ।

ਚੁੱਪ ਇਕ ਵਰਦਾਨ ਹੈ। ਜਿਸ ਨੇ ਚੁੱਪ ਰਹਿਣਾ ਸਿੱਖ ਲਿਆ, ਸਮਝੋ ਉਸਨੇ ਬਹੁਤ ਕੁਝ ਸਿੱਖਿਆ ਹੈ। ਚੁੱਪ ਰਹਿੰਦਾ ਵੀ ਉਹੀ ਹੈ, ਜਿਸ ਇਨਸਾਨ ਵਿਚ ਕੁਝ ਗੁਣ ਹੋਣ, ਤੇ ਜਿਸ ਦੀ ਜ਼ਿੰਦਗੀ ਵਿਚ ਸਭ ਰਹਿਮਤਾਂ ਤੇ ਬਖਸ਼ਿਸ਼ਾਂ ਦੀ ਅਮੀਰੀ ਹੋਵੇ। ਚੁੱਪ ਦੀ ਜ਼ੁਬਾਨ ਹੀ ਸਭ ਤੋਂ ਰਸੀਲੀ ਤੇ ਮਿੱਠੀ ਹੁੰਦੀ ਹੈ। ਇਥੋਂ ਤੱਕ ਕਿ ਜਦੋਂ ਦੋ ਪ੍ਰੇਮੀ ਪਿਆਰ ਕਰਦੇ ਹਨ, ਉਹ ਚੁੱਪ ਦੀਆਂ ਰੰਗੀਨ ਵਾਦੀਆਂ ਵਿਚ ਵਿਚਰਦੇ ਹਨ। ਚੁੱਪ ਰਾਹੀਂ ਹੀ ਉਹ ਪਿਆਰ ਸੁਨੇਹੇ ਭੇਜ ਕੇ, ਇਕ-ਦੂਜੇ ਦੇ ਮਨ ਦਾ ਹਾਲ ਜਾਣ ਲੈਂਦੇ ਹਨ। ਜਿਸ ਨੇ ਚੁੱਪ ਦੀ ਭਾਸ਼ਾ ਨੂੰ ਸਮਝ ਲਿਆ ਹੈ, ਉਹ ਵਿਦਵਾਨ ਹੈ।

ਮਿੱਠੀ ਜ਼ੁਬਾਨ ਵੀ ਇਨਸਾਨ ਦੀ ਤਦ ਹੀ ਹੋ ਸਕਦੀ ਹੈ, ਜੇ ਹਿਰਦੇ 'ਚ ਕੰਵਲ ਫੁੱਲ ਖਿੜੇ ਹੋਣ, ਜੇ ਮਨ ਟਿਕਾਅ ਤੇ ਸ਼ਾਂਤੀ 'ਚ ਹੋਵੇ, ਜੇ ਜ਼ਿੰਦਗੀ ਦੀ ਸਮਝ ਤੇ ਸੂਝ ਸੰਜੀਦਾ ਤੇ ਖੁਸ਼-ਰਹਿਣੀ ਹੋਵੇ, ਜੇ ਮਨ ਦੀ ਅਮੀਰੀ ਤੇ ਖਿਆਲਾਂ ਦੀ ਉਡਾਰੀ ਹੋਵੇ। ਜੇ ਸਹਿਣਸ਼ੀਲਤਾ ਤੇ ਜ਼ਿੰਦਗੀ ਜੀਣ ਦਾ ਸਲੀਕਾ ਹੋਵੇ।

ਜਿਸ ਤਰ੍ਹਾਂ ਕੁਦਰਤ ਦਾ ਪਹਿਰਨ, ਸਾਦਗੀ ਨਾਲ ਵਰੋਸਾਇਆ ਹੈ, ਇੰਜ ਹੀ ਇਨਸਾਨ ਨੂੰ ਵੀ ਸਾਦਗੀ 'ਚ ਰਹਿਕ ਸੁਹੱਪਣ ਪੈਦਾ ਕਰਨਾ ਚਾਹੀਦਾ ਹੈ। ਇਹ ਸੁਹੱਪਣ ਤੁਹਾਡੇ ਰੰਗ-ਰੂਪ ਦਾ ਵੀ ਹੋਵੇ ਤੇ ਤੁਹਾਡੇ ਚੰਗੇ ਕੰਮਾਂ ਦਾ ਵੀ ਹੋਵੇ। ਤੁਹਾਡੀ ਕੀਰਤੀ ਦਾ ਵੀ ਹੋਵੇ ਤੇ ਤੁਹਾਡੀ ਚਿੱਤਰਗੀ ਤੇ ਸਿਰਜੀ ਸਿਰਜਣਾ ਦਾ ਵੀ ਹੋਵੇ।

ਸਾਦਗੀ ਉਹ ਸੁਹੱਪਣ ਤੇ ਨੂਰ ਹੈ ਜੋ ਕਿਸੇ ਵੀ ਗਹਿਣੇ, ਦਾ ਮੁਥਾਜ ਨਹੀਂ ਤੇ ਆਪਣੀ ਨਿਰਛਲ ਮੁਸਕਾਨ ਨਾਲ ਇਹ ਸਭ ਦਾ ਮਨ ਮੋਹ ਲੈਂਦਾ ਹੈ। ਕੁਦਰਤ ਦਾ ਸੁਹੱਪਣ ਵੀ ਸਾਨੂੰ ਇਸੇ ਸਾਦਗੀ ਦਾ ਸੁਨੇਹਾ ਦਿੰਦਾ ਹੈ।

ਬਿਨ੍ਹਾਂ ਤੜਪ ਬਿਨਾਂ ਲਗਨ, ਬਿਨਾਂ ਜੀਵਨ-ਜਾਚ ਇਹ ਜ਼ਿੰਦਗੀ ਇਕ ਹਨੇਰੀ ਸੁਰੰਗ ਵਾਂਗ ਹੀ ਰਹੇਗੀ। ਆਓ! ਇਸ ਹਨੇਰੀ ਸੁਰੰਗ ਵਿਚ ਰੌਸ਼ਨੀ ਕਰਨ ਲਈ ਦਿਲਾਂ ਵਿਚ ਦੀਵੇ ਬਾਲੀਏ ਤੇ ਚਾਨਣ-ਚਾਨਣ ਹੋ ਜਾਈਏ। ਫੁੱਲਾਂ ਦੀ ਸੰਗਤ ਵਿਚ ਫੁੱਲਾਂ ਵਾਂਗ ਵਿਚਰੀਏ। ਰੰਗਾਂ, ਸੁਗੰਧਾਂ ਤੇ ਚਾਅ ਨਾਲ ਭਰਿਆ ਤੁਹਾਡਾ ਹਿਰਦਾ ਸਾੜੇ, ਈਰਖਾ ਤੇ ਗੁੱਸੇ ਵਰਗੀਆਂ ਅਲਾਮਤਾਂ ਨੂੰ ਸਦਾ ਲਈ ਅਲਵਿਦਾ ਕਹਿ ਦੇਵੇ।

ਜ਼ਿੰਦਗੀ 'ਚ ਸੁਹਜ, ਸਲੀਕਾ ਅਤੇ ਮਟਕ ਭਰਨ ਲਈ ਪਿਆਰ ਜ਼ਰੂਰੀ ਹੈ। ਇਹ ਪਿਆਰ-ਸ਼ਕਤੀ ਜੇ ਜ਼ਿੰਦਗੀ ਦੀ ਗੱਡੀ ਅੱਗੇ ਜੋੜ ਲਈ ਜਾਵੇ ਤਾਂ ਤਾਂ ਇਹ ਜ਼ਿੰਦਗੀ ਦੀ ਗੱਡੀ ਨੂੰ ਅੱਗੇ ਹੀ ਅੱਗੇ ਤੋਰੀ ਜਾਵੇਗੀ। ਜਿਵੇਂ ਤਾਰਿਆਂ ਨਾਲ ਜੜੀ, ਹਨੇਰੀ ਰਾਤ, ਖੂਬਸੂਰਤ ਲਗਦੀ ਹੈ, ਇੰਜ ਹੀ ਪਿਆਰ ਦੇ ਚਿਰਾਗ, ਜਿਨ੍ਹਾਂ ਜੂਹਾਂ 'ਚ ਜਗ ਪੈਣ, ਉਹ ਜੂਹਾਂ ਰੌਣਕ ਨਾਲ ਭਰ ਜਾਂਦੀਆਂ ਹਨ ਅਤੇ ਜਿਨ੍ਹਾਂ ਦਿਲਾਂ 'ਚ ਪਿਆਰ ਦੇ ਚਸ਼ਮੇ ਫੁੱਟ ਪੈਣ, ਉਹ ਹਮੇਸ਼ਾ-ਹਮੇਸ਼ਾ ਲਈ ਰੌਸ਼ਨ ਹੋ ਜਾਂਦੇ ਹਨ।

ਇਹ ਲੇਖ ਤੁਹਾਡੀ ਜ਼ਿੰਦਗੀ 'ਚ ਸੁੰਦਰਤਾ , ਸੁਹਿਰਦਤਾ ਤੇ ਪਿਆਰ ਜਗਾਉਣ ਲਈ ਲਿਖੇ ਗਏ ਹਨ, ਜੇ ਪਾਠਕਾਂ ਨੇ ਮਕਬੂਲ ਕਰ ਲਏ ਤਾਂ ਮੈਂ ਆਪਣੀ ਮਿਹਨਤ ਸਫ਼ਲ ਸਮਝਾਂਗਾ।

ਅਜੀਤ ਸਿੰਘ ਚੰਦਨ

4-4-2010 ਲੁਧਿਆਣਾ

ਤਤਕਰਾ

ਜ਼ਿੰਦਗੀ ਅਤੇ ਖ਼ੂਬਸੂਰਤੀ

ਇਨਸਾਨ ਆਦਿ ਕੋਲ ਤੋਂ ਹੀ ਖ਼ੂਬਸੂਰਤ ਵਸਤਾਂ ਨੂੰ ਪਿਆਰ ਕਰਦਾ ਆਇਆ ਹੈ। ਇਹ ਖ਼ੂਬਸੂਰਤੀ ਭਾਵੇਂ ਖ਼ਿਆਲਾਂ ਦੀ ਹੋਵੇ ਭਾਵੇਂ ਕਿਸੇ ਸੁੰਦਰ ਕੱਦ-ਬੁੱਤ ਦੀ, ਮਨ ਵਿਚ ਇਕ ਖਿੱਚ ਪੈਦਾ ਕਰਦੀ ਹੈ। ਇਸ ਖਿੱਚ ਕਾਰਨ ਹੀ ਇਨਸਾਨ ਦਾ ਮੋਹ ਇਹਨਾਂ ਵਸਤਾਂ ਨਾਲ ਵਧਦਾ ਜਾਂਦਾ ਹੈ ਜਿਹੜੀਆਂ ਵੀ ਉਸ ਨੂੰ ਸੁੰਦਰ ਲੱਗਦੀਆਂ ਹਨ। ਇਥੋਂ ਤੀਕ ਕਿ ਸੁੰਦਰ ਖ਼ਿਆਲਾਂ ਦੀ ਭਾਲ 'ਚ ਅਸੀਂ ਅਨੇਕਾਂ ਕਿਤਾਬਾਂ ਫਰੋਲਦੇ ਹਾਂ। ਜਿੱਥੋਂ ਕਿਤੋਂ, ਸਾਨੂੰ ਸੁੰਦਰ ਖ਼ਿਆਲ ਤੇ ਵਿਚਾਰ ਲੱਭ ਪੈਂਦੇ ਹਨ, ਅਸੀਂ ਅਜਿਹੀਆਂ ਕਿਤਾਬਾਂ ਨੂੰ ਪਿਆਰ ਕਰਨ ਲੱਗ ਪੈਂਦੇ ਹਾਂ, ਤੇ ਅਕਸਰ ਹੀ ਅਜਿਹੀਆਂ ਕਿਤਾਬਾਂ ਨੂੰ ਕੱਛੇ ਮਾਰ ਆਪਣੇ ਆਪ ਨੂੰ ਸ਼ਹਿਨਸ਼ਾਹ ਮਹਿਸੂਸ ਕਰਨ ਲੱਗਦੇ ਹਾਂ। ਪਰ ਸੁੰਦਰ ਤੇ ਮਹਾਨ ਵਿਚਾਰਾਂ ਵਾਲੀਆਂ ਕਿਤਾਬਾਂ ਲੱਭਣ 'ਚ ਸਾਨੂੰ ਦੇਰ ਜ਼ਰੂਰ ਲੱਗ ਜਾਂਦੀ ਹੈ। ਜਿਵੇਂ ਸਮੁੰਦਰ 'ਚ ਚੁੱਭੀ ਮਾਰ ਕੇ ਕੋਈ ਗ਼ੋਤਾਖ਼ੋਰ ਮੋਤੀ ਲੱਭ ਲਵੇ, ਕਰੀਬ ਕਰੀਬ ਇਹੀ ਹਾਲਤ ਇਕ ਚੰਗੀ ਕਿਤਾਬ ਦੇ ਲੱਭਣ ਦੀ ਹੁੰਦੀ ਹੈ; ਵਰਨਾ ਲੱਖਾਂ, ਕਰੋੜਾਂ ਕਿਤਾਬਾਂ ਨਾਲ ਲਾਇਬ੍ਰੇਰੀਆਂ ਭਰੀਆਂ ਪਈਆਂ ਹਨ, ਪਰ ਜਿੰਨਾ ਚਿਰ ਤੀਕ ਕੋਈ ਸੁੰਦਰ ਵਿਚਾਰਾਂ ਵਾਲੀ ਕਿਤਾਬ ਨਾ ਲੱਭੇ, ਮਨ ਸੁੰਦਰਤਾ ਲਈ ਤੜਫ਼ਦਾ ਹੈ ਤੇ ਅਚਾਨਕ ਹੀ ਕਿਸੇ ਸੁੰਦਰ ਕਿਤਾਬ ਦੇ ਲੱਭਣ ਨਾਲ ਅਥਾਹ ਖ਼ੁਸ਼ੀਆਂ ਨਾਲ ਭਰ ਜਾਂਦਾ ਹੈ।

ਕਈ ਚਿੱਤਰਕਾਰ ਜ਼ਿੰਦਗੀ ਨੂੰ ਆਪਣੇ ਚਿੱਤਰਾਂ 'ਚ ਉਲੀਕਦੇ ਹਨ। ਖ਼ੂਬਸੂਰਤ ਰੰਗ ਭਰ ਕੇ ਜ਼ਿੰਦਗੀ ਨੂੰ ਅਨੇਕਾਂ ਅਰਥ ਦਿੰਦੇ ਹਨ। ਇੰਜ ਜਿੰਨਾ ਚਿਰ ਤੀਕ ਉਹਨਾਂ ਦੀ ਤਸੱਲੀ ਨਾ ਹੋ ਜਾਵੇ ਉਹ ਚਿੱਤਰ ਨੂੰ ਮੁੜ ਮੁੜ ਕੇ ਵਾਹੁੰਦੇ ਤੇ ਰੰਗ ਭਰਦੇ ਹਨ। ਅਸਲ ਵਿਚ ਉਹ ਜ਼ਿੰਦਗੀ ਨੂੰ ਚਿੱਤਰ 'ਤੇ ਉਲੀਕ ਕੇ ਇਸ ਨੂੰ ਸੁੰਦਰ ਵਿਖਾਉਣਾ ਚਾਹੁੰਦੇ ਹਨ, ਜ਼ਿੰਦਗੀ ਨੂੰ ਨਵੇਂ ਅਰਥ ਦੇਣਾ ਚਾਹੁੰਦੇ ਹਨ, ਤੇ ਕਈ ਕਈ ਮਹਾਨ ਚਿੱਤਰਕਾਰ ਸਾਰੀ ਜ਼ਿੰਦਗੀ ਇਸ ਖ਼ੂਬਸੂਰਤੀ ਨੂੰ ਲੱਭਣ ਵਿਚ ਲਗਾ ਦਿੰਦੇ ਹਨ। ਸੁੰਦਰਤਾ ਲਈ ਇਕ ਤੜਪ ਹੈ ਜੋ ਸਦਾ ਜ਼ਿੰਦਾ ਰਹਿੰਦੀ ਹੈ। ਇਹ ਤੜਪ ਇਨਸਾਨ ਨੂੰ ਸੁੰਦਰਤਾ ਨਾਲ ਪਿਆਰ ਪਾਉਣ ਲਈ ਪ੍ਰੇਰਦੀ ਹੈ ਤੇ ਇਨਸਾਨ ਸੁੰਦਰਤਾ ਦੀ ਭਾਲ ਕਰਦਾ ਰਹਿੰਦਾ ਹੈ। ਪਰ ਇਹ ਪਤਾ ਨਹੀਂ ਲੱਗਦਾ ਕਿ ਸੁੰਦਰਤਾ ਹੈ ਕਿੱਥੇ ? ਦਰਅਸਲ, ਸੁੰਦਰਤਾ ਦੀ ਭਾਲ ਤੇ ਤੜਪ ਕਰਦਿਆਂ ਕਰਦਿਆਂ ਸੁੰਦਰਤਾ ਇਨਸਾਨ ਦੇ ਮਨ 'ਚ ਪ੍ਰਵੇਸ਼ ਕਰ ਜਾਂਦੀ ਹੈ। ਫਿਰ ਮਨ ਸੁੰਦਰਤਾ ਦਾ ਸ਼ੁਦਾਈ ਹੋਇਆ ਹੋਇਆ ਸੁੰਦਰਤਾ-ਸੁੰਦਰਤਾ ਕੂਕਣ ਲੱਗਦਾ ਹੈ। ਇਨਸਾਨ ਦੀ ਭੁੱਖ ਤੇ ਤ੍ਰੇਹ ਮਿਟਣ ਲੱਗਦੀ ਹੈ ਤੇ ਸੁੰਦਰਤਾ ਦੇ ਲਕਸ਼ ਦੀ ਪ੍ਰਾਪਤੀ ਲਈ ਉਹ ਦਿਨ ਰਾਤ ਤੜਫਦਾ ਰਹਿੰਦਾ ਹੈ।

ਸੰਸਾਰ 'ਚ ਕਿੰਨੀਆਂ ਥਾਵਾਂ 'ਤੇ ਸੈਰਗਾਹਾਂ ਹਨ ਜੋ ਸੁੰਦਰਤਾ ਦਾ ਨਮੂਨਾ ਹਨ ਤੇ ਇਨ੍ਹਾਂ ਸੁੰਦਰਤਾ ਨਾਲ ਭਰੀਆਂ ਥਾਵਾਂ ਨੂੰ ਵੇਖਣ ਤੇ ਮਾਣਨ ਲਈ ਕਈ ਮਨਚਲੇ ਪਹਾੜਾਂ ਵੱਲ ਹੋ ਤੁਰਦੇ ਹਨ। ਪਹਾੜਾਂ ਦੀਆਂ ਉੱਚੀਆਂ ਚੋਟੀਆਂ ਤੱਕ ਮਨ ਗਦਗਦ ਹੋ ਉੱਠਦਾ ਹੈ। ਪਹਾੜਾਂ 'ਤੇ ਬਣੀਆਂ ਝੀਲਾਂ, ਝਰਨੇ ਤੇ ਆਬਸ਼ਾਰਾਂ ਵੇਖ ਕੇ ਮਨ ਦੀ ਤ੍ਰਿਪਤੀ ਹੋ ਜਾਂਦੀ ਹੈ। ਇਸੇ ਕਾਰਨ ਹੀ ਵਿਦੇਸ਼ੀ ਲੋਕ ਭਾਰਤ ਦੀ ਯਾਤਰਾ ਕਰਦੇ ਹਨ ਤੇ ਇਥੋਂ ਦੇ ਸੁੰਦਰ ਤੇ ਉੱਚੇ ਸ਼ਿਵਾਲੇ ਉਹਨਾਂ ਦੇ ਮਨ ਨੂੰ ਆਪਣੇ ਵੱਲ ਖਿੱਚਦੇ ਹਨ। ਸ਼ਿਮਲਾ, ਡਲਹੌਜ਼ੀ ਤੇ ਡੇਹਰਾਦੂਨ ਵਰਗੀਆਂ ਥਾਵਾਂ 'ਤੇ ਜਾ ਕੇ ਉਹ ਖ਼ੁਸ਼ੀ ਹਾਸਲ ਕਰਦੇ ਹਨ। ਕਈ ਵਾਰ ਤਾਂ ਕਸ਼ਮੀਰ ਜਾ ਕੇ ਹੀ ਸਾਹ ਲੈਂਦੇ ਹਨ। ਭਾਵੇਂ ਪਿਛਲੇ ਸਮਿਆਂ ਵਿਚ ਕਸ਼ਮੀਰ ਜਾਣਾ ਖ਼ਤਰੇ ਤੋਂ ਖਾਲੀ ਨਹੀਂ ਸੀ।

ਮਹਾਨ ਚਿੰਤਕ ਤੇ ਦਾਰਸ਼ਨਿਕ ਐਮਰਸਨ ਨੇ ਕਿਹਾ ਕਿ ਖ਼ੂਬਸੂਰਤੀ ਸਾਡੇ ਅੰਦਰੋਂ ਹੀ ਜਨਮ ਲੈਂਦੀ ਹੈ। ਜੇ ਸਾਡਾ ਮਨ ਸੁੰਦਰਤਾ ਨਾਲ ਨਾ ਭਰਿਆ ਹੋਵੇ ਤਾਂ ਭਾਵੇਂ ਅਸੀਂ ਸਾਰੇ ਸੰਸਾਰ ਨੂੰ ਘੁੰਮ-ਫਿਰ ਕੇ ਵੇਖ ਲਈਏ, ਸੁੰਦਰਤਾ ਕਿਧਰੇ ਵਿਖਾਈ ਨਹੀਂ ਦੇਵੇਗੀ। ਇੰਜ ਸੁੰਦਰਤਾ ਨੂੰ ਵੇਖਣ ਤੇ ਪਰਖਣ ਦੀ ਸੂਝ ਹੀ ਸੁੰਦਰਤਾ ਲਈ ਖਿੱਚ ਪੈਦਾ ਕਰਦੀ ਹੈ।

ਜਿਵੇਂ ਤਾਰਿਆਂ ਨਾਲ ਭਰੀ ਇਕ ਰਾਤ ਕਿਸੇ ਪਾਰਖੂ ਨੂੰ ਮੋਹ ਕਰਨ ਲਗਦੀ ਹੈ ਪਰ ਦੂਜੇ ਕੇਵਲ ਤਾਰਿਆਂ ਤੋਂ ਵੱਧ ਕੁਝ ਵਿਖਾਈ ਨਹੀਂ ਦਿੰਦਾ।

ਛੋਟੇ ਹੁੰਦਿਆਂ ਬੱਚਾ ਖਿਡੌਣਿਆਂ ਨੂੰ ਪਿਆਰ ਕਰਦਾ ਹੈ। ਛੋਟੇ ਛੋਟੇ ਤੇ ਸੁੰਦਰ ਖਿਡੌਣੇ ਉਸ ਨੂੰ ਚੰਗੇ ਲੱਗਦੇ ਹਨ। ਉਸ ਦਾ ਮਨ ਇਹਨਾਂ ਖਿਡੌਣਿਆਂ ਨੂੰ ਦੇਖ ਕੇ ਖ਼ੁਸ਼ ਹੁੰਦਾ ਹੈ। ਉਹ ਏਨੇ ਸਾਰੇ ਰੰਗ ਬਿਰੰਗੇ ਖਿਡੌਣੇ ਪ੍ਰਾਪਤ ਕਰ ਕੇ ਚਾਂਭੜਾਂ ਪਾਉਂਦਾ ਹੈ। ਮਾਵਾਂ ਨੂੰ ਵੀ ਸੌਖਾ ਢੰਗ ਲੱਭ ਪੈਂਦਾ ਹੈ, ਉਹ ਰੋਂਦੇ ਬੱਚੇ ਨੂੰ ਚੁੱਪ ਕਰਾਉਣ ਲਈ ਝੱਟ ਕੋਈ ਖਿਡੌਣਾ ਲਿਆ ਕੇ ਫੜਾ ਦਿੰਦੀਆਂ ਹਨ। ਇਹ ਖਿਡੌਣੇ ਉਸ ਦਾ ਸੰਸਾਰ ਬਣ ਜਾਂਦੇ ਹਨ। ਉਹ ਇਹਨਾਂ ਖਿਡੌਣਿਆਂ ਵਿਚੋਂ ਪੂਰਾ ਸੰਸਾਰ ਵੇਖ ਸਕਦਾ ਹੈ। ਫਿਰ ਹੌਲੀ ਹੌਲੀ ਵੱਡੇ ਹੋਣ ਤੀਕ ਖਿਡੌਣਿਆਂ ਦੀ ਖਿੱਚ ਘਟਣ ਲੱਗਦੀ ਹੈ ਤੇ ਉਸ ਦੀ ਰੁਚੀ ਹੋਰ ਸੰਸਾਰਿਕ ਚੀਜ਼ਾਂ ਵੱਲ ਆਕਰਸ਼ਿਤ ਹੁੰਦੀ ਰਹਿੰਦੀ ਹੈ। ਨਿੱਕੇ ਖਿਡੌਣਿਆਂ ਨੂੰ ਛੱਡ ਕੇ ਉਹ ਹੋਰ ਸੁੰਦਰ ਵਸਤਾਂ ਭਾਲਣ ਲੱਗਦਾ ਹੈ। ਪਰ ਸੁੰਦਰਤਾ ਨਾਲ ਮੋਹ ਉਸ ਦਾ ਬਰਾਬਰ ਬਣਿਆ ਰਹਿੰਦਾ ਹੈ।

ਵਿਆਹ ਉਪਰੰਤ ਵਹੁਟੀ ਨੂੰ ਪਿਆਰ ਕਰਨਾ ਤੇ ਮੋਹ ਦਿਖਾਉਣਾ ਵੀ ਸੁੰਦਰਤਾ ਲੱਭਣ ਦਾ ਹੀ ਇੱਕ ਪੜਾਅ ਹੈ। ਜਵਾਨ ਹਿਰਦੇ ਦੀ ਸਾਰੀ ਭਟਕਣ ਸੁੰਦਰ ਵਹੁਟੀ ਦਾ ਚਿਹਰਾ ਵੇਖ ਕੇ ਖ਼ਤਮ ਹੋ ਜਾਂਦੀ ਹੈ ਤੇ ਉਹ ਜ਼ਿੰਦਗੀ ਦੇ ਨੈਣ-ਨਕਸ਼ ਵਹੁਟੀ ਦੇ ਚਿਹਰੇ 'ਚ ਭਾਲਣ ਲਗਦਾ ਹੈ। ਸੁੰਦਰ ਚਿਹਰੇ ਨੂੰ ਨਿਹਾਰਨ ਨਾਲ ਮਨ ਦੀ ਤ੍ਰਿਪਤੀ ਹੁੰਦੀ ਰਹਿੰਦੀ ਹੈ ਤੇ ਜ਼ਿੰਦਗੀ ਨੂੰ ਇੱਕ ਸੁੰਦਰ ਆਹਾਰ ਲੱਭ ਪੈਂਦਾ ਹੈ। ਭਾਵੇਂ ਇਹ ਖਿੱਚ ਸਾਰੀ ਜ਼ਿੰਦਗੀ ਨਹੀਂ ਬਣੀ ਰਹਿ ਸਕਦੀ ਪਰ ਜ਼ਿੰਦਗੀ ਦਾ ਇਕ ਬਹੁਤ ਵੱਡਾ ਹਿੱਸਾ ਇਸ ਵਿਚ ਲੀਨ ਜ਼ਰੂਰ ਹੋ ਜਾਂਦਾ ਹੈ। ਫਿਰ ਇਹੀ ਸੁੰਦਰਤਾ ਦੀ ਤੜਪ ਲਈ ਬੱਚੇ ਦਾ ਮੂੰਹ ਵੇਖਣ ਦੀ ਲਾਲਸਾ ਜਾਗ ਪੈਂਦੀ ਹੈ ਤੇ ਬੱਚੇ ਦੇ ਚਿਹਰੇ ਦੀ ਊਸ਼ਾ ਸਾਡੀ ਜ਼ਿੰਦਗੀ 'ਚ ਰੰਗ ਬਿਖੇਰਨ ਲਗਦੀ ਹੈ। ਅਸੀਂ

ਫਿਰ ਤੋਂ ਨਵੇਂ ਨਰੋਏ ਤੇ ਜਵਾਨ ਹੋਏ ਮਹਿਸੂਸ ਕਰਦੇ ਹਾਂ। ਆਪਣੀ ਜ਼ਿੰਦਗੀ ਲਈ ਸਾਨੂੰ ਇਕ ਅਰਥ ਤੇ ਮਕਸਦ ਲੱਭ ਪੈਂਦਾ ਹੈ। ਸਾਡੀ ਸਾਰੀ ਆਕਰਸ਼ਣ ਸ਼ਕਤੀ ਨਵੇਂ ਜੰਮੇ ਬੱਚੇ 'ਤੇ ਕੇਂਦਰਿਤ ਹੋ ਜਾਂਦੀ ਹੈ।

ਅੱਜ ਦੇ ਯੁੱਗ ਵਿਚ ਇਨਸਾਨ ਧਨ ਇਕੱਠਾ ਕਰ ਕੇ ਖ਼ੂਬਸੂਰਤ ਚੀਜ਼ਾਂ ਖਰੀਦਣ ਲੱਗਾ ਹੋਇਆ ਹੈ। ਨਵੇਂ ਸੋਫ਼ੇ ਤੇ ਟੀ. ਵੀ. ਸੈੱਟ ਖ਼ਰੀਦ ਕੇ ਘਰ ਦੀ ਖ਼ੂਬਸੂਰਤੀ 'ਚ ਵਾਧਾ ਕੀਤਾ ਜਾਂਦਾ ਹੈ। ਨਵੇਂ ਡਿਜ਼ਾਇਨ ਦੇ ਪਰਦੇ ਤੇ ਸੁੰਦਰ ਖਿੱਚ ਪਾਉਣ ਵਾਲੇ ਪੌਦੇ ਲਗਾ ਕੇ ਮਨ ਨੂੰ ਤ੍ਰਿਪਤ ਕੀਤਾ ਜਾਂਦਾ ਹੈ। ਬਿਨਾਂ ਸ਼ੱਕ ਆਲੀਸ਼ਾਨ ਬੰਗਲੇ ਇਸੇ ਸੁੰਦਰਤਾ ਦੀ ਪੂਰਤੀ ਲਈ ਉਸਾਰੇ ਜਾ ਰਹੇ ਹਨ ਤੇ ਫਿਰ ਵੱਡੀਆਂ ਵੱਡੀਆਂ ਕਾਰਾਂ, ਕੋਠੀਆਂ ਦੀ ਸ਼ਾਨ ਵਧਾ ਕੇ ਇਨਸਾਨ ਆਪਣੀ ਹਉਮੈ ਨੂੰ ਪੱਠੇ ਪਾਉਣ ਲੱਗਾ ਹੋਇਆ ਹੈ। ਪਰ ਜਿੰਨਾ ਚਿਰ ਇਨਸਾਨ ਆਪਣੇ ਮਨ ਨੂੰ ਅਮੀਰ ਨਹੀਂ ਬਣਾਉਂਦਾ ਤੇ ਆਪਣੇ ਮਨ 'ਚ ਸੁੰਦਰਤਾ ਦੇ ਬੀਜ ਨਹੀਂ ਬੀਜਦਾ ਉਤਨਾ ਚਿਰ ਉਹ ਲੱਖ ਮਹੱਲ ਉਸਾਰ ਲਵੇ, ਉਸ ਦੇ ਮਨ ਦੀ ਅਸਲ ਤ੍ਰਿਪਤੀ ਨਹੀਂ ਹੋ ਸਕਦੀ। ਸਾਰੇ ਸਾਜ਼-ਬਾਜ਼ ਦੇ ਨਾਲ ਮਨ ਦੀ ਪ੍ਰਫ਼ੁੱਲਤਾ ਤੇ ਮਨ ਦੀ ਸੁੰਦਰਤਾ ਬਿਨਾਂ ਕੁਝ ਵੀ ਹੱਥ ਪੱਲੇ ਨਹੀਂ ਪੈ ਸਕਦਾ। ਮਨ ਨੂੰ ਨਿਰਮਲ ਬਣਾ ਕੇ ਤੇ ਮਨ ਨੂੰ ਸਾਧ ਕੇ ਹੀ ਕੋਈ ਸੁੰਦਰਤਾ ਦੇ ਲਕਸ਼ ਨੂੰ ਪਾ ਸਕਦਾ ਹੈ।

ਜ਼ਿੰਦਗੀ ਦੀ ਧੜਕਣ, ਜ਼ਿੰਦਗੀ ਦੇ ਸੁਪਨੇ

ਜ਼ਿੰਦਗੀ ਦੀ ਧੜਕਣ ਸਾਨੂੰ ਜ਼ੱਰੇ ਜ਼ੱਰੇ ਵਿਚੋਂ ਸੁਣਾਈ ਦਿੰਦੀ ਹੈ। ਹਰ ਇਨਸਾਨ ਭਾਵੇਂ ਕੋਈ ਅਮੀਰ ਹੈ ਤੇ ਭਾਵੇਂ ਕੋਈ ਗਰੀਬ ਹੈ ਚੁੱਲ੍ਹਾ ਬਲਦਾ ਰੱਖਣ ਲਈ ਸਵੇਰ ਤੋਂ ਸ਼ਾਮ ਤੱਕ ਮਿਹਨਤ ਕਰਦਾ ਹੈ। ਲੱਖਾਂ ਅਰਮਾਨ ਇਨਸਾਨ ਦੀ ਜ਼ਿੰਦਗੀ 'ਚ ਸੰਜੋਏ ਹੁੰਦੇ ਹਨ ਕਿ ਉਹ ਤਰੱਕੀ ਕਰ ਸਕੇ ਤੇ ਆਪਣੀ ਜ਼ਿੰਦਗੀ ਨੂੰ ਬੇਹਤਰ ਢੰਗ ਨਾਲ ਜੀਅ ਸਕੇ। ਪਰ ਓਨਾ ਚਿਰ ਜ਼ਿੰਦਗੀ ਬਿਹਤਰ ਨਹੀਂ ਬਣ ਸਕਦੀ ਜਿੰਨਾ ਚਿਰ ਕੋਈ ਆਪਣੇ ਅਰਮਾਨਾਂ ਨੂੰ ਪੂਰਾ ਕਰਨ ਲਈ ਯਤਨਸ਼ੀਲ ਨਹੀਂ ਹੁੰਦਾ। ਜਿਵੇਂ ਰੁੱਖ, ਬੂਟਿਆਂ ਦੀ ਮੌਲਿਕ ਸ਼ਕਤੀ ਮੌਸਮਾਂ ਦੀ ਬੇ-ਰੁਖ਼ੀ ਦੀ ਬਾਵਜੂਦ ਕਾਇਮ ਰਹਿੰਦੀ ਹੈ, ਇਸੇ ਤਰ੍ਹਾਂ ਇਨਸਾਨ ਦਾ ਜੇਰਾ ਜ਼ਿੰਦਗੀ ਦੇ ਔਖੇ ਸਮਿਆਂ ਨਾਲ ਵੀ ਆਢਾ ਲੈ ਸਕਦਾ ਹੈ।

ਕਈ ਵਾਰ ਅਸੀਂ ਮਛੇਰਿਆਂ ਨੂੰ ਸਮੁੰਦਰ ਦੇ ਕਿਨਾਰੇ ਮੱਛੀਆਂ ਫੜਦਿਆਂ ਵੇਖਦੇ ਹਾਂ। ਕਿਵੇਂ ਉਹ ਜਾਲ ਸਮੁੰਦਰ 'ਚ ਵਿਛਾ ਕੇ ਉਸ ਘੜੀ ਦੀ ਉਡੀਕ ਕਰਦੇ ਹਨ ਕਿ ਵੱਡੀ ਤੋਂ ਵੱਡੀ ਮੱਛੀ ਉਨ੍ਹਾਂ ਦੇ ਲਗਾਏ ਜਾਲ 'ਚ ਫਸ ਜਾਵੇ ਤੇ ਇੰਜ ਕਈ ਵਾਰ ਕਿਸੇ ਮਛੇਰੇ ਦੇ ਜਾਲ 'ਚ ਇਕੱਲੀ ਮੱਛੀ ਨਹੀਂ ਫਸਦੀ ਬਲਕਿ ਉਸ ਦਾ ਪੂਰਾ ਜਾਲ ਮੱਛੀਆਂ ਨਾਲ ਭਰ ਜਾਂਦਾ ਹੈ। ਉਸ ਮਛੇਰੇ ਦੀ ਕਿਸਮਤ ਜਾਗ ਪੈਂਦੀ ਹੈ। ਉਸ ਮਛੇਰੇ ਦੀਆਂ ਅੱਖਾਂ ਦੀ ਚਮਕ ਤੇਜ਼ ਹੋ ਜਾਂਦੀ ਹੈ ਤੇ ਉਹ ਨੱਚਦਾ ਟੱਪਦਾ ਹੈ ਤੇ ਇਹ ਵੀ ਕੋਈ ਅਲੋਕਾਰ ਗੱਲ ਨਹੀਂ ਕਿ ਕਿਸੇ ਮਛੇਰੇ ਦੀ ਫੜੀ ਮੱਛੀ ਦੇ ਪੇਟ ਵਿਚ ਕੋਈ ਸੋਨੇ ਦੀ ਮੁੰਦਰੀ ਲੱਭ ਜਾਵੇ ਤੇ ਮਛੇਰਾ ਮਾਲੋ ਮਾਲ ਹੋ ਜਾਵੇ। ਕਈ ਵਾਰ ਏਨੀਆਂ ਸਾਰੀਆਂ ਮੱਛੀਆਂ ਵੇਚ ਕੇ ਉਹ ਧਨ ਕਮਾਉਂਦਾ ਹੈ ਜਾਂ ਬਹੁਤ ਸਾਰੀਆਂ ਮੱਛੀਆਂ ਉਹ ਆਪਣੇ ਬੱਚਿਆਂ ਨੂੰ ਖਾਣ ਲਈ ਦੇ ਦਿੰਦਾ ਹੈ।

ਇੰਜ ਹੀ ਰੋਟੀ ਦੀ ਤਲਾਸ਼ ਵਿਚ ਅਨੇਕਾਂ ਪੰਛੀ ਲਗਾਤਾਰ ਕਈ ਕਈ ਘੰਟੇ ਅਸਮਾਨ 'ਚ ਉਡਾਰੀ ਮਾਰਦੇ ਹਨ ਤੇ ਅਨਾਜ ਲੱਭਣ ਲਈ ਹੋਰਨਾ ਧਰਤੀਆਂ 'ਤੇ ਜਾ ਬਿਰਾਜਦੇ ਹਨ। ਇਨਸਾਨਾਂ ਵਾਂਗ ਹੀ ਪੰਛੀ ਵੀ ਸੁੰਦਰ ਸੁਪਨੇ ਬੁਣਨ ਦੇ ਚਾਹਵਾਨ ਹਨ। ਅਸੀਂ ਕਈ ਰੁੱਖਾਂ 'ਤੇ ਬਿਜੜੇ ਦੇ ਸੁੰਦਰ ਆਲ੍ਹਣੇ ਲਟਕਦੇ ਵੇਖਦੇ ਹਾਂ। ਕਿੰਨੀ ਕਾਰੀਗਰੀ ਨਾਲ ਤੇ ਤਰਕੀਬ ਨਾਲ ਇਹ ਆਲ੍ਹਣੇ ਬੁਣੇ ਹੁੰਦੇ ਹਨ। ਪੂਰਾ ਆਲ੍ਹਣਾ ਇੱਕ ਵੱਡੀ ਜੁਰਾਬ ਦੀ ਤਰ੍ਹਾਂ ਰੁੱਖ ਦੀ ਟਹਿਣੀ 'ਤੇ ਲਟਕਿਆ ਹੁੰਦਾ ਹੈ ਤੇ ਇਸ ਦੇ ਅੰਦਰ ਦਾਖ਼ਲ ਹੋਣ ਲਈ ਇਕ ਦਰਵਾਜ਼ਾ, ਭਾਵ ਝਰੋਖਾ ਰੱਖਿਆ ਹੁੰਦਾ ਹੈ। ਇਸ ਆਲ੍ਹਣੇ 'ਚ ਹਵਾ ਵੀ ਆਉਂਦੀ ਰਹਿੰਦੀ ਹੈ ਤੇ ਨਾਲ ਹੀ ਨਿੱਘੀ ਧੁੱਪ ਵੀ ਸੇਕੀ ਜਾ ਸਕਦੀ ਹੈ। ਇਹ ਆਲ੍ਹਣਾ ਕੇਵਲ ਇੱਕ ਦਿਨ 'ਚ ਨਹੀਂ ਬੁਣਿਆ ਗਿਆ ਹੁੰਦਾ ਬਲਕਿ ਤਿਨਕਾ ਤਿਨਕਾ ਜੋੜ ਕੇ ਹੀ ਬਣਾਇਆ

ਹੁੰਦਾ ਹੈ। ਇੰਜ ਇਸ ਪੰਛੀ, ਭਾਵ ਬਿਜੜੇ ਦੀ ਕਾਰੀਗਰੀ ਦੇ ਸੁਪਨੇ ਇਸ ਦੇ ਘਰ, ਭਾਵ ਆਲ੍ਹਣੇ ਰਾਹੀਂ ਰੂਪਮਾਨ ਹੁੰਦੇ ਹਨ।

ਜ਼ਿੰਦਗੀ 'ਚ ਕੋਈ ਵੀ ਚੀਜ਼ ਇਕ ਦਿਨ 'ਚ ਪ੍ਰਾਪਤ ਨਹੀਂ ਹੋ ਜਾਂਦੀ। ਅਸੀਂ ਕਈ ਚੀਜ਼ਾਂ ਦੀ ਪ੍ਰਾਪਤੀ ਲਈ ਆਸਾਂ ਉਮੀਦਾਂ 'ਤੇ ਜ਼ਿੰਦਾ ਰਹਿੰਦੇ ਹਾਂ ਤੇ ਉਸ ਚੀਜ਼ ਦੀ ਪ੍ਰਾਪਤੀ ਲਈ ਨਿਰੰਤਰ ਮਿਹਨਤ ਕਰਦੇ ਹਾਂ, ਘਾਲਣਾ ਘਾਲਦੇ ਹਾਂ ਤੇ ਫਿਰ ਜਾ ਕੇ ਕਿਤੇ ਮੁਸ਼ਕਲ ਨਾਲ ਉਹ ਚੀਜ਼ ਸਾਨੂੰ ਪ੍ਰਾਪਤ ਹੁੰਦੀ ਹੈ। ਪਰ ਇਕ ਗੱਲ ਜ਼ਰੂਰੀ ਹੈ ਕਿ ਜੇ ਸਾਨੂੰ ਕਿਸੇ ਚੀਜ਼ ਦੀ ਪ੍ਰਾਪਤੀ ਦੀ ਲਗਨ ਬਚਪਨ 'ਚ ਹੀ ਲੱਗ ਜਾਵੇ ਤਾਂ ਉਹ ਚੀਜ਼ ਅਸੀਂ ਜ਼ਰੂਰ ਪ੍ਰਾਪਤ ਕਰ ਸਕਦੇ ਹਾਂ।

ਕਈ ਵਿਦਿਆਰਥੀ ਬਚਪਨ ਤੋਂ ਹੀ ਪੜ੍ਹਾਈ 'ਚ ਲਗਨ ਨਾਲ ਦਿਲਚਸਪੀ ਲੈਂਦੇ ਹਨ ਤੇ ਉਹ ਹੌਲੀ ਹੌਲੀ ਮਿਹਨਤ ਕਰਦੇ ਕਰਦੇ ਪੜ੍ਹਾਈ ਦੀਆਂ ਉੱਚੀਆਂ ਕਲਾਸਾਂ 'ਚ ਵੀ ਪਹੁੰਚ ਜਾਂਦੇ ਹਨ। ਵਿਦਿਆਰਥੀ ਆਪਣੀ ਲਗਨ ਤੇ ਮਿਹਨਤ ਦੇ ਸਦਕੇ ਡਾਕਟਰ ਜਾਂ ਇੰਜੀਨੀਅਰ ਵੀ ਬਣ ਜਾਂਦੇ ਹਨ ਤੇ ਕਈ ਹੋਰ ਉੱਚੀਆਂ ਪਦਵੀਆਂ ਜਿਵੇਂ ਪ੍ਰਿੰਸੀਪਲ, ਹੈੱਡ ਮਾਸਟਰ ਜਾਂ ਮੈਜਿਸਟ੍ਰੇਟ ਜਾ ਲਗਦੇ ਹਨ। ਇਹ ਸਿੱਟਾ ਉਨ੍ਹਾਂ ਦੀਆਂ ਆਸਾਂ ਉਮੀਦਾਂ ਦੇ ਪੂਰੇ ਹੋਣ ਕਾਰਨ ਹੀ ਨਿਕਲਿਆ ਹੁੰਦਾ ਹੈ। ਲਗਾਤਾਰ ਕੀਤੀ ਮਿਹਨਤ ਨੂੰ ਫਲ ਲੱਗਿਆ ਅਸੀਂ ਅੱਖੀਂ ਵੇਖ ਲੈਂਦੇ ਹਾਂ।

ਜ਼ਿੰਦਗੀ ਦੀ ਹੋਂਦ ਵੀ ਓਨਾ ਚਿਰ ਹੀ ਸਮਝੀ ਜਾਣੀ ਚਾਹੀਦੀ ਹੈ ਜਿੰਨਾ ਚਿਰ ਸਾਡੀ ਛਾਤੀ 'ਚ ਦਿਲ ਧੜਕਦਾ ਹੈ ਤੇ ਸਾਡੀਆਂ ਅੱਖਾਂ 'ਚ ਸੁਪਨੇ ਵਿਖਾਈ ਦਿੰਦੇ ਹਨ। ਇਹ ਧੜਕਣ ਤੇ ਇਹ ਸੁਪਨੇ ਜ਼ਿੰਦਗੀ ਭਰ ਇਨਸਾਨ ਨੂੰ ਜੀਣ ਦਾ ਬਲ ਦਿੰਦੇ ਹਨ। ਦਿਲ ਦੀਆਂ ਅਨੇਕਾਂ ਧੜਕਣਾਂ ਨਾਲ ਇਕ ਇਨਸਾਨ ਧਰਤੀ ਦੀ ਕੁੱਖ ਫਰੋਲਦਾ ਹੈ ਤੇ ਬੀਜ ਬੀਜਦਾ ਹੈ। ਫਿਰ ਇਹ ਬੀਜ ਫੁੱਟ ਕੇ ਇਕ ਸੁੰਦਰ ਪੌਦਾ ਬਣ ਜਾਂਦਾ ਹੈ ਜਾਂ ਫਲਦਾਰ ਰੁੱਖ ਬਣਾ ਜਾਂਦਾ ਹੈ। ਇੰਜ ਇਕ ਕਿਸਾਨ ਆਪਣੇ ਖੇਤ 'ਚ ਉੱਗੀ ਫ਼ਸਲ ਨੂੰ ਵੇਖ ਕੇ ਸਹਿਜੇ ਹੀ ਖ਼ੁਸ਼ੀ ਦਾ ਮੂੰਹ ਵੇਖਣ ਲਈ ਉਤਾਵਲਾ ਹੁੰਦਾ ਹੈ। ਤੇ ਕਈ ਤਰ੍ਹਾਂ ਦੀਆਂ ਗੋਂਦਾਂ ਗੁੰਦਦਾ ਹੈ ਕਿ ਇਸ ਫ਼ਸਲ ਨੂੰ ਵੇਚ ਕੇ ਉਹ ਆਪਣੇ ਬੱਚਿਆਂ ਨੂੰ ਉੱਚੀ ਵਿਦਿਆ ਦਿਵਾਏਗਾ ਜਾਂ ਉਨ੍ਹਾਂ ਦੀਆਂ ਫੀਸਾਂ ਪੂਰੀਆਂ ਕਰੇਗਾ ਜਾਂ ਫਿਰ ਆਪਣੀ ਧੀ ਦਾ ਵਿਆਹ ਕਰ ਦੇਵੇਗਾ।

ਪਰ ਕਈ ਵਾਰ ਅਚਾਨਕ ਮੌਸਮ ਖਰਾਬ ਹੋਣ ਕਾਰਨ ਫ਼ਸਲ ਅੱਧੀ ਰਹਿ ਜਾਂਦੀ ਹੈ ਤੇ ਇਨਸਾਨ ਦੀਆਂ ਆਸਾਂ ਪੂਰੀਆਂ ਨਹੀਂ ਹੁੰਦੀਆਂ। ਕੀਤੀ ਕਮਾਈ ਵਰ ਨਹੀਂ ਆਉਂਦੀ ਤੇ ਇੰਜ ਹੀ ਇਨਸਾਨ ਦਾ ਹੌਸਲਾ ਢਹਿ ਢੇਰੀ ਹੋ ਜਾਂਦਾ ਹੈ। ਕਈ ਇਨਸਾਨ ਇਸ ਰੱਬੀ ਕਹਿਰ ਦੇ ਹੇਠ ਆਏ ਆਤਮ-ਹੱਤਿਆ ਕਰਨ 'ਤੇ ਵੀ ਮਜਬੂਰ ਹੋਏ ਹਨ। ਉਹ ਇੰਜ ਆਤਮ-ਹੱਤਿਆ ਕਰ ਕੇ ਕਿਸੇ ਸਮੱਸਿਆ ਦਾ ਹੱਲ ਨਹੀਂ ਕੱਢ ਸਕਦੇ ਸਗੋਂ ਆਪਣੇ ਪਰਿਵਾਰ ਨੂੰ ਇਕ ਹਨੇਰੀ ਖੱਡ 'ਚ ਸੁੱਟ ਕੇ ਆਪ ਅਲੋਪ ਹੋ ਜਾਂਦੇ ਹਨ। ਰੱਬੀ ਕਹਿਰ ਜਾਂ ਕੁਦਰਤ ਦੀ ਕਰੋਪੀ ਨੂੰ ਸਹਾਰ ਕੇ ਹੀ ਇਨਸਾਨ ਅਗਲੀ ਫ਼ਸਲ ਦੀ ਆਸ ਉਮੀਦ ਰੱਖ ਸਕਦਾ ਹੈ ਜਾਂ ਫਿਰ ਨਵੇਂ ਸਿਰੇ ਤੋਂ ਫ਼ਸਲ ਬੀਜ ਸਕਦਾ ਹੈ ਤੇ ਇਹ ਕੋਈ ਜ਼ਰੂਰੀ ਨਹੀਂ ਕਿ ਨਵੀਂ ਫ਼ਸਲ ਫਿਰ ਖ਼ਰਾਬ ਹੋ ਜਾਵੇਗੀ

ਜਾਂ ਰੱਬ ਫਿਰ ਕਹਿਰ ਵਰਤਾ ਦੇਵੇਗਾ।

ਕਈ ਵਾਰ ਇਕ ਫ਼ਸਲ ਖਰਾਬ ਹੋਣ ਤੋਂ ਬਾਅਦ ਦੂਜੀ ਫ਼ਸਲ ਦੁੱਗਣੀ ਚੌਗੁਣੀ ਵੀ ਹੋ ਸਕਦੀ ਹੈ ਤੇ ਪਿਛਲੀਆਂ ਘਾਟਾਂ ਪੂਰੀਆਂ ਹੋ ਸਕਦੀਆਂ ਹਨ। ਇਨਸਾਨ ਨੂੰ ਕਿਸੇ ਆਸ ਦੀ ਤੰਦ ਫੜ ਕੇ ਜਿਊਣਾ ਪੈਂਦਾ ਹੈ ਤੇ ਸਮਾਂ ਆਉਣ 'ਤੇ ਉਸ ਦੀਆਂ ਸਭ ਆਸਾਂ ਪੂਰੀਆਂ ਹੋ ਸਕਦੀਆਂ ਹਨ। ਮਨ 'ਚ ਚਿਤਵੇ ਸੁਪਨੇ ਸਾਕਾਰ ਹੋ ਸਕਦੇ ਹਨ। ਕਈ ਉਜਾੜ ਥਾਵਾਂ 'ਤੇ ਜਿੱਥੇ ਕੁਝ ਵੀ ਨਹੀਂ ਸੀ ਉੱਗਦਾ, ਉੱਥੇ ਅਸੀਂ ਗੁਲਜ਼ਾਰਾਂ ਖਿੜੀਆਂ ਵੇਖਦੇ ਹਾਂ। ਕਈ ਇਨਸਾਨ ਅਤਿ ਗ਼ਰੀਬੀ ਝੱਲ ਕੇ, ਤਰੱਕੀ ਕਰ ਕੇ ਕਿਥੋਂ ਤੱਕ ਪਹੁੰਚੇ ਹਨ! ਕਈ ਝੁੱਗੀਆਂ ਦੀ ਥਾ ਅਸੀਂ ਨਵੇਂ ਮਕਾਨ ਤੇ ਕੋਠੀਆਂ ਉਸਰੀਆਂ ਵੇਖ ਸਕਦੇ ਹਾਂ। ਇਹ ਸਾਰਾ ਪਰਿਵਰਤਨ ਹੌਲੀ ਹੌਲੀ ਹੀ ਹੋਇਆ ਹੈ। ਅਲਾਦੀਨ ਦੇ ਚਿਰਾਗ਼ ਬਾਲਣ ਕੁਝ ਵੀ ਨਹੀਂ ਹੋਇਆ।

ਲੰਬੀ ਸਾਧਨਾ ਤੇ ਲੰਬੀ ਘਾਲਣਾ ਨਾਲ ਇਨਸਾਨ ਤਰੱਕੀ ਕਰਦਾ ਹੈ। ਇਸ ਲੰਬੀ ਸਾਧਨਾ 'ਚ ਉਸ ਦੀਆਂ ਕੋਸ਼ਿਸ਼ਾਂ ਵੀ ਸ਼ਾਮਲ ਹੁੰਦੀਆਂ ਹਨ। ਇੰਜ ਹੌਲੀ-ਹੌਲੀ ਇਕ ਇਨਸਾਨ ਆਪਣੀਆਂ ਆਸਾਂ ਦਾ ਮਹਿਲ ਧਰਤੀ ਉਪਰ ਉਸਰਿਆ ਵੀ ਵੇਖ ਲੈਂਦਾ ਹੈ। ਇਹ ਕੋਈ ਅਲੋਕਾਰ ਗੱਲ ਨਹੀਂ ਕਿ ਇਕ ਝੁੱਗੀ ਝੌਂਪੜੀ 'ਚ ਰਹਿਣ ਵਾਲਾ ਬਾਲਕ ਕਿਸੇ ਦਿਨ ਰਾਸ਼ਟਰਪਤੀ ਦੀ ਕੁਰਸੀ 'ਤੇ ਜਾ ਬੈਠੇ ਜਾਂ ਹੋਰ ਕਿਸੇ ਉੱਚੇ ਰੁਤਬੇ ਦੀ ਪ੍ਰਾਪਤੀ ਕਰ ਲਵੇ। ਉਜਾੜਾਂ 'ਚ ਖਿੜੀਆਂ ਬਹਾਰਾਂ ਤੇ ਧਰਤੀ ਦੀ ਹਿੱਕ 'ਤੇ ਉਸਰੇ ਭਵਨ ਇਨਸਾਨ ਦੇ ਲਈ ਸੁਪਨਿਆਂ ਦੀ ਹੀ ਸਾਕਾਰ ਮੂਰਤ ਹਨ। ਰੀਝਾਂ, ਉਮੀਦਾਂ ਤੇ ਆਸਾਂ ਨੂੰ ਇਕ ਨਾ ਇਕ ਦਿਨ ਫਲ ਪੈ ਹੀ ਜਾਂਦਾ ਹੈ। ਸ਼ਰਤ ਇਹ ਹੈ ਕਿ ਤੁਸੀਂ ਸੱਚੇ ਦਿਲੋਂ ਕੋਸ਼ਿਸ਼ ਕਰਦੇ ਰਹੋ। ਜੋ ਬੇੜੀ ਸਮੁੰਦਰ 'ਚ ਠਿੱਲ੍ਹ ਪਈ ਹੈ ਉਹ ਜ਼ਰੂਰ ਕਿਸੇ ਦਿਨ ਆਪਣੀ ਮੰਜ਼ਲ 'ਤੇ ਪਹੁੰਚ ਜਾਵੇਗੀ।

ਚਿਹਰਿਆਂ 'ਚ ਝਾਕਦੀ ਖ਼ੁਸ਼ੀ ਦੇ ਗ਼ਮੀ

ਸਾਡਾ ਚਿਹਰਾ ਸਾਡੇ ਮਨ ਦੀ ਸ਼ੀਸ਼ਾ ਹੈ। ਜੋ ਗੱਲ ਸਾਡੇ ਮਨ 'ਚ ਹੋਵੇ ਉਹੀ ਸਾਡੇ ਚਿਹਰੇ 'ਤੇ ਰੂਪਵਾਨ ਹੁੰਦੀ ਹੈ। ਇਸੇ ਕਾਰਨ ਅਤਿ ਮਾਸੂਮ ਬੱਚੇ ਦਾ ਚਿਹਰਾ ਗੁਲਾਬ ਵਾਂਗ ਟਹਿਕਦਾ ਵਿਖਾਈ ਦਿੰਦਾ ਹੈ। ਬੱਚੇ ਦੇ ਮਨ ਦੀ ਕੋਮਲਤਾ, ਮਾਸੂਮਤਾ ਤੇ ਸੁੰਦਰਤਾ ਦਾ ਸੁਮੇਲ ਉਸ ਦੇ ਚਿਹਰੇ ਤੋਂ ਪ੍ਰਗਟ ਹੋ ਜਾਂਦਾ ਹੈ ਤੇ ਇੰਜ ਹੀ ਮਨ 'ਚ ਉੱਠੇ ਖ਼ੁਸ਼ੀਆਂ ਦੇ ਜਵਾਰ-ਭਾਟੇ ਸਾਡੇ ਚਿਹਰੇ ਨੂੰ ਬਿੰਦ ਦੀ ਬਿੰਦ ਆਪਣੀ ਰੰਗਣਾ 'ਚ ਰੰਗ ਜਾਂਦੇ ਹਨ। ਕਈ ਵਾਰ ਇਹ ਜਲਾਲ ਅਸੀਂ ਕਿਸੇ ਗੁਣੀ, ਗਿਆਨੀ, ਪਾਠੀ ਜਾਂ ਸਤਿਗੁਰੂ ਦੇ ਚਰਨੀਂ ਲੱਗੇ ਸੱਜਣ ਪੁਰਸ਼ ਦੇ ਚਿਹਰੇ ਤੋਂ ਪੜ੍ਹ ਸਕਦੇ ਹਾਂ। ਉਹ ਇਨਸਾਨ ਜੋ ਇਕ ਦਿਨ ਦੀ ਕਮਾਈ ਕਰ ਕੇ ਇਕ ਦਿਨ 'ਚ ਹੀ ਖਾਣ ਵਾਲੇ ਹੁੰਦੇ ਹਨ, ਉਨ੍ਹਾਂ ਦੇ ਚਿਹਰੇ ਵੀ ਕਿਸੇ ਅਕਹਿ ਖ਼ੁਸ਼ੀ 'ਚ ਦਗ ਦਗ ਕਰਨ ਲਗਦੇ ਹਨ। ਇਹ ਖ਼ੁਸ਼ੀ ਚੰਗੀਆਂ ਭਾਵਨਾਵਾਂ, ਮਨ ਦੀ ਉਦਾਰਤਾ ਤੇ ਪਵਿੱਤਰ ਮਨ ਦੇ ਸ਼ੀਸ਼ੇ 'ਚੋਂ ਝਾਕਦੀ ਆਖ਼ਰ ਚਿਹਰੇ 'ਤੇ ਅੰਕਿਤ ਹੋ ਉੱਠਦੀ ਹੈ। ਇਸੇ ਲਈ ਸਿਆਣਿਆਂ ਨੇ ਕਿਹਾ ਹੈ ਕਿ ਖ਼ੁਸ਼ੀ ਖਰੀਦੀ ਨਹੀਂ ਜਾ ਸਕਦੀ, ਖ਼ੁਸ਼ੀ ਮਨ ਦੀ ਅੰਦਰਲੀ ਭਾਵਨਾ ਹੈ ਜੋ ਸਾਡੇ ਮਨ ਤੇ ਚਿਹਰੇ ਨੂੰ ਜਵਾਨ ਤੇ ਸੁੰਦਰ ਦਿੱਖ ਪ੍ਰਦਾਨ ਕਰਦੀ ਹੈ। ਕਈ ਵਾਰ ਸਾਧਾਰਨ ਨੈਣ-ਨਕਸ਼ ਵਾਲੇ ਕਿਸੇ ਪੁਰਸ਼ ਜਾਂ ਔਰਤ ਦੀ ਖ਼ੁਸ਼ੀ ਵੀ ਜੇ ਚਿਹਰੇ 'ਤੇ ਰੂਪਵਾਨ ਹੋ ਜਾਵੇ ਤਾਂ ਉਹ ਅਤਿ ਸੁੰਦਰ ਤੇ ਮੋਹਿਤ ਬਣ ਸਕਦਾ ਹੈ।

ਇੰਜ ਹੀ ਸਾਡੀਆਂ ਅੱਖਾਂ ਦਾ ਰੰਗ-ਰੂਪ ਤੇ ਦਿੱਖ ਸਾਨੂੰ ਅਨੂਪਮ ਲਗਦੀ ਹੈ। ਸਾਡੇ ਅੰਦਰ ਠਾਠਾਂ ਮਾਰਦੇ ਜਜ਼ਬਿਆਂ ਦੇ ਹੜ੍ਹ ਆ ਅੱਖਾਂ 'ਚ ਉਜਾਗਰ ਹੁੰਦੇ ਹਨ। ਅਸੀਂ ਕਿਸੇ ਇਨਸਾਨ ਦੀਆਂ ਅੱਖਾਂ 'ਚੋਂ ਉਸ ਦੇ ਖ਼ੁਸ਼ੀ ਤੇ ਗ਼ਮ ਦੇ ਵਲਵਲੇ ਪੜ੍ਹ ਵੀ ਸਕਦੇ ਹਾਂ। ਅੱਖਾਂ ਦੀ ਸੁੰਦਰਤਾ ਤਾਂ ਏਨੀ ਮਨਮੋਹਕ ਹੁੰਦੀ ਹੈ ਜੋ ਕਿਸੇ ਬਾਗ਼ 'ਚ ਉੱਗੇ ਫਲਾਂ ਨੂੰ ਵੀ ਮਾਤ ਕਰ ਜਾਂਦੀ ਹੈ। ਅੱਖਾਂ 'ਚ ਜਾਦੂ ਦਾ ਅਸਰ ਹੁੰਦਾ ਹੈ ਤੇ ਕਈ ਵਾਰ ਇਹ ਜਾਦੂ ਜੇ ਆਪਣਾ ਕੰਮ ਕਰ ਜਾਵੇ ਤਾਂ ਜ਼ਿੰਦਗੀ ਦੀਆਂ ਸਲਤਨਤਾਂ ਵੀ ਬਦਲ ਜਾਂਦੀਆਂ ਹਨ। ਇਨ੍ਹਾਂ ਨੈਣਾਂ ਦੇ ਵਣਜਾਰੇ ਬਣੇ ਲੋਕ ਉਮਰ ਭਰ ਤਾਬ ਨਹੀਂ ਆਉਂਦੇ ਤੇ ਦੇਸ਼-ਦੇਸ਼ਾਂਤ੍ਰਾਂ ਦੀ ਖ਼ਾਕ ਉਨ੍ਹਾਂ ਨੂੰ ਛਾਣਨੀ ਪੈ ਜਾਂਦੀ ਹੈ। ਅੱਖਾਂ ਦੇ ਆਖੇ ਲੱਗਿਆ ਮਨ ਆਪਦਾ ਚੈਨ ਤੇ ਸ਼ਾਂਤੀ ਕਿਧਰੇ ਖੋ ਬੈਠਦਾ ਹੈ ਤੇ ਅੱਖਾਂ 'ਚ ਤਿਲਕਿਆ ਇਨਸਾਨ ਕਈ ਵਾਰ ਅਰਸ਼ ਤੋਂ ਫ਼ਰਸ਼ 'ਤੇ ਆ ਡਿੱਗਦਾ ਹੈ। ਅੱਖਾਂ ਹੀ ਅਜਿਹੀ ਨਿਹਮਤ ਹਨ ਜਿਨ੍ਹਾਂ ਨਾਲ ਸਾਨੂੰ ਸੰਸਾਰ ਦੇ ਸਾਰੇ ਰੰਗ-ਤਮਾਸ਼ੇ ਨਜ਼ਰ ਆਉਂਦੇ ਹਨ। ਜੇ ਇਨਸਾਨ ਦੀਆਂ ਅੱਖਾਂ ਨਾ ਹੋਣ ਜਾਂ ਉਸ ਦੀ ਨਿਗਾਹ ਕਮਜ਼ੋਰ ਹੋਵੇ ਤਾਂ ਦੁਨੀਆਂ ਇਕ ਕਾਲੀ ਬੋਲੀ ਰਾਤ ਬਣ ਕੇ ਰਹਿ ਜਾਵੇ। ਇਨ੍ਹਾਂ ਅੱਖਾਂ ਦੀ ਜੋਤ ਹੀ ਹੈ ਜਿਸ

ਨਾਲ ਸਾਡਾ ਮਨ ਸੁੰਦਰ ਚੀਜ਼ਾਂ ਦੀ ਆਰਤੀ ਉਤਾਰਦਾ ਹੈ। ਦੁਨੀਆ ਦੇ ਕੁੱਲ ਸੁੰਦਰ ਅਜੂਬੇ ਇਨ੍ਹਾਂ ਅੱਖਾਂ ਦੀ ਬਦੌਲਤ ਸਾਡੇ ਗਿਆਨ-ਭੰਡਾਰ 'ਚ ਵਾਧਾ ਕਰਦੇ ਹਨ ਤੇ ਇਨ੍ਹਾਂ ਅੱਖਾਂ ਦੀ ਨਿਹਮਤ ਅਸੀਂ ਜੋਤ-ਸਰੂਪ, ਅਗੰਮੀ-ਸ਼ਕਤੀ ਦੀ ਪਹਿਚਾਣ ਕਰਨ ਦੇ ਸਮਰੱਥ ਬਣ ਸਕਦੇ ਹਾਂ।

ਕਦੇ ਇਨ੍ਹਾਂ ਅੱਖਾਂ ਦੀ ਜੋਤ ਨਾਲ ਹੀ ਮੀਰਾ ਨੇ ਰੱਬ ਦੇ ਦਰਸ਼ਨ ਕੀਤੇ ਸਨ ਤੇ ਉਹ ਪ੍ਰਭੂ-ਗੀਤ ਗਾਉਂਦੀ ਖ਼ੁਦ ਪ੍ਰਭੂ ਬਣ ਗਈ ਸੀ। ਅੱਖਾਂ ਦਾ ਰੂਪ, ਰੰਗ ਤੇ ਸੁੰਦਰਤਾ, ਦੁਨੀਆ ਦੀਆਂ ਸਭ ਤੋਂ ਸੁੰਦਰ ਚੀਜ਼ਾਂ ਤੋਂ ਕਿਤੇ ਉਪਰ ਹੈ। ਜੋ ਜੋਤ ਸਾਡੇ ਮਨ 'ਚ ਜਗਦੀ ਹੈ, ਉਹ ਅੱਖਾਂ 'ਚੋਂ ਝਲਕਦੀ ਹੈ। ਕਿਵੇਂ ਅਸੀਂ ਸੁੰਦਰ ਦ੍ਰਿਸ਼ ਤਿੱਤਲੀਆਂ ਦੇ ਖੰਭ ਤੇ ਬਾਗ਼ਾਂ ਤੇ ਬੇਲਿਆਂ ਦੀ ਸੁੰਦਰਤਾ ਨੂੰ ਆਪਣੀਆਂ ਅੱਖਾਂ ਰਾਹੀਂ ਆਪਣੇ ਅੰਦਰ ਜਜ਼ਬ ਕਰੀ ਜਾਂਦੇ ਹਾਂ। ਮਾਂ ਇਨ੍ਹਾਂ ਅੱਖਾਂ ਨਾਲ ਹੀ ਆਪਣੇ ਪੁੱਤਰ ਨੂੰ ਪਿਆਰ ਕਰਦੀ ਤੇ ਨਿਹਾਰਦੀ ਹੈ। ਪੁੱਤ ਦੇ ਰੂਪ 'ਤੇ ਮੋਹਿਤ ਹੋ ਹੋ ਜਾਂਦੀ ਹੈ। ਕਈ ਨਜ਼ਾਰੇ ਅਜਿਹੇ ਵੀ ਹੁੰਦੇ ਹਨ ਜਿਨ੍ਹਾਂ ਨੂੰ ਜੇ ਅਸੀਂ ਇਕ ਵਾਰੀ ਆਪਣੀਆਂ ਅੱਖਾਂ ਰਾਹੀਂ ਵੇਖ ਲਈਏ ਤਾਂ ਉਹ ਉਮਰ ਭਰ ਸਾਡੀ ਯਾਦ-ਸ਼ਕਤੀ 'ਚ ਸੰਜੋਏ ਰਹਿੰਦੇ ਹਨ। ਇਨ੍ਹਾਂ ਅੱਖਾਂ 'ਚ ਸੰਜੋਏ ਨਜ਼ਾਰਿਆਂ ਦੇ ਕਾਰਨ ਹੀ ਅਸੀਂ ਉਨ੍ਹਾਂ ਨੂੰ ਵਾਰ ਵਾਰ ਯਾਦਾਂ ਦੇ ਚਿੱਤਰਪੱਟ 'ਤੇ ਲਿਆ ਕੇ ਫਿਰ ਕਈ ਵਾਰ ਉਨ੍ਹਾਂ ਦਾ ਆਨੰਦ ਮਾਣਦੇ ਰਹਿੰਦੇ ਹਾਂ। ਭਲਾ ਉਹ ਮਾਂ ਵੀ ਕੀ ਮਾਂ ਹੈ ਜੋ ਆਪਣੀਆਂ ਜੋਤ-ਹੀਣ ਅੱਖਾਂ ਨਾਲ ਘਰ ਦੀ ਇਕ ਨੁੱਕਰ 'ਚ ਬੈਠੀ ਜ਼ਿੰਦਗੀ ਗੁਜ਼ਾਰ ਰਹੀ ਹੈ। ਅੰਨ੍ਹੀ ਮਾਂ ਜੇ ਆਪਣੇ ਪੁੱਤਰ ਨੂੰ ਵੇਖ ਨਾ ਸਕੇ ਤਾਂ ਉਸ ਦੀ ਬਚਪਨ ਵਾਲੀ ਤਸਵੀਰ ਹੀ ਆਪਣੇ ਸੀਨੇ ਨਾਲ ਲਾਈ ਰੱਖਦੀ ਹੈ। ਕਿਸੇ ਬੱਚੇ ਦੀਆਂ ਅੱਖਾਂ 'ਚੋਂ ਸਵਰਗ ਵਿਖਾਈ ਦੇ ਜਾਂਦਾ ਹੈ। ਤੇ ਇੰਜ ਹੀ ਕਿਸੇ ਬਜ਼ੁਰਗ ਦੀਆਂ ਅੱਖਾਂ 'ਚ ਬੇਬਸੀ, ਦੁੱਖ ਤੇ ਕਸ਼ਟ ਦਾ ਝਾਉਲਾ ਪੈਂਦਾ ਹੈ। ਜਵਾਨ ਧੀ, ਪੁੱਤ ਦੀਆਂ ਅੱਖਾਂ 'ਚ ਜੇ ਅਸੀਂ ਵੇਖ ਵੀ ਲਈਏ ਤਾਂ ਅਨੇਕਾਂ ਜਵਾਨ ਜਜ਼ਬੇ ਤੇ ਖ਼ਿਆਲ ਪੜ੍ਹ ਕੇ ਸਾਨੂੰ ਆਪਣੀ ਜਵਾਨੀ ਯਾਦ ਆ ਜਾਂਦੀ ਹੈ। ਅਸੀਂ ਕਈ ਵਾਰ ਅੱਖਾਂ 'ਚੋਂ ਪੜ੍ਹੇ ਜਜ਼ਬੇ ਤੇ ਖ਼ਿਆਲਾਂ ਰਾਹੀਂ ਹੀ ਕਈ ਵਿਉਂਤਾਂ ਤੇ ਗੋਂਦਾਂ ਗੁੰਦਣੀਆਂ ਸ਼ੁਰੂ ਕਰ ਦਿੰਦੇ ਹਾਂ। ਕਈ ਵਾਰ ਅੱਖਾਂ 'ਚੋਂ ਮਿਲਿਆ ਕੋਈ ਸੰਕੇਤ ਹੀ ਕਾਫ਼ੀ ਹੁੰਦਾ ਹੈ।

ਪਰ ਇਹ ਅੱਖਾਂ ਤੇ ਨਜ਼ਾਰੇ ਸਦੀਵੀ ਨਹੀਂ ਹੁੰਦੇ, ਫ਼ਿਲਮਾਂ ਦੀ ਤਰ੍ਹਾਂ ਦ੍ਰਿਸ਼ ਬਦਲਦੇ ਰਹਿੰਦੇ ਹਨ। ਖ਼ੁਸ਼ੀਆਂ, ਗ਼ਮੀਆਂ ਦੇ ਨਜ਼ਾਰੇ ਇਹ ਪਲ ਦੀ ਪਲ ਸਾਨੂੰ ਦਿਖਾ ਦਿੰਦੀਆਂ ਹਨ। ਇਕ ਰੀਲ ਦੀ ਤਰ੍ਹਾਂ ਪਤਾ ਨਹੀਂ ਕਿੰਨੀਆਂ ਫ਼ਿਲਮਾਂ ਸਾਡੀਆਂ ਅੱਖਾਂ 'ਚ ਜਮ੍ਹਾਂ ਹੁੰਦੀਆਂ ਰਹਿੰਦੀਆਂ ਹਨ ਤੇ ਫਿਰ ਜਦੋਂ ਮਰਜ਼ੀ, ਅਸੀਂ ਆਪਣੀ ਖ਼ੁਸ਼ੀ ਲਈ ਇਨ੍ਹਾਂ ਨੂੰ ਦੁਬਾਰਾ ਵੀ ਵੇਖ ਲੈਂਦੇ ਹਾਂ। ਬਾਬਾ ਫ਼ਰੀਦ ਜਦ ਬਿਰਧ ਅਵਸਥਾ ਨੂੰ ਪਹੁੰਚ ਗਏ ਤਾਂ ਉਨ੍ਹਾਂ ਨੂੰ ਚਿੰਤਾ ਹੋਈ ਕਿ ਰੱਬ ਦੇ ਦੀਦਾਰ ਕਿਵੇਂ ਕਰਾਂਗਾ। ਜੇ ਇਹ ਸਰੀਰ ਹੀ ਨਿਰਬਲ ਹੋ ਗਿਆ ਤਾਂ ਰੱਬੀ ਨੂਰ ਦੀ ਝਲਕ ਕਿਵੇਂ ਵੇਖ ਸਕਾਂਗਾ। ਇਸੇ ਲਈ ਉਨ੍ਹਾਂ ਇਹ ਸ਼ਲੋਕ ਉਚਾਰਿਆ:

ਕਾਗਾ ਕਰੰਗ ਢੰਢੋਲਿਆ ਸਗਲਾ ਖਾਇਆ ਮਾਸੁ ॥
ਏ ਦੁਇ ਨੈਨਾ ਮਤਿ ਛੁਹਉ ਪਿਰ ਦੇਖਨ ਕੀ ਆਸ ॥

ਅੱਖਾਂ ਰਾਹੀਂ ਰੱਬ ਦੇ ਦੀਦਾਰ ਕਰਨ ਦੀ ਚਾਹਨਾ, ਫ਼ਰੀਦ 'ਚ ਕਿੰਨੀ ਪ੍ਰਬਲ ਸੀ, ਇਸ ਸ਼ਲੋਕ ਤੋਂ ਪਤਾ ਲੱਗ ਜਾਂਦਾ ਹੈ।

ਪਰ ਇਸ ਸਭ ਕੁਝ ਦੇ ਨਾਲ ਨਾਲ ਇਹ ਵੀ ਇਕ ਸੱਚਾਈ ਹੈ ਕਿ ਮਨ ਸਾਫ਼ ਹੈ ਤਾਂ ਚਿਹਰੇ ਦਾ ਅਕਸ ਵੀ ਸਾਫ਼ ਹੈ। ਜੇ ਮਨ 'ਚ ਹਜ਼ਾਰਾਂ ਤਰੇੜਾਂ ਤੇ ਭੇੜ ਲੁਕੇ ਹੋਏ ਹਨ ਤਾਂ ਫਿਰ ਚਿਹਰਾ ਨਾ ਸੁੰਦਰ ਵਿਖਾਈ ਦੇ ਸਕਦਾ ਹੈ ਤੇ ਨਾ ਹੀ ਚਿਹਰੇ ਦਾ ਅਕਸ ਕਿਸੇ ਨੂੰ ਖਿੱਚ ਪਾ ਸਕਦਾ ਹੈ। ਰੱਬੀ ਨੂਰ ਦੀ ਝਲਕ ਵਾਲਾ ਚਿਹਰਾ ਤਾਂ ਹਜ਼ਾਰਾਂ ਵਿਚੋਂ ਪੜ੍ਹਿਆ ਤੇ ਪਛਾਣਿਆ ਜਾ ਸਕਦਾ ਹੈ ਤੇ ਵੇਖਿਆ ਜਾਵੇ ਤਾਂ ਸਾਡਾ ਚਿਹਰਾ ਵੀ ਸਾਡੀ ਉਮਰ-ਭਰ ਦੀ ਕਮਾਈ ਹੈ। ਗ਼ਮਾਂ 'ਚ ਗੁੱਸੇ ਤੇ ਗ਼ਮਾਂ ਨਾਲ ਝੰਭੇ ਚਿਹਰਿਆਂ ਨੂੰ ਕੋਈ ਪਸੰਦ ਨਹੀਂ ਕਰਦਾ। ਚਿਹਰੇ ਤਾਂ ਖ਼ੁਸ਼ੀਆਂ ਭਰੇ ਹੀ ਚੰਗੇ ਲਗਦੇ ਹਨ ਤੇ ਇਨ੍ਹਾਂ ਖ਼ੁਸ਼ੀਆਂ ਨਾਲ ਭਰੇ ਚਿਹਰਿਆਂ ਨਾਲ ਹੀ ਦੁਨੀਆ ਆਬਾਦ ਹੈ। ਖ਼ੁਸ਼ੀਆਂ ਦੀ ਬਦੌਲਤ ਹੀ ਇਹ ਦੁਨੀਆ ਸੁੰਦਰ ਵਿਖਾਈ ਦਿੰਦੀ ਹੈ।

ਵਗਦੇ ਪਾਣੀਆਂ ਦੇ ਗੀਤ

ਜ਼ਿੰਦਗੀ ਦੇ ਦਰਿਆ ਵਗਦੇ ਹੀ ਸ਼ੋਭਦੇ ਹਨ। ਵਗਦੇ ਪਾਣੀਆਂ 'ਚ ਸੜ੍ਹਾਂਦ ਪੈਦਾ ਨਹੀਂ ਹੁੰਦੀ ਸਗੋਂ ਇਨ੍ਹਾਂ ਪਾਣੀਆਂ ਦੀ ਮਿੱਠੀ ਕਲਕਲ ਮਨ ਨੂੰ ਮੋਹ ਲੈਂਦੀ ਹੈ। ਛਾਲਾਂ ਮਾਰਦਾ, ਗਾਉਂਦਾ ਤੇ ਨੱਚਦਾ ਪਾਣੀ ਜਦੋਂ ਇਕ ਧਰਤੀ ਨੂੰ ਛੱਡ ਕੇ ਦੂਜੀ ਧਰਤੀ ਨੂੰ ਚੁੰਮਦਾ ਹੈ ਤਾਂ ਪਾਣੀ ਨੂੰ ਵੀ ਜਿਵੇਂ ਨਵੀਂ ਧਰਤੀ ਨੂੰ ਮਿਲ ਕੇ ਇਕ ਚਾਅ ਜਿਹਾ ਚੜ੍ਹ ਜਾਂਦਾ ਹੈ। ਨਵੀਆਂ ਥਾਵਾਂ 'ਤੇ ਪਹੁੰਚ ਕੇ ਪਾਣੀ ਨਵੇਂ ਲੋਕਾਂ ਦੀ ਪਿਆਸ ਬੁਝਾ ਦਿੰਦਾ ਹੈ ਤੇ ਇੰਜ ਪਾਣੀ ਨਾਲ ਮੁਰਦਾ ਰੂਹਾਂ ਤੇ ਹਾਰੇ ਹੁੱਟੇ ਇਨਸਾਨ ਵੀ ਮੁੜ ਤੋਂ ਤਰੋ-ਤਾਜ਼ਾ ਹੋ ਜਾਂਦੇ ਹਨ। ਇਸੇ ਲਈ ਪਾਣੀ ਨੂੰ ਕਿਸੇ ਨੇ ਜ਼ਿੰਦਗੀ ਦਾ ਦੂਜਾ ਨਾਂ ਦਿੱਤਾ ਹੈ। ਇੰਜ ਹੀ ਕਾਫ਼ਲੇ ਤੇ ਊਠਾਂ ਵਾਲੇ ਕਰਦੇ ਆਏ ਹਨ। ਕਈ ਕਈ ਦਿਨ ਤੁਰਦੇ ਰਹਿਣਾ ਤੇ ਫਿਰ ਕਿਸੇ ਅਣਦੇਖੀ ਥਾਂ 'ਤੇ ਟਿਕਾਣਾ ਬਣਾ ਕੇ ਆਰਾਮ ਕਰਨਾ ਇਨ੍ਹਾਂ ਦੇ ਭਾਗਾਂ ਦਾ ਇੱਕ ਹਿੱਸਾ ਬਣਿਆ ਰਿਹਾ ਹੈ। ਜੇ ਮਹੀਂਵਾਲ ਊਠਾਂ ਦੇ ਕਾਫ਼ਲੇ ਨਾਲ ਸੋਹਣੀ ਘੁਮਿਆਰਨ ਦੇ ਘਰ ਪੈਰ ਨਾ ਰੱਖਦਾ ਤਾਂ ਇਹ ਪਿਆਰ ਦੀ ਸਦੀਵੀ ਤੜਪ ਤੇ ਚਿਣਗ ਕਿਵੇਂ ਜਾਗਦੀ ? ਕਿਵੇਂ ਦੋ ਦਿਲਾਂ ਦੇ ਸਮੁੰਦਰ ਇਕ-ਦੂਜੇ ਨੂੰ ਗਲੇ ਮਿਲਣ ਲਈ ਤਿਆਰ ਹੁੰਦੇ ਤੇ ਕਿਵੇਂ ਇਹ ਪਿਆਰਾਂ ਦੀਆਂ ਸਦੀਵੀ ਕਹਾਣੀਆਂ ਤੇ ਸੱਸੀਆਂ, ਸੋਹਣੀਆਂ ਦੇ ਕਿੱਸੇ ਸਾਡੇ ਮਨਾਂ ਦੇ ਹਾਣੀ ਬਣਦੇ ?

ਇਹੀ ਵਜ੍ਹਾ ਹੈ ਕਿ ਕੋਲੰਬਸ, ਵਾਸਕੋਡੀਗਾਮਾ ਤੇ ਹਿਊਨਸਾਂਗ ਵਰਗੇ ਯਾਤਰੀ ਇਸ ਧਰਤੀ ਦੀਆਂ ਸਭ ਹੱਦਾਂ ਬੰਨੇ ਪਾਰ ਕਰ ਕੇ ਕਿਸੇ ਹੋਰ ਧਰਤੀ ਦੀ ਭਾਲ 'ਚ ਰਹੇ ਹਨ ਤੇ ਇੰਜ ਆਪਣੀ ਭਾਲ ਤੇ ਸਿਦਕ ਦੇ ਕਾਰਨ ਹੀ ਉਨ੍ਹਾਂ ਨੇ ਆਪਣੀ ਯਾਤਰਾ ਸਦਕੇ ਨਵੇਂ ਅਜੂਬੇ ਲੱਭੇ ਹਨ। ਨਵੀਆਂ ਖੋਜਾਂ ਕੀਤੀਆਂ ਹਨ ਤੇ ਆਪਣੀਆਂ ਨਵੀਆਂ ਭਾਲਾਂ ਨਾਲ ਦੁਨੀਆ ਨੂੰ ਅਮੀਰੀ ਬਖ਼ਸ਼ੀ ਹੈ ਤੇ ਕਿਸੇ ਅਣਦੇਖੀ ਧਰਤੀ 'ਤੇ ਦੱਬਿਆ ਪਿਆ ਖ਼ਜ਼ਾਨਾ ਲੱਭ ਕੇ ਦੁਨੀਆ ਨੂੰ ਹੈਰਾਨ ਤੇ ਚਕਾਚੌਂਧ ਵੀ ਕਰ ਦਿੱਤਾ ਹੈ। ਧਰਤੀ ਦੀ ਹਿੱਕ 'ਤੇ ਉਕਰੇ ਪੈਰਾਂ ਦੇ ਨਿਸ਼ਾਨ ਹੀ ਇਨਸਾਨ ਦੀ ਤਰੱਕੀ ਦਾ ਕਾਰਨ ਬਣੇ ਹਨ। ਕਿੰਨੇ ਅਜਿਹੇ ਇਨਸਾਨ ਵੀ ਹਨ ਜੋ ਆਪਣੀ ਅਕਲ ਤੇ ਨਵੀਆਂ ਸੈਰਗਾਹਾਂ ਲੱਭਣ ਦੀ ਇੱਛਾ ਨਾਲ ਅੱਜ ਭਾਰਤ ਤੋਂ ਚੱਲ ਕੇ ਕਿਸੇ ਦੂਜੇ ਮੁਲਕ 'ਚ ਬੈਠੇ ਹਨ ਤੇ ਨਾਮਣਾ ਖੱਟ ਰਹੇ ਹਨ। ਨਵੇਂ ਮੁਲਕਾਂ 'ਚ ਜਾ ਕੇ ਆਪਣੀ ਵੱਡੀ ਕਿਸਮਤ ਜਗਾ ਰਹੇ ਹਨ ਤੇ ਡਾਲਰਾਂ ਤੇ ਪੌਂਡਾਂ ਦੀ ਦੁਨੀਆ 'ਚ ਖੇਡ ਰਹੇ ਹਨ।

ਜਿਵੇਂ ਸਮਾਂ ਇਕ ਥਾਂ ਠਹਿਰਨ ਦੀ ਜਾਚ ਨਹੀਂ ਜਾਣਦਾ, ਇਵੇਂ ਹੀ ਇਨਸਾਨ ਨੇ ਪੂਰੇ ਗਲੋਬ ਨੂੰ ਆਪਣਾ ਘਰ ਬਣਾ ਲਿਆ ਹੈ ਤੇ ਅੱਜ ਪੂਰੇ ਸੰਸਾਰ 'ਚ ਸੰਚਾਰ ਸਾਧਨਾਂ ਸਦਕਾ ਇਕ ਦੇਸ਼ ਦੂਜੇ ਦੇਸ਼ ਦਾ ਭਰਾ ਬਣ ਖਲੋਤਾ ਹੈ। ਤੇ ਇੰਜ ਇਕ ਦੇਸ਼ ਦੀ ਦੂਜੇ ਦੇਸ਼

ਨਾਲ ਜਾਣ-ਪਛਾਣ, ਵਪਾਰ ਤੇ ਹੋਰ ਕਾਰ-ਵਿਹਾਰ ਬਣਨ ਨਾਲ ਸੰਸਾਰ ਨੇ ਤਰੱਕੀ ਦੀਆਂ ਨਵੀਆਂ ਪੁਲਾਂਘਾਂ ਪੁੱਟੀਆਂ ਤੇ ਨਵੇਂ ਦਿਸਹੱਦੇ ਲੱਭੇ ਹਨ। ਜੇ ਕਿਤੇ ਕਿਸੇ ਇੱਕ ਮੁਲਕ 'ਚ ਕੋਈ ਵੀ ਆਫ਼ਤ ਆਈ ਹੈ ਤਾਂ ਦੂਜੇ ਮੁਲਕ ਨੇ ਉਸ ਦੀ ਬਾਂਹ ਫੜੀ ਹੈ। ਪੀੜਤ ਲੋਕਾਂ ਲਈ ਅਨਾਜ ਤੇ ਹੋਰ ਵਸਤਾਂ ਭੇਜ ਕੇ ਸਹਾਇਤਾ ਕੀਤੀ ਹੈ।

ਤੇ ਇੰਜ ਕੁਝ ਹੀ ਦਹਾਕਿਆਂ 'ਚ ਪੂਰਾ ਸੰਸਾਰ ਇਕ ਦੇਸ਼ ਦਾ ਰੂਪ ਧਾਰ ਗਿਆ ਹੈ। ਕਿੰਨੀਆਂ ਨਸਲਾਂ ਦੇ ਲੋਕ ਇਕ ਲੜੀ 'ਚ ਪਰੋਏ ਵਿਖਾਈ ਦਿੰਦੇ ਹਨ। ਊਚ-ਨੀਚ ਦੀ ਕਹਾਣੀ ਕਿਧਰੇ ਅਲੋਪ ਹੋ ਚੁੱਕੀ ਹੈ। ਅੱਜ ਇਨਸਾਨ ਆਪਣੇ ਤੇਜ਼ ਦਿਮਾਗ਼ ਨਾਲ ਕਿਸੇ ਵੀ ਹੋਰ ਧਰਤੀ 'ਤੇ ਪੈਰ ਜਮਾ ਸਕਦਾ ਹੈ ਤੇ ਆਪਣਾ ਰੁਜ਼ਗਾਰ ਤੋਰ ਸਕਦਾ ਹੈ।

ਇਸੇ ਭਾਲ ਦੀ ਚਿਣਗ ਕਦੇ ਪੰਜਾਬੀ ਬੋਲੀ ਦੇ ਵੱਡੇ ਪੁੱਤਰ ਪੂਰਨ ਸਿੰਘ ਦੇ ਦਿਲ 'ਚ ਜਾਗੀ ਸੀ ਤੇ ਇਹ ਜਾਪਾਨ ਦੀ ਧਰਤੀ 'ਤੇ ਜਾ ਬਿਰਾਜੇ ਸਨ। ਆਪਣੀ ਜਾਣਨ-ਇੱਛਾ ਦੀ ਪੂਰਤੀ ਲਈ ਤੇ ਅਥਾਹ ਗਿਆਨ ਦੀ ਚਾਹਨਾ ਨਾਲ ਉਹ ਸੁਆਮੀ ਰਾਮ ਤੀਰਥ ਦੇ ਚੇਲੇ ਜਾ ਬਣੇ। ਵਿਚਾਰ-ਵਿਮਰਸ਼ ਕਰਦੇ ਕਰਦੇ ਘਰ ਤੇ ਘਰ ਵਾਲੀ ਨੂੰ ਵੀ ਭੁੱਲ-ਭੁਲਾ ਗਏ। ਫਿਰ ਪਤਾ ਨਹੀਂ ਘਰ ਵਾਲੀ ਦੀ ਪਿਆਰ-ਸਾਧਨਾ ਤੇ ਪਤੀ-ਭਗਤੀ ਨੇ ਕੀ ਰੰਗ ਵਿਖਾਇਆ ਕਿ ਸਾਧੂ ਦੇ ਰੂਪ 'ਚ ਭਗਵਿਆਂ ਕੱਪੜਿਆਂ ਨਾਲ ਘਰ ਵਾਪਸ ਆ ਗਏ। ਮਨ ਦੇ ਸਾਗਰਾਂ 'ਚ ਉਠਦੀਆਂ ਤੇਜ਼ ਛੱਲਾਂ ਨੂੰ ਮੁਸ਼ਕਿਲ ਨਾਲ ਕਾਬੂ ਕੀਤਾ ਤੇ ਪਤਨੀ ਨੂੰ ਗਲ ਨਾਲ ਲਾਇਆ। ਗਿਆਨ ਦੇ ਸਮੁੰਦਰ ਜੋ ਕਿਧਰੇ ਮਨ 'ਚ ਹੀ ਸਮਾਏ ਹੋਏ ਸਨ, ਜਦੋਂ ਕਾਗਜ਼ਾਂ ਉੱਪਰ ਉਤਾਰਨ ਲੱਗੇ ਤਾਂ ਪੰਜਾਬੀ ਬੋਲੀ ਦੇ ਭਾਗ ਜਾਗੇ। ਅਨੇਕਾਂ ਪੁਸਤਕਾਂ ਨੇ ਜਨਮ ਲਿਆ ਤੇ ਮਾਂ-ਬੋਲੀ ਪੰਜਾਬੀ ਉਨ੍ਹਾਂ ਦੀ ਕਲਮ-ਛੁਹ ਪ੍ਰਾਪਤ ਕਰ ਕੇ ਕਾਗਜ਼ਾਂ ਉਪਰ ਨਾਚ ਕਰਨ ਲੱਗੀ। ਆਪਣੀ ਧਰਤੀ ਦੇ ਰੁੱਖਾਂ, ਬੋਹੜਾਂ ਤੇ ਪਿੱਪਲਾਂ ਦੀ ਸਾਰ ਲਈ। ਵੈਰਾਗੀ ਮਨ ਕਿੰਨੇ ਕਾਗਜ਼ਾਂ ਦੀ ਛਾਤੀ ਉਪਰ ਘਰ ਬਣਾ ਕੇ ਵੱਸਣ ਲੱਗਾ। ਰਾਂਗਲੇ ਚਰਖੇ ਦੀ ਘੂਕਰ ਤੇ ਪੰਜਾਬ ਦੇ ਮਿੱਠੇ ਤੇ ਠੰਡੇ ਪਾਣੀ ਨੇ ਪੂਰਨ ਪੁੱਤਰ ਨੂੰ ਧਰਤੀ 'ਤੇ ਨੱਚਣ ਲਾ ਦਿੱਤਾ।

ਅਜਿਹੇ ਹੀ ਗਿਆਨ ਦੀ ਭਾਲ ਤੇ ਮੁਕਤੀ ਦੀ ਤਲਾਸ਼ 'ਚ ਕੋਈ ਰਾਜਕੁਮਾਰ ਸਿਧਾਰਥ, ਆਪਣੇ ਸੁੰਦਰ ਮਹਿਲਾਂ ਤੇ ਐਸ਼ੋ-ਇਸ਼ਰਤ ਨੂੰ ਤਿਆਗ ਕੇ, ਅੱਧੀ ਰਾਤ ਦੀ ਚੰਨ-ਚਾਨਣੀ 'ਚ ਘਰੋਂ ਉਠ ਤੁਰਿਆ ਸੀ। ਕਿਵੇਂ ਸੁੰਦਰ ਬੇਟੀ ਤੇ ਪਿਆਰੇ ਬੇਟੇ ਰਾਹੁਲ ਨੂੰ ਸੁੱਤਿਆਂ ਛੱਡ ਕੇ ਸਿਧਾਰਥ ਨੇ ਏਨਾ ਵੱਡਾ ਫ਼ੈਸਲਾ ਲਿਆ ਸੀ, ਤੇ ਕਿਵੇਂ ਜਦੋਂ ਵਿਛੜਨ ਲੱਗਿਆਂ ਸਿਧਾਰਥ ਨੇ ਆਪਣੇ ਲੰਬੇ ਕੇਸ ਤੇਜ਼ ਤਲਵਾਰ ਨਾਲ ਕੱਟ ਕੇ ਰਥਵਾਨ ਚੰਨੇ ਦੀ ਝੋਲੀ 'ਚ ਪਾ ਦਿੱਤੇ ਸਨ ਤਾਂ ਉਸ ਅਹਿਲਕਾਰ ਤੇ ਨੌਕਰ ਦੀਆਂ ਅੱਖਾਂ 'ਚ ਹੰਝੂ ਝਲਾਰਾਂ ਵਾਂਗ ਵਗਣ ਲੱਗੇ ਸਨ। ਕਿੰਨੀਆਂ ਮਿੰਨਤਾਂ ਤੇ ਦਿਲ-ਜੋਈਆਂ ਜੋ ਚੰਨੇ ਨੇ ਸਿਧਾਰਥ ਨੂੰ ਮੁੜਨ ਲਈ ਕੀਤੀਆਂ, ਉਹ ਬੇਕਾਰ ਸਾਬਤ ਹੋਈਆਂ ਸਨ। ਇੰਜ ਸਿਧਾਰਥ ਨੇ ਜ਼ਿੰਦਗੀ ਦਾ ਇਕ ਨਵਾਂ ਮਾਰਗ ਲੱਭਣ ਲਈ ਗਿਆਨ ਦੇ ਦੀਵੇ ਦੀ ਜੋਤ ਤੋਂ ਸੌ ਬਹਿਸ਼ਤਾਂ ਨੂੰ ਕੁਰਬਾਨ ਕੀਤਾ ਸੀ। ਸਰੀਰ ਨੂੰ ਕਠਿਨ ਤਪੱਸਿਆ 'ਚ ਪਾ ਕੇ ਉਸ ਨੇ ਕੁੰਦਨ ਬਣਾ ਲਿਆ ਸੀ ਤੇ ਇਸੇ ਕਾਰਨ ਸਿਧਾਰਥ ਤੋਂ ਬਣਿਆ ਗੌਤਮ ਜਦ ਘਰ ਵਾਪਸ ਪਰਤ ਰਿਹਾ ਸੀ ਤਾਂ ਉਸ ਦੀ ਪਤਨੀ

ਯਸ਼ੋਧਰਾ ਨੇ ਆਪਣੇ ਪੁੱਤਰ ਨੂੰ ਕਿਹਾ ਸੀ ਕਿ ਕੁਝ ਸਾਧੂ ਜੇ ਤਾਂਬੇ ਤੇ ਬਣੇ ਹੋਏ ਤਾਂ ਤੇਰਾ ਬਾਪ ਜ਼ਰੂਰ ਸਿਰ ਤੋਂ ਪੈਰਾਂ ਤੱਕ ਸੋਨੇ ਦਾ ਬਣਿਆ ਹੋਵੇਗਾ। ਕਿੰਨਾ ਗੌਰਵ, ਮਾਣ ਤੇ ਅਭਿਲਾਸ਼ਾ ਗੌਤਮ 'ਚ ਸਮਾਈ ਹੋਈ ਹੋਵੇਗੀ ਜਦੋਂ ਉਹ ਗਿਆਨ ਪ੍ਰਾਪਤੀ ਤੋਂ ਬਾਅਦ ਸੋਨੇ ਦਾ ਬਣ ਕੇ ਘਰ ਵਾਪਸ ਪਰਤ ਰਿਹਾ ਸੀ ਤੇ ਉਸ ਸੋਨ-ਰੰਗੇ ਸਾਧੂ ਦੀ ਤਪੱਸਿਆ ਨੇ ਦੁਨੀਆ ਦੇ ਹਨੇਰੇ ਨੂੰ ਕਿਧਰੇ ਭਜਾ ਦਿੱਤਾ ਸੀ ਤੇ ਏਨੇ ਵੱਡੇ ਗਿਆਨ ਤੇ ਮੁਕਤੀ-ਮਾਰਗ ਦੇ ਸਾਹਮਣੇ ਸਲਤਨਤਾਂ ਵੀ ਹੱਥ ਬੰਨ੍ਹ ਕੇ ਖਲੋਤੀਆਂ ਪ੍ਰਤੀਤ ਹੁੰਦੀਆਂ ਸਨ। ਭਾਵੇਂ ਗੌਤਮ ਦੇ ਪਿਤਾ ਨੇ ਲੱਖ ਮਿੰਨਤਾਂ ਕੀਤੀਆਂ ਕਿ ਹੁਣ ਵੀ ਰਾਜ-ਭਾਗ ਸੰਭਾਲੋ ਪਰ ਗੌਤਮ ਦਾ ਗਿਆਨ-ਮਾਰਗ ਸਲਤਨਤ ਤੋਂ ਕਿਤੇ ਉੱਚਾ ਸੀ; ਉਸ ਦੀ ਗਿਆਨ-ਜੋਤੀ ਅੱਗੇ ਸਭ ਮਹਿਲ ਮਾੜੀਆਂ ਨੀਵੀਆਂ ਤੇ ਨਿਰਮੂਲ ਸਨ। ਤੇ ਅੱਜ ਵੀ ਅਸੀਂ ਵੇਖਦੇ ਹਾਂ ਕਿ ਕਿੰਨੇ ਦੇਸ਼ਾਂ 'ਚ ਗੌਤਮ ਬੁੱਧ ਦੀ ਪੂਜਾ ਕੀਤੀ ਜਾਂਦੀ ਹੈ ਤੇ ਕਿੰਨੇ ਮਹਾਨ-ਸਤੰਭ ਇਸ ਦਿੱਬ-ਜੋਤੀ ਦੀ ਅਗਨ ਨੂੰ ਆਪਣੇ 'ਚ ਸਮੇਟੀ ਦੁਨੀਆ ਨੂੰ ਇਕ ਨਵਾਂ ਰਾਹ ਦਿਖਾ ਰਹੇ ਹਨ। ਮਹਾਨ ਅਸ਼ੋਕ ਵਰਗੇ ਰਾਜੇ ਵੀ ਕਾਲਿੰਗਾ ਦੀ ਲੜਾਈ ਜਿੱਤ ਕੇ ਕਿਵੇਂ ਗੌਤਮ ਬੁੱਧ ਅੱਗੇ ਹਾਰ ਗਏ। ਤੇ ਅਖ਼ੀਰ ਅਸ਼ੋਕ ਨੇ ਲੱਖਾਂ ਰਾਜ-ਭਾਗ ਲੋਕਾਂ ਨੂੰ ਵੰਡ ਵੰਡਾ ਕੇ ਬੁੱਧ-ਮੱਤ ਧਾਰਨ ਕਰ ਲਿਆ, ਤੇ ਤਾਂ ਕਿਤੇ ਜਾ ਕੇ ਲੜਾਈ 'ਚ ਝੁਲਸੀ ਆਤਮਾ ਨੂੰ ਸ਼ਾਂਤੀ ਪ੍ਰਾਪਤ ਹੋਈ, ਰੂਹ ਨੂੰ ਚੈਨ ਆਇਆ।

.....ਤੇ ਇੰਜ ਅੱਜ ਵੀ ਹਰ ਪੱਤਣ 'ਤੇ ਗਿਆਨ, ਪੈਸਾ ਜਾਂ ਸ਼ੋਹਰਤ ਦੀ ਤਲਾਸ਼ 'ਚ ਚਲੋ ਚਲੀ ਦੀਆਂ ਗੱਲਾਂ ਸਾਨੂੰ ਸੁਣਾਈ ਦਿੰਦੀਆਂ ਹਨ। ਹਰ ਰਾਹੀ ਆਪਣੀ ਮੰਜ਼ਿਲ ਵੱਲ ਤੁਰਿਆ ਜਾਂਦਾ ਵਿਖਾਈ ਦਿੰਦਾ ਹੈ ਤੇ ਹਰ ਜਹਾਜ਼ ਆਪਣੀ ਮੰਜ਼ਿਲ ਦੀ ਪੂਰਤੀ 'ਚ ਉੱਚੀ ਉੱਚੀ ਕੂਕਾਂ ਮਾਰਦਾ ਹੈ। ਕਿਸੇ ਨੂੰ ਵਿਹਲ ਹੈ ਕਿ ਕਿਸੇ ਹੋਰ ਦਿਸ਼ਾ ਵੱਲ ਝਾਕੇ। ਸਭ ਸਿਰ ਵਲ੍ਹੇਟੀ ਤੁਰੇ ਜਾ ਰਹੇ ਹਨ। ਤੁਰਦੇ ਪੈਰਾਂ ਦੇ ਨਿਸ਼ਾਨ ਬਾਕੀ ਹਨ ਜੋ ਸਾਨੂੰ ਇਹ ਸੰਕੇਤ ਤਾਂ ਦਿੰਦੇ ਹਨ ਕਿ ਰਾਹੀ ਤੁਰ ਚੁੱਕੇ ਹਨ ਪਰ ਕਿੱਧਰ ? ਇਸ ਦਾ ਕੋਈ ਥਹੁ-ਟਿਕਾਣਾ ਨਹੀਂ ਹੈ। ਪੂਰਾ ਸੰਸਾਰ ਇਕ ਬੰਦਰਗਾਹ ਬਣਿਆ ਜਾਪਦਾ ਹੈ ਤੇ ਰਾਹੀਆਂ ਤੇ ਪਾਂਧੀਆਂ ਦੇ ਹੋਕੇ, ਚਲੋ ਚਲੋ ਪੁਕਾਰਦੇ ਸਾਨੂੰ ਸਫ਼ਰ ਦੀ ਦਾਅਵਤ ਦੇ ਕੇ ਕਿਧਰੇ ਅਲੋਪ ਹੋ ਜਾਂਦੇ ਹਨ। ਸੰਸਾਰ ਇਕ ਤਲਾਸ਼ ਦਾ ਨਾਂ ਹੈ ਤੇ ਅਸੀਂ ਸਭ ਕਿਸੇ ਨਾ ਕਿਸੇ ਤਲਾਸ਼ 'ਚ ਹੀ ਆਪਣੇ ਆਪਣੇ ਰਾਹ ਤੁਰੀ ਜਾਂਦੇ ਹਾਂ।

ਜੀਵਨ-ਉਤਸ਼ਾਹ, ਤੜਪ ਤੇ ਮੰਜ਼ਿਲ ਦੀ ਖਿੱਚ....

ਉਤਸ਼ਾਹ ਬਿਨਾਂ ਜ਼ਿੰਦਗੀ ਕਾਹਦੀ ? ਉਤਸ਼ਾਹ ਹੀ ਜੀਵਨ ਨੂੰ ਉੱਚਾ ਚੁੱਕਦਾ ਹੈ ਤੇ ਜੀਣ ਦੀ ਪ੍ਰੇਰਨਾ ਦਿੰਦਾ ਹੈ। ਸਵੇਰ ਸਮੇਂ ਉੱਠਣ ਵੇਲੇ ਉਤਸ਼ਾਹੀ ਇਨਸਾਨ ਕਿਵੇਂ ਬੜੀ ਹਿੰਮਤ ਨਾਲ ਉੱਠ ਖਲੋਂਦਾ ਹੈ। ਨਵੇਂ ਦਿਨ ਦੀ ਸਵੇਰ ਉਸ ਵਿਚ ਇਕ ਨਵੀਂ ਚਾਹਨਾ ਭਰਦੀ ਹੈ ਤੇ ਉਹ ਨਵੇਂ ਚਾਆਂ ਨਾਲ ਭਰਿਆ ਦਿਨ ਦਾ ਕੰਮ ਵਿਉਂਤਦਾ ਹੈ ਤੇ ਸ਼ੁਰੂ ਕਰਦਾ ਹੈ। ਜ਼ਿੰਦਗੀ ਜਿਊਣ ਲਈ ਉਤਸ਼ਾਹ ਬਹੁਤ ਜ਼ਰੂਰੀ ਹੈ। ਇਹ ਉਤਸ਼ਾਹ ਹੀ ਹੈ ਜੋ ਪਹਾੜਾਂ ਦੀਆਂ ਚੋਟੀਆਂ ਸਰ ਕਰਦਾ ਹੈ। ਮੁਸ਼ਕਲਾਂ ਸਹਿੰਦਾ ਵੀ ਸੀ ਨਹੀਂ ਕਰਦਾ ਤੇ ਆਪਣੀ ਜਿੱਤ ਦਾ ਝੰਡਾ ਐਵਰੈਸਟ ਚੋਟੀ 'ਤੇ ਗੱਡ ਦਿੰਦਾ ਹੈ। ਏਸ ਹਿੰਮਤ ਤੇ ਉਤਸ਼ਾਹ ਦੇ ਸਦਕੇ ਬੇੜੀਆਂ ਸਾਗਰਾਂ ਦੀ ਹਿੱਕ 'ਤੇ ਤਰਦੀਆਂ ਵਿਖਾਈ ਦਿੰਦੀਆਂ ਹਨ ਤੇ ਹਿੰਮਤੀ ਬਾਹਵਾਂ ਆਪਣੇ ਜ਼ੋਰ ਨਾਲ ਚੱਪੂ ਮਾਰਦੀਆਂ ਕਦੇ ਨਹੀਂ ਥੱਕਦੀਆਂ। ਜੇ ਮਨ ਉਤਸ਼ਾਹ-ਭਰਿਆ ਹੋਵੇ ਤਾਂ ਔਖੇ ਕੰਮ ਵੀ ਸੌਖੇ ਨਜ਼ਰ ਆਉਂਦੇ ਹਨ। ਭਾਰੀ ਪੱਥਰ ਵੀ ਮਾਮੂਲੀ ਜਾਪਦਾ ਹੈ। ਨਦੀਆਂ, ਨਾਲੇ ਦਰਿਆਵਾਂ ਦੇ ਪਾਣੀ ਜੋ ਉੱਚੀਆਂ ਛੱਲਾਂ ਨਾਲ ਉੱਪਰ ਉੱਠਦੇ ਹਨ, ਇਕ ਤਰ੍ਹਾਂ ਨਾਲ ਇਨਸਾਨ ਨੂੰ ਆਪਣੀ ਸ਼ਕਤੀ ਨਾਲ ਵੰਗਾਰਦੇ ਹਨ, ਚੈਲਿੰਜ ਕਰਦੇ ਹਨ ਪਰ ਉਤਸ਼ਾਹੀ ਇਨਸਾਨ ਡੂੰਘੇ ਪਾਣੀ 'ਚੋਂ ਤਰ ਕੇ ਵੀ ਨਹਿਰਾਂ ਪਾਰ ਕਰ ਜਾਂਦਾ ਹੈ; ਦਰਿਆਵਾਂ 'ਚ ਘੋੜੇ ਠੇਲ੍ਹ ਲੈਂਦਾ ਹੈ ਤੇ ਕਈ ਵਾਰ ਅਟਕ ਦਰਿਆ ਵੀ ਅਜਿਹੇ ਇਨਸਾਨਾਂ ਦੀ ਚੜ੍ਹਤ 'ਚ ਕੋਈ ਅਟਕਾਅ ਨਹੀਂ ਪਾ ਸਕਦੇ।

ਉਤਸ਼ਾਹੀ ਇਨਸਾਨ ਖੇਡ ਦੇ ਸ਼ੁਰੂ 'ਚ ਹੀ ਆਪਣੀ ਜਿੱਤ ਮਿੱਥ ਲੈਂਦਾ ਹੈ ਤੇ ਫਿਰ ਪੂਰੀ ਸ਼ਕਤੀ ਨਾਲ ਖੇਡਦਾ ਹੋਇਆ ਜਿੱਤ ਵੀ ਜਾਂਦਾ ਹੈ। ਹਰਭਜਨ ਸਿੰਘ ਵਰਗੇ ਚੜ੍ਹਦੀ ਉਮਰ ਦੇ ਖਿਡਾਰੀ ਕਿਵੇਂ ਇਸ ਉਤਸ਼ਾਹ ਦੇ ਵੇਗ ਨਾਲ ਕ੍ਰਿਕਟ ਦੇ ਮੈਦਾਨ 'ਚ ਆਸਟਰੇਲੀਆ ਵਰਗੀ ਤਾਕਤਵਰ ਟੀਮ ਨੂੰ ਪਛਾੜ ਦਿੰਦੇ ਹਨ। ਇਹ ਸਭ ਨਵੇਂ ਜੋਸ਼ ਤੇ ਚੜ੍ਹਦੀ ਉਮਰ ਦੀਆਂ ਤਾਕਤਾਂ ਤੇ ਜੀਵਨ ਛੱਲਾਂ ਹਨ। ਕਈ ਵਾਰ ਜਵਾਨ ਉਮਰ ਦੇ ਮੁੰਡੇ ਆਪਣੇ ਤੋਂ ਵਡੇਰੀ ਉਮਰ ਦੇ ਦੁੱਗਣੀ ਤਾਕਤ ਵਾਲੇ ਇਨਸਾਨ ਨੂੰ ਵੀ ਵਖਤ ਪਾ ਸਕਦੇ ਹਨ, ਪਰ ਇਹ ਤਦ ਹੀ ਸੰਭਵ ਹੁੰਦਾ ਹੈ ਜਦ ਅਸੀਂ ਪੂਰੇ ਉਤਸ਼ਾਹ 'ਚ ਹੋਈਏ ਤੇ ਜਿੱਤਣਾ ਸਾਡਾ ਨਿਸ਼ਾਨਾ ਮਿੱਥਿਆ ਹੋਵੇ।

ਕਈ ਵਿਦਿਆਰਥੀ ਪ੍ਰੀਖਿਆ 'ਚੋਂ ਫ਼ਸਟ ਆਉਣ ਲਈ ਦਿਨ-ਰਾਤ ਮਿਹਨਤ ਕਰਦੇ ਹਨ। ਕੋਰਸ ਦੀਆਂ ਕਿਤਾਬਾਂ ਤੋਂ ਇਲਾਵਾ ਹੋਰ ਕਿਤਾਬਾਂ ਵੀ ਪੜ੍ਹਦੇ ਹਨ। ਬਾਕਾਇਦਗੀ ਨਾਲ ਲਾਇਬ੍ਰੇਰੀ ਜਾਂਦੇ ਹਨ ਤੇ ਇੰਝ ਪੜ੍ਹਾਈ 'ਚ ਲਗਨ ਲੱਗਦੀ ਹੈ ਕਿ ਉਹ ਇਕ ਮਿੰਟ ਵੀ

ਵਿਹਲੇ ਨਹੀਂ ਬੈਠਦੇ। ਹਰ ਵਕਤ ਆਪਣੀ ਪੜ੍ਹਾਈ 'ਚ ਰੁੱਝੇ ਵਿਖਾਈ ਦਿੰਦੇ ਹਨ। ਅਖ਼ੀਰ ਸਿੱਟਾ ਸਾਹਮਣੇ ਹੁੰਦਾ ਹੈ। ਅਜਿਹੀ ਲਗਨ ਵਾਲੇ ਕਈ ਵਿਦਿਆਰਥੀ ਬੋਰਡ ਜਾਂ ਯੂਨੀਵਰਸਿਟੀ 'ਚੋਂ ਪਹਿਲੇ ਨੰਬਰ 'ਤੇ ਆਉਂਦੇ ਹਨ, ਨੰਬਰਾਂ ਦਾ ਨਵਾਂ ਰਿਕਾਰਡ ਸਥਾਪਿਤ ਕਰ ਦਿੰਦੇ ਹਨ, ਪਰ ਹੈਰਾਨੀ ਹੁੰਦੀ ਹੈ ਇਹ ਜਾਣ ਕੇ ਕਿ ਇਹ ਵਿਦਿਆਰਥੀ ਕਈ ਵਾਰ ਬਿਲਕੁਲ ਹੀ ਕਿਸੇ ਗ਼ਰੀਬ ਪਰਿਵਾਰ 'ਚੋਂ ਹੁੰਦੇ ਹਨ। ਇਨ੍ਹਾਂ ਦੀ ਕੋਈ ਪਹੁੰਚ ਜਾਂ ਸਿਫ਼ਾਰਸ਼ ਨਹੀਂ ਹੁੰਦੀ। ਇਹ ਸਿਰਫ਼ ਮਿਹਨਤ ਦੇ ਸਦਕੇ ਹੀ ਵੱਡੀ ਜਿੱਤ ਹਾਸਲ ਕਰ ਲੈਂਦੇ ਹਨ।

ਕਿਸੇ ਵੀ ਰਾਹ 'ਤੇ ਤੁਰਨ ਤੋਂ ਪਹਿਲਾਂ ਸਾਨੂੰ ਆਪਣਾ ਰਾਹ ਜ਼ਰੂਰ ਅੰਦਰੂਨੀ ਖਿੱਚ ਤੇ ਸਿਆਣਪ ਨਾਲ ਚੁਣਨਾ ਚਾਹੀਦਾ ਹੈ ਕਿਉਂਕਿ ਜੇ ਅਸੀਂ ਰਾਹ ਠੀਕ ਚੁਣਿਆ ਹੈ ਤਾਂ ਮੰਜ਼ਿਲ ਵੀ ਅਵੱਸ਼ ਆਵੇਗੀ। ਪਰ ਜੇ ਰਾਹ ਹੀ ਗ਼ਲਤ ਚੁਣਿਆ ਹੈ ਤਾਂ ਕਿਸੇ ਵੀ ਮੰਜ਼ਿਲ ਦੀ ਆਸ ਰੱਖਣੀ ਵਿਅਰਥ ਹੈ। ਕਿਸੇ ਕੰਮ, ਕਿੱਤੇ ਦੀ ਚੋਣ ਸਾਡੀ ਲਗਨ 'ਤੇ ਹੀ ਨਿਰਭਰ ਕਰਦੀ ਹੈ। ਵੇਖਣ 'ਚ ਆਇਆ ਹੈ ਕਿ ਕਈ ਕੋਰਸ, ਵਿਦਿਆਰਥੀ ਆਪਣੀ ਲਗਨ ਜਾਂ ਸ਼ੌਕ ਨਾਲ ਨਹੀਂ ਚੁਣਦੇ ਸਗੋਂ ਧੱਕੇ ਧਕਾਏ, ਮਾਂ-ਬਾਪ ਦੀ ਮਰਜ਼ੀ ਨਾਲ ਰੱਖ ਲੈਂਦੇ ਹਨ ਤੇ ਫਿਰ ਇਨ੍ਹਾਂ ਕੋਰਸਾਂ 'ਚ ਮਿਹਨਤ ਕਰਨ ਦੇ ਬਾਵਜੂਦ ਵੀ ਉਹ ਸਫ਼ਲ ਨਹੀਂ ਹੁੰਦੇ। ਕਈ ਵਾਰ ਅਜਿਹੇ ਵਿਦਿਆਰਥੀ ਇਨ੍ਹਾਂ ਕੋਰਸਾਂ ਨੂੰ ਵਿਚਕਾਰ ਤੇ ਅਧੂਰੇ ਛੱਡ ਕੇ ਹੀ ਲਾਂਭੇ ਹੋ ਜਾਂਦੇ ਹਨ। ਕੀਤੀ ਮਿਹਨਤ ਅਜਾਈਂ ਜਾਂਦੀ ਹੈ। ਮਾਂ-ਬਾਪ ਦੇ ਖ਼ਰਚ ਕੀਤੇ ਪੈਸੇ ਵੀ ਕਿਸੇ ਅਰਥ ਨਹੀਂ ਲੱਗਦੇ।

ਫਿਰ ਅਜਿਹੇ ਵਿਦਿਆਰਥੀ ਇਕ ਪਾਸੇ ਅਸਫ਼ਲ ਰਹਿ ਜਾਣ ਕਰਕੇ, ਦੂਜੀ ਥਾਂ ਵੀ ਕੋਈ ਵਧੇਰੇ ਉਤਸ਼ਾਹ ਨਹੀਂ ਵਿਖਾਉਂਦੇ, ਸਗੋਂ ਉਨ੍ਹਾਂ ਦੀ ਨਿਰਾਸ਼ਾ ਤੇ ਭਟਕਣ ਵਧ ਜਾਂਦੀ ਹੈ। ਅਜਿਹੇ ਵਿਦਿਆਰਥੀ ਅਖ਼ੀਰ 'ਚ ਕੋਰਸ 'ਚੋਂ ਅਸਫ਼ਲ ਰਹਿ ਜਾਣ ਕਾਰਨ, ਜ਼ਿੰਦਗੀ 'ਚ ਵੀ ਅਸਫ਼ਲ ਰਹਿ ਜਾਂਦੇ ਹਨ। ਨਿਰਾਸ਼ਾ, ਉਦਾਸੀ ਤੇ ਭਟਕਣ ਉਨ੍ਹਾਂ ਨੂੰ ਜ਼ਿੰਦਗੀ ਦੇ ਹਨੇਰੇ ਪਾਸੇ ਵੱਲ ਧਕੇਲ ਦਿੰਦੀ ਹੈ। ਕਿੱਤੇ, ਕੋਰਸ ਜਾਂ ਲਗਨ ਦੀ ਠੀਕ ਚੋਣ ਨਾ ਹੋਣ ਕਾਰਨ ਅੱਜ ਅਨੇਕਾਂ ਵਿਦਿਆਰਥੀ ਜ਼ਿੰਦਗੀ ਤੋਂ ਬੇ-ਜ਼ਾਰ ਹੋ ਕੇ ਮਾਪਿਆਂ ਲਈ ਪ੍ਰੇਸ਼ਾਨੀ ਦਾ ਕਾਰਨ ਬਣਦੇ ਹਨ।

ਪਰ ਜਿਨ੍ਹਾਂ ਦੇ ਸ਼ੌਕ ਸੁੱਚੇ ਨੇ ਤੇ ਜਿਨ੍ਹਾਂ ਦੀ ਲਗਨ ਸੱਚੀ ਹੈ, ਉਹ ਅਡੋਲ ਸਾਗਰ ਦੀਆਂ ਲਹਿਰਾਂ 'ਤੇ ਚੱਪੂ ਮਾਰਦੇ ਮਾਰਦੇ ਕਿਨਾਰੇ ਜਾ ਪਹੁੰਚਦੇ ਹਨ। ਪਿਆਸੀਆਂ ਰੂਹਾਂ ਨੂੰ ਪਾਣੀ ਪੀਣ ਤੋਂ ਕੌਣ ਵਰਜ ਸਕਦਾ ਹੈ ? ਉਹ ਤਾਂ ਕਿਸੇ ਖਿੱਚ ਦੇ ਖਿੱਚੇ, ਲਗਨ ਦੇ ਲੜ ਲੱਗੇ ਆਪਣੀ ਮੰਜ਼ਿਲ ਵੱਲ ਵਧਦੇ ਜਾਂਦੇ ਹਨ। ਉਨ੍ਹਾਂ ਨੂੰ ਭੁੱਖ, ਤੇਹ ਤੇ ਹੋਰ ਦੁਨਿਆਵੀ ਖਿੱਚਾਂ ਉਨ੍ਹਾਂ ਦੇ ਰਾਹ ਤੋਂ ਕਦੇ ਅਲੱਗ ਨਹੀਂ ਕਰ ਸਕਦੀਆਂ। ਜ਼ਿੰਦਗੀ ਨਾਲ ਕੀਤਾ ਇਸ਼ਕ ਆਖ਼ਰ ਰੰਗ ਲਿਆਉਂਦਾ ਹੈ। ਮਿਹਨਤ ਨੂੰ ਫ਼ਲ ਪੈਂਦਾ ਹੈ। ਮਸਤਕ ਦੀ ਰੋਸ਼ਨੀ ਜ਼ਿੰਦਗੀ ਦਾ ਅਸਲ ਰਾਹ ਵਿਖਾ ਦਿੰਦੀ ਹੈ। ਕੋਈ ਸਿਧਾਰਥ ਇਨ੍ਹਾਂ ਭੁੱਖਾਂ, ਤੇਹਾਂ ਤੇ ਔਕੜਾਂ ਨੂੰ ਝੱਲ ਕੇ ਅਖ਼ੀਰ ਬੁੱਧ ਬਣ ਜਾਂਦਾ ਹੈ। ਬੁੱਧ ਬਣਨ ਜਿੰਨਾ ਹੀ ਮੁਸ਼ਕਲ ਹੈ ਜ਼ਿੰਦਗੀ ਨੂੰ ਸਰ ਕਰਨਾ।

ਕਦੇ ਇਸ ਤੜਪ ਦੇ ਸਿਰ 'ਤੇ ਫ਼ਰਹਾਦ ਨੇ ਨਹਿਰ ਕੱਢ ਵਿਖਾਈ ਸੀ ਤੇ ਉਹ

ਨਹਿਰ ਪੁੱਟਦਾ ਪੁੱਟਦਾ ਅਖ਼ੀਰ ਆਪਣੇ ਲਕਸ਼ 'ਚ ਕਾਮਯਾਬੀ ਹਾਸਲ ਕਰ ਚੁੱਕਾ ਸੀ। ਸ਼ੀਰੀਂ ਦੇ ਸ਼ਹਿਰ ਨਹਿਰ ਦਾ ਮਿੱਠਾ ਪਾਣੀ ਵਗਣ ਲੱਗਾ ਸੀ। ਸੱਚੇ ਸਿਦਕ ਤੇ ਸੱਚੀ ਤੜਪ ਨਾਲ ਤਾਂ ਰੱਬ ਵੀ ਤੁੱਠ ਜਾਂਦਾ ਹੈ। ਧੰਨੇ ਭਗਤ ਦੀਆਂ ਗਾਵਾਂ ਤੇ ਮੱਝਾਂ ਚਾਰਦਾ ਹੈ। ਪੱਥਰ 'ਚੋਂ ਹੱਥ ਕੱਢ ਕੇ ਰੋਟੀ ਖਾ ਲੈਂਦਾ ਹੈ। ਪਰ ਬਿਨਾਂ ਤੜਪ ਜੀਵਨ ਦੇ ਕੋਈ ਅਰਥ ਨਹੀਂ ਰਹਿ ਜਾਂਦੇ। ਜ਼ਿੰਦਗੀ ਦੀਆਂ ਤਾਂਘਾਂ ਖ਼ਤਮ ਹੋ ਜਾਂਦੀਆਂ ਹਨ ਤੇ ਲਕਸ਼ ਵੀ ਕਿਧਰੇ ਗੁੰਮ, ਗੁਆਚ ਜਾਂਦੇ ਹਨ।

ਜਿਵੇਂ ਕਿਸੇ ਤੇਜ਼ ਵਗਦੀ ਪਹਾੜੀ ਨਦੀ ਦੀ ਚਾਹਨਾ ਆਪਣੇ ਨਿਸ਼ਾਨੇ 'ਤੇ ਪਹੁੰਚਣ ਦੀ ਹੁੰਦੀ ਹੈ, ਇੰਝ ਹੀ ਇਨਸਾਨ ਦੇ ਮਨ 'ਚ ਵੀ ਮੰਜ਼ਿਲ ਦੀ ਖਿੱਚ ਹੋਣੀ ਜ਼ਰੂਰੀ ਹੈ। ਮੰਜ਼ਿਲ ਦੀ ਖਿੱਚ ਕਾਰਨ ਹੀ ਨਦੀਆਂ, ਨਾਲਿਆਂ ਤੇ ਦਰਿਆਵਾਂ ਦਾ ਪਾਣੀ ਇਕ ਨਿਰੰਤਰ ਪ੍ਰਵਾਹ 'ਚ ਵਗਦਾ ਸਰੋਦੀ ਗੀਤ ਗਾਉਂਦਾ ਹੈ। ਇਹ ਗੀਤ ਪਾਣੀ ਦੇ ਬੁੱਲ੍ਹਾਂ 'ਚੋਂ ਮੰਜ਼ਿਲ ਪ੍ਰਾਪਤੀ 'ਚ ਲੀਨ ਹੋ ਕੇ ਝਰਦਾ ਹੈ।

ਇੰਝ ਹੀ ਅਨੇਕਾਂ ਪੰਛੀਆਂ ਦੀਆਂ ਡਾਰਾਂ ਸਾਡੇ ਸਿਰਾਂ ਤੋਂ ਲੰਘ ਕੇ ਬੜੀ ਤੇਜ਼ ਰਫ਼ਤਾਰ ਨਾਲ ਉਡਦੀਆਂ ਕਿਤੇ ਦੀਆਂ ਕਿਤੇ ਪਹੁੰਚ ਜਾਂਦੀਆਂ ਹਨ। ਇਹ ਪੰਛੀਆਂ ਦੇ ਇਸ਼ਾਰੇ ਵੀ ਕਿਤੇ ਨਾ ਕਿਤੇ ਪਹੁੰਚਣ ਦੇ ਸੁਨੇਹੇ ਹਨ। ਉਹ ਆਪਣੀ ਚੀਂ-ਚੀਂ ਨਾਲ ਹੀ ਸਾਨੂੰ ਸਮਝਾ ਜਾਂਦੇ ਹਨ ਕਿ ਜ਼ਿੰਦਗੀ ਦਾ ਲਕਸ਼ ਨਿਚੱਲੇ ਹੋ ਕੇ ਬੈਠ ਜਾਣਾ ਨਹੀਂ, ਸਗੋਂ ਤੇਜ਼ ਗਤੀ ਨਾਲ ਉਡਣਾ ਹੈ ਤੇ ਨਵੀਆਂ ਦੁਰਲੱਭ ਥਾਵਾਂ ਤੇ ਪਹੁੰਚਣਾ ਵੀ ਹੈ।

ਨਵੀਆਂ ਥਾਵਾਂ 'ਤੇ ਜਾ ਕੇ ਕਈ ਵਾਰ ਇਨਸਾਨ ਨਵੇਂ ਕਿੱਤੇ ਵਿੱਢ ਲੈਂਦਾ ਹੈ। ਜੇ ਕੋਈ ਧਰਤੀ ਤੇ ਕਾਮਯਾਬ ਨਹੀਂ ਹੋਇਆ, ਉਹ ਦੂਜੀ ਧਰਤੀ ਭਾਵ ਪ੍ਰਦੇਸ ਜਾ ਕੇ ਬੜੀ ਕਾਮਯਾਬੀ ਦਿਖਾਉਂਦਾ ਹੈ। ਇੰਜ ਦੂਜੀ ਧਰਤੀ ਭਾਵ ਪ੍ਰਦੇਸ 'ਚ ਜਾ ਕੇ ਜਿੱਥੇ ਕੋਈ ਇਨਸਾਨ ਆਪਣੀ ਖੱਟੀ ਕਮਾਈ 'ਚ ਵਾਧਾ ਕਰਦਾ ਹੈ, ਉੱਥੇ ਉਹ ਆਪਣੇ ਬਾਕੀ ਪਰਿਵਾਰ ਲਈ ਵੀ ਕਈ ਸੁੱਖ-ਸੁਨੇਹੇ ਭੇਜ ਕੇ ਖ਼ੁਸ਼ੀਆਂ ਦਾ ਰਾਹ ਖੋਲ੍ਹ ਦਿੰਦਾ ਹੈ।

ਸੋ ਇਹ ਜ਼ਰੂਰੀ ਨਹੀਂ ਕਿ ਜੇ ਅਸੀਂ ਕਿਸੇ ਇਕ ਕੰਮ 'ਚ ਸਫਲ ਨਹੀਂ ਹੋ ਸਕੇ ਤਾਂ ਦੂਜੇ 'ਚ ਵੀ ਸਫਲ ਨਾ ਹੋਈਏ। ਜ਼ਿੰਦਗੀ ਦਾ ਕੋਈ ਇੱਕ ਰਾਹ ਨਹੀਂ ਹੈ। ਬੇਅੰਤ ਰਾਹਾਂ ਹਨ ਜ਼ਿੰਦਗੀ ਦੀਆਂ ਤੇ ਬੇਅੰਤ ਰਾਹ ਸਾਨੂੰ ਵੱਖ-ਵੱਖ ਦਿਸ਼ਾਵਾਂ ਦਾ ਇਸ਼ਾਰਾ ਕਰਦੇ, ਸਾਡੀ ਕਿਸਮਤ ਖੋਲ੍ਹ ਦਿੰਦੇ ਹਨ। ਇੱਕ ਰਾਹ ਦੇ ਬੰਦ ਹੋਣ ਨਾਲ ਸਾਰੇ ਰਾਹ ਬੰਦ ਨਹੀਂ ਹੋ ਜਾਂਦੇ। ਸਗੋਂ ਕਈ ਹਾਲਤਾਂ 'ਚ ਤਾਂ ਕੁਦਰਤ ਹੀ ਕਿਸੇ ਗੁੱਝੇ ਭੇਤ ਨਾਲ ਸਾਨੂੰ ਦੂਜੇ ਰਾਹ ਪਾਉਣਾ ਲੋਚਦੀ ਹੈ। ਕੋਈ ਇਕ ਬਹਾਨਾ ਬਣਾ ਕੇ ਇਨਸਾਨ ਇਕ ਰਾਹ ਤਿਆਗ ਦਿੰਦਾ ਹੈ ਤੇ ਦੂਜੇ ਰਾਹ ਚੱਲ ਪੈਂਦਾ ਹੈ।

ਅੱਜ ਕਿਹੜੀ ਦਿਸ਼ਾ ਹੈ ਜੋ ਇਨਸਾਨ ਲਈ ਵਰਜਿਤ ਹੈ, ਸਗੋਂ ਸਭ ਰਾਹਾਂ ਹੀ ਇਨਸਾਨ ਨੂੰ ਉਸਦੀ ਤਰੱਕੀ ਲਈ ਹਾਕਾਂ ਮਾਰਦੀਆਂ ਹਨ। ਪਰ ਵੇਖਣਾ ਇਹ ਹੈ ਕਿ ਅਸੀਂ ਕਿਸ ਰਾਹ 'ਤੇ ਤੁਰਨ ਦੇ ਕਾਬਿਲ ਹਾਂ। ਕਿਹੜਾ ਰਾਹ ਸਾਡੀ ਚੋਣ 'ਤੇ ਸਹੀ ਬੈਠਦਾ ਹੈ। ਕਿਸ ਰਾਹ ਦੇ ਲੜ ਲੱਗ ਕੇ ਅਸੀਂ ਤਰੱਕੀ ਕਰ ਸਕਦੇ ਹਾਂ।

ਵਾਰ-ਵਾਰ ਇੱਕੋ ਰਾਹ 'ਤੇ ਤੁਰਨ ਦੀ ਜ਼ਿੱਦ ਕਰਨਾ ਵੀ ਠੀਕ ਨਹੀਂ। ਸਗੋਂ ਜੇ

ਇੱਕ ਰਾਹ ਸਾਨੂੰ ਰਾਸ ਨਹੀਂ ਆਇਆ ਤਾਂ ਰਾਹ ਬਦਲੀ ਕਰਨ 'ਚ ਕੋਈ ਹਰਜ ਨਹੀਂ। ਰਾਹ ਬਦਲੀ ਕਰਨ ਦਾ ਮਤਲਬ ਹੈ ਕਿਸਮਤ ਬਦਲੀ ਕਰਨਾ। ਰੱਬ ਨੇ ਤਾਂ ਸਾਡੇ ਲਈ ਚਾਰੇ ਦਿਸ਼ਾਵਾਂ ਖੋਲ੍ਹੀਆਂ ਹੋਈਆਂ ਹਨ ਪਰ ਚੋਣ ਤਾਂ ਸਾਡੀ ਆਪਣੀ ਹੋਣੀ ਚਾਹੀਦੀ ਹੈ।

ਸਿਆਣਿਆਂ ਨੇ ਕਿਹਾ ਹੈ ਕਿ ਜੇ ਸਵੇਰ ਦਾ ਭੁੱਲਿਆ ਰਾਹੀ ਸ਼ਾਮ ਤੱਕ ਘਰ ਆ ਜਾਵੇ ਤਾਂ ਉਸ ਨੂੰ ਭੁੱਲਿਆ ਨਹੀਂ ਕਹਿੰਦੇ। ਇੰਝ ਹੀ ਜ਼ਿੰਦਗੀ ਦੀਆਂ ਮੁਸ਼ਕਲਾਂ ਨਾਲ ਲੜਦਾ ਇਨਸਾਨ ਜੇ ਇਕ ਦੋ ਵਾਰ ਅਫਸਲ ਰਹਿ ਕੇ ਵੀ ਸਫਲ ਹੋ ਜਾਵੇ ਤਾਂ ਉਹ ਸਫਲ ਵਿਅਕਤੀ ਹੀ ਗਿਣਿਆ ਜਾਵੇਗਾ, ਪਰ ਸ਼ਰਤ ਇਹ ਹੈ ਕਿ ਇਨਸਾਨ ਦਾ ਸੰਘਰਸ਼ ਤੋੜ ਜ਼ਿੰਦਗੀ ਤੱਕ ਚਾਲੂ ਰਹੇ। ਇੱਕ ਨਾ ਇੱਕ ਦਿਨ ਜਿਵੇਂ ਪਾਣੀ ਦੀਆਂ ਘੁੰਮਣਘੇਰੀਆਂ 'ਚ ਫਸੀ ਕਿਸ਼ਤੀ ਜਾਂ ਕੋਈ ਪਰਿੰਦਾ ਆਖ਼ਰ ਉਸ ਘੁੰਮਣਘੇਰੀ 'ਚੋਂ ਪਾਰ ਹੋ ਜਾਂਦਾ ਹੈ। ਇੰਝ ਹੀ ਇਨਸਾਨ ਅੱਜ ਨਹੀਂ ਤਾਂ ਕੱਲ੍ਹ ਜ਼ਿੰਦਗੀ ਦੇ ਠੇਡੇ ਖਾ ਕੇ ਇਕ ਨਾ ਇਕ ਦਿਨ ਮੁਸ਼ਕਲਾਂ 'ਚੋਂ ਲੰਘ ਜਾਂਦਾ ਹੈ। ਸਫਲਤਾ ਉਸ ਦਾ ਪੱਲਾ ਫੜ ਲੈਂਦੀ ਹੈ ਤੇ ਉਹ ਅਨੇਕਾਂ ਘੋਰ ਯਾਤਨਾਵਾਂ 'ਚੋਂ ਲੰਘ ਕੇ ਜ਼ਿੰਦਗੀ ਦੀ ਸਵੇਰ ਵੇਖ ਲੈਂਦਾ ਹੈ। ਸੂਰਜ ਦੀਆਂ ਸੋਨ ਕਿਰਨਾਂ ਅਜਿਹੇ ਸਫਲ ਵਿਅਕਤੀ ਦਾ ਚਿਹਰਾ ਰੁਸ਼ਨਾਅ ਦਿੰਦੀਆਂ ਹਨ।

ਆਖ਼ਰ ਜ਼ਿੰਦਗੀ ਇੱਕ ਸੰਘਰਸ਼ ਦਾ ਨਾਂ ਹੀ ਤਾਂ ਹੈ। ਜਿਹੜੇ ਇਸ ਸੰਘਰਸ਼ ਨਾਲ ਤੋੜ ਤੱਕ ਨਿਭਦੇ ਹਨ, ਉਹ ਮੰਜ਼ਿਲਾਂ ਪਾਰ ਕਰ ਜਾਂਦੇ ਹਨ। ਉਨ੍ਹਾਂ ਲਈ ਖੁਸ਼ੀਆਂ ਤੇ ਚਾਅਾਂ ਦੇ ਸਭ ਦੁਆਰੇ ਖੁੱਲ੍ਹ ਜਾਂਦੇ ਹਨ। ਬਾਵਾ ਬਲਵੰਤ ਨੇ ਇਸ ਨੂੰ ਇੰਝ ਲਿਖਿਆ ਹੈ :

ਲੜਦਾ ਰਹੇ ਇਕ ਸੇਧ 'ਚ ਮੌਜਾਂ ਦਾ ਮੁਸਾਫ਼ਿਰ,
ਭੰਵਰਾਂ 'ਚੋਂ ਵੀ ਹੋ ਜਾਏਗਾ ਉਹ ਪਾਰ ਕਿਸੇ ਦਿਨ।

ਜ਼ਿੰਦਗੀ ਕੁਝ ਗੂੜ੍ਹੇ ਰੰਗਾਂ ਦੀ ਇਬਾਰਤ

ਜ਼ਿੰਦਗੀ ਜਿੱਥੇ ਚਾਵਾਂ, ਸੱਧਰਾਂ ਤੇ ਉਮੰਗਾਂ ਨਾਲ ਭਰੀ ਹੋਵੇ, ਉੱਥੇ ਕੁਦਰਤੀ ਹੀ ਇਸ ਦੀ ਤੋਰ ਹਿਰਨੀ ਵਾਂਗ ਤੇਜ਼ ਤੇ ਮਟਕ-ਭਰੀ ਹੁੰਦੀ ਹੈ। ਇਨ੍ਹਾਂ ਚਾਵਾਂ, ਸੱਧਰਾਂ ਤੇ ਉਮੰਗਾਂ ਨਾਲ ਭਰਿਆ ਇਨਸਾਨ ਅਵੱਸ਼ ਹੀ ਕਿਸੇ ਮੁਹੱਬਤ ਦੇ ਗੂੜ੍ਹੇ ਗੂੜ੍ਹੇ ਰੰਗਾਂ ਨਾਲ ਰੰਗਿਆ ਹੁੰਦਾ ਹੈ। ਜਿਵੇਂ ਕਿਸੇ ਪੇਂਡੂ ਮੁਟਿਆਰ ਦੇ ਚੌਂਕੇ-ਚੁੱਲ੍ਹੇ ਵਿਚ ਦਿੱਤੇ ਸੱਜਰੇ ਪੋਚੇ ਵਿਚੋਂ ਕਿਸੇ ਰੂਹ ਦੀ ਇਬਾਰਤ ਝਾਤ ਪਾਉਂਦੀ ਹੈ; ਇੰਜ ਹੀ ਅਜਿਹੇ ਇਨਸਾਨ ਦੇ ਮਨ ਵਿਚ ਇਕ ਨਹੀਂ, ਅਨੇਕਾਂ ਗੂੜ੍ਹੀਆਂ ਇਬਾਰਤਾਂ ਚਿੱਤਰੀਆਂ ਹੁੰਦੀਆਂ ਹਨ। ਮਨ ਸੱਜਰੇ ਚਾਵਾਂ ਨਾਲ ਭਰਿਆ ਹਿਰਨ ਵਾਂਗ ਚੁੰਗੀਆਂ ਭਰਦਾ ਹੈ ਤੇ ਪੂਰੀ ਦੀ ਪੂਰੀ ਕਾਇਨਾਤ ਜਿਵੇਂ ਬਿੰਦਰਾਬਣ ਜਾਪ ਰਹੀ ਹੋਵੇ। ਸ਼ਾਮ-ਰੰਗ ਕ੍ਰਿਸ਼ਨ ਦੀ ਬੰਸਰੀ ਦੀ ਤਾਨ 'ਤੇ ਜਿਵੇਂ ਸਾਰੇ ਪੰਛੀ ਪੈਲਾਂ ਪਾਉਣ ਲੱਗਦੇ ਹਨ, ਇੰਝ ਹੀ ਰਾਧਾ, ਰੁਕਮਣੀ ਤੇ ਸਭ ਸਹੇਲੀਆਂ ਇਸ ਪ੍ਰੇਮ-ਰਸ ਵਿਚ ਅੱਖਾਂ ਮੁੰਦੀ ਕ੍ਰਿਸ਼ਨ ਦੇ ਪਿਆਰ ਵਿਚ ਖੋਹ ਖੋਹ ਜਾਂਦੀਆਂ ਹਨ।

ਇਹੀ ਅਵਸਥਾ ਇਕ ਪ੍ਰੇਮੀ ਮਨ ਦੀ ਹੁੰਦੀ ਹੈ। ਪਿਆਰ ਵਿਚ ਰੰਗਿਆ ਮਨ, ਭਰਿਆ ਭਰਿਆ ਤੇ ਚਾਵਾਂ-ਲੱਦਿਆ ਹੁੰਦਾ ਹੈ। ਉਸ ਲਈ ਸਭ ਕੁੰਟਾਂ ਵਿਚ ਪ੍ਰੇਮ-ਘਟਾਵਾਂ ਚੜ੍ਹਦੀਆਂ ਨਜ਼ਰ ਆਉਣ ਲੱਗਦੀਆਂ ਹਨ। ਇਹ ਪ੍ਰੇਮ-ਘਟਾਵਾਂ ਭਾਵੇਂ ਪ੍ਰਕਾਸ਼ ਵਿਚ ਏਨੀਆਂ ਸੰਘਣੀਆਂ ਨਾ ਹੋਣ ਪਰ ਮਨ ਦੇ ਚਿੱਤਰਪਟ ਉੱਤੇ ਕੋਈ ਅੰਦਰਲਾ ਰਾਂਝਾ ਜਾਂ ਹੀਰ ਇਹ ਸਭ ਚਿੱਤਰਕਾਰੀ ਕਰਦਾ ਰਹਿੰਦਾ ਹੈ। ਇੰਝ ਪ੍ਰੇਮ-ਭਿੱਜਾ ਹਿਰਦਾ ਜੇ ਚਾਹੇ ਤਾਂ ਸਾਰੀ ਦੁਨੀਆਂ ਨੂੰ ਆਪਣੀ ਰੰਗਣ ਵਿਚ ਰੰਗ ਸਕਦਾ ਹੈ। ਜੇ ਲੋਚੇ ਤਾਂ ਆਕਾਸ਼ ਵਿਚੋਂ ਫੁੱਲਾਂ ਦੀ ਵਰਖਾ ਕਰ ਸਕਦਾ ਹੈ ਤੇ ਸਾਰਾ ਜਹਾਨ ਉਸ ਨੂੰ ਆਪਣਾ ਆਪਣਾ ਜਾਪਦਾ ਹੈ।

ਇਸ ਪ੍ਰੇਮ ਦੀ ਇਕ ਚਾਨਣੀ ਲੀਕ ਇਨਸਾਨ ਨੂੰ ਕਿਵੇਂ ਫ਼ਰਸ਼ ਤੋਂ ਅਰਸ਼ ਤੀਕ ਲੈ ਜਾਂਦੀ ਹੈ! ਕਿਵੇਂ ਹਨੇਰਿਆਂ ਭਰੀ ਦੁਨੀਆ ਵੀ ਇਸ ਪ੍ਰੇਮ-ਲੀਕ ਨਾਲ ਚਾਨਣੀ ਚਾਨਣੀ ਹੋ ਜਾਂਦੀ ਹੈ! ਇਹ ਸਭ ਅਨੁਭਵ ਤੇ ਗਿਆਨ ਉਸ ਹਿਰਦੇ ਤੋਂ ਪੁੱਛਿਆ ਜਾਣੀਏ, ਜਿਥੇ ਸਾਰੀਆਂ ਦਿਸ਼ਾਵਾਂ ਬਾਗ਼ਾਂ-ਫੁਲਕਾਰੀਆਂ ਨਾਲ ਚਿੱਤਰੀਆਂ ਹੋਈਆਂ ਜਾਪਣ। ਜਿੱਥੇ ਪੌਣਾਂ ਵੀ ਕਿਸੇ ਮਸਤ ਚਾਲ ਚੱਲਦੀਆਂ ਜ਼ਿੰਦਗੀ ਦੇ ਕੰਨਾਂ 'ਚ ਗੁੱਝੇ ਭੇਤ ਸਾਂਝੇ ਕਰਨ ਤੇ ਜਿਥੇ ਇਕ ਹਵਾ ਦਾ ਬੁੱਲ੍ਹਾ ਵੀ ਪ੍ਰੇਮੀ ਦੇ ਮਨ ਦੀ ਆਹਟ ਦਾ ਸੁਨੇਹਾ ਜਾਪੇ।

ਇੰਝ ਪ੍ਰੇਮ-ਰਸ 'ਚ ਭਿੱਜਿਆ ਕੋਈ ਰਾਹੀ ਆਪਣੇ ਆਪ ਨੂੰ ਜ਼ਿੰਦਗੀ ਦਾ ਸ਼ਹਿਨਸ਼ਾਹ ਅਖਵਾਉਂਦਾ ਹੈ; ਉਹ ਜ਼ਿੰਦਗੀ ਜਿਸ ਦੀਆਂ ਚਾਰੇ ਕੰਨੀਆਂ 'ਚ ਪਿਆਰ ਦੇ ਗੂੜ੍ਹੇ ਸੁਨੇਹੇ ਸੰਜੋਏ ਹੁੰਦੇ ਹਨ। ਇਸ ਅਵਸਥਾ 'ਚ ਧਰਤੀ ਦਾ ਇਹ ਬਾਗ਼ ਇੰਝ ਲੱਗਦਾ ਹੈ ਜਿਵੇਂ ਚਾਰੇ

ਪਾਸੇ ਗੁਲਜ਼ਾਰਾਂ ਖਿੜ ਪਈਆਂ ਹੋਣ। ਚਾਰੇ ਪਾਸੇ ਹੀ ਫੁੱਲਾਂ ਦੀ ਆਭਾ ਦੇ ਰੰਗ ਬਿਖਰੇ ਪਏ ਹੋਣ ਤੇ ਮਨ ਦੇ ਸ਼ੀਸ਼ੇ ਵਿਚ ਕਿਸੇ ਨੇ ਆਪਣੇ ਪਿਆਰ ਦੀ ਮੀਨਾਕਾਰੀ ਕਰ ਦਿੱਤੀ ਹੋਵੇ। ਸੱਚਮੁੱਚ ਹੀ ਮਨ, ਇਸ ਧਰਤੀ ਤੋਂ ਉੱਡ ਕੇ ਸਵਰਗ ਦੀ ਧਰਤੀ 'ਤੇ ਜਾ ਬੈਠਦਾ ਹੈ ਤੇ ਪ੍ਰੇਮੀ ਦੇ ਮੋਹ-ਭਿੱਜੇ ਬੋਲ ਕਿਸੇ ਫ਼ਕੀਰ, ਔਲੀਏ ਦੇ ਮੂੰਹੋਂ ਨਿਕਲੀ ਇਬਾਦਤ ਜਾਪਦੇ ਹਨ।

ਮਨ ਕਰਦਾ ਹੈ ਕਿ ਜ਼ਿੰਦਗੀ ਦੇ ਇਹ ਬਾਗ਼ ਸਦਾ ਮਹਿਕਦੇ ਰਹਿਣ। ਸਦਾ ਇਨ੍ਹਾਂ ਬਾਗ਼ਾਂ ਦੀ ਮਹਿਕ ਸਾਡੇ ਮਨ ਤੇ ਤਨ ਵਿਚ ਵਧਦੀ ਰਹੇ। ਸਦਾ ਮਿੱਠੀ ਮਿੱਠੀ ਪੌਣ ਮਨ ਦੇ ਵਿਹੜੇ 'ਚ ਪ੍ਰੀਤਮ ਬੇਲੀ ਦੇ ਸੁਨੇਹੇ ਲੈ ਲੈ ਆਵੇ। ਮਿੱਠੀਆਂ ਮਿੱਠੀਆਂ ਮੋਹ-ਭਿੱਜੀਆਂ ਆਵਾਜ਼ਾਂ ਕੰਨਾਂ ਨਾਲ ਆ ਕੇ ਅਠਖੇਲੀਆਂ ਕਰਨ। ਪ੍ਰੀਤਮ ਦੀ ਧਰਤੀ ਕੋਈ ਅਡੰਬਰ ਜਾਂ ਮੇਲਾ ਮੁਸਾਹਵਾ ਨਹੀਂ, ਸਗੋਂ ਇਹ ਤਾਂ ਮਨ ਦੇ ਅੰਦਰ ਸਤਰੰਗੀ ਪੀਂਘ ਦੇ ਹੁਲਾਰੇ ਹਨ। ਮੋਹ-ਭਿੱਜੀ ਪੌਣ ਦੇ ਸੁਨੇਹੇ ਹਨ ਤੇ ਬਰਖਾ ਬਹਾਰ ਦੀਆਂ ਉਹ ਪਹਿਲੀਆਂ ਕਣੀਆਂ ਹਨ ਜਿਸ ਨਾਲ ਮਨ ਦੀ ਤਪਸ਼ ਕਿਧਰੇ ਉੱਡ-ਪੁੱਡ ਜਾਂਦੀ ਹੈ। ਹਰਾ-ਭਰਾ ਮਨ ਇਸ ਦੁਨੀਆ ਦੀਆਂ ਹਕੀਕਤਾਂ ਨੂੰ ਪਿਆਰ ਕਰਨ ਲੱਗਦਾ ਹੈ। ਜ਼ਿੰਦਗੀ ਦੀ ਗੰਢੜੀ ਜੇ ਭਾਰੀ ਵੀ ਹੋਵੇ ਤਾਂ ਅਜਿਹੇ ਮਨ ਨੂੰ ਉਹ ਗੰਢੜੀ ਬੜੀ ਹਲਕੀ ਮਹਿਸੂਸ ਹੁੰਦੀ ਹੈ। ਇਸ ਗੰਢੜੀ ਨੂੰ ਚੁੱਕ ਕੇ ਵੀ ਮਨ ਖੁਸ਼ ਹੁੰਦਾ ਹੈ। ਜ਼ਿੰਦਗੀ ਕੋਈ ਬੋਝ ਨਹੀਂ ਜਾਪਦੀ, ਸਗੋਂ ਜ਼ਿੰਦਗੀ ਦੇ ਕੰਮ-ਕਾਰ ਤੇ ਵਿਹਾਰ ਇੰਝ ਲੱਗਦੇ ਹਨ ਜਿਵੇਂ ਸਭ ਚੁਟਕੀ ਮਾਰਿਆਂ ਹੱਲ ਕੀਤੇ ਜਾ ਸਕਣ। ਮਨ 'ਚ ਏਨੀ ਸ਼ਕਤੀ ਭਰ ਜਾਂਦੀ ਹੈ ਕਿ ਸਵੇਰ ਤੋਂ ਸ਼ਾਮ ਤੀਕ ਕੰਮ 'ਚ ਰੁੱਝਿਆ ਇਨਸਾਨ ਵੀ ਅੱਕਦਾ ਜਾਂ ਥੱਕਦਾ ਨਹੀਂ, ਸਗੋਂ ਇਹ ਕੰਮ ਬੜਾ ਸੁਖਾਲਾ ਤੇ ਸੌਖਾ ਲੱਗਦਾ ਹੈ। ਪਿਆਰ ਚਿਣਗ ਦੇ ਜਾਗਣ ਨਾਲ ਕੰਮ 'ਚ ਰੋਸ਼ਨੀ ਦੀ ਚਿਣਗ ਵੀ ਸ਼ਾਮਲ ਹੋਈ ਪ੍ਰਤੀਤ ਹੁੰਦੀ ਹੈ ਤੇ ਇੰਝ ਕਈ ਵਾਰ ਦਿਨ ਰਾਤ ਕੰਮ ਕਰਦਾ ਇਨਸਾਨ ਵੀ ਪਿਆਰ ਦੀ ਧੁੰਨ 'ਚ ਧੁੰਨਿਆ ਆਪਣੀ ਮੰਜ਼ਿਲ ਵੱਲ ਵਧਦਾ ਵਿਖਾਈ ਦਿੰਦਾ ਹੈ ਤੇ ਇਹ ਵੀ ਇਕ ਸੱਚਾਈ ਹੈ ਕਿ ਅਜਿਹੇ ਸਮਿਆਂ 'ਚ ਪਿਆਰ ਦੀ ਬਰਕਤ ਨਾਲ ਇਨਸਾਨ ਸਹਿਜੇ ਹੀ ਮੰਜ਼ਿਲ ਨੂੰ ਪਾ ਵੀ ਲੈਂਦਾ ਹੈ।

ਜ਼ਿੰਦਗੀ ਦੀਆਂ ਹਕੀਕਤਾਂ ਤਾਂ ਭਾਵੇਂ ਕਰੜੀਆਂ ਤੇ ਸਖ਼ਤ ਵੀ ਹੁੰਦੀਆਂ ਹਨ ਪਰ ਪਿਆਰ-ਭਿੱਜੇ ਮਨਾਂ ਨਾਲ ਇਹ ਹਕੀਕਤਾਂ ਸਹਿਜੇ ਹੀ ਸੌਖੀਆਂ ਸੌਖੀਆਂ ਭਾਸਦੀਆਂ ਹਨ। ਜਿੱਥੇ ਕਿਸੇ ਪ੍ਰੇਮੀ ਲਈ ਇਮਤਿਹਾਨਾਂ ਦੇ ਕੋਰਸ ਬੜੇ ਮੁਸ਼ਕਲ ਹੁੰਦੇ ਹਨ, ਉੱਥੇ ਪਿਆਰ ਨਾਲ ਰੰਗੇ ਮਨ ਵੀ ਕਈ ਵਾਰ ਅਜਿਹੇ ਕੋਰਸਾਂ 'ਚ ਅੱਵਲ ਨੰਬਰ ਲੈ ਕੇ ਪਾਸ ਹੁੰਦੇ ਵੇਖੇ ਗਏ ਹਨ।

ਵਜ੍ਹਾ ਇਹੀ ਹੈ ਕਿ ਪਿਆਰ ਦੀ ਤਰੰਗ ਇਨਸਾਨ 'ਚ ਉਹ ਸ਼ਕਤੀ ਭਰ ਦਿੰਦੀ ਹੈ ਜਿਸ ਨਾਲ ਰਾਹ ਔਖੇ ਵੀ ਹੋਣ ਤਾਂ ਵੀ ਮਖ਼ਮਲੀ ਸੇਜ ਵਾਂਗ ਪੱਧਰੇ ਤੇ ਸੁਖਾਵੇਂ ਜਾਪਣ ਲੱਗਦੇ ਹਨ। ਪਿਆਰ-ਸੁਨੇਹੇ ਜਿੱਥੇ ਜ਼ਿੰਦਗੀ ਦੇ ਉਬੜ-ਖਾਬੜ ਰਾਹਾਂ ਤੇ ਫੁੱਲ ਬਿਖੇਰਦੇ ਹਨ, ਉੱਥੇ ਜ਼ਿੰਦਗੀ ਦੇ ਖੁਰਦਰੇ-ਪਨ 'ਚ ਵੀ ਮਿਠਾਸ ਭਰ ਦਿੰਦੇ ਹਨ। ਜ਼ਿੰਦਗੀ ਦੇ ਰਾਹ ਨੂੰ ਪੱਧਰਾ ਕਰਦੇ ਜਾਪਦੇ ਹਨ ਇਹ ਪ੍ਰੇਮ-ਸੁਨੇਹੇ ਤੇ ਮੋਹ-ਭਿੱਜੇ ਦੋ ਦਿਲਾਂ ਦੇ ਰੰਗ।

ਇੰਝ ਹੀ ਵਿਆਹ ਤੋਂ ਬਾਅਦ ਵੀ ਅਜਿਹੀਆਂ ਰੂਹਾਂ ਇਸ ਜ਼ਿੰਦਗੀ ਦੇ ਅਖਾੜੇ ਵਿਚ ਸਹਿਜੇ ਹੀ ਮਹਿਕਾਂ ਭਰੇ ਬਾਗ਼ ਲਗਾਉਣ ਵਿਚ ਸਫਲ ਹੋ ਜਾਂਦੀਆਂ ਹਨ। ਜ਼ਿੰਦਗੀ ਦੇ

ਸੰਘਰਸ਼ 'ਚ ਪੈ ਕੇ ਵੀ ਮਨ ਵਿਚ ਚਿੱਤਰੇ ਬਾਗ਼-ਫੁਲਕਾਰੀਆਂ ਦੇ ਰੰਗ ਕਦੇ ਮੱਧਮ ਨਹੀਂ ਪੈਂਦੇ; ਸਗੋਂ ਕਿਰਤ ਨਾਲ ਪਿਆਰ ਦੇ ਰੰਗ ਹੋਰ ਤੇਜੱਸਵੀ ਤੇ ਗੀਤਮਈ ਹੋਣ ਲੱਗਦੇ ਹਨ।

ਅੱਜ ਇੱਕੀਵੀਂ ਸਦੀ ਵਿਚ ਪ੍ਰਵੇਸ਼ ਕਰਦਿਆਂ ਅਸੀਂ ਜ਼ਿੰਦਗੀ ਨੂੰ ਬਿਖੜੇ ਪੈਂਡਿਆਂ 'ਤੇ ਤੁਰਦੇ ਵੇਖਦੇ ਹਾਂ ਤਾਂ ਪ੍ਰੇਮ-ਰਸ ਦੀ ਅਣਹੋਂਦ ਕਾਰਨ ਪਿਆਰ-ਭਿੱਜੇ ਦਿਲਾਂ ਦੇ ਸੁਨੇਹਿਆਂ ਤੋਂ ਬਿਨਾਂ ਕਈ ਵਾਰ ਅਜਿਹੀ ਜ਼ਿੰਦਗੀ 'ਤੇ ਤਰਸ ਵੀ ਜਾਗਦਾ ਹੈ। ਕਿਵੇਂ ਇਨਸਾਨ ਆਪਣੀ ਹੋਂਦ ਨੂੰ ਬਿਖੇਰੀ, ਇਕ ਅਜਨਬੀ ਵਾਂਗ, ਇਨ੍ਹਾਂ ਜ਼ਿੰਦਗੀ ਦੀਆਂ ਮੁਸ਼ਕਲ ਰਾਹਾਂ 'ਤੇ ਤੁਰ ਰਿਹਾ ਹੈ! ਇੰਝ ਭਾਸਦਾ ਹੈ ਜਿਵੇਂ ਇਸ ਰਾਹੀ ਦਾ ਕੋਈ ਸੁਨੇਹੀ ਨਹੀਂ, ਕੋਈ ਸਾਥੀ ਨਹੀਂ, ਕੋਈ ਸੰਗੀ ਨਹੀਂ। ਜ਼ਿੰਦਗੀ ਦੀ ਗੱਡੀ ਦੇ ਦੋ ਪਹੀਏ ਇਸ ਨੂੰ ਔਖੇ ਤੋਂ ਔਖੇ ਸਮੇਂ ਵੀ ਮੁਸ਼ਕਲ ਰਾਹਾਂ 'ਤੇ ਅੱਗੇ ਲਈ ਜਾਂਦੇ ਹਨ। ਪਰ ਜੇ ਇਕ ਪਹੀਆ ਵੀ ਪੰਕਚਰ ਹੋ ਜਾਵੇ ਤਾਂ ਗੱਡੀ ਰੁਕ ਜਾਂਦੀ ਹੈ, ਸੰਤੁਲਨ ਵਿਗੜ ਜਾਂਦਾ ਹੈ ਤੇ ਫਿਰ ਤੇਜ਼ ਰਫ਼ਤਾਰ ਤਾਂ ਕੀ, ਇਹ ਗੱਡੀ ਇਕ ਪੁਲਾਂਘ ਵੀ ਅੱਗੇ ਨਹੀਂ ਜਾ ਸਕਦੀ। ਇੰਝ ਇਹ ਜ਼ਿੰਦਗੀ ਦੀ ਗੱਡੀ ਜੇ ਸੁਖਾਵੀਂ ਚੱਲਦੀ ਰਹੇ ਤਾਂ ਇਨਸਾਨ ਦੇ ਮਨ 'ਚ ਰੋਸ ਨਹੀਂ ਜਾਗਦਾ, ਇਨਸਾਨ ਹਾਰਿਆ-ਥੱਕਿਆ ਮਹਿਸੂਸ ਨਹੀਂ ਕਰਦਾ। ਪਰ ਜੇ ਇਸ ਜ਼ਿੰਦਗੀ-ਰੂਪੀ ਗੱਡੀ ਦੀ ਇਕ ਪਹੀਏ-ਰੂਪੀ ਹੋਂਦ ਵਿਗੜ-ਵਿਟਰ ਜਾਵੇ ਤਾਂ ਮੁਸ਼ਕਲਾਂ ਤਾਂ ਆਉਣਗੀਆਂ ਹੀ, ਨਾਲ ਬਿਖੜੇ ਪੈਂਡੇ ਹੋਰ ਵੀ ਬਿਖੜ ਜਾਣਗੇ। ਇਹ ਵੀ ਡਰ ਹੈ ਕਿ ਕਿਤੇ ਇਸ ਜ਼ਿੰਦਗੀ-ਰੂਪੀ ਗੱਡੀ ਦੀ ਧੜਕਣ ਬੰਦ ਹੀ ਨਾ ਹੋ ਜਾਵੇ, ਇਸ ਦੀ ਰੂਹ ਬੁਝ ਹੀ ਨਾ ਜਾਵੇ।

ਇੰਝ ਜ਼ਿੰਦਗੀ ਦੀ ਗੱਡੀ ਨੂੰ ਮਟਕ ਨਾਲ ਤੋਰਨ ਲਈ ਤੇ ਜ਼ਿੰਦਗੀ ਦੇ ਔਖੇ ਪੈਂਡੇ ਮਾਰਨ ਲਈ ਇਹ ਅਤਿ ਜ਼ਰੂਰੀ ਹੈ ਕਿ ਸਾਡੇ ਮਨਾਂ ਦੇ ਅੰਦਰ ਜ਼ਿੰਦਗੀ ਦੀ ਪਿਆਰ-ਰੂਪੀ ਚੰਗਿਆੜੀ ਸਦਾ ਭਖਦੀ ਰਹੇ। ਪਿਆਰ ਸੁਨੇਹੇ ਇੱਕ ਦੂਜੇ ਤੀਕ ਪਹੁੰਚਦੇ ਰਹਿਣ ਤੇ ਸਾਡੀ ਜਿੰਦ-ਜਾਨ ਵਿਚ ਪਿਆਰ-ਤਰੰਗ ਸਦਾ ਵੱਸਦੀ ਰਹੇ, ਜਿਸ ਦੇ ਨਾਲ ਇਹ ਜੱਗ-ਜਹਾਨ ਆਬਾਦ ਤੇ ਖ਼ੂਬਸੂਰਤ ਹੈ। ਰੋਹੀ ਬੀਆਬਾਨ 'ਚ ਵੀ ਤੁਰਦੇ ਰਾਹੀ ਨੂੰ ਕਿਤੇ ਜੀਵਨ-ਲੋਅ ਬਲਦੀ ਦਿੱਸ ਪਵੇ ਤਾਂ ਉਸ 'ਚ ਜਾਨ ਪੈ ਜਾਂਦੀ ਹੈ ਤੇ ਇਹ ਉਸ ਰੋਸ਼ਨੀ ਵੱਲ ਵਧਦਾ ਲੱਗਦਾ ਹੈ। ਨਿੱਕੀ ਜਿੰਨੀ ਦੀਵੇ ਦੀ ਲੋਅ ਤੇ ਰੋਸ਼ਨੀ ਵੇਖ ਕੇ ਡਰ ਕਿਧਰੇ ਚੱਕਿਆ ਜਾਂਦਾ ਹੈ। ਪਰ ਇਹ ਚਿਣਗ ਜੋ ਜ਼ਿੰਦਗੀ ਨੂੰ ਭਖਦੀ ਰੱਖਦੀ ਹੈ, ਇਸ ਦੀ ਵੱਟੀ ਨੂੰ ਸੀਖ ਕੇ ਇਸ ਨੂੰ ਬਲਦੀ ਰੱਖਣਾ ਅਤਿ-ਆਵੱਸ਼ਕ ਹੈ, ਤਦ ਹੀ ਮਘਦੀ ਜ਼ਿੰਦਗੀ ਧੜਕਦੀ ਰਹਿ ਸਕਦੀ ਹੈ।

ਪਿਆਰ-ਚਿਣਗ ਜੇ ਤਾਅ-ਉਮਰ ਕਾਇਮ ਰਹੇ ਤਾਂ ਕੋਈ ਵੀ ਇਨਸਾਨ ਬੁਝਿਆ-ਬੁਝਿਆ ਤੇ ਹਾਰਿਆ-ਥੱਕਿਆ ਨਜ਼ਰ ਨਹੀਂ ਆਵੇਗਾ। ਇਸ ਚਿਣਗ ਦੇ ਜਾਗਣ ਨਾਲ ਹੀ ਜ਼ਿੰਦਗੀ 'ਚ ਖੇੜਾ ਤੇ ਖ਼ੁਸ਼ੀ ਭਰ ਸਕਦੇ ਹਨ। ਜ਼ਿੰਦਗੀ ਨੂੰ ਸਾਵਾਂ-ਪੱਧਰਾ ਰੱਖਣ ਲਈ ਇਹ ਜ਼ਰੂਰੀ ਹੈ ਕਿ ਅਸੀਂ ਆਪਣੇ ਜੀਵਨ-ਸਾਥੀ ਨੂੰ ਪੂਰਾ ਸਹਿਯੋਗ ਦੇਈਏ। ਉਸ ਦੀਆਂ ਮੁਸ਼ਕਲਾਂ ਨੂੰ ਆਪਣੀਆਂ ਮੁਸ਼ਕਲਾਂ ਸਮਝੀਏ ਤੇ ਇਨ੍ਹਾਂ ਨੂੰ ਹੱਲ ਕਰਨ ਵੱਲ ਰੁਚਿਤ ਹੋਈਏ। ਜਿੱਥੇ ਦੋ ਰੂਹਾਂ ਦੇ ਦੀਵੇ ਇਕ ਦੂਜੇ ਦੀ ਲੋਅ 'ਚ ਲੋਅ ਮਿਲਾਉਂਦੇ ਹਨ, ਉੱਥੇ ਚਾਨਣ ਦੁੱਗਣਾ ਹੋ ਜਾਂਦਾ ਹੈ ਤੇ ਇਸ ਦੁੱਗਣੇ ਚਾਨਣ 'ਚ ਜ਼ਿੰਦਗੀ ਦਾ ਹਨੇਰ, ਹਨੇਰ ਨਹੀਂ ਰਹਿੰਦਾ,

ਸਗੋਂ ਦੋ ਰੂਹਾਂ ਦੋ ਚਿਰਾਗ਼ਾਂ ਨਾਲ ਵਧਦੀ ਰੋਸ਼ਨੀ ਇਸ ਹਨੇਰ ਨੂੰ ਕਿਧਰੇ ਖ਼ਤਮ ਕਰ ਦਿੰਦੀ ਹੈ।

ਆਪਣੇ ਜੀਵਨ-ਸਾਥੀ 'ਤੇ ਕੀਤਾ ਭਰੋਸਾ ਤੁਹਾਨੂੰ ਤਾਕਤ ਬਖ਼ਸ਼ਦਾ ਹੈ। ਜ਼ਿੰਦਗੀ ਜੇ ਏਨੀ ਲੰਬੀ ਹੈ ਤਾਂ ਇਸ ਨੂੰ ਸੁਹਜਮਈ ਤੇ ਸੰਗੀਤਮਈ ਬਣਾਉਣ ਲਈ ਦੋਹਾਂ ਜੀਵਨ-ਸਾਥੀਆਂ ਦੀ ਰੂਹ ਇੱਕ ਹੋਣੀ ਚਾਹੀਦੀ ਹੈ। ਦੋਹਾਂ ਦੇ ਸੁਹਜ-ਸੁਆਦ ਤੇ ਨਾਜ਼-ਨਖ਼ਰੇ ਵੀ ਇਕ ਹੋਣ। ਤਦ ਹੀ ਇਸ ਜ਼ਿੰਦਗੀ ਦੇ ਬਾਗ਼ ਨੂੰ ਹਰਿਆ-ਭਰਿਆ ਅਤੇ ਮਹਿਕਦਾ ਰੱਖਿਆ ਜਾ ਸਕਦਾ ਹੈ। ਜੇ ਰੂਹ, ਕਲਬੂਤ ਤੇ ਜਿੰਦ-ਜਾਨ ਇਕ ਬਣ ਜਾਵੇ ਤਾਂ ਫਿਰ ਕੋਈ ਵੀ ਝੱਖੜ ਤੁਹਾਡੀ ਜੀਵਨ-ਮਹਿਕ ਨੂੰ ਨਹੀਂ ਬਿਖੇੜ ਸਕਦਾ।

ਇਸ ਲਈ ਜ਼ਰੂਰੀ ਹੈ ਕਿ ਜ਼ਿੰਦਗੀ ਦੀ ਖ਼ੁਸਬੂ, ਟਹਿਕ ਤੇ ਮਟਕ ਨੂੰ ਮਾਣਨ ਖ਼ਾਤਰ ਅਸੀਂ ਆਪਣੇ ਅੰਦਰ ਕੁਰਬਾਨੀ, ਜਜ਼ਬਾ, ਸਹਿਯੋਗ, ਸਹਿਨਸ਼ਕਤੀ ਤੇ ਸੰਤੁਲਨ ਬਣਾਈ ਰੱਖੀਏ ਤੇ ਜਿੰਦਗੀ ਜਿਊਣ ਦੇ ਚਾਅ ਸਦਾ ਕਾਇਮ ਰੱਖੀਏ। ਫਿਰ ਹੀ ਅਸੀਂ ਸਾਲ-ਦਰ-ਸਾਲ ਆਉਣ ਵਾਲੀ ਬਹਾਰ ਨੂੰ ਮਾਣ ਵੀ ਸਕਦੇ ਹਾਂ ਤੇ ਹੋਰ ਅਗੇਰੇ ਸਾਲਾਂ 'ਚ ਤਰੱਕੀ ਦੀਆਂ ਮੰਜ਼ਿਲਾਂ ਮਾਰਦੇ ਸਦਾ ਅੱਗੇ ਵੀ ਵਧ ਸਕਦੇ ਹਾਂ।

ਚੁੱਪ ਦੀ ਹੁਸੀਨ ਵਾਦੀ 'ਚ ਵਿਚਰਦਿਆਂ

ਚੁੱਪ ਇੱਕ ਵੱਡੀ ਸ਼ਕਤੀ ਹੈ। ਇਸ ਚੁੱਪ ਦੀ ਸ਼ਕਤੀ ਨਾਲ ਇਨਸਾਨ ਜ਼ਿੰਦਗੀ ਦੇ ਵੱਡੇ ਤੋਂ ਵੱਡੇ ਮਸਲੇ ਹੱਲ ਕਰ ਸਕਦਾ ਹੈ। ਜਿਹੜਾ ਇਨਸਾਨ ਚੁੱਪ ਰਹਿ ਕੇ ਆਪਣੇ ਸਰੀਰ ਅੰਦਰ ਵਧੇਰੇ ਆਤਮਿਕ ਸ਼ਕਤੀ ਇਕੱਠੀ ਕਰ ਲੈਂਦਾ ਹੈ, ਉਹ ਇਸ ਅੰਦਰੂਨੀ ਸ਼ਕਤੀ ਨਾਲ ਪਹਾੜ ਵੀ ਹਿਲਾ ਸਕਦਾ ਹੈ। ਇਸੇ ਕਾਰਨ ਜਿੰਨੇ ਵੀ ਮਹਾਨ ਇਨਸਾਨ ਹੋਏ ਹਨ, ਇਨ੍ਹਾਂ ਨੇ ਚੁੱਪ ਧਾਰਨ ਕਰ ਕੇ ਹੀ ਦੁਨੀਆ 'ਤੇ ਜਿੱਤ ਪ੍ਰਾਪਤ ਕੀਤੀ ਹੈ। ਗੌਤਮ ਬੁੱਧ ਨੇ ਕਈ ਸਾਲ ਜੰਗਲਾਂ 'ਚ ਵਿਚਰਦਿਆਂ ਮੌਨ ਧਾਰਨ ਕਰੀ ਰੱਖਿਆ ਤੇ ਫਿਰ ਅਜਿਹੀ ਚੁੱਪ ਸ਼ਕਤੀ ਨਾਲ ਹੀ ਸੰਸਾਰ ਨੂੰ ਆਪਣੇ ਅਸ਼ਟ ਮਾਰਗ ਨਾਲ ਚਕ੍ਰਿਤ ਕਰ ਕੇ ਰੱਖ ਦਿੱਤਾ। ਦੁਨੀਆ ਨੂੰ ਸ਼ਾਂਤੀ ਦਾ ਰਾਹ ਵਿਖਾਇਆ ਤੇ ਗਿਆਨ ਦੀ ਰੋਸ਼ਨੀ ਵੰਡੀ। ਸੰਸਾਰਿਕ ਦੁੱਖਾਂ ਕਲੇਸ਼ਾਂ ਤੋਂ ਛੁਟਕਾਰਾ ਦਿਵਾਇਆ। ਅੱਜ ਵੀ ਜੇਕਰ ਅਸੀਂ ਗੌਤਮ ਬੁੱਧ ਦੇ ਕਿਸੇ ਬੁੱਤ ਵੱਲ ਵੇਖੀਏ ਤਾਂ ਉਸ ਦਾ ਚਿਹਰਾ ਮੌਨ ਅਵਸਥਾ 'ਚ ਨਿੰਮ੍ਹਾ ਨਿੰਮ੍ਹਾ ਮੁਸਕਰਾਉਂਦਾ ਨਜ਼ਰ ਆਉਂਦਾ ਹੈ। ਇੰਝ ਲੱਗਦਾ ਹੈ ਕਿ ਜਿਵੇਂ ਚਿਹਰੇ ਨੇ ਚੁੱਪ ਧਾਰਨ ਕਰ ਕੇ ਦੁਨੀਆ ਦੇ ਸਭ ਦੁੱਖਾਂ, ਕਲੇਸ਼ਾਂ ਤੇ ਰੋਗਾਂ ਨੂੰ ਨਿਵਿਰਤ ਕਰ ਦਿੱਤਾ ਹੋਵੇ।

ਜਿਹੜਾ ਇਨਸਾਨ ਚੁੱਪ ਰਹਿਣਾ ਸਿੱਖ ਲਵੇ, ਉਸ ਦੀਆਂ ਅੱਧੀਆਂ ਮੁਸ਼ਕਲਾਂ ਤਾਂ ਚੁੱਪ ਧਾਰਨ ਕਰਨ ਉਪਰੰਤ ਹੀ ਖ਼ਤਮ ਹੋ ਜਾਂਦੀਆਂ ਹਨ ਤੇ ਬਾਕੀ ਅੱਧੀਆਂ ਨੂੰ ਇਹ ਚੁੱਪ ਧਾਰਨ ਕਰ ਕੇ ਹੌਲੀ ਹੌਲੀ ਆਪਣੇ ਨਿੱਜੀ ਅਧਿਆਪਨ ਨਾਲ ਹੱਲ ਕਰ ਲੈਂਦਾ ਹੈ। ਇੰਝ ਚੁੱਪ ਰਹਿੰਦਿਆਂ ਜਿਥੇ ਮੁਸ਼ਕਲਾਂ ਹੱਲ ਹੋਈ ਜਾਂਦੀਆਂ ਹਨ, ਉੱਥੇ ਆਤਮਿਕ ਆਨੰਦ ਵੀ ਮਿਲਣਾ ਸ਼ੁਰੂ ਹੋ ਜਾਂਦਾ ਹੈ।

ਕਿਸੇ ਵੀ ਤਪੱਸਵੀ, ਜੋਗੀ, ਸਾਧੂ ਜਾਂ ਪੈਗ਼ੰਬਰ ਦੇ ਚਿਹਰੇ ਵੱਲ ਵੇਖੋ, ਚਿਹਰੇ 'ਤੇ ਚੁੱਪ ਦੇ ਨਾਲ-ਨਾਲ ਇੱਕ ਦੈਵੀ ਖ਼ੁਸ਼ੀ ਤੇ ਪ੍ਰਸੰਨਤਾ ਵੀ ਵਿਖਾਈ ਦੇਵੇਗੀ। ਪਿਛਲੇ ਯੁੱਗ 'ਚ ਅਨੇਕਾਂ ਰਾਜੇ ਤੇ ਅਮੀਰ ਇਨਸਾਨ ਵੀ ਇਸ ਚੁੱਪ ਦਾ ਆਨੰਦ ਦੇ ਸਵਾਦ ਚੱਖਣ ਲਈ ਹੀ ਜੰਗਲਾਂ 'ਚ ਜਾ ਡੇਰੇ ਲਾਉਂਦੇ ਸਨ ਤੇ ਫਿਰ ਜੰਗਲੀ ਪੌਣ-ਪਾਣੀ ਤੇ ਕੁਦਰਤ ਦੀ ਅਪਾਰ ਸ਼ਕਤੀ ਤੇ ਲੀਲ੍ਹਾ ਵੇਖ ਕੇ ਉਹ ਕਈ ਵਾਰ ਘਰ ਆਉਣਾ ਹੀ ਭੁੱਲ ਜਾਂਦੇ ਸਨ। ਵਿਸਮਾਦ ਅਵਸਥਾ 'ਚ ਮੌਨ ਧਾਰ ਕੇ ਉਨ੍ਹਾਂ ਦੀ ਆਤਮਾ ਏਨੀ ਅਮੀਰ ਹੋ ਜਾਂਦੀ ਸੀ ਕਿ ਸੰਸਾਰਿਕ ਰੌਲੇ-ਰੱਪੇ ਤੇ ਢੋਲ ਵਾਜੇ ਉਨ੍ਹਾਂ ਨੂੰ ਨਹੀਂ ਸੀ ਭਾਉਂਦੇ।

ਪਰ ਅੱਜ ਦੇ ਇਸ ਰੌਲੇ-ਰੱਪੇ ਤੇ ਸ਼ੋਰ-ਸ਼ਰਾਬੇ ਦੇ ਯੁਗ 'ਚ ਜਿਸ ਇਨਸਾਨ ਨੇ ਚੁੱਪ ਦਾ ਪੱਲਾ ਫੜਿਆ ਹੈ, ਉਹ ਆਪਣੇ ਆਪ ਕਿਸੇ ਆਨੰਦ ਅਵਸਥਾ 'ਚ ਜਾ ਖੜਦਾ ਹੈ ਜਿੱਥੇ

ਸ਼ੋਰ ਨਹੀਂ ਬਲਕਿ ਅੰਦਰਲੀ ਸ਼ਾਂਤੀ ਤੇ ਆਨੰਦ ਹੈ। ਜਿੱਥੇ ਮਨ ਦੇ ਪੁਸ਼ਪ ਵਣ ਖਿੜ ਕੇ ਵਿਅਕਤੀ ਨੂੰ ਕਿਸੇ ਹੋਰ ਹੀ ਦੁਨੀਆ 'ਚ ਲੈ ਜਾਂਦੇ ਹਨ ਤੇ ਆਤਮਿਕ ਸ਼ੁੱਧਤਾ ਦੀ ਪ੍ਰਾਪਤੀ ਕਰਦਾ ਕਰਦਾ ਇਨਸਾਨ ਆਪਣੇ ਅੰਦਰ ਹੀ ਇਕ ਅਜਿਹੀ ਸ਼ਕਤੀ ਮਹਿਸੂਸ ਕਰਦਾ ਹੈ ਜੋ ਜ਼ਿੰਦਗੀ ਨੂੰ ਪੂਰੇ ਹੁਲਾਸ ਤੇ ਭਰਪੂਰ ਹੁਲਾਰੇ 'ਚ ਰੱਖਣ ਦੇ ਸਮਰੱਥ ਹੁੰਦੀ ਹੈ। ਇਸੇ ਕਾਰਨ ਕਈ ਇਨਸਾਨ ਚੁੱਪ ਵੀ ਰਹਿੰਦੇ ਹਨ ਤੇ ਆਪਣੇ ਕੰਮ ਨੂੰ ਵਧੇਰੇ ਕੁਸ਼ਲਤਾ ਨਾਲ ਨਿਭਾਉਂਦੇ ਵੀ ਹਨ। ਚੁੱਪ ਦਾ ਅੰਦਰਲਾ ਵਿਸਮਾਦ ਇਨਸਾਨ 'ਚ ਅਜਿਹੀ ਸ਼ਕਤੀ ਭਰਦਾ ਹੈ ਕਿ ਇਨਸਾਨ ਕੰਮ ਕਰਦਾ ਵੀ ਥਕਾਵਟ ਮਹਿਸੂਸ ਨਹੀਂ ਕਰਦਾ।

ਕਿਸੇ ਵੀ ਲਾਇਬ੍ਰੇਰੀ, ਸੰਸਥਾ ਜਾਂ ਅਧਿਆਤਮਿਕ ਕੇਂਦਰ 'ਚ ਪਹਿਲਾਂ ਚੁੱਪ ਧਾਰਨ ਕੀਤੀ ਜਾਂਦੀ ਹੈ ਤੇ ਫਿਰ ਕਿਸੇ ਖੋਜ ਕਾਰਜ ਦਾ ਆਰੰਭ ਕੀਤਾ ਜਾਂਦਾ ਹੈ। ਚੁੱਪ ਰਹਿ ਕੇ ਹੀ ਵਿਦਿਆਰਥੀ ਵਿੱਦਿਆ ਗ੍ਰਹਿਣ ਕਰਦੇ ਹਨ ਤੇ ਚੁੱਪ ਰਹਿ ਕੇ ਹੀ ਕੋਈ ਇਨਸਾਨ ਆਪਣੇ ਆਪ ਦਾ ਨਿਰੀਖਣ ਤੇ ਆਤਮ-ਚਿੰਤਨ ਕਰ ਸਕਦਾ ਹੈ। ਕਈ ਵਾਰ ਕਈ ਖ਼ੂੰਖ਼ਾਰ ਡਾਕੂ, ਲੁਟੇਰੇ ਤੇ ਮਾਰਧਾੜ ਕਰਨ ਵਾਲੇ ਖਾੜਕੂ ਜਦ ਚੁੱਪ ਦੀ ਗ੍ਰਿਫ਼ਤ 'ਚ ਆ ਜਾਣ ਤਾਂ ਉਨ੍ਹਾਂ ਨੂੰ ਗਿਆਨ ਹੋ ਜਾਂਦਾ ਹੈ ਕਿ ਜਿਹੜਾ ਕੰਮ ਉਹ ਕਰਦੇ ਰਹੇ ਸਨ ਉਹ ਤਾਂ ਸਰਾਸਰ ਗ਼ਲਤ ਸੀ। ਇਸ ਚੁੱਪ ਦੀ ਸ਼ਕਤੀ ਨਾਲ ਉਹ ਆਪਣੇ ਹੀ ਅੰਦਰੋਂ ਕੋਈ ਮੂਕ ਆਵਾਜ਼ ਸੁਣ ਕੇ ਜ਼ਿੰਦਗੀ ਦੇ ਸਿੱਧੇ ਰਸਤੇ 'ਤੇ ਵੀ ਪੈ ਜਾਂਦੇ ਹਨ ਤੇ ਇੰਝ ਉਹ ਆਪਣਾ ਸੁਧਾਰ ਵੀ ਆਪ ਹੀ ਕਰਦੇ ਹਨ। ਕਈ ਵਾਰ ਅਜਿਹੀ ਚੁੱਪ ਦੀ ਆਵਾਜ਼ ਕਿਸੇ ਵਿਗੜੇ-ਤਿਗੜੇ ਜਾਂ ਆਵਾਰਾ ਇਨਸਾਨ ਨੂੰ ਵੀ ਜ਼ਿੰਦਗੀ ਦਾ ਸਹੀ ਮਾਰਗ ਵਿਖਾ ਕੇ ਸਹੀ ਰਾਹ 'ਤੇ ਤੋਰ ਦਿੰਦੀ ਹੈ।

ਇਕ ਫ਼ਿਲਾਸਫ਼ਰ ਏ. ਐੱਲ. ਸਾਮਨ ਨੇ ਚੁੱਪ ਬਾਰੇ ਇੰਝ ਕਿਹਾ ਹੈ, "ਹੇ ਮਨੁੱਖ! ਤੂੰ ਚੁੱਪ ਧਾਰਨ ਕਰ, ਚੁੱਪ ਜ਼ਿੰਦਗੀ ਦਾ ਤਾਜ ਹੈ। ਇਤਨੇ ਲੰਬੇ ਦਿਨ ਵਿਚ ਤੂੰ ਸਿਰਫ਼ ਇਕ ਘੰਟਾ ਚੁੱਪ ਰਹਿ। ਸਾਰਾ ਦਿਨ ਭਾਵੇਂ ਫਜ਼ੂਲ ਤੇ ਬੇ-ਅਰਥ ਗੱਲਾਂ ਵਿਚ ਲੰਘ ਜਾਂਦਾ ਹੈ ਪਰ ਅਸਲ ਵਿਚ ਅਸੀਂ ਕੁਝ ਵੀ ਨਹੀਂ ਆਖਦੇ, ਭਾਵ ਅਸਲ ਤੇ ਮਤਲਬ ਦੀ ਗੱਲ ਇੱਕ ਵੀ ਨਹੀਂ ਹੁੰਦੀ। ਜੇ ਤੁਸੀਂ ਸਿਆਣਪ ਸਿੱਖਣਾ ਚਾਹੁੰਦੇ ਹੋ ਤਾਂ ਜਿਸ ਨਾਲ ਤੁਹਾਡੀਆਂ ਗੱਲਾਂ ਦਾ ਕੁੱਝ ਅਸਰ ਹੋਵੇ ਤਾਂ ਥੋੜ੍ਹੀ ਦੇਰ ਲਈ ਆਪਣੀਆਂ ਗਪੌੜੀਆਂ ਤੇ ਫਜ਼ੂਲ ਗੱਲਾਂ ਤੋਂ ਪਰਹੇਜ਼ ਕਰੋ ਤੇ ਚੁੱਪ ਦੇ ਅਮੁੱਲ ਵਾਕ ਸੁਣੋ।"

ਚੁੱਪ ਰਹਿਣ ਨਾਲ ਹੀ ਇਨਸਾਨ 'ਚ ਅੰਦਰਲੀ ਸੂਝ ਵਧਦੀ ਹੈ ਤੇ ਇਨਸਾਨ ਵਧੇਰੇ ਗੰਭੀਰ ਤੇ ਸੰਜੀਦਾ ਵੀ ਹੋ ਜਾਂਦਾ ਹੈ। ਕਈ ਵਾਰ ਇਹ ਚੁੱਪ ਦੀ ਜ਼ੁਬਾਨ ਇਨਸਾਨ ਨੂੰ ਅਨੇਕਾਂ ਵਾਧੂ ਤੇ ਬੇ-ਲੋੜੇ ਝਗੜੇ-ਝੇੜੇ ਤੋਂ ਵੀ ਬਚਾ ਲੈਂਦੀ ਹੈ। ਜੇ ਦੋ ਇਨਸਾਨ ਲੜ ਵੀ ਪੈਣ ਤੇ ਜੇਕਰ ਉਨ੍ਹਾਂ 'ਚੋਂ ਇੱਕ ਚੁੱਪ ਕਰ ਜਾਵੇ ਤਾਂ ਦੂਜਾ ਥੋੜ੍ਹਾ ਚਿਰ ਬੋਲ ਕੇ ਆਪ ਹੀ ਚੁੱਪ ਕਰ ਜਾਵੇਗਾ। ਚੁੱਪ ਰਹਿਣ ਨਾਲ ਲੜਾਈ ਪੈਦਾ ਹੀ ਨਹੀਂ ਹੁੰਦੀ। ਜੇ ਪੈ ਵੀ ਜਾਵੇ ਤਾਂ ਕ੍ਰੋਧ ਕਰਨ ਦੀ ਬਜਾਏ ਚੁੱਪ ਦੀ ਸ਼ਰਨ 'ਚ ਆ ਕੇ ਵੇਖੋ। ਇੰਝ ਲੱਗੇਗਾ ਕਿ ਉੱਚੀ ਉੱਚੀ ਬੋਲਣ ਵਾਲਾ, ਬੇਲੋੜਾ ਹੀ ਬੋਲੀ ਜਾਂਦਾ ਹੈ। ਜਦੋਂ ਕਿ ਦੂਜਾ ਸਿਆਣਾ ਵਿਅਕਤੀ ਚੁੱਪ ਕਰ ਕੇ ਬੜਬੋਲੇ ਨੂੰ ਬੜੀ ਆਸਾਨੀ ਨਾਲ ਹੀ ਹਰਾ ਦਿੰਦਾ ਹੈ।

ਇੰਝ ਹੀ ਕਈ ਘਰਾਂ 'ਚ ਪਤੀ-ਪਤਨੀ ਦੇ ਝਗੜੇ ਵੇਲੇ ਦੋਹਾਂ 'ਚੋਂ ਜੇਕਰ ਇੱਕ ਸਿਆਣਾ ਹੋਵੇ ਤਾਂ ਉਹ ਚੁੱਪ ਕਰ ਜਾਵੇ ਤਾਂ ਲੜਾਈ ਜਾਂ ਝਗੜਾ ਉੱਥੇ ਹੀ ਠੱਪ ਹੋ ਕੇ ਰਹਿ ਜਾਂਦਾ ਹੈ।

ਚੁੱਪ-ਚਾਪ ਛਾਏ ਬੱਦਲ, ਇਕਦਮ ਘਨਘੋਰ ਘਟਾਵਾਂ ਦੇ ਰੂਪ 'ਚ ਆ ਬਰਸਦੇ ਹਨ ਤੇ ਹਰ ਪਾਸੇ ਪਾਣੀ ਹੀ ਪਾਣੀ ਕਰ ਦਿੰਦੇ ਹਨ। ਇੰਝ ਚੁੱਪ ਦੀ ਅਜ਼ਮਾਈ ਸ਼ਕਤੀ ਹਰ ਪਾਸੇ ਵਧੇਰੇ ਸ਼ਕਤੀਸ਼ਾਲੀ ਵਿਖਾਈ ਦਿੰਦੀ ਹੈ। ਕਈ ਵਾਰ ਕਈ ਸਿਆਣੇ ਇਨਸਾਨ ਚੁੱਪ ਰਹਿ ਕੇ ਆਪਣੀ ਜ਼ਿੰਦਗੀ ਬੜੇ ਸਲੀਕੇ ਨਾਲ ਬਸਰ ਕਰਦੇ ਵੇਖੇ ਗਏ ਹਨ।ਅਜਿਹੇ ਬੁੱਧੀਮਾਨ ਇਨਸਾਨ ਅੱਗੇ ਕੋਈ ਕੂੰਦਾ ਵੀ ਨਹੀਂ ਤੇ ਸਗੋਂ ਹੋਰ ਕਈ ਅਜਿਹੇ ਇਨਸਾਨਾਂ ਦਾ ਜਿਥੇ ਆਦਰ ਮਾਣ ਕਰਦੇ ਹਨ, ਉੱਥੇ ਉਨ੍ਹਾਂ ਦੀ ਚੁੱਪ ਦਾ ਸਿੱਕਾ ਵੀ ਮੰਨਦੇ ਹਨ।

ਪਰ ਇਹ ਵੀ ਇਕ ਸੱਚਾਈ ਹੈ ਕਿ ਚੁੱਪ ਰਹਿਣਾ ਵੀ ਉਹੀ ਸਿੱਖੇਗਾ, ਜਿਸ ਵਿਚ ਹਲੀਮੀ ਹੈ, ਸਿਆਣਪ ਹੈ, ਸਹਿਣਸ਼ੀਲਤਾ ਹੈ, ਸਬਰ ਹੈ, ਸੰਤੋਖ ਹੈ ਤੇ ਜ਼ਿੰਦਗੀ ਦੀ ਰਮਜ਼ ਨੂੰ ਸਮਝਣ ਦੀ ਸਮਰੱਥਾ ਹੈ। ਵਰਨਾ, ਤੁੱਛ-ਬੁੱਧੀ ਵਾਲਾ ਇਨਸਾਨ ਤਾਂ ਕਈ ਵਾਰ ਵਧੇਰੇ ਉੱਚੀ ਬੋਲ ਕੇ ਹੀ ਆਪਣਾ ਸਿੱਕਾ ਮਨਵਾਉਣਾ ਚਾਹੁੰਦਾ ਹੈ। ਕਈ ਬੜਬੋਲੇ ਇਨਸਾਨ ਇਹ ਸਮਝਦੇ ਹਨ ਕਿ ਕੇਵਲ ਬੋਲਣ ਨਾਲ ਹੀ ਰੋਹਬ ਪੈਂਦਾ ਹੈ। ਅਜਿਹਾ ਨਹੀਂ ਹੈ ਬਲਕਿ ਕਈ ਚੁੱਪ-ਚੁਪੀਤੇ ਅਫ਼ਸਰ ਸਾਰੇ ਦਫਤਰੀ ਅਮਲੇ 'ਤੇ ਆਪਣੀ ਸਿਆਣਪ ਦੀ ਧਾਂਕ ਜਮਾਈ ਰੱਖਦੇ ਹਨ। ਇਸ ਦੇ ਉਲਟ ਕਈ ਬੜਬੋਲੇ ਅਫ਼ਸਰਾਂ ਦਾ ਕੋਈ ਵੀ ਮਾਤਹਿਤ ਕਹਿਣਾ ਨਹੀਂ ਮੰਨਦਾ। ਸਿਆਣਿਆਂ ਨੇ ਕਿਹਾ ਹੈ ਕਿ ਜ਼ਬਾਨ 'ਤੇ ਕਾਬੂ ਰੱਖਣਾ ਸਿਆਣਪ ਦਾ ਆਰੰਭ ਹੈ ਤੇ ਦਿਲ ਤੇ ਕਾਬੂ ਪਾ ਲੈਣਾ ਸਿਆਣਪ ਦੀ ਅੰਤਮ ਹੱਦ ਹੈ। ਮਨੁੱਖ ਜ਼ਬਾਨ 'ਤੇ ਕਾਬੂ ਪਾ ਲੈਣ ਨਾਲ ਦਿਲ 'ਤੇ ਵੀ ਕਾਬੂ ਪਾ ਲੈਂਦਾ ਹੈ ਤੇ ਇਸ ਤਰ੍ਹਾਂ ਉਹ ਪੱਕਾ ਮੋਨੀ ਬਣ ਜਾਂਦਾ ਹੈ। ਚੁੱਪ ਧਾਰਨ ਕਰਨ ਨਾਲ ਹੀ ਇਨਸਾਨ ਆਪਣੀਆਂ ਅੰਦਰਲੀਆਂ ਸ਼ਕਤੀਆਂ ਨੂੰ ਜਾਣ ਸਕਦਾ ਹੈ। ਜਿਸ ਇਨਸਾਨ ਨੇ ਆਪਣੀਆਂ ਅੰਦਰਲੀਆਂ ਸ਼ਕਤੀਆਂ ਦੀ ਘੋਖ ਕੀਤੀ ਹੈ, ਉਹ ਜ਼ਿੰਦਗੀ 'ਚ ਹਮੇਸ਼ਾ ਜਿੱਤ ਪ੍ਰਾਪਤ ਕਰਦਾ ਹੈ। ਕਈ ਵਾਰ ਵੇਖਿਆ ਗਿਆ ਹੈ ਕਿ ਚੁੱਪ ਰਹਿਣ ਵਾਲਾ ਇਨਸਾਨ ਵਧੇਰੇ ਕੰਮ ਕਰਦਾ ਹੈ ਜਦੋਂ ਕਿ ਬੋਲਣ ਵਾਲਾ ਆਪਣੇ ਸ਼ਬਦਾਂ ਰਾਹੀਂ ਆਪਣੇ ਵਲੋਂ ਦੂਜਿਆਂ 'ਤੇ ਰੋਹਬ ਪਾ ਰਿਹਾ ਹੁੰਦਾ ਹੈ ਪਰ ਕੰਮ ਵਾਲੇ ਪਾਸੇ ਉਹ ਪਿਛਾਂਹ ਨੂੰ ਜਾਂਦਾ ਹੈ। ਇਸਦੇ ਉਲਟ ਜਿਹੜਾ ਕਾਮਾ ਚੁੱਪ-ਚਾਪ ਆਪਣੇ ਕੰਮ 'ਚ ਲੱਗਿਆ ਰਹੇ, ਉਹ ਸਭ ਤੋਂ ਅੱਗੇ ਨਿਕਲ ਜਾਂਦਾ ਹੈ। ਇਹ ਵੀ ਇਕ ਕਹਾਵਤ ਹੈ ਕਿ 'ਇਕ ਚੁੱਪ ਸੌ ਨੂੰ ਹਰਾਉਂਦੀ ਹੈ;' ਜਿੰਨਾ ਕੋਈ ਵਧੇਰੇ ਚੁੱਪ ਧਾਰਨ ਕਰਦਾ ਹੈ, ਓਨਾ ਹੀ ਉਹ ਵਧੇਰੇ ਰਸੀਲਾ, ਗੁਣਵਾਨ ਤੇ ਸੁਚੱਜਾ ਵੀ ਬਣਨ ਲੱਗਦਾ ਹੈ। ਸਮਾਧੀ ਲਾ ਕੇ ਬੈਠਣਾ ਵੀ ਇਕ ਮੌਨ-ਅਵਸਥਾ 'ਚ ਪਹੁੰਚਣ ਦਾ ਹੀ ਯਤਨ ਹੈ।

ਅਸੀਂ ਵੇਖਦੇ ਹਾਂ ਕਿ ਕੁਦਰਤ 'ਚ ਸਾਰੇ ਕੰਮ ਚੁੱਪ-ਚਾਪ ਹੀ ਹੋਈ ਜਾਂਦੇ ਹਨ। ਕੁਦਰਤ ਕਦੇ ਡੀਂਗ ਨਹੀਂ ਮਾਰਦੀ, ਸਗੋਂ ਰੁੱਖਾਂ 'ਤੇ ਨਵੇਂ ਨਵੇਂ ਪੱਤੇ ਨਿਕਲ ਕੇ, ਜਿਥੇ ਆਲੇ-ਦੁਆਲੇ 'ਚ ਸੁੰਦਰਤਾ 'ਚ ਵਾਧਾ ਕਰਦੇ ਹਨ, ਉਥੇ ਕਈ ਰੁੱਖਾਂ 'ਤੇ ਫਲਾਂ ਨਾਲ

ਟਹਿਣੀਆਂ ਵੀ ਹੇਠਾਂ ਝੁਕ ਜਾਂਦੀਆਂ ਹਨ। ਪਰ ਕੋਈ ਸ਼ੋਰ ਨਹੀਂ, ਕੋਈ ਰੌਲਾ ਨਹੀਂ। ਕਈ ਵਾਰ ਬਹਾਰਾਂ ਦੀ ਰੁੱਤ 'ਚ ਬਾਗਾਂ ਦੀ ਸੁੰਦਰਤਾ ਤੇ ਘਾਹ ਦੀ ਹਲੀਮੀ ਵੇਖਿਆਂ ਹੀ ਬਣਦੀ ਹੈ, ਜਦੋਂ ਅੰਬਾਂ ਦੀਆਂ ਟਹਿਣੀਆਂ ਅੰਬਾਂ ਨਾਲ ਭਰੀਆਂ ਹੇਠਾਂ ਲਟਕ ਰਹੀਆਂ ਹੁੰਦੀਆਂ ਹਨ ਤੇ ਕੋਇਲ ਆਪਣੇ ਮਿੱਠੇ ਮਿੱਠੇ ਬੋਲ ਅਲਾਪਦੀ ਹੈ, ਇਸ ਮਹਿਮਾ ਦਾ ਗੁਣਗਾਣ ਕਰਦੀ ਹੈ।

ਚੁੱਪ ਇਕ ਵਰਦਾਨ ਹੈ। ਜਿਸ ਨੇ ਚੁੱਪ ਰਹਿਣਾ ਸਿੱਖ ਲਿਆ, ਸਮਝੋ ਉਸ ਨੇ ਬਹੁਤ ਕੁਝ ਸਿੱਖ ਲਿਆ ਹੈ। ਚੁੱਪ ਰਹਿੰਦਾ ਵੀ ਉਹੀ ਹੈ, ਜਿਸ ਇਨਸਾਨ 'ਚ ਗੁਣ ਹੋਣ, ਜਿਸ ਦੀ ਜ਼ਿੰਦਗੀ 'ਚ ਸਭ ਰਹਿਮਤਾਂ ਤੇ ਬਖ਼ਸ਼ਿਸ਼ਾਂ ਦੀ ਅਮੀਰੀ ਹੋਵੇ। ਚੁੱਪ ਦੀ ਜ਼ਬਾਨ ਹੀ ਸਭ ਤੋਂ ਰਸੀਲੀ ਤੇ ਮਿੱਠੀ ਹੁੰਦੀ ਹੈ, ਇਥੋਂ ਤੀਕ ਕਿ ਜਦੋਂ ਦੋ ਪ੍ਰੇਮੀ ਪਿਆਰ ਕਰਦੇ ਹਨ, ਉਹ ਚੁੱਪ ਦੀਆਂ ਰੰਗੀਨ ਵਾਦੀਆਂ 'ਚ ਵਿਚਰਦੇ ਹਨ। ਚੁੱਪ ਰਾਹੀਂ ਉਹ ਪਿਆਰ ਸੁਨੇਹੇ ਭੇਜ ਕੇ, ਇਕ ਦੂਜੇ ਦੇ ਮਨ ਦਾ ਹਾਲ ਜਾਣ ਲੈਂਦੇ ਹਨ। ਜਿਸ ਨੇ ਚੁੱਪ ਦੀ ਭਾਸ਼ਾ ਨੂੰ ਸਮਝ ਲਿਆ ਹੈ, ਉਹ ਵਿਦਵਾਨ ਹੈ। ਇਸੇ ਲਈ ਇਕ ਫ਼ਿਲਾਸਫ਼ਰ ਅਰਨਸਟ ਕਰਾਨ ਬੀ. ਨੇ ਇਕ ਥਾਂ ਲਿਖਿਆ ਹੈ :

"ਹੇ ਆਤਮਾ! ਤੂੰ ਚੁੱਪ ਧਾਰਨ ਕਰ, ਭੜਕੀਲੀ ਬੇਚੈਨੀ ਤੇ ਕੰਮ-ਕਾਰ ਦੀਆਂ ਉਲਝਣਾਂ ਤੋਂ ਜ਼ਰਾ ਆਰਾਮ ਕਰ। ਘੜੀ ਭਰ ਲਈ ਇਕਾਂਤ ਵਿਚ ਆਪਣੇ ਆਪ ਨਾਲ ਰਹਿਣ ਤੋਂ ਮਤ ਡਰ।"

ਸੰਘਣੇ ਹਨੇਰੇ ਤੋਂ ਪਾਰ

ਬਲਦਾ ਹੋਇਆ ਚਿਰਾਗ਼ ਜਿਥੇ ਸਾਡੇ ਮਨ-ਮਸਤਕ ਵਿਚ ਰੋਸ਼ਨੀ ਕਰਦਾ ਹੈ, ਉਥੇ ਸਾਨੂੰ ਚਾਨਣ ਦਾ ਸੁਨੇਹਾ ਵੀ ਦਿੰਦਾ ਹੈ। ਇਹ ਚਾਨਣ ਜਦ ਸਾਡੇ ਹਨੇਰੇ ਮਨ ਦੀਆਂ ਨੁੱਕਰਾਂ ਨਾਲ ਟਕਰਾਉਂਦਾ ਹੈ ਤਾਂ ਰੂਹਾਂ ਵਿਚ ਦੀਵੇ ਜਗ ਪੈਂਦੇ ਹਨ। ਮਨਾਂ ਵਿਚ ਚਾਨਣ ਖਿਲਰ ਜਾਂਦਾ ਹੈ ਤੇ ਸਾਡੀ ਹਨੇਰੀ ਤੇ ਸੁੰਨੀ ਜ਼ਿੰਦਗੀ 'ਚ ਵੀ ਇਕ ਦੀਵੇ ਦੇ ਆਗਮਨ ਨਾਲ ਰੋਸ਼ਨੀ ਖਿੰਡ ਜਾਂਦੀ ਹੈ। ਅਸੀਂ ਵੇਖਦੇ ਹਾਂ ਕਿ ਹਨੇਰੀਆਂ ਥਾਵਾਂ 'ਤੇ ਜਦ ਇਕ ਦੀਵਾ ਬਲਿਆ ਹੋਵੇਗਾ ਤਾਂ ਚਾਨਣ ਦੀ ਲੋਅ ਨਾਲ ਕਿੰਨਾ ਸਹਾਰਾ ਮਿਲਿਆ ਹੋਏਗਾ। ਜਿੱਥੇ ਹਨੇਰਾ ਹੈ, ਉਥੇ ਖੜੋਤ ਹੈ। ਜਿਥੇ ਹਨੇਰਾ ਪਸਰਿਆ ਹੋਵੇ, ਉਥੇ ਰਾਹ ਵਿਖਾਈ ਨਹੀਂ ਦਿੰਦੇ ਤੇ ਇਨਸਾਨ ਜਦ ਹਨੇਰੇ ਰਾਹਾਂ ਵਿਚ ਘਿਰਿਆ ਹੋਵੇ ਤਾਂ ਉਹ ਇਕ ਸੁੰਨਸਾਨ ਜਜ਼ੀਰੇ ਵਾਂਗ ਹੋ ਜਾਂਦਾ ਹੈ—ਇਕ ਪਛੜੀ ਹੋਈ ਬਸਤੀ, ਜਿਥੇ ਕੋਈ ਰਾਹ ਨਹੀਂ, ਕੋਈ ਜ਼ਿੰਦਗੀ ਨਹੀਂ, ਕੋਈ ਸਿੱਧੀ ਲੋਅ ਨਹੀਂ। ਕੋਈ ਸੰਗੀਤ ਨਹੀਂ ਅਤੇ ਕੋਈ ਸੁੱਖ-ਸੁਨੇਹਾ ਨਹੀਂ। ਹਨੇਰੇ ਘਰਾਂ ਦੇ ਵਾਸੀ ਵੀ ਹਨੇਰੇ ਵਰਗੇ ਹੀ ਹੁੰਦੇ ਹਨ; ਆਸੇ-ਪਾਸੇ ਹਨੇਰਾ ਤੇ ਮਨਾਂ 'ਚ ਹਨੇਰਾ। ਸੰਘਣੇ ਹਨੇਰੇ 'ਚ ਘਿਰੇ ਲੋਕ ਕਿਸੇ ਹੋਰ ਹੀ ਦੁਨੀਆ ਦੇ ਵਸਨੀਕ ਜਾਪਦੇ ਹਨ। ਜਿਵੇਂ ਕੋਈ ਪਿਛਲੇ ਯੁੱਗ ਦੇ ਆਦਿਵਾਸੀ ਹੋਣ। ਨਾ ਹਿਰਦੇ 'ਚ ਰੋਸ਼ਨੀ ਨਾ ਅੱਖਾਂ 'ਚ ਨੂਰ। ਬੁਝੇ ਹੋਏ ਚਿਹਰੇ, ਬੁਝੀ ਹੋਈ ਜ਼ਿੰਦਗੀ ਤੇ ਬੁਝੇ ਹੋਏ ਘਰ।

ਅਜਿਹੇ ਹਨੇਰੇ ਦਾ ਜੀਵਨ ਬਤੀਤ ਕਰ ਰਹੇ ਅੱਜ ਹਜ਼ਾਰਾਂ ਲੋਕ ਸਾਡੇ ਸ਼ਹਿਰਾਂ ਦੇ ਆਸ-ਪਾਸ ਬਸਤੀਆਂ 'ਚ ਆਪਣਾ ਜੀਵਨ ਨਿਰਬਾਹ ਕਰ ਰਹੇ ਹਨ। ਉਹ ਇਨ੍ਹਾਂ ਹਨੇਰ-ਬਸਤੀਆਂ 'ਚ ਪੈਦਾ ਹੋ ਕੇ ਸਾਰੀ ਜ਼ਿੰਦਗੀ ਹਨੇਰ ਢੋਂਦੇ ਹਨ ਤੇ ਆਖ਼ਰ ਹਨੇਰ ਨਾਲ ਮੱਥਾ ਮਾਰਦੇ ਹਨੇਰ 'ਚ ਹੀ ਪ੍ਰਾਣ ਤਿਆਗ ਦਿੰਦੇ ਹਨ। ਇਨ੍ਹਾਂ ਦੀ ਹਨੇਰ ਜ਼ਿੰਦਗੀ ਦੀਵਿਆਂ ਤੋਂ ਸੱਖਣੀ ਹੀ ਬੀਤ ਜਾਂਦੀ ਹੈ। ਸਗੋਂ ਕਈ ਵਾਰ ਤਾਂ ਇਹ ਲੋਕ ਗਰੀਬੀ, ਅਨਪੜ੍ਹਤਾ ਤੇ ਜਹਾਲਤ ਕਾਰਨ ਘੋਰ-ਨਿਰਾਸ਼ਾ 'ਚ ਦਿਨ ਕੱਢਦੇ ਹਨ। ਜਿੱਥੇ ਨਾ ਬੱਚਿਆਂ ਦੇ ਚਿਹਰਿਆਂ 'ਤੇ ਕੋਈ ਰੌਣਕ ਹੈ ਤੇ ਨਾ ਘਰ ਦੇ ਮਾਲਕ ਦੇ ਚਿਹਰੇ 'ਤੇ ਕੋਈ ਰੁਸ਼ਨਾਈ। ਹਨੇਰੇ ਵਿਚ ਰਹਿੰਦੇ ਲੋਕ ਕਰ ਵੀ ਕੀ ਸਕਦੇ ਹਨ। ਜਿਥੇ ਹਨੇਰੇ ਦਾ ਰਾਜ ਹੋਵੇ, ਉਥੇ ਚਿਰਾਗ਼ ਕਿਵੇਂ ਬਲਣ ? ਉਥੇ ਤਾਂ ਭੁੱਖਮਰੀ, ਦਰਿੰਦਗੀ ਤੇ ਗੰਦਗੀ ਤੋਂ ਬਿਨਾਂ ਕੁੱਝ ਹੋਰ ਪੈਦਾ ਨਹੀਂ ਹੋ ਸਕਦਾ। ਜਿਵੇਂ ਕੋਈ ਕੁਰਬਲ-ਕੁਰਬਲ ਕੀੜਿਆਂ ਦੇ ਭੌਣ 'ਤੇ ਰਹਿ ਰਿਹਾ ਹੋਵੇ। ਚਿੱਕੜ, ਚੀਥੜੇ ਤੇ ਗੰਦਗੀ ਦੇ ਢੇਰ, ਮੀਂਹਾਂ ਦੇ ਪਾਣੀ ਦੇ ਛੱਪੜ ਇਨ੍ਹਾਂ ਦੀ ਵਿਰਾਸਤ ਹਨ।

ਇਹ ਗ਼ਰੀਬੀ ਦੇ ਮਾਰੇ ਲੋਕ ਨਿੱਕੇ-ਨਿੱਕੇ ਕੰਮ ਕਰ ਕੇ ਪੇਟ ਪਾਲਦੇ ਹਨ। ਇਨ੍ਹਾਂ

ਦੀਆਂ ਔਰਤਾਂ ਅਮੀਰ ਘਰਾਂ ਵਿਚ ਭਾਂਡੇ ਮਾਂਜਦੀਆਂ ਹਨ, ਪੋਚੇ ਲਾਉਂਦੀਆਂ ਹਨ ਤੇ ਕੂੜਾ-ਕਰਕਟ ਸਾਫ਼ ਕਰਦੀਆਂ ਹਨ। ਪੂਰਾ ਦਿਨ ਇਹ ਲੋਕ ਮਜ਼ਦੂਰੀ ਕਰ ਕੇ ਮਸਾਂ ਰਾਤ ਦੀ ਰੋਟੀ ਦਾ ਆਹਰ ਕਰਦੇ ਹਨ। ਕਈ ਵਾਰ ਤਾਂ ਇੰਝ ਲੱਗਦਾ ਹੈ ਜਿਵੇਂ ਗ਼ਰੀਬ ਇਨਸਾਨ ਦੇ ਮੋਢਿਆਂ 'ਤੇ ਕੋਈ ਸਿਰ ਨਾ ਹੋਵੇ। ਕਿੰਨੀ ਭੈੜੀ ਤੇ ਗ਼ਲੀਜ਼ ਜ਼ਿੰਦਗੀ ਜਿਊਣ ਲਈ ਮਜਬੂਰ ਹਨ ਇਹ ਗ਼ਰੀਬੀ ਦੇ ਲਿਤਾੜੇ ਹੋਏ ਲੋਕ, ਜੋ ਦੋ ਡੰਗ ਦੀ ਰੋਟੀ ਕਮਾਉਣ ਲਈ ਸਵੇਰ ਤੋਂ ਸ਼ਾਮ ਤੀਕ ਖੇਤਾਂ ਵਿਚ ਕੰਮ ਕਰਦੇ ਹਨ, ਸੜਕਾਂ 'ਤੇ ਪੱਥਰ ਢੋਂਦੇ ਹਨ ਤੇ ਲੁੱਕ ਪਾਉਂਦੇ ਹਨ।

ਇੰਝ ਲੱਗਦਾ ਹੈ ਜਿਵੇਂ ਕੰਮ ਨੇ ਇਨ੍ਹਾਂ ਦੀ ਮੱਤ ਮਾਰ ਦਿੱਤੀ ਹੋਵੇ ਤੇ ਇਹ ਹੈ ਵੀ ਠੀਕ। ਜੋ ਠੇਕੇਦਾਰ ਜਾਂ ਜ਼ਮੀਨ ਦੇ ਮਾਲਕ ਇਨ੍ਹਾਂ ਤੋਂ ਕੰਮ ਕਰਵਾਉਂਦੇ ਹਨ, ਉਹ ਇਨ੍ਹਾਂ ਦੇ ਕੀਤੇ ਕੰਮ ਦੇ ਬਦਲੇ ਮਸਾਂ ਹੀ ਦੋ ਡੰਗ ਦੀ ਰੋਟੀ ਤੇ ਥੋੜ੍ਹੀ ਜਿੰਨੀ ਨਕਦੀ ਦੇ ਕੇ ਇਨ੍ਹਾਂ ਨੂੰ ਮਜਬੂਰੀ ਵੱਸ ਹੀ ਘੜੀਸੀ ਫਿਰਦੇ ਹਨ। ਕੰਮ ਛੱਡ ਕੇ ਇਹ ਹੋਰ ਕਿਧਰੇ ਜਾ ਵੀ ਨਹੀਂ ਸਕਦੇ, ਕਿਉਂਕਿ ਅਗਲੇ ਦਿਨ ਦਾ ਫ਼ਿਕਰ ਇਨ੍ਹਾਂ ਨੂੰ ਆ ਘੇਰਦਾ ਹੈ ਤੇ ਇੰਝ ਭੁੱਖਾ ਪੇਟ ਇਨ੍ਹਾਂ ਨੂੰ ਤਪਦੀ ਤਿੱਖੜ ਦੁਪਹਿਰ 'ਚ ਵੀ ਕਦੇ ਆਰਾਮ ਨਹੀਂ ਕਰਨ ਦਿੰਦਾ।

ਇਹ ਤਾਂ ਮਾਲਕਾਂ ਦੀ ਮਰਜ਼ੀ ਹੈ ਕਿ ਉਹ ਇਨ੍ਹਾਂ ਬਾਰੇ ਸੋਚਣ ਜਾਂ ਇਨ੍ਹਾਂ ਦੀ ਬਣੀ ਪੂਰੀ ਮਿਹਨਤ ਇਨ੍ਹਾਂ ਦੀ ਤਲੀ 'ਤੇ ਰੱਖਣ। ਪਰ ਭਾਰਤ ਵਰਗੇ ਆਜ਼ਾਦ ਮੁਲਕ 'ਚ ਕੌਣ ਪੁੱਛਦਾ ਹੈ ਕਿ ਇਥੇ ਕਾਮੇ ਨੂੰ ਦਿਨ ਭਰ ਦੀ ਮਿਹਨਤ ਪਿੱਛੋਂ ਕੀ ਉਜਰਤ ਦਿੱਤੀ ਜਾਂਦੀ ਹੈ। ਸਗੋਂ ਕਈ ਵਾਰ ਇਨ੍ਹਾਂ ਦੀ ਮਜ਼ਦੂਰੀ ਜੋ ਮਹਿਕਮਾ ਆਪਣੇ ਵਲੋਂ ਮਿੱਥਦਾ ਹੈ, ਠੇਕੇਦਾਰ ਉਸ ਤੋਂ ਵੀ ਘੱਟ ਅਦਾ ਕਰਦੇ ਹਨ। ਇਨ੍ਹਾਂ ਗ਼ਰੀਬ ਲੋਕਾਂ ਦੇ ਸਿਰ 'ਤੇ ਠੇਕੇਦਾਰਾਂ ਦੀਆਂ ਕਾਰਾਂ ਘੁੰਮਦੀਆਂ ਹਨ ਤੇ ਵੱਡੀਆਂ-ਵੱਡੀਆਂ ਆਸਮਾਨ ਛੂੰਹਦੀਆਂ ਬਿਲਡਿੰਗਾਂ ਉਸਰ ਰਹੀਆਂ ਹਨ। ਇਨ੍ਹਾਂ ਦੇ ਖ਼ੂਨ-ਪਸੀਨੇ ਨਾਲ ਹੀ ਪੁਲ ਬਣਦੇ ਹਨ ਤੇ ਮੋਟਰਾਂ, ਗੱਡੀਆਂ ਇਨ੍ਹਾਂ ਪੁਲਾਂ ਤੋਂ ਗੁਜ਼ਰਦੀਆਂ ਹਨ। ਭਲਾ ਕੌਣ ਸੋਚ ਸਕਦਾ ਹੈ ਕਿ ਵੱਡੀਆਂ-ਵੱਡੀਆਂ ਦਿਓ-ਕੱਦ ਇਮਾਰਤਾਂ ਦੀ ਉਸਾਰੀ ਕਿਨ੍ਹਾਂ ਮਜ਼ਦੂਰਾਂ ਦੇ ਲਹੂ-ਪਸੀਨੇ ਨਾਲ ਚਿਣੀ ਹੋਈ ਹੈ। ਕਿੰਨੇ ਮਜ਼ਦੂਰਾਂ ਦੇ ਹੱਥਾਂ ਦੇ ਅੱਟਣਾਂ ਨੇ ਇਨ੍ਹਾਂ ਇੱਟਾਂ ਨੂੰ ਸਾਫ਼ ਕਰ ਕੇ ਕਿਸੇ ਸ਼ਾਨਦਾਰ ਇਮਾਰਤ ਨੂੰ ਇਹ ਖ਼ੂਬਸੂਰਤੀ ਬਖ਼ਸ਼ੀ ਹੈ। ਕੰਮ ਕੱਢਣ ਤੋਂ ਬਾਅਦ ਇਨ੍ਹਾਂ ਦੀ ਬਣਤ ਦਾ ਸਿਹਰਾ ਤਾਂ ਹੋਰਾਂ ਦੇ ਸਿਰ ਹੀ ਬੱਝ ਜਾਂਦਾ ਹੈ ਤੇ ਇਨ੍ਹਾਂ ਦੀ ਸ਼ਾਨੋ-ਸ਼ੌਕਤ ਦੇ ਗੁਣਾਂ ਸਮੇਤ ਰੰਗੀਨ ਫੋਟੋਆਂ ਵੀ ਅਖ਼ਬਾਰਾਂ 'ਚ ਛਪ ਜਾਂਦੀਆਂ ਹਨ।

ਜੇ ਗ਼ਰੀਬੀ ਦੇ ਅਸਲੀ ਦਰਸ਼ਨ ਕਰਨੇ ਹੋਣ ਤਾਂ ਪਿੰਡਾਂ 'ਚ ਜਾ ਕੇ ਵੇਖੋ, ਕਿਵੇਂ ਗ਼ਰੀਬ ਆਦਮੀ ਇਕ ਜਾਂ ਦੋ ਕਮਰਿਆਂ ਦੇ ਕੱਚੇ ਘਰਾਂ ਅਥਵਾ ਘੁਰਨਿਆਂ 'ਚ ਰਹਿ ਰਹੇ ਹਨ। ਕਿਵੇਂ ਇਨ੍ਹਾਂ ਦੇ ਬੱਚੇ ਇਨ੍ਹਾਂ ਘੁਰਨਿਆਂ 'ਚ ਮੂੰਹ ਸਿਰ ਵਲ੍ਹੇਟੀ ਮੱਖੀਆਂ ਮੱਛਰਾਂ ਦੇ ਝੁੰਡਾਂ ਦਾ ਟਾਕਰਾ ਕਰਦੇ ਹਨ ਤੇ ਕਿਵੇਂ ਮਾੜੀ-ਮੋਟੀ ਲੱਕੜ-ਤਿੰਬੜ ਇਕੱਠੀ ਕਰ ਕੇ ਇਹ ਆਪਣੀਆਂ ਰੋਟੀਆਂ ਪਕਾਉਂਦੇ ਹਨ। ਕੌਣ ਆਸ ਕਰ ਸਕਦਾ ਹੈ ਇਨ੍ਹਾਂ ਲੋਕਾਂ ਤੋਂ ਕਿ ਇਹ ਸਾਫ਼ ਕੱਪੜੇ ਪਹਿਨ ਲੈਣ। ਜਿਥੇ ਪੀਪੇ 'ਚ ਆਟਾ ਹੀ ਇਕ ਡੰਗ ਦਾ ਹੈ, ਉਹ ਸਾਬਣ ਤੇ ਕੱਪੜੇ ਧੋਣ ਦੇ ਮਹਿੰਗੇ ਡਿਟਰਜੈਂਟ ਪਾਊਡਰ ਕਿਥੋਂ ਖਰੀਦੇ ? ਕਿਵੇਂ ਉਹ ਆਪਣੇ ਲੂਣ-ਤੇਲ

ਦੀ ਫ਼ਿਕਰ 'ਚ ਬਾਹਰ ਝਾਕਣ। ਤਦ ਹੀ ਨਾ, ਜੇ ਇਨ੍ਹਾਂ ਦੀ ਜੇਬ ਭਰੀ ਹੋਈ ਹੋਵੇ ਤੇ ਸੁਆਣੀ ਘਰ ਨੂੰ ਬਣਾ ਸੰਵਾਰ ਰਹੀ ਹੋਵੇ, ਪਰ ਬਿਨਾਂ ਧਨ ਤੇ ਪੈਸਿਆਂ ਤੋਂ ਇਹ ਲੋਕ ਜ਼ਿੰਦਗੀ ਦਾ ਹਨੇਰਾ ਢੋਂਦੇ ਹੀ ਬੁੱਢੇ ਹੋ ਰਹੇ ਹਨ ਤੇ ਇਹ ਵੀ ਪਤਾ ਨਹੀਂ ਕਿ ਕਿੰਨੀਆਂ ਸਦੀਆਂ ਹੋਰ ਇਹ ਹਨੇਰਾ ਢੋਂਦੇ ਰਹਿਣਗੇ। ਇਨ੍ਹਾਂ ਲੋਕਾਂ ਦੀ ਜ਼ਿੰਦਗੀ 'ਚ ਵੀ ਇਕ ਬਲਦਾ ਹੋਇਆ ਚਿਰਾਗ਼ ਉਦੋਂ ਹੀ ਰੋਸ਼ਨੀ ਕਰ ਸਕਦਾ ਹੈ ਜਦੋਂ ਇਹ ਲੋਕ ਇਸ ਚਿਰਾਗ਼ ਦੀ ਰੋਸ਼ਨੀ ਦੇ ਅਰਥ ਸਮਝਣ ਦੇ ਸਮਰੱਥ ਹੋ ਸਕਣ। ਇਕ ਬਲਦੇ ਹੋਏ ਚਿਰਾਗ਼ ਨੇ ਹੀ ਦੁਨੀਆ ਨੂੰ ਜੀਣ ਦਾ ਫ਼ਲਸਫ਼ਾ ਦਿੱਤਾ ਹੈ। ਹਨੇਰੇ ਦੀ ਸੁਰੰਗ 'ਚੋਂ ਇਨਸਾਨ ਨੂੰ ਬਾਹਰ ਕੱਢਿਆ ਹੈ। ਇਤਿਹਾਸ ਗਵਾਹ ਹੈ ਕਿ ਹਜ਼ਾਰਾਂ ਲੋਕ ਜੋ ਕਦੇ ਹਨੇਰੇ ਭਰਿਆ ਜੀਵਨ ਬਤੀਤ ਕਰਦੇ ਸਨ, ਅੱਜ ਰੋਸ਼ਨੀ ਦੇ ਸਾਏ ਹੇਠ ਆ ਕੇ ਆਪਣਾ ਜੀਵਨ ਬਦਲ ਚੁੱਕੇ ਹਨ। ਹੋਰ ਹਨੇਰਾ ਉਹ ਬਰਦਾਸ਼ਤ ਨਹੀਂ ਕਰ ਸਕਦੇ। ਸਾਡੇ ਆਸੇ-ਪਾਸੇ ਫੈਲਿਆ ਹਨੇਰਾ ਤਦ ਹੀ ਦੂਰ ਕੀਤਾ ਜਾ ਸਕਦਾ ਹੈ ਜਦ ਸਾਡੇ ਮਨਾਂ ਵਿਚ ਰੋਸ਼ਨੀ ਹੋ ਜਾਵੇ। ਸਾਡੇ ਦਿਲਾਂ 'ਚ ਚਿਰਾਗ਼ ਬਲ ਪੈਣ ਤੇ ਸਾਡੀਆਂ ਅੱਖਾਂ ਸਹੀ ਤੇ ਗਲਤ ਦੀ ਪਛਾਣ ਕਰ ਸਕਣ।

ਇਹ ਰੋਸ਼ਨੀ ਜਿਥੇ ਅਨੇਕਾਂ ਕਿਤਾਬਾਂ ਦੇ ਅੱਖਰ ਵੰਡਦੀ ਹੈ, ਉਥੇ ਦਿਲ ਦੀ ਇਕ ਨਿੱਕੀ ਜਿਹੀ ਚਿਣਗ ਵੀ ਵੱਡੀ ਰੋਸ਼ਨੀ ਕਰਨ ਦੇ ਸਮਰੱਥ ਹੁੰਦੀ ਹੈ। ਮਨ 'ਚ ਲੱਗੀ ਚਿਣਗ ਬੜੇ ਵੱਡੇ ਇਨਕਲਾਬ ਲਿਆ ਧਰਦੀ ਹੈ। ਉਹ ਧਰਤੀਆਂ ਜੋ ਹਜ਼ਾਰਾਂ ਸਾਲ ਹਨੇਰ ਢੋਂਹਦੀਆਂ ਰਹੀਆਂ ਹਨ ਅੱਜ ਆਜ਼ਾਦ ਹੋ ਕੇ ਦੁਨੀਆ ਨੂੰ ਨਵੇਂ ਰਾਹ ਵਿਖਾ ਰਹੀਆਂ ਹਨ। ਨਵੇਂ ਮੁਲਕ ਉਸਰ ਆਏ ਹਨ। ਨਵੀਆਂ ਕਾਢਾਂ ਕੱਢੀਆਂ ਗਈਆਂ ਹਨ। ਇਨਸਾਨ ਨਵੇਂ ਰੂਪ ਵਿਚ ਵਿਚਰਦਾ ਗੁਲਾਮੀ ਤੋਂ ਆਜ਼ਾਦ ਹੋਇਆ ਹੈ। ਗੁਲਾਮੀ ਦੇ ਸੰਗਲ ਤੋੜ ਕੇ ਇਨਸਾਨ ਨੂੰ ਚਿਰਾਗ਼ ਦੀ ਰੋਸ਼ਨੀ ਸਮਝ ਆਈ ਹੈ। ਮੋਹ, ਮੁਹੱਬਤਾਂ ਦੇ ਦੀਵੇ ਜਗੇ ਹਨ।

ਹਰ ਦੌਰ 'ਚ ਰੋਸ਼ਨੀ ਜ਼ਰੂਰੀ ਹੈ। ਬਲਦੇ ਹੋਏ ਚਿਰਾਗ਼ ਦੀ ਰੋਸ਼ਨੀ ਅੱਜ ਵੀ ਇਨਸਾਨ ਨੂੰ ਨਵਾਂ ਰਾਹ ਵਿਖਾ ਸਕਦੀ ਹੈ। ਨਵੇਂ ਪੈਗ਼ਾਮ ਦੇ ਸਕਦੀ ਹੈ। ਅੰਧ-ਵਿਸ਼ਵਾਸ 'ਚ ਗ਼ਰਕੇ ਇਨਸਾਨ ਇਸ ਚਿਰਾਗ਼ ਤੋਂ ਸਹਾਰਾ ਲੈ ਕੇ ਆਪਣੇ ਹਨੇਰ-ਭਰੇ ਜੀਵਨ ਨੂੰ ਰੁਸ਼ਨਾਅ ਸਕਦੇ ਹਨ। ਅੱਜ ਵੀ ਦੁਨੀਆਂ ਦੇ ਕਈ ਕੋਨਿਆਂ 'ਚ ਜੇ ਲੋਕਾਂ ਕੋਲ ਧਨ ਹੈ ਤਾਂ ਮਨ ਦਾ ਹਨੇਰਾ ਉਨ੍ਹਾਂ ਦੇ ਮਨਾਂ ਵਿਚ ਉਸੇ ਤਰ੍ਹਾਂ ਪਸਰਿਆ ਹੋਇਆ ਹੈ। ਇਸ ਮਨ ਦੇ ਹਨੇਰੇ ਨੂੰ ਦੂਰ ਕਰਨ ਲਈ ਅਨੇਕਾਂ ਬਲਦੇ ਚਿਰਾਗ਼ਾਂ ਦੀ ਲੋੜ ਹੈ। ਇਕੱਲਾ ਧਨ ਇਨਸਾਨ ਦੀ ਜ਼ਿੰਦਗੀ ਵਿਚ ਚਾਨਣ ਨਹੀਂ ਬਿਖੇਰ ਸਕਦਾ। ਕਈ ਵਾਰ ਤਾਂ ਇਸ ਵਧੇਰੇ ਧਨ ਨੇ ਇਨਸਾਨ ਨੂੰ ਮਤਲਬੀ, ਖ਼ੁਦਗ਼ਰਜ਼ ਤੇ ਹੰਕਾਰੀ ਬਣਾ ਦਿੱਤਾ ਹੈ। ਇਸ ਵਧੇਰੇ ਧਨ ਨੇ ਇਨਸਾਨ ਤੋਂ ਇਨਸਾਨੀਅਤ ਖੋਹ ਲਈ ਹੈ। ਇਨਸਾਨੀਅਤ ਤੋਂ ਸੱਖਣਾ ਇਨਸਾਨ ਭਲਾ ਦੁਨੀਆ ਦਾ ਕੀ ਸੰਵਾਰ ਸਕਦਾ ਹੈ ? ਉਹ ਅੱਜ ਵੀ ਜੋਕ ਵਾਂਗ ਹੋਰ ਕਈ ਮਜ਼ਲੂਮਾਂ ਦਾ ਖ਼ੂਨ ਪੀ ਕੇ ਖ਼ੁਸ਼ ਹੁੰਦਾ ਹੈ। ਅੱਜ ਵੀ ਅਨੇਕਾਂ ਬੇ-ਗੁਨਾਹਾਂ ਦੇ ਖ਼ੂਨ ਨਾਲ ਉਹ ਸਰਿੰਜਾਂ ਭਰ-ਭਰ ਕੇ ਆਪਣੇ ਆਪ ਨੂੰ ਅਮੀਰ ਕਰਦਾ ਜਾ ਰਿਹਾ ਹੈ ਤੇ ਤਿਜੌਰੀਆਂ ਭਰਦਾ ਜਾ ਰਿਹਾ ਹੈ। ਉਸਦੀ ਹਾਲਤ ਉਸ ਦਿਓ ਵਰਗੀ ਹੈ ਜੋ ਹੋਰਨਾਂ ਦੀ ਜਾਨ ਲੈ ਕੇ ਜਿਊਂਦਾ ਤੇ ਪੇਟ ਪਾਲਦਾ ਹੈ, ਜੋ ਹੋਰਨਾਂ ਨੂੰ ਮੌਤ

ਦੇ ਘਾਟ ਉਤਾਰਨ ਤੋਂ ਭੋਰਾ ਵੀ ਨਹੀਂ ਝਿਜਕਦਾ।

ਅੱਜ ਇਸ ਫੈਲੇ ਹੋਏ ਹਨੇਰ ਨੂੰ ਜੇ ਕੋਈ ਰਾਹ ਵਿਖਾ ਸਕਦਾ ਹੈ ਤਾਂ ਉਹ ਕੇਵਲ ਇਕ ਬਲਦਾ ਹੋਇਆ ਚਰਾਗ਼ ਹੀ ਹੈ। ਇਹੀ ਚਿਰਾਗ਼ ਗ਼ਰੀਬੀ, ਜਹਾਲਤ, ਅੰਧ-ਵਿਸ਼ਵਾਸ ਤੇ ਗੰਦਗੀ 'ਚੋਂ ਇਨਸਾਨ ਨੂੰ ਬਾਹਰ ਕੱਢ ਸਕਦਾ ਹੈ ਤੇ ਇਹੀ ਚਿਰਾਗ਼ ਇਨਸਾਨ ਨੂੰ ਮੋਹ, ਮਾਇਆ, ਹੰਕਾਰ, ਵੈਰ-ਵਿਰੋਧ, ਈਰਖਾ ਤੇ ਇਨਸਾਨੀਅਤ ਤੇ ਖ਼ੂਨ ਨਾਲ ਰੰਗੇ ਹੱਥਾਂ ਨੂੰ ਸਾਫ਼ ਕਰ ਕੇ ਮੁੜ ਤੋਂ ਸਾਦੀ, ਸਾਫ਼, ਪਾਕ ਤੇ ਪਵਿੱਤਰ ਜ਼ਿੰਦਗੀ ਜੀਣ ਦਾ ਸੁਨੇਹਾ ਦੇ ਸਕਦਾ ਹੈ। ਆਓ! ਬਲਦੇ ਹੋਏ ਚਿਰਾਗ਼ ਤੋਂ ਰੋਸ਼ਨੀ ਮੰਗੀਏ!

ਪੰਜਾਬ ਵਸਦਾ ਗੁਰਾਂ ਦੇ ਨਾਂ 'ਤੇ....

ਪੰਜਾਬ ਦੀ ਧਰਤੀ ਉਹ ਧਰਤੀ ਹੈ ਜਿਥੇ ਕਦੇ ਗੁਰੂਆਂ, ਪੈਗੰਬਰਾਂ ਤੇ ਪੀਰਾਂ ਨੂੰ ਆਪਣੀ ਤਪੱਸਿਆ ਸਾਧ ਕੇ ਧਰਤੀ ਨੂੰ ਪੰਜਾਬੀ ਹੋਣ ਤੇ ਪੰਜਾਬੀ ਬਣਨ ਦਾ ਮਾਣ ਬਖ਼ਸ਼ਿਆ। ਜਿਥੇ ਪੰਜਾਬੀ ਮਾਂ ਧਰਤੀ ਦਾ ਸੀਨਾ ਏਨਾ ਵਿਸ਼ਾਲ ਤੇ ਪਿਆਰ ਭਰਿਆ ਹੈ, ਉਥੇ ਪੰਜਾਬੀ ਮਾਂ ਵੀ ਕਿਸੇ ਤੋਂ ਘੱਟ ਨਹੀਂ। ਜਿਸ ਬੱਚੇ ਨੇ ਪੰਜਾਬਣ ਦਾ ਦੁੱਧ ਪੀਤਾ ਹੈ, ਉਹ ਬਹਾਦਰ ਤੇ ਵਿਲੱਖਣ ਸ਼ਖ਼ਸੀਅਤ ਦਾ ਮਾਲਕ ਹੋਵੇਗਾ। ਇੰਝ ਹੀ ਪੰਜ ਦਰਿਆਵਾਂ ਦੀ ਧਰਤੀ 'ਤੇ ਜਿਸ ਕਿਸੇ ਗੱਭਰੂ ਨੇ ਕਦੇ ਲਹੂ, ਪਸੀਨਾ ਵਹਾਅ ਕੇ ਮਿਹਨਤ ਕੀਤੀ ਹੈ, ਧਰਤੀ ਨੇ ਸਦਾ ਉਸ ਦਾ ਕਰਜ਼ ਚੁਕਾਇਆ ਹੈ। ਪੰਜਾਬ ਦੀ ਧਰਤੀ ਦਾ ਕਣ-ਕਣ ਇਸ ਦਾ ਗਵਾਹ ਹੈ ਕਿ ਪੁਰਾਣੇ ਸਮਿਆਂ 'ਚ ਵੀ ਪੰਜਾਬੀਆਂ ਦੇ ਸਿਦਕ ਕਿੰਨੇ ਬਲਵਾਨ ਹੋਇਆ ਕਰਦੇ ਸਨ। ਜਦ ਦੋ ਭਰਾਵਾਂ ਦੀ ਜਿਥੇ ਇੱਜ਼ਤ, ਮਾਣ ਮਰਯਾਦਾ ਸਾਂਝੀ ਸੀ, ਉਥੇ ਉਹ ਇਕ-ਦੂਜੇ ਲਈ ਜਾਨਾਂ ਵਾਰਨ ਲਈ ਵੀ ਸਦਾ ਤਿਆਰ ਰਹਿੰਦੇ ਸਨ ਤੇ ਕਈ ਵਾਰ ਇਸੇ ਪੰਜਾਬੀ ਖ਼ੂਨ ਦੇ ਸਦਕੇ ਉਹ ਬੰਨੇ ਚੰਨੇ ਦੇ ਭਰਾਵਾਂ ਨਾਲ ਵੀ ਸਕਿਆਂ, ਸੋਦਰਿਆਂ ਵਾਲਾ ਹੀ ਵਿਹਾਰ ਕਰਦੇ ਸਨ। ਕੋਈ ਦੂਈ ਦਵੈਤ ਦੀ ਕਹਾਣੀ ਨਹੀਂ ਸੀ ਹੁੰਦੀ।

ਇਹ ਅਜੇ ਕੱਲ੍ਹ ਦੀਆਂ ਗੱਲਾਂ ਹਨ ਜਦੋਂ ਪੰਜਾਬ ਦੇ ਪਿੰਡਾਂ 'ਚ ਛਿੰਝਾਂ ਪੈਂਦੀਆਂ, ਪਹਿਲਵਾਨ ਅਖਾੜੇ ਪੁੱਟ ਕੇ ਆਪਣੇ ਜਿਸਮਾਂ ਦੇ ਲਹੂ ਨੂੰ ਪਰਖਦੇ ਤੇ ਮੁਗਦਰ, ਬੋਰੀਆਂ ਚੁੱਕ ਕੇ ਜ਼ੋਰ ਦੀ ਗਵਾਹੀ ਭਰਦੇ। ਸੌਂਚੀ ਖੇਡਦੇ, ਗੱਭਰੂ ਡੱਕਿਆਂ ਨਹੀਂ ਸੀ ਡੱਕੇ ਜਾਂਦੇ। ਚਿਹਰਿਆਂ 'ਤੇ ਲਾਲੀ ਝਲਕਦੀ ਤੇ ਪੱਟਾਂ 'ਤੇ ਮੋਰਨੀਆਂ ਖੁਦਵਾ ਕੇ ਆਪਣੇ ਨਵੇਂ ਨਰੋਏ ਜਿਸਮ ਦਾ ਮੁਜ਼ਾਹਰਾ ਕਰਦੇ। ਇਹ ਉਹੀ ਵਕਤ ਸੀ ਜਦ ਇਕ-ਇਕ ਗੱਭਰੂ ਕਮਾਏ ਹੋਏ ਜੁੱਸੇ ਤੇ ਭਾਰੀ ਭਰਕਮ ਸਰੀਰ ਨਾਲ ਦਰੱਖ਼ਤ ਪੁੱਟਣ ਤੱਕ ਜਾਂਦੇ ਤੇ ਕਈ ਕਿੱਕਰ ਸਿੰਘ ਵਰਗੇ ਦਰੱਖ਼ਤ ਨੂੰ ਜੱਫੀ ਪਾ ਕੇ ਜੜ੍ਹੋਂ ਉਖਾੜ ਦਿੰਦੇ। ਮਾਵਾਂ ਆਪਣੇ ਅਜਿਹੇ ਸੂਰਮੇ ਪੁੱਤਰਾਂ 'ਤੇ ਮਾਣ ਕਰਦੀਆਂ। ਘਰ 'ਚ ਪੰਜ-ਪੰਜ ਮੱਝਾਂ ਬੰਨ੍ਹੀਆਂ ਹੁੰਦੀਆਂ ਤੇ ਦੁੱਧ-ਘਿਉ ਦੀ ਬਹਾਰ ਨਾਲ ਘਰ ਦੇ ਸਾਰੇ ਜੀਆਂ ਦੇ ਚਿਹਰੇ ਖਿੜ-ਖਿੜ ਪੈਂਦੇ। ਪਹਿਰਾਵੇ 'ਚ ਸਾਦਗੀ ਪਰ ਜਿਸਮ ਨਰੋਏ। ਅਜਿਹੇ ਹੀ ਗੱਭਰੂ ਜਦ ਪਿੰਡਾਂ ਦੀਆਂ ਗਲੀਆਂ 'ਚ ਕਦੇ ਫੇਰਾ ਪਾਉਂਦੇ ਤਾਂ ਹਾਣ-ਪਰਵਾਣ ਦੀਆਂ ਮੁਟਿਆਰਾਂ ਲੁਕ-ਲੁਕ ਵੇਂਹਦੀਆਂ। ਦਿਲ ਹੀ ਦਿਲ 'ਚ ਕੁਰਬਾਨ ਹੁੰਦੀਆਂ ਤੇ ਦਰਸ਼ਨੀ ਜੁਆਨਾਂ ਦੀਆਂ ਸਿਫ਼ਤਾਂ ਕਰ ਕਰ ਨਾ ਥੱਕਦੀਆਂ।

ਸਾਰੇ ਘਰ ਸਾਂਝੇ, ਸਭ ਇੱਜ਼ਤਾਂ ਬਰਾਬਰ। ਕੋਈ ਮਾਂ ਕਦੇ ਵੀ ਕਿਸੇ ਪੁੱਤ ਨੂੰ ਦੁੱਧ-ਘਿਉ ਤੋਂ ਨਾ ਵਰਜਦੀ, ਟੋਕਦੀ। ਚੜ੍ਹੀ ਜਵਾਨੀ ਕੰਧਾਂ, ਕੋਠੇ ਟੱਪਦੀ ਤੇ ਮੁਟਿਆਰ ਦਾ

ਭਖ਼ਦਾ ਚਿਹਰਾ ਚੰਨ ਨੂੰ ਮਖ਼ੌਲਾਂ ਕਰਦਾ। ਰੇਸ਼ਮ ਦੇ ਪੱਟ ਵਰਗੇ ਜਿਸਮ। ਮੌਲੀ, ਮਹਿੰਦੀ ਤੇ ਸ਼ਿੰਗਾਰ ਨਾਲ ਜਦ ਮੁਟਿਆਰਾਂ ਆਪਣੇ ਆਪ ਨੂੰ ਸ਼ੀਸ਼ੇ 'ਚ ਵੇਂਹਦੀਆਂ ਤਾਂ ਅੱਖਾਂ ਰੱਜ-ਰੱਜ ਜਾਂਦੀਆਂ। ਮਾਵਾਂ ਆਪਣੀਆਂ ਧੀਆਂ ਦੇ ਰੂਪ ਵੇਖ ਕੇ ਹੈਰਾਨ ਹੁੰਦੀਆਂ। ਕਾਲੇ ਰੰਗ ਦੇ ਰਿਬਨ ਤੇ ਪਰਾਂਦੇ ਪਾ ਕੇ ਨਜ਼ਰਾਂ ਲੱਗਣ ਤੋਂ ਵਰਜਦੀਆਂ, ਬਚਾਉਂਦੀਆਂ।

ਘਰਾਂ ਦੇ ਭੜੋਲੇ ਸਦਾ ਭਰੇ ਦੇ ਭਰੇ। ਦੁੱਧਾਂ, ਘਿਉਆਂ ਨਾਲ ਚਾਟੀਆਂ, ਪੀਪੇ ਤੇ ਬਲਣੀਆਂ ਨੱਕੋ-ਨੱਕ ਭਰ ਜਾਂਦੀਆਂ। ਮਾਵਾਂ ਦੇ ਚਾਅ ਨਾ ਚੁੱਕੇ ਜਾਂਦੇ। ਧੀਆਂ ਦੇ ਹੁਸਨ ਦੀ ਚਰਚਾ ਤੇ ਸੋਹਬਤ ਹਰ ਘਰ ਦੇ ਜੀਆਂ ਦੇ ਮੂੰਹੋਂ ਬੋਲਦੀ। ਗੁੜ, ਸ਼ੱਕਰ, ਸ਼ਰਬਤ ਤੇ ਦੁੱਧਾਂ, ਘਿਉਆਂ ਨਾਲ ਪਾਲੇ ਜਿਸਮ ਮੂੰਹੋਂ ਬੋਲਦੇ। ਜਵਾਨੀ ਖੌਰੂ ਪਾਉਂਦੀ।

ਵਿਆਹਾਂ ਦੇ ਇਕੱਠ ਕਿੰਨੇ ਸੋਹਣੇ ਫਬ-ਫਬ ਪੈਂਦੇ। ਬਰਾਤੀਆਂ ਦੇ ਚਾਦਰੇ ਖੜਕਦੇ, ਪੱਗਾਂ ਤੇ ਸ਼ਮਲੇ ਝੂਲਦੇ ਤੇ ਕੈਂਠੇ ਲਿਸ਼ਕਾਂ ਮਾਰਦੇ। ਤਿੱਲੇਦਾਰ ਕੱਢੀਆਂ ਜੁੱਤੀਆਂ ਪੰਜਾਬ ਦੀ ਧਰਤੀ 'ਤੇ ਮੜ੍ਹਕ ਮੜ੍ਹਕ ਤੁਰਦੀਆਂ। ਮਾਵਾਂ ਸੱਜੇ-ਖੱਬੇ ਆਪਣੇ ਪੁੱਤਾਂ ਨੂੰ ਵੇਖ ਕੇ ਰੱਜ-ਰੱਜ ਜਾਂਦੀਆਂ। ਜਾਨੀਆਂ ਦੀ ਚੜ੍ਹਤ ਵੇਖ ਕੇ ਲਸ਼ਕਰਾਂ ਦੇ ਭੁਲੇਖੇ ਪੈਂਦੇ ਤੇ ਚੜ੍ਹਿਆ ਲਾੜਾ ਮਿਰਜ਼ਾ ਜਾਪਦਾ। ਸਾਰੇ ਜਾਨੀ ਸਕੇ ਭਰਾਵਾਂ ਵਾਂਗ ਫਬਦੇ। ਕੋਈ ਵੀ ਇਹ ਨਾ ਕਹਿੰਦਾ ਕਿ ਇਹ ਵੱਖ-ਵੱਖ ਘਰਾਂ ਦੇ ਲੋਕ ਨੇ ਜਾਂ ਵੱਖ-ਵੱਖ ਘਰਾਂ ਤੋਂ ਆਏ ਨੇ। ਪਿਆਰਾਂ ਦੇ ਦਰਿਆ ਵਗਦੇ ਤੇ ਇਨ੍ਹਾਂ ਦਰਿਆਵਾਂ ਦੇ ਪਾਣੀ ਲੋਕੀਂ ਚੁਲੀਆਂ ਭਰ-ਭਰ ਪੀਂਦੇ, ਸਾਰਾ ਪਿੰਡ ਵਿਆਹ ਵੇਲੇ ਕਰਵਟ ਬਦਲਦਾ ਤੇ ਸਜ-ਸੰਵਰ ਕੇ ਨਿੱਖਰ ਨਿੱਖਰ ਪੈਂਦਾ।

ਜਿਥੇ ਬਰਾਤ ਡੇਰਾ ਲਾਉਂਦੀ, ਸਪੀਕਰ ਧੂੜਾਂ ਪੱਟਦੇ। ਤਵਿਆਂ ਦੇ ਮਿੱਠੇ ਬੋਲ ਸੀਨਾ ਚੀਰ ਕੇ ਲੰਘ ਜਾਂਦੇ। ਲਹੂ ਉਬਾਲੇ ਖਾਂਦਾ। ਗੱਭਰੂ, ਮੁਟਿਆਰਾਂ ਤੇ ਸਭ ਸੱਜਣ-ਬੇਲੀ ਨਵੇਂ-ਨਵੇਂ ਰਿਕਾਰਡ ਸੁਣ ਕੇ ਮਸਤੀ 'ਚ ਝੂਮਦੇ। ਸਾਰਾ ਪਿੰਡ ਇਕੱਠਾ ਹੋ ਜਾਂਦਾ ਤੇ ਬਰਾਤ ਦੇ ਡੇਰੇ ਵਾਲੀ ਥਾਂ ਲੋਕਾਂ ਦੇ ਇਕੱਠ ਬੱਝ ਜਾਂਦੇ। ਸ਼ਿੰਗਾਰੇ ਹੋਏ ਊਠ ਮੱਘੇ ਕੱਢਦੇ ਤੇ ਊਠਾਂ 'ਤੇ ਬੈਠੇ ਜੋੜੇ ਧਰਤੀ ਦਾ ਸ਼ਿੰਗਾਰ ਜਾਪਦੇ। ਲੋਕੀਂ ਖ਼ੁਸ਼ੀਆਂ 'ਚ ਝੂਮਦੇ, ਗਾਉਂਦੇ ਤੇ ਦਾਰੂ ਦੇ ਪਿਆਲੇ ਭਰ-ਭਰ ਪੀਂਦੇ। ਅੰਦਰੇ-ਅੰਦਰ ਖ਼ਿਆਲਾਂ ਰਾਹੀਂ ਸਵਰਗਾਂ ਦੇ ਝੂਟੇ ਲੈਂਦੇ।

ਕੁੜੀ ਤੋਰਨ ਵੇਲੇ ਫੇਰ ਸਾਰਾ ਪਿੰਡ ਇਕੱਠਾ ਹੋ ਜਾਂਦਾ। ਰੰਗ-ਬਿਰੰਗੇ ਸੂਟਾਂ 'ਚ ਫਬੀਆਂ ਮੁਟਿਆਰਾਂ ਹੂਰਾਂ ਜਾਪਦੀਆਂ। ਗੀਤ ਗਾਉਂਦੀਆਂ ਤਾਂ ਕਾਲਜੇ ਨੂੰ ਧੂਹ ਪੈਂਦੀ। ਵਹੁਟੀ ਨੂੰ ਸ਼ਗਨ ਦੇ ਕੇ ਮੂੰਹ ਮਿੱਠਾ ਕਰਾ ਕੇ ਤੋਰਿਆ ਜਾਂਦਾ। ਧਰਤੀ ਹਿੱਲ-ਹਿੱਲ ਪੈਂਦੀ ਤੇ ਕੰਧਾ ਡੋਲਦੀਆਂ। ਧੀ ਤੋਰਨ ਵੇਲੇ ਮਾਵਾਂ ਦੇ ਕਾਲਜੇ ਦੇ ਰੁੱਗ ਭਰੇ ਜਾਂਦੇ ਪਰ ਕੌਣ ਨਾਬਰ ਹੋਇਆ ਹੈ ਆਦਿ-ਕਾਲ ਦੀਆਂ ਰੀਤਾਂ ਤੇ ਰਸਮਾਂ ਤੋਂ। ਸਗੋਂ ਕਈ ਸਚਿਆਰੀਆਂ ਮਾਵਾਂ ਹੁਬਕੀਂ ਰੋਂਦੀ ਧੀ ਨੂੰ ਸਮਝਾਉਂਦੀਆਂ। ਇਕੱਠੀਆਂ ਹੋਈਆਂ ਸੱਜ ਵਿਆਹੀਆਂ ਦੇ ਚਾਅ ਨਾ ਚੁੱਕੇ ਜਾਂਦੇ। ਗੱਲਾਂ ਨਾ ਮੁੱਕਦੀਆਂ। ਜਦੋਂ ਪਿਆਰਾਂ ਦੀ ਛੱਲ ਵਗਦੀ ਤਾਂ ਗਲੇ ਲੱਗ ਕੇ ਡੁਸਕਦੀਆਂ। ਮੇਲ਼-ਮਿਲਾਪ ਨਾਲ ਹਿੱਕਾਂ ਠਰ ਜਾਂਦੀਆਂ।

ਵਿਆਹ ਤੋਂ ਬਾਅਦ ਵੀ ਕਈ-ਕਈ ਦਿਨ ਮਹਿਫ਼ਲਾਂ ਜੁੜਦੀਆਂ। ਸਾਂਝੇ ਵਰਤਾਰੇ ਨਾਲ ਵਿਆਹ ਵਾਲੇ ਘਰ ਰੌਣਕਾਂ ਲੱਗਦੀਆਂ। ਜਿਥੇ ਖ਼ੁਸ਼ੀਆਂ ਸਾਂਝੀਆਂ, ਉਥੇ ਕੰਮ, ਦੁੱਖ ਤੇ

ਤਕਲੀਫ਼ਾਂ 'ਚ ਵੀ ਇਕ-ਦੂਜੇ ਦੇ ਭਾਈਵਾਲ। ਪਿੰਡ ਦੀ ਸਾਂਝੀ ਬੁੱਕਲੀਂ, ਪਿੰਡ ਦੇ ਸਾਂਝੇ ਕੰਮ ਲੋਕੀਂ ਰਲ ਕੇ ਨਜਿੱਠਦੇ। ਕੋਈ ਉੱਚੀ ਨਾ ਕੂੰਦਾ। ਬੋਲ-ਬੁਲਾਰੇ ਨਾਲ ਗਲੀਆਂ ਭਰੀਆਂ ਰਹਿੰਦੀਆਂ। ਬੁੱਢੇ, ਠੇਰੇ ਵੀ ਪਿੰਡ ਦੀ ਹਵਾ 'ਚ ਸਾਹ ਲੈਂਦੇ, ਸੁੱਖ-ਸਾਂਦ ਪੁੱਛਦੇ ਤੇ ਖ਼ੁਸ਼ੀ ਨਾਲ ਦਿਨ ਲੰਘਾਉਂਦੇ। ਕੋਈ ਇਕੱਲਤਾ ਵਾਲੀ ਗੱਲ ਨਾ, ਕੋਈ ਹੇਰਵਾ ਤੇ ਗ਼ਮ ਨਾ। ਸਭ ਇਕੱਠੇ, ਸਭ ਦਿਲਾਂ ਦੇ ਭੇਤੀ ਤੇ ਮਲ੍ਹਮਾਂ ਲਾਉਣ ਵਾਲੇ।

ਘਰ ਭਾਵੇਂ ਕੱਚੇ ਤੇ ਕੰਧਾਂ ਵੀ ਕੱਚੀਆਂ ਪਰ ਮਿੱਟੀ ਪੋਚੇ ਨਾਲ ਲਿੱਪੀਆਂ ਤੇ ਪੋਚੀਆਂ। ਸਾਫ਼-ਸੁਥਰੇ ਵਿਹੜੇ। ਤਿੱਤਰ, ਮੋਰ ਤੇ ਜਨੌਰਾਂ ਨਾਲ ਚਿੱਤਰਕਾਰੀ ਕਰ ਕੇ ਬਣਾਈਆਂ ਰਸੋਈਆਂ, ਲਿਸ਼ਕ-ਲਿਸ਼ਕ ਪੈਂਦੇ ਭਾਂਡੇ, ਜੱਗ, ਕਟੋਰੇ, ਪਰਾਤਾਂ, ਥਾਲ ਤੇ ਦੋਹਣੇ ਬੜੇ ਕਰੀਨੇ ਨਾਲ ਰਸੋਈ ਦਾ ਸ਼ਿੰਗਾਰ ਬਣੇ ਹੋਏ। ਕੰਗਨੀ ਵਾਲੇ ਵੱਡੇ ਗਲਾਸ। ਜਿੰਨੇ ਵੱਡੇ ਲੋਕਾਂ ਦੇ ਹਾਜ਼ਮੇ, ਓਡੇ ਵੱਡੇ ਹੀ ਭਾਂਡੇ। ਗਾਗਰਾਂ ਤੇ ਕੁੱਜੇ, ਬਠਲੇ ਸਭ ਥਾਂ ਪੁਰ ਥਾਂ ਟਿਕੇ ਹੋਏ। ਵੱਡੇ-ਵੱਡੇ ਘਰ ਤੇ ਵੱਡੇ-ਵੱਡੇ ਖੁੱਲ੍ਹੇ ਵਿਹੜੇ। ਰੁੱਖਾਂ, ਪਿੱਪਲਾਂ ਤੇ ਬੋਹੜਾਂ ਦੀ ਧਰਤੀ ਪੰਜਾਬ। ਜਿਥੇ ਸੁਨੇਹੇ ਪੰਛੀਆਂ ਰਾਹੀਂ ਪਹੁੰਚਦੇ। ਘੁੱਗੀਆਂ, ਕਬੂਤਰ, ਚਿੜੀਆਂ, ਕਾਂ ਤੇ ਜਨੌਰ ਸਭ ਘਰਾਂ ਦੀਆਂ ਰੌਣਕਾਂ। ਮੋਰਾਂ ਦੀਆਂ ਪੈਲਾਂ ਤੇ ਘਰਾਂ ਦੇ ਬਨੇਰੇ ਸਵੇਰ ਸਾਰ ਵੇਖਣ ਵਾਲੇ ਹੁੰਦੇ। ਚੰਨ ਦੀਆਂ ਰਿਸ਼ਮਾਂ, ਸਾਰੇ ਪਿੰਡ 'ਤੇ ਠੰਢੀਆਂ ਸੀਤਲ ਕਿਰਨਾਂ ਰਾਤ ਦੇ ਹੁਸਨ 'ਚ ਰੰਗ ਭਰਦੀਆਂ। ਦੂਰੋਂ ਹੀ ਅਜਿਹੇ ਪਿੰਡ ਨੂੰ ਵੇਖ ਕੇ ਚਾਅ ਚੜ੍ਹ ਜਾਂਦਾ। ਜਿਥੇ ਕੋਈ ਬੇਗਾਨਾ ਨਾ। ਸਭ ਆਪਣੇ। ਸਭ ਬੁੜ੍ਹੀਆਂ, ਕੁੜੀਆਂ ਆਪਣੀਆਂ ਜਾਪਣ। ਸਾਰੇ ਮਾਮੇ, ਨਾਨੇ ਆਪਣੇ। ਚਾਚੇ, ਤਾਏ ਤੇ ਪਿਉ ਆਪਣੇ। ਭਲਾ ਏਨਾ ਕੁਝ ਹੁੰਦਿਆਂ ਸੁੰਦਿਆਂ ਕਿਵੇਂ ਖ਼ੂਨ ਨਾ ਵਧੇ ? ਕਿਵੇਂ ਚਾਅ ਨਾ ਚੜ੍ਹੇ ? ਕਿਵੇਂ ਅਪਣੱਤ ਨਾ ਜਾਗੇ ? ਕਿਵੇਂ ਰੂਪ ਦੇ ਨਿਖਾਰ ਨੂੰ ਵੇਖ ਕੇ ਲਹੂ ਹਰਕਤ 'ਚ ਨਾ ਆਵੇ। ਇਹ ਪੰਜਾਬ ਦੀ ਧਰਤੀ। ਇਹ ਪੰਜਾਬ ਸਭ ਆਪਣਾ। ਤਿੱਥ-ਤਿਉਹਾਰਾਂ ਨੂੰ ਮੰਨ ਕੇ ਤੁਰਦੀਆਂ ਸੁਆਣੀਆਂ। ਮਟੀਆਂ, ਮਮਟੀਆਂ 'ਤੇ ਅਸੀਸਾਂ ਮੰਗਦੀਆਂ ਤੇ ਚੌਮੁਖੀਏ ਜਗਾਉਂਦੀਆਂ। ਸਦਾ ਦਿਲ 'ਚ ਚਾਨਣ ਭਰਦੀਆਂ। ਇਹ ਚਾਨਣ ਦਿਲਾਂ ਨੂੰ ਰੋਸ਼ਨ ਕਰਦੇ। ਗੁੜ, ਸ਼ੱਕਰ, ਸ਼ੀਰਨੀ ਵੰਡਦੀਆਂ। ਬਾਲਾਂ ਨਾਲ ਬਾਤਾਂ ਪਾਉਂਦੀਆਂ ਤੇ ਲੋਰੀਆਂ ਗਾਉਂਦੀਆਂ। ਵਰਤ ਰੱਖਦੀਆਂ। ਸੁੱਖਾਂ ਸੁੱਖਦੀਆਂ ਤੇ ਠੰਢਾਂ ਵਰਤਾਉਂਦੀਆਂ। ਮੇਰੇ ਪੰਜਾਬ ਦੀਆਂ ਮਹਾਨ ਔਰਤਾਂ। ਸਭ ਹਰਖ, ਸੋਗ ਅੰਦਰੇ ਪੀ ਜਾਂਦੀਆਂ।

ਕਿੱਕਰਾਂ, ਬੇਰੀਆਂ, ਬਰੋਟੇ, ਜੰਡ, ਕਰੀਰ ਦੇ ਰੁੱਖਾਂ ਦੀ ਛਾਂ ਮਾਣਦੀਆਂ ਇਹ ਔਰਤਾਂ ਇਸ਼ਟ ਪੂਜਦੀਆਂ, ਰੱਬ ਧਿਆਉਂਦੀਆਂ, ਆਪਣੇ ਸਿਰ ਦੇ ਸਾਈਂ ਦੀ ਸੁੱਖ ਲੋੜਦੀਆਂ। ਪੜ੍ਹਾਈ ਇਨ੍ਹਾਂ ਦੀ ਥੋੜ੍ਹੀ ਪਰ ਮਾਣ-ਮਰਯਾਦਾ ਬਹੁਤੀ। ਅੱਖਰ-ਗਿਆਨ ਘੱਟ ਤੇ ਸਿਆਣਪ ਵੱਧ।

ਇੰਝ ਹੀ ਗੱਭਰੂ, ਜੱਟ, ਛੀਂਬੇ, ਨਾਈ ਤੇ ਘੁਮਿਆਰ ਆਪਣਾ ਕਿੱਤਾ ਕਰਦੇ ਪੂਰੀ ਤਰ੍ਹਾਂ ਸੰਤੁਸ਼ਟ। ਸਾਰੇ ਸਭ ਦੀ ਸੇਵਾ 'ਚ ਹਾਜ਼ਰ। ਸਿਆੜ ਕੱਢਣ ਵਾਲੇ ਕਿਸਾਨ, ਧਰਤੀ ਮਾਂ ਨੂੰ ਪੂਜਦੇ ਤੇ ਧਿਆਉਂਦੇ। ਰਾਹੀ, ਪਾਂਧੀ ਦਾ ਖ਼ਿਆਲ ਰੱਖਦੇ। ਪ੍ਰਾਹੁਣਚਾਰੀ ਇਨ੍ਹਾਂ ਦੀ ਵੇਖਣ ਵਾਲੀ। ਗੰਢੇ, ਅਚਾਰ ਨਾਲ ਰੋਟੀ ਖਾ ਕੇ ਰੱਜੇ-ਪੁੱਜੇ। ਲੱਸੀ ਦੇ ਦੋਹਣੇ ਪੀ ਕੇ ਕੁੱਖਾਂ ਕੱਢਣ

ਵਾਲੇ। ਰੱਬ ਨਾਲ ਸਾਂਝ ਪਾਉਣ ਵਾਲੇ ਤੇ ਰੱਬ ਦੀ ਰਜ਼ਾ 'ਚ ਸਾਹ ਲੈ ਕੇ ਜਿਊਂਦੇ। ਉਂਜ ਤਾਂ ਭਾਵੇਂ ਇਹ ਕਿਸੇ ਨੂੰ ਉੱਚਾ ਨਾ ਬੋਲਣ ਪਰ ਇਨ੍ਹਾਂ ਦੀ ਕੱਢੀ ਗਾਲ੍ਹ ਵੀ ਪਿਆਰੀ-ਪਿਆਰੀ ਲੱਗਦੀ। ਜੋ ਅੰਦਰ, ਉਹੀ ਬਾਹਰ। ਸੁੱਚੇ-ਸੁੱਚੇ ਇਹ ਗੱਭਰੂ ਪੰਜਾਬ ਦੇ। ਸਦਾ ਜੁਆਨੀਆਂ ਮਾਣਨ ਤੇ ਧਰਤੀ ਮਾਂ ਦਾ ਕਰਜ਼ ਉਤਾਰਨ।

ਅੱਜ ਭਾਵੇਂ ਇਹ ਪੰਜਾਬ ਕਿਧਰੇ ਵੇਖਣ ਨੂੰ ਨਾ ਮਿਲੇ ਪਰ ਅੱਖਾਂ 'ਚ ਉਤਰੀ ਤਸਵੀਰ ਕਦ ਅਲੋਪ ਹੁੰਦੀ ਹੈ। ਦਿਲਾਂ 'ਚ ਵੱਸਦੀ ਪੰਜਾਬ ਦੀ ਤਸਵੀਰ ਤਾਂ ਸਦਾ-ਸਦਾ ਲਈ ਸਾਡੇ ਅੰਗ-ਸੰਗ ਰਹੇਗੀ ਤੇ ਹਰ ਪੰਜਾਬੀ ਲਈ ਜਿਸ ਦੀਆਂ ਰਗਾਂ 'ਚ ਪੰਜਾਬੀ ਹੋਣ ਦਾ ਸੁੱਚਾ ਮਾਣ ਹੈ, ਇਹ ਪੰਜਾਬ ਸਦਾ ਵੱਸਦਾ-ਰਸਦਾ ਰਹੇਗਾ!

ਬੁਢਾਪੇ ਦਾ ਸਹਿਜ ਗਿਆਨ ਤੇ ਜ਼ਿੰਦਗੀ ਦੀ ਪੈੜ-ਚਾਲ

ਜਦੋਂ ਇਨਸਾਨ ਬੁਢਾਪੇ ਦੀ ਆਮਦ ਮਹਿਸੂਸ ਕਰਦਾ ਹੈ ਤਾਂ ਕਈ ਫ਼ਿਕਰ ਇਨਸਾਨ ਨੂੰ ਆ ਘੇਰਦੇ ਹਨ। ਕਈ ਚਿੰਤਾਵਾਂ ਚੋਰ-ਝਾਤੀ ਮਾਰਦੀਆਂ ਵਿਖਾਈ ਦੇ ਜਾਂਦੀਆਂ ਹਨ। ਕਈ ਕਿਸਮਾਂ ਦੇ ਡਰ ਤੇ ਭੈਆਂ 'ਚ ਇਨਸਾਨ ਗ੍ਰਸਿਆ ਜਾਂਦਾ ਹੈ। ਕਈ ਗੁੱਝੇ ਭੇਤ ਤੇ ਗੁੱਝੀਆਂ ਰਮਜ਼ਾਂ ਆ ਸਲਾਮ ਕਰਦੀਆਂ ਹਨ ਪਰ ਇਹ ਤੈਅ ਹੈ ਕਿ ਇਨਸਾਨ ਨੇ ਇਕ ਨਾ ਇਕ ਦਿਨ ਬੁੱਢੇ ਹੋਣਾ ਹੈ। ਇਕ ਨਾ ਇਕ ਦਿਨ ਇਨਸਾਨ ਦੀ ਸਰੀਰਕ ਸ਼ਕਤੀ ਘਟਣੀ ਸ਼ੁਰੂ ਹੋ ਜਾਣੀ ਹੈ ਪਰ ਫਿਰ ਵੀ ਇਨਸਾਨ ਦੇ ਅਵਚੇਤਨ ਮਨ 'ਚ ਅਨੇਕਾਂ ਸਮੱਸਿਆਵਾਂ ਆ ਮੂੰਹ ਦਿਖਾਉਂਦੀਆਂ ਹਨ ਤੇ ਇਨਸਾਨ ਇਨ੍ਹਾਂ ਸਮੱਸਿਆਵਾਂ ਬਾਰੇ ਸੋਚ ਕੇ ਕੰਬਣ ਲੱਗਦਾ ਹੈ।

ਜਦੋਂ ਇਨਸਾਨ ਸੇਵਾ-ਮੁਕਤੀ ਦੇ ਨੇੜੇ ਪਹੁੰਚਦਾ ਹੈ ਤਾਂ ਕਈ ਕਿਸਮ ਦੇ ਡਰ ਤੇ ਭੈਅ ਇਸ ਵੇਲੇ ਹੀ ਚੁਗ਼ਲ-ਝਾਤ ਮਾਰਨੀ ਸ਼ੁਰੂ ਕਰ ਦਿੰਦੇ ਹਨ। ਕਿਉਂਕਿ ਸੇਵਾ-ਮੁਕਤੀ ਇਕ ਤਰ੍ਹਾਂ ਦਾ ਅਲਾਰਮ ਦਾ ਕੰਮ ਕਰਦੀ ਹੈ ਕਿ ਹੁਣ ਇਹ ਇਨਸਾਨ ਕੰਮ ਦੇ ਯੋਗ ਨਹੀਂ ਹੈ ਜਾਂ ਠੀਕ ਤਰ੍ਹਾਂ ਕੰਮ ਨਹੀਂ ਨਿਪਟਾ ਸਕਦਾ, ਪਰ ਸਾਰੇ ਇਨਸਾਨ ਇਕੋ ਤਰ੍ਹਾਂ ਦੇ ਨਹੀਂ ਹੁੰਦੇ। ਕਈ ਇਨਸਾਨ ਤਾਂ ਸਗੋਂ ਇਹ ਸੋਚਦੇ ਹਨ ਕਿ ਸੇਵਾ-ਮੁਕਤੀ ਤੋਂ ਬਾਅਦ ਤਾਂ ਅਸਲ ਜੀਵਨ ਸ਼ੁਰੂ ਹੋਣਾ ਹੈ। ਅਸਲ ਜੀਵਨ 'ਚ ਇਨਸਾਨ ਨਿੱਠ ਕੇ ਬੈਠ ਸਕਦਾ ਹੈ ਤੇ ਜ਼ਿੰਦਗੀ ਦੇ ਅਨੇਕਾਂ ਮਸਲਿਆਂ ਬਾਰੇ ਸੋਚ-ਵਿਚਾਰ ਕਰ ਸਕਦਾ ਹੈ। ਜੋ ਸਮੱਸਿਆਵਾਂ ਨੌਕਰੀ ਕਰਨ ਵੇਲੇ ਨਹੀਂ ਹੱਲ ਕਰ ਸਕਿਆ, ਉਨ੍ਹਾਂ ਨੂੰ ਸਹਿਜਤਾ ਨਾਲ ਨਜਿੱਠ ਸਕਦਾ ਹੈ। ਇਹ ਵੀ ਸੱਚ ਹੈ ਕਿ ਸੇਵਾ-ਮੁਕਤੀ ਵੇਲੇ ਕਈ ਇਨਸਾਨ ਤਾਂ ਬਿਲਕੁਲ ਹੀ ਰਿਸ਼ਟ-ਪੁਸ਼ਟ ਤੇ ਜੁਆਨ ਵਿਖਾਈ ਦਿੰਦੇ ਹਨ। ਜਿਨ੍ਹਾਂ ਦੀ ਸੋਚ ਆਪਣੇ ਕਾਬੂ 'ਚ ਹੈ ਤੇ ਜ਼ਿੰਦਗੀ ਦੇ ਸੁਹਜ-ਭਰੇ ਅਰਮਾਨ ਛਾਤੀ 'ਚ ਧੜਕਦੇ ਹਨ, ਉਹ ਭਲਾ ਬੁੱਢੇ ਕਿਵੇਂ ਵਿਖਾਈ ਦੇਣ। ਉਹ ਤਾਂ ਸੱਠ ਸਾਲਾਂ ਦੇ ਵੀ ਗੱਭਰੂ ਨਜ਼ਰ ਆਉਂਦੇ ਹਨ। ਅਜਿਹੇ ਇਨਸਾਨਾਂ ਲਈ ਸੇਵਾ-ਮੁਕਤੀ ਇਕ ਵਰਦਾਨ ਹੀ ਹੈ। ਕਿਉਂਕਿ ਜ਼ਿੰਦਗੀ ਦੀ ਸਹਿਜਤਾ, ਖ਼ਿਆਲਾਂ ਦੀ ਪ੍ਰਪੱਕਤਾ ਤੇ ਅਡੋਲ ਨਿਸਚੈ ਇਥੇ ਤੱਕ ਪਹੁੰਚਦਿਆਂ ਇਨਸਾਨ ਕੋਲ ਬਹੁਤਾਤ 'ਚ ਹੁੰਦੇ ਹਨ। ਇਕ ਤਰ੍ਹਾਂ ਨਾਲ ਇਨਸਾਨ ਇਥੇ ਪੁੱਜ ਕੇ ਜ਼ਿੰਦਗੀ ਦੇ ਭਵ-ਸਾਗਰ ਨੂੰ ਪਾਰ ਕਰ ਚੁੱਕਾ ਹੁੰਦਾ ਹੈ ਤੇ ਜਿਸ ਨੇ ਦਰਿਆ ਪਾਰ ਕਰ ਲਿਆ ਹੋਵੇ ਉਸ ਨੂੰ ਕਾਹਦਾ ਡਰ ? ਉਸ ਦੇ ਅੰਦਰ ਤਾਂ ਹੋਰ ਅਥਾਹ ਸ਼ਕਤੀ ਇਕੱਠੀ ਹੋ ਜਾਂਦੀ ਹੈ ਤੇ ਉਹ ਇਥੇ ਪੁੱਜ ਕੇ ਸਗੋਂ ਹੋਰਨਾਂ ਨੂੰ ਵੀ ਸਾਗਰ ਪਾਰ ਕਰਨ ਦੇ ਢੰਗ-ਤਰੀਕੇ ਦੱਸਣ ਯੋਗ ਬਣ ਚੁੱਕਿਆ ਹੁੰਦਾ ਹੈ। ਇੰਝ ਸੱਠ ਸਾਲਾਂ ਦੀ ਉਮਰ ਕੋਈ ਬਹੁਤੀ ਉਮਰ ਨਹੀਂ ਗਿਣੀ ਜਾਂਦੀ। ਸਗੋਂ ਇਸ ਉਮਰ 'ਚ ਇਨਸਾਨ ਦੀ ਸਰੀਰਕ ਸ਼ਕਤੀ ਪੂਰੀ ਤਰ੍ਹਾਂ ਕਾਇਮ

ਹੁੰਦੀ ਹੈ। ਉਸ ਦੇ ਮਨ 'ਚ ਅਰਮਾਨ ਤੇ ਜਜ਼ਬਾਤ ਪਹਿਲਾਂ ਦੀ ਤਰ੍ਹਾਂ ਹੀ ਠਾਠਾਂ ਮਾਰਦੇ ਤੇ ਪਲਸੇਟੇ ਲੈਂਦੇ ਹਨ। ਫ਼ਰਕ ਕੇਵਲ ਇੰਨਾ ਹੈ ਕਿ ਉਹ ਕੰਮ ਤੋਂ ਵਿਹਲਾ ਹੋ ਰਿਹਾ ਹੁੰਦਾ ਹੈ। ਸਗੋਂ ਕਈ ਇਨਸਾਨ ਤਾਂ ਇਹ ਸੋਚਦੇ ਹਨ ਕਿ ਜ਼ਿੰਦਗੀ ਦਾ ਇਕ ਪੜਾਅ ਤਹਿ ਕੀਤਾ ਹੈ ਤੇ ਅਗਲੇ ਪੜਾਅ ਦੀ ਤਿਆਰੀ 'ਚ ਕਿਉਂਕਿ ਇਕ ਤਬਦੀਲੀ ਆਉਂਦੀ ਹੈ, ਇੰਝ ਇਸ ਨੂੰ ਅਨੰਤ ਖ਼ੁਸ਼ੀ ਹੋਣੀ ਚਾਹੀਦੀ ਹੈ। ਪਰ ਇਸ ਦੇ ਉਲਟ ਕਈ ਇਨਸਾਨ ਤਾਂ ਸੇਵਾ-ਮੁਕਤੀ 'ਤੇ ਹੀ ਰੋਣਹਾਕੇ ਤੇ ਬੇਵੱਸ ਮਹਿਸੂਸ ਕਰਦੇ ਹਨ ਜਦੋਂ ਕਿ ਸੱਚਾਈ ਇਸ ਦੇ ਉਲਟ ਹੈ।

ਜ਼ਿੰਦਗੀ ਅਜਿਹੇ ਪੜਾਅ ਖ਼ਤਮ ਕਰਨ 'ਤੇ ਹੀ ਖ਼ਤਮ ਨਹੀਂ ਹੋ ਜਾਂਦੀ, ਸਗੋਂ ਸਮੇਂ ਦੇ ਨਿਰੰਤਰ ਪ੍ਰਵਾਹ 'ਚ ਜ਼ਿੰਦਗੀ ਦੀ ਡੋਰ ਤਾਂ ਇਨਸਾਨ ਨੇ ਹਰ ਵਕਤ ਫੜੀ ਰੱਖਣੀ ਹੈ। ਜੇ ਕਦੇ ਗਹਿਰੇ ਸਾਗਰਾਂ 'ਚ ਡੁਬਕੀਆਂ ਲਾਈਆਂ ਹਨ ਤਾਂ ਫਿਰ ਥੋੜ੍ਹੇ ਪਾਣੀ ਵੀ ਤਰ ਕੇ ਵੇਖਣਾ ਹੈ ਤੇ ਕਈ ਹਾਲਤਾਂ 'ਚ ਤਾਂ ਸਾਗਰ ਕਿਨਾਰੇ ਬੈਠ ਕੇ ਵੀ ਪਾਣੀ ਨਾਲ ਸਾਂਝ ਪਾਈ ਰੱਖਣੀ ਹੈ। ਜਿੰਨਾ ਚਿਰ ਇਨਸਾਨ ਦੀ ਇਸ ਵੱਸਦੀ-ਰਸਦੀ ਦੁਨੀਆ ਨਾਲ ਸਾਂਝ ਤੇ ਸਰੋਕਾਰ ਕਾਇਮ ਹੈ ਓਨਾ ਚਿਰ ਨਾ ਉਹ ਬੁੱਢਾ ਹੈ ਤੇ ਨਾ ਹੀ ਉਸ ਦੀ ਜ਼ਿੰਦਗੀ ਦੇ ਅੰਤਮ ਪੜਾਅ ਆਏ ਹਨ। ਕਈ ਇਨਸਾਨ ਤਾਂ ਸਗੋਂ ਜਿਊਣਾ ਹੀ ਅਸਲ 'ਚ ਇਸ ਉਮਰ 'ਚ ਸ਼ੁਰੂ ਕਰਦੇ ਹਨ। ਜਦ ਮਨ ਟਿਕਾਅ 'ਚ ਸ਼ਾਂਤ ਹੁੰਦਾ ਹੈ ਤੇ ਜ਼ਿੰਦਗੀ ਦੇ ਬਹੁਤ ਸਾਰੇ ਹਾਦਸੇ ਤੇ ਘਟਨਾਵਾਂ ਬਹੁਤ ਪਿੱਛੇ ਰਹਿ ਜਾਂਦੀਆਂ ਹਨ।

ਜ਼ਿੰਦਗੀ ਦੇ ਜੰਗਲਾਂ ਤੇ ਜੰਜਾਲਾਂ ਨੂੰ ਪਾਰ ਕਰ ਕੇ ਤਾਂ ਇਨਸਾਨ ਨੂੰ ਅਵੱਸ਼ ਖ਼ੁਸ਼ੀ ਹੋਣੀ ਚਾਹੀਦੀ ਹੈ। ਇਹੀ ਉਮਰ ਹੈ ਜਦ ਇਨਸਾਨ ਆਤਮ-ਚਿੰਤਨ ਕਰ ਸਕਦਾ ਹੈ ਤੇ ਬੀਤੀ ਜ਼ਿੰਦਗੀ 'ਤੇ ਇਕ ਝਾਤ ਪਾ ਕੇ, ਨਵੇਂ ਖੰਭ ਪੈਦਾ ਕਰ ਸਕਦਾ ਹੈ। ਉਹ ਖੰਭ ਜਿਨ੍ਹਾਂ ਨਾਲ ਉਸ ਨੇ ਜ਼ਿੰਦਗੀ ਦੇ ਉਹ ਆਕਾਸ਼ ਗਾਹੁਣੇ ਹੁੰਦੇ ਹਨ ਜਿਨ੍ਹਾਂ ਬਾਰੇ ਉਸ ਨੇ ਕਦੇ ਸੁਫ਼ਨਾ ਵੀ ਨਹੀਂ ਲਿਆ ਹੁੰਦਾ ਜਾਂ ਉਸ ਧਰਤੀ ਦੀ ਭਾਲ ਕਰਨੀ ਹੁੰਦੀ ਹੈ ਜਿਸ 'ਚ ਰੁੱਖਾਂ, ਬਿਰਛਾਂ ਤੇ ਬੂਟਿਆਂ ਦੀ ਤਰ੍ਹਾਂ ਉਸ ਦੀਆਂ ਉਮੀਦਾਂ ਤੇ ਆਸਾਂ ਦੇ ਅੰਕੁਰ ਫੁੱਟਣੇ ਹਨ।

ਕਈ ਹਾਲਤਾਂ 'ਚ ਤਾਂ ਇਕੱਲਤਾ ਹੀ ਇਨਸਾਨ ਨੂੰ ਜ਼ਿੰਦਗੀ ਦੇ ਅਰਥ ਸਮਝਾ ਸਕਦੀ ਹੈ ਤੇ ਇਸ ਇਕੱਲਤਾ ਨੂੰ ਭਰਨ ਲਈ ਇਨਸਾਨ ਅਨੇਕਾਂ ਕੰਮ ਕਰ ਸਕਦਾ ਹੈ। ਫਿਰ ਪੜ੍ਹੇ-ਲਿਖੇ ਇਨਸਾਨ ਲਈ ਤਾਂ ਸਮਾਂ ਕਦੇ ਵੀ ਭਾਰੂ ਨਹੀਂ ਹੁੰਦਾ; ਸਗੋਂ ਕਿਤਾਬਾਂ ਨਾਲ ਨਿੱਘੀ ਸਾਂਝ ਤੇ ਕਿਤਾਬਾਂ ਦੀ ਦੋਸਤੀ ਇਨਸਾਨ ਨੂੰ ਜ਼ਿੰਦਗੀ ਦੇ ਅਤਿ ਔਖੇ ਪਲਾਂ 'ਚ ਵੀ ਏਨੀ ਸਹਾਈ ਹੁੰਦੀ ਹੈ ਕਿ ਉਹ ਡਟ ਕੇ ਹਰ ਮੁਸ਼ਕਲ ਦਾ ਮੁਕਾਬਲਾ ਕਰ ਸਕਦਾ ਹੈ। ਕਿਤਾਬਾਂ ਦੇ ਗਿਆਨ ਨਾਲ ਜਿਥੇ ਮੁਸ਼ਕਲਾਂ ਕਾਫ਼ੂਰ ਹੋ ਜਾਂਦੀਆਂ ਹਨ ਉਥੇ ਨਵੇਂ ਖ਼ਿਆਲਾਂ ਦੀ ਰੌਸ਼ਨੀ ਇਨਸਾਨ ਨੂੰ ਗੌਤਮ ਵਾਂਗ ਨਿਡਰ ਤੇ ਨਿਝੱਕ ਬਣਾ ਦਿੰਦੀ ਹੈ। ਇਨਸਾਨ ਇਕੱਲਾ ਹੀ ਮੁਸ਼ਕਲਾਂ ਦੇ ਪਹਾੜ ਸਰ ਕਰਦਾ ਕਰਦਾ ਕਿਤੇ ਦਾ ਕਿਤੇ ਪਹੁੰਚ ਜਾਂਦਾ ਹੈ।

ਸਗੋਂ ਇਹ ਕਹਿਣਾ ਵਧੇਰੇ ਵਾਜਬ ਤੇ ਠੀਕ ਹੈ ਕਿ ਇਸ ਉਮਰ 'ਚ ਇਨਸਾਨ ਕਿਤਾਬਾਂ ਨਾਲ ਵਧੇਰੇ ਨਿੱਘੀ ਸਾਂਝ ਪਾ ਕੇ ਆਪਣੇ ਜੀਵਨ ਨੂੰ ਸਫਲ ਕਰ ਸਕਦਾ ਹੈ। ਕਿਤਾਬਾਂ ਦੀ ਰੋਸ਼ਨੀ ਜਿਥੇ ਇਨਸਾਨ ਨੂੰ ਸਹਾਰਾ ਤੇ ਤਾਕਤ ਦਿੰਦੀ ਹੈ, ਉਥੇ ਜਵਾਨ ਰਹਿਣ ਲਈ ਵੀ ਕਿਤਾਬਾਂ ਸਹਾਈ ਹੁੰਦੀਆਂ ਹਨ। ਨਵੇਂ ਵਿਚਾਰਾਂ ਦੀ ਮਘਦੀ ਅੱਗ ਇਨਸਾਨ ਨੂੰ

ਕਦੇ ਬੁੱਢਾ ਨਹੀਂ ਹੋਣ ਦਿੰਦੀ। ਵਿਚਾਰ-ਸ਼ਕਤੀ ਇਨਸਾਨ ਦੀ ਅਜਿਹੀ ਸ਼ਕਤੀ ਹੈ ਜੋ ਸਰੀਰਕ ਕਮਜ਼ੋਰੀਆਂ ਨੂੰ ਵੀ ਠੀਕ ਕਰ ਸਕਦੀ ਹੈ। ਫਿਰ ਉਮਰ ਦੇ ਇਸ ਪੜਾਅ 'ਤੇ ਪਹੁੰਚ ਕੇ ਵੀ ਕੀ ਇਨਸਾਨ ਨੇ ਸਾਰਾ ਸੰਸਾਰ ਵੇਖ ਲਿਆ ਹੁੰਦਾ ਹੈ। ਸਗੋਂ ਇਸ ਤੋਂ ਅੱਗੇ ਤਾਂ ਉਹ ਵਿਹਲਾ ਹੋ ਕੇ ਉਨ੍ਹਾਂ ਥਾਵਾਂ ਦੀਆਂ ਸੈਰਾਂ ਕਰ ਸਕਦਾ ਹੈ ਜੋ ਚੀਜ਼ਾਂ ਉਸਨੇ ਪਹਿਲਾਂ ਨਹੀਂ ਵੇਖੀਆਂ ਹੁੰਦੀਆਂ, ਅਤੇ ਉਨ੍ਹਾਂ ਨੂੰ ਵੇਖ ਕੇ ਨਵੇਂ ਅਨੁਭਵ ਗ੍ਰਹਿਣ ਕਰ ਸਕਦਾ ਹੈ। ਨਵੀਆਂ ਧਰਤੀਆਂ ਦੀ ਭਾਲ 'ਚ ਨਿਕਲ ਸਕਦਾ ਹੈ ਤੇ ਨਵੇਂ ਸੰਸਾਰਾਂ ਨਾਲ ਨਵੀਂ ਸਾਂਝ ਪਾ ਸਕਦਾ ਹੈ। ਜਿਥੇ ਪੈਰਾਂ 'ਚ ਸਫ਼ਰ ਹੈ, ਉਥੇ ਸਰੀਰ ਵੀ ਰਿਸ਼ਟ-ਪੁਸ਼ਟ ਹੈ ਤੇ ਵਿਚਾਰ ਵੀ ਮੁਕੰਮਲ ਤੌਰ 'ਤੇ ਆਪਣੇ ਸੁਰਤਾਲ 'ਚ ਹਨ। ਲੰਬੀਆਂ ਸੈਰਾਂ ਤੇ ਨਵੇਂ ਰੁੱਖਾਂ, ਬੂਟਿਆਂ ਤੇ ਗੁਲਾਬ ਨਾਲ ਨਿੱਘੀ ਸਾਂਝ ਇਨਸਾਨ ਨੂੰ ਕਦੇ ਵੀ ਬੁਢਾਪੇ ਦਾ ਮੂੰਹ ਨਹੀਂ ਵੇਖਣ ਦਿੰਦੀ। ਇਨਸਾਨ ਬੁੱਢਾ ਉਦੋਂ ਹੀ ਹੁੰਦਾ ਹੈ ਜਦੋਂ ਉਹ ਆਪਣੀ ਭਾਲ ਖ਼ਤਮ ਕਰ ਬੈਠਦਾ ਹੈ। ਜਦੋਂ ਉਸ ਦੇ ਜ਼ਿੰਦਗੀ ਦੇ ਸਰੋਤ ਸੁੱਕ ਜਾਂਦੇ ਹਨ ਤੇ ਜਦੋਂ ਉਹ ਇਸ ਸੰਸਾਰ ਪ੍ਰਤੀ ਆਪਣੀ ਜਿਗਿਆਸਾ ਖ਼ਤਮ ਕਰ ਬੈਠਦਾ ਹੈ। ਨਵੀਆਂ ਪਛਾਣਾਂ ਤੇ ਨਵੀਆਂ ਸਾਂਝਾਂ ਨਾਲ ਤਾਂ ਜ਼ਿੰਦਗੀ ਮੁਰਝਾਏ ਪੌਦੇ ਦੀ ਤਰ੍ਹਾਂ ਫਿਰ ਮੌਲ ਪੈਂਦੀ ਹੈ। ਜਿਵੇਂ ਬੂਟੇ ਨੂੰ ਪਾਣੀ ਪਾਇਆਂ ਪੱਤੇ ਸਿਰ ਚੁੱਕ ਲੈਂਦੇ ਹਨ, ਇੰਝ ਹੀ ਇਕ ਇਨਸਾਨ ਦੀ ਦੂਜੇ ਇਨਸਾਨ ਨਾਲ ਸੁਰਤਾਲ ਤੇ ਸਾਂਝ ਜ਼ਿੰਦਗੀ 'ਚ ਨਵੀਂ ਰੂਹ ਫੂਕਦੀ ਹੈ। ਜਿੱਥੇ ਚਾਰ ਇਨਸਾਨ ਇਕੱਠੇ ਬੈਠਦੇ ਹਨ, ਉਥੇ ਗੱਲਾਂ ਦੀ ਧੂਣੀ ਜ਼ਿੰਦਗੀ ਨੂੰ ਰਮਾਅ ਕੇ ਰੱਖਦੀ ਹੈ। ਬੁਝੇ ਚੁੱਲ੍ਹੇ ਵਾਂਗ ਨਹੀਂ ਹੋਣਾ ਚਾਹੀਦਾ ਇਨਸਾਨ, ਸਗੋਂ ਬੋਲਦਾ ਸੇਕ ਤੇ ਅਗਨੀ ਦਾ ਸਪਰਸ਼ ਹੋਣਾ ਚਾਹੀਦਾ ਹੈ ਇਨਸਾਨ ਦੇ ਦਿਲ 'ਚ। ਜਿਥੇ ਅਰਮਾਨਾਂ ਦੀ ਭੱਠੀ ਸਦਾ ਤਪਦੀ ਰਹਿੰਦੀ ਹੈ, ਉਥੇ ਜ਼ਿੰਦਗੀ ਭਲਾ ਕਿਵੇਂ ਬੁੱਢੀ ਹੋਵੇਗੀ। ਜਿਥੇ ਖ਼ਿਆਲਾਂ ਦੇ ਪੰਛੀ ਸਦਾ ਉਡਾਣਾਂ ਭਰਦੇ ਹਨ, ਉਥੇ ਭਲਾ ਇਨਸਾਨ ਉਦਾਸ ਕਿਵੇਂ ਰਹਿ ਸਕਦਾ ਹੈ।

ਜਿੱਥੇ ਉੱਡਦੇ ਪੰਛੀ ਇਨਸਾਨ ਨੂੰ ਖ਼ੂਬਸੂਰਤ ਲੱਗਣ, ਉੱਥੇ ਤਾਂ ਬੁੱਢੇ-ਵਾਰੇ ਵੀ ਜਵਾਨੀ ਆ ਧੜਕਦੀ ਹੈ। ਬੁੱਢੇ-ਵਾਰੇ ਵੀ ਮਨ ਪੈਲਾਂ ਪਾਉਣ ਲੱਗਦਾ ਹੈ ਤੇ ਦਿਲ ਨੱਚਦਾ ਪ੍ਰਤੀਤ ਹੁੰਦਾ ਹੈ। ਸਮੇਂ ਦੇ ਇਸ ਨਿਰੰਤਰ ਪ੍ਰਵਾਹ 'ਚ ਜ਼ਿੰਦਗੀ ਨੂੰ ਸਦਾ ਮਘਦਾ ਰੱਖਣਾ ਹੀ ਜਿਊਣ ਦਾ ਨਾਂ ਹੈ। ਜਿਵੇਂ ਕੋਇਲ ਦੀ ਕੂਕ ਸਾਰੇ ਅੰਬਾਂ ਦੇ ਬਾਗ਼ 'ਚ ਖ਼ੁਸ਼ੀਆਂ ਭਰ ਦਿੰਦੀ ਹੈ, ਇੰਝ ਹੀ ਜ਼ਿੰਦਗੀ ਦੀ ਮਘਦੀ ਚੰਗਿਆੜੀ ਜ਼ਿੰਦਗੀ ਨੂੰ ਲੰਬੀ ਉਮਰ ਬਖ਼ਸ਼ਦੀ ਹੈ ਤੇ ਬੁਢਾਪੇ-ਵਾਰੇ ਵੀ ਇਨਸਾਨ ਇਨ੍ਹਾਂ ਪੰਛੀਆਂ ਤੇ ਰੁੱਖਾਂ ਨਾਲ ਆਪਣੀ ਸਾਂਝ ਮਹਿਸੂਸ ਕਰਦਾ ਹੈ, ਉਥੇ ਕਦੇ ਬੁਢਾਪਾ ਨਹੀਂ ਆਉਂਦਾ। ਇਸ ਸੰਸਾਰ ਨਾਲ ਨਿੱਘੀ ਸਾਂਝ, ਬੱਚਿਆਂ ਨਾਲ ਪਿਆਰ-ਚੋਹਲ ਤੇ ਲੰਬੀਆਂ ਸੈਰਾਂ ਜਿਥੇ ਬੁਢਾਪੇ ਦੇ ਆਖ਼ਰੀ ਪੜਾਵਾਂ 'ਤੇ ਵੀ ਜ਼ਿੰਦਗੀ ਨੂੰ ਤਰੋ-ਤਾਜ਼ਾ ਰੱਖਦੀਆਂ ਹਨ, ਉੱਥੇ ਇਨਸਾਨ ਨੂੰ ਇਹ ਸੋਚਣ ਦਾ ਵਕਤ ਵੀ ਨਹੀਂ ਮਿਲਦਾ ਕਿ ਬੁਢਾਪਾ ਕਦ ਆਉਂਦਾ ਹੈ ਤੇ ਬੁੱਢਾ ਇਨਸਾਨ ਕਦੋਂ ਬੇਵੱਸ ਬੇਜਾਨ ਹੁੰਦਾ ਹੈ। ਸਗੋਂ ਚੱਲਦੇ ਕਦਮਾਂ ਨਾਲ ਜ਼ਿੰਦਗੀ ਨਾਪਦਾ ਇਨਸਾਨ ਜੇ ਮਰ-ਮੁੱਕ ਵੀ ਜਾਵੇ ਤਾਂ ਉਹ ਸੌ ਦਰਜੇ ਬਿਹਤਰ ਹੋਵੇਗਾ ਉਸ ਇਨਸਾਨ ਨਾਲੋਂ, ਜੋ ਮੰਜੇ 'ਤੇ ਪਿਆ ਮੌਤ ਨੂੰ ਉਡੀਕਦਾ ਹੈ ਪਰ ਮੌਤ ਨਹੀਂ ਆਉਂਦੀ।

ਸੁਣੋ ਹਾਕ, ਪੱਤਣ ਤੋਂ ਪਾਰ ਦੀ

ਜ਼ਿੰਦਗੀ ਦਾ ਕਾਫਲਾ ਹਮੇਸ਼ਾ ਚੱਲਦਾ ਰਹਿੰਦਾ ਹੈ। ਹਰ ਇਨਸਾਨ ਕਿਸੇ ਕਾਹਲ 'ਚ ਆਪਣੀ ਮੰਜ਼ਿਲ ਵੱਲ ਵਧਦਾ ਵਿਖਾਈ ਦਿੰਦਾ ਹੈ। ਜਿਨ੍ਹਾਂ ਨੇ ਹਜ਼ਾਰਾਂ ਮੀਲਾਂ ਦਾ ਫ਼ਾਸਲਾ ਤਹਿ ਕਰਨਾ ਹੁੰਦਾ ਹੈ; ਉਨ੍ਹਾਂ ਦੇ ਪੈਰਾਂ 'ਚ ਤੇਜ਼ੀ ਤੇ ਸਫ਼ਰ ਦੀ ਜੁੰਬਸ਼ ਤੇ ਲਰਜ਼ਸ਼ ਹੈ ਤੇ ਉਨ੍ਹਾਂ ਦੇ ਮਸਤਕ 'ਚ ਵੀ ਇਕ ਚਾਨਣ ਦੀ ਲੋਅ ਜਗ ਰਹੀ ਹੈ; ਕਿਤੇ ਪਹੁੰਚਣ ਦੀ ਲਾਲਸਾ। ਕਿਤੇ ਨਵੀਂ ਥਾਂ ਦੇ ਨਜ਼ਾਰੇ ਤੇ ਕਿਤੇ ਨਵੇਂ ਚਿਹਰਿਆਂ ਦੀ ਭਰਮਾਰ। ਜਦੋਂ ਅਸੀਂ ਬੱਸ ਅੱਡੇ ਵੱਲ ਵਧਦੇ ਹਾਂ ਤਾਂ ਕਿੰਨੇ ਚਿਹਰੇ ਸਾਨੂੰ ਹਾਕਾਂ ਮਾਰਦੇ ਵਿਖਾਈ ਦਿੰਦੇ ਹਨ, ਕਿੰਨੇ ਇਨਸਾਨ ਆਪਣੀ ਮੰਜ਼ਿਲ ਦੀ ਸਲਾਮਤੀ ਲਈ ਅੱਗੇ ਵਧ ਰਹੇ ਹਨ। ਹਰ ਕਿਸੇ ਨੂੰ ਕਿਤੇ ਨਾ ਕਿਤੇ ਪਹੁੰਚਣ ਦੀ ਕਾਹਲ ਹੈ। ਹਰ ਕੋਈ ਹਵਾ ਦੇ ਬੁੱਲ੍ਹੇ ਵਾਂਗ ਉੱਡਿਆ ਫਿਰਦਾ ਹੈ। ਸਿਆਣਿਆਂ ਨੇ ਸੱਚ ਹੀ ਕਿਹਾ ਹੈ—ਜਿਥੇ ਚਾਹ ਉਥੇ ਰਾਹ। ਜਦੋਂ ਮਨ 'ਚ ਕਿਸੇ ਨੂੰ ਮਿਲਣ ਦੀ ਤਾਂਘ ਜਾਗ ਪਵੇ ਤਾਂ ਰਾਹ ਆਪੇ ਲੱਭ ਪੈਂਦੇ ਹਨ। ਬਹੁਤ ਲੰਮੇ ਫਾਸਲੇ ਵੀ ਛੋਟੇ ਪ੍ਰਤੀਤ ਹੁੰਦੇ ਹਨ ਤੇ ਮਨ 'ਚ ਜਾਗੀਆਂ ਤਾਂਘਾਂ ਸਾਨੂੰ ਆਪਣਿਆਂ ਨਾਲ ਮਿਲਾਉਣ ਲਈ ਅੱਗ ਦੀ ਲਾਟ ਵਾਂਗ ਜਗ ਉਠਦੀਆਂ ਹਨ। ਬੱਚੇ, ਬੁੱਢੇ ਤੇ ਜਵਾਨ ਹਰ ਕਿਸੇ ਦੇ ਚਿਹਰੇ ਦੀ ਰੋਸ਼ਨੀ ਜਗ ਪੈਂਦੀ ਹੈ ਤੇ ਆਪਣੇ ਲਹੂ ਦੀ ਤਾਸੀਰ ਸਾਨੂੰ ਆਪਣਿਆਂ ਵੱਲ ਖਿੱਚਦੀ ਤੇ ਧੂੰਹਦੀ ਹੈ।

ਕਈ ਵਾਰ ਸਾਨੂੰ ਬਚਪਨ ਦੀ ਧਰਤੀ ਤੇ ਮਿੱਟੀ ਆਵਾਜ਼ਾਂ ਮਾਰਦੀ ਹੈ। ਇਹ ਸਰ-ਜ਼ਮੀਨ ਜੋ ਅਸੀਂ ਕਿਸੇ ਪੁਰਾਣੇ ਵੇਲੇ ਛੱਡ ਕੇ ਤਿਆਗ ਆਏ ਸਾਂ, ਸਾਨੂੰ ਮਿਲਣ ਲਈ ਕੁਰਲਾਹਟ ਮਚਾ ਦਿੰਦੀ ਹੈ ਤੇ ਇਸ ਕੁਰਲਾਹਟ ਦੇ ਸੱਦੇ 'ਤੇ ਇਨਸਾਨ ਉਸੇ ਦਿਸ਼ਾ ਵੱਲ ਭੱਜ ਉੱਠਦਾ ਹੈ। ਮਿੱਟੀ ਦੀਆਂ ਆਵਾਜ਼ਾਂ ਸਿਰਫ਼ ਉਸੇ ਨੂੰ ਸੁਣਦੀਆਂ ਹਨ, ਜਿਸਨੇ ਉਸ ਮਿੱਟੀ ਨਾਲ ਕਦੇ ਹੱਥ ਲਿਬੇੜੇ ਸਨ ਤੇ ਕਦੇ ਪੈਰ। ਕਦੇ ਉਸ ਮਿੱਟੀ ਨਾਲ ਗੱਲਾਂ ਕੀਤੀਆਂ ਸਨ ਤੇ ਕਦੇ ਉਸ ਮਿੱਟੀ 'ਤੇ ਆਪਣੀ ਕਿਸਮਤ ਦੀਆਂ ਲੀਕਾਂ ਵਾਹੀਆਂ ਸਨ। ਇਨਸਾਨ ਤਾਂ ਵੱਡਾ ਹੋ ਕੇ ਭੁੱਲ-ਭੁਲਾ ਜਾਂਦਾ ਹੈ, ਪਰ ਮਿੱਟੀ ਯਾਦ ਰੱਖਦੀ ਹੈ। ਮਿੱਟੀ ਵਿਚ ਸਿਰਨਾਵੇਂ ਉੱਕਰੇ ਪਏ ਹੁੰਦੇ ਹਨ ਆਪਣਿਆਂ ਦੇ। ਮਿੱਟੀ ਮੋਹ ਨਹੀਂ ਤਿਆਗਦੀ।

ਇਹ ਇਨਸਾਨ ਦੀ ਖ਼ੁਦਗ਼ਰਜ਼ੀ ਹੈ ਕਿ ਉਹ ਉਸ ਥਾਂ ਨੂੰ ਭੁੱਲ ਜਾਂਦਾ ਹੈ, ਜਿਥੇ ਕਦੀ ਉਸ ਨੇ ਰਾਤਾਂ ਗੁਜ਼ਾਰੀਆਂ ਹੁੰਦੀਆਂ ਹਨ ਤੇ ਦਿਨਾ ਦੀ ਮੁਸ਼ੱਕਤ ਕੀਤੀ ਹੁੰਦੀ ਹੈ, ਪਰ ਮਿੱਟੀ ਦਾ ਮੋਹ ਕਦ ਮਰਦਾ ਹੈ? ਮਿੱਟੀ ਤਾਂ ਇਨਸਾਨ ਨੂੰ ਜਿਉਂਦੇ ਜੀਅ ਛੱਡਣ ਲਈ ਤਿਆਰ ਨਹੀਂ ਹੁੰਦੀ।

ਫਿਰ ਇਹ ਚਲੋ-ਚਲੀ ਦੀਆਂ ਹਾਕਾਂ ਇਨਸਾਨ ਨੂੰ ਆਪਣੀ ਜ਼ਿੰਦਗੀ ਦੇ ਅਗਲੇ

ਸਫ਼ਰ ਦੀ ਯਾਦ ਵੀ ਕਰਵਾ ਦਿੰਦੀਆਂ ਹਨ। ਭਲਾ ਇਨਸਾਨ ਨੇ ਇਕ ਥਾਂ 'ਤੇ ਤਾਂ ਬੈਠਾ ਨਹੀਂ ਰਹਿਣਾ। ਸਭ ਨੇ ਅੱਗੇ ਦੇ ਸਫ਼ਰ ਲਈ ਤਿਆਰ ਰਹਿਣਾ ਹੈ ਤੇ ਅਗਲਾ ਸਫ਼ਰ ਇਕ ਚਿਤਾਵਨੀ ਦੇ ਰੂਪ ਵਿਚ ਇਨਸਾਨ ਨੂੰ ਝੰਜੋੜਦਾ ਹੈ ਕਿ ਐ ਬੰਦਿਆ! ਤੂੰ ਇਕ ਨਾ ਇਕ ਦਿਨ ਇਹ ਜਹਾਨ ਤਿਆਗ ਕੇ ਚੱਲਣਾ ਵੀ ਹੈ। ਉਹ ਜਹਾਨ ਜਿਥੇ ਅੱਜ ਤੀਕ ਮੌਜਾਂ ਮਾਣਦਾ ਆਇਆ ਹੈਂ ਤੇ ਮੇਲੇ-ਮੁਸਾਹਵਿਆਂ ਦੀ ਭੀੜ ਤੇ ਰੌਣਕ ਦਾ ਹਿੱਸਾ ਬਣਦਾ ਆਇਆ ਹੈਂ। ਇਕ ਰੇਤ ਦੇ ਕਿਣਕੇ ਵਾਂਗ ਇਨਸਾਨ ਕਈ ਵਾਰ ਇਸ ਧਰਤੀ 'ਤੇ ਉੱਡਦਾ ਫਿਰਦਾ ਹੈ ਤੇ ਕਈ ਵਾਰ ਵਗਦੀਆਂ ਹਨੇਰੀਆਂ 'ਚ ਇਨਸਾਨ ਇੱਕ ਤੀਲੇ ਤੋਂ ਵੱਧ ਕੁਝ ਨਹੀਂ ਹੁੰਦਾ। ਤੀਲੇ ਨੂੰ ਜਿਵੇਂ ਹਨੇਰੀ ਕਿਤੇ ਦੀ ਕਿਤੇ ਉਡਾ ਕੇ ਲੈ ਜਾਂਦੀ ਹੈ ਤੇ ਇੰਝ ਹੀ ਇਨਸਾਨ ਦੀ ਕਿਸਮਤ ਵੀ ਇਨਸਾਨ ਨੂੰ ਇਕ ਥਾਂ ਤੋਂ ਦੂਜੀ ਥਾਂ ਭਜਾਈ ਫਿਰਦੀ ਹੈ।

ਲੇਕਿਨ ਇਹ ਵੀ ਸੱਚਾਈ ਹੈ ਕਿ ਹਰ ਪੱਤਣ 'ਤੇ ਪੈਂਦੀਆਂ ਹਾਕਾਂ ਇਨਸਾਨ ਨੂੰ ਅੱਗੇ ਵੱਲ ਵਧਣ ਲਈ ਪ੍ਰੇਰਦੀਆਂ ਹਨ। ਲੱਖਾਂ, ਕਰੋੜਾਂ ਦੇ ਸੌਦੇ ਵੀ ਇਨਸਾਨ ਇਨ੍ਹਾਂ ਪੱਤਣਾਂ 'ਤੇ ਪਹੁੰਚ ਕੇ ਹੀ ਕਰਦਾ ਹੈ ਤੇ ਖੱਟੀਆਂ ਖੱਟਦਾ ਹੈ। ਕਮਾਈ ਕਰਨ ਲਈ ਆਲ੍ਹਣਾ ਜਾਂ ਘਰ ਤਾਂ ਤਿਆਗਣਾ ਹੀ ਪੈਂਦਾ ਹੈ। ਜਿਸਨੇ ਸਫ਼ਰ ਨਹੀਂ ਕੀਤਾ, ਉਸ ਨੂੰ ਨਵੇਂ ਸਫ਼ਰ ਤੇ ਨਵੇਂ ਤਜਰਬਿਆਂ ਦਾ ਕੀ ਗਿਆਨ ਹੋ ਸਕਦਾ ਹੈ। ਘਰ ਬੈਠ ਕੇ ਇਨਸਾਨ ਕੀ ਗਿਆਨ ਪ੍ਰਾਪਤ ਕਰ ਲਵੇਗਾ। ਜਿਨ੍ਹਾਂ ਨੇ ਸਫ਼ਰ ਕੀਤੇ ਨੇ, ਉਹੀ ਦੁਨੀਆ ਦੀ ਨਬਜ਼ ਪਛਾਣਦੇ ਹਨ ਤੇ ਉਹੀ ਜ਼ਿੰਦਗੀ ਦੇ ਭੇਤਾਂ ਤੋਂ ਜਾਣੂ ਹੁੰਦੇ ਹਨ। ਇੱਕ ਥਾਂ ਰਹਿੰਦਾ ਇਨਸਾਨ ਇਕ ਵਸਤੂ ਜਾਂ ਚੀਜ਼ ਬਣ ਕੇ ਹੀ ਰਹਿ ਜਾਂਦਾ ਹੈ। ਜਿਵੇਂ ਘਰ ਵਿਚ ਅਨੇਕਾਂ ਚੀਜ਼ਾਂ ਪਈਆਂ ਰਹਿੰਦੀਆਂ ਹਨ, ਇੰਝ ਹੀ ਇਨਸਾਨ ਵਸਤੂ-ਹਾਰ ਇਕ ਘਰ ਵਿਚ ਰਹਿੰਦਾ ਮਹਿਸੂਸ ਕਰਦਾ ਹੈ।

ਪਰ ਸਫ਼ਰ 'ਚ ਪਈ ਦੁਨੀਆ ਜ਼ਿੰਦਗੀ ਦੇ ਅਨੇਕਾਂ ਮਸਲੇ ਹੱਲ ਕਰ ਲੈਂਦੀ ਹੈ। ਰਿਸ਼ਤੇ-ਨਾਤੇ ਵੀ ਸਫ਼ਰ ਕਰਨ ਤੋਂ ਬਿਨਾਂ ਸੰਭਵ ਨਹੀਂ ਹਨ। ਜਿਥੇ ਕੋਈ ਕਸ਼ਟ 'ਚ ਹੈ, ਉਥੇ ਦੂਜਾ ਰਿਸ਼ਤੇਦਾਰ ਪਹੁੰਚ ਕੇ ਝੱਟ ਖ਼ਬਰ ਲੈ ਲੈਂਦਾ ਹੈ। ਉਸ ਨੂੰ ਧਰਵਾਸ ਦਿੰਦਾ ਹੈ ਜਾਂ ਕਿਸੇ ਬੀਮਾਰ ਹੋਏ ਦੀ ਸੇਵਾ ਕਰਦਾ ਹੈ। ਇੰਝ ਇਹ ਦੁਨੀਆ ਇਕ ਦੂਜੇ 'ਤੇ ਕਿਸੇ ਨਾ ਕਿਸੇ ਕਾਰਨ ਵੱਸ ਨਿਰਭਰ ਜ਼ਰੂਰ ਹੈ। ਕਈ ਵਾਰ ਚਾਰ ਬੰਦੇ ਮਿਲ ਕੇ ਕਿਸੇ ਸਮੱਸਿਆ ਦਾ ਹੱਲ ਕੱਢ ਲੈਂਦੇ ਹਨ। ਪਰ ਇਕੱਲਾ ਇਨਸਾਨ ਸੋਚਾਂ ਦੇ ਸਮੁੰਦਰ ਵਿਚ ਡੁੱਬਿਆ ਰਹਿੰਦਾ ਹੈ। ਸੋਚ-ਗ੍ਰਸਤ ਇਨਸਾਨ ਜ਼ਿੰਦਗੀ ਨੂੰ ਹੋਰ ਵੀ ਗੁੰਝਲਦਾਰ ਤੇ ਡਾਵਾਂ-ਡੋਲ ਬਣਾ ਲੈਂਦਾ ਹੈ।

ਇਨਸਾਨ ਦੀ ਇਹ ਹੋਣੀ ਹੈ ਕਿ ਉਸ ਨੇ ਨਵੀਆਂ ਧਰਤੀਆਂ ਨਾਲ ਸਾਂਝ ਪਾਉਣੀ ਹੈ ਤੇ ਆਪਣੇ ਪੇਟ ਲਈ ਅੰਨ ਅਨਾਜ ਦੀ ਭਾਲ ਕਰਨੀ ਹੈ। ਜਿਥੇ ਕਿਤੇ ਵੀ ਰੁਜ਼ਗਾਰ ਦੀ ਦੱਸ ਪੈਂਦੀ ਹੈ, ਬੰਦਾ ਉਧਰ ਨੂੰ ਭੱਜ ਤੁਰਦਾ ਹੈ। ਅੱਜ ਕਿੰਨੇ ਏਜੰਟ ਨੇ, ਜੋ ਬੰਦਿਆਂ ਨੂੰ ਪੈਸੇ ਲੈ ਕੇ ਤੇ ਕਮੀਸ਼ਨ ਕੱਟ ਕੇ ਇਕ ਦੇਸ਼ ਤੋਂ ਦੂਜੇ ਦੇਸ਼ ਭੇਜਣ ਲਈ ਆਪਣੇ ਦਫ਼ਤਰ ਖੋਲ੍ਹੀ ਬੈਠੇ ਹਨ। ਇਨ੍ਹਾਂ ਦਫ਼ਤਰਾਂ ਦਾ ਕਾਰੋਬਾਰ ਵੀ ਸਫ਼ਰਾਂ ਨਾਲ ਬੱਝਿਆ ਹੈ। ਲੋਕ ਆਉਂਦੇ ਹਨ ਤੇ ਪਾਸਪੋਰਟ ਤੇ ਵੀਜ਼ਾ ਲੈ ਕੇ ਆਪਣੇ ਰਾਹ ਪੈਂਦੇ ਹਨ। ਇਕ 'ਸਫ਼ਰ' ਸ਼ਬਦ ਦੇ ਦੁਆਲੇ ਘੁੰਮ ਰਹੀ ਹੈ ਇਹ ਦੁਨੀਆ। ਸਫ਼ਰ ਹੀ ਹੈ ਜੋ ਇਨਸਾਨ ਦੀ ਕਿਸਮਤ ਬਦਲ ਕੇ ਰੱਖ ਦਿੰਦਾ ਹੈ।

ਨਵੇਂ ਕਾਰੋਬਾਰ ਤੇ ਨਵੇਂ ਬਿਜ਼ਨੈੱਸ ਇਨਸਾਨ ਨੂੰ ਨਵੇਂ ਸਫ਼ਰ 'ਤੇ ਤੋਰਨ ਲਈ ਖਿੱਚ ਦਾ ਕੇਂਦਰ ਬਣਦੇ ਹਨ। ਇਨ੍ਹਾਂ ਆਲੀਸ਼ਾਨ ਦਫ਼ਤਰਾਂ ਵਿਚ ਬੈਠੇ ਕਾਰਿੰਦੇ ਭਟਕੇ ਭੁੱਲੇ ਮੁਸਾਫ਼ਰਾਂ ਨੂੰ ਜ਼ਿੰਦਗੀ ਦਾ ਰਾਹ ਵਿਖਾ ਦਿੰਦੇ ਹਨ ਤੇ ਰਾਹ ਪਿਆ ਇਨਸਾਨ ਕਿਤੇ ਨਾ ਕਿਤੇ ਪਹੁੰਚਦਾ ਜ਼ਰੂਰ ਹੈ। ਪਰ ਰਾਹ ਤੋਂ ਬਿਨਾਂ ਮੰਜ਼ਿਲ ਦੀ ਪ੍ਰਾਪਤੀ ਸੰਭਵ ਨਹੀਂ, ਜਿਨ੍ਹਾਂ ਪੈਰਾਂ ਨੂੰ ਰਾਹ ਲੱਭ ਪਏ, ਉਹ ਮੰਜ਼ਿਲ 'ਤੇ ਅਵੱਸ਼ ਪਹੁੰਚ ਜਾਂਦੇ ਹਨ। ਬਾਕੀ ਸਭ ਭਟਕਣ ਦਾ ਹਿੱਸਾ ਬਣ ਕੇ ਰਹਿ ਜਾਂਦੇ ਹਨ।

ਇਨਸਾਨ ਦੀ ਇਹ ਮੁੱਢ-ਕਦੀਮ ਤੋਂ ਹੀ ਇੱਛਾ ਰਹੀ ਹੈ ਕਿ ਉਹ ਦੁਨੀਆ ਦਾ ਮੇਲਾ ਫਿਰ-ਤੁਰ ਕੇ ਵੇਖੇ। ਨਵੇਂ ਰਾਹਾਂ 'ਤੇ ਤੁਰਨ ਦਾ ਨਜ਼ਾਰਾ ਜਿਥੇ ਇਨਸਾਨ ਨੂੰ ਖੁਸ਼ੀ ਮੁਹੱਈਆ ਕਰਦਾ ਹੈ, ਉਥੇ ਉਸਦੀ ਰੂਹ ਨਵੀਂ ਖ਼ੁਰਾਕ ਲੱਭ ਕੇ ਖੁਸ਼ ਵੀ ਹੁੰਦੀ ਹੈ, ਪੁਰਾਣੀ ਤੇ ਬੋਸੀਦਾ ਜ਼ਿੰਦਗੀ ਨੂੰ ਤਿਆਗਣ ਦੀ ਇਨਸਾਨ ਵਿਚ ਰੀਝ ਜਾਗਦੀ ਹੈ ਤੇ ਉਹ ਨਵੀਆਂ ਰਾਹਾਂ 'ਤੇ ਤੁਰਨ ਲਈ ਬਿਹਬਲ ਹੁੰਦਾ ਹੈ। ਪੰਛੀਆਂ ਦੀਆਂ ਉੱਡੀਆ ਜਾਂਦੀਆਂ ਡਾਰਾਂ ਵੀ ਸਾਨੂੰ ਸਫ਼ਰ ਦੀ ਯਾਦ ਕਰਵਾ ਦਿੰਦੀਆਂ ਹਨ ਕਿ ਕਿਵੇਂ ਪੰਛੀ ਖੁਸ਼ੀ-ਖੁਸ਼ੀ ਆਕਾਸ਼ ਵਿਚ ਆਪਣੀ ਉਡਾਣ ਦੇ ਰੰਗ ਭਰਦੇ ਹਨ ਤੇ ਸੱਖਣੇ ਆਕਾਸ਼ ਵਿਚ ਇਕ ਚਹਿਲ-ਪਹਿਲ ਤੇ ਰੰਗੀਨੀ ਬੀਜ ਦਿੰਦੇ ਹਨ।

ਇੰਝ ਹੀ ਸਮੁੰਦਰ 'ਚ ਸਮੁੰਦਰੀ ਜਹਾਜ਼ਾਂ ਦੀ ਆਮਦ ਨਵੀਆਂ ਬੰਦਰਗਾਹਾਂ 'ਤੇ ਇਕ ਨਵੀਂ ਦੁਨੀਆਂ ਵਸਾ ਦਿੰਦੀ ਹੈ। ਨਵੀਆਂ ਬੰਦਰਗਾਹਾਂ 'ਤੇ ਉਤਰ ਕੇ ਲੋਕੀਂ ਕਿੰਨੇ ਖੁਸ਼ ਹੁੰਦੇ ਹਨ ਤੇ ਕਿੰਨੇ ਆਪਣੀ ਕਿਸਮਤ ਅਜ਼ਮਾਉਣ ਲਈ ਇਨ੍ਹਾਂ ਬੰਦਰਗਾਹਾਂ ਦੀ ਸਰ-ਜ਼ਮੀਨ ਨੂੰ ਆਪਣੇ ਮਸਤਕ ਨਾਲ ਛੁਹਾਉਂਦੇ ਹਨ। ਇਹ ਕੋਈ ਪਤਾ ਨਹੀਂ ਕਿਹੜੀ ਬੰਦਰਗਾਹ ਨੇ ਕਿਸ ਦੇ ਨਸੀਬ 'ਚ ਖੁਸ਼ੀਆਂ ਭਰ ਦੇਣੀਆਂ ਹਨ ਤੇ ਕਿਹੜੇ ਮੁਲਕ ਵਿਚ ਕਿਸਮਤ ਅਜ਼ਮਾਉਣ ਗਏ ਕਿਹੜੇ ਇਨਸਾਨ ਨੇ ਕੰਗਾਲ ਤੋਂ ਸ਼ਾਹ ਬਣ ਜਾਣਾ ਹੈ। ਜਿਥੇ ਕਿਤੇ ਵੀ ਬੰਦੇ ਦੇ ਭਾਗ ਉਸ ਨੂੰ ਉਡਾ ਕੇ ਲੈ ਜਾਣ, ਬੰਦਾ ਤਿਆਰ-ਬਰ-ਤਿਆਰ ਰਹਿੰਦਾ ਹੈ। ਇੱਕੋ ਥਾਂ 'ਤੇ ਰਹਿ ਕੇ ਨਾ ਤਾਂ ਬੰਦੇ ਦੀ ਕਿਸਮਤ ਜਾਗ ਸਕਦੀ ਹੈ ਤੇ ਨਾ ਹੀ ਰੰਗ-ਭਾਗ ਲੱਗ ਸਕਦੇ ਹਨ। ਸੋ ਜ਼ਿੰਦਗੀ ਦੀਆਂ ਮੁਸ਼ਕਲਾਂ ਹੱਲ ਕਰਨ ਲਈ ਇਨਸਾਨ ਨੂੰ ਇਕ ਨਾ ਇਕ ਦਿਨ ਸਫ਼ਰ 'ਤੇ ਚੱਲਣਾ ਹੀ ਪੈਂਦਾ ਹੈ। ਸਫ਼ਰ 'ਤੇ ਚੱਲ ਕੇ ਜਿਥੇ ਇਨਸਾਨ ਨਵੇਂ-ਨਵੇਂ ਤਜਰਬੇ ਕਰਦਾ ਹੈ, ਉਥੇ ਉਸਦੇ ਗਿਆਨ 'ਚ ਵੀ ਬੇ-ਥਾਹ ਵਾਧਾ ਹੁੰਦਾ ਰਹਿੰਦਾ ਹੈ। ਨਵੀਆਂ ਚੀਜ਼ਾਂ ਦੀ ਜਾਣਕਾਰੀ ਨਵੀਆਂ ਥਾਵਾਂ 'ਤੇ ਜਾ ਕੇ ਹੀ ਹੋ ਸਕਦੀ ਹੈ। ਜਿੱਥੇ ਅਸੀਂ ਪਹੁੰਚੇ ਹੀ ਨਹੀਂ, ਭਲਾ ਉਸ ਥਾਂ ਬਾਰੇ ਅਸੀਂ ਦੂਰੋਂ ਹੀ ਕੀ ਅਨੁਮਾਨ ਲਗਾ ਸਕਦੇ ਹਾਂ। ਕਿਸੇ ਵੀ ਥਾਂ ਦੀ ਜਾਣਕਾਰੀ ਨਵੀਂ ਥਾਂ 'ਤੇ ਪਹੁੰਚ ਕੇ ਹੀ ਪ੍ਰਾਪਤ ਕੀਤੀ ਜਾ ਸਕਦੀ ਹੈ। ਇੰਝ ਹੀ ਸਫ਼ਰ 'ਤੇ ਤੁਰਿਆ ਇਨਸਾਨ ਕਈ ਲੱਭਤਾ ਲੱਭਦਾ-ਲੱਭਦਾ ਅਜਨਬੀ ਥਾਵਾਂ ਦਾ ਵਸਨੀਕ ਬਣ ਜਾਂਦਾ ਹੈ। ਕਈ ਵਾਰ ਇਨ੍ਹਾਂ ਪਰਦੇਸੀ ਥਾਵਾਂ 'ਤੇ ਏਨਾ ਜੀਅ ਲਾ ਬੈਠਦਾ ਹੈ ਕਿ ਉਹ ਮੁੜ ਕੇ ਵਤਨ ਪਰਤਣ ਦਾ ਨਾ ਵੀ ਨਹੀਂ ਲੈਂਦਾ। ਜਿਥੇ ਜਿਥੇ ਪੰਛੀਆਂ ਵਾਂਗ ਇਨਸਾਨ ਨੂੰ ਦਾਨਾ-ਪਾਣੀ ਚੁਗਣਾ ਹੈ, ਉਥੇ ਉਥੇ ਉਹ ਪੈਰ ਪਾਉਂਦੇ ਤੁਰਿਆ ਰਹਿੰਦਾ ਹੈ। ਪਰ ਇਹ ਵੀ ਸੱਚ ਹੈ ਕਿ ਕਈ

ਵਾਰ ਸਫ਼ਰ ਇਨਸਾਨ ਨੂੰ ਅਜਿਹੀ ਭਟਕਣ 'ਚ ਪਾ ਦਿੰਦਾ ਹੈ ਕਿ ਬੰਦਾ ਕਿਤੇ ਜੋਗਾ ਵੀ ਨਹੀਂ ਰਹਿੰਦਾ। ਨਾ ਘਰ ਦਾ ਨਾ ਘਾਟ ਦਾ। ਕਈ ਇਨਸਾਨ ਸਫ਼ਰ ਵਿਚ ਹੀ ਜ਼ਿੰਦਗੀ ਗੁਆ ਬੈਠਦੇ ਹਨ ਤੇ ਕਿਧਰੇ ਪਹੁੰਚਦੇ ਵੀ ਨਹੀਂ। ਅਨੇਕਾਂ ਪੰਜਾਬੀ ਨੌਜਵਾਨ ਅੱਜ ਪ੍ਰਦੇਸ ਗਏ ਘਰ ਨਹੀਂ ਪਰਤੇ ਤੇ ਅਨੇਕਾਂ ਹੋਰ ਕੋਈ ਹੋਰ ਦੇਸ਼ਾਂ ਦੀਆਂ ਜੇਲ੍ਹਾਂ ਰੁਲ ਰਹੇ ਹਨ। ਫਿਰ ਵੀ ਜ਼ਿੰਦਗੀ ਦੀ ਤਰੱਕੀ ਲਈ ਹੱਥ-ਪੈਰ ਤਾਂ ਇਨਸਾਨ ਮਾਰਦਾ ਹੀ ਹੈ। ਅੱਜ ਨਹੀਂ ਤਾਂ ਕੱਲ੍ਹ ਸਫਰ 'ਤੇ ਤੁਰੇ ਮੁਸਾਫਰ ਕਿਸੇ ਤਣ-ਪੱਤਣ ਤਾਂ ਲੱਗਦੇ ਹੀ ਹਨ।

ਕਈ ਵਾਰ ਸਫ਼ਰ ਦਾ ਤਜਰਬਾ ਹੀ ਬਹੁਮੁੱਲਾ ਹੁੰਦਾ ਹੈ। ਜੇ ਇਲਸਾਨ ਇਕ ਯਾਤਰਾ ਤੋਂ ਖਾਲੀ ਪਰਤਦਾ ਹੈ ਤਾਂ ਜ਼ਰੂਰੀ ਨਹੀਂ ਕਿ ਉਹ ਦੂਜੀ ਯਾਤਰਾ ਤੋਂ ਵੀ ਖਾਲੀ ਪਰਤ ਆਵੇ। ਕਿੰਨੇ ਸੈਲਾਨੀ ਯਾਤਰਾ ਕੇਵਲ ਇਸ ਮੰਤਵ ਨਾਲ ਹੀ ਕਰਦੇ ਹਨ ਕਿ ਉਹ ਨਵੀਆਂ ਦੁਰਲੱਭ ਥਾਵਾਂ ਵੇਖ ਕੇ ਆਪਣੇ ਗਿਆਨ ਵਿਚ ਹੋਰ ਵਾਧਾ ਕਰ ਸਕਣ। ਯਾਤਰਾ ਹਮੇਸ਼ਾ ਕੁੱਝ ਖੱਟਣ ਦੇ ਨਾਂ 'ਤੇ ਹੀ ਨਹੀਂ ਕੀਤੀ ਜਾਂਦੀ, ਸਗੋਂ ਕਈ ਵਾਰ ਪੌਣ-ਪਾਣੀ ਬਦਲਣ ਕਾਰਨ ਵੀ ਯਾਤਰਾ ਜ਼ਰੂਰੀ ਹੋ ਜਾਂਦੀ ਹੈ।

ਕਈ ਵਾਰ ਇਕ ਥਾਂ 'ਤੇ ਰਹਿੰਦਾ ਇਨਸਾਨ ਅੱਕ-ਥੱਕ ਜਾਂਦਾ ਹੈ। ਉਹ ਆਪਣੀ ਜ਼ਿੰਦਗੀ ਵਿਚ ਨਵੇਂ ਰੰਗ ਭਰਨ ਖ਼ਾਤਰ ਯਾਤਰਾ ਕਰਦਾ ਹੈ। ਯਾਤਰਾ ਦੇ ਖੱਟੇ ਮਿੱਠੇ ਅਨੁਭਵ ਇਨਸਾਨ ਦੀ ਜ਼ਿੰਦਗੀ ਦਾ ਖ਼ਜ਼ਾਨਾ ਹੋ ਨਿਬੜਦੇ ਹਨ। ਹਿਊਨਸਾਂਗ, ਵਾਸਕੋਡੀਗਾਮਾ ਤੇ ਕੋਲੰਬਸ ਯਾਤਰਾ ਕਰਕੇ ਹੀ ਮਸ਼ਹੂਰ ਹੋਏ ਸਨ। ਪ੍ਰੋ. ਪੂਰਨ ਸਿੰਘ ਜਾਪਾਨ ਯਾਤਰਾ ਕਾਰਨ ਹੀ ਏਨੇ ਤੀਖਣ ਬੁੱਧੀ ਵਾਲੇ ਤੇ ਅਨੁਭਵ ਬਣੇ ਹਨ। ਪੰਜਾਬੀ ਮਾਂ-ਬੋਲੀ ਦੀ ਝੋਲੀ ਉਹ ਤਾਂ ਹੀ ਭਰ ਸਕੇ ਹਨ ਜੇ ਯਾਤਰਾ ਨੇ ਉਨ੍ਹਾਂ ਦੇ ਅਨੁਭਵ ਬਹੁਰੰਗੀ ਬਣਾਏ ਤੇ ਗਿਆਨ-ਭੰਡਾਰ ਨੂੰ ਮਾਲੋ-ਮਾਲ ਕੀਤਾ। ਗੁਰੂ ਨਾਨਕ ਦੇਵ ਜੀ ਵੀ ਕਿੰਨੀਆਂ ਉਦਾਸੀਆਂ ਤੇ ਯਾਤਰਾਵਾਂ ਕਰਨ ਲਈ ਨਿਕਲੇ ਤੇ ਕਿੰਨੇ ਲੋਕਾਂ ਦਾ ਉਨ੍ਹਾਂ ਨੇ ਵਿਚਾਰ ਗੋਸ਼ਟੀਆਂ ਕਰ ਕੇ ਕਲਿਆਣ ਕੀਤਾ। ਇਹ ਇਕ ਵੱਖਰਾ ਇਤਿਹਾਸ ਹੈ। ਮਹਾਨ ਯੋਗੀ, ਤਪੱਸਵੀ ਤੇ ਸਾਧੂ ਅੱਜ ਵੀ ਆਪਣੀ-ਆਪਣੀ ਯਾਤਰਾ 'ਤੇ ਨਿਕਲੇ ਹੋਏ ਹਨ। ਪਤਾ ਨਹੀਂ ਕਦੋਂ ਕੋਈ ਯੋਗੀ ਬਾਲ ਨਾਥ ਬਣ ਜਾਵੇ ਤੇ ਕਦੋਂ ਕੋਈ ਤਪੱਸਵੀ ਵਿਵੇਕਾਨੰਦ ਦਾ ਰੂਪ ਧਾਰ ਲਵੇ।

ਇੰਝ ਇਹ ਸੰਸਾਰ ਆਦਿ-ਕਾਲ ਤੋਂ ਹੀ ਯਾਤਰਾ ਨਾਲ ਬੱਝਾ ਹੋਇਆ ਹੈ। ਯਾਤਰਾ ਅਨੁਭਵ ਨਾਲ ਜਿਥੇ ਇਕ ਇਨਸਾਨ ਆਪਣੇ ਗਿਆਨ ਵਿਚ ਵਾਧਾ ਕਰਦਾ ਹੈ, ਉਥੇ ਸਾਰੇ ਰੋਜ਼ੀ-ਰੋਟੀ ਦੇ ਸਾਧਨ ਤੇ ਇਨਸਾਨ ਦੀ ਤਰੱਕੀ ਦੇ ਮੌਕੇ ਯਾਤਰਾ 'ਚੋਂ ਜਨਮ ਲੈਂਦੇ ਹਨ। ਬਿਨਾਂ ਸਫ਼ਰ ਤਾਂ ਜ਼ਿੰਦਗੀ ਜੜ੍ਹ-ਮੂਲ ਹੋ ਕੇ ਰਹਿ ਜਾਵੇਗੀ ਤੇ ਜ਼ਿੰਦਗੀ ਦਾ ਸਾਰਾ ਵਿਕਾਸ ਠੱਪ ਹੋ ਜਾਵੇਗਾ।

ਪੱਤਝੜਾਂ ਤੋਂ ਬਾਅਦ ਵੀ ਹੈ ਜ਼ਿੰਦਗੀ....

ਸਰਦੀਆਂ ਦੇ ਮੌਸਮ ਵਿਚ ਰੁੱਖਾਂ ਦੇ ਪੱਤੇ ਝੜਨੇ ਸ਼ੁਰੂ ਹੋ ਜਾਂਦੇ ਹਨ। ਹਰ ਰੋਜ਼ ਪੱਤੇ ਝੜ-ਝੜ ਕੇ ਰੁੱਖਾਂ ਤੋਂ ਡਿੱਗਦੇ ਰਹਿੰਦੇ ਹਨ ਤੇ ਇੰਝ ਲੱਗਦਾ ਹੈ ਕਿ ਜਿਵੇਂ ਰੁੱਖਾਂ ਨੂੰ ਕੋਈ ਤਸੀਹੇ ਦੇ ਰਿਹਾ ਹੋਵੇ ਜਾਂ ਪੱਤਿਆਂ ਨੂੰ ਰੁੱਖਾਂ ਤੋਂ ਵਿਛੜਨ ਲੱਗਿਆ ਦੁਖ ਮਹਿਸੂਸ ਹੁੰਦਾ ਹੋਵੇ। ਪਰ ਕੁਦਰਤ ਦੀ ਸਿਰਜਣਾ ਤੇ ਵਿਨਾਸ਼ ਵਿਚ ਇਹ ਸਭ ਕੁੱਝ ਹੁੰਦਾ ਰਿਹਾ ਹੈ। ਰੁੱਖ ਪੁਰਾਣਾ ਓਢਣ ਲਾਹ ਕੇ ਨਵੇਂ ਦੀ ਉਡੀਕ ਕਰਨ ਲੱਗ ਪੈਂਦੇ ਹਨ। ਪਰ ਰੁੱਖਾਂ ਦਾ ਸਿਦਕ ਨਹੀਂ ਡੋਲਦਾ। ਰੁੱਖ ਬੇਹੱਦ ਸਰਦੀ ਦੀ ਰੁੱਤ ਵਿਚ ਵੀ ਸਿਰ ਉੱਚਾ ਚੁੱਕੀ ਖਲੋਤੇ ਰਹਿੰਦੇ ਹਨ।

ਇੰਝ ਹੀ ਇਨਸਾਨ ਨਾਲ ਵੀ ਜ਼ਿੰਦਗੀ ਵਿਚ ਅਨੇਕਾਂ ਘਟਨਾਵਾਂ ਵਾਪਰਦੀਆਂ ਹਨ ਤੇ ਇਨਸਾਨ ਦੀ ਹਾਲਤ ਵੀ ਕਈ ਵਾਰ ਛਾਂਗੇ ਰੁੱਖ ਵਰਗੀ ਹੋ ਜਾਂਦੀ ਹੈ। ਇਨਸਾਨ ਵਧੇਰੇ ਸੰਵੇਦਨਸ਼ੀਲ ਹੋਣ ਕਰਕੇ ਥੋੜੇ ਜਿੰਨੇ ਦੁਖ ਨੂੰ ਵੀ ਸਹਿਣ ਕਰਨ ਲੱਗਿਆ ਚੀਕਾਂ ਮਾਰਦਾ ਹੈ। ਕੰਡੇ ਚੁਭੇ ਤੋਂ ਵੀ ਰੋਣ ਲੱਗ ਪੈਂਦਾ ਹੈ। ਕਈ ਇਨਸਾਨ ਰੁੱਖਾਂ ਵਾਂਗ ਹੀ ਸਹਿਨਸ਼ੀਲ ਤੇ ਦੂਰ-ਅੰਦੇਸ਼ ਹੁੰਦੇ ਹਨ। ਉਹ ਕਦੇ ਜ਼ਿੰਦਗੀ ਵਿਚ ਆਈਆਂ ਔਕੜਾਂ ਤੇ ਮੁਸ਼ਕਲਾਂ ਤੋਂ ਨਹੀਂ ਘਬਰਾਉਂਦੇ, ਸਗੋਂ ਇਨ੍ਹਾਂ ਨੂੰ ਸਹਿ ਕੇ ਵੀ ਮੁਸਕਰਾਉਂਦੇ ਰਹਿੰਦੇ ਹਨ। ਇੰਝ ਮੁਸਕਰਾਉਣ ਨਾਲ ਉਨ੍ਹਾਂ ਦੇ ਦੁਖ ਕਿਧਰੇ ਕਾਫ਼ੂਰ ਹੋ ਜਾਂਦੇ ਹਨ। ਕਈ ਵਾਰ ਤਾਂ ਇੰਝ ਲੱਗਦਾ ਹੈ ਜਿਵੇਂ ਦੁਖ ਆਇਆ ਹੀ ਨਾ ਹੋਵੇ। ਸੱਚੇ ਇਨਸਾਨ ਦਾ ਸਿਦਕ ਰੁੱਖ ਵਰਗਾ ਅਬੋਲ ਤੇ ਗਹਿਰਾ ਹੁੰਦਾ ਹੈ। ਇੰਝ ਦੁੱਖ ਸਹਿ-ਸਹਿ ਕੇ ਹੀ ਇਨਸਾਨ ਜ਼ਿੰਦਗੀ ਦੀ ਪੱਕੀ ਸੜਕ 'ਤੇ ਤੁਰਨ ਲੱਗਦਾ ਹੈ।

ਗੁਰੂ ਗੋਬਿੰਦ ਸਿੰਘ ਨੇ ਕਿੰਨੇ ਦੁਖ ਸਹੇ ਪਰ 'ਸੀ' ਨਹੀਂ ਕੀਤੀ। ਚਾਰੇ ਪੁੱਤਰਾਂ ਦੀ ਕੁਰਬਾਨੀ ਦੇ ਕੇ ਵੀ ਦੁਖ ਨਹੀਂ ਮੰਨਿਆ, ਸਗੋਂ ਰੱਬ ਦੀ ਰਜ਼ਾ ਵਿਚ ਰਹਿ ਕੇ ਆਪਣੇ ਆਪ ਨੂੰ ਸਦਾ ਹਰ ਜ਼ੁਲਮ ਨਾਲ ਟੱਕਰ ਲੈਣ ਲਈ ਤਿਆਰ-ਬਰ-ਤਿਆਰ ਕੀਤਾ ਤੇ ਮਾਛੀਵਾੜੇ ਦੇ ਜੰਗਲਾਂ ਵਿਚ ਰਹਿੰਦਿਆਂ ਰੱਬ ਨੂੰ 'ਮਿੱਤਰ ਪਿਆਰਾ' ਕਹਿ ਕੇ ਸੰਬੋਧਨ ਕਰਦੇ ਰਹੇ। ਇੰਝ ਇਨਸਾਨ ਦੁਖਾਂ ਨੂੰ ਝੱਲ ਕੇ ਵੀ ਕਈ ਵਾਰ ਵਧੇਰੇ ਸ਼ਕਤੀਸ਼ਾਲੀ ਤੇ ਜ਼ਿੰਦਗੀ ਨਾਲ ਟੱਕਰ ਲੈਣ ਲਈ ਵਧੇਰੇ ਤਿਆਰ-ਬਰ-ਤਿਆਰ ਹੋ ਜਾਂਦਾ ਹੈ। ਜਿਹੜੇ ਇਨਸਾਨ ਮੁਸ਼ਕਲਾਂ ਤੋਂ ਡਰ ਕੇ ਭੱਜ ਨਿਕਲਦੇ ਹਨ ਜਾਂ ਘੋਰ ਨਿਰਾਸ਼ਾ ਵਿਚ ਆਤਮ-ਹੱਤਿਆਵਾਂ ਕਰਨ ਲੱਗਦੇ ਹਨ, ਉਹ ਡਰਪੋਕ ਹੋਣ ਦਾ ਸਬੂਤ ਦਿੰਦੇ ਹਨ। ਅਜਿਹੇ ਡਰਪੋਕ ਕਿਸਮ ਦੇ ਬੰਦੇ ਜ਼ਿੰਦਗੀ ਦੀਆਂ ਸਮੱਸਿਆਵਾਂ ਨੂੰ ਸਹਿਣ ਕਰਨ ਦੀ ਬਜਾਏ ਉਨ੍ਹਾਂ ਅੱਗੇ ਗੋਡੇ ਟੇਕ ਦਿੰਦੇ ਹਨ ਤੇ ਫਿਰ ਹਾਰ ਮੰਨ ਲੈਂਦੇ ਹਨ।

ਅਨੇਕਾਂ ਉਦਾਹਰਣਾਂ ਇਤਿਹਾਸ ਵਿਚ ਮਿਲ ਜਾਂਦੀਆਂ ਹਨ ਕਿ ਜਿਸ ਇਨਸਾਨ

ਨੇ ਅਸਫ਼ਲ ਹੋ ਕੇ ਵੀ ਨਿਰੰਤਰ ਆਪਣੀ ਸਫਲ ਹੋਣ ਦੀ ਤੀਬਰ ਇੱਛਾ ਬਣਾਈ ਰੱਖੀ, ਉਹ ਆਖ਼ਰ ਸਫ਼ਲ ਹੋਇਆ। ਇਕ ਵਾਰ ਨਹੀਂ, ਦੋ ਵਾਰ ਨਹੀਂ,ਚਾਰ ਵਾਰ ਵੀ ਨਹੀਂ ਪਰ ਪੰਜਵੀਂ ਵਾਰ ਇਨਸਾਨ ਸਫਲਤਾ ਦਾ ਮੂੰਹ ਵੇਖ ਹੀ ਲੈਂਦਾ ਹੈ। ਪੰਛੀਆਂ ਦੀ ਜ਼ਿੰਦਗੀ ਵੱਲ ਝਾਤ ਮਾਰੋ। ਕਿਸੇ ਪੰਛੀ ਦਾ ਆਲ੍ਹਣਾ ਕਿੰਨੀ ਵਾਰ ਕਈ ਢਾਹ ਦੇਵੇ ਤਾਂ ਵੀ ਉਹ ਨਵਾਂ ਆਲ੍ਹਣਾ ਬਣਾਉਣ ਵਿਚ ਜੁਟ ਜਾਂਦਾ ਹੈ। ਪਰ ਨਵਾਂ ਆਲ੍ਹਣਾ ਬਣਾਉਣ ਲਈ ਹਿੰਮਤ ਤੇ ਅਥਾਹ ਸ਼ਕਤੀ ਦੀ ਜ਼ਰੂਰਤ ਪੈਂਦੀ ਹੈ। ਨਵੇਂ ਘਰ ਉਸਾਰਨ ਵਿੱਚ ਇੰਝ ਹੀ ਮਜ਼ਬੂਤ ਇਰਾਦਾ ਤੇ ਹੌਸਲਾ ਲੋੜੀਂਦਾ ਹੈ। ਸੰਨ ਚੁਰਾਸੀ ਦੇ ਦੰਗਿਆਂ ਵੇਲੇ ਕਿੰਨੇ ਲੋਕਾਂ ਦੀਆਂ ਜਾਨਾਂ ਅਜਾਈਂ ਚਲੀਆਂ ਗਈਆਂ। ਉਸ ਅਨਿਆਂ ਨੂੰ ਸਹਿ ਕੇ ਵੀ ਅੱਜ ਅਨੇਕਾਂ ਸਿੱਖ ਪਰਿਵਾਰ ਜਿਉਂ ਦੀ ਤਿਉਂ ਆਪਣੇ ਕਾਰੋਬਾਰ ਦੁਬਾਰਾ ਸ਼ੁਰੂ ਕਰੀ ਬੈਠੇ ਹਨ। ਕਈਆਂ ਨੇ ਹਿੰਮਤ ਕਰ ਕੇ ਨਵੇਂ ਘਰ ਤੇ ਕੋਠੀਆਂ ਬਣਾ ਲਈਆਂ ਹਨ ਤੇ ਨਵੀਆਂ ਇਮਾਰਤਾਂ ਉਸਾਰ ਕੇ ਇਕ ਮਿਸਾਲ ਕਾਇਮ ਕਰ ਵਿਖਾਈ ਹੈ ਕਿ ਇਨਸਾਨ ਕਦੇ ਹਾਰਦਾ ਨਹੀਂ।

ਪਰ ਹੌਸਲਾ ਢਾਹ ਕੇ ਤੇ ਨਿਰਾਸ਼ਾਵਾਦੀ ਬਣ ਕੇ ਇਨਸਾਨ ਨੇ ਹਮੇਸ਼ਾ-ਆਪਣਾ ਨੁਕਸਾਨ ਹੀ ਕੀਤਾ ਹੈ। ਕਈ ਪਰਿਵਾਰਾਂ ਵਿਚ ਪਿਆਰ ਦੀ ਘਾਟ ਕਾਰਨ ਘਰ ਉੱਜੜ ਗਏ ਹਨ ਤੇ ਕਈ ਪਰਿਵਾਰਾਂ ਵਿਚ ਇਕ-ਦੂਜੇ 'ਤੇ ਵਿਸ਼ਵਾਸ ਦੀ ਤੰਦ ਢਿੱਲੀ ਹੋਣ ਕਾਰਨ ਘਰ ਦਾ ਹਰ ਜੀਅ ਵਿਟਰ ਬੈਠਾ ਹੈ। ਇੰਝ ਵਿਟਰ ਜਾਣ ਨਾਲ ਪਰਿਵਾਰਾਂ ਦਾ ਨੁਕਸਾਨ ਹੋਇਆ ਹੈ। ਜਿਹੜੇ ਪਰਿਵਾਰ ਵਿਚ ਏਕੇ ਦੀ ਭਾਵਨਾ ਹੈ ਤੇ ਵੱਡਿਆਂ ਦਾ ਸਤਿਕਾਰ ਹੈ, ਉਥੇ ਸਭ ਕੁਝ ਪਹਿਲਾਂ ਦੀ ਤਰ੍ਹਾਂ ਹੀ ਬਰਕਰਾਰ ਹੈ। ਸਗੋਂ ਕਈ ਵਡੇਰਿਆਂ ਨੇ ਆਪਣੀ ਸਾਰੀ ਜ਼ਿੰਦਗੀ ਕਮਾਈ ਕਰ ਕੇ ਆਪਣੇ ਪਰਿਵਾਰਾਂ ਦੇ ਜੀਆਂ ਵਿਚ ਜ਼ਿੰਦਗੀ ਦਾ ਨਵਾਂ ਉਤਸ਼ਾਹ ਤੇ ਜੋਸ਼ ਭਰਿਆ ਹੈ। ਬੱਚਿਆਂ ਵਿਚ ਚੰਗੇ ਅਨੁਸ਼ਾਸ਼ਨ ਤੇ ਦ੍ਰਿੜ੍ਹ ਇਰਾਦੇ ਦੀ ਭਾਵਨਾ ਕਾਇਮ ਕੀਤੀ ਹੈ। ਅਜਿਹੇ ਘਰਾਂ ਵਿਚ ਅੱਜ ਵੀ ਗੁਲਜ਼ਾਰਾਂ ਖਿੜੀਆਂ ਹੋਈਆਂ ਹਨ। ਕੋਈ ਬੱਚਾ ਵੱਡੇ ਦੇ ਕਹਿਣੇ ਤੋਂ ਬਾਹਰ ਨਹੀਂ ਹੈ, ਸਗੋਂ ਪਰਿਵਾਰ ਦੇ ਛੋਟੇ ਜੀਅ ਵੱਡਿਆਂ ਦੇ ਪੈਰੀਂ ਹੱਥ ਲਾਉਂਦੇ ਹਨ 'ਤੇ 'ਜੀ' ਕਹਿ ਕੇ ਬੁਲਾਉਂਦੇ ਹਨ।

ਜ਼ਿੰਦਗੀ ਨੂੰ ਉਸਾਰਨ ਲਈ ਕੁਰਬਾਨੀ ਦੀ ਤਾਂ ਹਮੇਸ਼ਾ ਹੀ ਲੋੜ ਪੈਂਦੀ ਹੈ। ਜੇਕਰ ਇਕ ਪਰਿਵਾਰ ਦੇ ਕਿਸੇ ਜੀਅ ਨੇ ਜਾਨ ਹੂਲ ਕੇ ਕੰਮ ਕੀਤਾ ਹੈ ਤੇ ਦੂਜਿਆਂ ਖ਼ਾਤਰ ਕੁਰਬਾਨੀ ਕੀਤੀ ਹੈ ਤਾਂ ਜ਼ਰੂਰ ਉਸ ਕੁਰਬਾਨੀ ਦਾ ਮੁੱਲ ਤਾਰਿਆ ਗਿਆ ਹੈ, ਸਗੋਂ ਇਸੇ ਕੁਰਬਾਨੀ ਵਿਚੋਂ ਹੀ ਪਰਿਵਾਰ ਦਾ ਬਾਗ਼ ਮਹਿਕਦਾ ਤੇ ਟਹਿਕਦਾ ਵਿਖਾਈ ਦਿੰਦਾ ਹੈ। ਅਜਿਹੇ ਬਗ਼ੀਚੇ ਦੇ ਫੁੱਲ ਅਸਲ ਵਿਚ ਉਸ ਪਰਿਵਾਰ ਦੇ ਲਹੂ ਵਿਚੋਂ ਹੀ ਉੱਗੇ ਹੁੰਦੇ ਹਨ।

ਪਰ ਢੇਰੀ-ਢਾਹ ਕੇ ਬੈਠਾ ਇਨਸਾਨ ਤਾਂ ਕੁੱਝ ਵੀ ਨਹੀਂ ਉਸਾਰ ਸਕਦਾ। ਅਸੀਂ ਵੇਖਦੇ ਹਾਂ ਕਿ ਜਿਹੜੇ ਇਨਸਾਨ ਜ਼ਿੰਦਗੀ ਪ੍ਰਤਿ ਢਾਹੂ ਰਵੱਈਆ ਅਪਣਾ ਲੈਂਦੇ ਹਨ, ਉਹ ਜ਼ਿੰਦਗੀ ਦੇ ਹਰ ਖੇਤਰ ਵਿਚ ਹੀ ਹਾਰਦੇ ਚਲੇ ਜਾਂਦੇ ਹਨ। ਕਈ ਪਰਿਵਾਰਾਂ ਵਿਚ ਇੰਝ ਫੁੱਟ ਪੈ ਕੇ ਅਤੇ ਦਿਲਗੀਰੀ ਕੈਂਰਨ ਘਰਾਂ ਦੇ ਘਰ ਤਬਾਹ ਹੋਏ ਹਨ। ਕਈ ਪਰਿਵਾਰ ਜ਼ਮੀਨ-ਜਾਇਦਾਦ, ਗਹਿਣੇ ਰੱਖ ਕੇ ਕਿਤੇ ਦਿਹਾੜੀ ਕਰਦੇ ਵੇਖੇ ਜਾਂਦੇ ਹਨ। ਪਰ ਇਸ ਦੇ ਉਲਟ

ਜਿਨ੍ਹਾਂ ਵਿਚ ਹਿੰਮਤ ਤੇ ਜ਼ਿੰਦਗੀ ਵਿਚ ਵਧੇਰੇ ਤਰੱਕੀ ਕਰਨ ਦੀ ਰੀਝ ਹੈ, ਉਹ ਅੱਜ ਮਹਿਲ ਉਸਾਰੀ ਬੈਠੇ ਹਨ। ਉਹ ਕਾਰਾਂ-ਜੀਪਾਂ ਵਿਚ ਘੁੰਮਦੇ ਹਨ ਤੇ ਉਨ੍ਹਾਂ ਦੇ ਬੱਚੇ ਵੀ ਚੰਗੇ ਅੰਗਰੇਜ਼ੀ ਸਕੂਲਾਂ ਵਿਚ ਵਿਦਿਆ ਪ੍ਰਾਪਤੀ ਲਈ ਜਾਂਦੇ ਹਨ।

ਪਰ ਇਹ ਵੀ ਸੱਚਾਈ ਹੈ ਕਿ ਇਕ ਦਿਨ ਵਿਚ ਹੀ ਸਭ ਕੁੱਝ ਨਹੀਂ ਬਣ ਜਾਂਦਾ ਇਨਸਾਨ ਹਿੰਮਤ ਨਾਲ ਕੰਮ ਕਰਦਾ ਹੈ ਤੇ ਕਰਦਾ ਰਹਿੰਦਾ ਹੈ। ਫਿਰ ਪਿਛਲੀ ਜ਼ਿੰਦਗੀ ਵਿਚ ਜਾ ਕੇ ਉਹ ਅਨੁਭਵ ਕਰਦਾ ਹੈ ਕਿ ਉਸ ਕੋਲ ਕਿਸੇ ਚੀਜ਼ ਦੀ ਘਾਟ ਨਹੀਂ ਹੈ। ਘਰ ਹੈ, ਕੋਠੀ ਹੈ, ਕਾਰ ਹੈ ਤੇ ਇਕ ਚੰਗਾ ਤੇ ਖੁਸ਼ ਰਹਿਣਾ ਪਰਿਵਾਰ ਹੈ। ਇਹ ਸਭ ਹਿੰਮਤ ਤੇ ਉਤਸ਼ਾਹ ਦੀਆਂ ਗੱਲਾਂ ਹਨ।

ਜ਼ਿੰਦਗੀ ਦੇ ਕਾਫ਼ਲੇ ਹਮੇਸ਼ਾ ਚੱਲਦੇ ਹੀ ਸੋਭਦੇ ਹਨ। ਰੁਕੇ ਹੋਏ ਕਾਫ਼ਲੇ ਤਾਂ ਕੁੱਝ ਨਹੀਂ ਸੰਵਾਰ ਸਕਦੇ। ਜਿਵੇਂ ਛੱਪੜ ਵਿਚ ਪਾਣੀ ਦੀ ਸੜਿਆਂਦ ਮਾਰਦੀ ਹਾਲਤ ਹੁੰਦੀ ਹੈ, ਇੰਝ ਹੀ ਰੁਕੇ ਹੋਏ ਕਾਫ਼ਲੇ ਮਰ ਮੁੱਕ ਜਾਂਦੇ ਹਨ। ਜਿਥੇ ਪੈਰਾਂ ਵਿਚ ਰਵਾਨੀ ਹੈ, ਹਿਰਦੇ ਵਿਚ ਜੀਵਨ ਰੌਅ ਦਾ ਤਾਲ ਹੈ, ਉਥੇ ਜ਼ਿੰਦਗੀ ਹੈ।

ਜਿਵੇਂ ਰੁੱਖਾਂ ਦੇ ਰੁੰਡ-ਮਰੁੰਡ ਟਹਿਣਿਆਂ ਉਪਰ ਬਹਾਰ ਦੀ ਰੁੱਤ ਆਉਣ 'ਤੇ ਨਵੇਂ ਪੱਤੇ ਨਿਕਲ ਆਉਂਦੇ ਹਨ, ਇਵੇਂ ਹੀ ਲਿੱਸੀ ਤੇ ਓਦਰੀ ਹੋਈ ਜ਼ਿੰਦਗੀ ਦੇ ਉਪਰ ਵੀ ਬਹਾਰ ਦੀ ਆਮਦ 'ਤੇ ਨਵੇਂ ਨਵੇਂ ਚਾਅ ਤੇ ਉਮੰਗਾਂ ਪੁੰਗਰ ਪੈਂਦੀਆਂ ਹਨ। ਕੁੜੀਆਂ ਚਿੜੀਆਂ ਦੇ ਗੀਤ ਵਿਹੜੇ ਦੀ ਰੌਣਕ ਬਣ ਜਾਂਦੇ ਹਨ। ਤੇ ਮਾਵਾਂ ਦੀਆਂ ਅਸੀਸਾਂ ਤੇ ਆਸਾਂ ਦੀ ਟਹਿਣੀ ਉਪਰ ਫਲ ਉੱਗ ਪੈਂਦੇ ਹਨ। ਰੁੱਖਾਂ ਦੀਆਂ ਛਾਂਗੀਆਂ ਟਹਿਣੀਆਂ ਦੇ ਫੁੱਟਣ ਵਾਂਗ ਹੀ ਦਿਲ ਦੇ ਮਸੋਸੇ ਕੋਨੇ ਵਿਚ ਰੀਝਾਂ ਜਾਗ ਪੈਂਦੀਆਂ ਹਨ ਅਤੇ ਮਨ ਦੇ ਸੁੱਤੇ ਹੋਏ ਚਾਅ ਫਿਰ ਅੰਗੜਾਈ ਭਰਨ ਲੱਗ ਪੈਂਦੇ ਹਨ।

ਵਿਹੜੇ ਵਿਚ ਕਿਸੇ ਨਿੱਕੇ ਬਾਲ ਦੇ ਪੈਰ ਤੁਰਨ-ਤੁਰਨ ਕਰਦੇ ਹਨ ਤੇ ਦਾਦੀ ਮਾਂ ਦੀਆਂ ਅੱਖਾਂ ਵਿਚ ਜੋਤ ਜਾਗ ਪੈਂਦੀ ਹੈ। ਕਿਸੇ ਸੁੰਨੇ ਵਿਹੜੇ ਵਿਚ ਪੰਛੀਆਂ ਦੀ ਡਾਰ ਆ ਉਤਰਦੀ ਹੈ ਤੇ ਖੰਭ ਖਿਲਾਰ ਕੇ ਚੁਹਲਬਾਜ਼ੀ ਕਰਦੀ ਹੈ।

ਇੰਝ ਜ਼ਿੰਦਗੀ ਦੇ ਚਾਅ ਮਸੋਸੇ ਤਾਂ ਭਾਵੇਂ ਜਾਣ ਪਰ ਉਨ੍ਹਾਂ ਦੇ ਖੰਭ ਨਹੀਂ ਕੱਟੇ ਹੁੰਦੇ। ਵਕਤ ਦੇ ਕਰਵਟ ਬਦਲਣ ਨਾਲ ਕਿਸੇ ਉਦਾਸੇ ਜਿਹੇ ਘਰ ਦੇ ਬੂਹੇ 'ਤੇ ਵੀ ਅੰਬ ਦੇ ਪੱਤੇ ਬੱਝ ਜਾਂਦੇ ਹਨ ਤੇ ਕੁੜੀਆਂ-ਬੁੜ੍ਹੀਆਂ ਲੋਹੜੀ ਦੇ ਗੀਤ ਗਾ ਕੇ ਨਵੇਂ ਜੰਮੇ ਮੁੰਡੇ ਦੀ ਖ਼ੈਰ ਮੰਗਦੀਆਂ ਹਨ। ਜ਼ਿੰਦਗੀ ਪੱਤਝੜ ਤੋਂ ਬਾਅਦ ਵੀ ਤੁਰਦੀ ਰਹਿੰਦੀ ਹੈ ਤੇ ਰੁੱਖਾਂ 'ਤੇ ਨਵੇਂ ਪੱਤਿਆਂ ਵਾਂਗ ਜੀਵਨ ਦੇ ਚਾਅ ਤੇ ਆਸਾਂ ਫਿਰ ਜ਼ਿੰਦਗੀ ਦਾ ਸੁਨੇਹਾ ਦੇ ਕੇ ਲੋਕਾਂ ਦੇ ਮਨਾਂ ਅੰਦਰ ਨਿੱਘੀ ਰੌਸ਼ਨੀ ਭਰਨ ਲੱਗਦੀਆਂ ਹਨ।

ਜ਼ਿੰਦਗੀ ਦੇ ਗੁੰਮ ਹੋਏ ਤਣ-ਪੱਤਣ....

ਅੱਜ ਦੇ ਇਸ ਅਨਿਸਚਿਤਤਾ ਦੇ ਦੌਰ 'ਚ ਇਨਸਾਨ ਦੀ ਪਕੜ ਜ਼ਿੰਦਗੀ 'ਤੇ ਢਿੱਲੀ ਪੈਂਦੀ ਜਾ ਰਹੀ ਹੈ ਤੇ ਇੰਝ ਢਿੱਲੀ ਪਕੜ ਕਾਰਨ ਇਨਸਾਨ ਜ਼ਿੰਦਗੀ ਦੇ ਦਰਿਆਵਾਂ ਨੂੰ ਪਾਰ ਕਰਲ 'ਚ ਮੁਸ਼ਕਲ ਮਹਿਸੂਸ ਕਰਦਾ ਜਾ ਰਿਹਾ ਹੈ। ਕਈ ਵਾਰ ਚੜ੍ਹੇ ਪਾਣੀਆਂ 'ਚ ਪੈਰ ਧਰਨ 'ਤੇ ਡਰਦਾ ਵੀ ਹੈ। ਪੀਡੀ ਗੰਢ ਖੁੱਲ੍ਹਣ-ਖੁੱਲ੍ਹਾ ਕਰਦੀ ਹੈ ਤੇ ਇਨਸਾਨ ਇਸ ਰੋਹੀ-ਬੀਆਬਾਨ ਵਰਗੀ ਦੁਨੀਆਂ 'ਚ ਇਕੱਲਾ ਤੇ ਨਿਰਆਸਰਾ ਜਿਹਾ ਹੋ ਕੇ ਜ਼ਿੰਦਗੀ ਗੁਜ਼ਾਰ ਰਿਹਾ ਹੈ। ਮੋਹ ਦੀਆਂ ਤੰਦਾਂ ਵੀ ਢਿੱਲੀਆਂ ਹੋ ਚੁੱਕੀਆਂ ਹਨ। ਕਿਸੇ ਰਿਸ਼ਤੇ ਜਾਂ ਪਛਾਣ ਵਿਚੋਂ ਅਸਲ ਪਛਾਣ-ਚਿੰਨ੍ਹ ਗੁੰਮ-ਗੁਆਚਣ ਵਰਗੇ ਹੋਏ ਪਏ ਹਨ। ਇਹੀ ਵਜ੍ਹਾ ਹੈ ਕਿ ਇਨਸਾਨ ਧਰਤੀ 'ਤੇ ਪੈਰ ਵੀ ਢਿੱਲੇ ਢਿੱਲੇ ਹੀ ਧਰਦਾ ਹੈ। ਡਾਵਾਂ ਡੋਲ ਵਿਸ਼ਵਾਸ ਨਾਲ ਕਿਹੜੀ ਦਿਸ਼ਾ ਨੂੰ ਫ਼ਤਹਿ ਕੀਤਾ ਜਾ ਸਕਦਾ ਹੈ, ਸਭ ਦਿਸ਼ਾਵਾਂ ਹੀ ਔਝੜ ਮਨ ਵਰਗੀਆਂ ਲੱਗਦੀਆਂ ਹਨ। ਜਦੋਂ ਹੌਸਲੇ ਮੱਠੇ ਤੇ ਚਾਅ ਨਿਤਾਣੇ ਜਿਹੇ ਹੋ ਜਾਣ ਤਾਂ ਮੰਜ਼ਲਾਂ ਦੂਰ ਹੁੰਦੀਆਂ ਜਾਂਦੀਆਂ ਹਨ। ਕਿੰਨੇ ਰਾਹੀ ਸਵੇਰੇ ਸਫ਼ਰ ਸ਼ੁਰੂ ਕਰਦੇ ਹਨ ਤੇ ਉਨ੍ਹਾਂ 'ਚੋਂ ਕਿੰਨੇ ਕੁ ਮੰਜ਼ਿਲਾਂ 'ਤੇ ਪਹੁੰਚਦੇ ਹਨ। ਬਾਕੀ ਸਮੇਂ ਦੀ ਗਰਦਿਸ਼ ਤੇ ਧੂੜ 'ਚ ਕਿਧਰੇ ਸਮਾਂ ਅਜਾਈ ਗੁਆ ਰਹੇ ਹਨ।

ਜਦੋਂ ਸਥਿਤੀ ਸਪੱਸ਼ਟ ਨਾ ਹੋਵੇ ਤਾਂ ਨਿਸ਼ਾਨਾ ਠੀਕ ਕਿਵੇਂ ਲੱਗ ਸਕਦਾ ਹੈ। ਇੰਝ ਗ਼ਲਤ ਨਿਸ਼ਾਨਚੀ ਵਾਂਗ ਇਨਸਾਨ ਗ਼ਲਤ ਥਾਵਾਂ 'ਤੇ ਭਟਕਦਾ ਤੇ ਬੇਵਜ੍ਹਾ ਤਾਕਤ ਗੁਆ ਰਿਹਾ ਹੈ। ਵਿਸ਼ਵਾਸ ਨਾਲ ਚੁੱਕੇ ਕਦਮ ਹੀ ਮੰਜ਼ਿਲਾਂ 'ਤੇ ਪਹੁੰਚ ਸਕਦੇ ਹਨ। ਜ਼ਰਾ ਜਿੰਨੀ ਵੀ ਅਵਿਸ਼ਵਾਸ ਦੀ ਭਾਵਨਾ ਇਨਸਾਨ ਨੂੰ ਡਾਵਾਂ-ਡੋਲ ਸਥਿਤੀ 'ਚ ਪਾ ਸਕਦੀ ਹੈ।

ਔਝੜ ਰਾਹਾਂ 'ਚ ਭਟਕਦੇ ਪੈਰ ਭਲਾ ਮੰਜ਼ਿਲ 'ਤੇ ਕਿਵੇਂ ਪਹੁੰਚ ਸਕਦੇ ਹਨ। ਜਦੋਂ ਆਸੇ ਪਾਸੇ ਧੁੰਦ ਪਸਰੀ ਹੋਵੇ ਤਾਂ ਰਾਹ ਵਿਖਾਈ ਨਹੀਂ ਦਿੰਦੇ ਤੇ ਜ਼ਿੰਦਗੀ ਦੇ ਸੂਰਜ ਵੀ ਕਿਧਰੇ ਅੱਖਾਂ ਤੋਂ ਓਝਲ ਹੋ ਜਾਂਦੇ ਹਨ। ਅਜਿਹੇ ਸਮਿਆਂ 'ਚ ਇਨਸਾਨ ਨੂੰ ਧੁੰਦ ਦੇ ਛਟ ਜਾਣ ਦੀ ਉਡੀਕ ਕਰਨੀ ਹੀ ਪੈਂਦੀ ਹੈ। ਸੂਰਜ ਦੀ ਆਮਦ ਤੇ ਤੇਜ਼ ਰੌਸ਼ਨੀ ਹੀ ਇਨਸਾਨ ਨੂੰ ਜ਼ਿੰਦਗੀ ਦੇ ਰਾਹ ਵਿਖਾ ਸਕਦੀ ਹੈ। ਕਈ ਵਾਰ ਹਨੇਰੀਆਂ ਰਾਤਾਂ 'ਚ ਇਨਸਾਨ ਜਾਗੋ-ਮੀਟੀ ਵਾਂਗ ਸਮਾ ਕੱਢਦਾ ਹੈ। ਪਰ ਸਮਾਂ ਗਵਾਹ ਹੈ ਕਿ ਹਨੇਰੀਆਂ ਰਾਤਾਂ ਵੀ ਇਕ ਨਾ ਇਕ ਦਿਨ ਚਾਨਣੀਆਂ ਰਾਤਾਂ 'ਚ ਪਰਤ ਆਉਂਦੀਆਂ ਹਨ ਤੇ ਚਾਨਣੀਆਂ ਰਾਤਾਂ ਦਾ ਪੂਰਨਿਮਾ ਦਾ ਚੰਨ ਇਨਸਾਨ ਨੂੰ ਫਿਰ ਤੋਂ ਜ਼ਿੰਦਗੀ ਦੀ ਰੌਸ਼ਨੀ ਵੰਡਣ ਲੱਗਦਾ ਹੈ ਤੇ ਉਸ ਦੇ ਡਾਵਾਂ-ਡੋਲ ਵਿਸ਼ਵਾਸ 'ਚ ਆਪਣੀ ਸੁੰਦਰਤਾ ਤੇ ਠੰਢੀਆਂ ਸ਼ੀਤਲ ਰਿਸ਼ਮਾਂ ਦਾ ਚਾਨਣ ਬਿਖੇਰ ਦਿੰਦਾ ਹੈ।

ਜ਼ਿੰਦਗੀ ਦੀ ਕਾਮਯਾਬੀ ਇਸੇ ਗੱਲ 'ਤੇ ਨਿਰਭਰ ਕਰਦੀ ਹੈ ਕਿ ਸਾਡਾ ਵਿਸ਼ਵਾਸ ਸਾਡੇ ਕੰਮਾਂ-ਕਾਰਾਂ 'ਚ ਕਿੰਨਾ ਕੁ ਦ੍ਰਿੜ੍ਹ ਹੈ। ਜਿੰਨੇ ਕੁ ਵਿਸ਼ਵਾਸ ਨਾਲ ਅਸੀਂ ਕੋਈ ਕੰਮ ਆਰੰਭ ਕਰਦੇ ਹਾਂ ਓਨੀ ਹੀ ਕੁ ਸਫਲਤਾ ਹੀ ਸਾਡੀ ਝੋਲੀ 'ਚ ਪੈ ਸਕਦੀ ਹੈ। ਮੰਜ਼ਿਲ ਨੂੰ ਪ੍ਰਾਪਤ ਕਰਨ ਲਈ ਚੁੱਕਿਆ ਗਿਆ ਪਹਿਲਾ ਕਦਮ ਹੀ ਸਾਡੀ ਜਿੱਤ ਜਾਂ ਹਾਰ ਦਾ ਫ਼ੈਸਲਾ ਕਰ ਦਿੰਦਾ ਹੈ। ਜੇ ਹੌਸਲੇ ਬੁਲੰਦ ਹੋਣ ਤਾਂ ਹਨੇਰੀਆਂ ਵੀ ਕਿਧਰੇ ਹੰਭ-ਹਾਰ ਕੇ ਛਟ ਜਾਂਦੀਆਂ ਹਨ ਤੇ ਦ੍ਰਿੜ੍ਹ ਵਿਸ਼ਵਾਸ ਵਾਲੇ ਇਨਸਾਨ ਨੂੰ ਮੀਂਹ-ਝੱਖੜ ਤੋਂ ਬਾਅਦ ਸੂਰਜ ਦੀ ਰੌਸ਼ਨੀ ਆ ਰਾਹ ਵਿਖਾਉਂਦੀ ਹੈ। ਦੁਚਿੱਤੀ 'ਚ ਪਿਆ ਬੰਦਾ ਕਿਸੇ ਵੀ ਸਹੀ ਰਾਹ 'ਤੇ ਤੁਰਨ ਦੀ ਬਜਾਏ ਦੋ ਰਾਹਾਂ 'ਤੇ ਤੁਰਨ ਲੱਗਦਾ ਹੈ। ਦੋ ਰਾਹਾਂ 'ਤੇ ਤੁਰਦਾ ਬੰਦਾ ਮੰਜ਼ਿਲ ਨੂੰ ਕਿਵੇਂ ਪਾ ਸਕੇਗਾ।

ਆਕਾਸ਼ 'ਚ ਜੇ ਬੱਦਲ ਵੀ ਛਾਏ ਹੋਏ ਹੋਣ ਤਾਂ ਡਰ ਨਹੀਂ ਜਾਣਾ ਚਾਹੀਦਾ। ਅਸਮਾਨੀ ਗਹਿਰ ਅਲੋਪ ਹੋਣ ਨੂੰ ਕਈ ਵਾਰ ਭੋਰਾ ਵੀ ਸਮਾਂ ਨਹੀਂ ਲੱਗਦਾ ਤੇ ਆਕਾਸ਼ ਫਿਰ ਤੋਂ ਨੀਲਾ ਨੀਲਾ ਵਿਖਾਈ ਦੇਣ ਲੱਗ ਪੈਂਦਾ ਹੈ। ਕੋਲੰਬਸ ਨੇ ਅਮਰੀਕਾ ਲੱਭਣ ਵੇਲੇ ਆਪਣੇ ਨਾਲ ਕੋਈ ਜਥਾ ਨਹੀਂ ਸੀ ਤੋਰਿਆ। ਇਕੱਲਾ ਕਿਸੇ ਵਿਸ਼ਵਾਸ ਨਾਲ ਤੁਰਦਾ ਰਿਹਾ ਤੇ ਆਪਣੇ ਮਿਸ਼ਨ 'ਚ ਕਾਮਯਾਬ ਹੋ ਗਿਆ। ਇੰਝ ਹੀ ਸਿਧਾਰਥ ਨੇ ਘਰ ਤਿਆਗਣ ਵੇਲੇ ਅੱਧੀ ਰਾਤ ਨੂੰ ਮਹਿਲਾਂ 'ਚੋਂ ਖਿਸਕਣ ਦੀ ਕੀਤੀ। ਸਿਧਾਰਥ ਨੂੰ ਗੌਤਮ ਬਣਨ 'ਚ ਬੜੀਆਂ ਔਕੜਾਂ ਤੇ ਮੁਸ਼ਕਲਾਂ ਦਾ ਸਾਹਮਣਾ ਕਰਨਾ ਪਿਆ ਪਰ ਸਿਧਾਰਥ ਗਯਾ ਦੇ ਬੋਹੜ ਥੱਲੇ ਸੁੱਕ ਕੇ ਤੀਲਾ ਹੋਇਆ ਵੀ ਕਿਸੇ ਵਿਸ਼ਵਾਸ ਨਾਲ ਸੂਰਜ ਵਰਗੇ ਚਾਨਣ ਨੂੰ ਆਪਣੇ ਹੱਥਾਂ 'ਚ ਪਲੋਸ਼ ਰਿਹਾ ਸੀ। ਰੌਸ਼ਨੀ ਤੇ ਗਿਆਨ ਦੀ ਆਭਾ ਉਸ ਦੇ ਮੁਖੜੇ ਨੂੰ ਹੋਰ ਨਿਖਾਰ ਰਹੀ ਸੀ ਤੇ ਹੱਡੀਆਂ ਦੀ ਮੁੱਠ ਸਰੀਰ ਵੀ ਜਿੱਤ ਪ੍ਰਾਪਤ ਕਰ ਕੇ ਪੂਰੇ ਸੰਸਾਰ 'ਤੇ ਛਾ ਜਾਣ ਵਾਸਤੇ ਬਿਹਬਲ ਸੀ।

ਪਰ ਜੇ ਦਿਲ 'ਚ ਹਨੇਰ ਹੋਵੇ ਤਾਂ ਸਭ ਦਿਸ਼ਾਵਾਂ ਹੀ ਹਨੇਰੀਆਂ ਨਜ਼ਰ ਆਉਂਦੀਆਂ ਹਨ। ਪੈਰਾਂ 'ਚ ਜੁੰਬਸ਼ ਨਾ ਹੋਵੇ ਤਾਂ ਦੋ ਕੋਹ ਵਾਟ ਵੀ ਬਹੁਤ ਲੰਬੀ ਨਜ਼ਰ ਆਉਂਦੀ ਹੈ। ਇਰਾਦੇ ਦੀ ਪਕਿਆਈ ਨਾ ਹੋਵੇ ਤਾਂ ਕਦਮ ਅੱਗੇ ਨੂੰ ਜਾਣ ਦੀ ਬਜਾਏ ਪਿਛਾਂਹ ਵੱਲ ਤੁਰਦੇ ਨਜ਼ਰ ਆਉਂਦੇ ਹਨ ਤੇ ਇਨਸਾਨ ਇਕ ਬ੍ਰਿਛ ਬਣਿਆ ਸਰਾਪ ਭੋਗਦਾ ਰਹਿੰਦਾ ਹੈ। ਜੜ੍ਹ ਹੋਇਆ ਬੰਦਾ ਭਲਾ ਕੀ ਕਰ ਸਕਦਾ ਹੈ। ਸਰਾਪ ਰੱਬ ਵੱਲੋਂ ਨਹੀਂ ਹੁੰਦਾ, ਸਗੋਂ ਬੰਦਾ ਖ਼ੁਦ ਹੀ ਆਪਣੇ ਆਪ ਨੂੰ ਸਰਾਪ ਦਿੰਦਾ ਹੈ। ਸਰਾਪੀ ਹੋਂਦ ਇਕ ਪ੍ਰੇਤ-ਛਾਹਿਆ ਤੋਂ ਵੱਧ ਭਲਾ ਕੀ ਹੋ ਸਕਦੀ ਹੈ।

ਕਈ ਵਾਰ ਡਰ ਤੇ ਭੈਅ ਨਾਲ ਗ੍ਰਸਿਆ ਇਨਸਾਨ ਮੰਜ਼ਿਲ ਤੋਂ ਉਰੇ ਹੀ ਮੁੜ ਪੈਂਦਾ ਹੈ। ਮੰਜ਼ਿਲ ਤਾਂ ਤਦ ਹੀ ਪ੍ਰਾਪਤ ਕੀਤੀ ਜਾ ਸਕਦੀ ਹੈ ਜੇ ਅਸੀਂ ਪ੍ਰਾਪਤੀ ਦੇ ਲਕਸ਼ ਮਿਥ ਲਈਏ। ਸਾਡੇ ਕਣ-ਕਣ 'ਚ ਇਹ ਧਾਰਨਾ ਬੈਠ ਜਾਵੇ ਕਿ ਮੰਜ਼ਲ ਪਾ ਕੇ ਚੈਨ ਲੈਣਾ ਹੈ। ਸੁੱਤੇ-ਸਿੱਧ ਕੋਈ ਫਲ ਕਿਸੇ ਦੀ ਝੋਲੀ 'ਚ ਨਹੀਂ ਡਿੱਗਦਾ। ਹਰ ਪ੍ਰਾਪਤੀ ਦੇ ਪਿੱਛੇ ਸੱਚੀ ਲਗਨ ਤੇ ਦ੍ਰਿੜ੍ਹ ਇਰਾਦਾ ਕੰਮ ਕਰ ਰਿਹਾ ਹੁੰਦਾ ਹੈ। ਬੋਰਡ ਜਾਂ ਯੂਨੀਵਰਸਿਟੀ 'ਚੋਂ ਅੱਵਲ ਆਉਣ ਵਾਲੇ ਵਿਦਿਆਰਥੀ ਪਹਿਲਾਂ ਹੀ ਜਾਣ ਜਾਂਦੇ ਹਨ ਕਿ ਉਹ ਪਹਿਲੇ ਨੰਬਰ 'ਤੇ

ਆਉਣਗੇ। ਕੋਈ ਹੋਰ ਵਿਦਿਆਰਥੀ ਉਸ ਦੀ ਥਾਂ ਨਹੀਂ ਲੈ ਸਕਦਾ

ਸੈਲਾਨੀਆਂ ਲਈ ਦੁਨੀਆ ਦਾ ਕੋਈ ਕੋਨਾ ਵੀ ਦੂਰ ਨਹੀਂ ਹੁੰਦਾ। ਸਗੋਂ ਪੂਰਾ ਬ੍ਰਹਿਮੰਡ ਹੀ ਉਨ੍ਹਾਂ ਨੂੰ ਆਪਣਾ ਘਰ ਜਾਪਦਾ ਹੈ। ਉਹ ਤੁਰਦੇ ਰਹਿਣ 'ਚ ਹੀ ਵਿਸ਼ਵਾਸ ਕਰਦੇ ਹਨ ਤੇ ਇੰਝ ਮੰਜ਼ਿਲ ਮਾਰਨਾ ਉਨ੍ਹਾਂ ਦੇ ਖੱਬੇ ਹੱਥ ਦਾ ਕੰਮ ਹੈ। ਕਈ ਵਾਰ ਬਹਾਨੇ ਬਣਾ ਕੇ ਹੀ ਅਸੀਂ ਆਪਣੇ ਕੰਮ 'ਚ ਪਛੜੀ ਜਾਂਦੇ ਹਾਂ। ਨਾ-ਕਾਮਯਾਬ ਇਨਸਾਨ ਬਹਾਨੇ ਘੜਨ 'ਚ ਸਭ ਤੋਂ ਅੱਗੇ ਹੁੰਦੇ ਹਨ। ਜੇ ਉਹ ਦੌੜਾਂ 'ਚ ਪਿੱਛੇ ਵੀ ਰਹਿ ਜਾਣ ਤਾਂ ਆਪਣੇ ਬੂਟਾਂ ਨੂੰ ਦੋਸ਼ ਦਿੰਦੇ ਹਨ। ਇਮਤਿਹਾਨ 'ਚ ਫ਼ੇਲ੍ਹ ਹੋਣ ਵਾਲੇ ਵਿਦਿਆਰਥੀ ਹਮੇਸ਼ਾ ਅਧਿਆਪਕ ਨੂੰ ਦੋਸ਼ ਦਿੰਦੇ ਹਨ। ਜਾਂ ਘਰਦਿਆਂ 'ਤੇ ਇਹ ਦੋਸ਼ ਲਾਉਂਦੇ ਹਨ ਕਿ ਮੇਰੇ ਬਾਪ ਜਾਂ ਮਾਂ ਨੇ ਮੈਨੂੰ ਪੜ੍ਹਨ ਹੀ ਨਹੀਂ ਦਿੱਤਾ। ਮੈਂ ਪ੍ਰੀਖਿਆ ਹਾਲ 'ਚ ਹੀ ਬੀਮਾਰ ਹੋ ਗਿਆ ਸੀ ਜਾਂ ਜਿਸ ਦਿਨ ਪ੍ਰੀਖਿਆ ਹੋ ਰਹੀ ਸੀ, ਮੇਰੇ ਤਾਂ ਉਸ ਦਿਨ ਸਿਰ ਪੀੜ ਹੋ ਰਹੀ ਸੀ। ਇੰਝ ਹੀ ਤੁਰਨ ਵੇਲੇ ਵੀ ਕਈ ਇਨਸਾਨ ਛੱਤੀ ਬਹਾਨੇ ਬਣਾ ਲੈਂਦੇ ਹਨ ਤੇ ਤੁਰਦੇ ਤੁਰਦੇ ਘਰ ਬੈਠੇ ਰਹਿੰਦੇ ਹਨ।

ਅੱਜ ਦਾ ਇਨਸਾਨ ਤਣ-ਪੱਤਣ ਦੀ ਭਾਲ 'ਚ ਭਟਕਦਾ ਫਿਰਦਾ ਹੈ ਤੇ ਜ਼ਿੰਦਗੀ ਦੀ ਸਹੀ ਤਲਾਸ਼ ਕਰਨ 'ਚ ਰੁੱਝਾ ਹੋਇਆ ਹੈ। ਜਿਵੇਂ ਕਸਤੂਰੀ ਮਿਰਗ ਦੀ ਨਾਭੀ 'ਚ ਹੀ ਹੁੰਦੀ ਹੈ, ਇੰਝ ਹੀ ਕਈ ਵਾਰ ਮੰਜ਼ਿਲ 'ਤੇ ਪਹੁੰਚਿਆ ਬੰਦਾ ਵੀ ਹੋਰ ਅਗਾਂਹ ਹੋਰ ਅਗਾਂਹ ਦੌੜਦਾ ਜਾਂਦਾ ਹੈ। ਫ਼ੈਸਲੇ ਤੇ ਨਿਸਚੇ ਦੀ ਘਾਟ ਕਾਰਨ ਉਹ ਸਹੀ ਮੰਜ਼ਿਲ ਨੂੰ ਪ੍ਰਾਪਤ ਨਹੀਂ ਕਰ ਸਕਦਾ ਤੇ ਜ਼ਿੰਦਗੀ ਇਕ ਭਟਕਣ ਚੱਕਰ ਬਣ ਕੇ ਰਹਿ ਜਾਂਦੀ ਹੈ। ਜਿੰਨਾ ਚਿਰ ਇਨਸਾਨ ਆਪਣੀ ਬੁੱਧੀ-ਵਿਵੇਕ ਦੀ ਵਰਤੋਂ ਨਹੀਂ ਕਰਦਾ, ਓਨਾ ਚਿਰ ਉਹ ਸਹੀ ਫ਼ੈਸਲੇ ਨਹੀਂ ਲੈ ਸਕਦਾ। ਅੱਜ ਜ਼ਿੰਦਗੀ ਦੀਆਂ ਸਮੱਸਿਆਵਾਂ ਵੀ ਏਨੀਆ ਜਟਿਲ ਹੁੰਦੀਆਂ ਜਾ ਰਹੀਆਂ ਹਨ ਕਿ ਇਨਸਾਨ ਉਨ੍ਹਾਂ ਸਮੱਸਿਆਵਾਂ ਨੂੰ ਸੁਲਝਾਉਂਦਾ-ਸੁਲਝਾਉਂਦਾ ਖੁਦ ਇਕ ਸਮੱਸਿਆ ਬਣਦਾ ਜਾ ਰਿਹਾ ਹੈ। ਮਾਨਸਿਕ ਟਿਕਾਅ ਤੇ ਸ਼ਾਂਤੀ ਦੇ ਅਭਾਵ ਕਾਰਨ ਇਕੋ ਹੀ ਘਰ 'ਚ ਰਹਿੰਦੇ ਬੰਦਿਆਂ ਦੀ ਸੁਰ ਤਾਲ ਕੋਈ ਨਹੀਂ ਸਿਰਫ ਰਾਤ ਨੂੰ ਇਕ ਸਰਾਂ 'ਚ ਠਹਿਰਨ ਵਾਂਗ ਹੀ ਇਕੱਠੇ ਹੁੰਦੇ ਤੇ ਫਿਰ ਸਵੇਰੇ ਹੀ ਆਪਣੀਆਂ ਆਪਣੀਆਂ ਮੰਜ਼ਿਲਾਂ ਤਹਿ ਕਰਨ ਵੱਲ ਤੁਰ ਪੈਂਦੇ ਹਨ।

ਉਹ ਵਕਤ ਤਾਂ ਕਿਧਰੇ ਗੁੰਮ-ਗੁਆਚ ਗਏ ਹਨ ਜਦ ਇਕ ਘਰ 'ਚ ਮਾਂ ਦੀ ਗੋਦ ਦਾ ਨਿੱਘ ਬੱਚਿਆਂ ਨੂੰ ਸਵਰਗ ਦਾ ਹੁਲਾਰਾ ਜਾਪਦਾ ਸੀ ਤੇ ਪਿਉ ਦੀ ਛਤਰ-ਛਾਇਆ ਵੀ ਕਿਸੇ ਰਾਜ-ਭਾਗ ਤੋਂ ਘੱਟ ਨਹੀਂ ਸੀ ਹੁੰਦੀ। ਹੁਣ ਤਾਂ ਬੱਚੇ ਵੀ ਘਰ 'ਚ ਸੁਰੱਖਿਅਤ ਮਹਿਸੂਸ ਨਹੀਂ ਕਰਦੇ ਤੇ ਨਾ ਹੀ ਉਨ੍ਹਾਂ ਨੂੰ ਪੁਰਾਣੇ ਵੇਲਿਆਂ ਦਾ ਨਿੱਘ ਤੇ ਲੋਰੀਆਂ ਦੀ ਮਿੱਠੀ ਮਿੱਠੀ ਰਾਗਨੀਂ ਕਸੇ ਗਹਿਰੀ ਨੀਂਦ 'ਚ ਸੁਲਾਉਂਦੀ ਤੇ ਸੁਖ ਦਿੰਦੀ ਹੈ। ਕਈ ਵਾਰ ਇਕ ਘਰ ਦੇ ਛੇ ਜੀਅ ਇਕ ਦੂਜੇ ਨਾਲ ਓਪਰਾ ਜਿਹਾ ਵਿਹਾਰ ਕਰ ਕੇ ਇੱਕੋ ਘਰ 'ਚ ਰਹੀ ਜਾਂਦੇ ਹਨ ਤੇ ਕਈ ਘਰਾਂ 'ਚ ਬੱਚੇ ਬੱਚੇ ਨਾ ਹੋ ਕੇ ਘਰਦਿਆਂ ਦੇ ਕਹੇ ਦਾ ਕੋਈ ਮਹੱਤਵ ਨਹੀਂ ਸਮਝਦੇ। ਇੰਝ ਤੇਜ ਰਫ਼ਤਾਰ ਜ਼ਿੰਦਗੀ ਨੇ ਘਰਾਂ 'ਚ ਵੀ ਆਪਣੀ ਤੇਜ਼ੀ ਦਿਖਾਉਣੀ ਸ਼ੁਰੂ ਕਰ ਦਿੱਤੀ ਹੈ। ਘਰ ਦਾ ਅਸਲ ਨਿੱਘ ਕਿਧਰੇ ਅਲੋਪ ਹੁੰਦਾ ਜਾ ਰਿਹਾ ਹੈ। ਘਰ ਘਰ ਨਾ ਰਹਿ ਕੇ ਇਕ

ਸਰਾਂ ਜਾਂ ਹੋਟਲ ਦਾ ਰੂਪ ਧਾਰਦਾ ਜਾ ਰਿਹਾ ਹੈ। ਜਿਵੇਂ ਹੋਟਲਾਂ 'ਚ ਲੋਕੀਂ ਭੋਜਣ ਖਾਂਦੇ ਤੇ ਪੈਸੇ ਦੇ ਕੇ ਆਰਾਮ ਪ੍ਰਾਪਤ ਕਰਦੇ ਹਨ, ਇੰਝ ਹੀ ਘਰ ਵੀ ਇਕ ਪੇਇੰਗ ਗੈਸਟ ਵਾਂਗ ਬਣਦਾ ਜਾ ਰਿਹਾ ਹੈ। ਉਹ ਵੇਲੇ ਕਦੋਂ ਦੇ ਲੱਦ ਗਏ ਹਨ ਜਦ ਆਪਣੇ ਘਰ 'ਚ ਬੈਠੇ ਲੋਕੀਂ ਨਿੱਘੀਆਂ ਧੁੱਪਾਂ ਸੇਕਦੇ ਸਨ ਤੇ ਬੱਚੇ ਆਪਣੀਆਂ ਖੇਡਾਂ ਖੇਡਦੇ ਇਸ ਦੁਨੀਆਂ ਨੂੰ ਇਕ ਸਵਰਗ ਸਮਝਦੇ ਸਨ। ਮਿੱਠੀ ਤਾਲ ਤੇ ਸੰਗੀਤ ਦੀ ਸੁਰ ਘਰਾਂ 'ਚ ਇਕ ਮੋਹ ਤੇ ਪਿਆਰ ਦੀ ਚਿਣਗ ਜਿਹੀ ਮਚਾ ਕੇ ਰੱਖਦੀ ਸੀ। ਚੌਂਕੇ-ਚੁੱਲ੍ਹੇ 'ਚ ਭਾਂਡਿਆਂ ਦੀ ਖੜਕਾਹਟ ਤੇ ਸਾਗ-ਤੌੜੀ ਦੀ ਸੁਗੰਧ ਘਰ ਦੀ ਰਸੋਈ ਨੂੰ ਖੁਸ਼ਬੋਆਂ ਨਾਲ ਭਰੀ ਰੱਖਦੀ ਸੀ।

ਅੱਜ ਦੇ ਯੁੱਗ 'ਚ ਜ਼ਿੰਦਗੀ ਦੀ ਅਨਿਸਚਿਤਤਾ ਵਧਦੀ ਜਾ ਰਹੀ ਹੈ ਤੇ ਇਸੇ ਅਨੁਪਾਤ ਨਾਲ ਇਨਸਾਨ ਬੇਚੈਨ ਤੇ ਅਸ਼ਾਂਤ ਵੀ ਹੁੰਦਾ ਜਾ ਰਿਹਾ ਹੈ। ਜ਼ਿੰਦਗੀ ਨੂੰ ਨਰੋਏ ਪੈਰਾਂ 'ਤੇ ਖਲੋਣ ਲਈ ਸਹੀ ਆਧਾਰ ਦੀ ਜ਼ਰੂਰ ਹੈ। ਇਹ ਸਹੀ ਆਧਾਰ ਜ਼ਿੰਦਗੀ ਦੀ ਸੱਚਾਈ, ਸਹਿਜ, ਠਰ੍ਹੰਮਾ ਤੇ ਟਿਕਾਅ 'ਚ ਹੀ ਮਿਲ ਸਕਦਾ ਹੈ। ਜਿੰਨਾ ਚਿਰ ਇਨਸਾਨ ਸਹਿਜ ਅਵਸਥਾ 'ਚ ਨਹੀਂ ਆ ਜਾਂਦਾ, ਕੁੱਝ ਵੀ ਸੰਭਵ ਨਹੀਂ। ਅੱਜ ਕੱਲ੍ਹ ਤਾਂ ਕੁੜੀ, ਮੁੰਡੇ ਦੇ ਰਿਸ਼ਤੇ ਵੀ ਸੜਕ 'ਤੇ ਖਲੋ ਕੇ ਹੀ ਤਹਿ ਹੋ ਜਾਂਦੇ ਹਨ ਤੇ ਇੰਝ ਸੜਕਾਂ 'ਤੇ ਖਲੋ ਕੇ ਤਹਿ ਕੀਤੇ ਰਿਸ਼ਤੇ ਭਲਾ ਕਿੰਨੇ ਕੁ ਹੰਢਣਸਾਰ ਹੋ ਸਕਦੇ ਹਲ। ਰਿਸ਼ਤੇ ਤਾਂ ਘਰਾਂ 'ਚ ਬੈਠ ਕੇ ਹੀ ਤਹਿ ਹੋਣੇ ਚਾਹੀਦੇ ਹਨ। ਤਦ ਹੀ ਇਨ੍ਹਾਂ ਰਿਸ਼ਤਿਆਂ 'ਚ ਨਿੱਘ, ਸਹਿਜ, ਸੁੱਖ ਤੇ ਸ਼ਾਂਤੀ ਵਰਗੀਆਂ ਬਰਕਤਾਂ ਆ ਸਕਦੀਆਂ ਹਨ।

ਪਿਆਰ ਬਿਨਾਂ ਅਸੀਂ ਸੱਖਣੇ....

ਪਿਆਰ ਇਕ ਅਜਿਹਾ ਜਜ਼ਬਾ ਹੈ ਜੋ ਮਨੁੱਖੀ ਮਨ ਦੀਆਂ ਸੁੱਕ ਚੁੱਕੀਆਂ ਟਹਿਣੀਆਂ ਤੇ ਲਗਰਾਂ ਨੂੰ ਫਿਰ ਤੋਂ ਹਰਾ ਕਰ ਦਿੰਦਾ ਹੈ। ਕਿਸੇ ਵੀ ਮਹਿਰਮ, ਦਿਲ ਦੇ ਜਾਨੀ ਜਾਂ ਘਰ ਪਰਿਵਾਰ ਦੇ ਕਿਸੇ ਜੀਅ ਤੋਂ ਜਦੋਂ ਇਨਸਾਨ ਨੂੰ ਪਿਆਰ ਮਿਲਣ ਲੱਗੇ ਤਾਂ ਉਸ ਦੇ ਤੌਰ-ਤਰੀਕੇ ਕੁਝ ਹੋਰ ਦੇ ਹੋਰ ਹੋ ਜਾਂਦੇ ਹਨ। ਉਸ ਦੇ ਚਿਹਰੇ ’ਤੇ ਖੇੜੇ, ਖ਼ੁਸ਼ੀਆਂ ਦੀ ਬਹਾਰ ਆ ਬਿਰਾਜਮਾਨ ਹੁੰਦੀ ਹੈ ਤੇ ਹਾਸਾ ਉਸ ਦੇ ਬੁੱਲ੍ਹਾਂ ਵਿਚੋਂ ਫੁੱਟ-ਫੁੱਟ ਨਿਕਲਦਾ ਹੈ। ਇੰਝ ਲੱਗਦਾ ਹੈ ਜਿਵੇਂ ਇਨਸਾਨ ਦੇ ਅੰਦਰ ਹੀ ਫੁੱਲਝੜੀਆਂ ਤੇ ਅਨਾਰ ਚੱਲ ਰਹੇ ਹੋਣ! ਦੁਨੀਆਂ ਦੇ ਕਾਰ-ਵਿਹਾਰ ’ਚੋਂ ਥੱਕਿਆ-ਹਾਰਿਆ ਆਦਮੀ ਜਦ ਪਿਆਰ ਦੀ ਓਟ ਵਿਚ ਆ ਜਾਵੇ ਤਾਂ ਉਸ ਦੇ ਅੰਦਰਲੇ ਮਨ ਨੂੰ ਅਜਿਹਾ ਧਰਵਾਸ ਬੱਝਦਾ ਹੈ ਕਿ ਉਹ ਇਕਦਮ ਬਦਲ ਜਾਂਦਾ ਹੈ। ਉਸ ਦੇ ਬੁੱਲ੍ਹਾਂ ’ਤੇ ਮੁਸਕਾਨਾਂ ਖੇਡਣ ਲੱਗ ਪੈਂਦੀਆਂ ਹਨ। ਕਈ ਵਾਰ ਅਸੀਂ ਕਿਸੇ ਪਿਆਰੇ ਜਿਹੇ ਬੱਚੇ ਨੂੰ ਵੇਖ ਕੇ ਪਿਆਰ ਦੀ ਝਲਕ ਮਹਿਸੂਸ ਕਰਦੇ ਹਾਂ, ਜਿਸ ਦੇ ਨਿਰਛਲ ਚਿਹਰੇ ਤੋਂ ਮੁਸਕਾਨਾਂ ਛੁਟਦੀਆਂ ਹਨ ਤੇ ਜਿਸ ਦੀਆਂ ਅੱਖਾਂ ’ਚ ਅਨੇਕਾਂ ਤਾਰਿਆਂ ਦੀ ਰੌਸ਼ਨੀ ਦਾ ਆਗਮਨ ਹੁੰਦਾ ਹੈ।

ਇਹੀ ਕਾਰਨ ਹੈ ਕਿ ਘਰਾਂ ’ਚ ਬੱਚਿਆਂ ਦਾ ਹੋਣਾ ਅਤਿ ਜ਼ਰੂਰੀ ਸਮਝਿਆ ਜਾਂਦਾ ਹੈ। ਜਿਸ ਘਰ ਦੇ ਵਿਹੜੇ ਵਿਚ ਬੱਚੇ ਖੇਡਦੇ ਹੋਣ, ਉਹ ਘਰ ਭਾਗਾਂ ਵਾਲਾ ਗਿਣਿਆ ਜਾਂਦਾ ਹੈ। ਬੱਚੇ ਦੇ ਤੋਤਲੇ ਬੋਲ ਤੇ ਸ਼ਹਿਦ ਵਾਂਗ ਮਿੱਠੀ ਜ਼ਬਾਨ ਇਨਸਾਨ ਨੂੰ ਆਪਣੇ ਵੱਲ ਖਿੱਚਦੀ ਹੈ। ਇੰਝ ਲੱਗਦਾ ਹੈ ਜਿਵੇਂ ਉਹ ਕਿਸੇ ਦੂਜੀ ਦੁਨੀਆਂ ਦਾ ਪੈਗ਼ੰਬਰ ਹੋਵੇ। ਸੜੇ-ਬੁਝੇ ਮਨ ਤੇ ਤਪੇ ਹੋਏ ਦਿਲ ਵੀ ਬੱਚੇ ਦੀਆਂ ਅੱਲ-ਵਲੱਲੀਆਂ ਗੱਲਾਂ ਸੁਣ ਕੇ ਖ਼ੁਸ਼ ਹੋ ਜਾਂਦੇ ਹਨ। ਇਸੇ ਅਣਮੁੱਲੀ ਖ਼ੁਸ਼ੀ ਦੀ ਪ੍ਰਾਪਤੀ ਲਈ ਹੀ ਬੱਚੇ ਦੀ ਹਰ ਗੱਲ ਪ੍ਰਵਾਨ ਕੀਤੀ ਜਾਂਦੀ ਹੈ। ਮਾਂ ਬੱਚੇ ਨੂੰ ਹੱਸਦਾ-ਖੇਡਦਾ ਵੇਖਣ ਲਈ ਅਨੇਕਾਂ ਦੁਖ ਝੱਲਦੀ ਹੈ ਤੇ ਬੱਚੇ ਨੂੰ ਖ਼ੁਸ਼ ਰੱਖਣ ਲਈ ਉਸ ਦੀ ਹਰ ਰੀਝ ਪੂਰੀ ਕਰਦੀ ਹੈ। ਸਾਡੇ ਮਨਾਂ ਦੀਆਂ ਤਾਰਾਂ ਕਿਧਰੇ ਬੱਚੇ ਦੇ ਮਨ ਦੀਆਂ ਤਾਰਾਂ ਨਾਲ ਹੀ ਜੁੜੀਆਂ ਹੁੰਦੀਆਂ ਹਨ। ਇਸ ਪਿਆਰ ਭਰੇ ਵਲਵਲੇ ਦੀ ਖ਼ਾਤਰ ਇਨਸਾਨ ਕੁਰਬਾਨੀ ਕਰਦਾ ਹੈ ਤੇ ਦੁਖ ਵੀ ਖਿੜੇ ਮੱਥੇ ਬਰਦਾਸ਼ਤ ਕਰ ਜਾਂਦਾ ਹੈ, ਪਰ ਬਿਨਾਂ ਕਿਸੇ ਪਿਆਰ ਦੀ ਓਟ ਦੇ ਇਨਸਾਨ ਖ਼ਾਲੀ ਬੀਆਬਾਨ ਵਰਗਾ ਹੈ। ਬਿਨਾਂ ਪਿਆਰ ਦੇ ਇਨਸਾਨ ਇਕ ਕਬਰ ਵਾਂਗ ਹੈ ਤੇ ਬਿਨਾਂ ਪਿਆਰ ਦੇ ਇਨਸਾਨ ਦੀ ਜ਼ਿੰਦਗੀ ਕੋਈ ਜ਼ਿੰਦਗੀ ਨਹੀਂ ਹੁੰਦੀ ਬਲਕਿ ਉਹ ਇਕ ਖ਼ਾਲੀ ਪਏ ਮਕਾਨ, ਉਜਾੜ ਜਾਂ ਖੋਲੇ ਵਰਗਾ ਹੀ ਹੁੰਦਾ ਹੈ। ਇਸੇ ਲਈ ਪਿਆਰ ਪ੍ਰਾਪਤੀ ਦੀ ਖ਼ਾਤਰ ਇਨਸਾਨ ਹਰ ਦੁਖ ਤੇ ਖ਼ੁਸ਼ਹਾਲੀ ਨੂੰ ਮਨਜ਼ੂਰ ਕਰ ਲੈਂਦਾ

ਹੈ, ਕਿਉਂਕਿ ਪਿਆਰ ਦੀ ਸਾਂਝ ਇਨਸਾਨ ਨੂੰ ਫ਼ਰਸ਼ ਤੋਂ ਅਰਸ਼ 'ਤੇ ਚੁੱਕ ਕੇ ਲੈ ਜਾਂਦੀ ਹੈ। ਪਿਆਰ ਭਰੀ ਤੱਕਣੀ ਇਨਸਾਨ ਦੇ ਬੁਝੇ ਹੋਏ ਮਨ ਵਿਚ ਫਿਰ ਤੋਂ ਦਹਿਕਦੇ ਕੋਲੇ ਮਘਣ ਲਾ ਦਿੰਦੀ ਹੈ ਤੇ ਹੌਲੀ-ਹੌਲੀ ਦਿਲ ਦੀ ਅੱਗ ਦਾ ਸੇਕ ਇਨਸਾਨ ਲਈ ਜਿਊਣ ਦਾ ਇਕ ਸਹਾਰਾ ਬਣ ਜਾਂਦਾ ਹੈ।

ਸੁੰਦਰਤਾ ਇਕ ਹੋਰ ਵੱਡਾ ਖੁਸ਼ੀ ਦਾ ਕਾਰਨ ਹੈ। ਕਈ ਸੁੰਦਰ ਚਿਹਰੇ ਵੇਖ ਕੇ ਸਾਡੇ ਮਨ ਦੇ ਕਪਾਟ ਖੁੱਲ੍ਹਦੇ ਹਨ ਤੇ ਕਈ ਸੁੰਦਰ ਇਸਤਰੀਆਂ ਇਸ ਜੱਗ ਦੀ ਰੌਣਕ ਗਿਣੀਆਂ ਜਾਂਦੀਆਂ ਹਨ। ਸੁੰਦਰ ਅਪਸਰਾਵਾਂ ਵਰਗੀ ਔਰਤ ਘਰ ਲਈ ਸਦੀਵੀ ਖੁਸ਼ੀ ਬਣ ਜਾਂਦੀ ਹੈ। ਇਹ ਖ਼ੁਸ਼ੀ ਹੋਰ ਵੀ ਵਧ ਜਾਂਦੀ ਹੈ ਜੇ ਉਸ ਸੁੰਦਰ ਔਰਤ ਦੇ ਅੰਦਰਲਾ ਮਨ ਵੀ ਓਨਾ ਹੀ ਸੁੰਦਰ ਹੋਵੇ, ਜਿੰਨਾ ਕਿ ਉਸ ਦਾ ਚਿਹਰਾ। ਇਸ ਸੰਸਾਰ ਵਿਚ ਜਿੰਨੀਆਂ ਵੀ ਸੁੰਦਰ ਔਰਤਾਂ ਹੋਈਆਂ ਹਨ, ਉਨ੍ਹਾਂ ਦੀ ਸੁੰਦਰਤਾ ਕਾਰਨ ਸੰਸਾਰ ਦੀ ਖੁਸ਼ੀ ਤੇ ਉਪਮਾ 'ਚ ਵਾਧਾ ਹੋਇਆ ਹੈ। ਪਿੰਡਾਂ ਵਿਚ ਜਦੋਂ ਕਿਸੇ ਘਰ ਅਤਿ ਸੁੰਦਰ ਨੂੰਹ ਆ ਜਾਵੇ ਤਾਂ ਘਰ ਦੀ ਨੁਹਾਰ ਬਦਲ ਜਾਂਦੀ ਹੈ। ਕਿਸੇ ਵੀ ਇਕੱਠ ਵਿਚ ਸੁੰਦਰ ਚਿਹਰੇ ਹੀ ਉਸ ਇਕੱਠ ਦੀ ਰੌਣਕ ਹੁੰਦੇ ਹਨ। ਜੇ ਸੁੰਦਰ ਚਿਹਰੇ ਦੀ ਜ਼ੁਬਾਨ ਵੀ ਸੁੰਦਰ ਭਾਵ ਮਿਠਾਸ ਭਰੀ ਹੋਵੇ ਤਾਂ ਫਿਰ ਸੋਨੇ 'ਤੇ ਸੁਹਾਗੇ ਵਾਲੀ ਗੱਲ ਹੋ ਨਿਬੜਦੀ ਹੈ। ਸੁੰਦਰ ਚਿਹਰਾ ਚੌ-ਮੁਖੀਏ ਦੀਵੇ ਵਾਂਗ ਘਰ ਦੀ ਰੌਸ਼ਨੀ ਵਿਚ ਵਾਧਾ ਕਰਦਾ ਹੈ। ਪਰ ਸੁੰਦਰ ਚਿਹਰੇ ਨੂੰ ਸੁੰਦਰਤਾ ਪ੍ਰਦਾਨ ਕਰਨ ਲਈ ਵੀ ਪਿਆਰ ਦੇ ਸਹਾਰੇ ਦੀ ਲੋੜ ਪੈਂਦੀ ਹੈ। ਕਈ ਵਾਰ ਪਿਆਰ ਦੀ ਅੱਗ ਚਿਹਰਿਆਂ ਵਿਚ ਸੁੰਦਰਤਾ ਭਰ ਦਿੰਦੀ ਹੈ।

ਜਿਹੜੇ ਘਰ ਵਿਚ ਪਿਆਰ ਦੇ ਦੀਵੇ ਜਗਦੇ ਹੋਣ, ਉਥੇ ਘਰ ਦੇ ਜੀਆਂ ਦੇ ਚਿਹਰੇ ਵੀ ਚਿਰਾਗ਼ਾਂ ਵਾਂਗ ਜਗਦੇ ਦਿਖਾਈ ਦਿੰਦੇ ਹਨ। ਪਿਆਰ ਦੀਆਂ ਚਿਣਗਾਂ ਮਨ ਨੂੰ ਸਹਾਰਾ ਵੀ ਦਿੰਦੀਆਂ ਹਨ ਤੇ ਬੁਝੇ ਤੇ ਉਜਾੜ ਬੀਆਬਾਨ ਵਰਗੇ ਮਨਾਂ 'ਚ ਰੌਸ਼ਨੀ ਵੀ ਭਰਦੀਆਂ ਹਨ। ਪਿਆਰ ਦੇ ਜਜ਼ਬੇ ਕਾਰਨ ਹੀ ਇਹ ਜਹਾਨ ਖੁਸ਼ੀਆਂ ਵਿਚ ਵੱਸਦਾ ਰਸਦਾ ਹੈ। ਪਿਆਰ ਭਰੇ ਬੋਲ ਹੀ ਸਾਡੇ ਮਨਾਂ 'ਤੇ ਫੇਹੇ ਰੱਖ ਕੇ ਦਰਦਾਂ-ਪਰੁੱਚੇ ਦਿਲਾਂ ਨੂੰ ਖੁਸ਼ ਕਰ ਦਿੰਦੇ ਹਨ। ਇਸੇ ਲਈ ਕਿਹਾ ਗਿਆ ਹੈ ਕਿ ਪਿਆਰ ਬਿਨਾਂ ਇਨਸਾਨ ਸੱਖਣਾ ਹੈ। ਜਿੰਨਾ ਸਾਡੇ ਮਨਾਂ 'ਚ ਪਿਆਰ ਹੋਵੇਗਾ, ਓਨਾ ਹੀ ਮਨਾਂ ਵਿਚ ਸਤਿਕਾਰ ਵੀ ਜਾਗ ਪਵੇਗਾ। ਜ਼ਿੰਦਗੀ ਨੂੰ ਖ਼ੂਬਸੂਰਤ ਬਣਾਉਣ ਲਈ ਪਿਆਰ ਦਾ ਹੋਣਾ ਅਤਿ ਜ਼ਰੂਰੀ ਹੈ। ਪਿਆਰ ਹੀ ਸਾਡੇ ਘਰਾਂ ਦੀ ਰੌਸ਼ਨੀ ਤੇ ਗਰਮਾਹਟ ਹੈ ਅਤੇ ਸੁੱਚਾ ਤੇ ਸੱਚਾ ਹੁਲਾਰ ਤੇ ਸਤਿਕਾਰ ਪਿਆਰ ਦੀ ਅਸਲ ਪੂੰਜੀ ਹੈ।

ਮਨ 'ਚ ਉਠਦੀਆਂ ਲਹਿਰਾਂ ਦੇ ਰੰਗ

ਹਰ ਇਨਸਾਨ ਦੇ ਮਨ 'ਚ ਅਨੇਕਾਂ ਖ਼ਿਆਲ ਤੇ ਉਬਾਲ ਸਦਾ ਆਉਂਦੇ ਰਹਿੰਦੇ ਹਨ। ਜਿਵੇਂ ਪਾਣੀਆਂ ਦੀ ਕਲ-ਕਲ ਅਤੇ ਮਿੱਠਾ ਸ਼ੋਰ ਆਪਣੇ ਸੰਗੀਤ ਨੂੰ ਆਪਣੀ ਛਾਤੀ 'ਚ ਸਾਂਭੀ ਬੈਠਾ ਹੈ, ਇਸੇ ਤਰ੍ਹਾਂ ਇਕ ਇਨਸਾਨ ਜ਼ਿੰਦਗੀ ਦੇ ਗੀਤ ਤੇ ਰੰਗ ਆਪਣੇ ਮਨ 'ਚ ਸਾਂਭ ਕੇ ਰੱਖਦਾ ਹੈ। ਬਚਪਨ ਦੀ ਉਮਰ ਵੇਲੇ ਇਹ ਗੀਤ ਲੋਰੀਆਂ ਦੇ ਰੂਪ ਵਿਚ ਹੁੰਦੇ ਹਨ ਜੋ ਇਕ ਬੱਚੇ ਦੇ ਮਨ ਨੂੰ ਲੋਰੀ ਦੇ ਕੇ ਚੁੱਪ ਕਰਾਉਂਦੇ ਹਨ ਤੇ ਉਸ ਦੀਆਂ ਅੱਖਾ 'ਚ ਅਨੇਕਾਂ ਸੁਪਨਿਆਂ ਦੇ ਰੰਗ ਬੀਜ ਦਿੰਦੇ ਹਨ। ਬੱਚੇ ਦਾ ਮਨ ਲੋਰੀਆਂ ਸੁਣ ਕੇ ਗੂੜ੍ਹੀ ਨੀਂਦ ਦਾ ਆਨੰਦ ਲੈਂਦਾ ਹੈ ਤੇ ਲੋਰੀਆਂ ਦੇ ਮਿੱਠੇ ਬੋਲ ਉਸ ਦਾ ਸੰਸਾਰ ਹੋ ਨਿਬੜਦੇ ਹਨ। ਮਾਵਾਂ ਤੇ ਦਾਦੀਆਂ ਦੇ ਸਿਰ 'ਤੇ ਫਿਰਦੇ ਹੱਥ ਬੱਚੇ ਨੂੰ ਵੱਡੇ ਹੋਣ 'ਚ ਅਸੀਸਾਂ ਤੇ ਵਰਦਾਨ ਵਾਂਗ ਲੱਗਦੇ ਹਨ। ਬੱਚੇ ਦਾ ਮਨ ਜਿਵੇਂ ਤਿਤਲੀਆਂ ਪਿੱਛੇ ਦੌੜ ਕੇ ਖ਼ੁਸ਼ ਹੁੰਦਾ ਹੈ ਉਵੇਂ ਹੀ ਤਿੱਤਰ, ਮੋਰ, ਘੁੱਗੀਆਂ, ਕਬੂਤਰ ਤੇ ਚਿੜੀਆਂ ਕਾਂ ਉਸ ਦੇ ਮਨ ਨੂੰ ਲੁਭਾਉਣ ਵਿਚ ਆਪਣਾ ਵਿਸ਼ੇਸ਼ ਸਥਾਨ ਰੱਖਦੇ ਹਨ। ਬੱਚੇ ਦਾ ਮਨ ਸਾਫ਼ ਤੇ ਕੋਰਾ ਹੁੰਦਾ ਹੈ, ਇਸੇ ਕਾਰਨ ਬਚਪਨ 'ਚ ਆਕਾਸ਼ ਦਾ ਰੰਗ ਵੀ ਮਨ ਨੂੰ ਖਿੱਚਦਾ ਹੈ ਤੇ ਧੂਹ ਪਾਉਂਦਾ ਹੈ। ਜੂਹਾਂ, ਜੰਗਲ, ਬੇਲੇ ਤੇ ਨਦੀਆਂ, ਝਰਨੇ ਬੱਚੇ ਦੇ ਸੰਸਾਰ ਨੂੰ ਹੋਰ ਵੀ ਰੋਚਕ ਬਣਾ ਦਿੰਦੇ ਹਨ।

ਪਰ ਜਵਾਨੀ 'ਚ ਪੈਰ ਧਰਦਿਆਂ ਹੀ ਇਨਸਾਨ ਦੇ ਮਨ 'ਚ ਪਿਆਰ ਵੇਗ ਮੂੰਹ-ਜ਼ੋਰ ਪਾਣੀਆਂ ਵਾਂਗ ਆ ਪ੍ਰਵੇਸ਼ ਕਰਦਾ ਹੈ। ਮਨ 'ਚ ਪਿਆਰ ਦੇ ਮਿੱਠੇ ਚਸ਼ਮੇ ਫੁੱਟ ਨਿਕਲਦੇ ਹਨ ਤੇ ਆਪਣੀ ਉਮਰ ਦਾ ਹਰ ਜਵਾਨ ਲੜਕਾ ਜਾਂ ਲੜਕੀ ਹੀਰ ਰਾਂਝੇ ਦੇ ਭੈਣ ਭਰਾ ਹੀ ਜਾਪਣ ਲੱਗ ਪੈਂਦੇ ਹਨ। ਕੋਠੀ ਦੇ ਪੁਰਾਣੇ ਗੁੜ ਵਾਂਗ ਪਿਆਰ ਦੀ ਝਲਕ ਤੇ ਅੱਖਾਂ ਦਾ ਜਾਦੂ ਮਨ ਨੂੰ ਸੁਪਨੇ ਵੱਲੀਂ ਖਿੱਚ ਪਾਉਂਦਾ ਹੈ ਤੇ ਮਿੱਠੀ ਰਾਗਣੀ ਮਨ ਨੂੰ ਆਪਣੀ ਲਪੇਟ 'ਚ ਲੈ ਲੈਂਦੀ ਹੈ। ਇਸ ਉਮਰ 'ਚ ਰਾਹੀ, ਪਾਂਧੀ ਤੇ ਓਪਰੇ ਵੀ ਆਪਣੇ ਜਾਪਣ ਲੱਗਦੇ ਹਨ। ਮਨ ਕਿਸੇ ਦੂਸਰੇ ਦੇਸ਼ ਉਡਾਰੀ ਮਾਰਨ ਲਈ ਸਦਾ ਤਤਪਰ ਰਹਿੰਦਾ ਹੈ। ਘਰ ਦਾ ਵਿਹੜਾ ਤੰਗ ਤੇ ਭੀੜਾ ਜਾਪਣ ਲੱਗ ਪੈਂਦਾ ਹੈ। ਕੁਰਬਾਨੀ ਕਰਨ ਲਈ ਦਿਲ ਹਰ ਵਕਤ ਤਲੀ 'ਤੇ ਟਿਕਿਆ ਹੁੰਦਾ ਹੈ। ਪਰ ਜੇ ਇਨਸਾਨ ਇਸ ਉਮਰ 'ਚ ਵੇਗ ਨੂੰ ਇਕ ਪਾਸੇ ਮੋੜੇ ਤਾਂ ਇਹ ਸ਼ਕਤੀ ਪਹਾੜ ਨੂੰ ਵੀ ਚੀਰ ਸਕਦੀ ਹੈ ਤੇ ਇਸ ਪਹਾੜ ਵਿਚੋਂ ਨਹਿਰ ਕੱਢਣ ਦੇ ਸਮਰਥ ਹੈ। ਇਸੇ ਉਮਰ 'ਚ ਹੀ ਲੋਕੀਂ ਘਰ ਤਿਆਗ ਕੇ ਪ੍ਰਦੇਸ ਤੁਰਦੇ ਹਨ ਤੇ ਜਾਂ ਫਿਰ ਕੋਈ ਵੱਡਾ ਨਿਰਣਾ ਲੈ ਕੇ ਗੌਤਮ ਬਣਨਾ ਲੋਚਦੇ ਹਨ। ਇਸ ਉਮਰ 'ਚ ਕਮਾਇਆ ਯੋਗ ਸਵਾਮੀ ਰਾਮ ਤੀਰਥ ਜਾਂ ਸਵਾਮੀ ਵਿਵੇਕਾਨੰਦ ਨੂੰ ਜਨਮ ਦਿੰਦਾ ਹੈ।

ਪਰ ਇਹ ਵੀ ਸੱਚ ਹੈ ਕਿ ਜਿਵੇਂ ਸਮੁੰਦਰ ਜਾਂ ਸਾਗਰ ਦਾ ਪਾਣੀ ਸਦਾ ਕਿਨਾਰਿਆਂ ਨਾਲ ਅਠਖੇਲੀਆਂ ਕਰਦਾ ਰਹਿੰਦਾ ਹੈ, ਇੰਝ ਹੀ ਮਨ ਦੇ ਜਜ਼ਬੇ ਤੇ ਉਬਾਲ ਇਸ ਵਿਚ ਹਲਚਲ ਮਚਾਈ ਰੱਖਦੇ ਹਨ। ਮਨ 'ਚ ਉਠਦੀਆਂ ਲਹਿਰਾਂ ਦਾ ਵੇਗ ਕਿਨਾਰਿਆਂ 'ਤੇ ਆ ਆ ਕੇ ਮਨ 'ਚ ਉਥਲ-ਪੁਥਲ ਪੈਦਾ ਕਰਦਾ ਰਹਿੰਦਾ ਹੈ। ਇਸੇ ਮਿੱਠੇ ਰਾਹ ਤੇ ਲਹਿਰਾਂ ਕਾਰਨ ਇਨਸਾਨ ਜ਼ਿੰਦਾ ਹੈ। ਇਸੇ ਪਿਆਰ ਲੋੜ ਦੇ ਕਾਰਨ ਚਸ਼ਮਿਆਂ ਦਾ ਪਾਣੀ ਪੀਣ ਲਈ ਜੀਅ ਲੋਚਦਾ ਹੈ ਤੇ ਜੰਗਲ ਵੇਲੇ ਗਾਹੁਣ ਲਈ ਮਨ ਭਟਕਦਾ ਹੈ। ਵੱਡੀ ਉਮਰ 'ਚ ਵੀ ਇਨਸਾਨ ਕਦੇ ਬੁੱਢਾ ਨਹੀਂ ਹੁੰਦਾ, ਸਗੋਂ ਜਵਾਨ ਜਜ਼ਬੇ ਤੇ ਪੁਖ਼ਤਾ ਖ਼ਿਆਲ ਉਸ ਦੇ ਮਨ 'ਤੇ ਸੋਨੇ-ਰੰਗੀ ਝਾਲ ਕਰ ਦਿੰਦੇ ਹਨ। ਇਸ ਉਮਰ ਵਿਚ ਮਨ ਦੀ ਭਟਕਣ ਕਿਧਰੇ ਅਲੋਪ ਹੋ ਚੁੱਕੀ ਹੁੰਦੀ ਹੈ। ਸਗੋਂ ਨਿਰਮਲ ਤੇ ਸਵੱਛ ਝੀਲ ਵਾਂਗ ਮਨ 'ਚ ਟਿਕਾਅ ਪੈਦਾ ਹੋ ਜਾਂਦਾ ਹੈ। ਵਡੇਰੀ ਉਮਰ ਦਾ ਬੰਦਾ ਬੱਚਿਆਂ 'ਚ ਬੱਚਿਆਂ ਵਾਂਗ ਵਿਚਰਦਾ ਹੈ ਤੇ ਜਵਾਨਾਂ 'ਚ ਜਵਾਨਾਂ ਵਾਂਗ। ਜਵਾਨੀ 'ਚ ਕੀਤੀ ਹੋਈ ਮਿਹਨਤ ਬੁਢੇਪੇ 'ਚ ਰੰਗ ਲਿਆਉਂਦੀ ਹੈ। ਕਈ ਇਨਸਾਨ ਵੱਡੀ ਉਮਰ 'ਚ ਵੀ ਜਵਾਨਾਂ ਵਾਂਗ ਲੋਚਦੇ ਹਨ ਤੇ ਕੰਮ ਕਰਦੇ ਹਨ। ਉਨ੍ਹਾਂ ਦੀ ਤੋਰ 'ਚ ਪਾਣੀਆਂ ਵਰਗੀ ਰਵਾਨੀ ਹੁੰਦੀ ਹੈ ਤੇ ਚਿਹਰੇ 'ਤੇ ਕੋਈ ਨੂਰ ਤੇ ਗੌਰਵ ਝਲਕਾਂ ਮਾਰਦਾ ਹੈ। ਭਲਾ ਅਜਿਹੀ ਦਿਖ ਵਾਲੇ ਇਨਸਾਨ ਕਦੋਂ ਬੁੱਢੇ ਹੋਣਗੇ ? ਕਈ ਇਨਸਾਨ ਇਸ ਉਮਰ 'ਚ ਕਿਤਾਬਾਂ ਪੜ੍ਹਨੀਆਂ ਸ਼ੁਰੂ ਕਰਦੇ ਹਨ ਤੇ ਵਿਹਲ ਨੂੰ ਇੰਝ ਗੁਜ਼ਾਰਦੇ ਹਨ ਜਿਵੇਂ ਪਿਕਨਿਕ ਮਨਾ ਰਹੇ ਹੋਣ। ਕਈ ਹੋਰ ਅਜਿਹੇ ਵੀ ਹਨ ਜਿਨ੍ਹਾਂ ਦੀ ਕਲਮ ਇਸ ਉਮਰ 'ਚ ਆ ਕੇ ਵਧੇਰੇ ਰਵਾਨੀ ਫੜਦੀ ਹੈ। ਪੰਛੀਆਂ ਦੀਆਂ ਡਾਰਾਂ ਵਾਂਗ ਖ਼ਿਆਲ ਆ ਆ ਕੇ ਉਨ੍ਹਾਂ ਦੀ ਲੇਖਣੀ 'ਚ ਪਰਵਾਜ਼ ਭਰਦੇ ਹਨ ਤੇ ਇਹ ਕੋਈ ਅਣਦੇਖੀ ਗੱਲ ਨਹੀਂ ਕਿ ਇਸ ਉਮਰ 'ਚ ਵੀ ਇਨਸਾਨ ਚਸ਼ਮਿਆਂ, ਝਰਨਿਆਂ ਤੇ ਝੀਲਾਂ ਦੇ ਸੁਪਨੇ ਲਵੇ ਤੇ ਉਸ ਦੇ ਹਰ ਕਦਮ 'ਚ ਜਵਾਨੀ ਵਾਲਾ ਜੋਸ਼ ਤੇ ਬੱਚਿਆਂ ਵਾਲੀ ਚੰਚਲਤਾ ਭਰੀ ਹੋਵੇ।

ਜੇ ਮੁਸਕਾਨਾਂ ਖਿੜੀਆਂ ਹੋਣ ਜ਼ਿੰਦਗੀ ਦੇ ਵਿਹੜੇ 'ਚ

ਜ਼ਿੰਦਗੀ ਦਾ ਵਿਹੜਾ ਮਹਿਕਾਂ ਭਰਿਆ ਹੋਵੇ ਤਾਂ ਇਨਸਾਨ ਫੁੱਲਿਆ ਨਹੀਂ ਸਮਾਉਂਦਾ। ਜੇ ਇਸੇ ਵਿਹੜੇ 'ਚ ਖੁਸ਼ੀਆਂ, ਹਾਸੇ ਤੇ ਬੱਚਿਆਂ ਦੀਆਂ ਕਿਲਕਾਰੀਆਂ ਵੀ ਨਸੀਬ ਹੋ ਜਾਣ ਤਾਂ ਸਮਝੋ ਕਿ ਇਨਸਾਨ ਨੇ ਜਗ ਵਾਲੀ ਬਾਜ਼ੀ ਜਿੱਤ ਲਈ ਹੈ। ਅੱਜ ਜਿਸ ਇਨਸਾਨ ਦੇ ਮੱਥੇ 'ਚ ਖੁਸ਼ੀਆਂ ਦੇ ਝੁਰਮਟ ਪਏ ਲੱਭ ਪੈਣ, ਉਹ ਭਾਵੇਂ ਸ਼ਹਿਰੀ ਹੋਵੇ ਤੇ ਭਾਵੇਂ ਪੇਂਡੂ, ਉਸ ਨਾਲ ਇਕ ਅਪਣੱਤ ਤੇ ਰਸ਼ਕ ਜਿਹਾ ਜਾਗ ਪੈਂਦਾ ਹੈ। ਕਈ ਵਾਰੀ ਅਤਿ ਖੁਸ਼ ਇਨਸਾਨ ਨੂੰ ਵੇਖ ਕੇ ਕੋਈ ਹੋਰ ਖਿਝਿਆ ਤੇ ਕ੍ਰਿਝਿਆ ਬੰਦਾ, ਆਪਣੇ ਮੱਥੇ 'ਤੇ ਹੱਥ ਮਾਰ ਕੇ ਆਪਣੇ ਨਸੀਬਾਂ ਨੂੰ ਕੋਸਦਾ ਹੈ। ਆਪਣੇ ਪਰਿਵਾਰ ਨੂੰ ਬੁਰਾ ਭਲਾ ਕਹਿੰਦਾ ਹੈ ਤੇ ਕਈ ਵਾਰ ਸਾਰਾ ਸੰਸਾਰ ਹੀ ਅਜਿਹੇ ਕ੍ਰੋਧੀ ਇਨਸਾਨ ਨੂੰ ਖ਼ਾਲੀ ਖਾਲੀ ਤੇ ਸੱਖਣਾ ਜਿਹਾ ਹੀ ਲੱਗਦਾ ਹੈ ਪਰ ਅਜਿਹਾ ਕੋਈ ਜ਼ਿੰਦਗੀ ਤੋਂ ਖੁੰਝਿਆ ਬੰਦਾ ਕਦੇ ਇਹ ਨਿਰੀਖਣ ਕਰਨ ਦਾ ਯਤਨ ਨਹੀਂ ਕਰੇਗਾ ਕਿ ਗ਼ਲਤੀ ਕਿਥੇ ਹੈ ? ਖ਼ਾਲੀ-ਖ਼ਾਲੀ ਸੰਸਾਰ ਦਿਸਣ ਦਾ ਕਾਰਨ ਕੀ ਹੈ ? ਜਦੋਂ ਕਿ ਅਸੀਂ ਇਸ ਸੰਸਾਰ 'ਚ ਵਿਚਰਦੇ ਹੋਏ, ਅਨੇਕ ਪ੍ਰੇਮੀਆਂ, ਨਵ-ਵਿਆਹੇ ਜੋੜਿਆਂ ਨੂੰ ਖੁਸ਼ੀਆਂ 'ਚ ਮਸਤ ਹੋਏ ਵੇਖਦੇ ਹਾਂ।

ਅਸਲ 'ਚ ਜਿਵੇਂ ਘਰ ਦੇ ਵਿਹੜੇ ਤੋਂ ਹੀ ਕਿਸੇ ਘਰ ਦਾ ਭਾਗ ਦਿਸ ਪੈਂਦਾ ਹੈ, ਇੰਝ ਹੀ ਇਨਸਾਨ ਦੇ ਚਿਹਰੇ ਤੋਂ ਵੀ ਉਸ ਦੀ ਜ਼ਿੰਦਗੀ ਆਂਕੀ ਜਾ ਸਕਦੀ ਹੈ। ਇਨਸਾਨ ਦੇ ਅੰਦਰਲੇ ਵਲਵਲੇ ਤੇ ਖੁਸ਼ੀਆਂ ਦੇ ਵਹਾਅ, ਚਿਹਰੇ 'ਤੇ ਆ ਰੂਪਮਾਨ ਹੁੰਦੇ ਹਨ।

ਜਿਨ੍ਹਾਂ ਨੇ ਜ਼ਿੰਦਗੀ ਦੀ ਤਸਵੀਰ ਨੂੰ ਖ਼ੂਬਸੂਰਤੀ ਨਾਲ ਚਿਤਵਿਆ ਤੇ ਨਕਾਸ਼ਿਆ ਹੈ, ਭਲਾ ਉਨ੍ਹਾਂ ਦੀ ਜ਼ਿੰਦਗੀ ਖ਼ੂਬਸੂਰਤ ਕਿਵੇਂ ਨਾ ਹੋਵੇ। ਉਨ੍ਹਾਂ ਦੇ ਦਿਲਾਂ 'ਚ ਖੁਸ਼ੀਆਂ ਭਰ ਭਰ ਕਿਉਂ ਨਾ ਆਉਣ ਤੇ ਉਨ੍ਹਾਂ ਦੇ ਚਾਅ ਕੁਆਰੇ ਕੁਆਰੇ ਕਿਉਂ ਨਾ ਲੱਗਣ। ਉਨ੍ਹਾਂ ਲਈ ਤਾਂ ਸੱਤ ਬਹਿਸ਼ਤਾਂ ਇਥੇ ਹੀ, ਇਸ ਧਰਤੀ ਉਪਰ ਹੀ ਹਨ। ਉਨ੍ਹਾਂ ਦਾ ਸਵਰਗ ਤਾਂ ਉਨ੍ਹਾਂ ਨੇ ਖ਼ੁਦ ਹੀ ਬਣਾਇਆ ਤੇ ਸਜਾਇਆ ਹੈ। ਉਨ੍ਹਾਂ ਦੇ ਬੱਚੇ ਤੇ ਪਰਿਵਾਰ ਤਾਂ ਉਨ੍ਹਾਂ ਦੀ ਆਪਣੀ ਹੀ ਤੀਮਾਰਦਾਰੀ ਹੈ ਤੇ ਫਿਰ ਉਨ੍ਹਾਂ ਦੇ ਕਿਆਸੇ ਤੇ ਉਸਾਰੇ ਸੰਸਾਰ ਨੂੰ ਹੋਰ ਕੋਈ ਕਿਵੇਂ ਵਿਗਾੜ ਕੇ ਖ਼ਰਾਬ ਕਰ ਸਕਦਾ ਹੈ। ਖੁਸ਼ੀਆਂ ਦੇ ਮਹਿਲ ਧਰਤੀ 'ਤੇ ਉਸਾਰਨ ਤੋਂ ਪਹਿਲਾਂ ਦਿਲਾਂ 'ਚ ਉਸਾਰੇ ਜਾਂਦੇ ਹਨ। ਦਿਲਾਂ 'ਚ ਹੀ ਇਹਨਾਂ ਦੀ ਚਿਣਾਈ ਤੇ ਲਿਪਾਈ ਕੀਤੀ ਜਾਂਦੀ ਹੈ ਤੇ ਦਿਲਾਂ ਦੇ ਅੰਦਰ ਹੀ ਅਜਿਹੇ ਸ਼ੀਸ਼-ਮਹਿਲਾਂ ਨੂੰ ਸੰਵਾਰਿਆ ਤੇ ਸੰਭਾਲਿਆ ਜਾਂਦਾ ਹੈ, ਇਹ ਮਹਿਲ ਜੋ ਇਨਸਾਨ ਸਾਰੀ ਜ਼ਿੰਦਗੀ ਦੀ ਕਮਾਈ ਤੇ ਖੱਟੀ ਨਾਲ ਬਣਾਉਂਦਾ ਹੈ, ਦੁਨੀਆਂ ਤੋਂ ਬਚਾ ਕੇ ਹੀ ਰੱਖਣੇ ਪੈਂਦੇ ਹਨ, ਵਰਨਾ ਇਸ ਜਗ-ਜਹਾਨ ਦੀਆਂ ਸ਼ੈਤਾਨੀ

ਹਰਕਤਾਂ 'ਤੇ ਬਾਜ਼-ਅੱਖਾਂ ਤੁਹਾਡੇ ਹਿਰਦੇ 'ਚ ਬਣਾਏ ਤੇ ਉਸਾਰੇ ਮਹਿਲ ਕਦੇ ਵੀ ਢਹਿ ਢੇਰੀ ਕਰ ਸਕਦੀਆਂ ਹਨ।

ਇਨ੍ਹਾਂ ਖ਼ੁਸ਼ੀਆਂ ਦੇ ਮਹਿਲਾਂ ਨੂੰ ਬਣਾਉਣ ਤੇ ਉਸਾਰਨ ਲਈ ਕਈ ਵਾਰ ਤਾਂ ਇਨਸਾਨ ਦੀ ਪੂਰੀ ਜ਼ਿੰਦਗੀ ਵੀ ਲੱਗ ਜਾਂਦੀ ਹੈ।

ਸਾਡੇ ਆਸੇ-ਪਾਸੇ ਉਸਾਰੇ ਭਵਨ, ਵੱਡੀਆਂ, ਇਮਾਰਤਾਂ, ਵੱਡੇ ਨਗਰ ਤਦ ਹੀ ਸੁੰਦਰ ਲੱਗਦੇ ਹਨ ਜੇ ਇਨ੍ਹਾਂ 'ਚ ਰਹਿਣ ਵਾਲੇ ਇਨਸਾਨ ਵੀ ਏਨੇ ਹੀ ਸੁੰਦਰ ਹੋਣ, ਉਨ੍ਹਾਂ ਦੇ ਵਿਹਾਰ ਤੇ ਵਿਚਾਰ 'ਚ ਸਲੀਕਾ ਤੇ ਨਿਮਰ-ਭਾਵਨਾ ਭਰੀ ਹੋਵੇ। ਜੇ ਉਨ੍ਹਾਂ 'ਚ ਈਰਖਾ, ਸਾੜਾ ਤੇ ਕ੍ਰੋਧ ਵਾਲਾ ਵਿਹਾਰ ਹੈ, ਤਦ ਜਿਥੇ ਸਾਡੀ ਜ਼ਿੰਦਗੀ ਨੂੰ ਖ਼ਤਰਾ ਹੈ, ਉਥੇ ਸਾਡਾ ਸਲੀਕਾ ਵੀ ਉਖੜਿਆ-ਉਖੜਿਆ ਹੀ ਰਹੇਗਾ। ਮੇਰਾ ਭਾਵ ਹੈ ਕਿ ਬੱਚੇ ਮਹਿਲਾਂ ਦੇ ਵਾਸੀ ਵੀ ਮਹਿਲਾਂ ਵਰਗੇ ਹੀ ਸੁੰਦਰ ਤੇ ਮਧੁਰ ਮੁਸਕਾਨਾਂ ਵੰਡਣ ਵਾਲੇ ਹੋਣ। ਜ਼ਿੰਦਗੀ ਦੇ ਵਿਹੜੇ 'ਚ ਤਦ ਹੀ ਖਿੜੇ ਫੁੱਲਾਂ ਦੀ ਬਹਾਰ ਵੇਖਣ ਨੂੰ ਮਿਲ ਸਕਦੀ ਹੈ। ਤਦ ਹੀ ਜ਼ਿੰਦਗੀ ਮਹਿਕਾਂ ਵੰਡ ਸਕਦੀ ਹੈ ਤੇ ਸਾਡੇ ਆਪਸੀ ਸੰਬੰਧ ਵੀ ਗੂੜ੍ਹੇ, ਸੁਨੇਹ-ਭਰਪੂਰ ਤੇ ਖ਼ੁਸ਼-ਰਹਿਣੇ ਹੋ ਸਕਦੇ ਹਨ। ਜ਼ਿੰਦਗੀ 'ਚ ਮੁਸਕਾਨਾਂ ਤਦ ਹੀ ਬਿਖੇਰੀਆਂ ਜਾ ਸਕਦੀਆਂ ਹਨ, ਜੇ ਸਾਡੇ ਹਿਰਦੇ 'ਚ ਫੁੱਲਾਂ ਦੀ ਆਭਾ ਤੇ ਕੋਮਲਤਾ ਛੁਪੀ ਹੋਵੇ। ਸਾਡੇ ਮਿੱਠੇ ਬੋਲ ਇਕ ਦੂਜੇ ਲਈ ਸਾਡੇ ਹਿਰਦੇ 'ਚ ਫੁੱਟਣ ਤੇ ਸਾਨੂੰ ਜਿਥੇ ਆਪਣੇ ਪਰਿਵਾਰ ਨਾਲ ਪਿਆਰ ਤੇ ਸਨੇਹ ਜਾਗਦਾ ਹੈ, ਉਥੇ ਬਾਕੀ ਲੋਕਾਈ ਨਾਲ ਵੀ ਮੋਹ ਤੇ ਸੁਨੇਹ ਪੈਦਾ ਹੋਵੇ।

ਜ਼ਿੰਦਗੀ ਦੇ ਵਿਹੜੇ ਮਹਿਕਾਂ ਤੇ ਪਿਆਰ ਪੈਦਾ ਕਰਨ ਲਈ ਹਰ ਇਕ ਇਨਸਾਨ ਨੂੰ ਆਪਣੀ ਜ਼ਿੰਦਗੀ 'ਚ ਮਿਹਨਤ, ਈਮਾਨਦਾਰੀ, ਦ੍ਰਿੜ੍ਹਤਾ ਤੇ ਨਿਮਰ-ਮਨ ਨਾਲ ਅੱਗੇ ਵਧਣਾ ਹੁੰਦਾ ਹੈ। ਜਿਸ ਇਨਸਾਨ ਦੇ ਮਨ ਦੀ ਮਿੱਟੀ ਮਿਹਨਤ ਕਰ ਕਰ ਕੇ ਉਪਜਾਊ ਤੇ ਪਿਆਰ ਦੀ ਫ਼ਸਲ ਉਗਾਉਣ ਦੇ ਕਾਬਲ ਹੋ ਜਾਵੇ, ਉਹ ਇਨਸਾਨ ਭਲਾ ਕਿਸੇ ਹੋਰ ਨਾਲ ਕੀ ਵੈਰ ਪਾਲ ਸਕਦਾ ਹੈ; ਉਹ ਤਾਂ ਜਿਥੇ ਆਪ ਆਪਣੇ ਹੱਥ ਇਬਾਦਤ ਲਈ ਜੋੜੇਗਾ, ਉਥੇ ਬਾਕੀ ਸਾਰਿਆਂ ਲਈ ਵੀ ਸ਼ੁਭ-ਕਾਮਨਾਵਾਂ ਭੇਟ ਕਰਨ ਦੇ ਕਾਬਲ ਬਣ ਸਕੇਗਾ।

ਕਿਰਤ ਤੇ ਮਿਹਨਤ ਹੀ ਸਾਡੇ ਹੱਥਾਂ ਨੂੰ ਪਾਕੀਜ਼ਗੀ ਬਖ਼ਸ਼ਦੀ ਹੈ। ਕਿਰਤ ਕਰ ਕੇ ਹੀ ਇਨਸਾਨ ਦਾ ਮਨ ਸਾਫ਼ ਤੇ ਪਾਕ ਬਣਦਾ ਹੈ। ਜਿਥੇ ਕਿਰਤ ਕਰਨ ਦੀ ਪ੍ਰਬਲ ਰੀਝ ਹੈ, ਉਥੇ ਕੋਈ ਝਗੜੇ-ਝੇੜੇ ਨਹੀਂ ਉਸਰਦੇ, ਪਰ ਜਿਥੇ ਮਨ ਵਿਹਲਾ ਹੋਵੇ, ਉਥੇ ਅਨੇਕਾਂ ਵਿਸ਼ੈਲੇ ਕੀਟਾਣੂ ਇਸ ਵਿਹਲੇ ਮਨ 'ਚ ਪਲਰਦੇ ਰਹਿੰਦੇ ਹਨ ਤੇ ਫਿਰ ਇਹ ਕੀਟਾਣੂ ਬਿੱਛੂ ਬਣ ਬਣ ਕੇ ਹੋਰਨਾਂ ਨੂੰ ਵੀ ਡੰਗਦੇ ਹਨ। ਅੱਜ ਸੰਸਾਰ 'ਚ ਜੋ ਏਨੇ ਝਗੜੇ ਵਧੇ ਹਨ ਤਾਂ ਇਹ ਸਾਰਾ ਕਾਰਜ ਇਨ੍ਹਾਂ ਵਿਸ਼ੈਲਾ ਕੀਟਾਣੂਆਂ ਕਾਰਨ ਹੀ ਹੈ। ਇਕ ਦੇਸ਼ ਦੂਜੇ ਦੇਸ਼ ਲਈ ਜ਼ਹਿਰ ਉਗਲ ਰਿਹਾ ਹੈ। ਇਕ ਵਿਅਕਤੀ ਦੂਜੇ ਵਿਅਕਤੀ ਲਈ ਭੈੜੇ ਸ਼ਬਦ ਵਰਤ ਕੇ ਆਪਣੀ ਜ਼ੁਬਾਨ ਗੰਦੀ ਕਰ ਰਿਹਾ ਹੈ ਤੇ ਇੰਝ ਪੂਰਾ ਸੰਸਾਰ ਹੀ ਇਨ੍ਹਾਂ ਵਿਸ਼ੈਲੇ ਕੀਟਾਣੂਆਂ ਦੀ ਮਾਰ ਹੇਠ ਆਇਆ ਹੋਇਆ ਹੈ।

ਇਨਸਾਨ ਦੀ ਜ਼ਿੰਦਗੀ ਤਦ ਹੀ ਖ਼ੁਸ਼ੀਆਂ ਹਾਸਲ ਕਰ ਸਕਦੀ ਹੈ, ਤਦ ਹੀ ਖ਼ੁਸ਼ੀ

'ਚ ਸਰਸ਼ਾਰ ਹੋ ਸਕਦੀ ਹੈ ਜੇ ਇਬਾਦਤਾਂ ਤੇ ਪ੍ਰਾਰਥਨਾਵਾਂ ਨਾਲ ਉਸ ਦੇ ਹਿਰਦੇ ਨੂੰ ਧੋਤਾ ਜਾਵੇ। ਸੱਚੇ ਮਨ ਦੀ ਅਰਦਾਸ ਨਾਲ ਹਿਰਦੇ ਦੀ ਜ਼ੋਤ ਨੂੰ ਪਵਿੱਤਰ ਕੀਤਾ ਜਾਵੇ ਤੇ ਇੰਝ ਮਨ ਦੀ ਪਾਕੀਜ਼ਗੀ ਆਉਣ ਨਾਲ ਹੀ ਇਕ ਇਨਸਾਨ ਦੂਜੇ ਇਨਸਾਨ ਦੀ ਇੱਜ਼ਤ ਕਰਨ ਦੇ ਕ਼ਬਲ ਹੋ ਸਕੇਗਾ।

ਧਰਤੀ ਮਾਂ, ਜਿਵੇਂ ਕਿਸੇ ਨਾਲ ਕੋਈ ਵਿਤਕਰਾ ਨਹੀਂ ਕਰਦੀ, ਬੇਗਾਨਗੀ ਨਹੀਂ ਪਾਲਦੀ, ਸਗੋਂ ਸਭ ਨੂੰ ਆਪਣੇ ਮੰਨ ਕੇ ਹਰ ਇਕ ਲਈ ਅਨਾਜ਼, ਫਲ, ਸਬਜ਼ੀਆਂ ਤੇ ਸੁੰਦਰ ਰੁੱਖ ਉਗਾਉਂਦੀ ਹੈ, ਇੰਝ ਹੀ ਮਨ ਹੋਵੇ ਇਨਸਾਨ ਦਾ, ਇੰਝ ਹੀ ਵਿਸ਼ਾਲ ਦਿਲ ਹੋਵੇ ਧਰਤੀ ਦੇ ਬਾਸ਼ਿੰਦਿਆਂ ਦਾ, ਤਦ ਹੀ ਅਸੀਂ ਇਸ ਜ਼ਿੰਦਗੀ ਦੇ ਵਿਹੜੇ 'ਚ ਹਰ ਪਾਸੇ ਫੁੱਲ ਖਿੜੇ ਵੇਖ ਸਕਦੇ ਹਾਂ, ਹਰ ਪਾਸੇ ਖੁਸ਼ੀਆਂ ਦੇ ਝੁਰਮਟ ਤੇ ਦਿਲਕਸ਼ ਨਜ਼ਾਰੇ ਵੇਖਣ ਨੂੰ ਮਿਲ ਸਕਦੇ ਹਨ।

ਪਰ ਜਦੋਂ ਇਕ ਇਨਸਾਨ ਭਾਵੇਂ ਉਹ ਕਿਸੇ ਵੀ ਧਰਤੀ ਦੀ ਨੁੱਕਰ 'ਤੇ ਰਹਿ ਰਿਹਾ ਹੋਵੇ, ਆਪਣੇ ਮਨ 'ਚ ਵਿਨਾਸ਼ ਦੇ ਬੀਜ਼ ਬੀਜਦਾ ਹੈ, ਤਬਾਹੀ ਤਾਂ ਮਚੇਗੀ ਹੀ, ਕਿਸੇ ਨਾ ਕਿਸੇ ਪਾਸੇ ਅੱਗ ਲੱਗੀ ਹੀ ਵਿਖਾਈ ਦੇਵੇਗੀ ਤੇ ਕਈ ਥਾਈਂ ਬੇ-ਦੋਸ਼ੇ ਇਨਸਾਨ ਇਨ੍ਹਾਂ ਅੱਗ ਦੀਆਂ ਲਾਟਾਂ 'ਚ ਸੜਦੇ ਵੀ ਵਿਖਾਈ ਦੇ ਜਾਣਗੇ। ਅਜਿਹਾ ਕਹਿਰ ਵਾਪਰਿਆ ਅਸੀਂ ਅੱਜ ਅਫ਼ਗਾਨਿਸਤਾਨ 'ਚ ਵੇਖ ਰਹੇ ਹਾਂ ਤੇ ਅਜਿਹਾ ਹੀ ਕਹਿਰ 11 ਸਤੰਬਰ, 2001 ਨੂੰ ਵਾਸ਼ਿੰਗਟਨ ਤੇ ਨਿਊਯਾਰਕ 'ਚ ਵੀ ਵਾਪਰਿਆ ਸੀ ਜਿਥੇ ਬਿਨਾਂ ਵਜ੍ਹਾ ਦੇ ਕਰੀਬ 7000 ਬੇ-ਦੋਸ਼ੇ ਇਨਸਾਨਾਂ ਨੂੰ ਅੱਗ ਹੀ ਲਪੇਟ 'ਚ ਆ ਕੇ ਸੜਦਿਆਂ ਪੂਰੇ ਸੰਸਾਰ ਦੀਆਂ ਅੱਖਾਂ ਨੇ ਵੇਖਿਆ ਸੀ। ਇਸ ਤਬਾਹੀ ਦੇ ਬੀਜ ਪਹਿਲਾਂ ਕੇਵਲ ਇਕ ਇਨਸਾਨ ਦੇ ਮਨ 'ਚ ਹੀ ਬੀਜੇ ਗਏ ਹੋਣਗੇ, ਉਹ ਭਾਵੇਂ ਓਸਾਮਾ ਬਿਨ ਲਾਦਿਨ ਹੋਵੇ ਜਾਂ ਕੋਈ ਹੋਰ।

ਓਸੇ ਸਮੇਂ ਹੋਰਨਾਂ ਧਰਤੀਆਂ 'ਤੇ ਜ਼ਿੰਦਗੀ ਦੇ ਵਿਹੜੇ 'ਚ ਝੂਮਰ ਨਾਚ, ਗਿੱਧੇ, ਭੰਗੜੇ ਤੇ ਖੁਸ਼ੀਆਂ ਖੇੜਿਆਂ ਦੇ ਤਿਉਹਾਰ ਮਨਾਉਂਦੇ ਲੋਕ ਕਿੰਨੇ ਸੁੰਦਰ ਲੱਗਦੇ ਹਨ। ਇੰਝ ਜਾਪਦਾ ਹੈ ਜਿਵੇਂ ਇਨ੍ਹਾਂ ਇਨਸਾਨਾਂ ਦੇ ਦਿਲਾਂ 'ਚ ਸਿਵਾਇ ਪਿਆਰ ਦੇ ਹੋਰ ਕੁਝ ਵੀ ਨਹੀਂ, ਸਿਵਾਇ ਖ਼ੁਸ਼ੀਆਂ ਤੇ ਖੇੜਿਆਂ ਦੇ ਹੋਰ ਕੋਈ ਮਾੜੀ ਭਾਵਨਾ ਹੀ ਨਹੀਂ।

ਜਿਥੇ ਇਨਸਾਨਾਂ ਦੇ ਦਿਲ ਅਸਮਾਨ ਵਾਂਗ ਸਾਫ਼ ਹਨ ਉਥੇ ਅਮਨ-ਅਮਾਨ ਤੇ ਜ਼ਿੰਦਗੀ ਦੀ ਧੜਕਣ ਹੈ। ਉਥੇ ਹਰ ਇਨਸਾਨ ਦੇ ਚਿਹਰੇ 'ਤੇ ਖ਼ੁਸ਼ੀਆਂ ਦੀ ਆਹਟ ਤੇ ਰੌਣਕ ਹੈ। ਉਥੇ ਜ਼ਿੰਦਗੀ ਵੀ ਖ਼ੁਸ਼ਆਮਦੀਦ ਲਿਖੀ ਹੋਈ ਵਿਖਾਈ ਦਿੰਦੀ ਹੈ। ਸਾਡਾ ਦੇਸ਼, ਸਾਡਾ ਇਹ ਸੰਸਾਰ, ਸਾਡਾ ਇਹ ਵਿਸ਼ਵ ਤੇ ਸਾਡਾ ਇਹ ਵਿਸ਼ਵ-ਭਾਈਚਾਰਾ ਤਦ ਹੀ ਤਰੱਕੀ ਦੀਆਂ ਪੁਲਾਂਘਾਂ ਪੁੱਟਦਾ ਅੱਗੇ ਵਧ ਸਕਦਾ ਹੈ, ਜੇ ਹਰ ਇਨਸਾਨ ਦਾ ਮਨ ਸਾਫ਼ ਤੇ ਪਾਕੀਜ਼ਗੀ ਨਾਲ ਭਰਿਆ ਹੋਵੇ। ਹਰ ਇਨਸਾਲ ਦੇ ਹਿਰਦੇ 'ਚ ਸ਼ੁਭ-ਕਾਮਨਾਵਾਂ ਬੀਜੀਆਂ ਹੋਣ ਤੇ ਹਰ ਦੇਸ਼ ਵਾਸੀ ਚਾਹੇ ਉਹ ਭਾਰਤ 'ਚ ਵੱਸਦਾ ਹੈ ਤੇ ਚਾਹੇ ਜਾਪਾਨ 'ਚ ਜਾਂ ਕੈਨੇਡਾ 'ਚ, ਉਸ ਦੀ ਪਹੁੰਚ ਜ਼ਿੰਦਗੀ ਪ੍ਰਤਿ ਸੱਚੀ ਤੇ ਉਸਾਰੂ ਹੋਵੇ। ਉਸ ਦੇ ਮਨ-ਮਸਤਕ 'ਚ, ਕਿਧਰੇ ਕੋਈ ਟੇਢੀ ਲੀਕ ਵਿਖਾਈ ਨਾ ਦੇਵੇ ਤੇ ਕਿਧਰੇ ਕੋਈ ਮਨ ਦਾ ਵਿੰਗ-ਟੇਢ ਨਾ ਦਿਖੇ। ਫਿਰ ਇਹ ਦੁਨੀਆ ਭਲਾ ਖ਼ੂਬਸੂਰਤ ਕਿਵੇਂ ਨਾ ਦਿਸੇਗੀ ਤੇ ਕਿਵੇਂ ਸਾਡੇ ਆਸ-ਪਾਸ ਤੇ ਚੌਗਿਰਦੇ 'ਚ

ਬਹਾਰਾਂ ਦੀ ਫ਼ਸਲ ਨਹੀਂ ਉੱਗੇਗੀ।

ਸਾਰੇ ਧਰਮਾਂ ਦੇ ਪੀਰ, ਪੈਗ਼ੰਬਰ, ਔਲੀਏ ਤੇ ਨਬੀ-ਰਸੂਲ ਇਸ ਧਰਤੀ ਦੀ ਖ਼ੈਰ ਮੰਗਦੇ ਆਏ ਹਨ ਤੇ ਇਸ ਧਰਤੀ ਉਮਰ ਵਧਦੀ ਲੋਕਾਈ ਲਈ ਭਲਾ ਤੇ ਖੁਸ਼ਹਾਲੀ ਵੀ। ਪਰ ਅੱਜ ਇਨ੍ਹਾਂ ਹੀ ਪੀਰ-ਪੈਗ਼ੰਬਰਾਂ ਤੋਂ ਬੇ-ਮੁੱਖ ਹੋ ਕੇ ਜੇ ਕੋਈ ਆਗੂ ਜਾਂ ਓਸਾਮਾ ਬਿਨ ਲਾਦਿਨ ਵਰਗਾ ਕੱਟੜ ਖਾੜਕੂ ਜ਼ਿੰਦਗੀ ਨੂੰ ਪੁੱਠੇ ਰਾਹ ਪਾ ਕੇ ਕੰਡਿਆਂ 'ਤੇ ਦੀ ਘਸੀਟ ਰਿਹਾ ਹੈ ਤਾਂ ਉਹ ਜਿਥੇ ਆਪਣੇ ਮੁਲਕ ਤੇ ਵਾਸੀਆਂ ਲਈ ਇਕ ਵੱਡਾ ਖ਼ਤਰਾ ਹੈ ਉਥੇ ਪੂਰੇ ਸੰਸਾਰ ਲਈ ਵੀ ਐਟਮ-ਬੰਬ ਦੇ ਸਮਾਨ ਤਬਾਹਕੁੰਨ ਤੇ ਮਾਰੂ ਸਾਬਤ ਹੋ ਸਕਦਾ ਹੈ।

ਪਰ ਅਜਿਹੇ ਖਾੜਕੂ ਤੇ ਖਾੜਕੂਵਾਦ ਦੇ ਸਰੋਕਾਰ ਬਹੁਤ ਦੇਰ ਇਸ ਧਰਤੀ ਦੀ ਪਵਿੱਤਰਤਾ ਤੇ ਜੀਵਨ-ਜੋਤੀ ਨੂੰ ਖ਼ਤਮ ਨਹੀਂ ਕਰ ਸਕਦੇ। ਇਹ ਜੋਤ ਸਗੋਂ ਹੋਰ ਪ੍ਰਬਲ ਹੋ ਕੇ ਇੰਝ ਹੀ ਇਸ ਧਰਤੀ 'ਤੇ ਜਗਦੀ ਤੇ ਖੁਸ਼ੀਆਂ ਵੰਡਦੀ ਰਹੇਗੀ। ਹਰ ਇਨਸਾਨ, ਔਰਤ, ਬੱਚੇ, ਬੁੱਢੇ ਤੇ ਨਵ-ਜੰਮੇ ਬਾਲਕ ਦੇ ਹਿਰਦੇ 'ਚ ਇਸ ਜੀਵਨ-ਦਾਤੀ ਜੋਤ ਦੀ ਪਵਿੱਤਰ ਪ੍ਰਗਤ ਸਦਾ ਮਨੁੱਖਤਾ ਨੂੰ ਨਵਾਂ ਰਾਹ ਵਿਖਾ ਕੇ ਇਸ ਧਰਤੀ ਦੇ ਕੋਨੇ-ਕੋਨੇ 'ਤੇ ਫਿਰ ਤੋਂ ਖੁਸ਼ੀਆਂ, ਕਿਲਕਾਰੀਆਂ ਤੇ ਬੱਚਿਆਂ ਦੇ ਅਛੂਹ ਹਾਸੇ ਸਿਰਜਦੀ ਤੇ ਪਾਲਦੀ ਰਹੇਗੀ। ਇਹੀ ਇਸ ਮਨੁੱਖੀ ਮਨ ਦੀ ਜੋਤ ਦੀ ਆਖ਼ਰੀ ਖ਼ਾਹਸ਼ ਤੇ ਅਰਦਾਸ ਹੋ ਸਕਦੀ ਹੈ। ਵਿਨਾਸ਼ਕਾਰੀ ਅਗਨੀ ਨੂੰ ਬਹੁਤਾ ਚਿਰ ਕੋਈ ਸਹਿਨ ਨਹੀਂ ਕਰ ਸਕਦਾ। ਸਗੋਂ ਕੁੱਲ-ਲੋਕਾਈ ਦੁਨੀਆਂ 'ਚ ਅਮਨ ਦੀ ਬਹਾਲੀ ਤੇ ਖੁਸ਼ਹਾਲੀ ਲਈ ਕੰਮ ਕਰਨ 'ਚ ਜੁੱਟ ਜਾਵੇਗੀ।

ਨਿੱਕੇ ਨਿੱਕੇ ਚਾਅ ਤੇ ਖੁਸ਼ੀਆਂ

ਜ਼ਿੰਦਗੀ ਨੂੰ ਸਦਾ-ਬਹਾਰ ਰੱਖਣ ਲਈ ਨਿੱਕੇ-ਨਿੱਕੇ ਚਾਅ, ਉਮਾਹ ਤੇ ਨਿੱਕੀਆਂ ਨਿੱਕੀਆਂ ਖੁਸ਼ੀਆਂ ਅਤਿ ਜ਼ਰੂਰੀ ਹਨ। ਜਿਵੇਂ ਨਵੇਂ ਪੁੰਗਰਦੇ ਪੌਦੇ 'ਤੇ ਨਿੱਘੀ ਜ਼ਿੰਦਗੀ ਧੜਕਦੀ ਹੈ, ਇੰਝ ਹੀ ਜ਼ਿੰਦਗੀ ਦੇ ਇਹ ਚਾਅ, ਜ਼ਿੰਦਗੀ ਨੂੰ ਸਦਾ ਖੁਸ਼ ਰੱਖਣ ਲਈ ਸਹਾਈ ਹੁੰਦੇ ਹਨ। ਇਨਸਾਨ ਨੂੰ ਆਪਣੀ ਜ਼ਿੰਦਗੀ 'ਚ ਜੇਕਰ ਇਹ ਚਾਅ ਪੈਦਾ ਕਰਨ ਦਾ ਢੰਗ ਆ ਜਾਵੇ ਤਾਂ ਜ਼ਿੰਦਗੀ ਦੀ ਭੱਠੀ ਸਦਾ ਮਘਦੀ ਰਹਿੰਦੀ ਹੈ। ਨਿੱਕੇ ਨਿੱਕੇ ਦੀਵਿਆਂ ਵਾਂਗ, ਨਵੇਂ ਚਾਨਣ ਇਸ ਨੂੰ ਖੁਸ਼ੀਆਂ ਨਾਲ ਰੰਗਦੇ ਤੇ ਸੁਆਰਦੇ ਹਨ ਪਰ ਇਹ ਜ਼ਰੂਰੀ ਹੈ ਕਿ ਇਹ ਚਾਅ ਤੁਹਾਡੇ ਕੀਤੇ ਕੰਮਾਂ ਵਿਚੋਂ ਉਪਜਣ, ਤੁਹਾਡੀਆਂ ਕੀਤੀਆਂ ਕੋਸ਼ਿਸ਼ਾਂ ਵਿਚੋਂ ਫੁੱਟਣ। ਜਦੋਂ ਅਸੀਂ ਧਰਤੀ 'ਚ ਬੀਜ ਬੀਜਦੇ ਹਾਂ, ਤਾਂ ਹਮੇਸ਼ਾ ਇਹ ਆਸ ਰੱਖਦੇ ਹਾਂ ਕਿ ਕੋਈ ਬੀਜ ਪੁੰਗਰ ਕੇ ਨਵੀਆਂ ਕਰੂੰਬਲਾਂ ਤੇ ਤੂਈਆਂ ਨਿਕਲ ਪੈਣਗੀਆਂ। ਇੰਝ ਇਹ ਬੀਜ ਜਦ ਕਿਸੇ ਜੱਟ ਦੇ ਖੇਤ 'ਚ ਉੱਗਦੇ ਹਨ ਤਾਂ ਉਹ ਖੁਸ਼ੀਆਂ ਨਾਲ ਭਰ ਜਾਂਦਾ ਹੈ। ਖ਼ਾਲੀ ਅੱਖਾਂ 'ਚ ਲਿਸ਼ਕਾਂ ਪੈਦਾ ਹੋ ਜਾਦੀਆਂ ਹਨ ਤੇ ਨਵੇਂ ਕਣਕ ਦੇ ਕਰੂੰਬਲ, ਕਿਸਾਨ ਲਈ ਜ਼ਿੰਦਗੀ ਦੀ ਨਵੀਂ ਲੋਅ ਬਣ ਕੇ ਆਉਂਦੇ ਹਨ। ਇੰਝ ਹੀ ਇਹ ਨਿੱਕੇ-ਨਿੱਕੇ ਅਹਿਸਾਸ ਤੇ ਨਿੱਕੇ-ਨਿੱਕੇ ਚਾਅ ਜ਼ਿੰਦਗੀ 'ਚ ਵੱਡੀਆਂ ਖੁਸ਼ੀਆਂ ਵੀ ਲੈ ਆਉਂਦੇ ਹਨ।

ਪਰ ਇਹ ਕਦੇ ਵੀ ਨਹੀਂ ਭੁੱਲਣਾ ਚਾਹੀਦਾ ਕਿ ਸਾਡੀਆਂ ਇਹ ਖੁਸ਼ੀਆਂ, ਸਾਡੇ ਕੰਮਾਂ 'ਚੋਂ ਹੀ ਪੈਦਾ ਹੁੰਦੀਆਂ ਹਨ। ਜਦੋਂ ਸਵੇਰ ਸਾਰ ਲੋਕ ਆਪਣੇ ਕੰਮਾਂ ਵੱਲ ਜਾਂਦੇ ਹਨ ਤਾਂ ਉਨ੍ਹਾਂ ਨੂੰ ਇਨ੍ਹਾਂ ਕੰਮਾਂ ਦੀ ਤਾਂਘ ਹੀ ਖੁਸ਼ੀ ਨਾਲ ਭਰਦੀ ਹੈ। ਕੁੱਝ ਨਵਾਂ ਕਰਨ ਦੀ ਇੱਛਾ ਹੀ ਖ਼ੁਸ਼ੀ ਦਾ ਕਾਰਨ ਬਣਦੀ ਹੈ।

ਇੰਝ ਹੀ ਕਿਸੇ ਯਾਤਰੀ ਲਈ ਸਫ਼ਰ 'ਤੇ ਤੁਰਨ ਦੀ ਉਮੰਗ ਜ਼ਿੰਦਗੀ 'ਚ ਨਵਾਂ ਖੇੜਾ ਲੈ ਆਉਂਦੀ ਹੈ। ਨਵੀਆਂ ਰਾਹਾਂ ਤੇ ਨਵੇਂ ਨਵੇਂ ਚਿਹਰਿਆਂ ਦੀ ਭਰਮਾਰ, ਸਾਡੀ ਖ਼ਾਲੀ ਜ਼ਿੰਦਗੀ 'ਚ ਅਨੇਕਾਂ ਖੁਸ਼ੀਆਂ ਦੇ ਰੰਗ ਭਰਦੀ ਹੈ। ਕਈ ਵਾਰ ਜੇ ਅਸੀਂ ਵਾਰ ਵਾਰ ਪੁਰਾਣੇ ਰਾਹਾਂ 'ਤੇ ਤੁਰਦੇ ਵੀ ਹਾਂ ਤਾਂ ਚਾਅ ਸਾਡੇ ਅਵੱਸ਼ ਨਵੇਂ ਹੋਣੇ ਚਾਹੀਦੇ ਹਨ। ਸਾਡੀਆਂ ਪੁਲਾਂਘਾ 'ਚ ਨਵੀਆਂ ਧੜਕਣਾ 'ਤੇ ਤੇਜ ਪੈਦਾ ਹੋਣ, ਤਦ ਹੀ ਜ਼ਿੰਦਗੀ 'ਚ ਅਸੀਂ ਸ਼ਕਤੀ ਭਰ ਸਕਦੇ ਹਾਂ।

ਅਸੀਂ ਨਿੱਕੇ, ਮੋਟੇ ਕੰਮ ਕਰਦਿਆਂ ਵੀ ਖੁਸ਼ ਰਹਿ ਸਕਦੇ ਹਾਂ। ਹਰ ਦਿਨ ਸਾਡੇ ਲਈ ਨਵਾਂ ਤੇ ਸੱਜਰਾ ਪ੍ਰਤੀਤ ਹੋਵੇ। ਨਵੇਂ ਦਿਨ 'ਚ ਸਾਡੇ ਕੰਮ-ਕਾਰਾਂ ਦੀ ਰਫ਼ਤਾਰ ਵੀ ਵੱਖਰੀ ਹੋਵੇ। ਜਿਵੇਂ ਕੁਦਰਤ ਆਪਣੇ ਆਪ ਨੂੰ ਹਰ ਵਕਤ ਨਵਿਆਉਂਦੀ ਰਹਿੰਦੀ ਹੈ,

ਪੁਰਾਣੇ ਪੱਤੇ ਝੜ ਜਾਣ ਪਿੱਛੋਂ ਨਵੇਂ ਪੱਤੇ ਫੁੱਟ ਪੈਂਦੇ ਹਨ ਤੇ ਰੁੱਖ 'ਤੇ ਨਵੀਂ ਨੁਹਾਰ ਆ ਜਾਂਦੀ ਹੈ, ਇੰਝ ਹੀ ਇਕ ਇਨਸਾਨ ਨੂੰ ਵੀ ਆਪਣੀ ਜ਼ਿੰਦਗੀ 'ਚ ਨਵੀਨਤਾ ਦਾ ਆਭਾਸ ਹੋਣਾ ਚਾਹੀਦਾ ਹੈ। ਕਈ ਵਾਰ ਇਹ ਆਭਾਸ ਤੇ ਚਾਅ, ਦਿਲ ਦੀ ਸ਼ਕਤੀ ਤੇ ਰੂਹ ਨਾਲ ਖ਼ੁਦ ਪੈਦਾ ਕਰਨਾ ਪੈਂਦਾ ਹੈ। ਰੁੱਖ ਤਾਂ ਹਰ ਸਾਲ ਆਪਣੀ ਨੁਹਾਰ ਨੂੰ ਬਦਲਦਾ ਤੇ ਨਵਿਆਉਂਦਾ ਹੈ। ਪੁਰਾਣੇ ਤੇ ਸੁੱਕੇ ਪੱਤੇ ਝੜ ਕੇ ਖਾਦ ਬਣ ਜਾਂਦੇ ਹਨ ਤੇ ਫਿਰ ਨਵੇਂ ਪੱਤਿਆਂ ਦੀ ਨਵੀਂ ਦਿਖ ਰੁੱਖ ਨੂੰ ਨਵਾਂ ਰੂਪ ਦੇ ਦਿੰਦੀ ਹੈ। ਇੰਝ ਹੀ ਇਨਸਾਨ ਨੂੰ ਨਵੀਂ ਦਿਖ ਦੇਣ ਲਈ ਆਪਣੇ ਅੰਦਰ ਨਵੇਂ ਵਿਚਾਰ ਤੇ ਸ਼ਕਤੀ ਭਰਨ ਦੀ ਲੋੜ ਹੈ।

ਜ਼ਿੰਦਗੀ 'ਚ ਨਵੀਂ ਰੂਹ ਪੈਦਾ ਕਰਨ ਲਈ, ਜਿਥੇ ਪਿਆਰ ਸਹਾਈ ਹੁੰਦਾ ਹੈ, ਉਥੇ ਨਵੇਂ ਉੱਗ ਰਹੇ ਸੂਰਜ ਵਾਂਗ, ਤੁਹਾਡੀਆਂ ਇੱਛਾਵਾਂ ਤੇ ਨਵੀਆਂ ਰੀਝਾਂ ਵੀ ਕੰਮ ਕਰਦੀਆਂ ਹਨ, ਤੁਹਾਡੀ ਹਰ ਕੋਸ਼ਿਸ਼ 'ਚ ਨਵੀਂ ਰੂਹ ਨਵੀਂ ਤੜਪ ਹੋਵੇ ਤੇ ਨਵੇਂ ਵਿਚਾਰ ਵੀ ਹੋਣ। ਪੁਰਾਣੇ ਤੇ ਬੋਸੀਦਾ ਮਿੱਟੀ ਦੀ ਲੀਹ ਨੂੰ ਉਲੰਘ ਕੇ ਹੀ ਨਵੀਂ ਲੀਹ ਪਾਈ ਜਾ ਸਕਦੀ ਹੈ। ਨਵੇਂ ਰਾਹਾਂ 'ਤੇ ਤੁਰਨ ਵਾਲੇ ਪਾਂਧੀਆਂ ਦੀਆਂ ਪੈੜਾਂ ਵੀ ਨਵੀਆਂ ਹੀ ਹੁੰਦੀਆਂ ਹਨ। ਸੱਜਰੇ ਚਾਵਾਂ ਨਾਲ ਪੁੱਟੇ ਕਦਮ ਹੀ ਮੰਜ਼ਿਲ ਤੀਕ ਜਾ ਸਕਦੇ ਹਨ। ਨਵੀਂ ਤੇਹ ਨਾਲ ਹੀ ਪਾਣੀ ਲੱਭਿਆ ਜਾ ਸਕਦਾ ਹੈ। ਜਿਨ੍ਹਾਂ ਦੇ ਅੰਦਰ ਚਸ਼ਮਿਆਂ ਦੀ ਭਾਲ ਲੁਕੀ ਹੋਈ ਹੈ, ਉਹ ਇਕ ਥਾਂ 'ਤੇ ਸਾਲਾਂ ਬੱਧੀ ਨਹੀਂ ਬੈਠ ਸਕਦੇ, ਉਹ ਤਾਂ ਹਰ ਨਵੇਂ ਦਿਨ ਨਵੀਆਂ ਥਾਵਾਂ ਲੱਭਦੇ ਤੇ ਉਲੀਕਦੇ ਹਨ। ਉਨ੍ਹਾਂ ਦੇ ਕਦਮਾਂ ਦੀ ਨਵੀਂ ਛੂਹ ਮੰਜ਼ਿਲ ਦੀ ਦਹਿਲੀਜ਼ ਲੱਭਦੀ ਲੱਭਦੀ, ਮੰਜ਼ਿਲ ਨੂੰ ਪਾ ਵੀ ਲੈਂਦੀ ਹੈ। ਰਾਹੀਆਂ ਦੀ ਤੇਹ ਤੋਂ ਹੀ ਪਤਾ ਲੱਗ ਜਾਂਦਾ ਹੈ ਕਿ ਕਿਸੇ ਨੇ ਕਿਥੇ ਪਹੁੰਚਣਾ ਹੈ। ਜਿਨ੍ਹਾਂ ਦੀਆਂ ਤੇਹਾਂ ਸੱਜਰੀਆਂ ਤੇ ਦੀਰਘ ਹਨ, ਉਹ ਪਾਣੀ ਪਤਾਲ 'ਚੋਂ ਵੀ ਲੱਭ ਸਕਦੇ ਹਨ। ਇਸੇ ਲਈ ਜ਼ਰੂਰੀ ਹੈ ਕਿ ਆਪਣੀ ਤੇਹ ਨੂੰ ਸੱਜਰਾ ਰੱਖਿਆ ਜਾਵੇ। ਆਪਣੀ ਭਾਲ 'ਚ ਨਵੇਂ ਖੰਭ ਪੈਦਾ ਕੀਤੇ ਜਾਣ। ਆਪਣੀ ਉਡਾਰੀ 'ਚ ਨਵੀਂ ਰੂਹ ਭਰੀ ਜਾਵੇ।

ਨਵੇਂ ਚਸ਼ਮਿਆਂ ਦੀ ਭਾਲ 'ਚ ਰਾਹਾਂ ਭਾਵੇਂ ਮੁਸ਼ਕਿਲ ਹੋਣ ਪਰ ਜੇ ਪਿਆਸ ਸੱਜਰੀ ਹੈ ਤੇ ਰਾਹ ਵੀ ਸੱਜਰੇ ਹੋਣ ਤਦ ਹੀ ਨਵੇਂ ਚਸ਼ਮੇ ਤੋਂ ਪਾਣੀ ਪੀਤਾ ਜਾ ਸਕਦਾ ਹੈ, ਤਦ ਹੀ ਨਵੇਂ ਚਸ਼ਮਿਆਂ ਨੂੰ ਲੱਭ ਕੇ ਖੁਸ਼ੀ ਹਾਸਲ ਹੋ ਸਕਦੀ ਹੈ। ਜਿਨ੍ਹਾਂ ਦੀ ਤੜਪ ਤਿੱਖੀ ਹੈ, ਉਨ੍ਹਾਂ ਦੇ ਰਾਹ ਵੀ ਨਵੇਂ ਤੇ ਕਦਮਾਂ ਦੀ ਤੋਰ ਵੀ ਨਵੀਂ ਹੈ।

ਅੱਜ ਸੰਸਾਰ 'ਚ ਕੁਝ ਨਵਾਂ ਕਰਨ ਲਈ, ਸਾਨੂੰ ਆਪਣੀਆਂ ਪੁਰਾਣੀਆਂ ਤੇ ਘਸੀਆਂ-ਪਿੱਟੀਆਂ ਲੀਹਾਂ ਨੂੰ ਉਲੰਘ ਕੇ ਨਵੀਆਂ ਲੀਹਾਂ 'ਤੇ ਚੱਲਣ ਦੀ ਲੋੜ ਹੈ। ਨਵੇਂ ਰਾਹ ਹੀ ਰਾਹੀ ਦੇ ਕਦਮਾਂ 'ਚ ਤੇਜ਼ੀ ਲਿਆ ਸਕਦੇ ਹਨ।

ਜਿੰਨਾ ਚਿਰ ਸਾਡੀ ਜ਼ਿੰਦਗੀ 'ਚ ਨਵੇਂ ਨਵੇਂ ਚਾਅ ਪੈਦਾ ਹੁੰਦੇ ਰਹਿਣਗੇ, ਜ਼ਿੰਦਗੀ ਦੀ ਲਿਸ਼ਕ ਵੀ ਨਵੀਂ ਬਣਦੀ ਜਾਵੇਗੀ। ਜ਼ਿੰਦਗੀ ਦੇ ਖੰਭ ਵੀ ਨਵੇਂ ਨਵੇਂ ਲੱਗਣਗੇ। ਇਸ ਲਈ ਜ਼ਿੰਦਗੀ ਨੂੰ ਇਸ ਦੇ ਭਰਪੂਰ ਤੇ ਮੜਕ ਭਰੇ ਲਹਿਜੇ 'ਚ ਜਿਊਣ ਲਈ ਨਵੀਂ ਤੜਪ ਨੂੰ ਪੈਦਾ ਕੀਤਾ ਜਾਵੇ। ਪਿਆਰਾਂ 'ਚ ਨਵੀਂ ਸ਼ਕਤੀ ਭਰੀ ਜਾਵੇ। ਪਿਆਰ, ਨਿੱਘ, ਹੁਲਾਸ ਰੂਹ,

ਜ਼ਿੰਦਗੀ 'ਚ ਤੜਪ ਪੈਦਾ ਕਰ ਸਕਦੇ ਹਨ। ਜਿਵੇਂ ਮਘਦੀ ਭੱਠੀ 'ਚ ਕੋਲਿਆਂ ਦੀ ਲਾਲੀ, ਸਾਡੇ ਖ਼ੂਨ ਨੂੰ ਗਰਮਾਇਸ਼ ਦਿੰਦੀ ਹੈ, ਇੰਝ ਹੀ ਜ਼ਿੰਦਗੀ ਦੀ ਭੱਠੀ ਵੀ ਮਘਦੀ ਰਹੇ, ਤਦ ਹੀ ਜੀਣ 'ਚ ਲਗਨ ਤੇ ਜੋਸ਼ ਭਰਦਾ ਹੈ, ਤਦ ਹੀ ਸਾਡੀਆਂ ਪੈੜਾਂ ਨਵੀਆਂ ਤੇ ਸੱਜਰੀਆਂ ਲੱਗਦੀਆਂ ਹਨ। ਤਦ ਹੀ ਸਾਡੀਆਂ ਅੱਖਾਂ 'ਚ ਨਵੀਂ ਲੋਅ ਤੇ ਨਵੀਂ ਲਿਸ਼ਕ ਜਾਗਦੀ ਹੈ।

ਹਰ ਨਵੇਂ ਸਾਲ ਪੰਛੀ ਆਪਣੇ ਖੰਭਾਂ 'ਚ ਨਵੀਂ ਜਾਨ ਭਰ ਕੇ, ਆਕਾਸ਼ ਦੀ ਪਰਕਰਮਾ ਕਰਦੇ ਹਨ। ਨਵੀਆਂ ਧਰਤੀਆਂ ਲੱਭ ਕੇ, ਆਪਣੀ ਭੁੱਖ ਮਿਟਾਉਂਦੇ ਹਨ ਤੇ ਨਵੀਆਂ ਧਰਤੀਆਂ ਤੋਂ ਚੋਗ ਚੁਗ ਕੇ ਉਨ੍ਹਾਂ ਨੂੰ ਇਕ ਨਵੀਂ ਤ੍ਰਿਪਤੀ ਦਾ ਆਭਾਸ ਵੀ ਹੁੰਦਾ ਹੈ। ਇੰਝ ਹੀ ਇਨਸਾਨ ਵੀ ਆਪਣੀ ਚਾਹਨਾ 'ਚ ਅਨੇਕਾਂ ਨਵੇਂ ਸੁਪਨੇ ਬੀਜ ਕੇ ਜ਼ਿੰਦਗੀ ਨੂੰ ਖੁਸ਼ਹਾਲ ਬਣਾ ਸਕਦਾ ਹੈ। ਸੁਪਨਿਆਂ ਨੂੰ ਸਾਕਾਰ ਕਰ ਕੇ, ਖੁਸ਼ੀਆਂ ਹਾਸਲ ਕਰ ਸਕਦਾ ਹੈ। ਨਵੇਂ ਖੰਭ ਹੀ ਤੁਹਾਨੂੰ ਨਵੀਆਂ ਉਡਾਣਾਂ ਦੇ ਸਕਦੇ ਹਨ। ਨਵੀਆਂ ਤੇ ਰੰਗੀਨ ਤਾਂਘਾਂ ਹੀ ਤੁਹਾਡੇ ਬੁੱਲ੍ਹਾਂ 'ਤੇ ਮੁਸਕਾਨਾਂ ਬੀਜ ਸਕਦੀਆਂ ਹਨ। ਜਿਵੇਂ ਖੁਸ਼ੀ ਭਰੇ ਚਿਹਰੇ ਹੀ ਇਸ ਧਰਤੀ ਦਾ ਸ਼ਿੰਗਾਰ ਤੇ ਰੂਪ ਹਨ, ਇੰਝ ਨਵੇਂ ਜਜ਼ਬੇ ਤੇ ਨਵੇਂ ਵਿਚਾਰ ਹੀ ਸਾਡੀ ਜ਼ਿੰਦਗੀ ਨੂੰ ਨਵਾਂ ਬਣਾ ਸਕਦੇ ਹਨ।

ਹਰ ਨਵਾਂ ਸਾਲ ਸਾਡੇ ਦਰਾਂ 'ਤੇ ਨਵੀਂ ਦਸਤਕ ਦਿੰਦਾ ਹੈ ਤੇ ਸਾਡਾ ਵੀ ਫ਼ਰਜ਼ ਬਣਦਾ ਹੈ ਕਿ ਹਰ ਨਵੇਂ ਸਾਲ ਅਸੀਂ ਆਪਣੇ ਦਿਲਾਂ 'ਚ ਨਵਾਂ ਜੋਸ਼ ਭਰ ਕੇ, ਨਵੀਆਂ ਪੁਲਾਂਘਾ ਪੁੱਟੀਏ, ਨਵੇਂ ਦਿਸਹੱਦੇ ਛੂਹੀਏ ਤੇ ਨਵੇਂ ਵਿਚਾਰਾਂ ਨਾਲ ਆਪਣੇ ਆਪ ਨੂੰ ਸਰਸ਼ਾਰ ਕਰੀਏ। ਤਦ ਹੀ ਅਸੀਂ ਆਪਣੀ ਜ਼ਿੰਦਗੀ ਨੂੰ ਜਿਊਣ ਯੋਗ ਬਣਾ ਸਕਦੇ ਹਾਂ। ਤਦ ਹੀ ਸਾਡੇ ਕਦਮਾਂ 'ਚ ਨਵੀਂ ਜਾਨ ਪੈ ਸਕਦੀ ਹੈ। ਤਦ ਹੀ ਸਾਡੀਆਂ ਰੀਝਾਂ ਦੇ ਨਵੇਂ ਖੰਭ ਨਿਕਲ ਸਕਦੇ ਹਨ, ਤਦ ਹੀ ਇਹ ਨਵਾਂ ਸੰਸਾਰ ਸਾਨੂੰ ਆਪਣੀ ਵਲਗਣ 'ਚ ਲੈ ਸਕਦਾ ਹੈ। ਤਦ ਹੀ ਅਸੀਂ ਇਸ ਨਵੇਂ ਸੰਸਾਰ ਦੇ ਹਾਣੀ ਬਣ ਸਕਦੇ ਹਾਂ।

ਵਕਤ 'ਤੇ ਸਵਾਰ ਹੋਣਾ ਸਿੱਖੋ

ਵਕਤ ਬੀਤਣ ਲੱਗਾ ਦੇਰ ਨਹੀਂ ਲਗਾਉਂਦਾ, ਸਗੋਂ ਇਹ ਛਾਲਾਂ ਮਾਰ ਕੇ ਬੀਤਦਾ ਹੈ।.....ਤੇ ਕਈ ਵਾਰ ਇੰਝ ਲੱਗਦਾ ਹੈ ਜਿਵੇਂ ਵਕਤ ਰੁਕ ਗਿਆ ਹੋਵੇ। ਕਈ ਵਾਰ ਵਕਤ ਚੀਤੇ ਦੀ ਤੇਜ਼ ਰਫ਼ਤਾਰ ਵੀ ਫੜ ਲੈਂਦਾ ਹੈ। ਇੰਝ ਘੜੀ ਦੀਆਂ ਸੂਈਆਂ ਦੀ ਟਿੱਕ ਟਿੱਕ ਤੇ ਵਕਤ ਦੀ ਰਫ਼ਤਾਰ ਨੂੰ ਮਿਣਨ ਦਾ ਇਨਸਾਨ ਨੇ ਵਧੀਆ ਢੰਗ ਲੱਭਿਆ ਹੈ। ਪਰ ਵਕਤ ਨਾ ਕਦੇ ਘੜੀ ਦੀਆਂ ਸੂਈਆਂ 'ਚ ਬੰਦ ਹੋਇਆ ਹੈ ਤੇ ਨਾ ਹੀ ਕੋਈ ਇਨਸਾਨ ਇਸ ਨੂੰ ਅਪਾਣੀ ਮੁੱਠੀ 'ਚ ਭੀਚ ਕੇ ਰੋਕ ਸਕਿਆ ਹੈ। ਨਿਰੰਤਰ ਚਾਲ ਚੱਲਦਾ ਇਹ ਲੰਘੀ ਜਾਂਦਾ ਹੈ। ਇਸੇ ਲਈ ਸਿਆਣਿਆਂ ਦਾ ਕਹਿਣਾ ਹੈ ਕਿ ਆਪਣਾ ਵਕਤ ਸਫਲਾ ਕਰੋ। ਸਮੇਂ ਨੂੰ ਅਜਾਈਂ ਨਾ ਗੁਆਓ। ਸਮੇਂ ਦੀ ਕਦਰ ਕਰੋ। ਸਮੇਂ ਦੀ ਕਦਰ ਕਰਨ ਵਾਲਿਆਂ ਨੇ ਸੋਨੇ ਦੀਆਂ ਕੰਧਾਂ ਉਸਾਰ ਲਈਆਂ ਹਨ ਤੇ ਇਹ ਸੋਨੇ ਦੀਆਂ ਕੰਧਾਂ ਉਸਾਰ ਕੇ ਜ਼ਿੰਦਗੀ 'ਚ ਪੂਰੀ ਤਰ੍ਹਾਂ ਸੰਤੁਸ਼ਟ ਹਨ। ਪਰ ਕੁੱਝ ਲੋਕ ਵਕਤ ਅਜਾਈਂ ਵੀ ਲੰਘਾਉਂਦੇ ਹਨ। ਜੋ ਲੋਕ ਵਕਤ ਦੀ ਕਦਰ ਨਹੀਂ ਕਰਦੇ, ਅਜਿਹੇ ਲੋਕਾਂ ਲਈ ਜ਼ਿੰਦਗੀ ਇਕ ਹਨੇਰੇ ਤੋਂ ਵੱਧ ਕੁੱਝ ਵੀ ਨਹੀਂ।

ਜਦੋਂ ਕੋਈ ਵਿਦਿਆਰਥੀ ਵਕਤ ਦੀ ਕਦਰ ਕਰਦਾ ਹੈ ਤਾਂ ਉਹ ਰਾਤਾਂ ਝਾਗ ਕੇ ਪੜ੍ਹਾਈ ਕਰਦਾ ਕਰਦਾ ਬੋਰਡ ਜਾਂ ਯੂਨੀਵਰਸਿਟੀ 'ਚੋਂ ਪਹਿਲੇ ਨੰਬਰ 'ਤੇ ਆ ਕੇ ਨਾਮਣਾ ਖੱਟਦਾ ਹੈ। ਇਕ ਇਕ ਪਲ ਦਾ ਹਿਸਾਬ ਉਸ ਨੂੰ ਪ੍ਰਾਪਤ ਕੀਤੇ ਅੰਕਾਂ 'ਚੋਂ ਮਿਲ ਜਾਂਦਾ ਹੈ। ਇਹੀ ਇਕ ਚੰਗੇਰੇ ਹੋਣਹਾਰ ਵਿਦਿਆਰਥੀ ਦੀ ਪ੍ਰਾਪਤੀ ਹੈ। ਕਿਸੇ ਦਿਨ ਅਜਿਹਾ ਵਿਦਿਆਰਥੀ ਹੀ ਇਕ ਦਿਨ ਮੈਜਿਸਟਰੇਟ ਦੀ ਕੁਰਸੀ 'ਤੇ ਜਾ ਬੈਠਦਾ ਹੈ, ਪਰ ਗੱਲਾਂ ਕਰ ਕੇ ਅਜਾਈਂ ਵਕਤ ਗੁਆਉਣ ਵਾਲੇ ਵਿਦਿਆਰਥੀ ਕਦੇ ਪਾਸ ਨਹੀਂ ਹੁੰਦੇ। ਨਤੀਜਾ ਆਉਣ 'ਤੇ ਉਨ੍ਹਾਂ ਦੇ ਨਾਂ ਦੇ ਸਾਹਮਣੇ ਹਮੇਸ਼ਾ 'ਫ਼ੇਲ੍ਹ' ਲਿਖਿਆ ਹੁੰਦਾ ਹੈ। ਅਜਿਹੇ ਵਿਦਿਆਰਥੀ ਆਪਣੇ ਲਈ ਵੀ ਨਮੋਸ਼ੀ ਖੱਟਦੇ ਹਨ ਤੇ ਮਾਂ-ਬਾਪ ਲਈ ਵੀ ਚਿੰਤਾ ਦਾ ਕਾਰਨ ਬਣਦੇ ਹਨ।

ਸਿਆਣਿਆਂ ਨੇ ਇਹ ਵੀ ਕਿਹਾ ਹੈ ਕਿ ਹਮੇਸ਼ਾ ਆਪਣਾ ਵਕਤ ਵਿਚਾਰੋ। ਜਿਸ ਨੇ ਵਕਤ ਵਿਚਾਰ ਲਿਆ ਹੈ। ਉਹ ਕਦੇ ਧੋਖਾ ਨਹੀਂ ਖਾਂਦਾ ਸਗੋਂ ਸਫਲਤਾ ਉਸ ਦੇ ਪੈਰ ਚੁੰਮਦੀ ਹੈ। ਕਈ ਵਾਰ ਵਕਤ ਵਿਚਾਰਨ ਦੀ ਘਾਟ ਕਾਰਨ ਹੀ ਅਸੀਂ ਸਫਲ ਨਹੀਂ ਹੁੰਦੇ ਜਾਂ ਸਫਲਤਾ ਦੇ ਮੌਕੇ ਸਾਡੇ ਹੱਥਾਂ 'ਚੋਂ ਖਿਸਕ ਜਾਂਦੇ ਹਨ। ਪੁਰਾਣੇ ਸਮਿਆਂ ਵਿਚ ਇਕ ਪਰਿਵਾਰ ਦੀ ਕਹਾਣੀ ਹੈ ਕਿ ਉਹ ਬਹੁਤ ਹੀ ਗ਼ਰੀਬ ਸੀ। ਇਕ ਦਿਨ ਪੁੱਤਰ ਨੇ ਆਪਣੀ ਮਾਂ ਨੂੰ ਕਿਹਾ ਕਿ ਮਾਂ, ਮੈਂ ਬੱਕਰੀ ਖ਼ਰੀਦ ਲਵਾਂ ਤਾਂ ਮਾਂ ਨੇ ਕੋਰਾ ਜਵਾਬ ਦੇ ਦਿੱਤਾ ਕਿ ਉਹ ਬੱਕਰੀ ਨਾ ਖ਼ਰੀਦੇ ਕਿਉਂਕਿ ਉਨ੍ਹਾਂ ਪਾਸ ਧਨ ਨਹੀਂ ਹੈ ਤੇ ਉਹ ਮਸਾਂ ਹੀ ਦਿਨ ਲੰਘਾਉਂਦੇ ਹਨ ਪਰ

ਵਕਤ ਦਾ ਫੇਰ; ਫਿਰ ਉਹੀ ਪਰਿਵਾਰ ਕਾਫ਼ੀ ਅਮੀਰ ਬਣ ਗਿਆ ਤਾਂ ਪੁੱਤਰ ਨੇ ਫਿਰ ਪੁੱਛਿਆ ਕਿ ਮਾਂ, ਹੁਣ ਮੈਂ ਹਾਥੀ ਖ਼ਰੀਦ ਲਵਾਂ, ਮਾਂ ਨੇ ਝੱਟ ਜਵਾਬ ਦਿੱਤਾ ਕਿ ਉਹ ਹਾਥੀ ਖ਼ਰੀਦ ਲਵੇ ਤੇ ਹਾਥੀ ਖ਼ਰੀਦਨ ਲਈ ਇਹ ਵਧੀਆ ਮੌਕਾ ਹੈ। ਸੋ ਵਕਤ ਦੀ ਵਿਚਾਰਨ ਯੁਕਤੀ ਇਨਸਾਨ ਦੇ ਬੜਾ ਕੰਮ ਆਉਂਦੀ ਹੈ। ਇੰਝ ਹੀ ਕਈ ਵਾਰ ਕੋਈ ਮੌਕਾ ਅਜਿਹਾ ਹੁੰਦਾ ਹੈ ਕਿ ਸਥਿਤੀ ਸਾਡੇ ਹੱਕ 'ਚ ਹੁੰਦੀ ਹੈ ਤੇ ਅਸੀਂ ਉਸ ਮੌਕੇ ਦਾ ਕੋਈ ਫ਼ਾਇਦਾ ਨਹੀਂ ਉਠਾਉਂਦੇ ਪਰ ਜਦ ਮੌਕਾ ਹੱਥਾਂ 'ਚੋਂ ਨਿਕਲ ਜਾਂਦਾ ਹੈ ਤਾ ਅਸੀਂ ਉਸੇ ਸਥਿਤੀ ਲਈ ਭੱਜੇ ਫਿਰਦੇ ਹਾਂ ਕਿ ਸਾਨੂੰ ਫਲਾਣੀ ਚੀਜ਼ ਪ੍ਰਾਪਤ ਹੋ ਜਾਵੇ ਘਰ ਆਈ ਚੀਜ਼ ਨੂੰ ਤਾਂ ਮੋੜ ਦਿੰਦੇ ਹਾਂ ਬਿਨਾਂ ਵਿਚਾਰਨ ਦੇ, ਪਰ ਬਾਅਦ 'ਚ ਉਸੇ ਚੀਜ਼ ਲਈ ਯਤਨ ਕਰਦੇ ਹਾਂ ਤੇ ਉਹ ਚੀਜ਼ ਦੁਬਾਰਾ ਪ੍ਰਾਪਤ ਨਹੀਂ ਹੁੰਦੀ। ਇਸੇ ਲਈ ਕਿਸੇ ਸਿਆਣੇ ਨੇ ਕਿਹਾ ਹੈ:

ਤਾਲੋਂ ਖੁੰਝੀ ਡੂੰਮਣੀ, ਗਾਵੇ ਆਲ ਪਤਾਲ।

ਵੇਲਾ ਖੁੰਝਾ ਕੇ ਬਾਅਦ 'ਚ ਡੂੰਮਣੀ ਦੇ ਆਲ ਪਤਾਲ ਗਾਉਣ ਦਾ ਕੀ ਅਰਥ ਰਹਿ ਜਾਂਦਾ ਹੈ ਜਦੋਂ ਵੇਲਾ ਤਾਂ ਅਸੀਂ ਸੰਭਾਲ ਹੀ ਨਹੀਂ ਸਕੇ।

ਇਹ ਵਕਤ ਦਾ ਗੇੜ ਹੈ ਕਿ ਰਾਜੇ ਰੰਕ ਬਣਦੇ ਆਏ ਹਨ ਤੇ ਕਿਸਮਤ ਜਾਗਣ 'ਤੇ ਰੰਕ ਰਾਜੇ ਵੀ ਬਣ ਜਾਂਦੇ ਹਨ। ਜਦ ਕਿਸਮਤ ਜਾਗਦੀ ਹੈ ਤਾਂ ਰੱਬ ਛੱਤਾਂ ਪਾੜ ਕੇ ਵੀ ਦੇ ਦਿੰਦਾ ਹੈ। ਅਸੀਂ ਜਿਸ ਚੀਜ਼ ਦੀ ਆਸ-ਉਮੀਦ ਵੀ ਨਹੀਂ ਲਗਾ ਸਕਦੇ, ਉਹ ਸਾਨੂੰ ਪ੍ਰਾਪਤ ਹੋ ਜਾਂਦੀ ਹੈ। ਸੋ ਚੰਗੇ ਮਾੜੇ ਵਕਤ ਇਨਸਾਨ ਉਪਰ ਹੀ ਆਉਂਦੇ ਹਨ। ਕੋਈ ਵੀ ਵਕਤ ਸਦੀਵੀ ਨਹੀਂ ਹੁੰਦਾ। ਕਈ ਵਾਰ ਮਾੜੇ ਵਕਤ ਕੱਟ ਕੇ ਇਨਸਾਨ ਬੇਹੱਦ ਅਮੀਰ ਹੋ ਜਾਂਦਾ ਹੈ। ਉਸ ਨੂੰ ਅਸਚਰਜ ਹੁੰਦਾ ਹੈ ਕਿ ਅਜਿਹੇ ਭੈੜੇ ਵਕਤਾਂ 'ਚੋਂ ਵੀ ਉਹ ਗੁਜ਼ਰ ਚੁੱਕਾ ਹੈ। ਲੇਕਿਨ ਫਿਰ ਵੀ ਕੁੱਝ ਗੱਲਾਂ ਦਾ ਧਿਆਨ ਸਾਨੂੰ ਰੱਖਣਾ ਹੀ ਪਵੇਗਾ ਕਿ ਹੱਥ ਆਇਆ ਵੇਲਾ ਕਦੀ ਨਾ ਖੁੰਝਾਓ। ਫਿਰ ਪਤਾ ਨਹੀਂ ਅਜਿਹਾ ਵੇਲਾ ਆਵੇ ਜਾਂ ਨਾ ਆਵੇ। ਚੰਗੇ ਵੇਲੇ ਦਾ ਸਦਾ ਫ਼ਾਇਦਾ ਤੇ ਲਾਭ ਉਠਾਓ। ਲੇਕਿਨ ਭੈੜੇ ਤੇ ਔਖੇ ਸਮੇਂ ਨੂੰ ਵੀ ਬਰਦਾਸ਼ਤ ਕਰਨਾ ਸਿੱਖੋ। ਖਿਝਣ ਕ੍ਰਿਝਣ ਨਾਲ ਤਾਂ ਕੁੱਝ ਵੀ ਨਹੀਂ ਬਣਦਾ। ਹਿੰਮਤ ਕਰਦੇ ਰਹੋ। ਹੌਲੀ ਹੌਲੀ ਵਕਤ ਪਾ ਕੇ ਤੁਸੀਂ ਅਵੱਸ਼ ਸਫਲ ਹੋ ਜਾਵੋਗੇ। ਢੇਰੀ ਢਾਹ ਕੇ ਬੈਠ ਜਾਣਾ ਮੂਰਖਤਾ ਹੁੰਦੀ ਹੈ। ਔਖੇ ਤੋਂ ਔਖੇ ਵਕਤ ਵੀ ਢੇਰੀ ਢਾਹ ਕੇ ਨਾ ਬੈਠੋ। ਕੀ ਪਤਾ ਕਿਹੜੇ ਵੇਲੇ ਸੁਲੱਖਣੀ ਘੜੀ ਆ ਪਹੁੰਚੇ ਤੇ ਤੁਸੀਂ ਕਾਮਯਾਬ ਹੋ ਜਾਵੋ। ਵਕਤ ਬਦਲਦਿਆਂ ਦੇਰ ਨਹੀਂ ਲੱਗਦੀ। ਅੱਜ ਕੁਝ, ਕੱਲ੍ਹ ਕੁਝ ਹੋਰ।

ਮਹਾਂਭਾਰਤ ਦੀ ਲੜਾਈ 'ਚ ਵੀ ਵਕਤ ਦਾ ਹੀ ਤਕਾਜ਼ਾ ਹੈ ਕਿ ਅਰਜੁਨ ਤੀਰ ਚਲਾਉਣ ਤੋਂ ਇਨਕਾਰੀ ਹੋ ਜਾਂਦਾ ਹੈ, ਹਿੰਮਤ ਹਾਰ ਬੈਠਦਾ ਹੈ ਪਰ ਕ੍ਰਿਸ਼ਨ ਭਗਵਾਨ ਜੋ ਉਸ ਦੇ ਰਥਵਾਨ ਹਨ ਤੇ ਸਾਰਥੀ ਹਨ, ਉਸ ਨੂੰ ਉਪਦੇਸ਼ ਦਿੰਦੇ ਹਨ ਕਿ ਹੌਸਲਾ ਨਾ ਹਾਰ, ਮੈਂ ਤੇਰੇ ਨਾਲ ਹਾਂ। ਏਨੀਆਂ ਵੱਡੀਆਂ ਫ਼ੌਜਾਂ ਜੋ ਸਾਹਮਣੇ ਵਿਖਾਈ ਦਿੰਦੀਆਂ ਹਨ, ਕੁਝ ਵੀ ਨਹੀਂ। ਪਰ ਜਦ ਨਿੰਮੋਝੂਣਾ ਹੋਇਆ ਅਰਜੁਨ ਦਿਲ ਨਹੀਂ ਧਰਦਾ ਤਾਂ ਕ੍ਰਿਸ਼ਨ ਭਗਵਾਨ ਆਪਣਾ ਮੂੰਹ ਖੋਲ੍ਹ ਕੇ ਵਿਖਾਉਂਦੇ ਹਨ। ਅਨੰਤ ਫ਼ੌਜਾਂ ਦੇ ਲਸ਼ਕਰ ਉਸ ਨੂੰ ਵਿਖਾਈ ਦੇ ਜਾਂਦੇ

ਹਨ। ਇਨ੍ਹਾਂ ਅਨੰਤ ਫ਼ੌਜਾਂ ਨੂੰ ਵੇਖ ਕੇ ਉਹ ਦਿਲ ਧਰ ਲੈਂਦਾ ਹੈ ਤੇ ਫਿਰ ਤੀਰ ਕਮਾਨ ਹੌਸਲੇ ਨਾਲ ਚੁੱਕ ਲੈਂਦਾ ਹੈ। ਬਸ ਇਹੀ ਹੌਸਲਾ ਉਸ ਦੀ ਜਿੱਤ ਦਾ ਕਾਰਨ ਬਣਦਾ ਹੈ। ਢਾਹੇ ਹੋਏ ਹੌਸਲੇ ਕਾਰਨ ਤਾਂ ਉਹ ਮਿੱਟੀ ਦੇ ਸਮਾਨ ਸੀ। ਪਰ ਹੌਸਲੇ ਨਾਲ ਉਹ ਇਕ ਅਚੁੱਕ ਤੀਰ-ਅੰਦਾਜ਼ ਹੋ ਨਿਬੜਦਾ ਹੈ ਤੇ ਉਸ ਦੇ ਮਾਰੇ ਹੋਏ ਤੀਰ ਫੌਜਾਂ ਦੇ ਲਸ਼ਕਰਾਂ ਨੂੰ ਧਰਤੀ 'ਤੇ ਢਹਿ ਢੇਰੀ ਕਰ ਦਿੰਦੇ ਹਨ। ਇੰਝ ਵੇਲਾ ਸੰਭਾਲਣ ਨਾਲ ਅਰਜੁਨ ਦੀ ਜਿੱਤ ਹੋ ਜਾਂਦੀ ਹੈ ਤੇ ਵਿਰੋਧੀ ਫ਼ੌਜਾਂ ਸਫ਼ਾਂ ਵਲੇਟ ਕੇ ਤੇ ਮਾਰ ਖਾ ਕੇ ਨੱਸ ਤੁਰਦੀਆਂ ਹਨ।

ਚੰਗੇ ਮਾੜੇ ਵਕਤ ਹਰ ਇਨਸਾਨ 'ਤੇ ਆਉਂਦੇ ਹੀ ਰਹਿੰਦੇ ਹਨ। ਪਰ ਸਫਲ ਉਹੀ ਹੁੰਦਾ ਹੈ ਜਿਸ ਦੀ ਸਮਝਣ ਸ਼ਕਤੀ ਵਧੇਰੇ ਹੈ, ਜਿਸ ਨੂੰ ਇਹ ਪਤਾ ਹੈ ਕਿ ਵੇਲੇ ਦੀ ਸੰਭਾਲ ਕਿਵੇਂ ਕਰਨੀ ਹੈ। ਅੰਗਰੇਜ਼ੀ ਦੀ ਕਹਾਵਤ ਹੈ ਕਿ ਸੱਟ ਉਦੋਂ ਲਗਾਓ ਜਦੋਂ ਲੋਹਾ ਗਰਮ ਹੋਵੇ। ਠੰਢੇ ਲੋਹੇ ਨੂੰ ਸੱਟ ਮਾਰਨ ਨਾਲ ਤੁਸੀਂ ਕੋਈ ਹਥਿਆਰ ਨਹੀਂ ਬਣ ਸਕਦੇ। ਗਰਮ ਲੋਹੇ 'ਤੇ ਮਾਰੀ ਸੱਟ ਕਾਰਗਰ ਸਾਬਤ ਹੁੰਦੀ ਹੈ।

ਅੱਜ ਕੱਲ੍ਹ ਦਾ ਇਨਸਾਨ ਸੋਚਾਂ 'ਚ ਗ੍ਰਸਤ ਹੈ, ਪਰ ਸੋਚਿਆਂ ਕੁਝ ਨਹੀਂ ਸੰਵਰਦਾ। ਸਗੋਂ ਵਧੇਰੇ ਸੋਚ ਸੋਚ ਕੇ ਇਨਸਾਨ ਦੀ ਸਿਹਤ ਖਰਾਬ ਹੋ ਜਾਂਦੀ ਹੈ। ਕਈ ਕਿਸਮ ਦੇ ਰੋਗ ਲੱਗ ਜਾਂਦੇ ਹਨ। ਹਿੰਮਤ ਤੇ ਹੌਸਲਾ ਹੀ ਕੰਮ ਆਉਂਦਾ ਹੈ। ਸਦਾ ਚੜ੍ਹਤ 'ਚ ਰਹੋ ਤੇ ਆਪਣੇ ਕੰਮਾਂ-ਕਾਜਾਂ ਨੂੰ ਲਗਨ ਤੇ ਮਿਹਨਤ ਨਾਲ ਸਿਰੇ ਚਾੜ੍ਹੋ। ਸਰਬ- ਸ਼ਕਤੀਮਾਨ ਪਰਮਾਤਮਾ ਦੀ ਨਜ਼ਰ ਕਿਸੇ ਵੇਲੇ ਤੁਹਾਡੇ 'ਤੇ ਵੀ ਪੈ ਜਾਵੇਗੀ ਤੇ ਇੰਝ ਵਾਰੇ-ਨਿਆਰੇ ਹੋਣ ਲੱਗਿਆਂ ਦੇਰ ਨਹੀਂ ਲੱਗਦੀ। ਹਮੇਸ਼ਾ ਵਕਤ ਨੂੰ ਪਰਖੋ ਤੇ ਆਪਣੇ ਕੰਮਾਂ ਕਾਜਾਂ 'ਚ ਸ਼ਹਿਦ ਦੀ ਮੱਖੀ ਦੀ ਤਰ੍ਹਾਂ ਲੱਗੇ ਰਹੋ। ਸ਼ਹਿਦ ਦੀ ਮੱਖੀ ਵੀ ਤਾਂ ਜਿਥੇ ਕਿਥੇ ਘੁੰਮ ਫਿਰ ਕੇ ਸ਼ਹਿਦ ਇਕੱਠਾ ਕਰਦੀ ਹੈ। ਕੰਮ ਵੀ ਇਨਸਾਨ ਦੇ ਕਰਮ ਹਨ, ਭਾਗ ਹਨ। ਕਿਤੇ ਵੀ ਅਸੀਂ ਵੇਖ ਸਕਦੇ ਹਾਂ ਕਿ ਮਿਹਨਤੀ ਹੱਥਾਂ ਨੇ ਜੰਗਲ 'ਚ ਵੀ ਗੁਲਜ਼ਾਰਾਂ ਖਿੜਾ ਦਿੱਤੀਆਂ ਹਨ।

ਉਮਰ ਦੇ ਪੱਤੇ ਕਿਰਦੇ ਜਾਵਣ....

ਹਰ ਇਨਸਾਨ ਬਚਪਨ ਤੋਂ ਲੈ ਕੇ ਜਵਾਨੀ ਤੱਕ, ਇਕ ਰੰਗੀਨ ਤੇ ਭਖਦੀ ਚੰਗਿਆੜੀ ਵਰਗਾਂ ਉਮਰ ਭੋਗਦਾ ਹੈ। ਬਚਪਨ ਦੀਆਂ ਖੇਡਾਂ ਤੇ ਮਾਂ-ਬਾਪ ਦੇ ਲਾਡ ਪਿਆਰ ਬੱਚੇ ਨੂੰ ਖ਼ੁਸ਼ੀਆਂ ਨਾਲ ਵਰਚਾਈ ਰੱਖਦੇ ਹਨ। ਫਿਰ ਜੁਆਨੀ ਦਾ ਭਖਦਾ ਲਹੂ ਇਨਸਾਨ ਨੂੰ ਕਈ ਹੋਰ ਧਰਤੀਆਂ ਦੀ ਸੈਰ ਵੀ ਕਰਵਾਉਂਦਾ ਹੈ। ਜਿਥੇ ਜੁਆਨੀ 'ਚ ਤਤਪਰ ਫ਼ੈਸਲੇ ਕਰਨ ਦੀ ਸ਼ਕਤੀ ਹੁੰਦੀ ਹੈ, ਉਥੇ ਜੁਆਨੀ ਦੀ ਉਮਰ 'ਚ ਹੀ ਇਨਸਾਨ, ਦੁਖ, ਕਸ਼ਟ ਤੇ ਮੁਸ਼ਕਲਾਂ ਸਹਿ ਲੈਣ ਦੇ ਸਮਰੱਥ ਵੀ ਹੁੰਦਾ ਹੈ। ਇਸ ਉਮਰ 'ਚ ਜਲਾਵਤਨੀ ਹੋਣਾ ਕੋਈ ਅਲੋਕਾਰ ਗੱਲ ਨਹੀਂ, ਸਗੋਂ ਕਈ ਇਨਕਲਾਬੀ ਤੇ ਜੋਸ਼ੀਲੇ ਨੌਜਵਾਨ ਇਸ ਉਮਰ 'ਚ ਸਮੁੰਦਰੋਂ ਪਾਰ ਜਾ ਕੇ ਇਕ ਵੱਖਰੀ ਦੁਨੀਆ ਦਾ ਆਨੰਦ ਵੀ ਮਾਣਦੇ ਆਏ ਹਨ। ਇਸ ਉਮਰ 'ਚ ਸੀਨੇ 'ਚ ਇਕ ਜੋਸ਼ ਤੇ ਰੋਹ ਭਰਿਆ ਹੁੰਦਾ ਹੈ। ਇਸ ਜੋਸ਼ ਤੇ ਰੋਹ ਕਾਰਨ ਹੀ ਮੇਰੇ ਪਿਤਾ ਜੀ ਕਦੇ ਮੋਗੇ ਕਾਲਜ ਦੀ ਵਿਦਿਆ ਅਧੂਰੀ ਛੱਡ ਕੇ ਅਮਰੀਕਾ ਜਾ ਪੁੱਜੇ ਸਨ। ਇਸ ਉਮਰ 'ਚ ਇਨਸਾਨ ਦਾ ਜੋਸ਼ ਤੇ ਸ਼ਕਤੀ ਪਹਾੜ ਹਿਲਾ ਦੇਣ ਦੇ ਬਰਾਬਰ ਹੁੰਦੀ ਹੈ।

ਇਸੇ ਉਮਰ 'ਚ ਹੀ ਪ੍ਰੋ: ਪੂਰਨ ਸਿੰਘ ਸੰਨਿਆਸੀ ਹੋ ਕੇ ਰਾਮ ਤੀਰਥ ਦੇ ਚੇਲੇ ਬਣ ਜਾਪਾਨ ਪੁੱਜ ਗਏ ਸਨ। ਇੰਝ ਇਹ ਉਮਰ ਵੱਡੇ ਫ਼ੈਸਲੇ ਲੈਣ ਤੋਂ ਕਦੇ ਗੁਰੇਜ਼ ਨਹੀਂ ਕਰਦੀ। ਅੱਜ ਵੀ ਜੇ ਕੋਈ ਇਨਕਲਾਬੀ ਕਦਮ ਕਿਸੇ ਇਨਸਾਨ ਨੇ ਚੁੱਕਿਆ ਹੈ ਤਾਂ ਉਹ ਜਵਾਨੀ ਦੀ ਉਮਰ 'ਚ ਹੀ ਚੁੱਕਿਆ ਹੈ। ਕਿੰਨੇ ਗੱਭਰੂ ਖਾੜਕੂ-ਲਹਿਰ ਦੀ ਲਪੇਟ 'ਚ ਆ ਕੇ ਆਪਣੀ ਜਾਨ ਕੁਰਬਾਨ ਕਰ ਗਏ ਸਨ ਤੇ ਇੰਝ ਹੀ ਕਿੰਨੇ ਹੋਰ ਨਕਸਲਵਾੜੀ ਆਗੂ ਬਣ ਕੇ ਇਸ ਧਰਤੀ ਮਾਂ ਨੂੰ ਸਦਾ ਲਈ ਅਲਵਿਦਾ ਕਹਿ ਗਏ ਹਨ। ਇਹ ਅੱਗ ਵਰਗੀ ਉਮਰ ਮੱਚਣ 'ਚ ਹੀ ਆਪਣਾ ਸੁਆਦ ਭਾਲਦੀ ਹੈ। ਜਿਵੇਂ ਪਰਵਾਨਾ ਸ਼ਮ੍ਹਾ 'ਤੇ ਜਲ ਕੇ ਖ਼ਾਕ ਹੋ ਜਾਂਦਾ ਹੈ, ਇੰਝ ਹੀ ਜਵਾਨ ਲਹੂ ਸ਼ਮ੍ਹਾ ਵੱਲ ਵਧ ਕੇ ਆਪਣੀ ਪੂਰਤੀ ਲਈ ਸਦਾ ਕੁਰਬਾਨ ਹੋਣਾ ਲੋਚਦਾ ਹੈ।

ਪਰ ਹਰ ਉਮਰ ਦੇ ਆਪਣੇ ਰੰਗ ਹਨ। ਹਰ ਉਮਰ ਦੀ ਆਪਣੀ ਤੜਪ ਹੈ। ਹਰ ਉਮਰ ਆਪਣੀ ਇੱਛਾ-ਪੂਰਤੀ ਲਈ ਸਦਾ ਤਤਪਰ ਰਹਿੰਦੀ ਹੈ। ਕਈ ਫ਼ੈਸਲੇ ਜੋ ਇਨਸਾਨ ਜੁਆਨੀ 'ਚ ਕਰਦਾ ਹੈ, ਉਹ ਵਡੇਰੀ ਉਮਰ 'ਚ ਜਾ ਕੇ ਗ਼ਲਤ ਵੀ ਸਾਬਿਤ ਹੁੰਦੇ ਹਨ। ਇੰਝ ਜੋ ਸਿਆਣਪ ਇਨਸਾਨ 'ਚ ਜੁਆਨੀ ਤੋਂ ਬਾਅਦ ਆਉਂਦੀ ਹੈ, ਉਹ ਸਹੀ ਰਾਹ 'ਤੇ ਤੋਰਨ ਦੇ ਸਮਰੱਥ ਹੁੰਦੀ ਹੈ। ਆਪਣੀ ਉਮਰ 'ਚ ਹਰ ਇਨਸਾਨ ਆਪਣੀਆਂ ਉਮੰਗਾਂ ਤੇ ਇੱਛਾਵਾਂ ਦੀ ਪੂਰਤੀ ਕਰਨਾ ਚਾਹੁੰਦਾ ਹੈ। ਇਸੇ ਪੂਰਤੀ ਦੀ ਖ਼ਾਤਰ ਕਈ ਇਨਸਾਨ ਦਿਨ-ਰਾਤ

ਮਿਹਨਤ 'ਚ ਲੱਗੇ ਰਹਿੰਦੇ ਹਨ। ਕਈ ਇਨਸਾਨ ਜ਼ਿੰਦਗੀ ਦੀਆਂ ਸਭ ਮੰਜ਼ਿਲਾਂ ਪਾਰ ਕਰ ਕੇ ਅਛੋਪਲੇ ਜਿਹੇ ਆਪਣੇ ਘਰ ਦੀ ਕੋਠੀ 'ਚ ਘਾਹ ਦੇ ਲਾਅਨ 'ਚ ਬੈਠੇ ਆਪਣੀ ਪ੍ਰਾਪਤੀਆਂ ਦੀ ਗਿਣਤੀ ਮਿਣਤੀ ਕਰਦੇ ਵਿਖਾਈ ਦਿੰਦੇ ਹਨ। ਇਨ੍ਹਾਂ ਮੰਜ਼ਿਲੋਂ ਪਾਰ ਬੈਠੇ ਇਨਸਾਨਾਂ ਦੀ ਜ਼ਿੰਦਗੀ ਸਵਰਗ ਦੇ ਭੇਸ 'ਚ ਇਨ੍ਹਾਂ ਨੂੰ ਜ਼ਿੰਦਗੀ ਦੇ ਅੰਤਲੇ ਸਾਲਾਂ 'ਚ ਖ਼ੁਸ਼ੀਆਂ ਦੇ ਦੁਆਰ 'ਤੇ ਆ ਖੜੇ ਕਰਦੀ ਹੈ। ਜਿਥੇ ਜੁਆਨੀ ਦੀ ਉਮਰ 'ਚ ਮਿਹਨਤ, ਮੁਸ਼ੱਕਤ ਕਰ ਕੇ ਧਨ ਕਮਾਇਆ ਜਾਂਦਾ ਹੈ, ਉਥੇ ਢਲਦੀ ਉਮਰ 'ਚ ਉਹ ਧਨ ਇਨਸਾਨ ਨੂੰ ਆਰਾਮ ਦੀ ਜ਼ਿੰਦਗੀ ਪ੍ਰਦਾਨ ਕਰਦਾ ਹੈ ਤੇ ਇਨਸਾਨ ਕੁਰਸੀ ਡਾਹ ਕੇ ਆਪਣੇ ਘਰ 'ਚ ਬੈਠਾ ਆਪਣੇ ਆਪ ਨੂੰ ਬਾਦਸ਼ਾਹ ਮਹਿਸੂਸ ਕਰਦਾ ਹੈ।

ਪਰ ਸਮਾਂ ਹਰ ਥਾਂ, ਹਰ ਪਲ ਬਿੱਲੀ ਦੀ ਤੋਰ ਤੁਰਦਾ ਆਪਣੀ ਚੁਗ਼ਲ-ਝਾਤ ਪਾਈ ਜਾਂਦਾ ਹੈ। ਇੰਝ ਲੱਗਦਾ ਹੈ ਜਿਵੇਂ ਸਮਾਂ ਹਰ ਇਨਸਾਨ ਤੇ ਹਰ ਚੀਜ਼ ਦੀ ਫ਼ੋਟੋ ਖਿੱਚ ਰਿਹਾ ਹੋਵੇ। ਸਮੇਂ ਦੇ ਬੀਤਣ ਦਾ ਵੀ ਕੋਈ ਪਤਾ ਨਹੀਂ ਲੱਗਦਾ। ਦਿਨ ਚੜ੍ਹਦਾ ਹੈ ਤੇ ਛਿਪ ਜਾਂਦਾ ਹੈ। ਫਿਰ ਰਾਤ ਆਉਂਦੀ ਹੈ ਤੇ ਦਿਨ ਚੜ੍ਹਨ ਲੱਗਦਾ ਹੈ। ਇੰਝ ਵਕਤ ਬੀਤਦਾ ਬੀਤਦਾ ਹਰ ਇਨਸਾਨ ਦੇ ਚਿਹਰੇ 'ਤੇ ਆਪਣੀ ਮੋਹਰ-ਛਾਪ ਛੱਡ ਜਾਂਦਾ ਹੈ। ਹਰ ਇਨਸਾਨ ਦੀਆਂ ਅੱਖਾਂ 'ਚ ਸਮੇਂ ਦੇ ਪਰਛਾਵੇਂ ਤੈਰਦੇ ਵਿਖਾਈ ਦਿੰਦੇ ਹਨ। ਜਿਨ੍ਹਾਂ ਨੇ ਜ਼ਿੰਦਗੀ ਦੀਆਂ ਜਿੱਤਾਂ ਹਾਸਲ ਕੀਤੀਆਂ ਹੁੰਦੀਆਂ ਹਨ, ਉਨ੍ਹਾਂ ਦੇ ਚਿਹਰੇ ਖਿੜ ਖਿੜ ਪੈਂਦੇ ਹਨ ਤੇ ਹਾਰਨ ਵਾਲੇ ਵਿਅਕਤੀ ਤਾਂ ਕੱਪੜੇ ਦੀ ਬੁੱਕਲ ਮਾਰ ਕੇ ਇਕ ਪਰਛਾਵੇਂ ਦੀ ਨਿਆਈਂ ਹੀ ਵਿਚਰਦੇ ਰਹਿੰਦੇ ਹਨ।

ਹਰ ਇਨਸਾਨ ਜ਼ਿੰਦਗੀ ਦੀਆਂ ਮੁਸ਼ਕਲਾਂ ਨੂੰ ਪਾਰ ਕਰਨਾ ਲੋਚਦਾ ਹੈ ਤੇ ਇਹ ਮੁਸ਼ਕਲਾਂ ਪਾਰ ਕਰਨ ਦੀ ਤੜਪ ਇਨਸਾਨ ਨੂੰ ਉਸ ਬੇੜੀ 'ਤੇ ਸਵਾਰ ਰਾਹਗੀਰ ਤੇ ਯਾਤਰੀ ਦੀ ਯਾਦ ਦਿਵਾਉਂਦੀ ਹੈ ਜੋ ਸੂਰਜ ਡੁੱਬਣ ਤੋਂ ਪਹਿਲਾਂ ਪਹਿਲਾਂ ਦਰਿਆ ਪਾਰ ਕਰਨਾ ਚਾਹੁੰਦਾ ਹੋਵੇ ਤੇ ਲਗਾਤਾਰ ਚੱਪੂ ਮਾਰ ਮਾਰ ਕੇ ਬੇੜੀ ਨੂੰ ਤਿੱਖੀ ਤੋਰ ਪਾਰਲੇ ਕੰਢੇ ਵੱਲ ਲਈ ਜਾ ਰਿਹਾ ਹੋਵੇ। ਜਿਵੇਂ ਯਾਤਰੀ ਦੀਆਂ ਬਾਹਾਂ ਦਾ ਬਲ ਚੱਪੂ 'ਚ ਰੂਪਮਾਨ ਹੋ ਕੇ ਬੇੜੀ ਨੂੰ ਤਿੱਖੀ ਤੋਰ ਬਖ਼ਸ਼ਦਾ ਹੈ, ਇੰਝ ਹੀ ਇਨਸਾਨ ਨੂੰ ਉਸ ਦੀ ਸੋਚ ਤੇ ਵਿਚਾਰ-ਸ਼ਕਤੀ ਸਹੀ ਰਾਹ 'ਤੇ ਤੋਰ ਕੇ ਜ਼ਿੰਦਗੀ ਦੀ ਝੋਲੀ 'ਚ ਜਿੱਤ ਦੀਆਂ ਖ਼ੁਸ਼ੀਆਂ ਪਾਉਣਾ ਲੋਚਦੀ ਹੈ।

ਪਰ ਕੋਈ ਵੀ ਕੰਮ ਏਨਾ ਆਸਾਨ ਨਹੀਂ ਹੁੰਦਾ ਕਿ ਉਹ ਬਿਨਾਂ ਕੋਸ਼ਿਸ਼ ਹੀ ਹੋ ਜਾਵੇ। ਹਰ ਕੰਮ 'ਚ ਸੋਚ-ਵਿਚਾਰ, ਸ਼ਕਤੀ ਤੇ ਲਗਾਤਾਰ ਦਿਲਚਸਪੀ ਦੀ ਲੋੜ ਪੈਂਦੀ ਹੈ। ਪਹਾੜਾਂ ਨੂੰ ਸਰ ਕਰ ਕੇ ਉਨ੍ਹਾਂ ਦੀ ਚੋਟੀ 'ਤੇ ਝੰਡੀ ਲਹਿਰਾਉਣ ਵਾਲੇ ਨੌਜੁਆਨ ਆਮ ਬੰਦੇ ਨਹੀਂ ਹੁੰਦੇ। ਉਨ੍ਹਾਂ ਦੇ ਸਰੀਰ 'ਚ ਫ਼ੌਲਾਦ ਵਰਗੀ ਸ਼ਕਤੀ ਹੁੰਦੀ ਹੈ। ਜਿਨ੍ਹਾਂ ਬਾਹਾਂ 'ਚ ਫ਼ੌਲਾਦ ਦੀ ਸ਼ਕਤੀ ਭਰੀ ਹੋਵੇ ਉਥੇ ਪਹਾੜ ਆਪਣਾ ਸਿਰ ਨਿਵਾ ਲੈਂਦੇ ਹਨ ਤੇ ਯਾਤਰੀ ਬਿਨਾਂ ਕਿਸੇ ਝਿਜਕ ਤੇ ਡਰ ਤੋਂ ਪਹਾੜ ਲੰਘ ਜਾਂਦੇ ਹਨ। ਡਰ ਤੇ ਖ਼ੌਫ਼ ਕਈ ਵਾਰ ਇਨਸਾਨ ਦੇ ਰਾਹ 'ਚ ਬੜਾ ਰੋੜਾ ਅਟਕਾਅ ਦਿੰਦਾ ਹੈ ਪਰ ਜਿੱਤਣ ਵਾਲਿਆਂ ਦੇ ਸੀਨੇ 'ਚ ਕੋਈ ਡਰ ਨਹੀਂ ਹੁੰਦਾ ਤੇ ਉਹ ਬੇ-ਖ਼ੌਫ਼ ਆਪਣੀ ਮੰਜ਼ਿਲ ਵੱਲ ਵਧਦੇ ਜਾਂਦੇ ਹਨ। ਡਰਦੇ ਕੇਵਲ ਉਹੀ ਹਨ ਜਿਨ੍ਹਾਂ

ਦੀ ਬੇੜੀ ਨੇ ਪਾਰ ਨਹੀਂ ਲੱਗਣਾ ਹੁੰਦਾ। ਜਿਨ੍ਹਾਂ ਨੇ ਕਦੇ ਪਹਾੜ ਦੀ ਚੋਟੀ 'ਤੇ ਨਹੀਂ ਅੱਪੜਨਾ ਹੁੰਦਾ।

ਵਕਤ ਦੀਆਂ ਘੰਟੀਆਂ ਵੱਜਦੀਆਂ ਰਹਿੰਦੀਆਂ ਹਨ ਤੇ ਹਰ ਇਨਸਾਨ ਨੂੰ ਚਿਤਾਵਨੀ ਦਿੰਦੀਆਂ ਰਹਿੰਦੀਆਂ ਹਨ ਕਿ ਅੱਜ ਦਾ ਕੰਮ ਅੱਜ ਹੀ ਪੂਰਾ ਕੀਤਾ ਜਾਵੇ, ਪਰ ਇਨਸਾਨ ਹੈ ਕਿ ਘੇਸਲ ਵੱਟ ਕੇ ਸਮਾਂ ਲੰਘਾ ਦਿੰਦਾ ਹੈ। ਜੋ ਕੰਮ ਅੱਜ ਕਰਨਾ ਹੈ ਉਹ ਮਹੀਨੇ ਲਈ ਮੁਲਤਵੀ ਕਰ ਬੈਠਦਾ ਹੈ ਤੇ ਇੰਝ ਲਟਕੇ ਹੋਏ ਕੰਮ ਇਨਸਾਨ ਲਈ ਇਕ ਦਿਨ ਦੀ ਚੁਣੌਤੀ ਹੋ ਨਿਬੜਦੇ ਹਨ। ਸਮੇਂ ਦਾ ਪ੍ਰਵਾਹ ਚੱਲਦਾ ਰਹਿੰਦਾ ਹੈ ਪਰ ਇਨਸਾਨ ਇਸ ਚੱਲ ਰਹੇ ਪ੍ਰਵਾਹ ਤੋਂ ਪੱਛੜ ਜਾਂਦਾ ਹੈ। ਪੱਛੜਿਆ ਹੋਇਆ ਇਨਸਾਨ ਭੈ-ਭੀਤ ਵੀ ਹੁੰਦਾ ਹੈ। ਅਧੂਰੇ ਪਏ ਕੰਮਾਂ ਦੀ ਤਿੱਖੀ ਤਲਵਾਰ ਇਨਸਾਨ ਦੇ ਸੀਨੇ 'ਚ ਖੁਭ ਖੁਭ ਜਾਂਦੀ ਹੈ ਪਰ ਸਿਆਣਿਆਂ ਕਿਹਾ ਹੈ ਕਿ ਕੋਈ ਵੀ ਕੰਮ ਅਜਿਹਾ ਨਹੀਂ ਜੋ ਤੁਸੀਂ ਨਾ ਕਰ ਸਕੋ ਤੇ ਕੋਈ ਵੀ ਕੰਮ ਅਜਿਹਾ ਨਹੀਂ ਜਿਸ ਦੀ ਅਉਧ ਬੀਤ ਚੁੱਕੀ ਹੋਵੇ। ਸਗੋਂ ਹਰ ਕੰਮ ਨੂੰ ਜਾਂ ਅਧੂਰੇ ਪਏ ਕੰਮ ਨੂੰ ਤੁਸੀਂ ਨਿਪਟਾ ਸਕਦੇ ਹੋ, ਬਸ਼ਰਤੇ ਕਿ ਹੋਰ ਦੇਰੀ ਨਾ ਲਗਾਵੋ ਜਾਂ ਪਹਿਲਾਂ ਵਾਂਗ ਹੀ ਡੂੰਘੀ ਨੀਂਦ ਨਾ ਸਵੋਂ।

ਅਗੇਤ ਜਾਂ ਪਛੇਤ ਤੁਹਾਡੀ ਭੰਵਰ 'ਚ ਫਸੀ ਬੇੜੀ ਪਾਰ ਲੰਘ ਸਕਦੀ ਹੈ ਜੇ ਤੁਸੀਂ ਲਗਾਤਾਰ ਚੱਪੂ ਮਾਰੀ ਜਾਵੋ ਤੇ ਤੁਹਾਡੇ ਹਿਰਦੇ 'ਚ ਜਿੱਤ ਦੀ ਭਾਵਨਾ ਰੱਬੀ ਜੋਤ ਵਾਂਗ ਲਗਾਤਾਰ ਜਲ ਰਹੀ ਹੋਵੇ। ਤੁਹਾਡੇ ਨਿਸਚੈ ਤੇ ਪੱਕੇ ਇਰਾਦੇ ਨੇ ਹੀ ਤੁਹਾਡੀ ਜਿੱਤ ਦਾ ਫ਼ੈਸਲਾ ਕਰਨਾ ਹੈ।

ਪਰ ਇਸ ਦੇ ਨਾਲ ਹੀ ਰੁੱਖਾਂ ਤੋਂ ਕਿਰਦੇ ਪੱਤੇ ਇਨਸਾਨ ਨੂੰ ਆਪਣੀ ਉਮਰ ਦਾ ਆਭਾਸ ਵੀ ਕਰਵਾਉਂਦੇ ਹਨ। ਰੁੱਖਾਂ ਦੇ ਪੱਤਿਆਂ ਵਾਂਗ ਇਨਸਾਨ ਦੀ ਉਮਰ ਦੇ ਪੱਤੇ ਵੀ ਕਿਰਦੇ ਜਾਂਦੇ ਹਨ। ਇਹ ਟਾਵੇਂ ਟਾਵੇਂ ਕਿਰਦੇ ਪੱਤੇ ਇਨਸਾਨ ਨੂੰ ਡੂੰਘੀ ਸੋਚ 'ਚ ਗ੍ਰਸ ਲੈਂਦੇ ਹਨ। ਇਨਸਾਨ ਮੌਤ ਦੇ ਡਰ ਤੋਂ ਡਰਦਾ ਕਦੇ ਕਦਾਈਂ ਸਹਿਮ ਵੀ ਜਾਂਦਾ ਹੈ ਪਰ ਹੌਂਸਲਾ ਧਰਦਾ ਹੈ ਕਿ ਮੌਤ ਤਾਂ ਅਜੇ ਬੜੀ ਦੂਰ ਹੈ। ਅਜੇ ਤਾਂ ਜ਼ਿੰਦਗੀ ਦੇ ਹੋਰ ਬੜੇ ਕੰਮ ਕਰਨ ਵਾਲੇ ਪਏ ਹਨ। ਅਜੇ ਤਾਂ ਮੁੰਡੇ ਤੇ ਕੁੜੀ ਦਾ ਵਿਆਹ ਵੀ ਕਰਨਾ ਹੈ। ਅਜੇ ਤਾਂ ਘਰਵਾਲੀ ਦੀਆਂ ਅੱਖਾਂ ਦਾ ਅਪਰੇਸ਼ਨ ਵੀ ਹੋਣਾ ਹੈ। ਅਜੇ ਤਾਂ ਵਿਆਹੇ ਹੋਏ ਮੁੰਡੇ ਦੇ ਹੋਣ ਵਾਲੀ ਔਲਾਦ ਦਾ ਮੂੰਹ ਵੀ ਨਹੀਂ ਵੇਖਿਆ। ਅਜੇ ਤਾਂ ਇਸ ਘਰ 'ਚ ਇੱਕ ਹੋਰ ਦੀਵਾ ਜਗਣਾ ਹੈ। ਅਜੇ ਤਾਂ ਮੈਂ ਬੁੱਢਾ ਵੀ ਨਹੀਂ ਹੋਇਆ। ਅਜੇ ਤਾਂ ਮੇਰੀ ਛਾਤੀ 'ਚ ਜਵਾਨ ਜਲਵੇ ਸਾਵੇਂ ਦੇ ਸਾਵੇਂ ਜਲਵਾਗਰ ਹਨ। ਅਜੇ ਮੇਰੀਆਂ ਅੱਖਾਂ 'ਚ ਸੁਪਨੇ ਭਰੇ ਪਏ ਹਨ ਤੇ ਇਨ੍ਹਾਂ ਸੁਪਨਿਆਂ ਨੇ ਇਕ ਦਿਨ ਸਾਕਾਰ ਵੀ ਹੋਣਾ ਹੈ। ਅਜੇ ਤਾਂ ਨਿੱਕੇ ਮੁੰਡੇ ਦੀ ਬਰਾਤ ਵੀ ਚੜ੍ਹਨਾ ਹੈ। ਇੰਝ ਇਨਸਾਨ ਦੀ 'ਅਜੇ ਤਾਂ' ਦੀ ਕਹਾਣੀ ਸਦਾ ਕਾਇਮ ਰਹਿੰਦੀ ਹੈ ਪਰ ਸਮਾਂ ਕਦੋਂ ਕਿਸੇ ਦਾ ਮਿੱਤ ਹੋਇਆ ਹੈ। ਸਮੇਂ ਦੇ ਖੰਭ ਨਿਰੰਤਰ ਹਿੱਲਦੇ ਰਹਿੰਦੇ ਹਨ ਤੇ ਵਕਤ ਦੇ ਦੰਦੇ ਇਕ ਇਕ ਕਰ ਕੇ ਲੰਘੀ ਜਾਂਦੇ ਹਨ।

ਬੀਤ ਰਿਹਾ ਵਕਤ ਇਨਸਾਨ ਦੀਆਂ ਅੱਖਾਂ 'ਚ ਭੈ-ਭੀਤ ਪਰਛਾਵੇਂ ਬੀਜ ਦਿੰਦਾ

ਹੈ। ਇਨਸਾਨ ਦੀ ਉਮਰ ਦੇ ਪੱਤੇ ਇਕ ਇਕ ਕਰ ਕੇ ਕਿਰਨ ਲੱਗਦੇ ਹਨ। ਉਮਰ ਦਿਨ ਰਾਤ ਦੇ ਵਕਫ਼ੇ ਨਾਲ ਘਟਦੀ ਜਾਂਦੀ ਹੈ। ਜੋ ਬਿਰਧ ਸੋਟੀ ਦੇ ਸਹਾਰੇ ਨਾਲ ਅੱਜ ਮੁਸ਼ਕਲ ਨਾਲ ਕਦਮ ਪੁੱਟਦਾ ਹੈ ਉਹ ਕੱਲ੍ਹ ਵੀ ਇੰਝ ਮੁਸ਼ਕਲ ਨਾਲ ਕਦਮ ਪੁੱਟਦਾ ਲੰਘਾ ਦਿੰਦਾ ਹੈ। ਕਈ ਵਾਰ ਇਹ ਮੁਸ਼ਕਲ ਨਾਲ ਪੁੱਟੇ ਗਏ ਕਦਮ ਇਨਸਾਨ ਦੀ ਸੋਚ ਨੂੰ ਆ ਹਲੂਣਾ ਦਿੰਦੇ ਹਨ ਕਿ ਮੌਤ ਤਾਂ ਤੇਰੇ ਸਿਰ 'ਤੇ ਆ ਖਲੋਤੀ ਹੈ। ਕਿੰਨੇ-ਕੁ ਦਿਨ ਹੋਰ ਤੂੰ ਇੰਝ ਜਿਊ ਲਵੇਂਗਾ, ਕਿੰਨੇ-ਕੁ ਦਿਨ ਹੋਰ ਸੋਟੀ ਦਾ ਸਹਾਰਾ ਤੇਰੀ ਮਦਦ ਕਰ ਸਕੇਗਾ ?

ਪਰ ਇਨਸਾਨ ਹੈ ਕਿ ਸਿਰੜ ਨਾਲ ਹਰ ਦਿਨ ਨਵੇਂ ਕਦਮ ਪੁੱਟਦਾ ਰਹਿੰਦਾ ਹੈ ਤੇ ਇਕ ਦਿਨ ਅਜਿਹਾ ਵੀ ਆਉਂਦਾ ਹੈ ਕਿ ਇਨਸਾਨ ਤੋਂ ਕੋਈ ਵੀ ਕਦਮ ਨਹੀਂ ਪੁੱਟਿਆ ਜਾਂਦਾ। ਮੰਜੇ 'ਤੇ ਨਿਢਾਲ ਹੋਇਆ ਇਨਸਾਨ ਉਮਰ ਦੀਆਂ ਆਖ਼ਰੀ ਘੜੀਆਂ ਗਿਣਨ ਲੱਗਦਾ ਹੈ। ਘਰ 'ਚ ਉੱਗੇ ਰੁੱਖ ਤੋਂ ਟੁੱਟ ਕੇ ਡਿੱਗੇ ਸੁੱਕੇ ਪੱਤਿਆਂ ਦਾ ਖੜਾਕ ਉਸ ਨੂੰ ਖ਼ੌਫ਼ ਨਾਲ ਭਰ ਦਿੰਦਾ ਹੈ। ਇੰਝ ਵਕਤ ਦੀਆਂ ਵੱਜਦੀਆਂ ਘੰਟੀਆਂ ਇਨਸਾਨ ਦੀ ਛਾਤੀ 'ਚ ਵੱਜਣ ਲੱਗਦੀਆਂ ਹਨ ਤੇ ਸਾਹ ਰੁਕ ਰੁਕ ਜਾਂਦਾ ਹੈ। ਪਰ ਇਨਸਾਨ ਹੈ ਕਿ ਮਰਨ ਵੇਲੇ ਵੀ ਬੇ-ਖ਼ੌਫ਼ ਹੋਇਆ ਛੱਤ ਵੱਲ ਟਿਕਟਿਕੀ ਲਗਾ ਕੇ ਵੇਖੀ ਜਾਂਦਾ ਹੈ ਪਰ ਅਜ਼ਰਾਈਲ ਫ਼ਰਿਸ਼ਤਾ ਕਦੇ ਫਿਰ ਦੋ ਦਿਨ ਲੰਘਾ ਦਿੰਦਾ ਹੈ ਤੇ ਕਦੇ ਦੋ ਰਾਤਾਂ ਟਪਾ ਦਿੰਦਾ ਹੈ। ਜਦੋਂ ਉਮਰ ਦਾ ਆਖ਼ਰੀ ਪੱਤਾ ਵੀ ਝੜ ਜਾਵੇ ਤਾਂ ਇਨਸਾਨ ਕਿਵੇਂ ਜੀਅ ਸਕਦਾ ਹੈ। ਅਜ਼ਰਾਈਲ ਫ਼ਰਿਸ਼ਤੇ ਦੀ ਪਕੜ 'ਚ ਆਇਆ ਇਨਸਾਨ ਆਖ਼ਰ ਆਪਣੀਆਂ ਅੱਖਾਂ ਮੀਚ ਲੈਂਦੇ ਹੈ ਤੇ ਸਾਹ ਦੀ ਧੜਕਣ ਇਕ ਦਮ ਬੰਦ ਹੋ ਜਾਂਦੀ ਹੈ। ਹੋਰਾਂ ਇਨਸਾਨਾਂ ਵਾਂਗ ਇਕ ਹੋਰ ਇਨਸਾਨ ਮੌਤ ਦੀ ਗੋਦੀ 'ਚ ਜਾ ਪੈਂਦਾ ਹੈ ਤੇ ਇਸ ਫ਼ਾਨੀ ਸੰਸਾਰ ਨੂੰ ਸਦਾ ਲਈ ਅਲਵਿਦਾ ਕਹਿ ਜਾਂਦਾ ਹੈ।

ਫ਼ੈਸ਼ਨ ਵੱਲ ਵਧ ਰਹੀ ਦੁਨੀਆ ਤੇ ਸੁੰਦਰਤਾ ਦਾ ਭੇਦ....

ਅੱਜ-ਕੱਲ੍ਹ ਪੜ੍ਹਾਈ ਦੇ ਨਾਲ-ਨਾਲ ਜੁਆਨ ਲੜਕੀਆਂ ਫ਼ੈਸ਼ਨ ਵੱਲ ਵੀ ਵਧੇਰੇ ਆਕਰਸ਼ਿਤ ਹੋ ਰਹੀਆਂ ਹਨ। ਨਵੇਂ-ਨਵੇਂ ਸੁੰਦਰਤਾ ਬਾਰੇ ਛਪਦੇ ਵਿਗਿਆਪਨ ਤੇ ਹੋਰ ਫ਼ੈਸ਼ਨ ਦੀ ਦੁਨੀਆ ਦਾ ਰੰਗ-ਢੰਗ ਵੇਖ ਕੇ ਹਰ ਨੌਜਵਾਨ ਹਿਰਦੇ 'ਤੇ ਇਸ ਦਾ ਅਸਰ ਪ੍ਰਤੱਖ ਰੂਪ ਵਿਚ ਪੈਂਦਾ ਹੈ। ਜਦੋਂ ਅਖ਼ਬਾਰਾਂ 'ਚ ਨਵੇਂ-ਨਵੇਂ ਡਿਜ਼ਾਈਨ ਤੇ ਸੁੰਦਰਤਾ ਦੇ ਪਾਰਲਰਾਂ ਬਾਰੇ ਜਾਣਕਾਰੀ ਛਪਦੀ ਹੈ ਤਾਂ ਕੁਦਰਤੀ ਹੈ ਕਿ ਨੌਜਵਾਨ ਲੜਕੀਆਂ ਇਨ੍ਹਾਂ ਵੱਲ ਵਧੇਰੇ ਧਿਆਨ ਦਿੰਦੀਆਂ ਹਨ। ਇੰਜ ਜਿਥੇ ਲੜਕੀਆਂ 'ਚ ਆਪੇ ਨੂੰ ਸੁੰਦਰ ਬਣਾਉਣ ਦੀ ਬੜੀ ਇੱਛਾ ਜਾਗਦੀ ਹੈ, ਉਥੇ ਇਨ੍ਹਾਂ ਲੜਕੀਆਂ ਦੀਆਂ ਮਾਵਾਂ ਵੀ ਆਪਣੀਆਂ ਜੁਆਨ ਧੀਆਂ ਨਾਲ ਨਵੇਂ ਖੁੱਲ੍ਹੇ ਫ਼ੈਸ਼ਨ, ਡਿਜ਼ਾਈਨ ਦੇ ਬਣੇ ਰੈਡੀਮੇਡ ਕੱਪੜਿਆਂ ਵੱਲ ਗੇੜੇ ਕੱਢਦੀਆਂ ਵੇਖੀਆਂ ਜਾ ਸਕਦੀਆਂ ਹਨ। ਹਰ ਮਾਂ ਦੀ ਇੱਛਾ ਹੁੰਦੀ ਹੈ ਕਿ ਉਸ ਦੀ ਧੀ ਜਿਥੇ ਏਨੀ ਪੜ੍ਹੀ-ਲਿਖੀ ਹੈ, ਉਥੇ ਉਹ ਹੋਰ ਵੀ ਸੁੰਦਰ ਬਣੇ ਤੇ ਫਿਰ ਉਸ ਲਈ ਕੋਈ ਸੁੰਦਰ ਤੇ ਵਧੀਆ ਵਰ ਲੱਭਿਆ ਜਾ ਸਕੇ। ਇਸ ਵਿਚ ਕੋਈ ਸ਼ੱਕ ਵੀ ਨਹੀਂ ਕਿ ਇਕੱਲੀ ਪੜ੍ਹਾਈ ਨੂੰ ਕੌਣ ਪੁੱਛਦਾ ਹੈ। ਜੇ ਧੀ ਦਾ ਚਿਹਰਾ ਸੁੰਦਰ ਹੋਵੇ ਤੇ ਸਰੀਰ ਵੀ ਰਿਸ਼ਟ-ਪੁਸ਼ਟ ਹੋਵੇ ਤੇ ਤਾਂ ਵਰ ਲੱਭਣਾ ਬੜਾ ਆਸਾਨ ਹੁੰਦਾ ਹੈ।

ਕਈ ਵਾਰ ਸੁੰਦਰ ਕੱਪੜੇ ਪਹਿਨ ਕੇ ਇਕ ਸਾਧਾਰਨ ਲੜਕੀ ਵੀ ਸੁੰਦਰ ਦਿਖਾਈ ਦੇਣ ਲੱਗਦੀ ਹੈ ਤੇ ਵਧੀਆ ਡਿਜ਼ਾਈਨਾਂ ਵਾਲੇ ਕੱਪੜਿਆਂ ਨਾਲ ਇਕ ਸੁੰਦਰ ਲੜਕੀ ਦੇ ਰੂਪ ਵਿਚ ਹੋਰ ਵੀ ਚਾਰ ਚੰਨ ਲੱਗੇ ਨਜ਼ਰ ਆਉਂਦੇ ਹਨ। ਜਿਥੇ ਧੀ ਦਾ ਰੂਪ ਵੇਖ ਕੇ ਮਾਂ ਮੁਗਧ ਹੋਈ ਹੋਵੇ, ਉਥੇ ਬਿਨਾਂ ਸ਼ੱਕ ਹੋਰ ਰਿਸ਼ਤੇਦਾਰ ਤੇ ਬਹੂ ਲੱਭਣ ਵਾਲੇ ਨਵੇਂ ਅਜਨਬੀ ਵੀ ਕਈ ਵਾਰ ਲੜਕੀਆਂ ਦੇ ਰੰਗ-ਰੂਪ 'ਤੇ ਅਜਿਹਾ ਹੀ ਆਪਣਾ ਫੈਸਲਾ ਨਿਰਧਾਰਤ ਕਰਦੇ ਹਨ। ਇੰਜ ਇਹ ਅੱਜ ਦੇ ਸਮਾਜ ਵਿਚ ਬਹੁਤ ਜ਼ਰੂਰੀ ਹੋ ਗਿਆ ਹੈ ਕਿ ਲੜਕੀ ਜੇ ਪੜ੍ਹੀ-ਲਿਖੀ ਹੈ ਤਾਂ ਓਨੀ ਹੀ ਪੜ੍ਹਾਈ ਵਾਲੇ ਮੁੰਡੇ ਦੇ ਹਾਣ-ਪ੍ਰਵਾਨ ਹੋਣ ਦੇ ਨਾਲ-ਨਾਲ ਅਤਿ ਖ਼ੂਬਸੂਰਤ ਵੀ ਹੋਵੇ। ਇਹ ਖ਼ੂਬਸੂਰਤੀ ਜਿਥੇ ਹਰ ਲੜਕੀ ਨੂੰ ਕੁਦਰਤ ਨੇ ਦਿੱਤੀ ਹੋਈ ਹੈ, ਉਥੇ ਇਸ ਖ਼ੂਬਸੂਰਤੀ 'ਚ ਵਾਧਾ ਕਰਨ ਲਈ ਅੱਜ ਨਵੇਂ-ਨਵੇਂ ਫ਼ੈਸ਼ਨ ਡਿਜ਼ਾਈਨਰ ਤੇ ਰੈਡੀਮੇਡ ਕੱਪੜਿਆਂ ਦੇ ਨਵੇਂ ਪ੍ਰਿੰਟਾਂ ਨਾਲ ਸੁਸ਼ੋਭਿਤ ਹਜ਼ਾਰਾਂ ਦੀ ਗਿਣਤੀ 'ਚ ਨਵੇਂ ਸ਼ੋਅ-ਰੂਮ ਖੁੱਲ੍ਹ ਰਹੇ ਹਨ।

ਇੰਜ ਲੱਗਦਾ ਹੈ ਜਿਵੇਂ ਹਰ ਰੋਜ਼ ਬਾਜ਼ਾਰ ਦੀ ਦਿੱਖ ਬਦਲ ਰਹੀ ਹੋਵੇ, ਹਰ ਰੋਜ਼ ਨਵੇਂ ਵਪਾਰੀ ਸੜਕਾਂ 'ਤੇ ਉਤਰ ਰਹੇ ਹੋਣ ਤੇ ਪਿਛਲੇ 'ਤੇ ਪੋਚਾ ਪਾ ਕੇ ਸਾਰੇ ਬਾਜ਼ਾਰਾਂ ਨੂੰ ਨਵਾਂ

ਰੂਪ ਦਿੱਤਾ ਜਾ ਰਿਹਾ ਹੋਵੇ। ਕਈ ਵਾਰ ਤਾਂ ਇਹ ਵੀ ਭੁਲੇਖਾ ਪੈਂਦਾ ਹੈ ਕਿ ਇਹ ਨਵੇਂ ਹੁਸਨ ਦੇ ਠੇਕੇਦਾਰ ਕਿਧਰੋਂ ਆ ਪਹੁੰਚੇ ਹਨ।

ਸੁੰਦਰ ਬਣਨਾ ਤੇ ਸੁੰਦਰ ਲੱਗਣਾ ਕੋਈ ਗੁਨਾਹ ਨਹੀਂ ਹੈ, ਸਗੋਂ ਇਹ ਤਾਂ ਇਕ ਵਰਦਾਨ ਹੈ ਕਿ ਜੇ ਕੋਈ ਸੁੰਦਰ ਚਿਹਰਾ ਹੋਵੇ ਤਾਂ ਸਭ ਅੱਖਾਂ ਉਸ ਵੱਲ ਵੇਖ ਕੇ ਮੁਗਧ ਹੋ ਜਾਂਦੀਆਂ ਹਨ ਤੇ ਸੁੰਦਰਤਾ ਦੇ ਜਾਦੂ ਤੋਂ ਅੱਜ ਤੀਕ ਕੌਣ ਬਚ ਸਕਿਆ ਹੈ। ਇਹ ਸੁੰਦਰਤਾ ਦਾ ਹੀ ਨਜ਼ਾਰਾ ਸੀ ਕਿ ਕਿਸੇ ਸਮੇਂ ਵਪਾਰ ਕਰਨ ਆਇਆ ਵਪਾਰੀਆਂ ਦਾ ਲੜਕਾ ਮਹੀਂਵਾਲ, ਘੁਮਿਆਰ ਦੀ ਕੁੜੀ ਸੋਹਣੀ ਦਾ ਮੂੰਹ ਦੇਖ ਕੇ ਦੰਗ ਰਹਿ ਗਿਆ ਤੇ ਫਿਰ ਬੱਸ ਵੇਖਦਾ ਹੀ ਰਹਿ ਗਿਆ। ਹੋਸ਼ ਟਿਕਾਣੇ ਨਾ ਰਹੇ ਤੇ ਵਪਾਰ ਦਾ ਦਾਅ-ਪੇਚ ਭੁੱਲ ਕੇ ਹਰ ਰੋਜ਼ ਨਵਾਂ ਘੜਾ ਖਰੀਦਣ ਦੇ ਬਹਾਨੇ ਇਸ ਸੋਹਣੀ ਮੁਟਿਆਰ ਦੇ ਚਿਹਰੇ ਨੂੰ ਆਪਣੀਆਂ ਅੱਖਾਂ ਰਾਹੀਂ ਆਪਣੇ ਅੰਦਰ ਉਤਾਰਦਾ ਰਿਹਾ। ਉਹਨੂੰ ਵਪਾਰ ਭੁੱਲ ਗਏ ਤੇ ਘਰ ਬਾਰ ਭੁੱਲ ਗਏ। ਇੰਜ ਚਿਹਰੇ ਦੀ ਸੁੰਦਰਤਾ ਜਿਥੇ ਜੁਆਨ ਅੱਖਾਂ ਨੂੰ ਕੀਲ ਕੇ ਪਟਾਰੀ 'ਚ ਪਾ ਲੈਂਦੀ ਹੈ, ਉਥੇ ਨਵੇਂ ਰਾਹੀਆਂ ਲਈ ਕਈ ਵਾਰ ਚੁਣੌਤੀ ਵੀ ਬਣ ਜਾਂਦੀ ਹੈ।

ਬਿਨਾਂ ਸ਼ੱਕ ਅੱਜ ਦੀਆਂ ਅਨੇਕਾਂ ਸੁੰਦਰ ਲੜਕੀਆਂ ਆਪਣੀ ਸੁੰਦਰਤਾ ਨੂੰ ਚਾਰ-ਚੰਨ ਲਗਾਉਣ ਲਈ ਜਿਥੇ ਅਨੇਕਾਂ ਢੰਗ-ਤਰੀਕੇ ਵਰਤਦੀਆਂ ਹਨ, ਉਥੇ ਉਨ੍ਹਾਂ ਵੱਲੋਂ ਚਿਹਰੇ ਦੇ ਲੇਪਾਂ ਤੋਂ ਲੈ ਕੇ ਕੱਪੜੇ ਦੇ ਸੁੰਦਰ ਪ੍ਰਿੰਟਾਂ ਤੇ ਡਿਜ਼ਾਈਨਾਂ ਦੀ ਦੌੜ ਨੂੰ ਅਣਗੌਲਿਆਂ ਨਹੀਂ ਕੀਤਾ ਜਾ ਸਕਦਾ। ਹਰ ਮਾਂ-ਬਾਪ ਦੀ ਇੱਛਾ ਇਹੋ ਹੁੰਦੀ ਹੈ ਕਿ ਧੀ ਸਾਡੀ ਪੜ੍ਹਾਈ ਵੀ ਕਰੇ ਤੇ ਨਾਲ-ਨਾਲ ਦੁਨੀਆ ਦੇ ਰੰਗ-ਢੰਗ ਵੀ ਸਮਝੇ। ਜ਼ਮਾਨੇ ਨਾਲ ਕਦਮ ਮੇਚ ਕੇ ਚੱਲੇ। ਨਵੀਂ ਦੁਨੀਆ ਦੇ ਰੂ-ਬ-ਰੂ ਹੋਵੇ ਤੇ ਆਪਣੇ ਆਪ ਨੂੰ ਨਵੇਂ ਤੇ ਬਦਲ ਰਹੇ ਜ਼ਿੰਦਗੀ ਦੇ ਤੇਵਰਾਂ ਨਾਲ ਇਕ-ਮਿਕ ਕਰੀ ਰੱਖੇ। ਜੇ ਅੱਗੇ ਵਧ ਰਹੀ ਦੁਨੀਆ ਨਾਲੋਂ ਤੁਸੀਂ ਦੋ ਕਦਮ ਵੀ ਪਿੱਛੇ ਰਹਿ ਗਏ ਤਾਂ ਹੌਲੀ-ਹੌਲੀ ਇਹ ਸੰਭਾਵਨਾ ਵੀ ਬਣੀ ਰਹਿੰਦੀ ਹੈ ਕਿ ਫਿਰ ਦਸ ਕਦਮ ਪਿੱਛੇ ਨਾ ਰਹਿ ਜਾਵੋ। ਇੰਜ ਇਸ ਅੱਜ ਦੇ ਚੁਣੌਤੀਆਂ ਭਰੇ ਯੁੱਗ 'ਚ ਜਿਥੇ ਨੌਜਵਾਨ ਮੁੰਡੇ ਤੇ ਕੁੜੀਆਂ ਪੜ੍ਹਾਈ ਵੱਲ ਲੱਗੇ ਹੋਏ ਹਨ, ਕੋਈ ਇੰਜੀਨੀਅਰਿੰਗ ਦੀ ਡਿਗਰੀ ਕਰ ਰਿਹਾ ਹੈ ਤੇ ਕੋਈ ਹੋਰ ਡਾਕਟਰੀ 'ਚ ਪੜ੍ਹ ਰਿਹਾ ਹੈ, ਉਥੇ ਨਾਲ ਹੀ ਨਾਲ ਅੰਦਰਖਾਤੇ ਜਾਂ ਪ੍ਰਤੱਖ ਰੂਪ 'ਚ ਇਹ ਫ਼ੈਸ਼ਨ ਯੁੱਗ ਆਪਣੇ ਨਵੇਂ-ਨਵੇਂ ਰੂਪ ਵਿਖਾ ਕੇ ਪੁਰਾਣੀ ਦੁਨੀਆ ਨੂੰ ਚਕਾਚੌਂਧ ਕਰ ਰਿਹਾ ਹੈ। ਨਵੇਂ ਖੁੱਲ੍ਹੇ ਸਟੋਰਾਂ ਤੇ ਫ਼ੈਸ਼ਨ ਦੇ ਨਿਰਮਾਤਾਵਾਂ ਲਈ ਅੱਜ ਗਾਹਕਾਂ ਦੀ ਕੋਈ ਘਾਟ ਨਹੀਂ ਹੈ। ਜੇ ਉਹ ਨਵੇਂ ਨਵੇਂ ਡਿਜ਼ਾਈਨ ਸਿਰਜਦੇ ਹਨ ਤਾਂ ਉਨ੍ਹਾਂ ਨਵੇਂ ਡਿਜ਼ਾਈਨਾਂ ਦੀ ਗਾਹਕੀ ਵੀ ਨਾਲੋ-ਨਾਲ ਵਧੀ ਜਾ ਰਹੀ ਹੈ। ਇਕ-ਇਕ ਡਿਜ਼ਾਈਨਰ ਤੇ ਨਵੀਂ ਕਾਟ ਦਾ ਨਿਰਮਾਤਾ ਹਜ਼ਾਰਾਂ ਤੇ ਲੱਖਾਂ ਰੁਪਏ ਬੜੀ ਸੌਖ ਨਾਲ ਬਟੋਰੀ ਜਾ ਰਿਹਾ ਹੈ। ਕੱਪੜੇ ਬਣਦੇ ਹਨ ਤੇ ਵਿਕਦੇ ਹਨ। ਕੱਪੜੇ ਵਿਕਦੇ ਹਨ ਤੇ ਬਣਦੇ ਹਨ। ਇਹ ਅਟੁੱਟ ਸਿਲਸਿਲਾ ਕਿਤੇ ਰੁਕਣ ਵਾਲਾ ਨਹੀਂ ਹੈ ਤੇ ਨਾ ਹੀ ਇਸ ਨੂੰ ਕੋਈ ਰੋਕ ਸਕਦਾ ਹੈ। ਇਹ ਫ਼ੈਸ਼ਨ ਦੀ ਦੁਨੀਆ ਵੱਲ ਚੱਲਿਆ ਇਕ ਪ੍ਰਵਾਹ ਹੈ। ਇਕ ਨਵਾਂ ਦਰਿਆ ਹੈ ਤੇ ਫਿਰ ਦਰਿਆਵਾਂ ਨੂੰ ਵੀ ਭਲਾ ਕਿਸੇ ਨੇ ਬੰਨ੍ਹ ਮਾਰੇ ਹਨ? ਸਗੋਂ ਸੰਭਾਵਨਾ ਤਾਂ ਇਹੀ ਹੈ ਕਿ ਇਹ ਫ਼ੈਸ਼ਨ-ਦਰਿਆ, ਨਵੇਂ-ਨਵੇਂ

ਨੌਜੁਆਨ ਮੁੰਡੇ ਤੇ ਕੁੜੀਆਂ ਨੂੰ ਆਪਣੀ ਲਪੇਟ 'ਚ ਲਪੇਟਦਾ ਜਾਵੇ ਤੇ ਦੁਨੀਆ ਦਾ ਚਿਹਰਾ-ਮੋਹਰਾ ਬਦਲਦਾ ਰਹੇ। ਬਦਲ ਰਹੀ ਦੁਨੀਆ 'ਚ ਤੁਹਾਨੂੰ ਵੀ ਬਦਲਣਾ ਪਵੇਗਾ। ਇਸ ਲਈ ਆਪਣੇ ਆਪ ਨੂੰ ਬਦਲਣ ਲਈ ਤਿਆਰ-ਬਰ-ਤਿਆਰ ਰੱਖੋ, ਵਰਨਾ ਕੋਈ ਸ਼ੱਕ ਨਹੀਂ ਕਿ ਕਿਸੇ ਦਿਨ ਤੁਸੀਂ ਦੁਨੀਆ ਦੀ ਸੁੰਦਰਤਾ ਦੀ ਦੌੜ 'ਚ ਪਿੱਛੇ ਰਹਿ ਜਾਂਵੋ ਤੇ ਨਵਾਂ ਯੁੱਗ ਤੁਹਾਨੂੰ ਨਕਾਰ ਕੇ ਕਿਧਰੇ ਸੁੱਟ ਜਾਵੇ।

ਪਰ ਇਹ ਵੀ ਨਹੀਂ ਭੁੱਲਣਾ ਚਾਹੀਦਾ ਕਿ ਜਿਥੇ ਨਵੇਂ ਯੁੱਗ ਵਿਚ ਕੱਪੜਿਆਂ ਦੀ ਖ਼ੂਬਸੂਰਤੀ ਵੱਲ ਵੱਧ ਤੋਂ ਵੱਧ ਧਿਆਨ ਦਿੱਤਾ ਜਾਂਦਾ ਹੈ, ਉਥੇ ਸਾਨੂੰ ਆਪਣੇ ਅੰਦਰਲੇ ਰੂਪ ਵੱਲ ਵੀ ਧਿਆਨ ਦੇਣਾ ਚਾਹੀਦਾ ਹੈ। ਆਪਣੇ 'ਚ ਅੰਦਰੂਨੀ ਸੁੰਦਰਤਾ ਪੈਦਾ ਕਰੋ। ਤੁਹਾਡੀ ਜ਼ੁਬਾਨ 'ਚ ਮਿਠਾਸ ਭਰੀ ਹੋਵੇ ਤੇ ਤੁਹਾਡੇ ਚਿਹਰੇ ਤੇ ਇਸ ਜ਼ੁਬਾਨ ਦੀ ਮਿਠਾਸ ਨਾਲ ਹੀ ਫੁੱਲ ਕਿਰਦੇ ਵਿਖਾਈ ਦੇਣ। ਤੁਹਾਡਾ ਵਰਤ-ਵਰਤਾਅ ਅੱਛਾ ਹੋਵੇ ਤੇ ਤੁਸੀਂ ਹਰ ਜਾਣੇ-ਅਣਜਾਣੇ ਨਾਲ ਚੰਗੀ ਸਲੀਕੇਦਾਰ ਗੱਲਬਾਤ ਕਰ ਸਕੋ। ਤੁਹਾਡੀ ਵਡਿਆਈ ਇਸੇ ਵਿਚ ਹੈ ਕਿ ਜਿਥੇ ਦੁਨੀਆ ਤੁਹਾਡੇ ਬਾਹਰੀ ਰੂਪ ਤੋਂ ਆਕਰਸ਼ਿਤ ਹੋਵੇ, ਉਥੇ ਤੁਹਾਡੀ ਸ਼ਖ਼ਸੀਅਤ ਦੀ ਮਿਠਾਸ ਤੇ ਸਲੀਕੇ ਦੀ ਲਚਕ ਵਿਰੋਧੀ ਨੂੰ ਕੀਲਣ ਦੀ ਸ਼ਕਤੀ ਰੱਖਦੀ ਹੋਵੇ। ਫਿਰ ਹੀ ਇਹ ਫ਼ੈਸ਼ਨ ਦੀ ਸੁੰਦਰ ਦੁਨੀਆ ਹੋਰ ਸੁੰਦਰ ਬਣ ਸਕਦੀ ਹੈ ਤੇ ਨਵੇਂ ਯੁੱਗ ਦੀਆਂ ਮੁਟਿਆਰਾਂ ਪਿਛਲੀ ਸਦੀ ਨੂੰ ਮਾਤ ਪਾ ਕੇ ਅੱਗੇ ਵੱਧ ਸਕਦੀਆਂ ਹਨ। ਫਿਰ ਹੀ ਤੁਹਾਨੂੰ ਨਵੇਂ ਤੇ ਚੰਗੇ ਵਰ ਲੱਭ ਸਕਦੇ ਹਨ ਤੇ ਤੁਹਾਡੀ ਚੰਗਿਆਈ ਇਸ ਦੁਨੀਆ ਨੂੰ ਹੋਰ ਖ਼ੂਬਸੂਰਤ ਬਣਾ ਸਕਦੀ ਹੈ। ਕਿਤੇ ਅਜਿਹਾ ਨਾ ਹੋਵੇ ਕਿ ਨਵੇਂ ਉਗਾਏ ਗੁਲਾਬਾਂ ਦੇ ਬਾਗ਼ 'ਚ ਫੁੱਲ ਤਾਂ ਹੋਣ ਪਰ ਖ਼ੁਸ਼ਬੂ ਨਾ ਹੋਵੇ। ਚਿਹਰੇ ਤਾਂ ਹੋਣ ਪਰ ਰੂਹ ਨਾ ਹੋਵੇ। ਬਾਹਰੀ ਸੁੰਦਰਤਾ ਦੇ ਨਾਲ-ਨਾਲ ਅੰਦਰਲੀ ਸੁੰਦਰਤਾ ਵੀ ਬਹੁਤ ਜ਼ਰੂਰੀ ਹੈ। ਚੰਨ ਦਾ ਚਿਹਰਾ ਜੇ ਖ਼ੂਬਸੂਰਤ ਹੈ ਤਾਂ ਚਾਨਣੀ ਵੀ ਦੇਵੇ। ਫੁੱਲ ਜੇ ਖਿੜੇ ਹੋਏ ਹਨ ਤਾਂ ਮਹਿਕਾਂ ਵੀ ਵੰਡਣ। ਤਦ ਹੀ ਇਹ ਜਹਾਨ ਸੁੰਦਰ ਬਣ ਸਕਦਾ ਹੈ ਤੇ ਇਸ ਜਹਾਨ ਦੇ ਰਹਿਣ ਵਾਲੇ ਬਾਸ਼ਿੰਦੇ ਖ਼ੂਬਸੂਰਤ।

ਤੁਸੀਂ ਵੀ ਉਸਾਰ ਸਕਦੇ ਹੋ ਖ਼ੁਸ਼ੀਆਂ ਦਾ ਮਹੱਲ

ਤੁਸੀਂ ਓਨੇ ਹੀ ਮਹਾਨ ਜਾਂ ਵੱਡੇ ਹੋ, ਜਿੰਨੀਆਂ ਵੱਡੀਆਂ ਤੁਹਾਡੀਆਂ ਖ਼ੁਸ਼ੀਆਂ ਹਨ ਤੇ ਇਹ ਖ਼ੁਸ਼ੀਆਂ ਕਿਸੇ ਬਾਜ਼ਾਰੋਂ ਮੁੱਲ ਵੀ ਨਹੀਂ ਵਿਕਦੀਆਂ, ਸਗੋਂ ਖ਼ੁਸ਼ੀਆਂ ਪ੍ਰਾਪਤ ਕਰਨ ਲਈ, ਸਾਨੂੰ ਆਪਣੇ ਅੰਦਰ ਦੁਰਭਾਵਨਾ, ਕੂੜ-ਕਬਾੜ ਤੇ ਹੋਰ ਨਿੱਕ-ਸੁੱਕ ਨੂੰ ਸੁਧਾਰਨਾ ਪੈਂਦਾ ਹੈ। ਇਹ ਅੰਦਰਲਾ ਖਿਲਾਰਾ ਹੀ ਇਨਸਾਨ 'ਚ ਖ਼ੁਸ਼ੀਆਂ ਪੈਦਾ ਨਹੀਂ ਹੋਣ ਦਿੰਦਾ। ਕਿਸੇ ਅੰਦਰਲੀ ਮੈਲੀ ਭਾਵਨਾ ਨਾਲ ਖ਼ੁਸ਼ੀਆਂ ਝਰੀਟ ਹੋ ਜਾਂਦੀਆਂ ਹਨ। ਜੇਕਰ ਸਾਡਾ ਅੰਦਰ ਧੋਤਾ ਹੋਵੇ ਤੇ ਸਾਡੇ ਪਵਿੱਤਰ ਹਿਰਦੇ 'ਚ ਸਵੇਰ ਦੇ ਸੂਰਜ ਵਰਗੀ ਗੁਲਾਬੀ-ਗੁਲਾਬੀ ਲੋਅ ਉੱਗ ਪਵੇ ਤਾਂ ਅਵੱਸ਼ ਹੀ ਸਾਡੇ ਚਿਹਰੇ ਤੇ ਖ਼ੁਸ਼ੀਆਂ ਆ ਸਕਦੀਆਂ ਹਨ। ਕਿਉਂਕਿ ਖ਼ੁਸ਼ੀ ਕੋਈ ਬਾਹਰੀ ਮਿਰਗ ਤ੍ਰਿਸ਼ਨਾ ਨਹੀਂ, ਜਿਸ ਨੂੰ ਲੱਭਦੇ ਫਿਰੋ, ਸਗੋਂ ਖ਼ੁਸ਼ੀ ਤਾਂ ਇੱਕ ਉੱਡਦਾ ਪਰਿੰਦਾ ਹੈ ਜੋ ਆਪਣੇ ਖੰਭਾਂ ਨਾਲ ਆਕਾਸ਼ ਦੀ ਨੀਲੱਤਣ 'ਚ ਰੰਗ ਭਰਦਾ ਹੈ। ਖ਼ੁਸ਼ੀ ਵਗਦੇ ਪਾਣੀਆਂ ਦੀ ਘੁੰਮਘਾਰ ਹੈ ਤੇ ਨਿੱਖਰੇ ਜਲ ਦਾ ਸਰੋਤ ਹੈ ਜੋ ਆਦਿ ਕਾਲ ਤੋਂ ਹੀ ਇਨਸਾਨ ਨੂੰ ਜ਼ਿੰਦਗੀ ਤੇ ਬਹਿਸ਼ਤ ਵੰਡਦਾ ਆਇਆ ਹੈ।

ਖ਼ੁਸ਼ੀਆਂ ਦਾ ਅਤਾ-ਪਤਾ ਲੱਭਣ ਲਈ, ਫੁੱਲਾਂ 'ਤੇ ਚੱਕਰ ਕੱਟਦੀਆਂ ਤਿੱਤਲੀਆਂ ਨੂੰ ਵੇਖੋ, ਕਿਵੇਂ ਉਹ ਬੜੇ ਨਾਜ਼-ਨਖਰੇ ਨਾਲ ਇਕ ਫੁੱਲ ਤੋਂ ਉੱਡ ਕੇ ਦੂਜੇ ਫੁੱਲ ਤੀਕ ਜਾਂਦੀਆਂ ਹਨ ਜਾਂ ਬਾਗ਼ਾਂ 'ਚ ਰੰਗ-ਬਿਰੰਗੇ ਫੁੱਲਾਂ ਦੀ ਨੁਹਾਰ ਤੋਂ ਪੁੱਛੋ ਕਿ ਕਿਵੇਂ ਜ਼ਿੰਦਗੀ ਦਾ ਭੇਤ ਲੱਭਣ ਲਈ ਇਹ ਫੁੱਲ ਟਹਿਣੀਆਂ ਤੇ ਮਹਿਕਦੇ ਤੇ ਟਹਿਕਦੇ ਹਨ। ਖ਼ੁਸ਼ੀ ਤਾਂ ਕਿਸੇ ਬਾਲ-ਅੰਞਾਣੇ ਦੀ ਤੋਤਲੀ ਜ਼ੁਬਾਨ 'ਚੋਂ ਫੁੱਟਦੀ ਹੈ ਤੇ ਜਾਂ ਫਿਰ ਨਿੱਕੇ ਨਿੱਕੇ ਹਾਸੇ ਤੇ ਚਿਹਰੇ 'ਤੇ ਚੱਲੀ ਫੁਲਝੜੀ 'ਚੋਂ।

ਖ਼ੁਸ਼ੀ 'ਚ ਕੁਦਰਤ ਦੀ ਚੁੱਪ-ਚਾਂ ਜਾਂ ਵਿਸਮਾਦੀ ਆਨੰਦ ਦਾ ਸਦਾ ਆਪਣੇ ਜੋਬਨ ਵੱਲ ਵਧਦਾ ਵਿਖਾਈ ਦਿੰਦਾ ਹੈ। ਰੁੱਖਾਂ 'ਤੇ ਬੋਲਦੇ ਪੰਛੀ ਕਿਸੇ ਖ਼ੁਸ਼ੀ ਦਾ ਆਲਾਪ ਹੀ ਗਾ ਰਹੇ ਹਨ ਤੇ ਲਗਾਤਾਰ ਬਦਲ ਰਹੀ ਪ੍ਰਕਿਰਤੀ, ਇਕ ਆਨੰਦ ਤੇ ਖ਼ੁਸ਼ੀ ਨੂੰ ਜਨਮ ਦੇ ਰਹੀ ਹੈ। ਰੁੱਖਾਂ ਦੇ ਪੱਤੇ ਝੜਨ ਤੋਂ ਬਾਅਦ ਫਿਰ ਚੁੱਪ-ਚਾਪ ਨਵੇਂ ਉੱਗਣ ਲੱਗ ਪੈਂਦੇ ਹਨ। ਇਹ ਰੁੱਖਾਂ, ਵਣਾਂ ਤੇ ਬੇਲਿਆਂ ਦੀ ਨੁਹਾਰ ਸਦਾ ਹੀ ਨਿਰੰਤਰ ਬਦਲਦੀ ਰਹਿੰਦੀ ਹੈ ਤੇ ਇਸੇ ਬਦਲਾਅ 'ਚ ਖ਼ੁਸ਼ੀ ਦਾ ਰਾਜ਼ ਲੁਕਿਆ ਹੋਇਆ ਹੈ।

ਖ਼ੁਸ਼ੀ ਜਦੋਂ ਆਉਂਦੀ ਹੈ ਤਾਂ ਕੋਈ ਖੜਾਕ ਨਹੀਂ ਹੁੰਦਾ, ਸਗੋਂ ਚੁੱਪ-ਚਾਪ ਇਹ ਇਨਸਾਨ ਦੇ ਹਿਰਦੇ 'ਚ ਫੁੱਲਾਂ ਦੀ ਖ਼ੁਸ਼ਬੂ ਵਾਂਗ ਸਮਾ ਜਾਂਦੀ ਹੈ। ਖ਼ੁਸ਼ੀ ਦਾ ਪਹਿਰਨ ਵੀ ਹਜ਼ਾਰਾਂ ਸਿਲਕੀ ਪਰਦੇ, ਪਸ਼ਮੀਨੇ ਤੇ ਟਸਰਾਂ ਨਾਲੋਂ ਬੇ-ਹੱਦ ਕੀਮਤੀ ਤੇ ਕੋਮਲ ਹੈ। ਵਸਤਰ

ਇੰਜ ਹਨ ਜਿਵੇਂ ਹਜ਼ਾਰਾਂ ਫੁੱਲਾਂ ਦੀ ਮਹਿਕ ਇਕ ਥਾਂ ਇਕੱਠੀ ਹੋ ਗਈ ਹੋਵੇ। ਜਿਵੇਂ ਇਕ ਪੌਦੇ 'ਤੇ ਡੋਡੀ ਹੌਲੀ-ਹੌਲੀ ਖਿੜ ਕੇ ਫੁੱਲ ਬਣ ਜਾਂਦੀ ਹੈ, ਇੰਜ ਹੀ ਖ਼ੁਸ਼ੀ ਇਨਸਾਨ ਦੇ ਚਿਹਰੇ 'ਤੇ ਖਿੜਦੀ ਹੈ ਤੇ ਮਹਿਕਣ ਲੱਗਦੀ ਹੈ। ਖ਼ੁਸ਼ੀ ਦਾ ਕੋਈ ਸਿਰਨਾਵਾਂ ਨਹੀਂ ਤੇ ਨਾ ਹੀ ਆਉਣ ਵੇਲੇ ਕੋਈ ਦਸਤਕ ਦਿੰਦੀ ਹੈ, ਸਗੋਂ ਚੁੱਪ-ਚਾਪ ਸਵੇਰ ਦੀ ਤ੍ਰੇਲ ਵਾਂਗ ਘਾਹ-ਪੱਤੀਆਂ 'ਤੇ ਬਖਰ ਜਾਂਦੀ ਹੈ। ਖ਼ੁਸ਼ੀਆਂ ਦੀ ਸਵੇਰ ਜਦ ਇਨਸਾਨ ਦੇ ਚਿਹਰੇ 'ਤੇ ਚੜ੍ਹ ਜਾਵੇ ਤਾਂ ਸਾਰੇ ਸਰੀਰ 'ਚ ਇਕ ਬਿਜਲੀ ਜਿਹੀ ਚਮਕਣ ਲੱਗਦੀ ਹੈ। ਜਿਵੇਂ ਕਿਸੇ ਮਰੇ ਪਏ ਸਰੀਰ 'ਚ ਅਚਾਨਕ ਜਾਨ ਪੈ ਜਾਵੇ। ਜਿਵੇਂ ਕੋਈ ਰੋਗੀ ਦੀ ਰੁਕੀ ਨਬਜ਼ ਚੱਲਣ ਲੱਗ ਪਏ। ਖ਼ੁਸ਼ੀ ਦਾ ਆਗਮਨ ਹੀ ਅਜਿਹਾ ਹੈ ਕਿ ਇਨਸਾਨ 'ਚ ਹਜ਼ਾਰਾਂ ਬਿਜਲੀਆਂ ਦੀ ਥਰਕਣ ਤੇ ਜੁੰਬਸ਼ ਪੈਦਾ ਹੋ ਜਾਂਦੀ ਹੈ। ਖ਼ੁਸ਼ੀਆਂ ਦੀ ਰੰਗਸ਼ਾਲਾ ਕਈ ਵਾਰ ਨਿੱਕੇ-ਨਿੱਕੇ ਕੰਮਾਂ 'ਚੋਂ ਲੱਭਦੀ ਹੈ। ਜਦੋਂ ਕੋਈ ਮੁਟਿਆਰ ਸੀਣ-ਪਰੋਣ ਕਰਦੀ ਗੀਤ ਗਾ ਕੇ, ਆਪਣੇ ਹਿਰਦੇ ਨੂੰ ਜ਼ੁਬਾਨ ਦਿੰਦੀ ਹੈ ਜਾਂ ਕੋਈ ਹੋਰ ਬੁੱਢੀ ਠੇਰੀ ਔਰਤ, ਰੋਟੀਆਂ ਥੱਪਦੀ ਆਪਣੇ ਪੁੱਤਰਾਂ ਨੂੰ ਆਵਾਜ਼ਾਂ ਮਾਰਦੀ ਹੈ। ਜਦੋਂ ਅਸੀਂ ਕੰਮ ਕਰ ਰਹੇ ਹੁੰਦੇ ਹਾਂ ਤਾਂ ਖ਼ੁਸ਼ੀ ਆਪ-ਮੁਹਾਰੇ ਹੀ ਸਾਡੇ ਚਿਹਰੇ 'ਤੇ ਆ ਬਿਰਾਜਮਾਨ ਹੁੰਦੀ ਹੈ। ਕਦੇ ਕੋਈ ਖੇਤ 'ਚ ਕੰਮ ਕਰਦਾ ਕਿਸਾਨ ਜਦੋਂ ਖ਼ੁਸ਼ੀ ਦੀ ਲੋਰ 'ਚ ਆ ਕੇ 'ਹੀਰ' ਦੀ ਹੇਕ ਉੱਚੀ ਚੁੱਕਦਾ ਹੈ ਤਾਂ ਉਹ ਖ਼ੁਸ਼ੀ ਦਾ ਹੀ ਦੂਜਾ ਰੂਪ ਜਾਪਦਾ ਹੈ।

ਖ਼ੁਸ਼ੀ ਭੇਡਾਂ ਚਾਰਦੇ ਆਜੜੀ ਦੇ ਨਾਲ-ਨਾਲ ਤੁਰਦੀ ਸਾਰੀ ਉਜਾੜ ਤੇ ਪਹਾੜ ਦੀ ਪਰਿਕਰਮਾ ਕਰਦੀ ਹੈ ਤੇ ਫਿਰ ਉਸੇ ਆਜੜੀ ਮੁੰਡੇ ਦੀ ਬੰਸਰੀ ਦੀ ਆਵਾਜ਼ ਬਣਦੀ ਹੈ। ਉਹ ਬੰਸਰੀ ਜੋ ਸਾਰੇ ਪਹਾੜਾਂ ਤੇ ਵਾਦੀਆਂ 'ਚ ਸੰਗੀਤ ਦੀ ਆਵਾਜ਼ ਖਿਲੇਰਦੀ ਜਾਂਦੀ ਹੈ ਤੇ ਕਈ ਵਾਰ ਖ਼ੁਸ਼ੀ ਰੋਟੀ-ਟੁੱਕ ਖਾਂਦੇ ਬੱਚਿਆਂ ਦੀ ਮੰਜੀ ਜਾਂ ਪੀੜ੍ਹੀ 'ਤੇ ਜਾ ਬੈਠਦੀ ਹੈ।

ਖ਼ੁਸ਼ੀ ਦੇ ਬਹੁਤ ਸਾਰੇ ਰੰਗ-ਰੂਪ ਹਨ। ਇਹ ਜਵਾਨ ਹਿਰਦੇ 'ਚ ਪਿਆਰ ਦੇ ਬੀਜ ਬੀਜਦੀ ਹੈ ਤੇ ਫਿਰ ਪਿਆਰ 'ਚ ਰੰਗਿਆ ਇਨਸਾਨ ਦੁਨੀਆ ਨੂੰ ਕਿਸੇ ਹੋਰ ਹੀ ਨਜ਼ਰ ਨਾਲ ਵੇਖਦਾ ਹੈ। ਉਸ ਨੂੰ ਲੱਗਦਾ ਹੈ ਜਿਵੇਂ ਮੁਹੱਬਤ ਨੇ ਉਸ ਦੇ ਵਸਤਰ ਬਦਲ ਕੇ ਸੋਨੇ ਦੇ ਬਣਾ ਦਿੱਤੇ ਹੋਣ ਜਾਂ ਉਸ ਦੀ ਰਹਿਣ ਵਾਲੀ ਸਾਦੀ ਝੌਂਪੜੀ ਲਾਗੇ ਕੋਈ ਆਲੀਸ਼ਾਨ ਮਹਿਲ ਉਸਾਰ ਦਿੱਤਾ ਹੋਵੇ।

ਖ਼ੁਸ਼ੀ ਦਾ ਸੁਭਾਅ ਹੈ ਕਿ ਇਹ ਕਦੇ ਇੱਕੋ ਥਾਂ ਨਹੀਂ ਠਹਿਰਦੀ, ਕਦੇ ਅਸੀਂ ਇਸ ਨੂੰ ਫੁੱਲਾਂ 'ਤੇ ਘੁੰਮਦੇ ਵੇਖਦੇ ਹਨ ਤਾਂ ਕਦੇ ਕਿਸੇ ਬੱਚੇ ਦੇ ਚਿਹਰੇ 'ਤੇ ਜਾਂ ਫਿਰ ਮੁਟਿਆਰ ਦੇ ਜਾਂ ਫਿਰ ਬੁੱਢੀ ਮਾਂ ਦੀਆਂ ਝੁਰੜੀਆਂ 'ਤੇ ਇਹ ਆ ਰੂਪਵਾਨ ਹੁੰਦੀ ਹੈ। ਇਹ ਖ਼ੁਸ਼ੀ ਮੱਖੀਆਂ ਦੀ ਪ੍ਰਾਪਤੀ ਦੀ ਖ਼ੁਸ਼ੀ ਹੈ। ਪਰ ਇਨਸਾਨ ਦੀ ਖ਼ੁਸ਼ੀ ਵੀ ਤਦ ਹੀ ਖ਼ੁਸ਼ੀ ਹੋਵੇਗੀ ਜੇ ਉਸ ਨੇ ਹੱਥੀਂ ਕੰਮ ਕਰ ਕੇ, ਕੋਈ ਉਸਾਰੀ ਕੀਤੀ ਹੈ, ਕੋਈ ਬਾਗ ਲਗਾਇਆ ਹੈ ਤੇ ਕੋਈ ਘਰ ਬਣਾਇਆ ਹੈ। ਖ਼ਾਲੀ ਹੱਥਾਂ ਨਾਲ ਸਵੇਰ ਤੋਂ ਸ਼ਾਮ ਤੀਕ ਵੇਖਦਾ ਇਨਸਾਨ ਕਦੇ ਖ਼ੁਸ਼ ਨਹੀਂ ਹੋ ਸਕਦਾ। ਜਿਸ ਇਨਸਾਨ ਦੇ ਹੱਥ ਕੰਮਾਂ ਕਾਰਾਂ 'ਚ ਲੱਗੇ ਹੋਏ ਹਨ, ਉਨ੍ਹਾਂ ਨੂੰ ਵੇਖੋ, ਉਹ ਖ਼ੁਸ਼ੀ ਵਿਖਾਈ ਦੇਣਗੇ। ਜਿਹੜੇ ਵਿਦਿਆਰਥੀ ਨੇ ਕਿਤਾਬਾਂ ਪੜ੍ਹੀਆਂ ਹਨ, ਉਸ ਦੇ ਚਿਹਰੇ ਦਾ ਜਲਾਲ ਕੁਝ ਹੋਰ ਹੀ ਹੋਵੇਗਾ। ਇੰਜ ਲੱਗੇਗਾ ਜਿਵੇਂ ਉਸ ਦੇ ਚਿਹਰੇ 'ਤੇ ਕੋਈ ਰੌਸ਼ਨੀ-ਮੰਡਲ ਜਗ ਰਿਹਾ

ਹੋਵੇ। ਪਰ ਹੱਥਾਂ 'ਤੇ ਹੱਥ ਧਰੀ ਬੈਠਾ ਕੋਈ ਵਿਹਲੜ, ਭਾਵੇਂ ਲੱਖ ਦਾਅਵੇ ਕਰੇ ਉਹ ਖ਼ੁਸ਼ ਹੈ; ਉਹ ਖ਼ੁਸ਼ ਨਹੀਂ ਹੋ ਸਕੇਗਾ। ਜਿੰਨਾ ਚਿਰ ਉਸ ਨੇ ਆਪਣੇ ਹੱਥੀਂ ਕੰਮ ਕਰ ਕੇ, ਪਸੀਨਾ ਨਹੀਂ ਵਹਾਇਆ ਤੇ ਕਮਾਈ ਨਹੀਂ ਕੀਤੀ। ਸਾਗਰਾਂ ਤੋਂ ਪਾਰ ਬੈਠੇ ਅਨੇਕਾਂ ਨੌਜਵਾਨ, ਅੱਜ ਖ਼ੁਸ਼ ਹਨ ਕਿ ਉਨ੍ਹਾਂ ਨੇ ਬਾਹਰਲੇ ਦੇਸ਼ਾਂ 'ਚ ਕੰਮ ਕਰ ਕੇ ਖੱਟੀ ਖੱਟੀ ਹੈ ਤੇ ਧਨ ਕਮਾਇਆ ਹੈ। ਜਦੋਂ ਉਹ ਇਧਰ, ਆਪਣੇ ਦੇਸ਼ ਵਾਪਸ ਆਉਂਦੇ ਹਨ ਤਾਂ ਖ਼ੁਸ਼ੀਆਂ ਉਨ੍ਹਾਂ ਦੇ ਅੱਗੇ-ਪਿੱਛੇ ਫਿਰਦੀਆਂ ਹਨ।

ਇੰਜ ਹੀ ਖ਼ੁਸ਼ੀਆਂ 'ਚ ਰਹਿਣ ਲਈ ਇਹ ਅਤਿ ਜ਼ਰੂਰੀ ਹੈ ਕਿ ਤੁਸੀਂ ਮਿਹਨਤ ਕਰੋ, ਇਹ ਮਿਹਨਤ ਭਾਵੇਂ ਕਿਤਾਬਾਂ ਪੜ੍ਹਨ ਵੱਲ ਹੋਵੇ ਤੇ ਭਾਵੇਂ ਫੁੱਲ ਉਗਾਉਣ ਵਾਲੇ ਪਾਸੇ ਜਾਂ ਫ਼ਸਲਾਂ ਬੀਜਣ ਵਾਲੇ ਪਾਸੇ, ਭਾਵੇਂ ਖੇਡ ਵਾਲੇ ਪਾਸੇ, ਤੁਹਾਨੂੰ ਹਰ ਹਾਲਤ ਖ਼ੁਸ਼ੀ ਮਿਲੇਗੀ। ਜਿਵੇਂ ਕੁਦਰਤ ਹਰ ਪਲ ਸਿਰਜਣਾ ਕਰੀ ਜਾ ਰਹੀ ਹੈ, ਕਿਤੇ ਬੂਟੇ ਵਧ ਰਹੇ ਹਨ ਤੇ ਕਿਤੇ ਡੋਡੀਆਂ ਨਿਕਲ-ਨਿਕਲ ਕੇ ਫੁੱਲ ਬਣ ਰਹੇ ਹਨ। ਇੰਜ ਹੀ ਤੁਸੀਂ ਵੀ ਹਰ ਪਲ ਮਿਹਨਤ ਕਰਨ ਵੱਲ ਪਰਤੋ, ਹਰ ਪਲ ਮਿਹਨਤ ਕਰੋ, ਫਿਰ ਵੇਖੋ ਕਿ ਤੁਸੀਂ ਕਿਵੇਂ ਖ਼ੁਸ਼ ਰਹਿੰਦੇ ਹੋ। ਕਿਵੇਂ ਤੁਹਾਡੇ ਚਿਹਰੇ ਦਾ ਜਲਾਲ ਬਦਲਦਾ ਹੈ ਤੇ ਕਿਵੇਂ ਤੁਹਾਡੇ ਹਿਰਦੇ 'ਚ ਪਿਆਰ ਉਸਰਦਾ ਹੈ, ਪੈਲ ਪਾਉਂਦਾ ਹੈ। ਫਿਰ ਤੁਹਾਨੂੰ ਇਹ ਸਾਰੀ ਕੁਦਰਤ ਵੀ ਸੁੰਦਰ ਜਾਪੇਗੀ। ਸਾਰੇ ਇਨਸਾਨ ਵੀ ਸੋਹਣੇ ਲੱਗਣਗੇ ਤੇ ਤੁਸੀਂ ਵੀ ਖ਼ੁਸ਼ੀ 'ਚ ਖੀਵੇ ਹੋਏ, ਆਪਾ ਭੁੱਲੇ, ਅੱਗੇ ਵਧੋਗੇ।

ਅੱਜ ਦਾ ਦਿਨ ਕੱਲ੍ਹ ਵਾਲੇ ਦਿਨ ਨਾਲੋਂ ਵੱਖਰਾ ਹੈ। ਹਰ ਵੱਖਰੇ ਦਿਨ ਵੱਖਰਾ ਕੋਈ ਕੰਮ ਕਰ ਕੇ ਵਿਖਾਵੋ, ਦੁਨੀਆ ਤੁਹਾਡੇ 'ਤੇ ਫ਼ਖ਼ਰ ਕਰੇਗੀ। ਇੰਜ ਲਗਾਤਾਰ ਮਿਹਨਤ ਕਰ ਕੇ ਤੁਸੀਂ ਵੀ ਆਪਣੀਆਂ ਖ਼ੁਸ਼ੀਆਂ ਦਾ ਵੱਖਰਾ ਮਹੱਲ ਉਸਾਰ ਸਕਦੇ ਹੋ। ਫਿਰ ਤੁਸੀਂ ਪਿੱਛੇ ਕਿਉਂ? ਅੱਗੇ ਵਧਣ 'ਤੇ ਯਕੀਨ ਰੱਖੋ। ਤੁਹਾਡਾ ਇਹ ਵਿਸ਼ਵਾਸ ਹੀ ਤੁਹਾਨੂੰ ਮੰਜ਼ਲ ਵੱਲ ਤੋਰੇਗਾ। ਤੁਹਾਡੀ ਇਹ ਨਿਰੰਤਰ ਤੋਰ ਤੁਹਾਨੂੰ ਖ਼ੁਸ਼ੀ ਵੀ ਦੇਵੇਗੀ ਤੇ ਸਫਲਤਾ ਵੀ।

ਰਹੋ ਜ਼ਿੰਦਗੀ 'ਚ ਚਾਨਣ ਖਿਲੇਰਦੇ

ਪਿਆਰ ਦੀ ਇਕ ਚੰਗਿਆੜੀ ਇਨਸਾਨ ਦੀ ਰੂਹ 'ਚ ਚਾਨਣ ਖਿਲੇਰ ਦਿੰਦੀ ਹੈ ਤੇ ਰੂਹ ਰੌਸ਼ਨ ਹੋ ਜਾਂਦੀ ਹੈ ਤੇ ਪਿਆਰ ਦੀ ਇਕ ਤੱਕਣੀ ਸਾਡੇ ਸੁੱਤੇ ਪਏ ਜਜ਼ਬੇ ਜਗਾ ਕੇ ਉਨ੍ਹਾਂ ਵਿਚ ਮੁੜ ਤੋਂ ਜ਼ਿੰਦਗੀ ਦੀ ਚਿਣਗ ਭਖਾ ਸਕਦੀ ਹੈ। ਕਈ ਵਾਰ ਇਕ ਦੁਰਬਲ ਤੇ ਕਮਜ਼ੋਰ ਇਨਸਾਨ ਵੀ ਪਿਆਰ ਦੀ ਰਾਹ ਵੇਖ ਕੇ ਜੀਵਨ-ਮੰਜ਼ਲਾਂ ਤੈਅ ਕਰਨ ਤੁਰ ਪੈਂਦਾ ਹੈ।

ਪਿਆਰ ਇੱਕ ਅਜਿਹਾ ਚੁੰਬਕੀ ਜਾਦੂ ਹੈ ਜਿਸ ਨਾਲ ਇਨਸਾਨ ਦੀ ਲੋਥ ਬਣ ਚੁੱਕੀ ਦੇਹ ਮੁੜ ਤੋਂ ਧੜਕਣ ਲੱਗਦੀ ਹੈ। ਪਿਆਰ ਦੀ ਇਕੋ ਨਿਗ੍ਹਾ ਹਜ਼ਾਰਾਂ ਜ਼ੁਬਾਨਾਂ 'ਤੇ ਲਰਜ਼ਸ਼ਾਂ ਨੂੰ ਪੈਦਾ ਕਰ ਕੇ ਇਕ ਅਧਮੋਏ ਇਨਸਾਨ ਨੂੰ ਫਿਰ ਤੋਂ ਜਿਵਾ ਕੇ ਰੱਖ ਦਿੰਦੀ ਹੈ। ਪਿਆਰ ਸਦਕਾ ਜ਼ਿੰਦਗੀ ਧੜਕ-ਧੜਕ ਪੈਂਦੀ ਹੈ ਤੇ ਪਿਆਰ ਦੇ ਰਾਹੀ ਕਦੇ ਵੀ ਆਪਣੇ ਪੈਰਾਂ 'ਚ ਪਏ ਛਾਲੇ ਨਹੀਂ ਵੇਖਦੇ, ਸਗੋਂ ਮੰਜ਼ਲਾਂ ਦੀ ਟੋਹ ਤੇ ਧੂੜ, ਉਨ੍ਹਾਂ ਨੂੰ ਜ਼ਿੰਦਗੀ ਦੇ ਸੁਨਿਹਰੀ ਕਿਣਕੇ ਜਾਪਦੇ ਹਨ। ਜਿਨ੍ਹਾਂ ਰਾਹਾਂ 'ਤੇ ਪਿਆਰ-ਨਿਗਾਹਾਂ ਵਿਛੀਆਂ ਹੋਣ, ਉਹ ਰਾਹਾਂ ਦੀ ਧੂੜ ਵੀ ਸੋਨਾ ਬਣ ਜਾਂਦੀ ਹੈ ਤੇ ਉਨ੍ਹਾਂ ਰਾਹਾਂ 'ਤੇ ਤੁਰਦੇ ਪਾਂਧੀ ਸਭ ਦੇ ਸਭ ਆਪਣੇ ਸੱਜਣ-ਬੇਲੀ, ਭਰਾ ਤੇ ਗਰਾਈਂ ਜਾਪਦੇ ਹਨ। ਇਥੋਂ ਤੱਕ ਕਿ ਉਨ੍ਹਾਂ ਰਾਹਾਂ 'ਚ ਬੋਲਦੇ ਤਿੱਤਰ-ਬਟੇਰ ਵੀ ਇੰਜ ਲਗਦੇ ਹਨ ਜਿਵੇਂ ਤੁਹਾਡੇ ਆਪਣੇ ਪਿਆਰ ਦੀ ਮਹਿਮਾ ਗਾ ਰਹੇ ਹੋਣ ਤੇ ਤੁਹਾਡੇ ਪਿਆਰ ਦੀ ਖ਼ੁਸ਼ੀ ਵਿਚ ਚਹਿਕ-ਚਹਿਕ ਪੈਂਦੇ ਹੋਣ। ਪਿਆਰ ਭਰਿਆ ਇੱਕ ਦਿਲ, ਜਦ ਤੁਹਾਡੀ ਉਡੀਕ 'ਚ ਸਹਿਕ ਰਿਹਾ ਹੋਵੇ ਤਾਂ ਤੁਸੀਂ ਆਪਣੇ-ਆਪ ਨੂੰ ਬੜੇ ਹੀ ਅਹਿਮ ਤੇ ਖਾਸ ਇਨਸਾਨ ਸਮਝਣ ਲੱਗਦੇ ਹੋ। ਕਈ ਵਾਰ ਤਾਂ ਇੰਜ ਭਾਸਦਾ ਹੈ ਜਿਵੇਂ ਇਨ੍ਹਾਂ ਹਵਾਵਾਂ ਤੇ ਪੌਣਾਂ 'ਚ ਕੋਈ ਜਾਦੂਗਰ ਮਿੱਠੀ ਸੁਗੰਧ ਤੇ ਖ਼ੁਸ਼ਬੂ ਖਿਲੇਰ ਗਿਆ ਹੋਵੇ ਤੇ ਪਿਆਰ-ਭਰੀ ਪੌਣ ਜਦ ਪ੍ਰੇਮੀ ਦੀ ਕੋਈ ਆਹਟ ਦੱਸਦੀ ਹੈ ਤਾਂ ਦਿਸ਼ਾਵਾਂ ਰੰਗੀਆਂ ਜਾਂਦੀਆਂ ਹਨ। ਮਹਿਕਾਂ ਭਿੱਜੀਆਂ ਪੌਣਾਂ, ਤੁਹਾਡੇ ਕੰਨਾਂ ਵਿਚ ਪਿਆਰ-ਸੁਨੇਹੇ ਭਰ ਭਰ ਜਾਂਦੀਆਂ ਹਨ ਤੇ ਕਿਸੇ ਅਜਿਹੇ ਹੀ ਪ੍ਰੇਮੀ ਦੀ ਜਾਂ ਪ੍ਰੇਮਿਕਾ ਦੀ ਸ਼ਕਲ ਸੂਰਤ ਤੁਹਾਡੇ ਹਰ ਵੇਲੇ ਅੰਗ-ਸੰਗ ਰਹਿਣ ਲੱਗਦੀ ਹੈ। ਇਹ ਪਿਆਰ ਦਾ ਸੁਨੇਹਾ ਹੀ ਹੈ ਜੋ ਬਿਨਾਂ ਦੇਖਿਆਂ-ਭਾਲਿਆਂ, ਤੁਸੀਂ ਕਿਸੇ 'ਤੇ ਨਿਰਭਰ ਹੋ, ਕੋਹਾਂ ਦੂਰ ਕਿਸੇ ਅਣਦੇਖੀ ਧਰਤ ਵੱਲ ਉੱਠ ਤੁਰਦੇ ਹੋ ਤੇ ਤੁਹਾਡੇ ਪੈਰ ਤੁਹਾਨੂੰ ਉਸ ਚੁੰਬਕ ਸ਼ਕਤੀ ਵੱਲ ਖਿੱਚੀ ਧੂਹੀ ਜਾਂਦੇ ਹਨ।

ਇੱਕ ਮਿੱਠੀ ਰਾਗਣੀ ਸਦਾ ਤੁਹਾਡੇ ਕੰਨਾਂ 'ਚ ਪਿਆਰ ਭਰੇ ਬੋਲ ਅਲਾਪਦੀ ਤੇ ਗਾਉਂਦੀ ਹੈ। ਇਕ ਅਜਬ-ਸੁਗੰਧੀ ਤੁਹਾਨੂੰ ਲੱਭ-ਲੱਭ ਕੇ ਤੁਹਾਡਾ ਮਾਰਗ-ਦਰਸ਼ਨ ਵੀ ਕਰਦੀ ਹੈ ਤੇ ਤੁਸੀਂ ਪਿਆਰ ਦੇ ਖੰਭਾਂ 'ਤੇ ਉੱਡਦੇ ਹੋਏ, ਕਿਤੇ ਵੀ ਪਹੁੰਚ ਸਕਦੇ ਹੋ—ਪ੍ਰੇਮੀ ਦੇ ਦਰਾਂ 'ਤੇ, ਪ੍ਰੇਮੀ ਦੀਆਂ ਜੂਹਾਂ 'ਚ ਤੇ ਪ੍ਰੇਮੀ ਦੀਆਂ ਮਹਿਕ ਭਰੀਆਂ ਵਲਗਣਾਂ ਤੀਕ।

81-ਸਲੀਕੇ ਨਾਲ ਜੀਓ

ਪਿਆਰ-ਸ਼ਕਤੀ ਤੁਹਾਨੂੰ ਖੰਭ ਲਗਾ ਦਿੰਦੀ ਹੈ। ਇਨ੍ਹਾਂ ਪਿਆਰ-ਖੰਭਾਂ ਨਾਲ ਉੱਡਦੇ ਹੋਏ, ਤੁਸੀਂ ਪ੍ਰੇਮੀ ਦੇ ਨਗਰ ਜਾ ਪਹੁੰਚਦੇ ਹੋ। ਪਿਆਰ ਨਾਲ ਵਰੋਸਾਇਆ ਇਨਸਾਨ ਕਦੇ ਇਕੱਲਾ ਨਹੀਂ ਹੁੰਦਾ, ਸਗੋਂ ਉਸ ਨੂੰ ਆਪਣੀ ਇਕੱਲਤਾ 'ਚ ਵਧੇਰੇ ਆਨੰਦ ਜਾਪਦਾ ਹੈ। ਇਕੱਲਤਾ ਪਿਆਰੀ ਲੱਗਦੀ ਹੈ। ਇਕੱਲਤਾ 'ਚ ਇਕ-ਸੁਰ ਹੋ ਕੇ ਆਪਣੀ ਪ੍ਰੇਮਿਕਾ ਨਾਲ ਗੱਲ ਵੀ ਕਰ ਸਕਦਾ ਹੈ ਤੇ ਪੌਣਾਂ ਹੱਥੀਂ ਸੁਨੇਹੇ ਵੀ ਭੇਜ ਸਕਦਾ ਹੈ।

ਰੁੱਖਾਂ ਦਾ ਨਵਾਂ-ਨਵਾਂ ਲਿਬਾਸ ਵੀ ਕਈ ਵਾਰ ਮਹਿਬੂਬ ਦੇ ਨਵੇਂ ਕੱਪੜਿਆਂ ਵਾਂਗ ਲੱਗਦਾ ਹੈ ਤੇ ਕਈ ਵਾਰ ਜਦ ਤੁਸੀਂ ਇੰਜ ਪਿਆਰ ਨਾਲ ਮਖ਼ਮੂਰ ਹੋਏ, ਪ੍ਰੇਮਿਕਾ ਨੂੰ ਮਿਲਦੇ ਹੋ ਤੇ ਗੱਲਾਂ ਸਾਂਝੀਆਂ ਕਰਦੇ ਹੋ ਤਾਂ ਇਹ ਅੱਖੀਂ ਦਿਸਦੀ ਦੁਨੀਆ ਤੁਹਾਨੂੰ ਬੜੀ ਛੋਟੀ ਤੇ ਨਿਗੂਣੀ ਜਿਹੀ ਜਾਪਦੀ ਹੈ। ਭਲਾ ਜਿਥੇ ਪਿਆਰ ਦੇ ਮਹਿਲ ਉਸਰ ਪਏ ਹੋਣ, ਉਥੇ ਇਹ ਦੁਨੀਆ ਦੀਆਂ ਮਹਿਲ-ਮਾੜੀਆਂ ਤਾਂ ਮਾਮੂਲੀ ਹੋ ਕੇ ਰਹਿ ਜਾਂਦੀਆਂ ਹਨ ਤੇ ਕਈ ਵਾਰ ਦੋ ਪ੍ਰੇਮੀ ਆਪਣੀ ਪਿਆਰ-ਸ਼ਕਤੀ ਨਾਲ ਸਾਰੀਆਂ ਦਿਸ਼ਾਵਾਂ 'ਚ ਰੰਗ ਭਰ ਦਿੰਦੇ ਹਨ। ਦੁਨੀਆ ਨੂੰ ਆਪਣੀਆਂ ਨਿਗਾਹਾਂ ਨਾਲ ਹੁਸੀਨ ਬਣਾ ਦਿੰਦੇ ਹਨ ਤੇ ਇਸੇ ਧਰਤੀ 'ਤੇ ਸਵਰਗ ਉਤਾਰਨ ਦੀ ਸ਼ਕਤੀ ਰੱਖਦੇ ਹਨ। ਇਸੇ ਲਈ ਸਿਆਣਿਆਂ ਨੇ ਕਿਹਾ ਹੈ, 'ਪਿਆਰ ਦੀਆਂ ਬੁਨਿਆਦਾਂ ਇਨ੍ਹਾਂ ਮਹਿਲਾਂ ਤੋਂ ਕਿਤੇ ਪੱਕੀਆਂ ਹੁੰਦੀਆਂ ਹਨ ਤੇ ਪਿਆਰ ਭਰੇ ਦਿਲ ਜਦ ਵੀ ਕਿਸੇ ਸਾਧਾਰਨ ਘਰ 'ਚ ਰਹਿਣ ਲੱਗ ਪੈਣ ਤਾਂ ਉਹ ਘਰ ਆਮ ਘਰ ਨਹੀਂ ਰਹਿੰਦਾ। ਉਸ ਦੀਆਂ ਇੱਟਾਂ ਵੀ ਪਿਆਰ-ਸ਼ਕਤੀ ਨਾਲ ਸੋਨਾ ਬਣ ਜਾਂਦੀਆਂ ਹਨ।

ਪਰ ਮੁਸ਼ਕਿਲ ਇਹੋ ਹੈ ਕਿ ਅਜਿਹਾ ਪਿਆਰ ਤੁਹਾਨੂੰ ਮਿਲਦਾ ਬੜੀ ਮੁਸ਼ਕਿਲ ਨਾਲ ਹੈ ਤੇ ਅਜਿਹਾ ਪਿਆਰ ਜੇ ਮਿਲ ਵੀ ਪਏ ਤਾਂ ਤੁਸੀਂ ਉਸ ਨੂੰ ਸਦਾ ਲਈ ਬਰਕਰਾਰ ਰੱਖਣ ਵਿਚ ਅਕਸਰ ਨਾ-ਕਾਮਯਾਬ ਹੀ ਰਹਿੰਦੇ ਹੋ। ਇਹੀ ਅੱਜ ਦੇ ਇਨਸਾਨ ਦੀ ਕਮਜ਼ੋਰੀ ਹੈ ਤੇ ਇਸ ਕਮਜ਼ੋਰੀ ਕਾਰਨ ਹੀ ਦੁਨੀਆ ਦੇ ਦੁੱਖ ਪੈਦਾ ਹੁੰਦੇ ਹਨ। ਤੁਸੀਂ ਕਈ ਵਾਰ ਆਪਣੇ ਪ੍ਰੇਮੀ, ਪ੍ਰੇਮਿਕਾ ਤੋਂ ਪਿਆਰ ਦੀ ਲੋਚਾ ਕਰਦੇ-ਕਰਦੇ, ਕੁਝ ਹੋਰ ਮੰਗਣ ਲੱਗਦੇ ਹੋ ਤੇ ਇਹ ਹੋਰ-ਹੋਰ ਮੰਗਣ ਦੀ ਭੁੱਖ ਇਸ ਸਦੀਵੀ ਪਿਆਰ 'ਚ ਤਰੇੜਾਂ ਲਿਆ ਧਰਦੀ ਹੈ। ਉਹੀ ਧਰਤੀ ਜਿਸ 'ਤੇ ਤੁਸੀਂ ਪਿਆਰ ਰੂਪੀ ਮਹਿਲ ਉਸਾਰੇ ਸਨ, ਤੁਹਾਨੂੰ ਬੜੀ ਰੁੱਖੀ ਤੇ ਉਦਾਸ ਲੱਗਣ ਲੱਗਦੀ ਹੈ। ਜੇ ਇਨਸਾਨ ਪਿਆਰ ਕਰਨ ਦੇ ਕਾਬਲ ਹੋਵੇ ਤਾਂ ਇਹ ਦੁਨੀਆ ਜ਼ਰੂਰ ਸਵਰਗ ਬਣੀ ਰਹੇ। ਪਰ ਅਫ਼ਸੋਸ ਇਸ ਗੱਲ ਦਾ ਹੈ ਕਿ ਤੁਸੀਂ ਇਸ ਸਵਰਗ ਨੂੰ ਸਵਰਗ ਬਣਿਆ ਨਹੀਂ ਰਹਿਣ ਦਿੰਦੇ, ਸਗੋਂ ਜਲਦੀ ਹੀ ਆਪਣੀਆਂ ਭੁੱਖਾਂ ਤੰਗੀਆਂ, ਰੋਸੇ, ਈਰਖਾ ਤੇ ਸਾੜੇ ਨਾਲ ਪਿਆਰ ਦੇ ਮਹਿਲ ਦੀਆਂ ਕੰਧਾਂ ਢਹਿ ਢੇਰੀ ਕਰ ਦਿੰਦੇ ਹੋ।

ਇਨਸਾਨ ਤੇ ਪੰਛੀਆਂ 'ਚ ਮੁੱਖ ਫ਼ਰਕ ਇਹੀ ਹੈ ਕਿ ਪੰਛੀ ਦੁਨੀਆ ਨੂੰ ਪਿਆਰ ਭਰੀਆਂ ਰਾਗਣੀਆਂ ਦਿੰਦੇ ਹਨ ਤੇ ਮਿੱਠੇ ਗੀਤ ਗਾ ਕੇ ਸਭ ਕੂੰਟਾਂ 'ਚ ਮਧੁਰ ਤੇ ਮਿੱਠੀਆਂ ਆਵਾਜ਼ਾਂ ਨਾਲ ਸੰਸਾਰ ਦੀ ਸੁੰਨਤਾ ਤੇ ਇਕੱਲਤਾ ਨੂੰ ਭਰਨ 'ਚ ਲੱਗੇ ਰਹਿੰਦੇ ਹਨ, ਪਰ ਇਨਸਾਨ ਆਪਣੇ ਜ਼ਹਿਰੀਲੇ ਬੋਲਾਂ ਨਾਲ, ਦੂਜੇ ਇਨਸਾਨ ਦੀ ਛਾਤੀ 'ਚ ਛੇਕ ਕਰਨ ਤੱਕ ਜਾਂਦਾ ਹੈ। ਇਥੋਂ ਹੀ ਪੰਛੀਆਂ ਤੇ ਇਨਸਾਨ ਦੀ ਹੋਂਦ ਵੱਖਰੀ-ਵੱਖਰੀ ਹੋ ਜਾਂਦੀ ਹੈ। ਦੰਮਾਂ ਦਾ ਲੋਭੀ ਇਨਸਾਨ ਭਰਾ ਬਣ ਕੇ ਵੀ ਭਰਾ ਨਹੀਂ ਬਣਦਾ, ਸਗੋਂ ਅਨੇਕਾਂ ਸ਼ਿਕਾਇਤਾਂ, ਗਿਲੇ-ਸ਼ਿਕਵੇ ਤੇ ਊਜਾਂ ਨਾਲ ਦੂਜੇ ਦੀ ਝੋਲੀ ਭਰ ਦਿੰਦਾ ਹੈ। ਇੰਜ ਪਿਆਰ 'ਚ ਪੈਂਦੀਆਂ

ਤਰੇੜਾਂ, ਸਾਡੀਆਂ ਆਪਣੀਆਂ ਘਾਟਾਂ ਤੇ ਨਿਗੂਣੀਆਂ ਸੋਚਾਂ, ਇਸ ਸੰਸਾਰ ਨੂੰ ਪਿਆਰ ਦੀਆਂ ਹੱਦਾਂ 'ਚ ਰਹਿਣ ਦੀ ਇਜਾਜ਼ਤ ਦਿੰਦੀਆਂ ਹਨ। ਸਗੋਂ ਉਹ ਪਿਆਰ ਨੂੰ ਨਫ਼ਰਤ ਨਾਲ ਨਿਵਾਜਦੇ ਹਨ ਤੇ ਫਿਰ ਇਸ ਨਫ਼ਰਤ ਦਾ ਕਾਲਾ ਧੂੰਆਂ ਪੂਰੇ ਬ੍ਰਹਿਮੰਡ 'ਤੇ ਛਾ ਕੇ ਸਭ ਦਿਸ਼ਾਵਾਂ ਹੀ ਧੂੰਏਂ ਵਰਗੀਆਂ ਕਰ ਦਿੰਦਾ ਹੈ। ਸਭ ਇਸ ਕੌੜੇ ਧੂੰਏਂ ਦੀ ਲਪੇਟ 'ਚ ਆ ਕੇ ਪਿਆਰ-ਸੁਨੇਹੇ ਵੀ ਭੁੱਲ ਜਾਂਦੇ ਹਨ ਤੇ ਜ਼ਿੰਦਗੀ ਦੀਆਂ ਮਿੱਠੀਆਂ ਮੁਸਕਾਨਾਂ ਵੀ।

ਜੇਕਰ ਤੁਸੀਂ ਇਕ ਚੰਗੇਰੀ ਤੇ ਰੰਗੀਨ ਜ਼ਿੰਦਗੀ ਜੀਉਣ ਦੇ ਚਾਹਵਾਨ ਹੋ ਤਾਂ ਪਿਆਰ ਭਰੀਆਂ ਪੌਣਾਂ 'ਚ ਪਿਆਰ ਵੱਸਿਆ ਰਹਿਣ ਦਿਓ। ਤੁਸੀਂ ਇਸ ਪਿਆਰ-ਸ਼ਕਤੀ ਨਾਲ ਹੀ ਚੰਗੇ ਜੀਵਨ-ਸਾਥੀ ਵੀ ਬਣ ਸਕਦੇ ਹੋ ਤੇ ਕਈ ਵਾਰ ਇਕ ਚੰਗੇ ਜੀਵਨ-ਸਾਥੀ ਬਣਨ ਦੇ ਨਾਲ-ਨਾਲ ਪ੍ਰੇਮੀ-ਪ੍ਰੇਮਿਕਾ ਵਰਗਾ ਪ੍ਰੇਮ ਵੀ ਕਰ ਸਕਦੇ ਹੋ। ਇਹ ਸਭ ਤੁਹਾਡੇ ਆਪਣੇ ਹਿਰਦੇ 'ਤੇ ਨਿਰਭਰ ਕਰਦਾ ਹੈ ਕਿ ਤੁਸੀਂ ਮਖ਼ਮਲੀ ਸੇਜ 'ਤੇ ਸੌਣਾ ਹੈ ਜਾਂ ਕੰਡਿਆਲੀ ਥੋਹਰ 'ਤੇ। ਆਪਣੇ ਹਿਰਦੇ 'ਚ ਜੇਕਰ ਤੁਸੀਂ ਪਿਆਰ ਵਸਾਈ ਰੱਖੋ ਤਾਂ ਹਰ ਇਨਸਾਨ ਹੀ ਤੁਹਾਨੂੰ ਆਪਣਾ ਭਰਾ ਜਾਪੇਗਾ ਤੇ ਹਰ ਔਰਤ ਤੁਹਾਨੂੰ ਭੈਣ ਜਾਂ ਪ੍ਰੇਮਿਕਾ ਲੱਗੇਗੀ, ਪਰ ਪਿਆਰ ਨੂੰ ਹਿਰਦੇ 'ਚ ਸਮੋਣ ਤੋਂ ਪਹਿਲਾਂ ਇਸ ਹਿਰਦੇ 'ਚ ਪਿਆਰ ਰੂਪੀ ਮਹਿਲ ਜ਼ਰੂਰ ਬਣਾ ਲਵੋ ਤੇ ਫਿਰ ਇਸ ਪਿਆਰ ਰੂਪੀ ਮਹਿਲ ਦੀ ਰਾਖੀ ਤੁਹਾਨੂੰ ਜ਼ਿੰਦਗੀ ਭਰ ਕਰਨੀ ਪਵੇਗੀ।

ਜਿਸ ਪਰਿਵਾਰ 'ਚ ਪਿਆਰ ਭਰੇ ਦਿਲਾਂ ਦਾ ਵਾਸਾ ਹੈ, ਉਥੇ ਘਰ ਵੀ ਸਵਰਗ ਬਣਿਆ ਰਹਿੰਦਾ ਹੈ ਤੇ ਤੁਹਾਨੂੰ ਜ਼ਿੰਦਗੀ ਵੀ ਭਰੀ-ਭਰੀ ਰੰਗੀਨ ਜਾਪਦੀ ਹੈ। ਤੁਹਾਨੂੰ ਘਰ ਦਾ ਕੋਈ ਵੀ ਕੋਨਾ ਖ਼ਾਲੀ-ਖ਼ਾਲੀ ਨਹੀਂ ਲੱਗਦਾ, ਸਗੋਂ ਮਾਂ ਦਾ ਮੋਹ ਤੇ ਪਿਆਰ, ਅਜਿਹੇ ਘਰ ਦੀਆਂ ਬੁਨਿਆਦਾਂ ਨੂੰ ਕਦੇ ਵੀ ਹਿੱਲਣ ਨਹੀਂ ਦਿੰਦਾ ਤੇ ਕਈ ਵਾਰ ਥੋੜ੍ਹੀ ਜਿਹੀ ਗਲਤੀ ਕਾਰਨ ਉਸ ਪਿਆਰ ਦੀਆਂ ਬੁਨਿਆਦਾਂ ਵੀ ਹਿੱਲ ਜਾਂਦੀਆਂ ਹਨ। ਫਿਰ ਇਨ੍ਹਾਂ ਨੂੰ ਮੁੜ ਉਸਾਰਨਾ ਮੁਸ਼ਕਿਲ ਤਾਂ ਹੁੰਦਾ ਹੀ ਹੈ, ਸਗੋਂ ਕਈ ਵਾਰ ਅਸੰਭਵ ਵੀ ਹੋ ਜਾਂਦਾ ਹੈ। ਇਸੇ ਲਈ ਇਹ ਅਤਿ-ਜ਼ਰੂਰੀ ਹੈ ਕਿ ਤੁਸੀਂ ਇਸ ਧਰਤੀ ਨੂੰ ਸਵਰਗ ਬਣਾਉਣ ਦੀ ਕਾਹਲ 'ਚ ਧਰਤੀ 'ਤੇ ਵੱਡੇ-ਵੱਡੇ ਮਹਿਲ ਉਸਾਰਨ ਦੀ ਬਜਾਏ ਪਹਿਲਾਂ ਆਪਣੇ ਹਿਰਦਿਆਂ 'ਚ ਇਹ ਪਿਆਰ-ਮਹਿਲ ਉਸਾਰ ਲਵੋ, ਜਦੋਂ ਹਿਰਦਿਆਂ ਦੇ ਪਿਆਰ-ਮਹਿਲ ਉਸਰ ਗਏ, ਫਿਰ ਇਸ ਧਰਤੀ ਦੇ ਮਹਿਲ ਵੀ ਤੁਹਾਨੂੰ ਦੁਨੀਆ ਦੀਆਂ ਸਭ ਸੁਖ-ਸਹੂਲਤਾਂ ਦੇ ਕੇ ਤੁਹਾਡੀ ਜ਼ਿੰਦਗੀ ਨੂੰ ਖ਼ੂਬਸੂਰਤੀ ਬਖ਼ਸ਼ ਸਕਦੇ ਹਨ। ਕਿਤੇ ਅਜਿਹਾ ਨਾ ਹੋਵੇ ਕਿ ਤੁਸੀਂ ਧਰਤ-ਮਹਿਲ ਉਸਾਰਦੇ-ਉਸਾਰਦੇ ਆਪਣੇ ਹਿਰਦੇ-ਮਹਿਲ ਨੂੰ ਢਹਿ-ਢੇਰੀ ਕਰ ਲਵੋ ਤੇ ਫਿਰ ਇਹ ਧਰਤ-ਮਹਿਲ ਤੁਹਾਨੂੰ ਬਿਖਰੀਆਂ ਇੱਟਾਂ ਤੋਂ ਵੱਧ ਕੁਝ ਵੀ ਵਿਖਾਈ ਨਾ ਦੇਣ।

ਪ੍ਰਕਿਰਤੀ ਤੇ ਪੰਛੀਆਂ ਦੇ ਪਿਆਰ ਤੋਂ ਸੱਖਣਾ ਇਨਸਾਨ ਭਲਾ ਪਿਆਰ ਦੀ ਸ਼ਕਤੀ ਕਿਵੇਂ ਜਾਣ ਸਕਦਾ ਹੈ ? ਜ਼ਿੰਦਗੀ ਦਾ ਅਸਲੀ ਰਾਜ਼ ਇਹੀ ਹੈ ਕਿ ਪ੍ਰਕਿਰਤੀ ਨਾਲ ਆਪਣੀ ਪੱਕੀ ਤੇ ਪੀਢੀ ਸਾਂਝ ਪਾਈ ਰੱਖੋ ਤੇ ਫਿਰ ਪੰਛੀਆਂ ਦੀਆਂ ਸੁਰੀਲੀਆਂ ਆਵਾਜ਼ਾਂ ਤੇ ਮਧੁਰ ਰਾਗਣੀਆਂ ਸਦਾ ਤੁਹਾਡੇ ਕੰਨਾਂ 'ਚ ਗੂੰਜਦੀਆਂ ਰਹਿਣਗੀਆਂ ਤੇ ਤੁਸੀਂ ਕਦੇ ਵੀ ਆਪਣੇ-ਆਪ ਨੂੰ ਸੱਖਣਾ ਤੇ ਖ਼ਾਲੀ-ਖ਼ਾਲੀ ਮਹਿਸੂਸ ਨਹੀਂ ਕਰੋਗੇ।

ਉਡੀਕ ਦੇ ਪਰਾਂ 'ਤੇ, ਉੱਡੇ ਇਹ ਜ਼ਿੰਦਗੀ

ਹਰ ਇਨਸਾਨ ਦੀ ਜ਼ਿੰਦਗੀ 'ਚ ਉਡੀਕ ਦਾ ਵਿਸ਼ੇਸ਼ ਮਹੱਤਵ ਹੈ। ਕੋਈ ਸੁੱਖਾਂ ਦੀ ਉਡੀਕ ਕਰਦਾ ਹੈ, ਕੋਈ ਰਿਸ਼ਤੇਦਾਰਾਂ ਦੀ ਉਡੀਕ ਕਰਦਾ ਹੈ ਤੇ ਕੋਈ ਆਪਣੇ ਅਤਿ ਪਿਆਰੇ ਸਨੇਹੀਆਂ ਦੀ। ਉਡੀਕ ਦਾ ਪੱਲਾ ਫੜ ਕੇ, ਇਨਸਾਨ ਜੀਉਂਦਾ ਹੈ ਤੇ ਕਈ ਵਾਰ ਇਹ ਉਡੀਕਾਂ ਲੰਬੀਆਂ ਵੀ ਹੋ ਜਾਂਦੀਆਂ ਹਨ। ਕੋਈ ਪ੍ਰਖਿਆ 'ਚੋਂ ਪਾਸ ਹੋਣ ਦੀ ਉਡੀਕ ਕਰਦਾ ਹੈ ਤੇ ਕੋਈ ਕਿਸੇ ਬੱਸ ਜਾਂ ਗੱਡੀ ਦੀ ਉਡੀਕ। ਇੰਜ ਲੱਗਦਾ ਹੈ ਜਿਵੇਂ ਉਡੀਕ ਤੋਂ ਬਿਨਾਂ ਜ਼ਿੰਦਗੀ, ਜ਼ਿੰਦਗੀ ਨਹੀਂ ਹੈ। ਕਿਸੇ ਨੂੰ ਖ਼ਤਾਂ ਦੀ ਉਡੀਕ ਹੈ, ਭਾਵੇਂ ਅੱਜ-ਕੱਲ੍ਹ ਦੇ ਕਾਹਲ ਭਰੇ ਯੁੱਗ ਵਿਚ ਕੋਈ ਕਿਸੇ ਨੂੰ ਖ਼ਤ ਨਹੀਂ ਲਿਖਦਾ ਪਰ ਉਡੀਕ ਫਿਰ ਵੀ ਕੀਤੀ ਜਾਂਦੀ ਹੈ।

ਉਂਜ ਉਡੀਕ ਕਰਨੀ ਬੁਰੀ ਨਹੀਂ ਹੈ। ਉਡੀਕ ਨਾਲ ਇਨਸਾਨ ਦੀ ਉਤਸੁਕਤਾ ਕਾਇਮ ਰਹਿੰਦੀ ਹੈ। ਇਨਸਾਨ ਦੀ ਨਬਜ਼ ਵੀ ਉਡੀਕ ਨਾਲ ਹੀ ਚੱਲਦੀ ਹੈ। ਇੰਜ ਹਰ ਇਨਸਾਨ ਨੂੰ, ਕਿਸੇ ਨਾ ਕਿਸੇ ਚੀਜ਼ ਦੀ ਉਡੀਕ ਅਵੱਸ਼ ਹੁੰਦੀ ਹੈ। ਕਈ ਵਾਰ ਵਿਦਿਆਰਥੀ ਪ੍ਰੀਖਿਆ ਦੇਣ ਉਪਰੰਤ ਰੀਜ਼ਲਟ ਦੀ ਉਡੀਕ ਕਰਦੇ ਹਨ ਤੇ ਜਿੰਨਾ ਚਿਰ ਰੀਜ਼ਲਟ ਨਾ ਆਵੇ, ਉਨ੍ਹਾਂ ਦੇ ਸਾਹ ਸੂਤੇ ਰਹਿੰਦੇ ਹਨ, ਪਰ ਰੀਜ਼ਲਟ ਨਿਕਲਣ ਬਾਅਦ, ਉਡੀਕ ਮੁੱਕ ਜਾਂਦੀ ਹੈ। ਜਿਹੜੇ ਪਾਸ ਹੋ ਜਾਣ, ਉਨ੍ਹਾਂ ਦੀਆਂ ਖ਼ੁਸ਼ੀਆਂ ਦਾ ਕੋਈ ਪਾਰਾਵਾਰ ਨਹੀਂ ਰਹਿੰਦਾ, ਪਰ ਫੇਲ੍ਹ ਹੋਣ ਵਾਲੇ ਵਿਦਿਆਰਥੀ ਸ਼ਰਮ ਨਾਲ ਆਪਣੇ ਮੂੰਹ ਛੁਪਾਉਂਦੇ ਫਿਰਦੇ ਹਨ।

ਜੁਆਨੀ ਦੀ ਦਹਿਲੀਜ਼ 'ਤੇ ਪੈਰ ਧਰਦਿਆਂ ਹੀ ਨੌਜਵਾਨਾਂ ਦੇ ਦਿਲਾਂ ਦੀਆਂ ਤਰੰਗਾਂ ਤੇਜ਼ ਹੋ ਜਾਂਦੀਆਂ ਹਨ।

ਨਵੇਂ-ਨਵੇਂ ਸੁਪਨੇ ਆ ਪਲਕਾਂ 'ਤੇ ਦਸਤਕ ਦਿੰਦੇ ਹਨ ਤੇ ਕਈ ਵਾਰ ਕਈ ਮਨਚਲੇ ਇਨ੍ਹਾਂ ਸੁਪਨਿਆਂ ਦੀ ਕਿਸ਼ਤੀ 'ਤੇ ਸਵਾਰ ਹੋ ਕੇ ਕਿਤੇ ਦੀ ਕਿਤੇ ਜਾ ਪਹੁੰਚਦੇ ਹਨ। ਭਾਵੇਂ ਸੁਪਨੇ ਵੇਖਣੇ ਜ਼ਿੰਦਗੀ ਨੂੰ ਰੰਗੀਨ ਕਰਦੇ ਹਨ ਪਰ ਨਿਰਾਪੁਰਾ ਸੁਪਨਿਆਂ ਦੇ ਸਹਾਰੇ ਜੀਣਾ ਵੀ ਕੋਈ ਜੀਣਾ ਨਹੀਂ ਹੁੰਦਾ। ਅੱਜ-ਕੱਲ੍ਹ ਦੇ ਸਾਇੰਸ ਤੇ ਕੰਪਿਊਟਰ ਦੇ ਯੁੱਗ 'ਚ ਇਨਸਾਨ ਨੂੰ ਜ਼ਿੰਦਗੀ ਦੇ ਯਥਾਰਥ ਤੇ ਅਸਲੀਅਤ ਦੇ ਵਧੇਰੇ ਨੇੜੇ ਰਹਿਣਾ ਚਾਹੀਦਾ ਹੈ। ਇਹ ਨਾ ਹੋਵੇ ਕਿ ਸੁਪਨਿਆਂ ਦੇ ਨੀਲੇ ਖੰਭਾਂ 'ਤੇ ਸਵਾਰ ਹੋ ਕੇ, ਤੁਸੀਂ ਵਿਹਲੇ ਰਹਿੰਦਿਆਂ ਕੇਵਲ ਆਕਾਸ਼ੀ ਮਹੱਲ ਹੀ ਸਜਾਉਂਦੇ ਰਹੇ ਤੇ ਅਸਲ ਜ਼ਿੰਦਗੀ ਦੀ ਡੋਰ ਤੁਹਾਡੇ ਹੱਥੋਂ ਖਿਸਕ ਜਾਵੇ।

ਇਸ ਲਈ ਇਹ ਜ਼ਰੂਰੀ ਹੈ ਜੇ ਤੁਸੀਂ ਆਪਣੀਆਂ ਪਲਕਾਂ 'ਚ ਕੁਝ ਸੁਪਨੇ ਸਜਾਏ

ਵੀ ਹਨ ਤਾਂ ਇਨ੍ਹਾਂ ਸੁਪਨਿਆਂ ਨੂੰ ਸਾਕਾਰ ਕਰਨ ਲਈ ਹਮੇਸ਼ਾ ਯਤਨਸ਼ੀਲ ਰਹੋ। ਇਨ੍ਹਾਂ ਸੁਪਨਿਆਂ ਦੀ ਪੈੜ ਲੱਭਦੇ-ਲੱਭਦੇ, ਫਿਰ ਮੰਜ਼ਲ ਦੇ ਨੇੜੇ ਵੀ ਪਹੁੰਚੋ ਤੇ ਮੰਜ਼ਲਾਂ ਦੀ ਪ੍ਰਾਪਤੀ ਵੀ ਕਰੋ, ਪਰ ਮੰਜ਼ਲਾਂ ਦੀ ਪ੍ਰਾਪਤੀ ਲਈ ਮਿਹਨਤ, ਸਿਦਕ, ਸੁਹਿਰਦਤਾ ਤੇ ਸੱਚੇ ਯਤਨਾਂ ਦੀ ਲੋੜ ਪੈਂਦੀ ਹੈ। ਜਿਨ੍ਹਾਂ ਦੇ ਇਰਾਦੇ 'ਚ ਪਕਿਆਈ ਤੇ ਦ੍ਰਿੜ੍ਹਤਾ ਹੈ, ਉਹ ਛੇਤੀ ਕੀਤਿਆਂ ਡੋਲਦੇ ਨਹੀਂ ਤੇ ਮੰਜ਼ਲਾਂ ਦੀ ਟੋਹ 'ਚ ਤੁਰਦੇ-ਤੁਰਦੇ, ਅਖ਼ੀਰ ਮੰਜ਼ਲਾਂ ਮਾਰ ਵੀ ਲੈਂਦੇ ਹਨ।

ਉਡੀਕ ਨਾਲ ਬੱਝਾ ਇਨਸਾਨ ਬੜੇ ਸਬਰ ਨਾਲ ਉਡੀਕ ਕਰਦਾ ਹੈ। ਭਾਵੇਂ ਇਹ ਉਡੀਕ ਕਿਸੇ ਵਿਆਹ ਜਾਂ ਸ਼ਾਦੀ ਦੀ ਹੋਵੇ ਤੇ ਭਾਵੇਂ ਔਲਾਦ-ਪ੍ਰਾਪਤੀ ਦੀ। ਉਡੀਕ ਬਿਨਾਂ ਗੁਜ਼ਾਰਾ ਨਹੀਂ। ਕਈ ਮਾਂ ਬਾਪ ਜਿਨ੍ਹਾਂ ਦੇ ਪੁੱਤ ਪ੍ਰਦੇਸੀਂ ਬੈਠੇ ਹੋਣ, ਉਨ੍ਹਾਂ ਦੇ ਆਉਣ ਦੀ ਉਡੀਕ ਕਈ-ਕਈ ਸਾਲ ਕਰਦੇ ਹਨ। ਕਈ-ਕਈ ਸਾਲਾ ਦੀ ਤਪੱਸਿਆ ਕਰ ਕੇ, ਜਦੋਂ ਪੁੱਤਰ ਦੇਸ਼ ਪਰਤਣ ਤਾਂ ਉਨ੍ਹਾਂ ਦੀਆਂ ਖ਼ੁਸ਼ੀਆਂ ਵੇਖਿਆਂ ਹੀ ਬਣਦੀਆਂ ਹਨ। ਕਿਵੇਂ ਉਹ ਆਪਣੀ ਔਲਾਦ ਲਈ, ਆਪਣੀਆਂ ਉਮੰਗਾਂ, ਸਧਰਾਂ ਤੇ ਤਰੰਗਾਂ ਨੂੰ ਪੂਰਿਆਂ ਹੁੰਦਿਆਂ ਵੇਖ ਕੇ ਚਾਵਾਂ ਨਾਲ ਭਰੇ, ਫੁੱਲੇ ਨਹੀਂ ਸਮਾਉਂਦੇ। ਖ਼ੁਸ਼ੀ-ਖ਼ੁਸ਼ੀ ਉਨ੍ਹਾਂ ਦੇ ਵਿਆਹ ਕਰਦੇ ਹਨ ਤੇ ਹੋਰ ਕਈ ਚਾਵਾਂ ਭਰੇ ਕਾਜ ਰਚਾ ਕੇ, ਆਪਣੀਆਂ ਭਾਵਨਾਵਾਂ ਦੀ ਪੂਰਤੀ ਕਰ ਲੈਂਦੇ ਹਨ।

ਇਹ ਖ਼ੁਸ਼ੀਆਂ ਭਰਿਆ ਦਿਹਾੜਾ ਵੀ ਲੰਬੀਆਂ ਉਡੀਕਾਂ ਦੀ ਹੀ ਸਿੱਟਾ ਹੁੰਦਾ ਹੈ ਤੇ ਕਈ ਮਾਵਾਂ ਆਪਣੇ ਧੀਆਂ, ਪੁੱਤਰਾਂ ਦੀ ਔਲਾਦ ਖ਼ਾਤਰ ਕਈ-ਕਈ ਸਾਲ ਉਡੀਕ ਕਰਦੀਆਂ ਵੇਖੀਆਂ ਜਾਂਦੀਆਂ ਹਨ ਤੇ ਔਲਾਦ ਨਾ ਹੋਣ ਦੀ ਸੂਰਤ 'ਚ ਉਹ ਕਿੰਨੇ ਓਹੜ ਪੋਹੜ ਕਰਦੀਆਂ ਦੇ ਮੰਨਤਾਂ ਮੰਨਦੀਆਂ ਹਨ। ਇਹ ਤਾਂ ਉਨ੍ਹਾਂ ਦਾ ਦਿਲ ਹੀ ਪੁੱਛਿਆ ਜਾਣਦਾ ਹੈ, ਪਰ ਜਦੋਂ ਅਚਾਨਕ ਕਈ ਸਾਲਾਂ ਦੀਆਂ ਅਰਦਾਸਾਂ ਉਪਰੰਤ, ਕੁੱਖ ਹਰੀ ਹੋ ਜਾਂਦੀ ਹੈ ਤਾਂ ਚਾਅ ਨਹੀਂ ਰੋਕ ਹੁੰਦੇ। ਇੰਜ ਭਾਸਦਾ ਹੈ ਜਿਵੇਂ ਸੁੱਕੇ ਰੁੱਖ ਹਰੇ ਹੋ ਗਏ ਹੋਣ।

ਕਈ ਵਾਰ ਤਾਂ ਅੰਨ੍ਹੀ ਮਾਂ ਇੱਛਰਾਂ ਦੇ ਬਾਗ 'ਚ, ਪੂਰਨ ਜੋਗੀ ਦੇ ਪੈਰ ਪਾਉਣ ਵਾਲੀ ਗੱਲ ਹੋ ਜਾਂਦੀ ਹੈ। ਜਦੋਂ ਇੰਨੇ ਸਾਲਾਂ ਦੇ ਵਿਛੜੇ ਮਾਂ-ਪੁੱਤ ਮਿਲਦੇ ਹਨ ਤੇ ਜ਼ਿੰਦਗੀ ਦੀਆਂ ਯਾਤਨਾਵਾਂ ਸਹਿ ਕੇ, ਅਖ਼ੀਰ ਮਾਂ ਦੀਆਂ ਭਾਵਨਾਵਾਂ ਤੇ ਸੱਧਰਾਂ ਦੇ ਬਾਗ ਹਰੇ ਭਰੇ ਹੋਣ ਲੱਗਦੇ ਹਨ ਤੇ ਬੁਝੀਆਂ ਆਸਾਂ ਨੂੰ ਬੂਰ ਪੈਣ ਲੱਗਦਾ ਹੈ। ਇੱਛਰਾਂ ਵਰਗੀ ਮਾਂ ਦੀ ਛਾਤੀ 'ਚ ਪੁੱਤਰ ਪੂਰਨ ਦਾ ਰੂਪ ਵੇਖ ਕੇ, ਮਮਤਾ ਦਾ ਦੁੱਧ ਉਤਰ ਪੈਂਦਾ ਹੈ ਤੇ ਉਸ ਦੀਆਂ ਖ਼ੁਸ਼ੀਆਂ ਦੇ ਬਾਗਾਂ 'ਚ ਫਿਰ ਤੋਂ ਹਰੇ ਭਰੇ ਹੋ ਕੇ ਮਹਿਕਣ ਲੱਗ ਪੈਂਦੇ ਹਨ। ਜ਼ਿੰਦਗੀ ਦੇ ਸੁੱਕੇ ਬਾਗਾਂ 'ਚ ਫਿਰ ਤੋਂ ਬਹਾਰਾਂ ਆ ਚਹਿਕਦੀਆਂ ਹਨ ਤੇ ਪੰਛੀਆਂ ਦੇ ਮਿੱਠੇ ਬੋਲ, ਸਾਰੀ ਰੁੱਸੀ ਕਾਇਨਾਤ ਨੂੰ ਖ਼ੁਸ਼ੀਆਂ ਭਰਿਆ ਕਰ ਦਿੰਦੇ ਹਨ।

ਪਰ ਇਹ ਆਸਾਂ, ਉਮੀਦਾਂ ਤੇ ਲੰਬੀਆਂ ਉਡੀਕਾਂ ਦੇ ਬਾਗ, ਤਦ ਹੀ ਮਹਿਕਣ ਲੱਗਦੇ ਹਨ ਜੇ ਇਨਸਾਨ ਦੇ ਹਿਰਦੇ 'ਚ ਸੱਚੀ ਅਰਾਧਨਾ ਤੇ ਤੜਪ ਹੋਵੇ। ਸੱਚੇ ਸੁਪਨੇ ਤੇ ਉਮੰਗਾਂ ਦੀ ਕੰਪਨ ਤੇ ਥਰਥਰਾਹਟ ਹੋਵੇ। ਉਡੀਕਾਂ ਦੀ ਸੁੱਚੀ ਤੇ ਸੱਚੀ ਲੋਅ ਹੋਵੇ। ਭਾਵਨਾਵਾਂ ਦੇ ਸਾਗਰਾਂ 'ਚ ਹਲਚਲ ਹੋਵੇ ਤੇ ਮਨ 'ਚ ਸਾਗਰ-ਛੱਲਾਂ ਉਠ-ਉਠ ਕੇ ਉਬਾਲੇ ਖਾਂਦੀਆਂ ਹੋਣ। ਇੰਜ ਲੱਗੇ ਜਿਵੇਂ ਸਮੁੰਦਰ ਦੀਆਂ ਲਹਿਰਾਂ ਕਿਸੇ ਮਿੱਤਰ ਪਿਆਰੇ ਨੂੰ ਕਿਨਾਰੇ 'ਤੇ

ਮਿਲਣ ਖ਼ਾਤਰ, ਆਪਣਾ ਸਿਰ ਕਿਨਾਰੇ ਨਾਲ ਪਟਕ-ਪਟਕ ਮਾਰਦੀਆਂ ਹੋਣ। ਜਿਨ੍ਹਾਂ ਦੇ ਦਿਲਾਂ 'ਚ ਉਡੀਕਾਂ ਦੇ ਧੂੰਏਂ ਉੱਠਦੇ ਹੋਣ, ਉੱਥੇ ਮਨਾਂ ਦੇ ਪੰਛੀ ਸਹਿਜੇ ਹੀ ਆ ਉਤਰਦੇ ਹਨ, ਜਿਵੇਂ ਕੋਈ ਬਹਾਰ ਪੰਛੀਆਂ ਨੂੰ ਸੁਨੇਹੇ ਦੇ ਰਹੀ ਹੋਵੇ।

ਜੇਕਰ ਵੇਖਿਆ ਜਾਵੇ ਤਾਂ ਜ਼ਿੰਦਗੀ ਵੀ ਇਕ ਲੰਬੀ ਉਡੀਕ ਦਾ ਨਾਂ ਹੈ। ਜਿਉਂ-ਜਿਉਂ ਜ਼ਿੰਦਗੀ ਲੰਬੀ ਹੁੰਦੀ ਜਾਂਦੀ ਹੈ, ਉਡੀਕ ਬਰਕਰਾਰ ਰਹਿੰਦੀ ਹੈ ਤੇ ਇਸੇ ਉਡੀਕ ਦੇ ਸਿਰ 'ਤੇ ਇਨਸਾਨ ਸਾਹ ਲੈਂਦਾ, ਖ਼ੁਸ਼ ਹੁੰਦਾ ਤੇ ਜ਼ਿੰਦਗੀ ਨੂੰ ਮਾਣਦਾ ਵੀ ਹੈ। ਜਿਨ੍ਹਾਂ ਨੇ ਅੱਖਾਂ 'ਚ ਸੁਪਨੇ ਸੰਜੋਏ ਹੋਣ, ਉਹ ਉਨ੍ਹਾਂ ਦੀ ਪੂਰਤੀ ਲਈ ਯਤਨਸ਼ੀਲ ਵੀ ਹੁੰਦੇ ਹਨ। ਹਰੇ ਭਰੇ ਟਹਿਕਦੇ ਬਾਗ਼ਾਂ 'ਚ ਕੋਇਲ ਦੀ ਆਵਾਜ਼ ਪਤਾ ਨਹੀਂ ਕਿੰਨੇ ਚਿਰ ਤੋਂ ਬਹਾਰ ਦੀ ਉਡੀਕ ਕਰਦੀ ਹੈ ਤੇ ਫਿਰ ਬਹਾਰ ਆ ਜਾਣ 'ਤੇ ਕੋਇਲ ਮਿੱਠੇ-ਮਿੱਠੇ ਬੋਲਾਂ 'ਚ ਕੂਕਦੀ ਆਪਣੀ ਖ਼ੁਸ਼ੀ ਦਾ ਇਜ਼ਹਾਰ ਕਰਦੀ ਹੈ। ਜਿਵੇਂ ਆਸ ਪਾਸ ਦੇ ਲੋਕਾਂ ਨੂੰ ਬਹਾਰ ਦੀ ਆਮਦ ਬਾਰੇ ਕੂਕ-ਕੂਕ ਕੇ ਦੱਸ ਰਹੀ ਹੋਵੇ ਤੇ ਇਸ ਬਹਾਰ ਨੂੰ ਮਾਨਣ ਦੇ ਸੁਨੇਹੇ ਭੇਜ ਰਹੀ ਹੋਵੇ।

ਪੱਥਰ ਹੋਈ ਅਹੱਲਿਆ ਨੇ, ਰਾਮ ਚੰਦਰ ਦੇ ਮੁੜਨ ਦੀ ਕਿੰਨੇ ਸਾਲ ਉਡੀਕ ਕੀਤੀ ਹੋਵੇਗੀ ? ਪਰ ਆਖ਼ਰ ਰਾਮ ਚੰਦਰ ਦੇ ਚਰਨਾਂ ਦੀ ਛੁਹ ਪਾ ਕੇ, ਉਹ ਮੁੜ ਤੋਂ ਜੀਵਿਤ ਹੋ ਗਈ। ਇੰਜ ਹੀ ਸਿਧਾਰਥ ਦੀ ਕਿੰਨੇ ਸਾਲਾਂ ਦੀ ਤਪੱਸਿਆ ਨੂੰ ਬੂਰ ਪਿਆ ਤੇ ਉਹ ਸਿਧਾਰਥ ਤੋਂ ਬੁੱਧ ਹੋ ਗਏ। ਗਿਆਨ-ਪ੍ਰਾਪਤੀ ਦੇ ਰਾਹ 'ਚ ਆਈਆਂ ਮੁਸ਼ਕਿਲਾਂ, ਔਕੜਾਂ ਤੇ ਯਾਤਨਾਵਾਂ ਨੂੰ ਉਨ੍ਹਾਂ ਦੇ ਆਪਣੇ ਸਰੀਰ 'ਤੇ ਝੱਲਿਆ ਤੇ ਦੁਨੀਆ ਨੂੰ ਅਮਨ ਤੇ ਸ਼ਾਂਤੀ ਦਾ ਰਾਹ ਵਿਖਾਇਆ। ਸਿਰੜ ਤੇ ਦ੍ਰਿੜ੍ਹਤਾ ਨਾਲ ਕੀਤੀ ਮਿਹਨਤ ਨੂੰ ਅਖ਼ੀਰ ਫਲ ਪੈ ਜਾਂਦਾ ਹੈ। ਉਜੜੇ ਤੇ ਸੁੱਕੇ ਬਾਗ਼ ਵੀ ਹਰੇ ਹੋ ਜਾਂਦੇ ਹਨ।

ਲਹਿਰਾਂ ਤੇ ਤੂਫ਼ਾਨਾਂ ਦਾ ਟਾਕਰਾ ਕਰਦੀ ਕਿਸ਼ਤੀ ਆਖ਼ਰ ਕਿਨਾਰੇ ਜਾ ਲੱਗਦੀ ਹੈ। ਮਿੱਟੀ 'ਚ ਮਿਲਿਆ ਬੀਜ, ਅੰਕੁਰ ਬਣ ਕੇ ਇਕ ਦਿਨ ਫੁੱਟਦਾ ਵੀ ਹੈ ਤੇ ਰੁੱਖ ਵੀ ਬਣਦਾ ਹੈ। ਪਰ ਬੀਜ ਤੋਂ ਅੰਕੁਰ ਤੇ ਫਿਰ ਅੰਕੁਰ ਤੋਂ ਰੁੱਖ ਦੀ ਸਾਧਨਾ, ਤਪੱਸਿਆ ਤੇ ਉਡੀਕ ਤਾਂ ਕਈ ਸਾਲਾਂ ਤੀਕ ਫੈਲੀ ਹੁੰਦੀ ਹੈ। ਇੰਜ ਤਰੱਕੀ ਕਰਨ ਦੀਆਂ ਤੇ ਜ਼ਿੰਦਗੀ ਨੂੰ ਫਲ ਪੈਣ ਦੀਆਂ ਕਈ ਸਟੇਜਾਂ ਆਉਂਦੀਆਂ ਹਨ ਪਰ ਇਨ੍ਹਾਂ ਦੀ ਪੂਰੇ ਹੋਣ ਦੀ ਆਸ ਉਡੀਕ ਦੇ ਪਰ੍ਹਾਂ ਨਾਲ ਹੀ ਬੱਝੀ ਹੁੰਦੀ ਹੈ। ਜਿਹੜੇ ਉਡੀਕ ਕਰਨੀ ਸਿੱਖ ਲੈਂਦੇ ਹਨ, ਉਹ ਫਲ ਵੀ ਪ੍ਰਾਪਤ ਕਰਦੇ ਹਨ, ਪਰ ਬਿਨਾਂ ਉਡੀਕ ਦੇ ਕਿਸੇ ਫਲ ਪ੍ਰਾਪਤੀ ਦੀ ਝਾਕ ਰੱਖਣੀ ਵਿਅਰਥ ਹੈ।

ਜਿਵੇਂ ਕਿਸਾਨ ਮਿੱਟੀ ਨੂੰ ਪੁੱਟ ਕੇ ਪੱਧਰਾ ਕਰਦਾ ਹੈ ਤੇ ਡੂੰਘਾ ਖੋਦ ਕੇ ਉਪਜਾਊ ਵੀ ਬਣਾਉਂਦਾ ਹੈ। ਫਿਰ ਬੀਜ, ਬੀਜ ਕੇ ਹੀ, ਕਿਸੇ ਫ਼ਸਲ ਦੀ ਉਡੀਕ ਕਰ ਸਕਦਾ ਹੈ। ਇੰਜ ਹੀ ਜ਼ਿੰਦਗੀ ਦੇ ਅਨੇਕਾਂ ਪਹਿਲੂਆਂ 'ਤੇ ਉਡੀਕ ਦੀ ਵਿਸ਼ੇਸ਼ ਮਹੱਤਤਾ ਲੁਕੀ ਹੋਈ ਹੈ। ਮਹਾਨ ਲੇਖਕ ਟਾਲਸਟਾਏ ਨੇ 'ਜੰਗ ਤੇ ਅਮਨ' ਨੂੰ ਕਿੰਨੀ ਵਾਰੀ ਲਿਖਿਆ ਤੇ ਸੋਧਿਆ ਤੇ ਅਖ਼ੀਰ ਕਿੰਨੇ ਸਾਲਾਂ ਦੀ ਉਡੀਕ ਪਿੱਛੋਂ ਉਹ ਇਕ ਮਹਾਨ ਕਲਾਸਿਕ ਰਚਨਾ ਰਚਨ 'ਚ ਕਾਮਯਾਬ ਹੋਇਆ। ਇਹ ਇਕ ਲੰਬੀ ਸਾਧਨਾ ਤੇ ਉਡੀਕ ਦਾ ਸਿੱਟਾ ਸੀ। ਕਿਸੇ ਦੀਰਘ ਤੇ ਉੱਚੇ ਆਦਰਸ਼ ਦੀ ਪ੍ਰਾਪਤੀ ਲਈ ਜਿੱਥੇ ਲੰਬੀ ਸਾਧਨਾ ਦੀ ਜ਼ਰੂਰਤ ਹੁੰਦੀ ਹੈ, ਉਥੇ ਉਡੀਕ 'ਚ

ਸਬਰਵਾਨ ਹੋ ਕੇ, ਧੀਰਜ ਵੀ ਧਰਨਾ ਪੈਂਦਾ ਹੈ।

ਕੁਦਰਤ ਦੀ ਅਨੰਤ ਲੀਲ੍ਹਾ 'ਚ ਅਸੀਂ ਵੇਖਦੇ ਹਾਂ ਕਿ ਰੁੱਖ ਵੀ ਆਪਣੇ ਫਲ ਪੱਕਣ ਦੀ ਉਡੀਕ ਕਰਦੇ ਹਨ। ਪਹਿਲਾਂ ਅੰਬਾਂ 'ਤੇ ਬੂਰ ਪੈਂਦਾ ਹੈ ਤੇ ਨਿੱਕੀਆਂ ਨਿੱਕੀਆਂ ਅੰਬੀਆਂ ਲੱਗਦੀਆਂ ਹਨ ਪਰ ਵਕਤ ਆਉਣ 'ਤੇ ਉਹੀ ਅੰਬੀਆਂ ਪੱਕ ਕੇ ਵੱਡੇ ਅੰਬ ਬਣ ਜਾਂਦੇ ਹਨ ਤੇ ਰਸ ਕੇ ਰੁੱਖ ਤੋਂ ਥੱਲੇ ਡਿੱਗਣ ਲਈ ਤਿਆਰ ਹੁੰਦੇ ਹਨ। ਇਸੇ ਤਰ੍ਹਾਂ ਬਾਗ਼ਾਂ ਦੇ ਰਾਖੇ ਫਲਾਂ ਦੀ ਰਾਖੀ ਕਰਦੇ, ਅਲੱਗ-ਅਲੱਗ ਰੁੱਤਾਂ 'ਚ ਫਲਾਂ ਦੇ ਪੱਕਣ ਦੀ ਉਡੀਕ 'ਚ ਰਹਿੰਦੇ ਹਨ। ਇਥੋਂ ਤੱਕ ਕਿ ਬਾਗ਼ਾਂ 'ਚ ਲਾਏ ਪੌਦਿਆਂ 'ਤੇ ਫੁੱਲਾਂ ਦੀ ਖਿੜਨ ਦੀ ਉਡੀਕ ਵੀ ਕਰਨੀ ਪੈਂਦੀ ਹੈ।

ਮਾਂ ਦੇ ਗਰਭ 'ਚ ਨਿੰਮਿਆ ਜੀਅ ਵੀ ਮਾਂ ਦੀ ਕੁੱਖ 'ਚ ਹੀ ਪਲਦਾ ਤੇ ਵਧਦਾ ਰਹਿੰਦਾ ਹੈ, ਪਰ ਨਿਸ਼ਚਿਤ ਸਮਾਂ, 9 ਮਹੀਨੇ ਪੂਰੇ ਹੋਣ 'ਤੇ ਬੱਚੇ ਦਾ ਜਨਮ ਹੁੰਦਾ ਹੈ। ਚੰਨ ਵਰਗਾ ਪੁੱਤਰ ਮਾਂ ਦੀ ਗੋਦ 'ਚ ਪਿਆ, ਕੋਈ ਰਾਜਕੁਮਾਰ ਵਰਗਾ ਲੱਗਦਾ ਹੈ ਤੇ ਮਾਵਾਂ ਅਜਿਹੇ ਜਨਮੇ ਪੁੱਤਰ ਲਈ ਗੀਤ ਗਾਉਂਦੀਆਂ ਨਹੀਂ ਥੱਕਦੀਆਂ। ਲੋਰੀਆਂ ਦਿੰਦੀਆਂ ਨਹੀਂ ਅੱਕਦੀਆਂ। ਇਹ ਲੋਕ-ਬੋਲੀ ਇਸ ਗੱਲ ਦੀ ਗਵਾਹੀ ਭਰਦੀ ਹੈ :

ਚੰਨ ਚੜ੍ਹਿਆ ਬਾਪ ਦੇ ਵਿਹੜੇ,
ਵੀਰ ਘਰ ਪੁੱਤ ਜੰਮਿਆ।

ਜ਼ਿੰਦਗੀ ਦੇ ਵਿਹੜੇ 'ਚ ਅਨੇਕਾਂ ਰੁੱਤਾਂ ਬਦਲਦੀਆਂ ਤੇ ਆਪਣੇ ਰੰਗ ਵਿਖਾਉਂਦੀਆਂ ਹਨ। ਇੰਜ ਹੀ ਇਨਸਾਨ ਦੀ ਜ਼ਿੰਦਗੀ ਉਡੀਕਦੇ ਪੱਕੇ ਫਲ ਨੂੰ ਆਪਣੀ ਝੋਲੀ 'ਚ ਪਾਉਣ ਲਈ ਬਿਹਬਲ ਹੁੰਦੀ ਹੈ। ਬੱਚੇ ਛੇਤੀ ਹੀ ਵੱਡੇ ਹੋ ਕੇ ਮੱਸ ਫੁੱਟ ਗੱਭਰੂ ਬਣ ਜਾਂਦੇ ਹਨ ਤੇ ਜਵਾਨੀ ਵੀ ਆਪਣੀਆਂ ਪੈੜਾਂ ਕਰਕੇ, ਹੌਲੀ ਹੌਲੀ ਬਿਰਧ ਅਵੱਸਥਾ ਵੱਲ ਵਧਣ ਲੱਗਦੀ ਹੈ। ਇਹ ਛਾਵਾਂ, ਧੁੱਪਾਂ ਦੀ ਖੇਡ, ਖੇਡਦਾ ਇਨਸਾਨ ਕਈ ਵਾਰ ਕਿੰਨਾ ਖ਼ੁਸ਼ ਵਿਖਾਈ ਦਿੰਦਾ ਹੈ, ਜਦੋਂ ਆਸਾਂ, ਉਮੀਦਾਂ ਨੂੰ ਬੂਰ ਪੈ ਕੇ ਰੀਝਾਂ ਪੂਰੀਆਂ ਹੁੰਦੀਆਂ ਹਨ।

ਕੋਈ ਸੁੰਦਰਤਾ 'ਚੋਂ ਲੱਭਦਾ ਏ ਕਮਾਲ....

ਸੁੰਦਰਤਾ ਜ਼ਿੰਦਗੀ ਦਾ ਧੁਰਾ ਹੈ। ਸੁੰਦਰਤਾ ਰੱਬ ਹੈ ਜਾਂ ਫਿਰ ਸੁੰਦਰਤਾ ਜ਼ਿੰਦਗੀ ਦੀ ਆਤਮਾ ਹੈ। ਇਸੇ ਲਈ ਹੀ ਸਿਆਣਿਆਂ ਨੇ ਕਿਹਾ ਹੈ, ਜਿਥੇ ਸੁੰਦਰਤਾ ਹੈ ਉਥੇ ਸਭ ਕੁਝ ਹੈ। ਜਿਥੇ ਸੁੰਦਰਤਾ ਦਾ ਵਾਸਾ ਹੋਵੇ, ਉਥੇ ਰੱਬ ਵੱਸਦਾ ਹੈ ਤੇ ਉੱਥੇ ਖੁਸ਼ਹਾਲੀ ਆ ਡੇਰੇ ਲਾਉਂਦੀ ਹੈ ਤੇ ਕੋਈ ਸੁੰਦਰਤਾ ਦਾ ਸ਼ੈਦਾਈ ਇਨਸਾਨ ਇਹ ਸੁੰਦਰਤਾ ਖ਼ੁਦ ਪੈਦਾ ਕਰਦਾ ਹੈ। ਇਨਸਾਨ ਦੇ ਹੱਥ ਜਿਥੇ ਅੰਨ ਉਗਾਉਂਦੇ ਹਨ, ਉਥੇ ਸੁੰਦਰਤਾ ਵੀ ਪੈਦਾ ਕਰਦੇ ਹਨ। ਇਕੱਲੇ ਅੰਨ ਨਾਲ ਪੇਟ ਭਾਵੇਂ ਭਰ ਜਾਵੇ ਪਰ ਰੂਹ ਨਹੀਂ ਰੱਜਦੀ। ਮਨ ਤਾਂ ਖ਼ਾਲੀ ਹੀ ਰਹਿੰਦਾ ਹੈ। ਇਸੇ ਲਈ ਸੁੰਦਰਤਾ ਦੀ ਭਾਲ 'ਚ ਹਜ਼ਾਰਾਂ ਹੱਥ ਆਪਣੇ ਪੋਟਿਆਂ ਨਾਲ ਅਜਿਹੇ ਚਿੱਤਰ ਵਾਹ ਕੇ ਉਲੀਕ ਦਿੰਦੇ ਹਨ, ਜਿਨ੍ਹਾਂ ਨੂੰ ਵੇਖਿਆਂ ਇਨਸਾਨ ਮੁਗਧ ਹੋ ਜਾਵੇ, ਆਪਾ ਭੁੱਲ ਜਾਵੇ ਤੇ ਅੱਖਾਂ ਰਾਹੀਂ ਇਨ੍ਹਾਂ ਚਿੱਤਰਾਂ ਦੀ ਰੂਹ ਨੂੰ ਆਂਕਣ ਦਾ ਯਤਨ ਕਰੇ। ਰਾਫੇਲ, ਮਾਤੀਸ ਤੇ ਵਾਨਗਾਗ ਵਰਗੇ ਕਲਾਕਾਰ ਇਨ੍ਹਾਂ ਚਿੱਤਰਾਂ ਦੀ ਬਦੌਲਤ, ਅੱਜ ਵੀ ਲੋਕਾਂ ਦੇ ਹਿਰਦਿਆਂ 'ਚ ਧੜਕਦੇ ਹਨ। ਅੱਜ ਵੀ ਇਨ੍ਹਾਂ ਚਿੱਤਰਾਂ ਦੀਆਂ ਨੁਮਾਇਸ਼ਾਂ ਲੱਗਦੀਆਂ ਤੇ ਲੱਖਾਂ ਡਾਲਰਾਂ 'ਚ ਇਨ੍ਹਾਂ ਦੇ ਮੁੱਲ ਪੈਂਦੇ ਹਨ।

ਇੰਜ ਕਈ ਵਾਰ ਸੁੰਦਰਤਾ 'ਚੋਂ ਕਮਾਲ ਲੱਭਣ ਦਾ ਜਨੂੰਨ ਇਨਸਾਨ 'ਚ ਵੱਸ ਜਾਂਦਾ ਹੈ ਤੇ ਫਿਰ ਉਹ ਇਸ ਜਨੂੰਨ ਦੇ ਕਾਰਨ ਆਪਣੀ ਪੂਰੀ ਸ਼ਕਤੀ ਵਰਤ ਕੇ, ਅਜਿਹਾ ਹੀ ਕੋਈ ਸ਼ਾਹਕਾਰ ਪੈਦਾ ਕਰ ਦਿੰਦਾ ਹੈ, ਜਿਸ ਨੂੰ ਯੁੱਗਾਂ ਤੀਕ ਭੁਲਾਇਆ ਨਾ ਜਾ ਸਕੇ। ਸ. ਸੋਭਾ ਸਿੰਘ ਨੇ ਆਰਟ ਖੇਤਰ 'ਚ ਅਜਿਹੇ ਕਈ ਸ਼ਾਹਕਾਰ ਚਿੱਤਰੇ ਜੋ ਹਰ ਘਰ ਦੀ ਸ਼ੋਭਾ ਵਧਾ ਰਹੇ ਹਨ। ਸੋਹਣੀ-ਮਹੀਂਵਾਲ ਦਾ ਚਿੱਤਰ ਹਜ਼ਾਰਾਂ ਪ੍ਰੇਮੀਆਂ ਦੇ ਦਿਲਾਂ ਦੀ ਧੜਕਣ ਜਗਾ ਦਿੰਦਾ ਹੈ, ਜਦੋਂ ਸੋਹਣੀ ਘੜੇ ਦਾ ਸਹਾਰਾ ਲੈ ਕੇ ਮਹੀਂਵਾਲ ਦੀ ਝਲਕ ਵੇਖਣ ਦਰਿਆ ਪਾਰ ਕਰਨ ਜਾਂਦੀ ਹੈ।

ਇੰਜ ਹੀ ਸਿੱਖੀ ਮਰਿਆਦਾ ਦਾ ਆਦਰ ਕਰਦਿਆਂ ਸ. ਸੋਭਾ ਸਿੰਘ ਨੇ ਗੁਰੂ ਨਾਨਕ ਦੇਵ ਜੀ ਤੇ ਹੋਰ ਗੁਰੂਆਂ ਦੇ ਚਿੱਤਰ ਬਣਾਏ ਹਨ। ਇਹ ਚਿੱਤਰ ਮੂੰਹੋਂ ਬੋਲਦੇ ਹਨ। ਅਨੇਕ ਸ਼ਰਧਾਲੂਆਂ ਦੀ ਰੂਹ ਇਨ੍ਹਾਂ ਚਿੱਤਰਾਂ 'ਚ ਵੱਸਦੀ ਹੈ ਤੇ ਅਨੇਕਾਂ ਹੱਥ ਇਨ੍ਹਾਂ ਚਿੱਤਰਾਂ ਤੋਂ ਸ਼ਾਂਤੀ ਦੀ ਭਾਲ ਕਰਦੇ ਅੱਜ ਵੀ ਅਰਦਾਸ 'ਚ ਜੁੜੇ ਆਪਣੀ ਆਤਮਾ ਲਈ ਚੈਨ ਤੇ ਸੁੱਖ ਮੰਗਦੇ ਹਨ। ਪਰ ਇਹ ਸਾਰਾ ਕਮਾਲ ਸ. ਸੋਭਾ ਸਿੰਘ ਦੇ ਹੱਥਾਂ ਦਾ ਹੈ ਤੇ ਉਨ੍ਹਾਂ ਦੀ ਤੂਲਿਕਾ ਦੀ ਮਹਾਨ ਸਿਰਜਣਾ ਹੈ ਜੋ ਅੱਜ ਨਹੀਂ ਤਾਂ ਸਦੀਆਂ ਤੀਕ ਸਿੱਖੀ ਸਿਮਰਨ ਤੇ ਸਿੱਖੀ ਦਾ

ਬੂਟਾ ਵਧਦਾ ਫੁੱਲਦਾ ਰੱਖਣ ਲਈ ਹਮੇਸ਼ਾ ਹੀ ਸਹਾਈ ਹੋਵੇਗੀ, ਪਰ ਇਹ ਕਮਾਲ ਉਨ੍ਹਾਂ ਨੇ ਕੋਈ ਇਕ ਦਿਨ ਜਾਂ ਇਕ ਸਾਲ 'ਚ ਨਹੀਂ ਕਮਾਇਆ। ਇਸ ਕਮਾਲ ਦੇ ਪਿੱਛੇ ਉਨ੍ਹਾਂ ਦੀ ਸੱਚੀ ਲਗਨ, ਰੂਹ ਦੀ ਤੜਪ ਤੇ ਹੋਰ ਚੰਗੇਰਾ ਲੱਭਣ ਦੀ ਲਾਲਸਾ ਛੁਪੀ ਹੋਈ ਹੈ। ਰਾਤਾਂ ਦਾ ਉਨੀਂਦਰਾ ਤੇ ਹੋਰ ਸੁੰਦਰ ਤੋਂ ਹੋਰ ਸੁੰਦਰਤਾ ਦੀ ਤੜਪ ਝਾਤ ਪਾ ਰਹੀ ਹੈ, ਪਰ ਆਖ਼ਰ ਜਦ ਚਿੱਤਰਕਾਰ, ਚਿੱਤਰ ਦੇ ਰੂਪ ਨੂੰ ਪਾ ਲੈਂਦਾ ਹੈ ਤਾਂ ਉਸ ਦੀ ਤੜਪ ਮੱਠੀ ਪੈ ਜਾਂਦੀ ਹੈ। ਰੂਹ ਨੂੰ ਸਕੂਨ ਮਿਲਦਾ ਹੈ ਤੇ ਮੰਜ਼ਲ ਦੀ ਪ੍ਰਾਪਤੀ ਹਾਸਲ ਹੋਣੀ ਜਾਪਣ ਲੱਗਦੀ ਹੈ। ਪ੍ਰੇਮ-ਜਜ਼ਬੇ ਨੂੰ ਪਕੜਨ ਵਾਲੀ ਸੋਹਣੀ ਦੀ ਸੂਰਤ ਤੇ ਮਹੀਂਵਾਲ ਦੀ ਤੜਪ ਕਿੰਨੀ ਤੇਜੱਸਵੀ ਲੱਗਦੀ ਹੈ। ਇੰਜ ਲੱਗਦਾ ਜਿਵੇਂ ਇਕ ਰੂਹ ਦੇ ਦੋ ਬੁੱਤ ਹੋਣ ਜਾਂ ਇਕ ਆਤਮਾ ਦੇ ਦੋ ਚਿਹਰੇ ਹੋਣ। ਇਥੋਂ ਹੀ ਪਤਾ ਲੱਗਦਾ ਹੈ ਕਿ ਪਿਆਰ ਨੂੰ ਪਾਉਣ ਖ਼ਾਤਰ, ਆਪਾ ਮਿਟਾਉਣਾ ਕਿੰਨਾ ਜ਼ਰੂਰੀ ਹੈ। ਪਿਆਰ-ਮੰਜ਼ਲ ਦੀ ਤੜਪ, ਦਿਨ-ਰਾਤ ਦਾ ਫ਼ਰਕ ਮਿਟਾਕੇ ਰੱਖਦੀ ਹੈ। ਪ੍ਰੇਮਿਕਾ ਦੀ ਸਰਦਲ, ਪ੍ਰੇਮੀ ਲਈ ਮੱਕਾ ਹੋ ਜਾਂਦੀ ਹੈ। ਪਾਕ ਨਿਗਾਹਾਂ 'ਚ ਜਿਸਮਾਂ ਦੇ ਭੇਦ ਕਿਧਰੇ ਅਲੋਪ ਹੋ ਜਾਂਦੇ ਹਨ।

ਪਰ ਇੱਕ ਨਹੀਂ ਤਾਂ ਹਜ਼ਾਰਾਂ ਹੱਥ ਇੰਜ ਸਿਰਜਣਾ ਕਰੀ ਜਾ ਰਹੇ ਹਨ। ਪੱਥਰਾਂ 'ਤੇ ਚਿੱਤਰਕਾਰੀ ਦੇ ਨਮੂਨੇ ਅਸੀਂ ਸ੍ਰੀ ਹਰਿਮੰਦਰ ਸਾਹਿਬ 'ਚ ਵੇਖ ਸਕਦੇ ਹਨ। ਕੰਧਾਂ, ਛੱਤਾਂ ਦੇ ਬੂਹਿਆਂ 'ਚ ਚਿਤਰੇ ਤੇ ਉਕਰੇ ਨਮੂਨੇ ਸਾਨੂੰ ਸਹਿਜੇ ਹੀ ਕਲਾ-ਸਾਧਨਾ ਦੀ ਝਲਕ ਵਿਖਾ ਜਾਂਦੇ ਹਨ ਤੇ ਇਹ ਸਭ ਚਿੱਤਰ, ਕਲਾ ਦੇ ਕਮਾਲ ਨੂੰ ਪਹੁੰਚਣ ਤੇ ਹੁਨਰ ਦੀ ਰੂਹ ਤੱਕ ਜਾਣ ਦਾ ਵਸੀਲਾ ਹਨ। ਇਨ੍ਹਾਂ ਚਿੱਤਰਾਂ ਦੀ ਇਕ ਝਲਕ ਮਨ-ਮਸਤਕ 'ਚ ਖੇੜਾ ਲਿਆ ਧਰਦੀ ਹੈ। ਰੂਹ 'ਚ ਵੱਸ ਜਾਂਦੀ ਹੈ ਤੇ ਵੇਖਣ ਸਾਰ ਮਨ ਟਿਕਾਅ 'ਚ ਆ ਜਾਂਦਾ ਹੈ।

ਇੰਜ ਹੀ ਅੱਜ ਦੇ ਗੁੰਮਨਾਮ, ਕਲਾਧਾਰੀ, ਗ਼ਰੀਬ ਸਿਰਜਕ ਹੱਥਾਂ ਨਾਲ ਕਿੰਨੇ ਸੁਹਣੇ ਸ਼ਾਲ, ਖਿਡੌਣੇ ਤੇ ਕੀਮਤੀ ਮੂਰਤੀਆਂ ਬਣਾ ਦਿੰਦੇ ਹਨ। ਇੰਜ ਭਾਸਦਾ ਹੈ ਜਿਵੇਂ ਸ਼ਾਲਾਂ 'ਚ ਰੂਹ ਫੂਕ ਦਿੱਤੀ ਹੋਵੇ ਤੇ ਇਨ੍ਹਾਂ ਹੱਥਾਂ ਦੀ ਕਾਰੀਗਰੀ ਵੇਖ ਕੇ ਕੋਈ ਮਤਵਾਲਾ, ਕਿਸੇ ਚਿੱਤਰ ਦੀ ਰੂਹ ਦੀ ਤੜਪਨ ਨਾਲ ਇਨ੍ਹਾਂ ਨੂੰ ਆਪਣੀਆਂ ਅੱਖਾਂ ਨਾਲ ਛੁਹਾ ਕੇ, ਸ਼ਾਂਤੀ ਪਾਉਂਦਾ ਹੈ। ਕਿਸੇ ਵੀ ਸ਼ਾਲ, ਸਾੜ੍ਹੀ ਦੀ ਕਢਾਈ, ਖ਼ਰੀਦਣ ਵਾਲੇ ਨੂੰ ਮੋਹਿਤ ਕਰ ਦਿੰਦੀ ਹੈ ਤੇ ਸ਼ਾਲ, ਸਾੜ੍ਹੀ ਆਦਿ ਖ਼ਰੀਦ ਕੇ ਅਖ਼ੀਰ ਤੁਰਦੇ ਬਣਦੇ ਹਨ, ਪਰ ਇਨ੍ਹਾਂ ਹੱਥਾਂ ਦੀ ਥਾਹ ਕਿਵੇਂ ਪਾਈ ਜਾਵੇ, ਜਿਨ੍ਹਾਂ ਨੇ ਇਨ੍ਹਾਂ 'ਤੇ ਤਿੱਤਰ, ਮੋਰ, ਹਰਨੋਟੇ ਤੇ ਪੰਛੀਆਂ ਦੇ ਅਜਿਹੇ ਦੁਰਲੱਭ ਚਿੱਤਰ ਚਿੱਤਰੇ ਹਨ ਕਿ ਅੱਖਾਂ ਵੇਖ ਕੇ ਰੱਜ ਜਾਣ। ਮਨ ਭਰ-ਭਰ ਜਾਵੇ ਤੇ ਹਿਰਦਾ ਅਜਿਹੀ ਸਿਰਜਣਾ ਅੱਗੇ ਨਤ-ਮਸਤਕ ਹੋਵੇ। ਤੇ ਕਈ ਵਾਰ ਇਨ੍ਹਾਂ ਚਿੱਤਰਾਂ 'ਚ ਰਾਧਾ-ਕ੍ਰਿਸ਼ਨ ਦੇ ਅਨੋਖੇ ਛੰਭ ਮਿਲਦੇ ਹਨ ਕਿ ਰਾਧਾ-ਕ੍ਰਿਸ਼ਨ ਦੇ ਪ੍ਰੇਮ-ਕਲੋਲ ਵੀ ਇਨ੍ਹਾਂ ਚਿੱਤਰਾਂ ਰਾਹੀਂ ਬੋਲਦੇ ਪ੍ਰਤੀਤ ਹੁੰਦੇ ਹਨ। ਮਧੂ-ਸੂਦਨ ਦੀ ਬੰਸਰੀ ਦੀ ਤਾਨ 'ਚ ਕੁੱਲ ਪ੍ਰਕਿਰਤੀ ਮੋਹਿਤ ਹੋਈ ਜਾਪਦੀ ਹੈ। ਬਿੰਦ੍ਰਾਬਨ ਦੇ ਪੰਛੀ ਤੇ ਮੋਰ ਕੁਹੂ-ਕੁਹੂ 'ਚ ਮਸਤ, ਜਿਵੇਂ ਕੁਦਰਤ 'ਚ ਬਿਖੇਰ ਕੇ ਸਾਰੀ ਫ਼ਿਜ਼ਾ 'ਚ ਖ਼ੁਸ਼ੀਆਂ ਦੇ ਰੰਗ ਘੋਲ ਰਹੇ ਹੋਣ।

ਪਰ ਇਸ ਸਾਰੀ ਮਿਹਨਤ ਦਾ ਸਿਲਾ ਉਨ੍ਹਾਂ ਹੱਥਾਂ ਵਿਚ ਹੈ, ਜਿਨ੍ਹਾਂ ਨੇ ਇਨ੍ਹਾਂ

ਚਿੱਤਰਾਂ ਨੂੰ ਬਣਾਇਆ ਤੇ ਇਨ੍ਹਾਂ 'ਚ ਜਾਨ ਭਰੀ ਹੈ। ਕਈ ਥਾਈਂ ਪੱਥਰ ਕੱਟ ਕੱਟ ਕੇ ਮੂਰਤੀਆਂ ਨੂੰ ਤਰਾਸ਼ਿਆ ਹੈ। ਔਰਤ ਦੇ ਨਗਨ ਜਿਸਮ ਨੂੰ ਤੇ ਅੰਗਾਂ ਨੂੰ ਇੰਜ ਉਭਾਰਿਆ ਹੈ ਜਿਵੇਂ ਸਾਹਮਣੇ ਸਾਵੀਂ ਸਾਰਿਕਾ ਜਾ ਅਭਿਸਾਰਿਕਾ ਖਲੋਤੀ ਹੋਵੇ। ਅੰਗ-ਅੰਗ ਦੀ ਗੋਲਾਈ ਨਾਪ ਕੇ ਮੂਰਤੀ 'ਚ ਜਾਨ ਭਰ ਦਿੱਤੀ ਹੈ। ਸੁਹਜ, ਸੁੰਦਰਤਾ ਤੇ ਸੁੰਦਰਤਾ ਦੀ ਭਾਲ, ਇਨ੍ਹਾਂ ਚਿੱਤਰਾਂ 'ਚੋਂ ਸਹਿਜੇ ਹੀ ਬੋਲ ਉੱਠਦੀ ਹੈ ਤੇ ਕਈ ਵਾਰ ਇਹ ਕੋਈ ਅਚੰਭਾ ਨਹੀਂ ਕਿ ਇਕ ਔਰਤ ਦੀ ਅਜਿਹੀ ਪੱਥਰਾਂ 'ਚ ਘੜੀ ਮੂਰਤੀ, ਲੱਖਾਂ ਰੁਪਏ 'ਚ ਵਿੱਕ ਜਾਵੇ। ਕੋਈ ਅਮੀਰ ਤੇ ਸ਼ਾਹਾਨਾ ਖ਼ਰੀਦਦਾਰ ਇਨ੍ਹਾਂ ਮੂਰਤੀਆਂ ਨੂੰ ਆਪਣੇ ਮਹਿਲ 'ਚ ਜਾ ਟਿਕਾਵੇ। ਸਿਜਦਾ ਕਰਨਾ ਬਣਦਾ ਹੈ ਸਿਰਜਕ ਦੀ ਰੂਹ ਨੂੰ। ਸਿਰਜਣਾ 'ਚ ਲੱਗੇ ਹੱਥਾਂ ਨੂੰ ਤੇ ਮੂਰਤੀਕਾਰ ਦੇ ਬਣਾਏ ਨਮੂਨਿਆਂ ਨੂੰ। ਅਨੇਕਾਂ ਗੈਲਰੀਆਂ ਅੱਜ ਇਨ੍ਹਾਂ ਮੂਰਤੀਆਂ ਨਾਲ ਸਜੀਆਂ ਪਈਆਂ ਹਨ ਤੇ ਸਿਰਜਕ ਦੀ ਰੂਹ ਦਾ ਕਮਾਲ ਦੱਸਦੀਆਂ ਹਨ। ਉਥੇ ਲੱਖਾਂ ਰੁਪਏ 'ਚ ਵਿਕ ਕੇ ਮੂਰਤੀਕਾਰ ਦੀ ਮਿਹਨਤ ਦਾ ਮੁੱਲ ਵੀ ਤਾਰਦੀਆਂ ਹਨ।

ਅਜੰਤਾ, ਇਲੋਰਾ ਤੇ ਖਜੂਰਾਹੋ ਦੀਆਂ ਮੂਰਤੀਆਂ ਤਾਂ ਹੁਣ ਭਾਵੇਂ ਹੁਣ ਬੀਤੇ ਯੁੱਗ ਦੀਆਂ ਗੱਲਾਂ ਜਾਪਣ, ਪਰ ਅੱਜ ਵੀ ਸਿਰਜਕ ਦੇ ਹੱਥ ਸਿਰਜਣਾ 'ਚ ਲੱਗੇ, ਸੁੰਦਰਤਾ ਨੂੰ ਲੱਭ ਰਹੇ ਹਨ। ਅੱਜ ਭਵਨ ਨਿਰਮਾਣ-ਕਲਾ 'ਚ ਇਹੋ ਹੱਥ ਨਵੀਆਂ ਮੂਰਤੀਆਂ ਸਿਰਜ ਕੇ ਮੰਦਰ ਬਣਾ ਰਹੇ ਹਨ ਤੇ ਇਨ੍ਹਾਂ ਮੰਦਰਾਂ 'ਚ ਸਥਾਪਿਤ ਕੀਤੀਆਂ ਅਨੇਕਾਂ ਦੇਵੀ, ਦੇਵਤਿਆਂ ਦੀਆਂ ਸਾਖਸ਼ਾਤ ਆਕ੍ਰਿਤੀਆਂ ਇੰਜ ਲੱਗਦੀਆਂ ਹਨ ਜਿਵੇਂ ਸੱਚਮੁੱਚ ਹੀ ਮੰਦਰ 'ਚ ਦੇਵਤਾ ਹਾਜ਼ਰ ਹੋਵੇ ਤੇ ਕਈ ਵਾਰ ਪੁਜਾਰੀ ਦੇ ਹੱਥਾਂ ਦੀ ਸ਼ਕਤੀ ਦੇਵਤੇ ਨੂੰ ਸਾਖਸ਼ਾਤ ਰੂਪ ਵਿਚ ਲੱਭ ਲੈਂਦੀ ਹੈ। ਜਦੋਂ ਕੋਈ ਪੁਜਾਰਨ ਆਪਣੇ ਹੱਥੀਂ ਪੂਜਾ ਦੇ ਥਾਲ ਸਜਾ ਕੇ ਰੱਖਦੀ ਹੈ ਤੇ ਮੂਰਤੀ ਦੇ ਚਰਨਾਂ 'ਚ ਜਾ ਮੱਥਾ ਟੇਕਦੀ ਹੈ ਤਾਂ ਬੋਲਣ-ਬੋਲਣ ਕਰਦੀ ਮੂਰਤੀ ਦੇ ਮੂੰਹੋਂ ਸੱਚੀ ਹੀ ਰਹਿਮਤ ਤੇ ਬਖ਼ਸ਼ਿਸ਼ਾਂ ਦੀ ਝੜੀ ਲੱਗ ਜਾਂਦੀ ਹੈ।

ਜਿਥੇ ਮਨ ਸੁੰਦਰਤਾ ਦੀ ਭਾਲ 'ਚ ਤੜਪਦਾ ਹੈ, ਉਥੇ ਸੁੰਦਰਤਾ ਆ ਦਰਸ਼ਨ ਦਿੰਦੀ ਹੈ। ਇਹ ਸੁੰਦਰਤਾ ਭਾਵੇਂ ਮਿੱਠੇ ਬੋਲਾਂ ਦੀ ਹੋਵੇ ਤੇ ਭਾਵੇਂ ਕਿਸੇ ਨੂਹੀ ਮੱਥੇ ਦੀ ਝਲਕ, ਵੇਖਣ ਵਾਲਾ ਅਸ਼-ਅਸ਼ ਕਰ ਉੱਠਦਾ ਹੈ। ਆਰਤੀ ਉਤਾਰਦੇ ਹੱਥਾਂ ਦੀ ਤੜਪ, ਅਨੇਕਾਂ ਕ੍ਰਿਸ਼ਨ ਪੈਦਾ ਕਰ ਦਿੰਦੀ ਹੈ।

ਪੁਜਾਰੀਆਂ ਨੂੰ ਰੱਬ ਦੀ ਭਾਲ ਹੈ ਤੇ ਰੱਬ ਤਾਂ ਕਈ ਵਾਰ ਗ਼ਰੀਬ ਦੀ ਕੁਟੀਆ 'ਚ ਵੀ ਆ ਵੱਸਦਾ ਹੈ। ਜਿਥੇ ਕੋਈ ਕ਼ਾਮਾ, ਦਿਹਾੜੀਦਾਰ ਤੇ ਮਜ਼ਦੂਰ, ਆਪਣੇ ਹੱਥਾਂ ਦੀ ਕਮਾਈ ਨਾਲ ਦਸਾਂ-ਨਹੁੰਆਂ ਦੀ ਕਿਰਤ ਕਰ ਕੇ ਮੂੰਹ ਨੂੰ ਅੰਨ ਛੁਹਾਉਂਦਾ ਹੈ। ਅੱਜ ਤੀਕ ਜੇ ਰੱਬ ਨੇ ਦਰਸ਼ਨ ਵੀ ਦਿੱਤੇ ਹਨ ਤਾਂ ਭੀਲਣੀ ਦੇ ਜੂਠੇ ਬੇਰ ਖਾ ਕੇ ਜਾਂ ਭਗਤ ਕਬੀਰ ਦੀ ਸਾਦਗੀ ਤੇ ਸੱਚਾਈ ਵੇਖ ਕੇ।

ਇਸ 'ਚ ਕੋਈ ਅਤਿ-ਕਥਨੀ ਨਹੀਂ ਕਿ ਜਿਥੇ ਹੱਥਾਂ ਨੇ ਮਿਹਨਤ ਕਰ ਕੇ ਮੂਰਤੀਆਂ ਘੜੀਆਂ ਹਨ, ਉਥੇ ਸੁੰਦਰਤਾ ਨੇ ਆ ਦਰਸ਼ਨ ਦਿੱਤੇ ਹਨ। ਜਿਥੇ ਕਾਮੇ ਤੇ ਮਿਹਨਤੀ ਸਿਰਜਕ,

ਮਿਹਨਤ ਦੇ ਤਲਬਗਾਰ ਹਨ, ਉਥੇ ਕਲਾ ਦਾ ਕਮਾਲ ਵੀ ਰੂਪਵਾਨ ਹੋਇਆ ਹੈ। ਜੇ ਸੁੰਦਰਤਾ ਮਹਿਲਾਂ, ਸ਼ਹਿਰਾਂ ਤੇ ਵੱਡੇ-ਵੱਡੇ ਭਵਨਾਂ 'ਚ ਰੂਪਵਾਨ ਦਿੱਸੇ ਤਾਂ ਅਸਲ ਸੁੰਦਰਤਾ ਸਿਰਜਕ ਦੇ ਹਿਰਦੇ 'ਚ ਵੱਸਦੀ ਹੈ ਜਿਥੇ ਕਿਸੇ ਜ਼ਮਾਨੇ ਦੀ ਝਾਤ ਨਹੀਂ ਪੈਂਦੀ। ਅੱਜ ਵੀ ਹਜ਼ਾਰਾਂ ਹੱਥ ਇਸੇ ਸੁੰਦਰਤਾ ਦੀ ਭਾਲ 'ਚ ਲੱਗੇ ਹੋਏ ਨਿਰੰਤਰ ਸਿਰਜਣਾ ਕਰ ਰਹੇ ਹਨ ਤੇ ਸੁੰਦਰਤਾ ਨੂੰ ਲੱਭ ਰਹੇ ਹਨ। ਆਪਣੇ ਕਮਾਲ ਨੂੰ ਲੱਭ ਰਹੇ ਹਨ। ਬਾਵਾ ਬਲਵੰਤ ਨੇ ਇਸੇ ਕਮਾਲ ਦਾ ਜ਼ਿਕਰ ਇੰਜ ਕੀਤਾ ਹੈ :

ਕੋਈ ਸੁੰਦਰਤਾ 'ਚੋਂ ਲੱਭਦਾ ਏ ਕਮਾਲ,
ਕੋਈ ਕਹਿੰਦਾ ਏ, ਸਮਾਂ ਜ਼ਾਇਆ ਕਰੇ।

ਜੈਸੇ ਜਲ ਮਹਿ ਕਮਲ ਅਲੇਪ

ਅੱਜ ਦੇ ਯੁੱਗ 'ਚ ਇਨਸਾਨ ਦੀ ਤ੍ਰਿਸ਼ਨਾ ਵਧੀ ਜਾ ਰਹੀ ਹੈ ਤੇ ਇਸ ਤ੍ਰਿਸ਼ਨਾ ਦੇ ਵਧਣ ਨਾਲ ਹੀ ਇਨਸਾਨੀ ਜ਼ਿੰਦਗੀ 'ਚ ਵਧੇਰੇ ਹਲਚਲ ਪੈਦਾ ਹੋਈ ਹੈ। ਹਰ ਇਨਸਾਨ ਹੀ ਆਪਣੇ ਜਾਣੇ, ਤਰੱਕੀ ਕਰਨ ਲਈ, ਧਨ ਜੋੜਨ ਲਈ ਤੇ ਬਹੁਤਾ ਧਨ ਇਕੱਠਾ ਕਰਨ ਲਈ ਦਿਨ-ਰਾਤ ਜੁਟਿਆ ਹੋਇਆ ਹੈ। ਇਸ ਮਾਇਆ ਦੀ ਅਗਨੀ 'ਚ ਸੜਨ ਲਈ ਇਨਸਾਨ ਭੈੜੇ ਤੋਂ ਭੈੜੇ ਕੰਮ ਕਰਨ ਤੋਂ ਵੀ ਗੁਰੇਜ਼ ਨਹੀਂ ਕਰਦਾ। ਬਸ, ਨਿਸ਼ਾਨਾ ਇਹੀ ਹੈ ਕਿ ਵੱਧ ਤੋਂ ਵੱਧ ਧਨ ਇਕੱਠਾ ਹੋ ਜਾਵੇ। ਵੱਧ ਤੋਂ ਵੱਧ ਮਹਿਲ ਮਾੜੀਆਂ ਦਾ ਮਾਲਕ ਬਣ ਜਾਵਾਂ ਤੇ ਵੱਧ ਤੋਂ ਵੱਧ ਅਮੀਰ ਹੋਵਾਂ ਤੇ ਚਾਰ-ਚੁਫ਼ੇਰੇ ਗੱਡੀਆਂ ਘੁੰਮਣ। ਇਥੋਂ ਤੱਕ ਕਿ ਧਨ ਦੀ ਦੌੜ 'ਚ ਇਨਸਾਨ ਨੇ ਆਪਣੀ ਇੱਜ਼ਤ-ਆਬਰੂ ਵੀ ਦਾਅ 'ਤੇ ਲਗਾ ਦਿੱਤੀ ਹੈ। ਕਈ ਵਜ਼ੀਰ, ਵੱਡੇ ਅਫ਼ਸਰ ਤੇ ਸਰਕਾਰੀ ਕਾਰਕੁੰਨ ਇਸ ਮਾਇਆ-ਜਾਲ 'ਚ ਫਸ ਕੇ ਆਪਣੀਆਂ ਨੌਕਰੀਆਂ ਤੋਂ ਵੀ ਹੱਥ ਧੋ ਬੈਠੇ ਹਨ ਤੇ ਜੇਲ੍ਹ 'ਚ ਖ਼ੁਆਰ ਹੋ ਰਹੇ ਹਨ, ਪਰ ਮਾਇਆ ਨੇ ਇਨ੍ਹਾਂ ਦੀਆਂ ਅੱਖਾਂ 'ਤੇ ਜੋ ਪੱਟੀ ਬੱਧੀ ਹੈ, ਇਹ ਖੁੱਲ੍ਹੀ ਬੜੀ ਦੇਰ ਨਾਲ ਹੈ ਤੇ ਹੁਣ ਭਾਵੇਂ ਇਹ ਆਪਣੇ ਭੈੜੇ ਕਰਮ ਤੋਂ ਪਿਛਾਂਹ ਵੀ ਹੋ ਰਹੇ ਹੋਣ, ਪਰ ਸਮਾਂ ਤਾਂ ਲੰਘ ਚੁੱਕਾ ਹੈ। ਇੱਜ਼ਤਾਂ ਤਾਂ ਨੀਲਾਮ ਹੋ ਚੁੱਕੀਆਂ ਹਨ ਤੇ ਅਜਿਹੇ ਭੈੜੇ ਕੁ-ਕਰਮ ਕਰਨ ਵਾਲੇ ਅਧਿਕਾਰੀ ਹੁਣ ਜ਼ਲੀਲ ਹੋ ਕੇ ਜੇਲ੍ਹਾਂ ਵੀ ਭੁਗਤ ਰਹੇ ਹਨ।

ਪਰ ਸਿਆਣਿਆਂ ਨੇ ਕਿਹਾ ਹੈ ਕਿ ਕਮਾਈ ਓਨੀ ਹੀ ਕਾਫ਼ੀ ਹੈ ਜਿਸ ਨਾਲ ਤੁਹਾਡਾ ਚੰਗਾ ਗੁਜ਼ਾਰਾ ਹੋ ਜਾਵੇ, ਚੰਗਾ ਨਿਰਬਾਹ ਹੋ ਜਾਵੇ। ਇਸ ਚੰਗੇ ਦਾ ਮਤਲਬ ਇਹ ਹਰਗਿਜ਼ ਨਹੀਂ ਕਿ ਤੁਸੀਂ ਲੋਕਾਂ ਦੀਆਂ ਜੇਬਾਂ ਕੱਟ ਕੇ ਰਾਜੇ ਅਖਵਾਉਣ ਲੱਗ ਪਵੋ, ਸਗੋਂ ਚੰਗਾ ਤਾਂ ਉਹ ਹੈ ਜੋ ਆਪਣੀ ਹੱਕ ਦੀ ਕਮਾਈ ਹੀ ਖਾਂਦਾ ਹੈ। ਆਪਣੇ ਦਸਾਂ ਨਹੁੰਆਂ ਦੀ ਕਿਰਤ 'ਤੇ ਸਬਰ ਕਰਦਾ ਹੈ ਤੇ ਇੰਜ ਹੱਕ-ਹਲਾਲ ਦੀ ਕਮਾਈ ਕਰ ਕੇ ਜਿਥੇ ਆਪਣਾ ਪੇਟ ਪਾਲਦਾ ਹੈ, ਉਥੇ ਉਸ ਹੱਕ-ਹਲਾਲ ਦੀ ਕਮਾਈ 'ਚੋਂ ਦਸਵੰਧ ਕੱਢ ਕੇ ਹੋਰ ਗ਼ਰੀਬ-ਗ਼ੁਰਬੇ ਦੀ ਸੇਵਾ ਕਰਨ ਵੱਲ ਰੁਚਿਤ ਹੈ। ਤੇ ਕਈ ਵਾਰ ਇਹ ਵੀ ਵੇਖਿਆ ਗਿਆ ਹੈ ਕਿ ਜੋ ਇਨਸਾਨ ਆਪਣੀ ਮਿਹਨਤ ਕਰ ਕੇ ਓਨੀ ਪੂੰਜੀ 'ਤੇ ਹੀ ਸਬਰ ਕਰਦਾ ਹੈ, ਉਹ ਵਧੇਰੇ ਖ਼ੁਸ਼ ਤੇ ਖ਼ੁਸ਼ਹਾਲ ਵੀ ਬਣਦਾ ਹੈ। ਉਸ ਦੇ ਅੰਤਰ-ਮਨ 'ਚ ਸਾਦੀ ਖ਼ੁਰਾਕ ਵੀ ਖ਼ੁਸ਼ੀਆਂ ਦੇ ਪੁਸ਼ਪ-ਬਨ ਖਿੜਾ ਕੇ ਉਸ ਨੂੰ ਸਦਾ ਖੇੜੇ ਤੇ ਰਹਿਮਤਾਂ ਦੀ ਬਖ਼ਸ਼ਿਸ਼ ਕਰਦੀ ਹੈ। ਬੜੇ ਇਨਸਾਨ ਅਜਿਹੇ ਹੋਏ ਹਨ ਜਿਨ੍ਹਾਂ ਨੇ ਸਾਦਗੀ 'ਚ ਜੀਵਨ ਗੁਜ਼ਾਰ ਕੇ ਦੁਨੀਆ 'ਤੇ ਨਾਂ ਪੈਦਾ ਕੀਤਾ ਹੈ ਤੇ ਲੋੜ ਅਨੁਸਾਰ ਜੀਵਨ ਦੀਆਂ ਪ੍ਰਮੁੱਖ ਲੋੜਾ ਵੀ ਪੂਰੀਆਂ ਕੀਤੀਆਂ ਹਨ।

ਪਰ ਪਹਿਲਾ ਅਸੂਲ ਇਹੋ ਸਿੱਖਿਆ ਹੈ ਕਿ ਬੇਗਾਨੀ ਮਾਇਆ ਵੱਲ ਨਹੀਂ ਵੇਖਣਾ। ਬੇਗਾਨੇ ਧਨ ਨੂੰ ਹੱਥ ਨਹੀਂ ਲਗਾਉਣਾ। ਤੇ ਇੰਜ ਸਬਰ ਨਾਲ ਬੱਝੇ ਉਹ ਕਿਤੇ ਦੀ ਕਿਤੇ

ਪਹੁੰਚ ਗਏ ਹਨ। ਉਨ੍ਹਾਂ ਦੇ ਸਾਦੇ ਘਰਾਂ 'ਚ ਵੀ ਗੁਲਜ਼ਾਰਾਂ ਮਹਿਕਦੀਆਂ ਹਨ ਤੇ ਉਹ ਖ਼ੁਸ਼ ਵੀ ਦਿਖਾਈ ਦਿੰਦੇ ਹਨ। ਇਥੋਂ ਤੀਕ ਕਿ ਕਈ ਇਨਸਾਨ ਜੋ ਇਮਾਨਦਾਰ ਹਨ ਉਨ੍ਹਾਂ ਨੇ ਪਲੀ-ਪਲੀ ਆਪਣੇ ਦਸਾਂ-ਨਹੁੰਆਂ ਦੀ ਕਮਾਈ ਨਾਲ ਹੀ ਕੋਠੀਆਂ ਉਸਾਰ ਲਈਆਂ ਹਨ। ਇਹ ਕੋਠੀਆਂ ਭਾਵੇਂ ਰਾਜੇ ਦੇ ਮਹੱਲ ਨਹੀਂ, ਪਰ ਜੀਵਨ-ਬਸਰ ਕਰਨ ਲਈ ਬਹੁਤ ਚੰਗੀਆਂ ਹਨ ਤੇ ਕਈ ਹਾਲਤਾਂ 'ਚ ਤਾਂ ਇਹ ਰਾਜੇ ਦੇ ਮਹਿਲਾਂ ਤੋਂ ਵੀ ਵੱਧ ਪਿਆਰ, ਖ਼ੁਸ਼ਹਾਲੀ ਤੇ ਸਦਾ-ਬਹਾਰ ਲੈ ਕੇ ਆਪਣੇ ਪਰਿਵਾਰਾਂ ਨੂੰ ਨਿੱਘ ਦੇ ਰਹੀਆਂ ਹਨ ਤੇ ਇੰਜ ਹੀ ਬਹੁਤੇ ਇਨਸਾਨਾਂ ਨੇ ਧਨ ਨੂੰ ਓਨੀ ਮਹੱਤਤਾ ਨਹੀਂ ਦਿੱਤੀ, ਜਿੰਨੀ ਜੀਵਨ ਦੇ ਖੇੜੇ ਨੂੰ, ਜੀਵਨ ਦੀ ਮਹਿਕ ਨੂੰ, ਜੀਵਨ ਦੀ ਸਦਾ-ਬਹਾਰ ਮਟਕ ਨੂੰ।

ਜੀਵਨ ਦੀ ਖ਼ੁਸ਼ਹਾਲੀ ਨਿਰੀ ਧਨ ਨਾਲ ਨਹੀਂ ਆਉਂਦੀ, ਸਗੋਂ ਕਈ ਹਾਲਤਾਂ 'ਚ ਤਾਂ ਧਨ ਇਨਸਾਨ ਦੀਆਂ ਆਦਤਾਂ ਵਿਗਾੜ ਦਿੰਦਾ ਹੈ। ਧਨ ਹੀ ਹੈ ਜੋ ਇਨਸਾਨ ਦੀਆਂ ਅੱਖਾਂ 'ਤੇ ਪੱਟੀ ਬੰਨ੍ਹ ਦਿੰਦਾ ਹੈ। ਇਨਸਾਨ ਨੂੰ ਲੱਖ ਤੋਂ ਕੱਖ ਦਾ ਬਣਾ ਦਿੰਦਾ ਹੈ ਤੇ ਸਿਆਣਿਆਂ ਦੀ ਇਹ ਵੀ ਕਹਾਵਤ ਹੈ ਕਿ ਓਨਾ ਹੀ ਖਾਓ ਜਿੰਨੇ ਨਾਲ ਪੇਟ ਭਰ ਸਕੇ, ਵਾਧੂ ਖਾਣਾ ਤਾਂ ਕਈ ਕਿਸਮ ਦੀਆਂ ਬਿਮਾਰੀਆਂ ਨੂੰ ਜਨਮ ਦਿੰਦਾ ਹੈ। ਕਈ ਕਿਸਮ ਦੇ ਰੋਗਾਂ 'ਚ ਫਸਾ ਦੇਵੇਗਾ ਤੇ ਫਿਰ ਇਨਸਾਨ ਕਿਸੇ ਪਾਸੇ ਦਾ ਨਹੀਂ ਰਹਿੰਦਾ। ਬਹੁਤੇ ਅਮੀਰ ਇਨਸਾਨ ਸਾਰੇ ਘਰ ਦੇ ਕੰਮ ਵੀ ਨੌਕਰਾਂ ਤੋਂ ਹੀ ਕਰਵਾਉਂਦੇ ਹਨ। ਇਥੋਂ ਤੀਕ ਕਿ ਉਹ ਆਪ ਤਾਂ ਘਰ 'ਚ ਪਾਣੀ ਦਾ ਗਲਾਸ ਵੀ ਭਰ ਕੇ ਨਹੀਂ ਪੀ ਸਕਦੇ। ਗੱਲ ਕੀ, ਸਾਰੇ ਕੰਮਾਂ ਲਈ ਨੌਕਰਾਂ 'ਤੇ ਹੀ ਨਿਰਭਰ ਹਨ। ਅਜਿਹੇ ਘਰਾਂ 'ਚ ਬਲੱਡ-ਪਰੈਸ਼ਰ, ਹਾਰਟ ਅਟੈਕ ਤੇ ਹੋਰ ਕੈਂਸਰ ਵਰਗੀਆਂ ਨਾ-ਮੁਰਾਦ ਬਿਮਾਰੀਆਂ ਪੈਰ ਪਸਾਰ ਰਹੀਆਂ ਹਨ ਤੇ ਕਈ ਬਹੁਤੇ ਅਮੀਰਾਂ ਨੇ ਆਪਣੀ ਜ਼ਿੰਦਗੀ ਦਾ ਲਕਸ਼ ਵਿਹਲੇ ਰਹਿਣਾ ਤੇ ਐਸ਼ ਕਰਨੀ ਹੀ ਮਿੱਥਿਆ ਹੈ। ਇਸ ਐਸ਼ ਤੇ ਹਵਾਲੇ ਹੋ ਕੇ ਜਿੱਥੇ ਉਹ ਸਰੀਰਕ ਤੌਰ 'ਤੇ ਰੋਗੀ ਹੋਏ ਹਨ, ਉਥੇ ਉਨ੍ਹਾਂ ਦਾ ਮਾਨਸਿਕ ਸੰਤੁਲਨ ਵੀ ਵਿਗੜਿਆ ਹੈ। ਬੇਗਾਨੀ ਮਾਇਆ ਨੇ ਜਿਸ ਘਰ ਪੈਰ ਪਸਾਰਿਆ ਹੈ, ਉਹ ਘਰ ਤਬਾਹ ਹੋਇਆ ਹੈ ਜਾਂ ਫਿਰ ਉਨ੍ਹਾਂ ਦੀ ਔਲਾਦ ਭੈੜੇ ਰਸਤਿਆਂ 'ਤੇ ਚੱਲ ਕੇ ਜ਼ਿੰਦਗੀ ਦੇ ਸਹੀ ਮਾਰਗ ਤੋਂ ਬੇਮੁੱਖ ਹੋ ਕੇ ਤਬਾਹੀ ਵੱਲ ਵਧੀ ਹੈ। ਕਈ ਘਰਾਣੇ ਐਸ਼ ਤੇ ਅਮੀਰੀ ਦੇ ਹਵਾਲੇ ਹੋ ਕੇ ਆਪਣੀ ਬੇੜੀ ਨੂੰ ਜ਼ਿੰਦਗੀ ਦੀ ਅਜਿਹੀ ਦਲਦਲ 'ਚ ਫਸਾਈ ਬੈਠੇ ਹਨ ਜਿਥੇ ਖ਼ੁਸ਼ੀ ਨਾਂ ਦੀ ਕੋਈ ਚੀਜ਼ ਨਹੀਂ। ਅਜਿਹੀ ਗ਼ਲੀਜ਼ ਜ਼ਿੰਦਗੀ ਸਦਾ ਹੀ ਮਹਾਨ ਬਖ਼ਸ਼ਿਸ਼ ਤੋਂ ਖਾਲੀ ਰਹਿੰਦੀ ਹੈ।

ਕਮਲ ਦੇ ਫੁੱਲ ਵਾਂਗ ਤਾਂ ਉਹੀ ਖਿੜੇਗਾ, ਜਿਸ ਦੀ ਤ੍ਰਿਸ਼ਨਾ ਆਪਣੇ ਕਾਬੂ 'ਚ ਹੈ। ਜਿਸ ਦੀ ਰਹਿਣੀ-ਬਹਿਣੀ ਆਪਣੇ ਅਸੂਲਾਂ ਦੇ ਅਨੁਸਾਰ ਹੈ ਤੇ ਜਿਸ ਦੀ ਸੋਚ ਨੇ ਸਾਦਗੀ ਨਾਲ ਗਲਵਕੜੀ ਪਾਈ ਹੋਈ ਹੈ। ਜਿਸ ਦੀਆਂ ਲੋੜਾਂ ਸੀਮਤ ਹਨ ਤੇ ਜਿਸ ਦਾ ਹਿਰਦਾ ਅਮੀਰ ਹੈ। ਜਿਸ ਦੇ ਖ਼ਿਆਲ ਹੀ ਦੌਲਤ ਹਨ। ਜਿਸ ਨੇ ਮਨ ਨੂੰ ਕਾਬੂ ਕੀਤਾ ਹੋਇਆ ਹੈ ਤੇ ਇੰਜ ਮਨ ਨੂੰ ਕਾਬੂ ਕਰ ਕੇ ਜਿਹੜਾ ਸਾਦਗੀ 'ਚ ਰਹਿ ਕੇ ਵੀ ਰਾਜਿਆਂ ਵਰਗਾ ਹੈ ਜਾਂ ਜਿਸ ਦੇ ਖ਼ਿਆਲ ਉਸ ਦੀ ਪੂੰਜੀ ਬਣ ਚੁੱਕੇ ਹਨ। ਅਸੀਂ ਵੇਖਦੇ ਹਾਂ ਕਿ ਵਿੱਦਿਆ ਪੜ੍ਹ ਕੇ ਵੀ ਇਨਸਾਨ ਇਸ ਵਿੱਦਿਆ ਤੋਂ ਕੋਈ ਲਾਭ ਨਹੀਂ ਉਠਾਉਂਦਾ, ਸਗੋਂ ਪੜ੍ਹੀ ਵਿੱਦਿਆ ਨੂੰ ਕੇਵਲ ਧਨ ਜੁਟਾਉਣ ਲਈ ਹੀ ਵਰਤਦਾ ਹੈ। ਵਿੱਦਿਆ ਦਾ ਅਸਰ ਤਾਂ

ਹੀ ਮੰਨਿਆ ਜਾ ਸਕਦਾ ਹੈ ਜਦ ਇਨਸਾਨ ਦੇ ਹਿਰਦੇ 'ਚ ਕਮਲ ਮਹਿਕਣ ਤੇ ਇਨਸਾਨ ਦੀਆਂ ਸੋਚਾਂ 'ਚ ਫੁੱਲ ਖਿੜਨ। ਇਨਸਾਨ 'ਚ ਸਾਰੇ ਇਨਸਾਨੀ ਗੁਣ ਹੋਣ। ਗੁਰੂ ਨਾਨਕ ਦੇਵ ਜੀ ਨੇ ਸ਼ਬਦ ਉਚਾਰਿਆ ਹੈ : "ਵਿਦਿਆ ਵੀਚਾਰੀ ਤਾਂ ਪਰਉਪਕਾਰੀ॥" ਅੱਜ ਤੀਕ ਇਤਿਹਾਸ ਗਵਾਹ ਹੈ ਕਿ ਮਹਾਨ ਇਨਸਾਨ ਕਦੇ ਵੀ ਬਹੁਤੇ ਅਮੀਰ ਨਹੀਂ ਹੋਏ, ਸਗੋਂ ਕਿਸੇ ਗ਼ਰੀਬ ਘਰ 'ਚ ਜਨਮ ਲੈ ਕੇ ਉਹ ਦੁਨੀਆ 'ਤੇ ਲਿੰਕਨ ਵਾਂਗ ਨਾਂ ਪੈਦਾ ਕਰ ਗਏ ਜਾਂ ਬੁੱਧ ਵਾਂਗ ਰਾਜ-ਭਾਗ ਤਿਆਗ ਕੇ ਜ਼ਿੰਦਗੀ ਦੇ ਮਹਾਨ ਲਕਸ਼ ਨੂੰ ਪਾਉਣ ਖ਼ਾਤਰ ਘਰੋਂ ਨਿਕਲ ਤੁਰੇ ਜਾਂ ਪ੍ਰੋ. ਪੂਰਨ ਸਿੰਘ ਵਾਂਗ ਜ਼ਿੰਦਗੀ ਨੂੰ ਅਮੀਰ ਕਰਨ ਲਈ ਆਪਣੀ ਜੀਵਨ-ਬੇੜੀ ਨੂੰ ਜ਼ਿੰਦਗੀ ਦੇ ਅਸਗਾਹ ਸਾਗਰਾਂ 'ਚ ਠੇਲ੍ਹ ਬੈਠੇ।

ਜਿਸ ਇਨਸਾਨ ਦੀ ਜ਼ਿੰਦਗੀ ਅਸੂਲ 'ਤੇ ਟਿਕੀ ਹੈ, ਉਹ ਹਮੇਸ਼ਾ ਤਰੱਕੀ ਕਰਦਾ ਹੈ ਤੇ ਅਸੂਲ ਵਾਲਾ ਇਨਸਾਨ ਕਦੇ ਹਾਰਦਾ ਵੀ ਨਹੀਂ। ਜ਼ਿੰਦਗੀ ਨੂੰ ਖ਼ੁਸ਼ਹਾਲ ਬਣਾਉਣ ਲਈ ਜ਼ਿੰਦਗੀ ਨੂੰ ਮਹਿਕਾਂ ਤੇ ਟਹਿਕਾਂ 'ਚ ਰੱਖਣ ਲਈ ਇਨਸਾਨ ਨੂੰ ਕੁਰਬਾਨੀ ਦੇਣੀ ਪੈਂਦੀ ਹੈ। ਜ਼ਿੰਦਗੀ ਨੂੰ ਸਾਧਣਾ ਪੈਂਦਾ ਹੈ। ਰਿਸ਼ੀਆਂ-ਮੁਨੀਆਂ ਵਾਂਗ ਜ਼ਿੰਦਗੀ ਨੂੰ ਤਪੱਸਿਆ 'ਚ ਪਾ ਕੇ ਹੀ ਇਸ ਨੂੰ ਸੋਨੇ ਵਰਗੀ ਬਣਾਇਆ ਜਾ ਸਕਦਾ ਹੈ। ਬਿਨਾਂ ਤਪੱਸਿਆ, ਬਿਨਾਂ ਕੰਟਰੋਲ 'ਤੇ ਚੱਲਣ ਤੋਂ ਬਿਨਾਂ ਭਲਾ ਮਨ ਨੂੰ ਕਿਵੇਂ ਕਾਬੂ ਕੀਤਾ ਜਾ ਸਕਦਾ ਹੈ। ਜੇਕਰ ਮਨ ਹੀ ਕਾਬੂ 'ਚ ਨਹੀਂ ਹੈ ਤਾਂ ਇਹ ਜ਼ਿੰਦਗੀ ਤੁਹਾਨੂੰ ਦਰ-ਦਰ ਦੀਆਂ ਠੋਕਰਾਂ ਖਾਣ ਲਈ ਵੀ ਮਜਬੂਰ ਕਰ ਸਕਦੀ ਹੈ। ਇਸੇ ਲਈ ਇਹ ਅਤਿ ਅਵੱਸ਼ਕ ਹੈ ਕਿ ਮਨ ਨੂੰ ਕਾਬੂ ਰੱਖਿਆ ਜਾਵੇ। ਫ਼ਾਲਤੂ ਦੀਆਂ ਤ੍ਰਿਸ਼ਨਾਵਾਂ 'ਤੇ ਕਾਬੂ ਪਾ ਕੇ ਉਨ੍ਹਾਂ ਨੂੰ ਨੂੜਿਆ ਜਾਵੇ। ਫਿਰ ਵੇਖੋ ਤੁਹਾਡੇ ਹਿਰਦੇ ਦੀ ਸ਼ੁੱਧਤਾ 'ਚੋਂ ਕਿਵੇਂ ਜ਼ਿੰਦਗੀ ਦੇ ਫੁੱਲ ਖਿੜਨ ਲੱਗਦੇ ਹਨ। ਕਿਵੇਂ ਤੁਹਾਡੀ ਜ਼ਿੰਦਗੀ ਰੰਗੀਨ ਬਣਦੀ ਹੈ। ਤੁਹਾਨੂੰ ਵਧੇਰੇ ਖ਼ੁਸ਼ੀ ਇਨ੍ਹਾਂ ਮਹਿਲ-ਮਾੜੀਆਂ ਦੀ ਥਾਂ 'ਤੇ ਫੁੱਲਾਂ, ਚਸ਼ਮਿਆਂ ਤੇ ਬਹਾਰਾਂ 'ਚ ਨਜ਼ਰ ਆਵੇਗੀ। ਤੁਸੀਂ ਵੇਖੋਗੇ ਕਿ ਜਿਥੇ ਇੰਜ ਕਰਨ ਨਾਲ ਤੁਹਾਡੀ ਸਿਹਤ ਸੁਧਰੀ ਹੈ, ਉਥੇ ਮਨ ਵੀ ਸਾਦਗੀ 'ਚ ਰਹਿ ਕੇ ਹਿਰਨਾਂ ਵਾਂਗ ਚੁੰਗੀਆਂ ਭਰਦਾ ਹੈ।

ਵਧੇਰੇ ਸੁੱਖ-ਸਹੂਲਤਾਂ ਤਾਂ ਕਈ ਵਾਰ ਇਨਸਾਨ ਨੂੰ ਅਪਾਹਜ ਬਣਾ ਕੇ ਰੱਖ ਦਿੰਦੀਆਂ ਹਨ। ਕਈ ਇਨਸਾਨ ਜੋ ਜ਼ਿੰਦਗੀ ਦੇ ਭੇਤਾਂ ਤੋਂ ਜਾਣੂ ਹਨ, ਉਹ ਪੈਦਲ ਤੁਰ ਕੇ ਵੀ ਖ਼ੁਸ਼ੀ ਹਾਸਲ ਕਰਦੇ ਹਨ ਤੇ ਜਿੰਨਾ ਵਧੇਰੇ ਉਹ ਤੁਰਨ ਓਨਾ ਵਧੇਰੇ ਹੀ ਉਹ ਸਿਹਤਯਾਬ ਹੋਏ ਹਨ। ਅਜਿਹਾ ਕਰਨ ਲਈ ਪਹਿਲਾਂ ਤੁਹਾਨੂੰ ਆਪਣੀਆਂ ਸੋਚਾਂ ਨੂੰ ਹੀ ਬਦਲਣਾ ਪਵੇਗਾ। ਜਿੰਨਾ ਮੋਹ ਤੁਸੀਂ ਪ੍ਰਕਿਰਤਕ ਚੀਜ਼ਾਂ ਨਾਲ ਪਾਓਗੇ, ਓਨਾ ਹੀ ਤੁਹਾਡਾ ਹਿਰਦਾ ਸਾਫ਼ ਤੇ ਸ਼ਫ਼ਾਫ਼ ਵੀ ਬਣੇਗਾ।

ਕਦੇ ਕਿਸੇ ਝੀਲ ਤੇ ਪਾਣੀ 'ਚ ਝਾਕ ਕੇ ਵੇਖੋ ਕਿ ਕਿਵੇਂ ਕਮਲ ਫੁੱਲ ਪਾਣੀ ਤੋਂ ਉੱਚਾ ਆਪਣੀ ਧੌਣ ਚੁੱਕੀ ਖਿੜਿਆ ਹੋਇਆ ਤੇ ਇਹ ਸਮਝਾ ਰਿਹਾ ਹੈ ਕਿ ਪਾਣੀ 'ਚ ਰਹਿੰਦਿਆਂ ਵੀ ਨਿਰਲੇਪ ਹੋ ਕੇ ਜ਼ਿੰਦਗੀ ਨੂੰ ਮਾਣਿਆ ਜਾ ਸਕਦਾ ਹੈ। ਜ਼ਿੰਦਗੀ ਦੇ ਅਸਲ ਅਰਥ ਸੱਚੀ ਤੇ ਸੁੱਚੀ ਕਮਾਈ ਕਰ ਕੇ ਪੇਟ ਪਾਲਣਾ ਵੀ ਹੈ ਤੇ ਫੁੱਲਾਂ ਦੇ ਖੇੜੇ ਤੇ ਹਾਸੇ ਨੂੰ ਆਪਣੇ 'ਚ ਵਸਾਉਣਾ ਵੀ। ਜਿਨ੍ਹਾਂ ਕੋਲ ਫੁੱਲਾਂ ਵਰਗੀ ਖ਼ੁਸ਼ੀ ਹੋਵੇ ਭਲਾ ਉਨ੍ਹਾਂ ਨੂੰ ਧਨ ਦੀ ਕੀ ਲੋੜ? ਧਨ ਤਾਂ ਓਨਾ ਹੀ ਕਾਫ਼ੀ ਹੈ ਜਿਸ ਨਾਲ ਸਾਦਗੀ 'ਚ ਰਹਿ ਕੇ ਵੀ ਖ਼ੁਸ਼ ਹੋਇਆ ਜਾ ਸਕੇ। ਫੁੱਲਾਂ ਦੀ ਸੁੰਦਰਤਾ ਤੇ ਮਹਿਕ ਨੂੰ ਆਪਣੇ ਹਿਰਦਿਆਂ 'ਚ ਵਸਾਇਆ ਜਾ ਸਕੇ।

ਮੇਰੇ ਜੀਅੜਿਆ, ਪਰਦੇਸੀਆ !

ਇਨਸਾਨ ਦੇ ਜੀਅ ਦਾ ਕਿਸ ਨੇ ਭੇਤ ਪਾਇਆ ਹੈ! ਕਈ ਵਾਰ ਤਾਂ ਇਨਸਾਨ ਖ਼ੁਦ ਵੀ ਆਪਣੇ ਜੀਅ ਦਾ ਭੇਤ ਨਹੀਂ ਪਾ ਸਕਦਾ। ਇਹ ਜੀਅ ਜੇ ਪਰਚ ਜਾਵੇ ਤਾਂ ਬੜਾ ਸੌਖਾ, ਨਹੀਂ ਤਾਂ ਸਾਰੇ ਜੱਗ ਜਹਾਨ ਦੀਆਂ ਵਸਤਾਂ ਵੀ ਭਾਵੇਂ ਇਸ ਦੇ ਅੱਗੇ ਢੇਰੀ ਕਰ ਦਿਓ, ਇਹ ਨਹੀਂ ਪਰਚਦਾ। ਬੱਚੇ ਦੇ ਰੋਣ ਵਾਂਗ ਇਹ ਵੀ ਜ਼ਿੱਦੀਂ ਪਿਆ ਰਹਿੰਦਾ ਹੈ। ਜਿਵੇਂ ਬੱਚੇ ਨੂੰ ਕੋਈ ਖਿਡੌਣਾ ਦੇ ਦਿੱਤਾ ਜਾਵੇ ਤਾਂ ਬੱਚਾ ਰੋਣਾ ਬੰਦ ਕਰ ਦਿੰਦਾ ਹੈ, ਇਹੀ ਹਾਲ ਇਨਸਾਨ ਦੇ ਜੀਅ ਦਾ ਹੈ। ਇਸ ਦੇ ਖ਼ੁਸ਼ ਹੋਣ ਲਈ ਵੀ ਕਈ ਕਿਸਮ ਦੇ ਖਿਡੌਣੇ ਚਾਹੀਦੇ ਹਨ। ਕਦੇ ਇਹ ਮੋਹ ਨਾਲ ਪਰਚਦਾ ਹੈ ਤੇ ਕਦੇ ਨਿਰਮੋਹੀ ਹੋ ਕੇ। ਕਦੇ ਆਪਣਿਆਂ ਦੇ ਗਲ ਲੱਗ ਕੇ ਖ਼ੁਸ਼ ਹੁੰਦਾ ਹੈ ਤੇ ਕਦੇ ਆਪਣਿਆਂ ਤੋਂ ਪਾਸਾ ਵੱਟ ਕੇ। ਕਦੇ ਮੇਲੇ-ਮੁਸਾਵਿਆਂ ਦੀ ਰੌਣਕ 'ਚ ਇਸ ਦਾ ਚਿੱਤ ਲੱਗਦਾ ਹੈ ਤੇ ਕਦੇ ਇਕੱਲਤਾ ਦੀ ਓਟ ਲੈ ਕੇ, ਇਹ ਬਾਗ਼ੋ-ਬਾਗ਼ ਹੋ ਜਾਂਦਾ ਹੈ। ਇਸ ਦਾ ਭੇਤ ਕੱਢਣਾ ਡਾਹਢਾ ਮੁਸ਼ਕਿਲ ਹੈ। ਕਦੇ ਇਹ ਬੱਚਿਆਂ 'ਚ ਪਰਚਦਾ ਹੈ ਤੇ ਲੋਰੀਆਂ ਦੇ ਕੇ, ਖ਼ੁਸ਼ ਹੁੰਦਾ ਹੈ ਤੇ ਇਸ ਜੀਅ ਨੂੰ ਆਪਣਾ ਬਚਪਨ ਵੀ ਯਾਦ ਆ ਜਾਂਦਾ ਹੈ, ਪਰ ਕਦੇ ਉਹੀ ਬੱਚੇ ਇਸ ਨੂੰ ਨਿਰਾ ਅਕੇਵਾਂ ਜਾਪਦੇ ਹਨ। ਉਨ੍ਹਾਂ ਨੂੰ ਝਿੜਕ-ਝਿੜਕ ਕੇ ਪੈਂਦਾ ਹੈ। ਸੰਨਿਆਸ ਭਾਲਦਾ ਹੈ ਤੇ ਕਦੇ ਇਹ ਜੀਅ ਜੇ ਜੱਗ-ਜਹਾਨ ਤੋਂ ਭਰ ਜਾਵੇ ਤਾਂ ਫਿਰ ਇਸ ਦਾ ਰੱਬ ਰਾਖਾ! ਪਰ ਜੇ ਇਨਸਾਨ ਇਸ ਜੀਅ ਨੂੰ ਲਗਾਮ ਪਾ ਕੇ, ਇਸ ਦਾ ਮਾਲਕ ਬਣ ਕੇ ਬੈਠੇ ਤਾਂ ਖਰੀ ਵਾਹਵਾ! ਫਿਰ ਤਾਂ ਜਿਵੇਂ ਮੁਹਾਵਿਤ ਹਾਥੀ ਨੂੰ ਹੱਕ ਲੈਂਦਾ ਹੈ ਤੇ ਉਸ ਨੂੰ ਆਪਣੀ ਇੱਛਾ ਮੁਤਾਬਕ ਤੋਰਦਾ ਹੈ, ਇੰਜ ਹੀ ਇਨਸਾਨ ਆਪਣੇ ਜੀਅ ਨੂੰ ਆਪਣੀ ਰਾਹੀਂ ਪਗਡੰਡੀ 'ਤੇ ਤੋਰ ਸਕਦਾ ਹੈ। ਬਸ, ਮੁਸ਼ਕਿਲ ਇਸ 'ਤੇ ਲਗਾਮ ਪਾਉਣ ਦੀ ਹੈ। ਜਿਹੜੇ ਲਗਾਮ ਪਾਉਣੀ ਸਿੱਖ ਲੈਣ, ਉਹ ਤਾਂ ਧੱਲ੍ਹੇ ਦੀਆਂ ਲਾਉਂਦੇ ਹਨ। ਕਈ ਬੜੀ ਸਾਧਾਰਨ ਜ਼ਿੰਦਗੀ ਜੀਅ ਕੇ ਵੀ, ਆਪਣੇ ਜੀਅ ਨੂੰ ਲਗਾਈ ਰੱਖਦੇ ਹਨ ਤੇ ਉਨ੍ਹਾਂ ਦਾ ਜੀਅ, ਆਖੇ ਲੱਗ ਕੇ, ਮੋਰਾਂ ਵਾਂਗ ਪੈਲ ਪਾਉਂਦਾ ਹੈ ਤੇ ਨੱਚਦਾ ਹੈ। ਕਦੇ ਅੜੀ ਨਹੀਂ ਕਰਦਾ, ਸਗੋਂ ਜਿੱਧਰ ਨੂੰ ਤੋਰੋ, ਤੁਰ ਪੈਂਦਾ ਹੈ।

ਪਰ ਕਈਆਂ ਦਾ ਜੀਅ, ਅੜੀ ਪੈ ਕੇ, ਇਨਸਾਨ ਦੀਆਂ ਹੀਲ੍ਹਾਂ ਕਰਵਾ ਦਿੰਦਾ ਹੈ। ਤਰ੍ਹਾਂ ਤਰ੍ਹਾਂ ਨਾਲ ਇਨਸਾਨ ਨੂੰ ਜ਼ਲੀਲ ਕਰਦਾ ਹੈ। ਬਥੇਰੇ ਯਤਨ ਕਰਦਾ ਹੈ ਇਨਸਾਨ ਕਿ ਜੀਅ ਲੱਗ ਜਾਵੇ, ਪਰ ਨਹੀਂ ਲੱਗਦਾ। ਕਦੇ ਇਸ ਨੂੰ ਚੋਗ ਚੁਗਾਉਣ ਖ਼ਾਤਰ ਇਨਸਾਨ ਬਾਗਾਂ ਦੀ ਸੈਰ ਕਰਦਾ ਹੈ ਤੇ ਫੁੱਲਾਂ-ਬੂਟਿਆਂ ਦੀ ਸੁੰਦਰਤਾ ਨੂੰ ਵੇਖਦਾ ਤੇ ਖ਼ੁਸ਼ ਹੁੰਦਾ ਹੈ, ਪਰ ਜੀਅ ਬੜਾ ਮੁਸ਼ਕਿਲ ਨਾਲ ਵੱਸ ਵਿਚ ਆਉਂਦਾ ਹੈ। ਫਿਰ ਜੇ ਜੀਅ ਵੱਸ 'ਚ ਆ ਹੀ ਜਾਵੇ

ਤਾਂ ਸਮਝੋ ਮੌਜਾਂ ਹੀ ਮੌਜਾਂ ਨੇ।

ਇਸੇ ਲਈ ਗੁਰਬਾਣੀ ਦੀ ਤੁਕ ਹੈ, "ਮੇਰੇ ਜੀਅੜਿਆ ਪਰਦੇਸੀਆ" ਭਾਵ ਇਨਸਾਨ ਤਾਂ ਭਾਵੇਂ ਕਿਸੇ ਪਿੰਡ ਜਾਂ ਸ਼ਹਿਰ 'ਚ ਰਹਿੰਦਾ ਹੋਵੇ, ਪਰ ਜੀਅ ਉਸ ਦਾ ਸਦਾ ਪਰਦੇਸੀਂ ਵੱਸਦਾ ਹੈ। ਇਨਸਾਨ ਦੀ ਦੇਹ ਨੂੰ ਇਕੱਲਾ ਛੱਡ ਕੇ, ਪਤਾ ਨਹੀਂ ਕਿਹੜੇ ਕਿਹੜੇ ਦੇਸਾਂ ਦੀ ਸੈਰ ਕਰਦਾ ਹੈ। ਸਦਾ ਪਰਦੇਸੀ ਬਣਿਆ ਰਹਿੰਦਾ ਹੈ। ਇੰਜ ਜੀਅ ਨੂੰ ਲਗਾਉਣ ਲਈ ਇਹ ਹੋਰ ਵੀ ਜ਼ਰੂਰੀ ਹੈ ਕਿ ਇਨਸਾਨ, ਦੇਸ-ਪਰਦੇਸ ਦੀ ਸੈਰ ਕਰੇ। ਜਿਥੇ ਮਨ ਖੁੱਭ ਜਾਵੇ, ਉਹੀ ਧਰਤੀ ਚੰਗੀ।

ਕਈ ਇਸ ਜੀਅ ਨੂੰ ਲਗਾਉਣ ਖ਼ਾਤਰ, ਪਤਾ ਨਹੀਂ ਕਿੰਨੇ ਮੁਲਕਾਂ ਦੀ ਸੈਰ ਕਰਦੇ ਹਨ। ਕਿੰਨਾ ਧਨ ਖਰਚ ਕਰ ਕੇ, ਕਿਹੜੇ ਕਿਹੜੇ ਮੁਲਕ ਘੁੰਮਦੇ ਹਨ, ਪਰ ਜੀਅ ਤਾਂ ਆਖ਼ਰ ਜੀਅ ਹੈ। ਇਕ ਨਹੀਂ ਤਾਂ ਦੂਜੇ ਦੇਸ਼ ਜ਼ਰੂਰ ਲੱਗ ਜਾਂਦਾ ਹੋਵੇਗਾ। ਉਂਜ ਸੁਣਨ 'ਚ ਇਹ ਵੀ ਆਇਆ ਹੈ ਕਿ ਕਈਆਂ ਦਾ ਜੀਅ ਤਾਂ ਕਿਸੇ ਮੁਲਕ 'ਚ ਵੀ ਨਹੀਂ ਲੱਗਦਾ। ਫਿਰ ਇਹ ਜੀਅ ਲਗਾਉਣ ਖ਼ਾਤਰ ਕਈ ਘਤਿੱਤਾਂ ਕਰਦੇ ਹਨ। ਕੋਈ ਸ਼ਰਾਬ ਪੀਂਦਾ ਹੈ ਤੇ ਜੀਅ ਨੂੰ ਲਗਾਉਂਦਾ ਹੈ ਤੇ ਕੋਈ ਹੋਰ ਪਤਾ ਨਹੀਂ ਕਿਹੜੇ ਕਿਹੜੇ ਨਸ਼ੇ-ਪੱਤੇ ਦੀ ਆੜ ਲੈ ਕੇ, ਇਸ ਜੀਅ ਨੂੰ ਚਾਰਾ ਪਾਉਣ ਦਾ ਆਹਰ ਕਰਦਾ ਹੈ ਅਤੇ ਇਹ ਇੰਜ ਭਾਂਤ-ਭਾਂਤ ਦਾ ਚਾਰਾ ਚਰ ਕੇ ਵਧੇਰੇ ਖ਼ੁਸ਼ ਹੁੰਦਾ ਹੈ।

ਪਰ ਜੀਅ ਤਾਂ ਬੱਚੇ ਵਾਂਗ ਅਨਭੋਲ ਹੀ ਹੈ। ਜੇ ਪਰਚ ਜਾਵੇ ਤਾਂ ਮਾਮੂਲੀ ਰੰਗ-ਬਿਰੰਗੇ ਖਿਡੌਣਿਆਂ 'ਤੇ ਪਰਚ ਜਾਵੇ, ਨਹੀਂ ਤਾਂ ਭਾਵੇਂ ਸਾਰੇ ਬਾਜ਼ਾਰ ਦੇ ਖਿਡੌਣੇ ਖਰੀਦ ਕੇ ਬੱਚੇ ਅੱਗੇ ਰੱਖ ਦਿਓ, ਉਹ ਰੋਈ ਹੀ ਜਾਵੇਗਾ।

ਫਿਰ ਵੀ ਸਿਆਣਿਆਂ ਦਾ ਮਤ ਹੈ ਕਿ ਦੁਨੀਆਂ 'ਚ ਕੋਈ ਵੀ ਕੰਮ ਅਸੰਭਵ ਨਹੀਂ ਹੈ। ਹਰ ਕੰਮ ਸੰਭਵ ਹੈ ਜੇ ਇਨਸਾਨ ਚਾਹੇ ਤਾਂ। ਜੇ ਇਨਸਾਨ ਚਾਹੇ ਤਾਂ ਬੜੀ ਆਸਾਨੀ ਨਾਲ ਆਪਣੇ ਜੀਅ ਨੂੰ ਵੱਸ 'ਚ ਕਰ ਸਕਦਾ ਹੈ। ਜਿਵੇਂ ਕੋਈ ਯੋਗੀ ਮੰਤਰ ਮਾਰ ਕੇ, ਜ਼ਹਿਰੀਲੇ ਤੋਂ ਜ਼ਹਿਰੀਲੇ ਸੱਪ ਨੂੰ ਵੀ ਆਪਣੀ ਟੋਕਰੀ 'ਚ ਬੰਦ ਕਰ ਸਕਦਾ ਹੈ, ਇੰਜ ਹੀ ਇਨਸਾਨ ਇਸ ਜੀਅ ਦਾ ਇਲਾਜ ਬੜੀ ਆਸਾਨੀ ਨਾਲ ਕਰ ਸਕਦਾ ਹੈ।

ਕਈ ਦਾਨੇ ਪੁਰਸ਼ ਜੀਅ ਨੂੰ ਕੰਮ 'ਚ ਲਗਾਉਂਦੇ ਹਨ ਤਾਂ ਜੀਅ ਇਕ ਆਗਿਆਕਾਰ ਬੱਚੇ ਵਾਂਗ ਕੰਮ 'ਚ ਲੱਗਾ ਰਹਿੰਦਾ ਹੈ। ਕਦੇ ਸ਼ਿਕਾਇਤ ਨਹੀਂ ਕਰਦਾ, ਸਗੋਂ ਜਿੰਨੇ ਵਧੇਰੇ ਕੰਮ 'ਚ ਇਸ ਨੂੰ ਲਗਾਇਆ ਜਾਵੇ, ਓਨਾ ਹੀ ਇਹ ਖ਼ੁਸ਼ ਰਹਿੰਦਾ ਹੈ। ਇਸੇ ਲਈ ਲੋਕ ਆਪਣੇ ਜੀਅ ਨੂੰ ਕੰਮਾਂ 'ਚ ਗ਼ਲਤਾਨ ਰੱਖਦੇ ਹਨ ਤੇ ਇਹ ਕੰਮ 'ਚ ਗਲਤਾਨ ਹੋ ਕੇ, ਕਦੇ ਆਪਣਾ ਸਿਰ ਨਹੀਂ ਚੁੱਕਦਾ।

ਸਗੋਂ ਜਿੰਨਾ ਵਧੇਰੇ ਕੰਮ ਹੋਵੇ, ਓਨਾ ਹੀ ਵਧੇਰੇ ਜੀਅ ਲੱਗਿਆ ਰਹਿੰਦਾ ਹੈ। ਇਹੀ ਵਜ੍ਹਾ ਹੈ ਕਿ ਪੁਰਾਣੇ ਤੋਂ ਪੁਰਾਣੇ ਜ਼ਮਾਨੇ 'ਚ ਵੀ ਕੁੜੀਆਂ ਛੋਪ ਕੱਤਦੀਆਂ ਆਈਆਂ ਨੇ। ਨਾਲੇ ਛੋਪ ਕੱਤੀ ਜਾਣਾ ਤੇ ਨਾਲ ਦੀ ਨਾਲ ਗੀਤ ਵੀ ਗਾਈ ਜਾਣਾ। ਹਾਸੇ, ਠੱਠੇ ਤੇ ਮਸ਼ਕਰੀਆਂ ਦੀ ਛਹਿਬਰ 'ਚ ਕਿਵੇਂ ਜੀਅ ਨਾ ਪਰਚੇ। ਪਰ ਹੁਣ ਛੋਪ ਕੱਤਣ ਦੀ ਗੱਲ ਤਾਂ

ਕਿਸੇ ਪੁਰਾਣੇ ਯੁੱਗ ਵਾਂਗ ਹੀ ਵਿਸਰ ਗਈ ਲੱਗਦੀ ਹੈ ਤੇ ਅੱਜ-ਕੱਲ੍ਹ ਨਵੇਂ ਨਵੇਂ ਢੰਗ-ਤਰੀਕੇ ਇਨਸਾਨ ਨੇ ਈਜਾਦ ਕਰ ਲਏ ਹਨ।

ਪੜ੍ਹਾਈ ਲਿਖਾਈ ਦਾ ਕੰਮ ਭਾਵੇਂ ਸਾਰੀ ਉਮਰ ਗੁਜ਼ਾਰ ਦਿਓ, ਨਹੀਂ ਖ਼ਤਮ ਹੁੰਦਾ। ਕਿਤਾਬਾਂ ਨਵੀਆਂ ਤੋਂ ਨਵੀਆਂ ਤੇ ਅਜਿਹੀਆਂ ਵਧੀਆ ਕਿਤਾਬਾਂ ਕਿ ਮਨ ਵੀ ਵੱਸ 'ਚ ਆਵੇ ਤੇ ਸਰੂਰ ਵੀ ਚੜ੍ਹੇ। ਕੋਈ ਘਾਟ ਨਹੀਂ ਅਜਿਹੀਆਂ ਕਿਤਾਬਾਂ ਦੀ। ਇੰਜ ਜੀਅ ਨੂੰ ਵੱਸ ਕਰਨ ਦੇ ਅਨੇਕਾਂ ਤਰੀਕੇ ਨੇ। ਭਾਵੇਂ ਬੱਚੇ ਤਾਂ ਬਹੁਤਾ ਜੀਅ ਟੀ. ਵੀ. 'ਤੇ ਬੈਠ ਕੇ ਲਾਉਂਦੇ ਹਨ, ਪਰ ਅੱਜ-ਕੱਲ੍ਹ ਤਾਂ ਕਰੀਬ ਸਾਰਾ ਪਰਿਵਾਰ ਹੀ ਕਈ ਵਾਰ ਟੀ. ਵੀ. ਇਕੱਠੇ ਬੈਠ ਕੇ, ਵੇਖਦਾ ਵੀ ਹੈ ਤੇ ਜੀਅ ਵੀ ਪਰਚਾਉਂਦਾ ਹੈ।

ਉਂਜ ਜੀਅ ਨੂੰ ਵੱਸ ਕਰਨ ਖ਼ਾਤਰ, ਅੱਜ ਨਹੀਂ, ਹਜ਼ਾਰਾਂ ਸਾਲ ਪਹਿਲਾਂ ਵੀ ਇਨਸਾਨ ਕੋਸ਼ਿਸ਼ ਕਰਦਾ ਆਇਆ ਹੈ। ਕੋਈ ਇਸ ਜੀਅ ਨੂੰ ਵੱਸ 'ਚ ਕਰਨ ਲਈ ਸਾਧੂ-ਵੇਸ ਧਾਰ ਕੇ, ਕੁਟੀਆ 'ਚ ਜਾ ਡੇਰਾ ਜਮਾਉਂਦਾ ਹੈ ਤੇ ਜੀਅ ਵੱਸ 'ਚ ਕਰ ਲੈਂਦਾ ਹੈ। ਡੂੰਘੇ ਚਿੰਤਨ 'ਚ ਪੈ ਕੇ ਤੇ ਰੱਬ ਦੀ ਸ਼ਰਨ 'ਚ ਜਾ ਕੇ, ਕਿਵੇਂ ਜੀਅ ਨਾ ਲੱਗੇ, ਉਥੇ ਤਾਂ ਜੀਅ ਸਦਾ ਗੁਰੂ ਦੀ ਟੇਕ 'ਚ ਰਹਿੰਦਾ ਹੈ ਤੇ ਸਾਰੀ ਭਟਕਣ ਮੁੱਕ ਜਾਂਦੀ ਹੈ। ਫਿਰ ਇਹ ਸਾਧੂ ਬਿਰਤੀ ਇਨਸਾਨ ਨੂੰ ਚੰਗੇ ਰਸਤੇ 'ਤੇ ਵੀ ਲਾਉਂਦੀ ਹੈ। ਭਾਵ, ਮਨ ਨੂੰ ਸਾਧ ਕੇ, ਦੁਨੀਆ ਤਿਆਗ ਕੇ, ਸਭ ਸੁਵਿਧਾਵਾਂ ਛੱਡ ਕੇ, ਜਦੋਂ ਇਨਸਾਨ ਨੇ ਆਪਣੇ ਸਰੀਰ ਨੂੰ ਅੱਠ-ਪਹਿਰੀ ਰੋਟੀ 'ਤੇ ਲਾ ਲਿਆ ਤਾਂ ਜੀਅ ਕਿਵੇਂ ਨਾ ਲੱਗੂ। ਤਿਆਗੀ ਇਨਸਾਨ ਤਾਂ ਮਨ ਨੂੰ ਸਾਧ ਲੈਂਦਾ ਹੈ। ਜਿਵੇਂ ਸੋਨਾ, ਅੱਗ 'ਚ ਪੈ ਕੇ ਖ਼ਰਾ ਹੋ ਜਾਂਦਾ ਹੈ ਤੇ ਲਿਸ਼ਕਦਾ ਹੈ, ਇੰਜ ਹੀ ਇਨਸਾਨ ਦਾ ਮਨ ਵੀ ਦੁਨੀਆ ਦੇ ਸਾਰੇ ਕਪਟ ਛੱਡ ਕੇ, ਜੇ ਸਾਧੂ ਬਿਰਤੀ ਧਾਰਨ ਕਰ ਲਵੇ ਤਾਂ ਜੀਅ ਲੱਗਣ ਦੀ ਕੋਈ ਸਮੱਸਿਆ ਬਾਕੀ ਨਹੀਂ ਰਹਿੰਦੀ। ਪਰ ਸਾਰੀ ਦੁਨੀਆ ਤਾਂ ਸਾਧ ਵੀ ਨਹੀਂ ਹੋ ਸਕਦੀ।

ਇੰਜ ਇਸ ਜੀਅ ਪਰਦੇਸੀ ਨੂੰ ਵੱਸ ਕਰਨ ਲਈ ਹੋਰ ਬਥੇਰੇ ਉਪਰਾਲੇ ਨੇ, ਜੋ ਇਕ ਇਨਸਾਨ ਸਹਿਜੇ ਹੀ ਕਰ ਸਕਦਾ ਹੈ। "ਸੌ ਗਜ਼ ਰੱਸਾ ਸਿਰੇ 'ਤੇ ਗੰਢ" ਵਾਲੀ ਗੱਲ ਤਾਂ ਇਹੋ ਹੈ ਕਿਵੇਂ ਨਾ ਕਿਵੇਂ ਇਸ ਜੀਅ ਨੂੰ ਵੱਸ 'ਚ ਕੀਤਾ ਜਾਵੇ। ਜਿਨ੍ਹਾਂ ਨੇ ਜੀਅ ਵਸ ਕੀਤਾ ਹੋਇਆ ਹੈ ਉਹ ਤਾਂ ਸੌ ਸੁੱਖ ਭੋਗਦੇ ਹਨ, ਗੂੜ੍ਹੀਆਂ ਨੀਂਦਾਂ ਸੌਂਦੇ ਹਨ ਤੇ ਆਪਣੇ ਸਾਰੇ ਕੰਮ-ਕਾਜ ਠੀਕ ਢੰਗ ਨਾਲ ਨਿਪਟਾ ਕੇ, ਰੱਬ ਦਾ ਲੱਖ ਲੱਖ ਸ਼ੁਕਰ ਕਰਦੇ ਹਨ। ਇਸ ਜੱਗ-ਜਹਾਨ 'ਤੇ ਉਨ੍ਹਾਂ ਨੂੰ ਕੰਮ 'ਚ ਜੀਅ ਲਗਾ ਕੇ, ਫਿਰ ਜੀਅ ਨਾ ਲੱਗਣ ਵਰਗੀ ਕੋਈ ਔਕੜ ਨਹੀਂ ਹੈ। ਪਰ ਕਈ ਲਿਖਾਰੀ ਕਿਸਮ ਦੇ ਬੰਦੇ ਜੋ ਕਲਾਕਾਰ ਅਖਵਾਉਂਦੇ ਹਨ, ਉਹ ਜੀਅ ਨੂੰ ਵੀ ਆਪਣੀ ਕਲਾ 'ਚ ਹੀ ਸਮੋਅ ਲੈਂਦੇ ਹਨ। ਜਿਉਂ-ਜਿਉਂ ਜੀਅ ਕਲਾ 'ਚ ਸਮੋਇਆ ਜਾਂਦਾ ਹੈ, ਕਲਾ 'ਚ ਨਿਖ਼ਾਰ ਆਉਂਦਾ ਹੈ। ਅੱਖਰਾਂ 'ਚ ਜਾਨ ਪੈਂਦੀ ਹੈ ਤੇ ਕਲਾਕਾਰ ਦਾ ਨਾਂ ਚਮਕਦਾ ਹੈ।

ਇੰਜ ਹੀ ਸਾਰੀ ਦੁਨੀਆ 'ਚ ਵੱਸਦੇ ਲੋਕ, ਵੱਖ-ਵੱਖ ਤਰੀਕਿਆਂ ਨਾਲ ਆਪਣੇ ਜੀਅ ਨੂੰ ਵੱਸ 'ਚ ਕਰਦੇ ਹਨ, ਪਰ ਇਹ ਜੀਅ ਹੈ ਕਿ ਫਿਰ ਵੀ ਇਕ ਇਨਸਾਨ ਦੀ ਛਾਤੀ 'ਚ ਵੱਸਦਾ ਹੋਇਆ, ਸਦਾ ਪਰਦੇਸੀਂ ਵੱਸਦਾ ਹੈ। ਸੱਚੀ ਗੱਲ ਤਾਂ ਇਹ ਹੈ ਕਿ ਇਸ ਦਾ ਅੱਜ

ਤੱਕ ਕਿਸੇ ਨੇ ਵੀ ਭੇਤ ਨਹੀਂ ਪਾਇਆ। ਸਾਈਂ ਬੁੱਲ੍ਹੇ ਸ਼ਾਹ ਨੇ ਐਵੇਂ ਤਾਂ ਨਹੀਂ ਕਿਹਾ, "ਬੁੱਲ੍ਹਿਆ! ਕੀ ਜਾਣਾ ਮੈਂ ਕੌਣ?"

ਇਲਮਾਂ ਵਾਲੇ ਵੀ ਇਸ ਜੀਅ ਦਾ ਭੇਤ ਪਾਉਂਦੇ-ਪਾਉਂਦੇ ਥੱਕ ਗਏ, ਪਰ ਜੀਅ ਵੱਸ 'ਚ ਨਹੀਂ ਆਇਆ। ਕਦੇ ਇਹ ਜੀਅ ਪ੍ਰੀਤਾਂ 'ਚ ਏਨਾ ਗ਼ਲਤਾਨ ਹੋ ਜਾਂਦਾ ਹੈ ਕਿ ਆਪਣੇ ਆਪ ਦੀ ਖ਼ਬਰ-ਸਾਰ ਨਹੀਂ ਰਹਿੰਦੀ। ਸੋ ਬਿਹਤਰ ਇਹੀ ਹੈ ਕਿ ਇਸ ਜੀਅ ਨੂੰ ਪਰਦੇਸੀਂ ਵੱਸਣ ਦਿੱਤਾ ਜਾਵੇ ਤੇ ਇਨਸਾਨ ਇਸ ਦੇ ਪਰਦੇਸੀਂ ਵੱਸਦਿਆਂ ਵੀ ਸੁੱਖ ਦੀ ਨੀਂਦ ਸੌਂਵੇ ਤੇ ਆਪਣੇ ਕੰਮ ਨੂੰ ਪੂਰੀ ਲਗਨ, ਦ੍ਰਿੜ੍ਹਤਾ ਤੇ ਮਿਹਨਤ ਨਾਲ ਕਰੇ, ਜਦ ਇਨਸਾਨ ਨੇ ਆਪਣੇ ਆਪ ਨੂੰ ਪੂਰੀ ਤਰ੍ਹਾਂ ਆਪਣੀ ਪਸੰਦ ਦੇ ਕੰਮ 'ਚ ਲਗਾ ਲਿਆ ਤਾਂ ਮੇਰਾ ਯਕੀਨ ਹੈ ਕਿ ਪਰਦੇਸੀ ਜੀਅ ਵੀ ਜ਼ਰੂਰ ਘਰ ਆ ਜਾਵੇਗਾ। ਉਂਜ ਇਸ ਦੇ ਫ਼ਿਕਰ ਕਰਨ ਦੀ ਕੋਈ ਖ਼ਾਸ ਗੱਲ ਨਹੀਂ। ਜਿੱਥੇ ਵੱਸਦਾ ਹੈ ਵੱਸਣ ਦਿਓ। ਇਕ ਨਾ ਇਕ ਦਿਨ ਤਾਂ ਇਹ ਜ਼ਰੂਰ ਆਪਣੇ ਤਾਬੂਤ 'ਚ ਵਾਪਸ ਆ ਜਾਵੇਗਾ।

ਜ਼ਿੰਦਗੀ ਦੀਆਂ ਸਦੀਵੀ ਖ਼ੁਸ਼ੀਆਂ

ਕੀ ਜ਼ਿੰਦਗੀ 'ਚ ਕੋਈ ਸਦੀਵੀ ਖ਼ੁਸ਼ੀ ਵੀ ਹੈ, ਜਿਸ ਦੇ ਹੁਲਾਰੇ 'ਚ ਇਨਸਾਨ ਆਪਾ ਭੁੱਲਿਆਂ, ਹਮੇਸ਼ਾ ਖ਼ੁਸ਼ ਰਹਿ ਸਕਦਾ ਹੈ ? ਇਸ ਦਾ ਜਵਾਬ ਇਨਸਾਨ ਦੇ ਪਵਿੱਤਰ ਮਨ 'ਚੋਂ ਹੀ ਲੱਭਿਆ ਜਾ ਸਕਦਾ ਹੈ। ਇਹ ਮਨ ਜਿਥੇ ਕੋਈ ਝਰੀਟ ਨਾ ਹੋਵੇ ਤੇ ਉਹ ਮਨ ਜੋ ਝੀਲ ਦੇ ਨਿਰਮਲ ਪਾਣੀਆਂ ਵਾਂਗ ਟਿਕਿਆ ਹੋਇਆ ਤੇ ਸ਼ਾਂਤ ਹੋਵੇ, ਉਹੀ ਮਨ ਇਸ ਦਾ ਸਹੀ-ਸਹੀ ਜੁਆਬ ਦੇ ਸਕਦਾ ਹੈ। ਅਸਲੀ ਖ਼ੁਸ਼ੀ ਇਨਸਾਨ ਦੇ ਅੰਦਰ ਹੀ ਜਨਮ ਲੈਂਦੀ ਹੈ ਤੇ ਇਸ ਦੇ ਹੁਲਾਰੇ ਇਨਸਾਨ ਨੂੰ ਸੱਤਵੇਂ ਆਸਮਾਨ 'ਤੇ ਚੁੱਕੀ ਫਿਰਦੇ ਹਨ। ਪਰ ਇਹ ਸਦੀਵੀ ਖ਼ੁਸ਼ੀ ਤਦ ਹੀ ਪਾਈ ਜਾ ਸਕਦੀ ਹੈ ਜੇ ਇਨਸਾਨ ਆਪਣੀ ਜ਼ਿੰਦਗੀ ਦੇ ਸੁਆਰਥ ਤਿਆਗ ਦੇਵੇ, ਭਾਵ ਆਪਣੇ ਆਪ ਨੂੰ ਇਸ ਕਦਰ ਪਵਿੱਤਰ ਤੇ ਸਾਫ਼ ਕਰ ਲਵੇ ਕਿ ਉਸ ਦੇ ਮਨ ਦੇ ਕੰਵਲ ਸਦਾ ਖਿੜ-ਖਿੜ ਪੈਣ, ਜਿਵੇਂ ਚਿੱਕੜ ਭਰੇ ਪਾਣੀਆਂ 'ਚ ਵੀ ਕੰਵਲ ਦਾ ਫੁੱਲ ਖਿੜ ਪੈਂਦਾ ਹੈ।

ਅਜਿਹੀ ਦੁਰਲੱਭ ਤੇ ਸਦੀਵੀ ਖ਼ੁਸ਼ੀ ਪ੍ਰਾਪਤ ਕਰਨ ਲਈ ਇਨਸਾਨ ਨੂੰ ਸੁਆਰਥ ਦਾ ਪੱਲਾ ਛੱਡਣਾ ਪਵੇਗਾ, ਸਗੋਂ ਪਰ ਸੁਆਰਥੀ ਬਣ ਕੇ ਅਜਿਹੇ ਕੰਮ ਕਰੋ, ਜਿਨ੍ਹਾਂ ਨਾਲ ਹੋਰਨਾਂ ਦਾ ਭਲਾ ਹੋਵੇ। ਕੋਈ ਇਕ ਅਜਿਹਾ ਨੇਕ ਕੰਮ ਕਰ ਕੇ ਵੇਖੋ, ਤੁਹਾਨੂੰ ਅਵੱਸ਼ ਖ਼ੁਸ਼ੀ ਦਾ ਅਨੁਭਵ ਹੋਵੇਗਾ। ਅਸੀਂ ਵੇਖਦੇ ਹਾਂ, ਬੜੇ ਬੜੇ ਰਹਿਮ-ਦਿਲ ਹਕੀਮ ਤੇ ਡਾਕਟਰ ਜੋ ਮਰੀਜ਼ ਨੂੰ ਰਾਜ਼ੀ ਕਰ ਕੇ ਖ਼ੁਸ਼ ਹੁੰਦੇ ਹਨ, ਫਿਰ ਹੈਰਾਨੀ ਦੀ ਗੱਲ ਇਹ ਹੈ ਕਿ ਅਜਿਹੇ ਕਈ ਹਕੀਮ ਮਰੀਜ਼ ਤੋਂ ਫੀਸ ਵੀ ਕਬੂਲ ਨਹੀਂ ਕਰਦੇ। ਅਜਿਹੇ ਸ਼ਫ਼ਾਖ਼ਾਨੇ ਮਰੀਜ਼ਾਂ ਨੂੰ ਰਾਜ਼ੀ ਕਰ ਕੇ ਆਪਣੀ ਅਸਲ ਪੂੰਜੀ ਤੇ ਅਸਲ ਖ਼ੁਸ਼ੀ ਪ੍ਰਾਪਤ ਕਰ ਲੈਂਦੇ ਹਨ। ਪਰ ਕਈ ਵਾਰ ਕਈ ਮਰੀਜ਼ ਇਨ੍ਹਾਂ ਤੋਂ ਰਾਜ਼ੀ ਹੋ ਕੇ ਖ਼ੁਦ ਹੀ ਦਾਨ ਦੇ ਤੌਰ 'ਤੇ ਵੱਡੀ ਰਕਮ ਅਦਾ ਕਰ ਦਿੰਦੇ ਹਨ, ਜਿਨ੍ਹਾਂ ਨਾਲ ਅਜਿਹੇ ਕਾਰੋਬਾਰ ਚੱਲਦੇ ਰਹਿੰਦੇ ਹਨ। ਸੋ ਅਸਲ ਖ਼ੁਸ਼ੀ ਤੇ ਸਦੀਵੀ ਖ਼ੁਸ਼ੀ ਤਦ ਹੀ ਪ੍ਰਾਪਤ ਕੀਤੀ ਜਾ ਸਕਦੀ ਹੈ ਜੇ ਅਸੀਂ ਕੋਈ ਨੇਕ ਕੰਮ ਕਰੀਏ। ਕਿਸੇ ਦਾ ਭਲਾ ਕਰੀਏ ਜਾਂ ਕਿਸੇ ਨੂੰ ਕੋਈ ਫਾਇਦਾ ਪਹੁੰਚਾ ਸਕੀਏ, ਇਹ ਕੰਮ ਵੀ ਇਸ ਭਾਵਨਾ ਨਾਲ ਕੀਤਾ ਜਾਵੇ ਕਿ ਤੁਹਾਨੂੰ ਕੋਈ ਗ਼ਰੂਰ ਨਾ ਹੋਵੇ। ਜਿਵੇਂ ਵਗਦੇ ਪਾਣੀ ਖੇਤਾਂ ਨੂੰ ਸਿੰਜ ਕੇ ਅੱਗੇ ਚਲੇ ਜਾਂਦੇ ਹਨ, ਇਸੇ ਤਰ੍ਹਾਂ ਤੁਸੀਂ ਵੀ ਕਿਸੇ ਨੂੰ ਖ਼ੁਸ਼ੀ ਵੰਡ ਕੇ ਤੁਰਦੇ ਬਣੋ, ਜਤਾਓ ਨਾ ਕਿ ਤੁਸੀਂ ਕਿਸੇ ਦਾ ਕੋਈ ਫ਼ਾਇਦਾ ਕੀਤਾ ਹੈ। ਸਾਰੀ ਗੜਬੜ ਜਤਾਉਣ ਨਾਲ ਹੀ ਪੈਦਾ ਹੁੰਦੀ ਹੈ। ਜਿਵੇਂ ਚਸ਼ਮਿਆਂ ਦੇ ਪਾਣੀ ਅਨੇਕਾਂ ਰਾਹੀਆਂ ਦੀ ਪਿਆਸ ਬੁਝਾ ਕੇ ਨਿਰੰਤਰ ਵਹਿੰਦੇ ਤੇ ਚੱਲਦੇ ਰਹਿੰਦੇ ਹਨ, ਇੰਜ ਹੀ ਤੁਸੀਂ ਵੀ ਚਸ਼ਮੇ ਬਣੋ ! ਤੁਸੀਂ ਵੀ ਪਾਣੀਆਂ ਵਾਂਗ ਨਿਰਮਲ ਤੇ ਚਾਂਦੀ-ਵੰਨੀ ਭਾਅ ਮਾਰਦੇ ਸਦੀਵੀ ਖ਼ੁਸ਼ੀ ਦੇ ਰਾਹਗੀਰ ਬਣੋ, ਜਿਥੇ ਕੋਈ ਤਿੜਕੀ ਹੋਈ ਭਾਵਨਾ ਨਹੀਂ, ਸਗੋਂ

ਖਿੜੇ ਫੁੱਲਾਂ ਵਰਗੀ ਤਾਜ਼ਗੀ ਤੇ ਖੇੜਾ ਹੈ।

ਸਦੀਵੀ ਖ਼ੁਸ਼ੀ ਦਾ ਵਾਸਾ ਕੇਵਲ ਪਵਿੱਤਰ ਆਤਮਾ 'ਚ ਹੀ ਹੋ ਸਕਦਾ ਹੈ। ਉਹ ਰੂਹ ਜੋ ਫੁੱਲ ਵਾਂਗ ਖਿੜ-ਖਿੜ ਕੇ ਰੌਸ਼ਨੀ ਵੰਡੇ। ਉਹ ਚਿਹਰਾ ਜਿਸ ਦੀ ਨਿਰਮਲ ਤੇ ਪੁਰਨੂਰ ਆਭਾ 'ਚ ਇਕ ਸਦੀਵੀ ਚਾਨਣ ਵੱਸਦਾ ਹੋਵੇ। ਇਹ ਨਾ ਹੋਵੇ ਕਿ ਤੁਹਾਡਾ ਮਨ ਜ਼ਰਾ-ਜ਼ਰਾ ਜਿੰਨੀਆਂ ਠੋਕਰਾਂ ਖਾ ਕੇ ਤੜਫਣ ਲੱਗ ਪਵੇ, ਸਗੋਂ ਨਿੱਕੀਆਂ-ਮੋਟੀਆਂ ਤਕਲੀਫ਼ਾਂ ਸਹਾਰ ਕੇ ਤੁਸੀਂ ਖ਼ੁਸ਼ੀਆਂ ਦੇ ਦੁਆਰ ਵੱਲ ਤੱਕਦੇ ਰਹੋ। ਤਕਲੀਫ਼ਾਂ ਨੂੰ ਕੇਵਲ ਰਾਹਗੀਰ ਹੀ ਸਮਝੋ। ਆਈਆਂ ਤੇ ਤੁਰਦੀਆਂ ਬਣੀਆਂ। ਜਿਵੇਂ ਰਾਹੀ ਸਾਨੂੰ ਕੁਝ ਪਲਾਂ-ਛਿਣਾਂ ਲਈ ਮਿਲ ਕੇ ਕਿਧਰੇ ਅਲੋਪ ਹੋ ਜਾਂਦੇ ਹਨ, ਇੰਜ ਹੀ ਮਨ ਦੇ ਨਿੱਕੇ-ਨਿੱਕੇ ਸਾੜੇ, ਦੁੱਖ, ਗ਼ਮ ਤੇ ਪਰਛਾਵੇਂ ਕਿਧਰੇ ਭੱਜ ਤੁਰਦੇ ਹਨ। ਅਸੀਂ ਵੇਖਦੇ ਹਾਂ ਕਿ ਆਕਾਸ਼ 'ਚ ਕਿੰਨੇ ਚਿੱਤਰ-ਮਿਤਰੇ ਬੱਦਲ ਸਾਰਾ ਦਿਨ ਪਰਿਕਰਮਾ ਕਰਦੇ ਹਨ, ਪਰ ਇਨ੍ਹਾਂ ਦੇ ਤੁਰਨ-ਫਿਰਨ ਉਪਰੰਤ ਆਕਾਸ਼ ਫਿਰ ਨੀਲਾ ਤੇ ਸੁੰਦਰ ਚਮਕ ਮਾਰਦਾ ਹੈ। ਅਜਿਹਾ ਹੀ ਆਕਾਸ਼ ਵਰਗਾ ਨੀਲਾ, ਸੁੰਦਰ ਮਨ ਹੋਵੇ ਇਨਸਾਨ ਦਾ, ਜਿਸ 'ਤੇ ਗ਼ਮ ਦੇ ਬੱਦਲ ਜੇ ਛਾ ਵੀ ਜਾਣ ਤਾਂ ਫਿਰ ਕੁਝ ਸਮਾਂ ਪਾ ਕੇ ਉਹ ਬੱਦਲ ਕਿਧਰੇ ਉੱਡ-ਪੁੱਡ ਜਾਣ। ਆਕਾਸ਼ ਦਾ ਨਿਰਮਲ ਨੀਲਾ ਰੰਗ ਸਦਾ ਸਦੀਵੀ ਬਣਿਆ ਰਹੇ।

ਸਾਡੇ ਸਿਰ 'ਤੇ ਬਣਿਆ ਨੀਲਾ ਅੰਬਰ ਸਾਨੂੰ ਇਹੋ ਸਿੱਖਿਆ ਦਿੰਦਾ ਹੈ ਕਿ ਮੇਰੇ ਵਾਂਗ ਨਿਰਮਲ ਤੇ ਸ਼ਫ਼ਾਫ਼ ਬਣੋ। ਆਕਾਸ਼ ਜਿੰਨਾ ਨਿਰਮਲ ਤਾਂ ਇਨਸਾਨ ਤਦ ਹੀ ਬਣ ਸਕੇਗਾ ਜੇ ਉਸ ਦੇ ਹਿਰਦੇ 'ਚ ਆਕਾਸ਼ ਜਿੰਨੀ ਵਿਸ਼ਾਲਤਾ ਸਮਾਈ ਹੋਵੇ ਤੇ ਆਕਾਸ਼ ਜਿੰਨਾ ਹੀ ਨੀਲੰਬਰੀ ਰੰਗ ਵੀ ਭਰਿਆ ਹੋਵੇ।

ਸਦੀਵੀ ਖੁਸ਼ੀ ਪ੍ਰਾਪਤ ਕਰਨ ਲਈ ਆਪਣੇ ਹੱਥਾਂ ਨੂੰ ਸਦਾ ਕੰਮਾਂ 'ਚ ਰੁਝਾਈ ਰੱਖੋ, ਜਿਵੇਂ ਮਧੂ-ਮੱਖੀਆਂ ਸ਼ਹਿਦ ਇਕੱਠਾ ਕਰਨ ਵੇਲੇ, ਕੰਮ ਕਰਦੀਆਂ ਹਨ। ਜਿਵੇਂ ਕੋਰਲ ਕੀੜੇ ਤੇ ਸਮੁੰਦਰੀ ਜੀਵ ਹਰ ਪਲ, ਹਰ ਛਿਨ, ਆਪਣੀ ਉਪਜੀਵਕਾ ਲਈ ਅਨਾਜ ਜਮ੍ਹਾਂ ਕਰੀ ਜਾ ਰਹੇ ਹਨ। ਨਿਰੰਤਰਤਾ 'ਚ ਹੀ ਜ਼ਿੰਦਗੀ ਸਮਾਈ ਹੋਈ ਹੈ। ਭਲਾ ਤਾਰੇ, ਚੰਦ ਤੇ ਸੂਰਜ ਕਦੋਂ ਆਰਾਮ ਕਰਦੇ ਹੋਣਗੇ। ਇਹ ਤਾਂ ਸਦਾ-ਸਦਾ ਤੋਂ ਹੀ ਆਪਣਾ ਫ਼ਰਜ਼ ਨਿਭਾਈ ਜਾ ਰਹੇ ਹਨ। ਇੰਜ ਇਨਸਾਨ ਦੇ ਵੀ ਕੁਝ ਸਦੀਵੀ ਫ਼ਰਜ਼ ਹਨ। ਇਨ੍ਹਾਂ ਫ਼ਰਜ਼ਾਂ ਦੀ ਪੰਡ ਚੁੱਕ ਕੇ ਜਦੋਂ ਕੋਈ ਤੁਰਦਾ ਹੈ ਤਾਂ ਉਹ ਗੌਰਵ ਤੇ ਮਾਣ ਮਹਿਸੂਸ ਕਰਦਾ ਹੈ। ਕਿੰਨੀ ਹਲੀਮੀ, ਮਿਹਨਤ, ਦ੍ਰਿੜ੍ਹਤਾ ਨਾਲ ਫ਼ਰਜ਼ਾਂ ਦੀ ਪੂਰਤੀ ਕਰਦਾ ਇੱਕ ਸੱਚਾ ਇਨਸਾਨ, ਜੀਉਂਦਾ ਹੈ। ਅਜਿਹੇ ਇਨਸਾਨ ਦੀ ਸਾਦਗੀ, ਪਵਿੱਤ੍ਰਤਾ ਅਤੇ ਰਹਿਮ-ਦਿਲੀ 'ਤੇ ਤਾਂ ਰੱਬ ਵੀ ਹੱਥ ਬੰਨ੍ਹ ਕੇ ਖੜੋ ਜਾਂਦਾ ਹੈ, ਜਦੋਂ ਉਹ ਧੰਨੇ ਭਗਤ ਦੀਆਂ ਗਾਵਾਂ, ਮੱਝਾਂ ਚਾਰਦਾ ਹੈ। ਜਦੋਂ ਉਹ ਕਬੀਰ ਦੀ ਪੱਤ ਰੱਖਣ ਵੇਲੇ ਖ਼ੁਦ ਉਸ ਦੀ ਬੇਟੀ ਦੇ ਵਿਆਹ ਦੇ ਸਾਰੇ ਕਾਰਜ ਸਿਰੇ ਚਾੜ੍ਹਦਾ ਹੈ।

ਜਦੋਂ ਗੁਰੂ ਨਾਨਕ ਦੇਵ ਜੀ ਦੀਆਂ ਮੱਝਾਂ ਦੀਆਂ ਉਜਾੜੀਆਂ ਫ਼ਸਲਾਂ ਫਿਰ ਤੋਂ ਹਰੀਆਂ-ਭਰੀਆਂ ਤੇ ਲਹਿ-ਲਹਾਉਂਦੀਆਂ ਝੂਮਣ ਲੱਗਦੀਆਂ ਹਨ—ਅਜਿਹੀ ਅਲੌਕਿਕ ਸ਼ਕਤੀ ਹੈ ਸੱਚੀ ਕਿਰਤ ਵਿਚ ਤੇ ਸੱਚੇ ਮਨ ਵਿਚ।

ਜਿਵੇਂ ਫੁੱਲਾਂ ਨੂੰ ਖੇੜੇ ਵੰਡ ਕੇ ਖ਼ੁਸ਼ੀ ਮਿਲਦੀ ਹੈ ਤੇ ਘਾਹ ਨੂੰ ਪੈਰਾਂ ਹੇਠਾਂ ਵਿਛ ਕੇ, ਇੰਜ ਹੀ ਤੁਸੀਂ ਵੀ ਆਪਣੀ ਖ਼ੁਸ਼ੀ ਲਈ ਫੁੱਲ ਬਣੋ ਜਾਂ ਘਾਹ ਜਾਂ ਫਿਰ ਰੁੱਖ ਵਾਂਗ ਹੀ ਬਣੋ, ਜੋ ਸਦੀਆਂ ਦੇ ਕਹਿਰ ਦੀਆਂ ਧੁੱਪਾਂ ਸਹਿ ਕੇ, ਮੀਂਹ ਹਨੇਰੀ ਤੇ ਝੱਖੜ ਝੱਲ ਕੇ ਵੀ ਠੰਢੀਆਂ ਛਾਵਾਂ, ਫੁੱਲ ਤੇ ਫਲ ਦਿੰਦਾ ਆਇਆ ਹੈ। ਤੁਹਾਨੂੰ ਆਪਣੀ ਖ਼ੁਸ਼ੀ ਲਈ ਕੋਈ ਅਜਿਹੀ ਕੁਰਬਾਨੀ ਜ਼ਰੂਰ ਕਰਨੀ ਪਵੇਗੀ, ਤਦ ਹੀ ਤੁਸੀਂ ਅਸਲ ਖ਼ੁਸ਼ੀ ਦਾ ਭੇਤ ਜਾਣ ਸਕਦੇ ਹੋ।

ਜ਼ਿੰਦਗੀ ਦੀ ਸਦੀਵੀ ਖ਼ੁਸ਼ੀ ਲਈ ਅਜਿਹਾ ਨਿਰੰਤਰ ਕਰਮ ਤਾਂ ਤੁਹਾਨੂੰ ਕਰਨਾ ਹੀ ਪਵੇਗਾ। ਪੰਛੀਆਂ ਦੇ ਗੀਤ ਵੀ ਖ਼ੁਸ਼ੀ ਲਈ ਹੀ ਹਨ ਤੇ ਸੁਗੰਧ-ਸਮੀਰ ਦੀਆਂ ਮਿੱਠੀਆਂ ਤਾਨਾਂ ਵੀ ਖ਼ੁਸ਼ੀ ਦੇ ਨਗ਼ਮੇ ਵਾਂਗ ਸਦਾ ਤੋਂ ਝਰ-ਝਰ ਕੇ ਸੰਗੀਤ ਨੂੰ ਜਨਮ ਦੇ ਰਹੀਆਂ ਹਨ। ਰੁੱਖਾਂ ਦੇ ਪੱਤੇ ਵੀ ਇਹੋ ਕੁਝ ਕਰ ਰਹੇ ਹਨ। ਇਹ ਆਪ ਤਾਂ ਭਾਵੇਂ ਡਾਲੀਆਂ ਨਾਲੋਂ ਟੁੱਟ ਕੇ ਜ਼ਿੰਦਗੀ ਤਿਆਗ ਦਿੰਦੇ ਹਨ, ਪਰ ਲੋਕਾਈ ਲਈ ਇਹ ਸੰਗੀਤ ਸਿਰਜਦੇ ਹਨ। ਕਿਸਾਨਾਂ ਦੇ ਖੇਤਾਂ ਲਈ ਇਹ ਖਾਦ ਬਣਦੇ ਹਨ। ਮਿੱਟੀ ਦੀ ਕੁੱਖ ਹਰੀ ਕਰਨ ਲਈ ਇਹ ਆਪਣਾ ਵਜੂਦ ਖ਼ਤਮ ਕਰ ਬੈਠਦੇ ਹਨ।

ਦੇਵਤੇ ਤੇ ਫ਼ਰਿਸ਼ਤੇ ਸਦਾ ਖ਼ੁਸ ਰਹਿੰਦੇ ਹਨ ਤਾਂ ਫ਼ਰਿਸ਼ਤੇ ਬਣ ਕੇ ਵੇਖੋ ਪਰ ਇੰਜ ਕਰਨ ਲਈ ਵੀ ਤੁਹਾਨੂੰ ਪਹਿਲਾਂ ਆਪਣੇ ਹੱਥਾਂ ਤੇ ਪੈਰਾਂ 'ਚ ਕਿੱਲ ਠੁਕਵਾਉਣੇ ਪੈਣੇ ਹਨ, ਤਦ ਹੀ ਤੁਸੀਂ ਈਸਾ-ਮਸੀਹ ਵਾਂਗ ਕੋਈ ਪਵਿੱਤਰ ਰੂਹ ਜਾਂ ਦੇਵਤਾ ਬਣ ਸਕਦੇ ਹੋ। ਗੱਲ ਕੀ, ਖ਼ੁਸ਼ੀ ਵੱਲ ਜਾਂਦਾ ਹਰ ਰਾਹ ਮੁਸ਼ਕਿਲ ਨੂੰ ਕੱਟ ਕੇ ਫਿਰ ਹੀ ਬਣਿਆ ਹੈ। ਆਪਣੇ ਵਜੂਦ ਨੂੰ ਮਿੱਟੀ 'ਚ ਰਲਾ ਕੇ ਹੀ ਫੁੱਲ ਖਿੜਦਾ ਹੈ ਤੇ ਪੌਦਾ ਮੁਸਕਰਾਉਂਦਾ ਹੈ। ਧਰਤੀ ਦੀ ਹਿੱਕ 'ਤੇ ਲਹਿਲਹਾਉਂਦੀਆਂ ਤੇ ਝੂਮਦੀਆਂ ਹਰੀਆਂ ਕਚੂਰ ਫ਼ਸਲਾਂ ਵੀ ਇਕ ਖ਼ੁਸ਼ੀ ਦਾ ਗੀਤ ਹੀ ਤਾਂ ਹਨ, ਪਰ ਇਹ ਗੀਤ ਬਣਨ ਲਈ ਵੀ ਕਿਸਾਨ ਦੇ ਮੁੜ੍ਹਕੇ ਨੇ ਚੋ-ਚੋ ਕੇ ਫ਼ਸਲਾਂ ਨੂੰ ਸਿੰਜਿਆ ਤੇ ਪਾਲਿਆ ਹੈ। ਕਿਸੇ ਸੀਰੀ ਦੇ ਨੰਗੇ ਪੈਰਾਂ ਨੇ ਤੇ ਹੱਥਾਂ ਦੀਆਂ ਤਲੀਆਂ ਨੇ ਇਹ ਕ੍ਰਿਸ਼ਮਾ ਕਰ ਵਿਖਾਇਆ ਹੈ। ਬਿਨਾਂ ਧਰਤੀ ਦੀ ਕੁੱਖ ਨੂੰ ਫਰੋਲਿਆਂ, ਕਦੋਂ ਅਨਾਜ ਪੈਦਾ ਹੋਇਆ ਹੈ ਤੇ ਬਿਨਾਂ ਧਰਤੀ 'ਚ ਬੀਜ ਬੀਜਿਆਂ ਕਦੇ ਕੋਈ ਰੁੱਖ ਜਾਂ ਬੋਹਲ ਜਨਮਿਆ।

ਸਦੀਵੀ ਖ਼ੁਸ਼ੀ ਦੀ ਖ਼ਾਤਰ ਹੀ ਇਕ ਮਾਂ ਆਪਣੀ ਕੁੱਖ 'ਚ ਇਕ ਬੱਚੇ ਨੂੰ ਨਿੰਮਣ ਉਪਰੰਤ ਕਿੰਨੇ ਦੁੱਖ ਸਹਿ ਕੇ ਵੀ ਫ਼ਰਿਸ਼ਤੇ ਰਿਹਾ ਬਾਲ ਜਨਮਦੀ ਹੈ। ਅਜਿਹੇ ਫ਼ਰਿਸ਼ਤੇ ਤੇ ਨੰਨ੍ਹੇ ਬੱਚੇ ਨੂੰ ਵੇਖ ਕੇ ਪੂਰਾ ਪਰਿਵਾਰ ਹੀ ਖ਼ੁਸ਼ੀਆਂ 'ਚ ਨੱਚ ਉੱਠਦਾ ਹੈ। ਬੱਚੇ ਦਾ ਹਸੂੰ-ਹਸੂੰ ਕਰਦਾ ਸੁੰਦਰ ਮੁਸਕਰਾਉਂਦਾ ਚਿਹਰਾ ਇੱਕ ਵੱਡੀ ਖ਼ੁਸ਼ੀ ਨੂੰ ਜਨਮ ਦਿੰਦਾ ਹੈ। ਇੱਕ ਪੂਰੇ ਪਰਿਵਾਰ ਲਈ ਵਾਰਿਸ ਖੜਾ ਹੋ ਜਾਂਦਾ ਹੈ ਤੇ ਇੰਜ ਹੀ ਕੌਮਾਂ ਅੱਗੇ ਵਧ ਕੇ ਪ੍ਰਫੁੱਲਤ ਹੁੰਦੀਆਂ ਹਨ।

ਸਦੀਵੀ ਖ਼ੁਸ਼ੀ ਲਈ ਇਨਸਾਨ ਹਰ ਵੇਲੇ ਤਤਪਰ ਰਹਿੰਦਾ ਹੈ, ਪਰ ਪ੍ਰਾਪਤ ਇਹ ਤਦ ਹੀ ਹੁੰਦੀ ਹੈ, ਜਦ ਇਨਸਾਨ ਆਪਣੀਆਂ ਸਵਾਰਥੀ ਲੋੜਾਂ ਨੂੰ ਤਿਆਗ ਕੇ ਖ਼ੁਸ਼ਹਾਲੀ, ਸਦਭਾਵਨਾ ਤੇ ਪਵਿੱਤਰਤਾ ਲਈ ਬੂਹੇ ਖੋਲ੍ਹ ਕੇ ਰੱਖਦਾ ਹੈ। ਜਿਵੇਂ ਰੁੱਖਾਂ ਨੂੰ ਫਲ ਲੱਗਦੇ ਹਨ ਤੇ ਅੰਬਾਂ ਨੂੰ ਬੂਰ ਪੈਂਦਾ ਹੈ ਤੇ ਪ੍ਰਕਿਰਤੀ ਪਰਿਵਰਤਨ ਨਾਲ ਨੱਚ ਉੱਠਦੀ ਹੈ ਤਾਂ ਕੋਇਲ ਇਸ

ਖ਼ੁਸ਼ੀ ਭਰੇ ਮਾਹੌਲ 'ਚ ਕੂਕ ਉੱਠਦੀ ਹੈ। ਇੰਜ ਹੀ ਇਨਸਾਨ ਵੀ ਜਦ ਮਨ 'ਚ ਪਵਿੱਤਰਤਾ ਨੂੰ ਵਸਾ ਲਏ ਤਾਂ ਖਿੜ ਪੈਂਦਾ ਹੈ। ਖ਼ੁਸ਼ੀ ਕੋਈ ਵਸਤੂ ਨਹੀਂ ਜਿਸ ਦੀ ਪੰਡ ਬੰਨ੍ਹ ਕੇ ਤੁਸੀਂ ਇਸ ਨੂੰ ਸਿਰ 'ਤੇ ਟਿਕਾ ਲਵੋਗੇ, ਸਗੋਂ ਇਹ ਤਾਂ ਤੁਹਾਨੂੰ ਇੰਜ ਮਿਲਦੀ ਹੈ ਜਿਵੇਂ ਰੁੱਖਾਂ 'ਤੇ ਨਵੇਂ ਪੱਤੇ ਫੁੱਟ ਪੈਂਦੇ ਹਨ। ਇਹ ਤਾਂ ਤੁਹਾਡੇ ਅੰਦਰੋਂ ਹੀ ਮੌਲਦੀ ਦੇ ਖਿੜਦੀ ਹੈ। ਤੁਹਾਡਾ ਅੰਦਰਲਾ ਆਪਾ ਹੀ ਖ਼ੁਸ਼ੀ ਦਾ ਰੂਪ ਹੋ ਕੇ ਵਿਸਮਾਦ 'ਚ ਕੂਕਦਾ ਹੈ। ਫਿਰ ਦੁਨੀਆ ਦੀ ਹਰ ਇੱਕ ਵਸਤੂ ਤੁਹਾਨੂੰ ਅਸਲੀ ਖ਼ੁਸ਼ੀ ਦਾ ਸਦੀਵੀ ਰੂਪ ਜਾਪੇਗੀ। ਇਹੋ ਹੀ ਸਦੀਵੀ ਖ਼ੁਸ਼ੀ ਦਾ ਅਸਲੀ ਭੇਦ ਹੈ ਜਿਸ ਨੂੰ ਤੁਸੀਂ ਨਿਰੰਤਰ ਆਪਣੇ ਮਨ 'ਚ ਵਸਾ ਕੇ ਖ਼ੁਸ਼ ਰਹਿ ਸਕਦੇ ਹੋ।

ਸਾਦਗੀ, ਸੁਹੱਪਣ ਤੇ ਸੁੰਦਰਤਾ

ਜਿੰਨਾ ਕੋਈ ਇਨਸਾਨ ਵਧੇਰੇ ਤਰੱਕੀ ਕਰ ਕੇ, ਕਿਸੇ ਮਹਾਨ ਲਕਸ਼ ਨੂੰ ਪਾ ਲੈਂਦਾ ਹੈ, ਓਨਾ ਹੀ ਇਹ ਸਾਦਾ ਵੀ ਹੁੰਦਾ ਜਾਂਦਾ ਹੈ। ਦੁਨੀਆ 'ਤੇ ਜਿੰਨੇ ਵੀ ਮਹਾਨ ਪੁਰਸ਼ ਹੋਏ ਹਨ, ਸਭਨਾਂ ਨੇ ਜ਼ਿੰਦਗੀ ਦੇ ਲਕਸ਼ ਨੂੰ ਪਾਉਣ 'ਚ ਆਪਣੀ ਆਹੂਤੀ ਦਿੱਤੀ ਹੈ। ਇਬਰਾਹੀਮ ਲਿੰਕਨ, ਗ਼ਰੀਬੀ 'ਚੋਂ ਉੱਚਾ ਉੱਠ ਕੇ, ਅਮਰੀਕਾ ਦਾ ਰਾਸ਼ਟਰਪਤੀ ਬਣਿਆ ਤੇ ਇੰਜ ਹੀ ਪੰਡਿਤ ਨਹਿਰੂ ਇਕ ਅਮੀਰ ਪਰਿਵਾਰ 'ਚ ਪੈਦਾ ਹੋ ਕੇ ਵੀ ਅਜ਼ਾਦੀ ਦੀ ਲੜਾਈ 'ਚ ਇਸ ਕਦਰ ਇੰਨਾ ਖੁੱਭਿਆ ਕਿ ਸਾਰੀ ਜ਼ਿੰਦਗੀ ਖੱਦਰ ਪਹਿਨਦਾ ਰਿਹਾ। ਇਸ ਤਰ੍ਹਾਂ ਅਨੇਕਾਂ ਪੁਰਸ਼ ਸਾਡੇ ਸਾਹਮਣੇ ਹਨ, ਜਿਨ੍ਹਾਂ ਨੇ ਜ਼ਿੰਦਗੀ ਦੇ ਡੂੰਘੇ ਭੇਤ ਨੂੰ ਜਾਨਣ ਖ਼ਾਤਰ, ਆਪਣੀਆਂ ਜਾਨਾਂ ਦੀ ਕੁਰਬਾਨੀ ਦਿੱਤੀ।

ਕਈ ਵਾਰ ਵਿੱਦਿਆ ਦੇ ਚਾਨਣ ਨਾਲ ਵੀ ਇਨਸਾਨ ਦਾ ਅੰਦਰਲਾ ਚਾਨਣ-ਚਾਨਣ ਹੋ ਜਾਂਦਾ ਹੈ ਤੇ ਫਿਰ ਉਸ ਨੂੰ ਇਸ ਚਾਨਣ ਦੇ ਸਦਕੇ ਗਹਿਣੇ ਤੇ ਵਧੀਆ ਲਿਬਾਸ ਦੀ ਲੋੜ ਹੀ ਨਹੀਂ ਰਹਿੰਦੀ। ਸਾਡੇ ਦੇਸ਼ ਦੇ ਸਾਬਕਾ ਰਾਸ਼ਟਰਪਤੀ ਸ੍ਰੀ ਅਬਦੁਲ ਕਲਾਮ ਵੀ ਇਕ ਗ਼ਰੀਬ ਪਰਿਵਾਰ 'ਚੋਂ ਉੱਠੇ ਹਨ ਤੇ ਉਨ੍ਹਾਂ ਨੇ ਸਾਇੰਸ ਦੀ ਉਚੇਰੀ ਪੜ੍ਹਾਈ ਕਰ ਕੇ, ਮਿਜ਼ਾਈਲ ਤਿਆਰ ਕਰਨ 'ਚ ਉਚੇਚਾ ਹਿੱਸਾ ਪਾਇਆ ਹੈ। ਉਨ੍ਹਾਂ ਨੇ ਆਪਣੀ ਜੀਵਨੀ "Wings of Fire" ਵਿਚ ਲਿਖਿਆ ਹੈ ਕਿ ਉਹ ਨਿੱਕੇ ਹੁੰਦੇ ਰੁੱਖਾਂ ਤੋਂ ਇਮਲੀ ਇਕੱਠੀ ਕਰ ਕੇ ਆਨੇ ਦੋ ਆਨੇ ਦੀ ਵੇਚਿਆ ਕਰਦੇ ਸਨ ਤੇ ਇੰਜ ਆਪਣੀਆਂ ਕਿਤਾਬਾਂ ਕਾਪੀਆਂ ਖਰੀਦ ਲਿਆ ਕਰਦੇ ਸਨ ਅਤੇ ਉੱਚੀ ਵਿੱਦਿਆ ਤੇ ਇਲਮ ਦੇ ਸਹਾਰੇ ਉਹ ਅੱਜ ਤਰੱਕੀ ਦੀ ਸਿਖਰ 'ਤੇ ਪੁੱਜੇ ਹੋਏ ਹਨ।

ਸਾਦਗੀ 'ਚ ਏਨਾ ਨਿੱਘ, ਹੁਲਾਸ ਤੇ ਧਰਵਾਸ ਹੈ ਕਿ ਇਨਸਾਨ ਦੇ ਚਿਹਰੇ ਦਾ ਨੂਰ ਹੋਰ ਦੂਣ ਸਵਾਇਆ ਹੋ ਜਾਂਦਾ ਹੈ। ਅੰਦਰਲਾ ਆਪਾ, ਆਪ ਦੀ ਪ੍ਰਾਪਤੀ ਸਦਕਾ, ਫੁੱਲਿਆ ਨਹੀਂ ਸਮਾਉਂਦਾ ਤੇ ਸਾਦੇ ਇਨਸਾਨ ਦਾ ਹਿਰਦਾ ਵੀ ਨਿਸ਼ਕਪਟ ਤੇ ਨਿਮਰ ਹੋ ਜਾਂਦਾ ਹੈ। ਫਿਰ ਜਿੰਨਾ ਕੋਈ ਇਨਸਾਨ ਸਾਦਾ ਹੋਵੇਗਾ; ਓਨੀ ਹੀ ਉਸ ਦੀ ਸ਼ਖ਼ਸੀਅਤ ਨਿੱਖਰੀ- ਨਿੱਖਰੀ ਤੇ ਖਿੱਚਾਂ ਪਾਉਣ ਵਾਲੀ ਹੁੰਦੀ ਹੈ, ਜਿਸ ਦਾ ਹਿਰਦਾ ਧੋਤਾ ਹੋਇਆ ਹੋਵੇ, ਉਸ ਨੂੰ ਕੀਮਤੀ ਕੱਪੜਿਆਂ ਦੀ ਕੀ ਲੋੜ। ਉਸ ਦੇ ਅੰਦਰ ਤਾਂ ਚੰਗਿਆਈ ਦੇ ਲਾਲ ਦਗਦੇ ਹਨ। ਉਹ ਲਾਲ ਜਿਨ੍ਹਾਂ ਨਾਲ ਉਹ ਦੁਨੀਆ ਨੂੰ ਜ਼ਿੰਦਗੀ ਦੇ ਮਹਾਨ ਲਕਸ਼ਾਂ ਦੇ ਰਾਹ ਵਿਖਾ ਕੇ, ਕਿਤੇ ਅੱਗੇ ਨਿਕਲ ਜਾਂਦਾ ਹੈ। ਅਜਿਹੇ ਇਨਸਾਨ, ਆਪਣੀ ਅਨੋਖੀ ਆਭਾ ਤੇ ਦਿਲਕਸ਼

ਸ਼ਖ਼ਸੀਅਤ ਕਾਰਨ, ਕਿਸੇ ਲਿਬਾਸ ਦੇ ਧਾਰਨੀ ਜਾਂ ਗ਼ੁਲਾਮ ਨਹੀਂ ਹੁੰਦੇ।

ਭਲਾ ਸੁੰਦਰ ਤੇ ਕਿਸੇ ਗੋਭਲੇ ਜਿਹੇ ਨਿੱਕੇ ਬੱਚੇ ਨੂੰ ਕਿਹੜੇ ਸ਼ਿੰਗਾਰ ਦੀ ਜ਼ਰੂਰਤ ਹੈ। ਉਹ ਤਾਂ ਕੁਦਰਤ ਦੀ ਗੋਦ 'ਚ ਇਕ ਨਿੱਕਾ ਪ੍ਰਾਹੁਣਾ ਹੈ ਤੇ ਉਸ ਦੇ ਸੁੰਦਰ ਨੈਣ-ਨਕਸ਼ ਤੇ ਨਿੱਕੀਆਂ ਨਿੱਕੀਆਂ ਕਿਲਕਾਰੀਆਂ ਹੀ ਉਸ ਦਾ ਸੁਹੱਪਣ ਹੈ। ਉਸ ਦੇ ਮੁਖੜੇ ਦਾ ਨੂਰ ਹੀ ਉਸ ਦਾ ਲਿਬਾਸ ਹੈ। ਉਸ ਦੇ ਝਲਕਦੇ ਹਾਸੇ ਹੀ ਉਸ ਦਾ ਪਹਿਰਨ ਹਨ। ਇੰਜ ਅਜਿਹੇ ਨਿੱਕੇ-ਨੰਨ੍ਹੇ ਬਾਲ ਤਾਂ ਸੁਹੱਪਣ ਦਾ ਸਿਖਰ ਹੁੰਦੇ ਹਨ। ਪੂਰੇ ਪਰਿਵਾਰ ਨੂੰ ਉਹ ਆਪਣੀ ਕਲਾ, ਰੱਬਤਾ ਤੇ ਮੁਸਕਾਨਾਂ ਨਾਲ ਖ਼ੁਸ਼ ਰੱਖਦੇ ਹਨ ਤੇ ਕਈ ਵਾਰ ਅਜਿਹੇ ਬੱਚਿਆਂ ਦੀਆਂ ਮਾਵਾਂ ਨਿੱਕਿਆਂ ਨੂੰ ਲੋਕਾਂ ਦੀ ਨਜ਼ਰ ਤੋਂ ਬਚਾਉਣ ਖ਼ਾਤਰ ਛੱਤੀ ਨਜ਼ਰ-ਬੱਟੂ ਤੇ ਕਾਲੇ ਧਾਗੇ ਬੰਨ੍ਹ ਕੇ ਆਪਣੇ ਲਾਲ ਦੀ ਰਾਖੀ ਕਰਦੀਆਂ ਹਨ।

ਇੰਜ ਹੀ ਕਿਸੇ ਸੁੰਦਰ ਮੁਟਿਆਰ ਦਾ ਚਿਹਰਾ, ਜਿਸ ਨੂੰ ਰੱਬ ਨੇ ਨੂਰ ਤੇ ਸੁਹੱਪਣ ਬਖ਼ਸ਼ਿਆ ਹੋਵੇ, ਕਿਸੇ ਹਾਰ-ਸ਼ਿੰਗਾਰ ਦੀ ਮੁਥਾਜ ਨਹੀਂ ਹੁੰਦੀ। ਕਈ ਵਾਰ ਕਿਸੇ ਇਕੱਠ 'ਚ ਅਜਿਹੀ ਇਕੱਲੀ ਸੁੰਦਰ ਲੜਕੀ ਸਾਰੇ ਇਕੱਠ ਨੂੰ ਮਾਤ ਪਾ ਦਿੰਦੀ ਹੈ। ਲੋਕੀਂ ਉਸੇ ਪਾਸੇ ਤੁਰੇ ਜਾਂਦੇ ਹਨ ਜਿਧਰੋਂ ਅਜਿਹੀ ਕੋਈ ਹੂਰ ਲੰਘ ਜਾਵੇ। ਤਰਾਸ਼ੇ ਨੈਣ-ਨਕਸ਼ ਤੇ ਅੱਖਾਂ ਦੀ ਤੱਕਣੀ, ਸਭ ਨੂੰ ਚਿੱਤ ਕਰ ਕੇ ਰੱਖ ਦਿੰਦੀ ਹੈ। ਅਜਿਹੇ ਕਿਸੇ ਚਿਹਰੇ ਨੂੰ ਭਲਾ ਗਹਿਣਿਆਂ ਦੇ ਘਾੜਤਾਂ ਨਾਲ ਕੀ ਸਰੋਕਾਰ? ਇੰਜ ਹੀ ਕਈ ਬੀਬੀਆਂ, ਜੋ ਗੁਣਾਂ ਨਾਲ ਵਰੋਸਾਈਆਂ ਹੋਈਆਂ ਹੋਣ, ਉਹ ਗੁਰਬਾਣੀ ਦੇ ਚਾਨਣ ਨਾਲ ਏਨਾ ਨ੍ਹਾਤੀਆਂ-ਧੋਤੀਆਂ ਹੁੰਦੀਆਂ ਹਨ ਕਿ ਚਿਹਰੇ ਤੋਂ ਨੂਰ ਟਪਕਦਾ ਹੈ।

ਬੁੱਲ੍ਹਾਂ ਤੋਂ ਹਾਸੇ ਫੁੱਟਦੇ ਹਨ ਤੇ ਜਦੋਂ ਉਹ ਗੁਰਬਾਣੀ ਦਾ ਕੀਰਤਨ ਕਰਨ ਤਾਂ ਕੋਈ ਇਲਾਹੀ ਰਾਗ ਝਰ-ਝਰ ਪੈਂਦਾ ਹੈ। ਗਲੇ ਦੀ ਮਿਠਾਸ ਤੇ ਬੋਲਾਂ ਦੀ ਕੋਇਲ-ਕੂ ਕੋਈ ਅਗੰਮੀ ਖਿੱਚ ਜਾਪਦੀ ਹੈ ਤੇ ਸੰਗਤ ਵੀ ਅਜਿਹੀ ਕਿਰਤ-ਸਾਧਨਾ ਅੱਗੇ ਮੱਥਾ ਨਿਵਾ-ਨਿਵਾ ਧੰਨ-ਧੰਨ ਹੋ ਜਾਂਦੀ ਹੈ। ਅਜਿਹੇ ਪੁਰਨੂਰ ਚਿਹਰੇ ਤੇ ਮਿੱਠੇ ਬੋਲਾਂ ਦੀ ਅਰਾਧਨਾ, ਇਨਸਾਨ ਨੂੰ ਕਿਸੇ ਦੂਜੇ ਹੀ ਸੰਸਾਰ 'ਚ ਜਾ ਖੜਦੀ ਹੈ। ਕੀ ਅਸੀਂ ਅਜਿਹੇ ਦ੍ਰਿਸ਼ ਜਾਂ ਨਜ਼ਾਰੇ ਨੂੰ ਸਵਰਗ ਕਹਿੰਦੇ ਹਾਂ ਜਾਂ ਕਹਿ ਸਕਦੇ ਹਾਂ?

ਕਿਸੇ ਸੱਚ ਹੀ ਆਖਿਆ ਹੈ ਕਿ ਲਾਲ ਤਾਂ ਰੂੜੀਆਂ 'ਚ ਪਏ ਵੀ ਦਗਦੇ ਹਨ ਤੇ ਕਈ ਵਾਰ ਕਿਸੇ ਪੇਂਡੂ ਮੁਟਿਆਰ ਦਾ ਰੂਪ ਤੇ ਨਿਖਾਰ, ਸ਼ਹਿਰ ਦੀ ਮੁਟਿਆਰ ਦੀ ਤੁਲਨਾ 'ਤੇ ਕਿਤੇ ਵੱਧ ਹੁੰਦਾ ਹੈ। ਜਿਵੇਂ ਜੰਗਲੀ ਜਾਨਵਰਾਂ ਦਾ ਸੁਹੱਪਣ ਡਲਕਾਂ ਮਾਰਦਾ ਹੈ ਤੇ ਉਹ ਰੂਪ ਤੇ ਅਨੋਖੀ ਛਬ ਲੈ ਕੇ ਵਿਚਰਦੇ ਹਨ, ਇੰਜ ਹੀ ਪੇਂਡੂ ਤੇ ਖੁੱਲ੍ਹੇ ਵਾਤਾਵਰਣ 'ਚ ਪਲਿਆ ਕੋਈ ਰੂਪ ਤੇ ਚਿਹਰਾ ਆਪਣਾ ਸਾਨੀ ਨਹੀਂ ਰੱਖਦਾ।

ਪਰ ਅੱਜ-ਕੱਲ੍ਹ ਦੀਆਂ ਸ਼ਹਿਰੀ ਮੁਟਿਆਰਾਂ ਆਪਣੇ ਹੁਸਨ ਨੂੰ ਨਿਖਾਰਨ ਖ਼ਾਤਰ ਛੱਤੀ ਬਿਊਟੀ ਪਾਰਲਰਾਂ ਦੇ ਚੱਕਰ ਕੱਟਦੀਆਂ ਹਨ। ਉਨ੍ਹਾਂ ਨੂੰ ਬਣਾਉਟੀ ਸੁੰਦਰਤਾ ਨਾਲ ਲੈਸ ਕਰ ਕੇ, ਕਈ ਬਿਊਟੀ ਪਾਰਲਰਾਂ ਦੀਆਂ ਮਾਲਕਣਾਂ ਆਪਣੇ ਖ਼ਜ਼ਾਨੇ ਭਰਪੂਰ ਕਰੀ ਜਾ

ਰਹੀਆਂ ਹਨ। ਉਨ੍ਹਾਂ ਦਾ ਕਿੱਤਾ ਭਾਵ ਸੁੰਦਰਤਾ ਸਿਰਜਣ ਕੇਂਦਰ ਇਨ੍ਹਾਂ ਪਿਛਲੱਗ ਤੇ ਅਨਜਾਣ ਸ਼ਹਿਰਨਾਂ ਦੇ ਸਿਰ 'ਤੇ ਹੀ ਚੱਲੀ ਜਾ ਰਹੇ ਹਨ। ਵੇਖਿਆ ਜਾਵੇ ਤਾਂ ਚਿਹਰੇ ਦੇ ਵਾਲ ਸੰਵਾਰਨ ਨਾਲ ਤਾਂ ਕੋਈ ਸੁੰਦਰਤਾ ਪੈਦਾ ਨਹੀਂ ਹੁੰਦੀ।

ਸੁੰਦਰਤਾ ਤਾਂ ਅਸਲ 'ਚ ਅੰਦਰਲਾ ਸੁਹੱਪਣ ਹੈ। ਅੰਦਰਲਾ ਦਗਦਾ ਰੂਪ ਹੈ। ਅੰਦਰਲੀ ਆਭਾ ਤੇ ਨਿਖਾਰ ਹੈ। ਜੇ ਇਨਸਾਨ ਦੇ ਅੰਦਰ ਹੀ ਕੁਝ ਨਹੀਂ ਤਾਂ ਫਿਰ ਚਿਹਰੇ ਦਾ ਰੂਪ ਕੀ ? ਤੇ ਚਿਹਰੇ ਦਾ ਨਿਖਾਰ ਕੀ ? ਅਸਲੀ ਸੁੰਦਰਤਾ ਤਾਂ ਸੁੰਦਰ ਖ਼ਿਆਲਾਂ, ਸੁੰਦਰ ਵਿਚਾਰਾਂ ਤੇ ਸੁੰਦਰ ਸੰਸਕਾਰਾਂ ਨਾਲ ਉਪਜਦੀ ਹੈ। ਜੇ ਤੁਹਾਡਾ ਅੰਦਰ ਭਰਿਆ ਭਰਿਆ ਹੈ ਤਾਂ ਚਿਹਰਾ ਵੀ ਲਿਸ਼ਕਾਂ ਮਾਰੇਗਾ ਪਰ ਜੇ ਅੰਦਰ ਹੀ ਖ਼ਾਲੀ ਹੈ ਤਾਂ ਚਿਹਰਾ ਕਿੰਜ ਲਿਸ਼ਕ ਸਕਦਾ ਹੈ। ਕਿਸੇ ਮਿੱਟੀ ਨਾਲ ਪੱਥੇ ਬੁੱਤ ਦੀ ਕੀ ਕੀਮਤ ? ਬਿਨਾਂ ਬੁੱਧੀ-ਵਿਵੇਕ ਤੇ ਗਿਆਨ ਦੇ ਚਾਨਣ ਤੋਂ ਵਿਰਵੇ ਚਿਹਰੇ ਦੀ ਕੀ ਔਕਾਤ ? ਲਿਸ਼ਕ-ਪੁਸ਼ਕ ਤਾਂ ਤੁਹਾਡੇ ਅੰਦਰਲੇ ਰੂਪ ਦੀ ਹੋਣੀ ਚਾਹੀਦੀ ਹੈ। ਬਾਹਰੀ ਵਿਖਾਵਾ ਤਾਂ ਐਵੇਂ ਲੋਕਾਂ ਨੂੰ ਭਰਮਾਣ ਖ਼ਾਤਰ ਬਣਿਆ ਹੈ।

ਕੁਦਰਤ 'ਚ ਸਾਦਗੀ ਹੈ। ਇਸੇ ਲਈ ਸੁਹੱਪਣ ਹੈ। ਕਿੰਨੇ ਬਿਰਛ, ਬੂਟੇ ਇਸ ਸਾਦਗੀ ਨਾਲ ਭਰੇ-ਪੂਰੇ ਇਨਸਾਨ ਦੀਆ ਅੱਖਾਂ ਲਈ ਤਰਾਵਤ ਬਣਦੇ ਹਨ ਤੇ ਅੱਖਾਂ ਨੂੰ ਖਿੱਚ ਪਾਉਂਦੇ ਹਨ। ਭਲਾ ਪਹਾੜਾਂ, ਚਰਾਗਾਹਾਂ ਤੇ ਚਸ਼ਮਿਆਂ ਨੂੰ ਕਿਸ ਨੇ ਸੁੰਦਰ ਬਣਾਇਆ ਹੈ ? ਮੋਰ, ਪਪੀਹੇ ਤੇ ਸੁੰਦਰ ਵਣ-ਪੰਛੀ ਕਿਸ ਦੀ ਦੇਣ ਹਨ ? ਇਹ ਰੱਬ, ਜਿਸ ਨੇ ਇਹ ਸੁੰਦਰਤਾ ਪੈਦਾ ਕੀਤੀ ਹੈ, ਖ਼ੁਦ ਇੱਕ ਸਾਦਗੀ ਦਾ ਮੁਜੱਸਮਾ ਹੈ, ਜਿਸ ਵਿਚ ਕੋਈ ਬਣਾਵਟ ਨਹੀਂ, ਕੋਈ ਓਹਲਾ ਧੋਖਾ ਨਹੀਂ। ਕੀ ਸਾਡੇ ਵਣ-ਪੰਛੀ ਤੇ ਰੱਬ ਕੁਦਰਤ ਦਾ ਹੀ ਇਕ ਰੂਪ ਨਹੀਂ ਹਨ ? ਕੁਦਰਤ ਤੇ ਰੱਬ ਇਕ-ਮਿਕ ਹਨ। ਇਨ੍ਹਾਂ ਨੇ ਕਦੇ ਕੋਈ ਅਡੰਬਰ ਨਹੀਂ ਰਚਿਆ। ਫਿਰ ਵੀ ਚੰਦਰਮਾ ਦੀ ਚਾਨਣੀ ਤੋਂ ਤਾਰਿਆਂ ਦੀ ਜੜ੍ਹਤ ਸਾਡੇ ਮਨਾਂ ਨੂੰ ਖਿੱਚਾਂ ਪਾਉਂਦੀ ਹੈ। ਸੂਰਜ ਦਾ ਭਖਦਾ ਜੋਬਨ, ਹਜ਼ਾਰਾਂ ਪ੍ਰਾਣੀਆਂ, ਪੰਛੀਆਂ ਤੇ ਇਨਸਾਨਾਂ ਲਈ ਇੱਕ ਵੱਡਾ ਵਰਦਾਨ ਹੈ।

ਜਿਸ ਤਰ੍ਹਾਂ ਕੁਦਰਤ ਦਾ ਪਹਿਰਨ, ਸਾਦਗੀ ਨਾਲ ਵਰੋਸਾਇਆ ਹੈ, ਇੰਜ ਹੀ ਇਨਸਾਨ ਨੂੰ ਵੀ ਸਾਦਗੀ 'ਚ ਰਹਿ ਕੇ, ਸੁਹੱਪਣ ਪੈਦਾ ਕਰਨਾ ਚਾਹੀਦਾ ਹੈ। ਇਹ ਸੁਹੱਪਣ ਤੁਹਾਡੇ ਰੰਗ-ਰੂਪ ਦਾ ਵੀ ਹੋਵੇ ਤੇ ਤੁਹਾਡੇ ਕੰਮਾਂ ਦਾ ਵੀ। ਤੁਹਾਡੀ ਕੀਰਤੀ ਦਾ ਵੀ ਹੋਵੇ ਤੇ ਤੁਹਾਡੀ ਚਿੱਤਰੀ ਤੇ ਸਿਰਜੀ ਸਿਰਜਣਾ ਦਾ ਵੀ ਹੋਵੇ।

ਤਦ ਹੀ ਇਹ ਆਪਣੀ ਸਾਦਗੀ ਨਾਲ ਸੁੰਦਰ ਲੱਗੇਗਾ ਤੇ ਮਨ ਨੂੰ ਮੋਹ ਸਕੇਗਾ, ਵਰਨਾ, ਕੱਪੜਿਆਂ ਗਹਿਣਿਆਂ ਨਾਲ ਲੱਦੀ ਕੋਈ ਮੁਟਿਆਰ ਕਿਵੇਂ ਸੁੰਦਰ ਹੋ ਸਕਦੀ ਹੈ ਜੇ ਉਸ ਵਿਚ ਗੁਣ ਨਾ ਹੋਣ ਤੇ ਉਸ ਦੇ ਅੰਦਰਲੇ ਆਪੇ ਦੀ ਲੋਅ ਉਸ ਦੇ ਚਿਹਰੇ ਨੂੰ ਰੂਪਵਾਨ ਨਾ ਕਰੇ। ਉਸ ਦੀ ਪੜ੍ਹਾਈ, ਵਿੱਦਿਆ ਤੇ ਮਿੱਠੀ ਬੋਲ-ਚਾਲ ਪਰਿਵਾਰ 'ਚ ਖ਼ੁਸ਼ੀਆਂ ਨਾ ਵੰਡੇ।

ਸੁੰਦਰ ਗ੍ਰਹਿਣੀ ਤੇ ਸੁੰਦਰ ਪਤਨੀ ਉਹ ਹੀ ਅਖਵਾ ਸਕਦੀ ਹੈ ਜਿਸ ਦਾ ਚਿਹਰਾ

ਮਾਤਾ ਮਰੀਅਮ ਵਾਂਗ ਨਿਰਛਲ ਤੇ ਮੋਹ ਭਰਿਆ ਹੋਵੇ, ਜਿਸ ਦੇ ਬੋਲਾਂ ਦੀ ਮਿਠਾਸ, ਘਰ 'ਚ ਸੰਗੀਤ ਪੈਦਾ ਕਰ ਸਕੇ ਤੇ ਜਿਸ ਦੀ ਕੰਮਾਂ-ਕਾਜਾਂ ਦੀ ਫ਼ਹਿਰਿਸਤ ਸਾਰੇ ਘਰ ਨੂੰ ਦਾਤਾਂ ਬਖ਼ਸ਼ਣ ਦੇ ਸਮਰੱਥ ਹੋਵੇ, ਵਰਨਾ ਪਲਗੀਰੇ 'ਤੇ ਸਜੀ, ਫੱਬੀ, ਬੈਠੀ ਕੋਈ ਗਹਿਣਿਆਂ ਨਾਲ ਲੱਦੀ ਸੁਆਣੀ ਤਾਂ ਇਕ ਸ਼ੋਅ-ਕੇਸ 'ਚ ਸਜਾਈ ਤਸਵੀਰ ਵਾਂਗ ਹੀ ਲੱਗੇਗੀ।

ਸਾਦਗੀ, ਉਹ ਸੁਹੱਪਣ ਤੇ ਨੂਰ ਹੈ ਜੋ ਕਿਸੇ ਵੀ ਗਹਿਣੇ ਦਾ ਮੁਥਾਜ ਨਹੀਂ ਤੇ ਆਪਣੀ ਨਿਰਛਲ ਮੁਸਕਾਨ ਨਾਲ ਇਹ ਸਭ ਦਾ ਮਨ ਮੋਹ ਲੈਂਦੀ ਹੈ। ਕੁਦਰਤ ਦਾ ਸੁਹੱਪਣ ਵੀ ਸਾਨੂੰ ਇਸੇ ਸਾਦਗੀ ਦਾ ਸੁਨੇਹਾ ਦਿੰਦਾ ਹੈ।

ਜ਼ਿੰਦਗੀ ਜੀਉਣ ਦਾ ਹੁਨਰ

ਜਿਸ ਨੇ ਜ਼ਿੰਦਗੀ ਜੀਉਣ ਦਾ ਹੁਨਰ ਨਹੀਂ ਸਿੱਖਿਆ, ਉਹ ਹਮੇਸ਼ਾ ਸ਼ਿਕਾਇਤਾਂ ਕਰਦਾ ਹੈ। ਸਦਾ ਤਪਿਆ ਤੇ ਖਪਿਆ ਰਹਿੰਦਾ ਹੈ। ਇੰਜ ਅਜਿਹੇ ਇਨਸਾਨ ਲਈ ਜ਼ਿੰਦਗੀ ਪਹਾੜੀ ਸਫ਼ਰ ਵਰਗੀ ਹੋ ਜਾਂਦੀ ਹੈ। ਤੁਰਦਿਆਂ-ਤੁਰਦਿਆਂ ਪੈਰਾਂ 'ਚ ਛਾਲੇ ਪੈ ਜਾਂਦੇ ਹਨ, ਪਰ ਸਫ਼ਰ ਨਹੀਂ ਮੁੱਕਦਾ, ਮੰਜ਼ਲ ਨਹੀਂ ਆਉਂਦੀ, ਇਸ ਲਈ ਇਹ ਜ਼ਰੂਰੀ ਹੈ ਕਿ ਇਨਸਾਨ ਜ਼ਿੰਦਗੀ ਜੀਉਣ ਦਾ ਹੁਨਰ ਜਾਣਦਾ ਹੋਵੇ। ਇਹ ਹੁਨਰ ਆਉਂਦਾ ਹੋਵੇ ਤਾਂ ਲੰਬੀਆਂ ਵਾਟਾਂ ਵੀ ਛੋਟੀਆਂ ਹੋ ਜਾਂਦੀਆਂ ਹਨ। ਔਖੇ ਪੈਂਡੇ ਵੀ ਸੌਖੇ ਬਣ ਜਾਂਦੇ ਹਨ ਤੇ ਕਈ ਵਾਰ ਜ਼ਿੰਦਗੀ ਦੀਆਂ ਮੁਸ਼ਕਲਾਂ ਵੀ ਮਨ-ਪਰਚਾਵੇ 'ਚ ਬਦਲ ਜਾਂਦੀਆਂ ਹਨ।

ਅਸੀਂ ਜਾਣਦੇ ਹਾਂ ਕਿ ਜਿਸ ਇਨਸਾਨ ਨੇ ਆਪਣੇ ਸਮੇਂ ਨੂੰ ਸਹੀ ਢੰਗ ਨਾਲ ਵਿਉਂਤਿਆਂ ਹੈ, ਉਹ ਹਮੇਸ਼ਾ ਤਰੱਕੀ ਕਰੇਗਾ। ਕੰਮ ਕਰਨ ਵੇਲੇ ਤਾਂ ਹਰ ਕੋਈ ਸੁਖੀ ਜਾਪਦਾ ਹੈ, ਪਰ ਵਿਹਲੇ ਵੇਲੇ ਵੀ ਅਜਿਹੇ ਹੁਨਰੀ ਬੰਦੇ ਕਈ ਅਜਿਹੇ ਸ਼ੁਗਲ ਤੇ ਕੰਮ ਵਿੱਢ ਲੈਂਦੇ ਹਨ, ਜਿਨ੍ਹਾਂ ਨਾਲ ਆਮਦਨੀ 'ਚ ਵੀ ਵਾਧਾ ਹੁੰਦਾ ਹੈ ਤੇ ਸਮਾਂ ਵੀ ਅਜਾਈਂ ਨਹੀਂ ਬੀਤਦਾ। ਬਿਮਾਰੀ ਵੀ ਇਨਸਾਨ ਨੂੰ ਉਦੋਂ ਹੀ ਤੰ ਗ ਕਰਦੀ ਹੈ ਜਦੋਂ ਕੋਈ ਇਨਸਾਨ ਬਿਮਾਰੀ ਬਾਰੇ ਸੋਚਦਾ ਰਹੇ। ਬਿਮਾਰੀ ਬਾਰੇ ਸੋਚ-ਸੋਚ ਕੇ, ਚੰਗੀ ਭਲੀ ਬੀਤ ਰਹੀ ਜ਼ਿੰਦਗੀ ਨੂੰ ਬਿਮਾਰੀਆਂ ਦੇ ਲੜ ਲਾ ਬੈਠੇ। ਹੁਨਰੀ ਇਨਸਾਨ ਹਮੇਸ਼ਾ ਚੜ੍ਹਦੀ ਕਲਾ 'ਚ ਰਹਿੰਦਾ ਹੈ। ਕਦੇ ਅਜਿਹੇ ਇਨਸਾਨ ਦੇ ਮੱਥੇ ਵੱਟ ਨਹੀਂ ਪਵੇਗਾ, ਸਗੋਂ ਉਹ ਹਰ ਇਨਸਾਨ ਨੂੰ ਚੰਗੀ ਭਾਵਨਾ ਤੇ ਸ਼ੁੱਭ-ਇੱਛਾਵਾਂ ਵਰਗੀ ਨਜ਼ਰ ਨਾਲ ਤੱਕੇਗਾ। ਪਰ ਬਹੁਤੇ ਇਨਸਾਨ ਜੋ ਸਮੇਂ ਨੂੰ ਸਹੀ ਢੰਗ ਨਾਲ ਨਹੀਂ ਗੁਜ਼ਾਰ ਸਕਦੇ, ਹਰ ਵਕਤ ਕੋਈ ਨਾ ਕੋਈ ਰੋਣਾ ਲੈ ਕੇ ਬੈਠ ਜਾਂਦੇ ਹਨ ਤੇ ਕਈ ਵਾਰ ਤਾਂ ਅਜਿਹੇ ਇਨਸਾਨਾਂ ਦਾ ਕੋਈ ਵੀ ਸਮਾਂ ਅਜਿਹਾ ਨਹੀਂ ਹੁੰਦਾ, ਜਦੋਂ ਉਹ ਤਣਾਅ-ਮੁਕਤ ਹੋਣ। ਹਰ ਵੇਲੇ ਦੀਆਂ ਬੁੱਸੀਆਂ-ਬੁੱਸੀਆਂ ਗੱਲਾਂ ਕਰਨ ਵਾਲੇ ਭਲਾ ਕਿਵੇਂ ਖੁਸ਼ਹਾਲ ਤੇ ਸਿਹਤਮੰਦ ਜ਼ਿੰਦਗੀ ਗੁਜ਼ਾਰ ਸਕਦੇ ਹਨ। ਉਨ੍ਹਾਂ ਦੀ ਤਾਂ ਸਵੇਰ ਵੇਲੇ ਵੀ ਸਰੀਰ 'ਚ ਦਰਦ ਹੀ ਉੱਠਦੀ ਹੈ ਤੇ ਜੋੜ-ਦਰਦ ਸ਼ੁਰੂ ਹੋ ਜਾਂਦੇ ਹਨ।

ਪਰ ਜ਼ਿੰਦਗੀ ਨੂੰ ਸਹਿਜ ਨਾਲ ਜੀਉਣ ਵਾਲੇ ਸਦਾ ਮੁਸਕਾਨਾਂ ਬਿਖੇਰਦੇ ਹਨ। ਸਵੇਰ ਵੇਲੇ ਤਾਂ ਉਨ੍ਹਾਂ ਨੂੰ ਇੰਜ ਲੱਗਦਾ ਹੈ ਜਿਵੇਂ ਨਵੇਂ ਦਿਨ ਦੀ ਦਸਤਕ ਨਾਲ ਉਹ ਨਵੇਂ-ਨਕੋਰ ਬਣ ਗਏ ਹੋਣ। ਅਨੇਕਾਂ ਪੰਛੀਆਂ ਦੀ ਚਹਿਚਹਾਟ ਨਾਲ ਸਵੇਰ ਦੀਆਂ ਘੰਟੀਆਂ ਹੋਰ ਵੀ ਰੰਗੀਨ ਹੋ ਜਾਂਦੀਆਂ ਹਨ ਤੇ ਕਈ ਵਾਰ ਸਵੇਰ ਦੀ ਆਮਦ ਨਾਲ ਸਹਿਜ-ਪਾਠ ਕਰਦਿਆਂ ਇਨਸਾਨ ਅਜਿਹੇ ਵਿਸਮਾਦ 'ਚ ਆ ਜਾਂਦਾ ਹੈ, ਜਿਵੇਂ ਰੱਬੀ ਬਰਕਤਾਂ ਉਸ ਦੀ

ਝੋਲੀ 'ਚ ਸਮਾਅ ਜਾਣ ਤੇ ਇੰਜ ਨਿੱਕੇ-ਨਿੱਕੇ ਖੁਸ਼ ਹੋਣ ਦੇ ਬਹਾਨੇ ਲੱਭ ਕੇ ਉਹ ਜ਼ਿੰਦਗੀ ਨੂੰ ਸਦਾ ਤਰੋ-ਤਾਜ਼ਾ ਬਣਾਈ ਰੱਖਦਾ ਹੈ।

ਕਈ ਵਾਰ ਤਾਂ ਇਹ ਹੁਨਰ, ਅਮੀਰੀ-ਗ਼ਰੀਬੀ ਦੇ ਪਾੜੇ ਨੂੰ ਵੀ ਖ਼ਤਮ ਕਰ ਦਿੰਦਾ ਹੈ। ਕਈ ਸਾਧਾਰਨ ਇਨਸਾਨ, ਜ਼ਿੰਦਗੀ ਨੂੰ ਅਜਿਹੇ ਖੁਸ਼ ਰਹਿਣੇ ਅੰਦਾਜ਼ 'ਚ ਗੁਜ਼ਾਰਦੇ ਹਨ ਕਿ ਕਦੇ ਵੀ ਉਨ੍ਹਾਂ ਨੂੰ ਇਹ ਜ਼ਿੰਦਗੀ ਬੋਝਲ ਨਹੀਂ ਜਾਪਦੀ, ਸਗੋਂ ਥੋੜੀ ਪੂੰਜੀ ਨੂੰ ਵੀ ਉਹ ਸ਼ਾਹਾਂ ਵਾਂਗ ਖ਼ਰਚ ਕਰਦੇ ਹਨ ਤੇ ਖੁਸ਼ ਰਹਿੰਦੇ ਹਨ। ਅਜਿਹੇ ਇਨਸਾਨਾਂ ਨੂੰ ਵੇਖ ਕੇ ਕਈ ਵਾਰ ਇਨ੍ਹਾਂ ਨੂੰ 'ਰੱਬ ਵਰਗੇ ਬੰਦੇ' ਕਹਿਣ ਨੂੰ ਦਿਲ ਕਰਦਾ ਹੈ। ਇਹ ਲੋਕ ਧਰਤੀ ਦਾ ਸ਼ਿੰਗਾਰ ਜਾਪਦੇ ਹਨ ਤੇ ਇਨ੍ਹਾਂ ਦੇ ਚਿਹਰੇ 'ਤੇ ਬਿਖਰੀ ਖ਼ੁਸ਼ੀ ਕੋਈ ਰੱਬੀ ਕਰਾਮਾਤ। ਪਤਾ ਨਹੀਂ ਲੱਗਦਾ ਕਿ ਇਨ੍ਹਾਂ ਨੇ ਇਹ ਹੁਨਰ ਕਿਥੋਂ ਤੇ ਕਿਵੇਂ ਸਿੱਖਿਆ ਹੈ ਤੇ ਕਈ ਵਾਰ ਤਾਂ ਹੈਰਾਨੀ ਹੋਰ ਵੀ ਵੱਧ ਜਾਂਦੀ ਹੈ। ਜਦੋਂ ਇਹ ਪਤਾ ਲੱਗੇ ਕਿ ਇਨ੍ਹਾਂ ਦੀ ਪੜ੍ਹਾਈ ਲਿਖਾਈ ਵੀ ਕੋਈ ਬਹੁਤੀ ਨਹੀਂ। ਕੰਮਾਂ ਨਾਲ ਵਿਆਹੇ ਇਹ ਬੰਦੇ, ਸਦਾ ਕਿਸੇ ਨਾ ਕਿਸੇ ਕੰਮ 'ਚ ਰੁੱਝੇ ਰਹਿੰਦੇ ਹਨ ਤੇ ਵਿਹਲ ਵੇਲੇ ਵੀ ਇਹ ਮਨ-ਪਰਚਾਵੇ ਲਈ ਕੋਈ ਸ਼ੁਗਲ ਲੱਭ ਲੈਂਦੇ ਹਨ ਜਾਂ ਫਿਰ ਦੂਜੇ ਦੀ ਸਹਾਇਤਾ ਕਰਨੀ ਜਾਂ ਕਿਸੇ ਹੋਰ ਦੇ ਕੰਮ 'ਚ ਹੱਥ ਵਟਾਉਣਾ ਇਨ੍ਹਾਂ ਦੀ ਖ਼ਾਸ ਸਿਫ਼ਤ ਹੁੰਦੀ ਹੈ।

ਵੇਖਿਆ ਗਿਆ ਹੈ ਕਿ ਜਿਹੜੇ ਇਨਸਾਨ ਵਿਹਲ ਨੂੰ ਵਿਹਲ ਵਾਂਗ ਗੁਜ਼ਾਰਨ ਤੇ ਕੰਮ ਵੇਲੇ ਕੰਮ ਕਰਨ, ਉਹ ਕਦੇ ਨਹੀਂ ਅੱਕਦੇ ਜਾਂ ਥੱਕਦੇ। ਅਜਿਹੇ ਹੀ ਇਨਸਾਨ ਮੁਸ਼ਕਲਾਂ ਦਾ ਹੱਲ ਕੱਢ ਲੈਂਦੇ ਹਨ। ਪਰ ਫਾਰਮੂਲੇ ਬਣਾ ਕੇ ਜ਼ਿੰਦਗੀ ਨੂੰ ਨਹੀਂ ਗੁਜ਼ਾਰਿਆ ਜਾ ਸਕਦਾ। ਜਿਹੜੇ ਕੇਵਲ ਲਾਭ/ਹਾਨੀ ਦੇ ਪੱਖੋਂ ਹੀ ਸੋਚਦੇ ਹਨ, ਉਹ ਜ਼ਿੰਦਗੀ ਦੀਆਂ ਬਰਕਤਾਂ ਤੋਂ ਕੋਰੇ ਰਹਿ ਜਾਦੇ ਹਨ। ਬਾਣੀਆਂ ਟਾਈਪ ਇਨਸਾਨ ਦੇ ਚਿਹਰੇ 'ਤੇ ਤਾਂ ਤੁਸੀਂ ਹਰ ਵੇਲੇ ਤ੍ਰਿਸ਼ੂਲ ਚਿੱਤਰਿਆ ਹੋਇਆ ਵੇਖੋਗੇ। ਭਲਾ ਅਜਿਹੇ ਤ੍ਰਿਸ਼ੂਲ ਨਾਮੀ ਚਿਹਰੇ ਕਿਵੇਂ ਹੱਸ ਸਕਦੇ ਹਨ, ਕਿਵੇਂ ਖੁਸ਼ ਰਹਿ ਸਕਦੇ ਹਨ, ਉਨ੍ਹੇ ਨੇ ਤਾਂ ਹਰ ਵੇਲੇ ਪਾਈ-ਪਾਈ ਬਾਰੇ ਸੋਚੀ ਜਾਣਾ ਹੈ।

ਭਰਪੂਰ ਜ਼ਿੰਦਗੀ ਜੀਉਣ ਦਾ ਹੁਨਰ ਤਾਂ ਪੈਲੀਆਂ 'ਚ ਨੰਗੇ ਪੈਰੀਂ ਫਿਰਦੇ ਬੱਚੇ ਜਾਣ ਸਕਦੇ ਹਨ ਜਾਂ ਫਿਰ ਥਾਂ ਪੁਰ ਥਾਂ ਫਿਰਦੇ ਗੱਡੀਆਂ ਵਾਲੇ ਤੇ ਮਾਲ-ਡੰਗਰ ਚਾਰਨ ਵਾਲੇ ਗੱਭਰੂ, ਜਿਨ੍ਹਾਂ ਦੀ ਜੇਬ 'ਚ ਭਾਵੇਂ ਇਕ ਰੁਪਈਆ ਨਾ ਹੋਵੇ, ਪਰ ਮੂੰਹੋਂ ਹਾਸੇ ਡੁੱਲ੍ਹ-ਡੁੱਲ੍ਹ ਪੈਂਦੇ ਹਨ। ਜੂਹਾਂ ਤੇ ਬੇਲੇ ਇਨ੍ਹਾਂ ਨੂੰ ਆਪਣੀਆਂ ਬਾਦਸ਼ਾਹੀਆਂ ਜਾਪਦੀਆਂ ਹਨ। ਪਾਣੀ ਦੇ ਘਰਾਟ ਤੇ ਛੱਲਾਂ ਇਨ੍ਹਾਂ ਨੂੰ ਪਿਆਰਾਂ ਦੇ ਸਾਗਰ ਜਾਪਦੇ ਹਨ। ਪਸ਼ੂ, ਡੰਗਰ, ਭੇਡਾਂ, ਬੱਕਰੀਆਂ ਤੇ ਰੁੱਖ, ਵਣ, ਇਨ੍ਹਾਂ ਦੀ ਸਾਰੀ ਕਾਇਨਾਤ ਹੈ। ਇਹ ਦੁਨੀਆਂ ਨੂੰ ਸੰਪੂਰਨ ਨਜ਼ਰਾਂ ਨਾਲ ਵੇਖਣ ਵਾਲੇ ਸ਼ੈਲ-ਬਾਂਕੇ ਸਦਾ ਜ਼ਿੰਦਗੀ ਦੀਆਂ ਖੁਸ਼ੀਆਂ ਤੇ ਬਰਕਤਾਂ ਨਾਲ ਸ਼ਰਾਬੋਰ ਹੁੰਦੇ ਹਨ। ਇਨ੍ਹਾਂ ਲਈ ਤਾਂ ਇਨ੍ਹਾਂ ਦੇ ਕੱਚੇ ਘਰ ਹੀ ਮਹਿਲ ਹਨ ਤੇ ਇਨ੍ਹਾਂ ਦੀਆਂ ਅਨਪੜ੍ਹ ਔਰਤਾਂ ਹੀ ਦਿਲ ਦੀਆਂ ਮਹਿਰਮ। ਇਨ੍ਹਾਂ ਦੀ ਸੱਭਿਅਤਾ ਵੀ ਸਾਬਤੀ-ਸਬੂਤੀ ਹੈ। ਨਾ ਕੋਈ ਓਹਲਾ ਤੇ ਨਾ ਹੀ ਕੋਈ ਸ਼ੰਕਾ। ਸਭ ਬਰਾਬਰ। ਜਿਵੇਂ ਧਰਤੀ ਤੇ ਅਸਮਾਨ ਇਕ ਹੋਵੇ।

ਜਿਵੇਂ ਜ਼ਿੰਦਗੀ ਜੀਉਣ ਲਈ ਸਿਆਣਪ ਦੀ ਲੋੜ ਪੈਂਦੀ ਹੈ, ਉਵੇਂ ਹੀ ਇਹ

ਜ਼ਿੰਦਗੀ ਜੀਉਣ ਦਾ ਹੁਨਰ ਵੀ ਬੜੇ ਕੰਮ ਦੀ ਚੀਜ਼ ਹੈ। ਕਈ ਵਾਰ ਅੱਜ ਦੇ ਏਨੀ ਤਰੱਕੀ ਯਾਫ਼ਤਾ ਯੁੱਗ 'ਚ ਮੈਂ ਬਹੁਤ ਅਮੀਰ ਆਦਮੀਆਂ ਨੂੰ ਔਖੇ-ਔਖੇ ਤੇ ਮੁਸ਼ਕਿਲਾਂ 'ਚ ਗ੍ਰਸੇ ਰੋਂਦੇ-ਕੁਰਲਾਂਦੇ ਵੇਖਿਆ ਹੈ। ਇੰਜ ਲੱਗਦਾ ਹੈ ਜਿਵੇਂ ਬੇ-ਥਾਹ ਧਨ ਆਉਣ ਦੇ ਨਾਲ ਉਹ ਜ਼ਿੰਦਗੀ ਜੀਉਣੀ ਭੁੱਲ ਬੈਠੇ ਹਨ। ਉਨ੍ਹਾਂ ਨੂੰ ਤਾਂ ਇਹ ਵੀ ਪਤਾ ਨਹੀਂ ਲੱਗਦਾ ਕਿ ਉਹ ਆਪਣੀ ਵਿਹਲ ਦਾ ਕੀ ਕਰਨ ? ਉਨ੍ਹਾਂ ਕੋਲ ਏਨੀ ਵਿਹਲ ਹੈ ਕਿ ਉਨ੍ਹਾਂ ਨੂੰ ਤਾਂ ਸਵੇਰ ਤੇ ਸ਼ਾਮ ਦੇ ਅੰਤਰ ਦਾ ਵੀ ਪਤਾ ਨਹੀਂ ਲੱਗਦਾ। ਪਰ ਅਜਿਹੇ ਹੀ ਲੋਕ ਜੋ ਵਿਹਲ ਨੂੰ ਠੀਕ ਢੰਗ ਨਾਲ ਵਿਉਂਤ ਨਹੀਂ ਸਕਦੇ, ਵਧੇਰੇ ਕਰਕੇ ਰੋਗੀਆਂ ਵਾਂਗ ਜੀਵਨ ਬਤੀਤ ਕਰ ਰਹੇ ਹੁੰਦੇ ਹਨ। ਕਿਸੇ ਨੂੰ ਬਲੱਡ-ਪ੍ਰੈਸ਼ਰ ਦੀ ਬਿਮਾਰੀ ਨੇ ਆ ਘੇਰਿਆ ਹੈ ਤੇ ਕੋਈ ਹੋਰ ਸ਼ੱਕਰ-ਰੋਗ ਨਾਲ ਬੁਰੀ ਤਰ੍ਹਾਂ ਪੀੜਿਤ ਹੈ। ਹੁਣ ਹਸਪਤਾਲ ਹੀ ਇਨ੍ਹਾਂ ਦੀ ਆਖ਼ਰੀ ਮੰਜ਼ਲ ਹਨ। ਮੈਂ ਤਾਂ ਇਹ ਕਹਾਂਗਾ ਕਿ ਅਜਿਹੇ ਅਮੀਰ ਇਨਸਾਨ ਜੇ ਆਪਣਾ ਵਾਧੂ ਧਨ, ਹੁਣ ਵੀ ਕਿਸੇ ਲੋੜਵੰਦ ਦੀ ਝੋਲੀ 'ਚ ਪਾ ਦੇਣ ਤਾਂ ਉਹ ਨਿਰੋਗ ਹੋ ਜਾਣਗੇ। ਤੇ ਫਿਰ ਕਿਸੇ ਗ਼ਰੀਬ ਦੀ ਅਸੀਸ ਵੀ ਤਾਂ ਰੱਬ ਦੇ ਇਲਹਾਮ ਤੋਂ ਘੱਟ ਨਹੀਂ ਹੁੰਦੀ ਤੇ ਕਈ ਵਾਰ ਤਾਂ ਰੱਬ ਆਪ ਹਾਜ਼ਰ ਹੋ ਕੇ ਇਨਸਾਨ ਨੂੰ ਜ਼ਿੰਦਗੀ ਜੀਉਣ ਦਾ ਹੁਨਰ ਸਿਖਾ ਦਿੰਦਾ ਹੈ, ਜਦੋਂ ਉਹ ਪਰਵਰਦਿਗਾਰ ਕਿਸੇ ਦੀ ਸੱਖਣੀ ਝੋਲੀ ਭਰਦਾ ਹੈ ਤੇ ਕਿਸੇ ਹੋਰ 'ਤੇ ਮਿਹਰਾਂ ਦੀ ਬਰਸਾਤ ਕਰਦਾ ਹੈ।

ਜ਼ਿੰਦਗੀ ਹੱਸ ਕੇ ਗੁਜ਼ਾਰ ਤੂੰ !

ਹੱਸਣਾ ਜ਼ਿੰਦਗੀ ਜੀਣ ਦਾ ਵੱਡਾ ਹੁਨਰ ਹੈ, ਜਿਸ ਦੇ ਚਿਹਰੇ 'ਤੇ ਹਾਸਾ ਬਿਖਰਿਆ ਹੋਵੇ, ਵੇਖਣ ਵਾਲੇ ਉਸੇ ਪਾਸੇ ਝਾਕਦੇ ਹਨ। ਇਸ ਲਈ ਸੁੰਦਰਤਾ ਦੀ ਦੇਵੀ, ਕੇਵਲ ਖ਼ੁਸ਼ ਰਹਿਣੇ ਚਿਹਰੇ 'ਤੇ ਨਿਵਾਸ ਕਰਦੀ ਹੈ ਤੇ ਕਈ ਵਾਰ ਇਹ ਵੀ ਵੇਖਿਆ ਗਿਆ ਹੈ ਕਿ ਇਕ ਸਾਧਾਰਨ ਚਿਹਰੇ ਨੂੰ ਵੀ ਹਾਸਾ ਤੇ ਖੇੜਾ ਕਿੰਨੀ ਸੁੰਦਰ ਛਬ ਬਖ਼ਸ਼ ਦਿੰਦਾ ਹੈ। ਸਾਧਾਰਨ ਨੈਣ-ਨਕਸ਼ ਵਾਲੇ ਕਾਲੇ ਲੋਕ ਵੀ ਇਸ ਹਾਸੇ ਕਾਰਨ ਖ਼ੂਬਸੂਰਤ ਲੱਗਦੇ ਹਨ। ਫਿਰ ਆਦਿ-ਵਾਸੀ ਪਰਿਵਾਰ ਤੇ ਤੁਰਦੇ-ਫਿਰਦੇ ਟੱਬਰ ਵੀ ਇਸੇ ਹਾਸੇ ਕਾਰਨ ਆਪਣੀ ਜ਼ਿੰਦਗੀ ਦਾ ਬਸਰ ਬੜੇ ਹੀ ਨਿਰਾਲੇ ਤੇ ਅਨੋਖੇ ਢੰਗ ਨਾਲ ਕਰਦੇ ਹਨ। ਦਰਅਸਲ ਹਾਸਾ ਰੂਹ ਦੀ ਪੁਸ਼ਾਕ ਹੈ। ਜੇ ਉਹ ਖਿੜੀ ਹੋਵੇ ਤਾਂ ਹਾਸਾ ਆਪਣੇ ਆਪ ਸਾਡੇ ਬੁੱਲ੍ਹਾਂ 'ਤੇ ਆ ਜਾਂਦਾ ਹੈ। ਫਿਰ ਹੱਸਦਾ ਵਿਅਕਤੀ ਭਾਵੇਂ ਕੋਈ ਸਾਧਾਰਨ ਕਾਮਾ ਜਾਂ ਮਜ਼ਦੂਰ ਹੀ ਕਿਉਂ ਨਾ ਹੋਵੇ। ਸਾਨੂੰ ਆਪਣੀ ਦਿੱਖ ਨਾਲ ਪ੍ਰਭਾਵਿਤ ਵੀ ਕਰਦਾ ਹੈ।

ਕਈ ਖ਼ੂਬਸੂਰਤ ਮੁਟਿਆਰਾਂ ਆਪਣੀ ਇਕ ਤੱਕਣੀ ਨਾਲ ਵੇਖਣ ਆਏ ਲਾੜੇ ਤੇ ਉਸ ਦੇ ਪਰਿਵਾਰ ਨੂੰ ਮੋਹ ਲੈਂਦੀਆ ਹਨ। ਬਿਨਾਂ ਕਿਸੇ ਦਲੀਲ ਤੇ ਸੌਦੇਬਾਜ਼ੀ ਦੇ ਰਿਸ਼ਤੇ ਪ੍ਰਵਾਨ ਚੜ੍ਹਦੇ ਹਨ। ਬਿਨਾਂ ਦਾਜ-ਦਹੇਜ ਤੇ ਸਾਜ਼ੋ-ਸਾਮਾਨ ਦੇ ਬਾਹਰੋਂ ਆਏ ਸੱਜਣ, ਅਜਿਹੀ ਕਿਸੇ ਸੁੰਦਰ ਤੇ ਸੁਬਕ ਮੁਟਿਆਰ ਲਈ ਆਪਣੀ ਹਾਂ ਝੱਟ ਕਰ ਦਿੰਦੇ ਹਨ। ਕਿਸੇ ਨੂੰ ਇਕ ਤੱਕਣੀ ਨਾਲ ਮੋਹ ਲੈਣਾ ਵੀ ਇਸੇ ਨੂੰ ਕਹਿੰਦੇ ਹਨ, ਜਿਨ੍ਹਾਂ ਨੱਢੀਆਂ ਦੇ ਨੈਣ-ਨਕਸ਼ ਤਿੱਖੇ ਤੇ ਨਸ਼ੀਲੇ ਹੋਣ ਉਥੇ ਤਾਂ ਲੋਕੀਂ ਦੋਹੀਂ-ਹੱਥੀਂ ਅਜਿਹੀ ਸੁੰਦਰ ਕੁੜੀ ਨੂੰ ਆਪਣੀ ਨੂੰਹ ਬਣਾਉਣ ਲਈ ਝੱਟ ਤਿਆਰ ਹੋ ਜਾਣ। ਫਿਰ ਅੱਜ-ਕੱਲ੍ਹ ਦੀਆਂ ਪੜ੍ਹੀਆਂ-ਲਿਖੀਆਂ ਕੁੜੀਆ ਜੋ ਤਾਲੀਮ ਵੀ ਉੱਚੀ ਹਾਸਲ ਕਰ ਗਈਆਂ ਹੋਣ ਤਾਂ ਕਿਸੇ ਵੀ ਪਰਿਵਾਰ ਲਈ ਦੇਵੀ ਤੋਂ ਘੱਟ ਕੀ ਰੁਤਬਾ ਰੱਖ ਸਕਦੀਆਂ ਹਨ। ਅਜਿਹੀਆਂ ਦੇਵੀਆਂ ਦੇ ਲਈ ਤਾਂ ਨੌਕਰ-ਚਾਕਰ ਅੱਗੇ ਪਿੱਛੇ ਫਿਰਦੇ ਵਿਖਾਈ ਦੇਣਗੇ ਤੇ ਕਈ ਹਾਲਤਾਂ 'ਚ ਤਾਂ ਘਰ ਵਾਲੇ ਭਾਵ ਲਾੜੇ ਵੀ ਇਨ੍ਹਾਂ ਦੇ ਨੌਕਰ ਹੀ ਬਣ ਜਾਂਦੇ ਹਨ। ਹੁਸਨਾਂ ਦੇ ਦਿਲਕਸ਼ ਜਾਦੂ ਨਾਲ ਇਹ ਰਾਜ ਕਰਦੀਆਂ ਹਨ। ਇਹ ਸਾਰਾ ਖੁਸ਼ੀ ਤੇ ਖੇੜਾ ਇਨ੍ਹਾਂ ਨੂੰ ਸੁੰਦਰ-ਦਿਖ ਤੇ ਅੰਦਰੂਨੀ ਖਿੱਚ ਕਾਰਨ ਹੀ ਹੁੰਦਾ ਹੈ। ਜਿੰਨੇ ਤੁਹਾਡੇ ਜਜ਼ਬੇ ਰੰਗੀਨ ਹੋਣ, ਓਨਾ ਹੀ ਤੁਹਾਡਾ ਚਿਹਰਾ ਖ਼ੂਬਸੂਰਤ 'ਚ ਵਟਦਾ ਜਾਂਦਾ ਹੈ। ਰੰਗੀਨ ਤੇ ਅੱਗ ਵਾਂਗ ਤਪਦੇ ਜਜ਼ਬਾਤ ਚਿਹਰੇ ਦੀ ਬਣਾਵਟ ਤੇ ਸਜਾਵਟ 'ਚ ਸਦਾ ਸੁੰਦਰ ਰੰਗ ਭਰੀ ਜਾਂਦੇ ਹਨ। ਇਸੇ ਸੁੰਦਰ-ਛਾਬ ਦੀ ਤੱਕਣੀ ਵੇਖ ਕੇ ਕਦੇ ਵਾਰਿਸ ਸ਼ਾਹ ਨੇ ਇੰਜ ਤਾਰੀਫ਼ ਕੀਤੀ ਸੀ:

ਦੰਦ ਚੰਬੇ ਦੀ ਲੜੀ ਕਿ ਹੰਸ ਮੋਤੀ,
ਦਾਣੇ ਨਿਕਲੇ ਹੁਸਨ ਅਨਾਰ ਵਿੱਚੋਂ।
ਸ਼ਾਹ ਪਰੀ ਦੀ ਭੈਣ, ਪੰਜ ਫੁਲਰਾਣੀ,
ਗੁੱਝੀ ਰਹੇ ਨਾ ਹੀਰ ਹਜ਼ਾਰ ਵਿੱਚੋਂ।

ਕਈ ਵਾਰ ਸਾਡੇ ਚਿਹਰੇ ਦੀ ਦਿੱਖ ਹੀ ਦੱਸ ਦਿੰਦੀ ਹੈ ਕਿ ਅਸੀਂ ਕਿੰਨੇ ਕੁ ਖ਼ੁਸ਼ ਹਾਂ। ਚਿਹਰੇ ਦੀ ਇਕ ਤੱਕਣੀ ਸਾਡੀ ਕਿਸਮਤ ਬਦਲ ਸਕਦੀ ਹੈ। ਕਿੰਨੇ ਦੁਕਾਨਦਾਰਾਂ ਨੇ ਸੇਲ-ਗਰਲਜ਼ ਸਿਰਫ਼ ਇਸੇ ਕਾਰਨ ਰੱਖੀਆਂ ਹੋਈਆਂ ਹਨ ਕਿ ਮਾਲ ਧੜਾ-ਧੜ ਵਿਕੇ ਅਤੇ ਅਜਿਹੀਆਂ ਸਜੀਆਂ-ਫਬੀਆਂ ਦੁਕਾਨਾਂ 'ਤੇ ਜਿਥੇ ਵੱਧ ਮਾਲ ਭਰਿਆ ਤੇ ਤੁਸਿਆ ਹੁੰਦਾ ਹੈ। ਉਸੇ ਨਾਲ ਹੀ ਦੋ ਜਾਂ ਚਾਰ ਛੈਲ-ਨੱਢੀਆਂ ਅਜਿਹੇ ਕਾਰੋਬਾਰ ਨੂੰ ਸੰਭਾਲਦੀਆਂ ਤੇ ਵੇਚਦੀਆਂ ਵੀ ਹਨ ਤੇ ਕਈ ਵਾਰ ਤਾਂ ਸਚਮੁੱਚ ਹੀ ਸੁੰਦਰ ਮੁਟਿਆਰ ਦੀ ਇਕ ਤੱਕਣੀ ਤੇ ਚਿਹਰਾ ਤੁਹਾਨੂੰ ਜੀ ਆਇਆ ਖੁਸ਼-ਨੁਮਾ ਮੁਸਕਰਾਹਟ ਨਾਲ ਸਵਾਗਤ ਕਰ ਕੇ ਕਹਿੰਦਾ ਤੇ ਉਡੀਕਦਾ ਹੈ। ਸਲੀਕੇ, ਵਿਹਾਰ, ਬੋਲ-ਚਾਲ ਤੇ ਮਿੱਠੀ ਆਉ-ਭਗਤ ਕਾਰਨ ਦੁਕਾਨਾਂ ਦੀ ਸੇਲ 'ਤੇ ਵੱਡਾ ਅਸਰ ਪੈਂਦਾ ਹੈ। ਥਾਂ-ਪੁਰ-ਥਾਂ ਇਹ ਮੁਟਿਆਰਾਂ ਤੇ ਬਾਕੀਆਂ ਨਾਰਾਂ ਅੱਜ ਵੱਡੇ ਸਟੋਰਾਂ, ਟਰੈਵਲ-ਏਜੰਟਾਂ ਦੇ ਕਾਰੋਬਾਰਾਂ ਤੇ ਮਨੀ-ਟਰਾਂਸਫ਼ਰ ਦੇ ਸਾਰੇ ਦਫ਼ਤਰਾਂ 'ਤੇ ਰਾਜ ਕਰਦੀਆਂ ਹਨ। ਇਹ ਸਾਰਾ ਕ੍ਰਿਸ਼ਮਾ ਇਨ੍ਹਾਂ ਦੀ ਸੁੰਦਰਤਾ ਤੇ ਖੁਸ਼-ਰਹਿਣੀ ਤਬੀਅਤ ਕਾਰਨ ਹੀ ਹੋ ਰਿਹਾ ਹੈ। ਜਿਥੇ ਕਈ ਦੁਕਾਨਾਂ 'ਤੇ ਬੁੱਢੇ-ਖੋਸੜ ਬੈਠੇ ਹੋਏ ਹਨ, ਉਧਰ ਕੋਈ ਝਾਕਦਾ ਵੀ ਨਹੀਂ। ਕਈ ਦੁਕਾਨਦਾਰਾਂ ਦਾ ਕੰਮ ਇਸ ਕਾਰਨ ਚੋਪਟ ਹੋ ਜਾਂਦਾ ਹੈ ਕਿ ਉਥੇ ਸੁੰਦਰ ਸੇਲ-ਗਰਲਜ਼ ਉਪਲਬਧ ਨਹੀਂ ਹੋਈਆਂ। ਇਥੋਂ ਤੱਕ ਕਿ ਅੱਜ ਹਸਪਤਾਲਾਂ 'ਚ ਵੀ ਅਸੀਂ ਚੰਗੀਆਂ ਤੇ ਹਸਮੁਖ ਨਰਸਾਂ ਨੂੰ ਵੇਖ ਕੇ ਮਰੀਜ਼ਾਂ ਦੀ ਹਾਲਤ 'ਤੇ ਚੰਗਾ ਅਸਰ ਪੈਂਦਾ ਪ੍ਰਤੱਖ ਵੇਖ ਸਕਦੇ ਹਾਂ। ਕਿਸੇ ਮਰੀਜ਼ ਦੀ ਨਬਜ਼ ਨੂੰ ਟੋਂਹਦਾ ਚੰਗੀ ਹਸਮੁਖ ਮੁਟਿਆਰ ਦਾ ਹੱਥ, ਮਰੀਜ਼ ਦੀ ਅੱਧੀ ਬਿਮਾਰੀ ਖ਼ਤਮ ਕਰ ਦਿੰਦਾ ਹੈ। ਹਮਦਰਦੀ ਤੇ ਪਿਆਰ ਨਾਲ ਬੋਲੇ ਗਏ ਦੋ ਬੋਲ ਮਰੀਜ਼ ਨੂੰ ਚੱਲਣ, ਫਿਰਨ ਲਾ ਦਿੰਦੇ ਹਨ। ਇਹੀ ਹਾਲ ਚੰਗੇ ਤੇ ਵੱਡੇ ਕਲੀਨਿਕਾਂ 'ਚ ਵੀ ਵੇਖਣ ਨੂੰ ਮਿਲਦਾ ਹੈ। ਡਾਕਟਰ ਦੀ ਚੰਗੀ ਪੇਸ਼ਕਾਰੀ ਤੇ ਹਮਦਰਦੀ ਨਾਲ ਭਰਿਆ ਰਵੱਈਆ ਮਰੀਜ਼ ਦੀ ਹਾਲਤ 'ਚ ਸੁਧਾਰ ਲੈ ਆਉਂਦਾ ਹੈ, ਪਰ ਕੁਰੱਖ਼ਤ ਡਾਕਟਰ ਦੀ ਕਲੀਨਿਕ ਸਾਰਾ-ਸਾਰਾ ਦਿਨ ਖ਼ਾਲੀ ਵਿਖਾਈ ਦੇਵੇਗੀ।

ਫਿਰ ਅੱਜ ਦੇ ਨਵੇਂ ਯੁੱਗ ਵਿਚ ਵੱਡੇ ਵੱਡੇ ਸਟੋਰਾਂ, ਚਾਹਖ਼ਾਨਿਆਂ ਤੇ ਹੋਟਲਾਂ 'ਚ ਵੱਜਦਾ ਸੰਗੀਤ ਤੇ ਲੋਰ-ਭਰੇ ਗਾਣੇ ਸੁੱਤੇ-ਸਿੱਧ ਹੀ ਗਾਹਕਾਂ ਨੂੰ ਆਪਣੇ ਵੱਲੀਂ ਖਿੱਚਦੇ ਹਨ। ਚੁੱਪ-ਚਾਪ ਠੰਢਾ-ਠੰਢਾ ਵੱਜਦਾ ਮਿਊਜ਼ਿਕ ਵੀ ਕੰਨਾਂ 'ਤੇ ਸੁਖਾਵਾਂ ਅਸਰ ਕਰਦਾ ਹੈ।

ਪਰ ਇਹ ਵੀ ਇਕ ਸੱਚਾਈ ਹੈ ਕਿ ਚਿਹਰੇ 'ਤੇ ਮੁਸਕਰਾਹਟ ਜਾਂ ਹਾਸਾ ਤਦ ਹੀ ਆ ਸਕਦਾ ਹੈ ਜੇ ਸਾਡੀ ਤਬੀਅਤ ਖੁਸ਼ ਹੋਵੇ। ਸਾਡੇ ਵਿਚਾਰ ਕਿਸੇ ਤਾਲ 'ਚ ਬੱਝੇ ਹੋਣ। ਸਾਡੀ ਸੋਚਣੀ ਜ਼ਿੰਦਗੀ ਦੀ ਚੜ੍ਹਦੀ ਕਲਾ ਵੱਲ ਹੋਵੇ ਤੇ ਅਸੀਂ ਸਾਰੀ ਕਾਇਨਾਤ ਦਾ ਭਲਾ ਚਾਹੁੰਦੇ ਹੋਈਏ। ਸਾਡਾ ਰਵੱਈਆ ਸਭਨਾਂ ਲਈ 'ਜੀ ਆਇਆਂ ਨੂੰ' ਕਹਿਣ ਵਾਲਾ ਹੋਵੇ।

ਸਾਡੇ 'ਚ ਦੂਈ-ਦਵੈਤ ਦੀ ਭਾਵਨਾ ਨਾ ਹੋਵੇ, ਬਲਕਿ ਅਸੀਂ ਰੱਬ ਦੀ ਸਿਰਜੀ ਸਾਰੀ ਦੁਨੀਆ ਤੇ ਪੂਰੇ ਸੰਸਾਰ ਲਈ ਖੁਸ਼ੀ ਮੰਗਦੇ ਹੋਈਏ। ਸਾਡੇ ਲਈ ਪੰਛੀ, ਪਰਿੰਦੇ ਵੀ ਸਾਡੀ ਕਾਇਨਾਤ ਦਾ ਹੀ ਇਕ ਹਿੱਸਾ ਹੋਣ ਤੇ ਅਸੀਂ ਕੁਦਰਤ ਰਾਣੀ ਨੂੰ ਆਪਣੇ ਮਨਾਂ ਦੀ ਰਾਜ਼ਦਾਨ ਤੇ ਪਟਰਾਣੀ ਸਮਝੀਏ। ਸਾਡੇ ਲਈ ਫੁੱਲਾਂ-ਭਰੇ ਪੌਦੇ ਤੇ ਖਿੜੇ ਬਾਗ ਖੁਸ਼ੀਆਂ ਦੇ ਸੋਮੇ ਤੇ ਬਹਾਰਾਂ ਦੀ ਖ਼ੂਬਸੂਰਤ ਸੌਗ਼ਾਤ ਹੋ ਨਿਬੜਨ। ਅਸੀਂ ਚਾਈਂ-ਚਾਈਂ ਜਿਥੇ ਆਪਣੇ ਲਈ ਖ਼ੁਸ਼ੀਆਂ ਮੰਗੀਏ ਤੇ ਮੁਸਕਰਾਹਟਾਂ ਵੰਡੀਏ, ਉਥੇ ਦੁਨੀਆ ਦਾ ਹਰ ਜੀਵ, ਸਾਡੀ ਇਸ ਚੰਗੇਰੀ ਕਾਇਨਾਤ ਦਾ ਇਕ ਹਿੱਸਾ ਤੇ ਭਾਗ ਹੋਵੇ। ਤਦ ਹੀ ਇਹ ਦੁਨੀਆ ਖ਼ੂਬਸੂਰਤ ਲੱਗੇਗੀ ਤੇ ਤੁਹਾਡੀ ਰੁੱਸੀ ਤੇ ਬੁੱਝੀ ਹੋਈ ਚੰਗਿਆੜੀ ਫਿਰ ਤੋਂ ਜ਼ਿੰਦਗੀ ਦੀ ਧੜਕਨ ਨਾਲ ਇਕਮਿੱਕ ਹੋ ਕੇ ਧੜਕ ਉੱਠੇਗੀ।

ਜਿਵੇਂ ਕਿਸੇ ਬੁੱਝੀ ਹੋਈ ਅੰਗੀਠੀ 'ਚ ਕੋਲੇ ਪਾ ਕੇ ਉਸ ਨੂੰ ਕੋਈ ਦੁਬਾਰਾ ਭਖਾ ਲੈਂਦਾ ਹੈ ਤੇ ਕੋਲੇ ਫਿਰ ਤੋਂ ਲਾਲ-ਸੂਹੇ ਹੋ ਕੇ ਸੇਕ ਮਾਰਦੇ ਹਨ, ਇੰਜ ਹੀ ਤੁਹਾਡੀ ਸੱਖਣੀ ਖ਼ਾਲੀ ਤੇ ਬੁਝੀ ਜ਼ਿੰਦਗੀ 'ਚ ਕੋਈ ਤੁਹਾਡਾ ਰਾਜ਼ਦਾਨ ਤੇ ਸਨੇਹੀ, ਇਸ ਭੱਠੀ ਨੂੰ ਦੁਬਾਰਾ ਭਖਾ ਕੇ, ਜੀਉਂਦਾ ਕਰ ਸਕਦਾ ਹੈ। ਜ਼ਿੰਦਗੀ ਦੇ ਸੇਕ ਨਾਲ ਇਸ ਨੂੰ ਵੀ ਭਖਣ ਲਾ ਸਕਦਾ ਹੈ। ਹਾਸੇ ਦੀ ਇਕ ਚੰਗਿਆੜੀ ਤੁਹਾਨੂੰ ਵੀ ਵੰਡ ਸਕਦਾ ਹੈ ਤੇ ਇਹ ਵੀ ਇਕ ਸੱਚਾਈ ਹੈ ਕਿ ਜਿਵੇਂ ਮੁੱਲ ਵਿਕਦੇ ਸੱਜਣ ਨਹੀਂ ਮਿਲਦੇ, ਇੰਜ ਹੀ ਇਹ ਹਾਸੇ ਵੀ ਮੁੱਲ ਨਹੀਂ ਵਿਕ ਸਕਦੇ, ਸਗੋਂ ਤਕੜੇ ਹੋ ਕੇ, ਤੁਹਾਨੂੰ ਆਪਣੀ ਜ਼ਿੰਦਗੀ ਦੀ ਭੱਠੀ ਦਾ ਖ਼ੁਦ ਹੀ ਧਿਆਨ ਕਰਨਾ ਪਵੇਗਾ। ਖ਼ੁਦ ਹੀ ਇਸ 'ਚ ਹਾਸਿਆਂ ਦੀ ਝੋਕ ਲਾ ਕੇ, ਇਸ ਨੂੰ ਦੁਬਾਰਾ ਭਖਾ ਕੇ ਜੀਣ ਲਈ ਅੱਗ ਤੇ ਸੇਕ ਲੋੜੀਂਦਾ ਹੈ। ਉਹ ਸੇਕ ਤੇ ਅੱਗ ਆਪਣੇ ਅੰਦਰੋਂ ਪੈਦਾ ਕਰਨੀ ਪਵੇਗੀ।

ਜਿਵੇਂ ਕੋਈ ਮਾਲੀ ਆਪਣੇ ਅੱਧ-ਸੁੱਕੇ ਬਾਗ਼ ਨੂੰ ਵੇਲ ਦੀ ਕਾਟ ਕਰ ਕੇ, ਫਿਰ ਤੋਂ ਹਰੀਆਂ-ਭਰੀਆਂ ਕਰ ਲੈਂਦਾ ਹੈ, ਇੰਜ ਹੀ ਤੁਹਾਨੂੰ ਵੀ ਆਪਣੀ ਜ਼ਿੰਦਗੀ ਦੇ ਰੁੱਖ ਨੂੰ ਫਿਰ ਤੋਂ ਨਵਾਂ-ਨਰੋਆ ਤੇ ਹਰਾ-ਭਰਾ ਕਰਨਾ ਲੋੜੀਂਦਾ ਹੈ। ਇਸ ਰੁੱਖ ਦੀ ਸਾਂਭ-ਸੰਭਾਲ ਤੇ ਕਾਂਟ-ਛਾਂਟ ਜ਼ਰੂਰੀ ਹੈ। ਸੁੱਕ ਚੁੱਕੀਆਂ ਤੇ ਬੇ-ਲੋੜੀਆਂ ਟਹਿਣੀਆਂ ਭਾਵ ਖ਼ਾਹਿਸ਼ਾਂ ਤੇ ਬੁਰੇ ਵਿਚਾਰਾਂ ਦੀ ਨਿਕਾਸੀ ਜ਼ਰੂਰੀ ਹੈ। ਮਾਲੀ ਤਾਂ ਅੰਗੂਰਾਂ ਦੀਆਂ ਵੇਲਾਂ ਨੂੰ ਹਰ ਸਾਲ ਕਾਂਟਦਾ ਤੇ ਤਰਾਸ਼ਦਾ ਹੈ। ਇੰਜ ਹੀ ਜ਼ਿੰਦਗੀ ਦੇ ਰੁੱਖ ਨੂੰ ਸਦਾ ਹਰਿਆ-ਭਰਿਆ ਕਰਨ ਲਈ ਆਪਣੀਆਂ ਬੇ-ਲੋੜੀਆਂ ਚਾਹਨਾਂ ਵੀ ਤਿਆਗ ਦੇਵੋ। ਸਾਦੇ, ਸਾਫ਼ ਤੇ ਪਾਕ ਜਜ਼ਬਾਤਾਂ ਨਾਲ ਇਸ ਰੁੱਖ 'ਤੇ ਅਜਿਹੀ ਪਾਣ ਚਾੜ੍ਹੋ ਕਿ ਰੁੱਖ ਫੁੱਲਾਂ ਨਾਲ ਲੱਦਿਆ ਜਾਵੇ ਤੇ ਜ਼ਿੰਦਗੀ ਦੀ ਮਹਿਕ, ਇਸ ਦੀ ਰਗ-ਰਗ ਵਿਚ ਸਮਾ ਜਾਵੇ।

ਜੇ ਵਿਚਾਰ ਕਰੀਏ ਤਾਂ ਇਨਸਾਨ ਦੀ ਜ਼ਿੰਦਗੀ ਵੀ ਕਿੰਨੀ-ਕੁ ਲੰਬੀ ਹੈ। ਇਨ੍ਹਾਂ ਸੱਠਾਂ ਸੱਤਰਾਂ, ਅੱਸੀ ਬਹਾਰਾਂ ਨੂੰ ਤੁਸੀਂ ਖੁਸ਼ੀ-ਖੁਸ਼ੀ ਜੀਵੋ। ਇਨ੍ਹਾਂ ਬਹਾਰਾਂ ਲਈ ਖਾਦ ਵੀ ਬਣੋ ਤੇ ਫੁੱਲਾਂ ਦੀ ਮਹਿਕ ਵੀ। ਤਦ ਹੀ ਇਹ ਜ਼ਿੰਦਗੀ ਦਾ ਬਾਗ, ਸਦਾ ਖੁਸ਼ੀਆਂ ਭਰਿਆ ਰਹਿ ਸਕਦਾ ਹੈ ਤੇ ਇਸ ਬਾਗ਼ 'ਚ ਚਹਿਕਦੇ ਤਰ੍ਹਾਂ-ਤਰ੍ਹਾਂ ਦੇ ਪੰਛੀ, ਜੋ ਤੁਹਾਡੇ ਪਰਿਵਾਰ ਦੇ ਹੀ ਜੀਅ ਹਨ, ਸਦਾ ਖੁਸ਼ ਰਹਿ ਸਕਦੇ ਹਨ। ਇਹ ਨਾ ਹੋਵੇ ਕਿ ਤੁਹਾਡੀ ਜ਼ਿੰਦਗੀ ਦੀ ਬਹਾਰ

ਕਿਧਰੇ ਰੁੱਸ ਜਾਵੇ ਤੇ ਤੁਸੀਂ ਬਹਾਰ ਨੂੰ ਹਾਕਾਂ ਮਾਰਦੇ ਰਹਿ ਜਾਵੋ। ਇਹ ਬਹਾਰਾਂ, ਇਹ ਫੁੱਲਾ ਦੇ ਬਾਗ਼, ਇਹ ਚਹਿਕਦੇ ਪੰਛੀ, ਤੁਹਾਡੀ ਵਿਰਾਸਤ ਵੀ ਹੋ ਸਕਦੇ ਹਨ। ਕਿੰਨਾ ਚੰਗਾ ਹੋਵੇ ਕਿ ਇਨ੍ਹਾਂ ਬਹਾਰਾਂ ਦੇ ਫੁੱਲ, ਤੁਹਾਡੀ ਝੋਲੀ 'ਚ ਡਿੱਗਣ। ਤੁਹਾਡੇ ਚਿਹਰੇ ਦੀ ਮੁਸਕਰਾਹਟ ਅਨੇਕਾਂ ਲੋਕਾਂ ਦੀ ਖ਼ੁਸ਼ੀ ਦਾ ਕਾਰਨ ਬਣੇ ਤੇ ਤੁਹਾਨੂੰ ਹੱਸਦੇ ਫੁੱਲਾਂ ਦਾ ਹਾਸਾ ਇਸ ਬਹਾਰ ਦੀ ਰੌਣਕ ਜਾਪੇ।

ਜਿੰਨੇ ਵੀ ਸਾਲ ਤੁਸੀਂ ਜੀਊਣਾ ਹੈ, ਹੱਸ ਕੇ ਗੁਜ਼ਾਰੋ ਤੇ ਮਿੱਤਰਾਂ 'ਚ ਹਾਸੇ ਵੰਡੋ। ਤਦ ਹੀ ਤੁਹਾਡੀ ਇਸ ਰੁੱਖੀ, ਸੁੱਕੀ ਤੇ ਬੇ-ਰੌਣਕ ਜ਼ਿੰਦਗੀ 'ਚ ਬਹਾਰ ਆ ਸਕਦੀ ਹੈ। ਤਦ ਹੀ ਤੁਹਾਡੇ ਕੰਨ ਚਹਿਕਦੇ ਪੰਛੀਆਂ ਦੇ ਬੋਲ ਸੁਣ ਸਕਦੇ ਹਨ। ਸੂਰਜ ਦੀਆਂ ਸੁਨਹਿਰੀ ਕਿਰਨਾਂ ਤੁਹਾਡਾ ਭਾਗ ਬਣ ਸਕਦੀਆਂ ਹਨ। ਸੂਰਜ ਜਿੱਥੇ ਸਾਰੀ ਕਾਇਨਾਤ ਨੂੰ ਸੋਨਾ ਵੰਡਦਾ ਹੈ, ਉਥੇ ਤੁਹਾਡੇ ਵਿਹੜੇ ਵੀ ਸੂਰਜ ਦੀਆਂ ਕਿਰਨਾਂ, ਖ਼ੁਸ਼ੀਆਂ ਦਾ ਬਾਗ਼ ਲਗਾ ਸਕਦੀਆਂ ਹਨ। ਸਿਰਫ਼ ਏਨਾ ਖ਼ਿਆਲ ਰੱਖੋ ਕਿ ਤੁਹਾਡੇ ਹਿਰਦੇ 'ਚ ਸੁਹਿਰਦਤਾ ਦੇ ਬੀਜ਼ ਹੋਣ ਤੇ ਤੁਹਾਡੇ ਚਿਹਰੇ 'ਤੇ ਹਾਸਿਆ ਦੀ ਬਹਿਸ਼ਤ।

ਮਨ-ਸਾਗਰ 'ਚ ਉੱਠਣ ਛੱਲਾਂ !

ਪਿਆਰ ਇਨਸਾਨ ਦਾ ਸਭ ਤੋਂ ਸ਼ਕਤੀਸ਼ਾਲੀ ਜਜ਼ਬਾ ਹੈ। ਜਦੋਂ ਪਿਆਰ ਦੀਆਂ ਛੱਲਾਂ ਵੱਜਣ ਤਾਂ ਇਨਸਾਨ ਦੇ ਅੰਦਰ ਨਵੀਆਂ ਕੌਂਪਲਾਂ ਫੁੱਟ ਪੈਂਦੀਆਂ ਹਨ ਤੇ ਇਹ ਨਵੀਆਂ ਕੌਂਪਲਾਂ ਹੀ ਇਨਸਾਨ ਲਈ ਜੀਉਣ ਦਾ ਸਹਾਰਾ ਬਣਦੀਆਂ ਹਨ। ਪਿਆਰ ਭਾਵੇਂ ਪ੍ਰੇਮੀ-ਪ੍ਰਮਿਕਾ ਦਾ ਹੋਵੇ ਜਾਂ ਫਿਰ ਪਤੀ-ਪਤਨੀ ਦਾ ਜਾਂ ਭੈਣ-ਭਰਾਵਾਂ ਦਾ, ਇਸ ਦਾ ਜਲਵਾ ਸਦਾ ਹੀ ਨਵਾਂ-ਨਰੋਆ ਹੁੰਦਾ ਹੈ। ਜਿਵੇਂ ਪੁਰਾਣੇ ਭਾਂਡੇ ਧੋ ਸੁਆਰ ਕੇ ਰੱਖਣ ਨਾਲ ਜਾਂ ਮਾਂਜਣ ਨਾਲ ਲਿਸ਼ਕ ਉਠਦੇ ਹਨ, ਇੰਜ ਹੀ ਇਕ ਪਿਆਰ-ਚਿਣਗ ਅੱਗ ਭਖਣ ਲਾ ਦਿੰਦੀ ਹੈ। ਕਈ ਵਾਰ ਕੋਈ ਦੋ ਸਹੇਲੀਆਂ ਜੇ ਚਿਰਾਂ ਪਿੱਛੋਂ ਮਿਲਣ ਤਾਂ ਜੀਵਨ-ਯਾਦਾਂ ਦੇ ਝਰੋਖਿਆ ਵਿੱਚੋਂ ਫਿਰ ਤੋਂ ਇਹੋ ਪਿਆਰ ਦੀਆਂ ਲਗਰਾਂ ਨਿਕਲ ਪੈਂਦੀਆਂ ਹਨ। ਇੰਜ ਲੱਗਦਾ ਹੈ ਕਿ ਜਿਵੇਂ ਔੜ ਮਾਰੇ ਥਾਂ 'ਤੇ ਮੀਂਹ ਪੈਣ ਲੱਗ ਜਾਵੇ ਜਾਂ ਤਿੱਖੀਆਂ ਦੁਪਹਿਰਾਂ ਨਾਲ ਫਟੀ ਧਰਤੀ ਦਾ ਸੀਨਾ ਮੀਂਹ ਦੀਆਂ ਫੁਹਾਰਾਂ ਨਾਲ ਫਿਰ ਠੰਢਾ ਸੀਤ ਹੋ ਜਾਵੇ।

ਇਹ ਪਿਆਰ ਦਾ ਜਜ਼ਬਾ ਹੀ ਹੈ ਜਿਸ ਨਾਲ ਇਨਸਾਨ ਹਜ਼ਾਰਾਂ ਮੀਲਾਂ ਦਾ ਸਫ਼ਰ ਤੈਅ ਕਰ ਕੇ ਆਪਣੇ ਸਕੇ-ਸੰਬੰਧੀਆਂ ਜਾਂ ਮਾਂ-ਬਾਪ ਨੂੰ ਮਿਲਣ ਲਈ ਤੁਰ ਪੈਂਦਾ ਹੈ। ਇੰਨੇ ਸਾਰੇ ਪੁਰਾਣੇ ਜਜ਼ਬਾਤ ਇਕੱਠੇ ਹੋ ਕੇ ਅੱਖਾਂ ਵਿਚ ਸਮੋ ਜਾਂਦੇ ਹਨ ਤੇ ਮਿਲਣ ਵੇਲੇ 'ਇਹ ਹੰਝੂਆਂ ਦਾ ਰੂਪ ਧਾਰ ਪਰਲ-ਪਰਲ ਅੱਖਾਂ ਰਾਹੀਂ ਵਹਿ ਤੁਰਦੇ ਹਨ। ਮੀਂਹ ਵੀ ਜਦ ਚਿਰਾਂ ਬਾਅਦ ਪਵੇ ਤਾਂ ਪਰਨਾਲੇ ਚੱਲ ਪੈਂਦੇ ਹਨ। ਗਲੀਆਂ-ਨਾਲੀਆਂ ਰਾਹੀਂ ਮੀਂਹ ਦਾ ਪਾਣੀ ਵਹਿ ਤੁਰਦਾ ਹੈ।

ਬਸ ਇਹੀ ਹਾਲ ਇਕ ਇਨਸਾਨ ਦੇ ਦਿਲ ਦਾ ਹੁੰਦਾ ਹੈ। ਚਿਰਾਂ ਦੇ ਮਾਰੇ ਬੰਨ੍ਹ ਟੁੱਟ ਜਾਂਦੇ ਹਨ। ਮਾਂ ਤੇ ਪੁੱਤਰ ਦੀ ਗਲਵੱਕੜੀ ਪੀਢੀ ਹੋ ਜਾਂਦੀ ਹੈ। ਸਾਰੀ ਉਦਾਸੀ, ਮਾਯੂਸੀ ਤੇ ਇਕੱਲਤਾ ਇਸ ਪਿਆਰ-ਮਿਲਣੀ ਦੀ ਭੇਟਾ ਚੜ੍ਹ ਜਾਂਦੀ ਹੈ ਤੇ ਇਹੀ ਜਜ਼ਬਾ ਸੁੱਕ ਚੁੱਕੀ ਮਨੁੱਖੀ ਦੇਹ ਵਿਚ ਫਿਰ ਤੋਂ ਲਹੂ ਦਾ ਸੰਚਾਰ ਕਰ ਕੇ ਧੜਕਣਾਂ ਤੇਜ਼ ਕਰ ਦਿੰਦਾ ਹੈ।

ਇਸੇ ਲਈ ਪਿਆਰ ਨੂੰ ਕੋਈ ਗੁਲਾਬ ਨਾਲ ਤੁਲਨਾ ਦਿੰਦਾ ਹੈ ਤੇ ਕੋਈ ਆਬਸ਼ਾਰ ਨਾਲ। ਪਿਆਰ ਤਾਂ ਪਿਆਰ ਹੈ, ਇਸ ਦੀ ਚਕਾਚੌਂਧ ਵਿਚ ਇਨਸਾਨ ਹੋਰ ਦਾ ਹੋਰ ਬਣ ਜਾਂਦਾ ਹੈ, ਜਿਵੇਂ ਦੇਹ ਵਿਚ ਬਿਜਲੀ ਦਾ ਸਪਰਸ਼ ਭਰ ਗਿਆ ਹੋਵੇ ਤੇ ਕਰਟ ਆ ਜਾਵੇ।

ਧਰਤੀ ਮਾਂ ਵੀ ਆਪਣੇ ਸਾਰੇ ਵੇਲ-ਬੂਟਿਆਂ ਤੇ ਫਲਾਂ-ਫੁੱਲਾਂ ਵਾਲੇ ਰੁੱਖਾਂ ਨੂੰ ਇਹੀ ਪਿਆਰ-ਸ਼ਕਤੀ ਦੇ ਕੇ, ਹਰੇ-ਭਰੇ ਕਰੀ ਜਾਂਦੀ ਹੈ। ਸਾਰੀ ਪ੍ਰਕਿਰਤੀ ਦਾ ਰੰਗ-ਰੂਪ, ਧਰਤੀ

ਮਾਂ ਦੇ ਅਸ਼ੀਰਵਾਦ ਨਾਲ ਨਿਖਰ-ਨਿੱਖਰ ਪੈਂਦਾ ਹੈ। ਧਰਤੀ ਮਾਂ ਦੇ ਸੀਨੇ ਵਿਚ ਫੁੱਟਿਆ ਪਾਣੀ ਇਨ੍ਹਾਂ ਪਿਆਰ ਦੇ ਚਸ਼ਮਿਆਂ ਵਿਚ ਰੂਹ ਫੂਕ ਦਿੰਦਾ ਹੈ। ਪਾਣੀ ਹੀ ਜ਼ਿੰਦਗੀ ਬਣ ਕੇ ਪ੍ਰਕਿਰਤੀ ਦੇ ਫਲਾਂ, ਫੁੱਲਾਂ ਤੇ ਰੁੱਖਾਂ, ਗਲਦਾਉਂਦੀਆਂ ਦੀ ਜਾਨ ਬਣਦਾ ਹੈ। ਪਿਆਰ ਤੇ ਪਾਣੀ ਜ਼ਿੰਦਗੀ ਦੇ ਦੋ ਮੂਲ ਸੋਮੇ ਹਨ, ਜਿਨ੍ਹਾਂ ਨਾਲ ਜ਼ਿੰਦਗੀ ਮੌਲਣ ਲੱਗ ਪੈਂਦੀ ਹੈ।

ਇਨਸਾਨ ਔਖੇ ਸਮਿਆਂ ਵਿਚ ਵੀ ਆਪਣੀ ਜ਼ਿੰਦਗੀ ਦੇ ਚੱਪੂ ਮਾਰੀ ਜਾਂਦਾ ਹੈ, ਪਰ ਇਨ੍ਹਾਂ ਪਿਆਰ-ਛੱਲਾਂ ਦੇ ਆਉਣ ਨਾਲ ਇਨਸਾਨ ਦੀ ਰੂਹ ਹਰੀ-ਭਰੀ ਹੋ ਜਾਂਦੀ ਹੈ। ਅੱਖਾਂ ਵਿਚ ਚਮਕ ਆ ਜਾਂਦੀ ਹੈ ਤੇ ਜ਼ਿੰਦਗੀ ਮਹਿਕਣ ਲੱਗਦੀ ਹੈ।

ਪਰ ਅੱਜ ਦੇ ਯੁੱਗ ਵਿਚ ਪਿਆਰ ਪਾਲਣਾ ਤੇ ਲੱਭਣਾ ਚਿੜੀਆਂ ਦੇ ਦੁੱਧ ਲੱਭਣ ਸਮਾਨ ਹੈ। ਇੰਜ ਲੱਗਦਾ ਹੈ ਜਿਵੇਂ ਪਿਆਰ ਰੂਪ ਪੰਖੇਰੂ ਕਿਧਰੇ ਸਦਾ-ਸਦਾ ਲਈ ਉਡਾਰੀਆਂ ਮਾਰ ਗਏ ਹੋਣ। ਜ਼ਿੰਦਗੀ ਦੀਆਂ ਧੁੱਪਾਂ ਸਹਿ-ਸਹਿ ਕੇ ਇਨਸਾਨ ਕਮਜ਼ੋਰ ਹੋ ਜਾਂਦਾ ਹੈ। ਅੱਖਾਂ ਵਿਚ ਆਸਾਂ ਦੇ ਦੀਵੇ ਬੁਝਣ-ਬੁਝਣ ਕਰਦੇ ਹਨ। ਫਿਰ ਵੀ ਇਨਸਾਨ ਹੈ ਕਿ ਉਸ ਨੂੰ ਆਸਾਂ ਦੇ ਦੀਪ ਜਗਾ ਕੇ ਜ਼ਿੰਦਗੀ ਬਸਰ ਕਰਨੀ ਪੈਂਦੀ ਹੈ।

ਕਈ ਵਾਰ, ਕਈ ਇਕੱਲੀਆਂ ਮਾਵਾਂ ਪੁੱਤਰਾਂ ਦੀ ਉਡੀਕ ਕਰਦੀਆਂ-ਕਰਦੀਆਂ ਰੋਹੀ ਦੀਆਂ ਕਿੱਕਰਾਂ ਵਾਂਗ ਖੜ-ਸੁੱਕ ਤੇ ਕਾਲੀਆਂ ਹੋ ਜਾਂਦੀਆਂ ਹਨ। ਇਨ੍ਹਾਂ ਕਿੱਕਰਾਂ ਦੇ ਟਾਹਣ ਵੀ ਸੜ-ਸੁੱਕ ਜਾਦੇ ਹਨ ਪਰ ਜ਼ਿੰਦਗੀ ਹੈ ਕਿ ਹੌਲੀ-ਹੌਲੀ ਕਦਮ ਪੁੱਟਦੀ ਜਾਂਦੀ ਹੈ। ਲੰਬੀਆਂ ਉਡੀਕਾਂ ਬੁੱਢੀ ਮਾਂ ਦੀਆਂ ਅੱਖਾਂ ਵਿਚ ਹਜ਼ਾਰਾਂ ਸੁਪਨੇ ਬੀਜ਼ ਦਿੰਦੀਆਂ ਹਨ। ਇਨ੍ਹਾਂ ਸੁਪਨਿਆਂ ਦੇ ਰੰਗ ਤਾਂ ਗੂੜ੍ਹੇ ਤਦ ਹੀ ਹੋਣੇ ਹੁੰਦੇ ਹਨ ਜਦ ਪ੍ਰਦੇਸ ਗਏ ਪੁੱਤਾਂ ਜਾਂ ਧੀਆਂ ਦੀ ਆਵਾਜ਼ ਟੈਲੀਫ਼ੋਨ 'ਤੇ ਹੀ ਸੁਣੀ ਜਾਂਦੀ ਹੈ। ਅੱਖਾਂ ਵਿਚ ਬੀਜੇ ਅਨੇਕਾਂ ਰੰਗ ਇਸ ਆਵਾਜ਼ ਨਾਲ ਹੀ ਗੂੜ੍ਹੇ ਹੋ ਜਾਂਦੇ ਹਨ। ਮਾਂ ਦੇ ਸਾਹ ਵੀ ਇਨ੍ਹਾਂ ਹੁੰਗਾਰਿਆਂ ਨਾਲ ਹੀ ਵਗਦੇ ਹਨ।

ਜਿੰਨਾ ਚਿਰ ਹੁੰਗਾਰੇ ਮਿਲਦੇ ਰਹਿਣ, ਮਾਵਾਂ ਦੇ ਹਿਰਦੇ ਠੰਢ ਪੈਂਦੀ ਰਹਿੰਦੀ ਹੈ ਤੇ ਫਿਰ ਕਦੇ ਮੇਲ-ਮਿਲਾਪ ਦੀਆਂ ਘੜੀਆਂ ਵਿਚ ਜੀਵਨ ਦੀ ਪੁਨਰ-ਸੁਰਜੀਤੀ ਹੋ ਜਾਂਦੀ ਹੈ। ਭਰਤ ਮਿਲਾਪ ਵਾਂਗ ਧਰਤੀ-ਅਸਮਾਨ ਇਕ ਹੋ ਜਾਂਦੇ ਹਨ। ਜਦੋਂ ਕੋਈ ਬੁੱਢੀ ਮਾਂ ਪੁੱਤਰ ਦੀਆਂ ਬਾਹਾਂ ਵਿਚ ਸਾਹ ਲੈਂਦੀ ਹੈ ਜਾਂ ਬੁੱਢਾ ਪਿਓ ਪੁੱਤਰ ਦੀ ਚਿਰਾਂ ਪਿੱਛੋਂ ਹੋਈ ਮਿਲਣੀ ਕਾਰਨ ਫਿਰ ਜਵਾਨ-ਜਵਾਨ ਮਹਿਸੂਸ ਕਰਦਾ ਹੈ।

ਪਰ ਸਿਆਣਿਆਂ ਦੀ ਕਹਾਵਤ ਹੈ ਕਿ ਜ਼ਿੰਦਗੀ ਜੀਉਣ ਲਈ ਇਨਸਾਨ ਨੂੰ ਲੰਬੇ ਜੇਰੇ ਰੱਖਣੇ ਪੈਂਦੇ ਹਨ ਜਿਵੇਂ ਅੰਬ ਦੀ ਇਕ ਗੁਠਲੀ ਬੀਜ ਕੇ ਕੋਈ ਕਿਸਾਨ ਲਹਿ-ਲਹਾਉਂਦੇ ਵੱਡੇ ਅੰਬ ਦੇ ਰੁੱਖ ਦੀ ਉਡੀਕ ਤੇ ਕਲਪਨਾ ਕਰਦਾ ਹੈ, ਪਰ ਅੰਬ ਦਾ ਰੁੱਖ ਤਾਂ ਕੋਂਪਲ ਫੁੱਟ ਕੇ ਹੌਲੀ-ਹੌਲੀ ਅਸਮਾਨ ਵੱਲ ਵਧਦਾ ਹੈ ਤੇ ਕੁਝ ਸਾਲਾਂ ਬਾਅਦ ਇਕ ਨਿੱਕਾ ਪੌਦਾ ਹੀ ਧਰਤੀ 'ਤੇ ਇਕ ਨਰੋਆ ਰੁੱਖ ਬਣ ਜਾਂਦਾ ਹੈ, ਜਿਸ ਦੀ ਸੰਘਣੀ ਛਾਂ ਵੀ ਮਾਨਣਯੋਗ ਹੁੰਦੀ ਹੈ ਤੇ ਅੰਬਾਂ ਦੀ ਰੁੱਤ ਵੇਲੇ ਇਸ ਰੁੱਖ ਨੂੰ ਫਲਾਂ ਨਾਲ ਲੱਦਿਆ ਵੇਖ ਕੇ ਇਨਸਾਨ ਜਿਵੇਂ ਖਿੜ-ਫੁੱਲ ਜਾਵੇ।

ਜ਼ਿੰਦਗੀ ਵਿਚ ਸਾਹ ਵਗਦਾ ਹੈ ਤਾਂ ਬਹਾਰਾਂ ਨੇ ਵੀ ਇਕ ਨਾ ਇਕ ਦਿਨ ਆਉਣਾ ਹੀ ਹੁੰਦਾ ਹੈ। ਇਕ ਰੁੱਖ ਵੀ ਪਤਝੜ ਪਿੱਛੋਂ ਕਿਸੇ ਦੁਲਹਨ ਵਾਂਗ ਹਰੀ-ਕਚੂਰ ਪੁਸ਼ਾਕ ਪਹਿਨ ਲੈਂਦਾ ਹੈ। ਇੰਜ ਹੀ ਇਹ ਜ਼ਿੰਦਗੀ ਪਿਆਰ ਦੇ ਸਹਾਰੇ, ਇਕ ਨਾ ਇਕ ਦਿਨ ਦੁਲਹਨ ਵਾਂਗ ਸਜ-ਫਬ ਜਾਂਦੀ ਹੈ। ਮਨ ਵਿਚ ਸਾਹਾਂ ਦੇ ਪੰਛੀ ਉੱਡ-ਉੱਡ ਪੈਂਦੇ ਹਨ ਤੇ ਚਿਹਰੇ 'ਤੇ ਖੁਸ਼ੀਆਂ ਦੀ ਬਹਾਰ ਖਿੜ-ਖਿੜ ਜਾਂਦੀ ਹੈ। ਜਿਨ੍ਹਾਂ ਦੇ ਮਨਾਂ ਵਿਚ ਬਹਾਰਾਂ ਦੇ ਬੀਜ ਬੀਜੇ ਹੋਣ ਤਾਂ ਉਹ ਬਹਾਰਾਂ ਵੀ ਇਕ ਨਾ ਇਕ ਦਿਨ ਰੰਗ ਲਿਆਉਂਦੀਆਂ ਹਨ। ਚਾਰੇ ਪਾਸੇ ਸਾਰੀ ਕਾਇਨਾਤ ਹੀ ਮਨ ਦੇ ਜੋਬਨ ਵਾਂਗ ਖਿੜੀ-ਖਿੜੀ ਜਾਪਦੀ ਹੈ।

ਜਿਹੜਾ ਇਨਸਾਨ ਆਪਣੀ ਜ਼ਿੰਦਗੀ ਦੇ ਚੱਪੂ ਖ਼ੁਦ ਮਾਰਦਾ ਹੈ, ਉਹ ਦੂਜੇ ਕਿਨਾਰੇ ਅਵੱਸ਼ ਪਹੁੰਚਦਾ ਹੈ। ਜ਼ਿੰਦਗੀ ਨੂੰ ਦੂਜਿਆਂ ਭਾਵ ਬਿਗਾਨਿਆਂ ਦੇ ਸਹਾਰੇ ਨਹੀਂ ਛੱਡਿਆ ਜਾ ਸਕਦਾ ਤੇ ਇਹ ਵੀ ਇਕ ਸੱਚਾਈ ਹੈ ਕਿ ਜਿਸ ਦਿਲ ਨਾਲ ਅਸੀਂ ਕਿਸੇ ਬਿਗਾਨੇ ਜਾਂ ਆਪਣੇ ਨੂੰ ਮਿਲਦੇ ਹਾਂ, ਉਸੇ ਦਿਲ ਨਾਲ ਉਹ ਸਾਨੂੰ ਮਿਲਣ ਦੀ ਤਾਂਘ ਰੱਖਦਾ ਹੈ। ਜੇ ਅਸੀਂ ਪਿਆਰ-ਸੁਨੇਹੇ ਆਪਣੇ ਸੀਨੇ ਵਿਚ ਭਰੇ-ਭੁਕੰਨੇ ਰੱਖੀਏ ਤਾਂ ਅਜਿਹੀ ਹੀ ਫ਼ਸਲ ਸਾਨੂੰ ਉਡੀਕ ਰਹੀ ਹੁੰਦੀ ਹੈ।

ਪਿਆਰ ਦੀ ਫ਼ਸਲ ਰੂਹ ਵਿਚ ਫੁੱਟਦੀ ਤੇ ਮੌਲਦੀ ਹੈ। ਇਸ ਦੇ ਹਜ਼ਾਰਾਂ ਰੰਗ ਸਾਨੂੰ ਦੁਨੀਆ ਵੇਖਣ ਦੀ ਸ਼ਕਤੀ ਪ੍ਰਦਾਨ ਕਰਦੇ ਹਨ। ਜਿਹੋ ਜਿਹੀ ਸਾਡੀ ਚਿੱਤ-ਬਿਰਤੀ ਦਾ ਰੰਗ ਹੁੰਦਾ ਹੈ, ਉਹੋ ਜਿਹੀ ਸਾਨੂੰ ਦੁਨੀਆ ਵਿਖਾਈ ਦਿੰਦੀ ਹੈ। ਬਹਾਰਾਂ ਭਰੇ ਮਨ ਨੂੰ ਬਹਾਰਾਂ ਨਜ਼ਰ ਆਉਂਦੀਆਂ ਹਨ ਤੇ ਉਜੜੇ ਤੇ ਸੱਖਣੇ ਦਿਲ ਨੂੰ ਪਤਝੜਾਂ ਹੀ ਪਤਝੜਾਂ ਨਜ਼ਰ ਆਉਂਦੀਆਂ ਹਨ।

ਪਰ ਪਿਆਰ ਪਾਉਣ ਲਈ ਇਨਸਾਨ ਨੂੰ ਖ਼ੁਦ ਵੀ ਬਦਲਣਾ ਪਵੇਗਾ। ਨਵੇਂ ਯੁੱਗ ਵਿਚ ਸਾਹ ਲੈਂਦਿਆਂ ਜੇ ਤੁਸੀਂ ਦੂਜਿਆਂ ਪ੍ਰਤਿ ਆਪਣੀਆਂ ਭਾਵਨਾਵਾਂ ਸੁਹਿਰਦਤਾ ਨਾਲ ਪਹੁੰਚਾਉਗੇ ਜਾਂ ਜ਼ਾਹਰ ਕਰੋਗੇ ਤਾਂ ਅਵੱਸ਼ ਹੀ ਤੁਹਾਨੂੰ ਪਿਆਰ ਲਈ ਪਿਆਰ ਮਿਲੇਗਾ। ਫਿਰ ਅੰਗਰੇਜ਼ੀ ਦੀ ਕਹਾਵਤ ਹੈ ਕਿ 'Love Begets Love' ਪਰ ਇਹ ਸਾਰਾ ਕੁਝ ਵਾਪਰਨ ਤੋਂ ਪਹਿਲਾਂ ਤੁਹਾਨੂੰ ਆਪਣੇ-ਆਪ ਵਿਚ ਸੁਧਾਰ ਕਰਨਾ ਪਵੇਗਾ।

ਜਿਨ੍ਹਾਂ ਦੇ ਇਰਾਦੇ ਸ਼ੁੱਧ ਹਨ, ਉਨ੍ਹਾਂ ਲਈ ਮੰਜ਼ਲ ਵੀ ਦੂਰ ਨਹੀਂ ਹੈ। ਜਿਨ੍ਹਾਂ ਦੇ ਪੈਰਾਂ ਵਿਚ ਪਾਰਲੇ ਪਾਰ ਦੀ ਲਰਜ਼ਸ ਹੈ, ਉਹ ਪਾਰਲੇ ਪਾਰ ਪਹੁੰਚਣ ਲਈ ਦੇਰ ਨਹੀਂ ਲਗਾਉਂਦੇ। ਮੀਂਹ ਕਦੇ ਇਨਸਾਨ ਨੂੰ ਪੁੱਛ ਕੇ ਨਹੀਂ ਪੈਂਦਾ ਤੇ ਨਾ ਹੀ ਰੋਣ ਅੱਖਾਂ ਨੂੰ ਪੁੱਛ ਕੇ ਆਉਂਦਾ ਹੈ। ਇਕ ਸੱਚੇ ਮਨ ਦਾ ਸੁਨੇਹਾ ਕੋਹਾਂ ਦੂਰ ਵੀ ਚੁੱਪ-ਚੁਪੀਤੇ ਪੁੱਜ ਜਾਂਦਾ ਹੈ। ਸੱਚੀ ਅਰਾਧਨਾ ਤੇ ਸੱਚੇ ਮਨੋਂ ਕੀਤੀ ਅਰਦਾਸ ਕਬੂਲ ਹੋ ਜਾਂਦੀ ਹੈ। ਮਨ ਦੀ ਧਰਤੀ ਵਿਚ ਜੇ ਗੁਲਾਬ ਬੀਜਿਆ ਹੋਵੇ ਤਾਂ ਫੁੱਲਾਂ ਦੀ ਸੁੰਦਰਤਾ ਅਜੋੜ ਤੇ ਅਨੂਪਮ ਹੋਵੇਗੀ।

ਜਿਵੇਂ ਧਰਤੀ ਉਪਜਾਊ ਹੋਵੇ ਤਾਂ ਫ਼ਸਲਾਂ ਉੱਗਦੀਆਂ ਰਹਿੰਦੀਆਂ ਹਨ, ਇੰਜ ਹੀ ਮਨਾਂ ਵਿਚ ਪਿਆਰ-ਲਹਿਰਾਂ ਉੱਠਣ ਤਾਂ ਕੋਈ ਨਾ ਕੋਈ ਤੁਹਾਡੀ ਪੀੜ ਹਰਨ ਵਾਲਾ ਵੀ

ਪੈਦਾ ਹੋ ਜਾਵੇਗਾ।

ਪਰ ਇਹ ਸਾਰੇ ਵਰਤਾਰੇ ਸੱਚੇ ਮਨਾਂ, ਸੱਚੀਆਂ ਭਾਵਨਾਵਾਂ ਤੇ ਸ਼ੁੱਭ-ਕਾਮਨਾਵਾਂ ਦੇ ਸੁਨੇਹੇ ਹਨ। ਸੁੱਚੀਆਂ ਤੇਹਾਂ ਲਈ ਛਬੀਲਾਂ ਦੀ ਘਾਟ ਨਹੀਂ ਹੁੰਦੀ। ਇਹ ਵੀ ਅਟੱਲ ਸੱਚਾਈ ਹੈ ਕਿ ਗੁਲਾਬ ਦੀ ਖੇਤੀ ਕਰਨ ਵਾਲੇ ਕਦੇ ਉਦਾਸ ਨਹੀਂ ਹੁੰਦੇ ਤੇ ਨਾ ਹੀ ਪਿਆਰ-ਤਾਂਘਾਂ ਨਾਲ ਬੱਝੇ ਮਨ ਆਪਣੀਆਂ ਆਸਾਂ ਦੇ ਦੀਵੇ ਬੁੱਝਣ ਦਿੰਦੇ ਹਨ। ਜਿੰਨਾ ਚਿਰ ਤੁਹਾਡੀਆਂ ਅੱਖਾਂ ਵਿਚ ਸੁੰਦਰਤਾ, ਪਿਆਰ ਤੇ ਸੁਹਿਰਦਤਾ ਦੇ ਬੀਜ ਹਨ, ਇਹ ਸੰਸਾਰ ਤੁਹਾਡੇ ਲਈ ਖੁਸ਼ੀਆਂ ਦੀ ਦਾਅਵਤ ਹੀ ਕਰੇਗਾ।

ਜ਼ਿੰਦਗੀ ਫੁੱਲਾਂ ਵਾਂਗ ਹੁਸੀਨ ਹੋਵੇ !

ਬਚਪਨ ਤੋਂ ਲੈ ਕੇ ਮਰਨ ਤੱਕ ਇਨਸਾਨ ਕੁਝ ਨਾ ਕੁਝ ਸਿੱਖਦਾ ਰਹਿੰਦਾ ਹੈ। ਪਰ ਕਈ ਵਾਰ ਇਨਸਾਨ ਜ਼ਿੰਦਗੀ ਦੇ ਟੇਢੇ-ਮੇਢੇ ਰਾਹਾਂ 'ਤੇ ਤੁਰ ਕੇ ਵੀ ਗੁਜ਼ਾਰਦਾ ਹੈ ਤੇ ਜ਼ਿੰਦਗੀ ਨੂੰ ਜੀਉਣ ਤੇ ਮਾਨਣ ਦਾ ਵੱਲ ਉਸ ਨੂੰ ਨਹੀਂ ਆਉਂਦਾ। ਇਥੋਂ ਤੱਕ ਕਿ ਕਈ ਇਨਸਾਨ ਆਪਣੇ ਅੰਦਰ ਭਰੀ ਕੁੜੱਤਣ ਲੈ ਕੇ ਹੀ ਸਾਰੀ ਜ਼ਿੰਦਗੀ ਗੁਜ਼ਾਰ ਜਾਂਦੇ ਹਨ ਤੇ ਮਰਨ ਵੇਲੇ ਵੀ ਉਹ ਕੁੜੱਤਣ ਉਨ੍ਹਾਂ ਅੰਦਰ ਭਰੀ ਦੀ ਭਰੀ ਰਹਿ ਜਾਂਦੀ ਹੈ। ਇਸੇ ਲਈ ਸਿਆਣਿਆਂ ਦੀ ਕਹਾਵਤ ਹੈ, 'ਰੱਸੀ ਜਲ ਗਈ, ਪਰ ਵੱਟ ਨਾ ਗਿਆ' ਭਾਵ ਰੱਸੀ ਜਲਣ ਉਪਰੰਤ ਵੀ ਉਸ ਵਿਚ ਵੱਟ ਉਂਜ ਦੇ ਉਂਜ ਹੀ ਪਏ ਰਹਿ ਜਾਂਦੇ ਹਨ।

ਪਰ ਦੂਜੇ ਪਾਸੇਕੁਦਰਤ ਰਾਣੀ ਨੇ ਸਾਡੀ ਇਸ ਧਰ੍ਤੀ ਨੂੰ ਸ਼ਿੰਗਾਰਨ ਲਈ ਕਿੰਨੇ ਰੁੱਖ, ਬੂਟੇ ਤੇ ਫੁੱਲ ਉਗਾਏ ਹੋਏ ਹਨ। ਕਿੰਨੇ ਪੌਦਿਆਂ 'ਤੇ ਰੰਗ-ਰੰਗ ਦੇ ਫੁੱਲ ਮਹਿਕਦੇ ਤੇ ਟਹਿਕਦੇ ਹਨ। ਜੇ ਕਦੀ ਕੁਝ ਪਲ ਕੱਢ ਕੇ ਇਨਸਾਨ ਇਨ੍ਹਾਂ ਫੁੱਲਾਂ ਦੀ ਛਬੀ ਵੱਲ ਵੇਖ ਲਵੇ ਤਾਂ ਪਤਾ ਲੱਗੇ ਕਿ ਜੀਵਨ ਕੀ ਹੈ ? ਜੀਵਨ ਦੀ ਮਹਿਕ ਕੀ ਹੈ ? ਤੇ ਖੇੜਾ ਕੀ ਹੈ ? ਫੁੱਲਾਂ ਦੇ ਰੰਗ, ਵੰਨ-ਸੁਵੰਨਤਾ ਤੇ ਸੁੰਦਰਤਾ ਦੀ ਵਿਲੱਖਣਤਾ ਸਾਨੂੰ ਸਹਿਜੇ ਹੀ ਜ਼ਿੰਦਗੀ ਦਾ ਪਾਠ ਪੜ੍ਹਾ ਦਿੰਦੀ ਹੈ ਕਿ ਜੇ ਜੀਣਾ ਹੈ ਤਾਂ ਫੁੱਲਾਂ ਵਾਂਙ ਖਿੜ ਕੇ ਜੀਵੋ। ਖੁਸ਼ੀਆਂ 'ਚ ਮਸਤ ਹੋ ਕੇ ਰਹੋ ਤੇ ਮੁਸਕਾਨਾਂ ਵੰਡੋ। ਇੰਜ ਫੁੱਲ ਵਾਂਗ ਖਿੜੇ ਰਹਿਣ ਲਈ, ਸਾਨੂੰ ਆਪਣੇ ਅੰਦਰ ਦੇ ਕੂੜੇ-ਕਰਕਟ ਨੂੰ ਬੁਹਾਰਨਾ ਪਵੇਗਾ ਤੇ ਅੰਦਰ ਦੀ ਸੁੰਦਰਤਾ ਨੂੰ ਪੈਦਾ ਕਰਨ ਲਈ ਸਹਿਜ, ਸੰਤੋਖ ਤੇ ਸਹਿਣਸ਼ੀਲਤਾ ਵਰਗੇ ਗੁਣ ਵੀ ਪੈਦਾ ਕਰਨੇ ਹੋਣਗੇ। ਟਿਕੇ ਮਨ ਵਰਗੀ ਸਥਿਰਤਾ ਵੀ ਆਪਣੇ ਅੰਦਰ ਪੈਦਾ ਕਰਨੀ ਪਵੇਗੀ। ਪਰ ਇਹ ਗੁਣ ਤਦ ਹੀ ਪੈਦਾ ਹੋਣਗੇ ਜੇ ਅਸੀਂ ਹੱਥੀਂ ਕੰਮ ਕਰ ਕੇ ਜ਼ਿੰਦਗੀ ਨੂੰ ਖ਼ੁਸ਼ ਰੱਖਣ ਦੀ ਜਾਚ ਸਿੱਖ ਸਕੀਏ। ਆਪਣੇ ਅੰਦਰਲੀ ਸੱਚਾਈ ਨੂੰ ਮਾਨਣ, ਜਾਨਣ ਤੇ ਖੋਜਣ ਦਾ ਉਪਰਾਲਾ ਕਰੀਏ।

ਕਈ ਵਾਰ ਤਾਂ ਇਨਸਾਨ ਜ਼ਿੰਦਗੀ ਦੀਆ ਮੁਸ਼ਕਿਲਾਂ ਸਹਿੰਦਾ-ਸਹਿੰਦਾ ਹੀ ਆਪਣੇ ਅੰਦਰਲੇ ਸਾੜੇ, ਈਰਖਾ ਤੇ ਗ਼ੁੱਸੇ ਵਰਗੇ ਪਾਗਲਪਨ ਨੂੰ ਉਸੇ ਤਰ੍ਹਾਂ ਸੀਨੇ ਲਾਈ ਰੱਖਦਾ ਹੈ। ਮੁਸ਼ਕਿਲਾਂ ਦੇ ਪਹਾੜ ਥੱਲੇ ਨਿਵਿਆ ਹੋਇਆ ਜ਼ਿੰਦਗੀ ਗੁਜ਼ਾਰਦਾ ਹੈ, ਰੋਂਦਾ-ਕੁਰਲਾਉਣਾ ਹੈ ਪਰ ਰੱਸੀ ਵਾਲੀ ਜ਼ਿੱਦ ਨਹੀਂ ਤਿਆਗਦਾ। ਇੰਜ ਇਸ ਜ਼ਿੱਦ ਕਾਰਨ ਹੀ ਇਹ ਆਪਣੀ ਜ਼ਿੰਦਗੀ ਦੇ ਸੁਹੱਪਣ ਤੇ ਖੁਸ਼ੀਆਂ ਤੋਂ ਪਾਸਾ ਵੱਟਾ ਰੱਖਦਾ ਹੈ। ਪਤਾ ਨਹੀਂ ਲੱਗਦਾ ਕਦੋਂ ਵਰ੍ਹਿਆਂ ਦੇ ਵਰ੍ਹੇ ਬੀਤ ਜਾਣ ਤੇ ਇਨਸਾਨ ਦਾ ਸੁਭਾਅ ਈਰਖਾਲੂ ਤੇ

ਸੜਿਆ-ਬਲਿਆ ਹੀ ਰਹਿ ਜਾਵੇ, ਪਰ ਉਮਰ ਬੀਤ ਜਾਂਦੀ ਹੈ। ਜ਼ਿੰਦਗੀ ਦਾ ਕਾਫ਼ਲਾ ਕਿਤੇ ਦੀ ਕਿਤੇ ਨਿਕਲ ਜਾਂਦਾ ਹੈ ਤੇ ਇਨਸਾਨ ਇਸ ਕਾਫ਼ਲੇ ਪਿੱਛੇ ਛਿੱਤਰ ਘੜੀਸਦਾ ਤੁਰਿਆ ਜਾਂਦਾ ਹੈ, ਪਰ ਜ਼ਿੰਦਗੀ ਦੀ ਰਮਜ਼ ਸਮਝ ਨਹੀਂ ਆਉਂਦੀ।

ਜੀਵਨ-ਜਾਚ ਦੀਆਂ ਢੇਰਾਂ ਪੁਸਤਕਾਂ ਪੜ੍ਹ ਕੇ ਵੀ ਕੋਈ ਉਮੰਗ ਪੈਦਾ ਨਹੀਂ ਹੁੰਦੀ ਤੇ ਇਨਸਾਨ ਦੇ ਅੰਦਰਲਾ ਸੂਹਾ ਗੁਲਾਬ ਨਹੀਂ ਖਿੜਦਾ, ਪਰ ਦੂਜੇ ਪਾਸੇ ਕਈ ਇਨਸਾਨ ਇਸ ਰਮਜ਼ ਨੂੰ ਸਮਝ ਕੇ, ਅੰਦਰਲੇ ਗੁਲਾਬ ਦੀ ਮਹਿਕ ਨਾਲ ਖਿੜ-ਖਿੜ ਪੈਂਦੇ ਹਨ। ਅੰਦਰਲੇ ਸੂਰਜ ਦੀਆਂ ਕਿਰਨਾਂ ਉਨ੍ਹਾਂ ਦੇ ਚਿਹਰੇ 'ਤੇ ਆ-ਆ ਰੂਪਵਾਨ ਵੀ ਹੁੰਦੀਆਂ ਹਨ। ਬੁੱਲ੍ਹਾਂ 'ਚੋਂ ਮੁਸਕਾਨਾਂ ਡੁੱਲ੍ਹਦੀਆਂ ਹਨ ਤੇ ਜ਼ਿੰਦਗੀ ਦਾ ਸੁਹਜ ਉਨ੍ਹਾਂ ਦੀਆਂ ਅੱਖਾਂ 'ਚ ਊਸ਼ਾ ਦੀਆਂ ਕਿਰਨਾ ਬਣ-ਬਣ ਨਿਕਲਦਾ ਹੈ। ਕਿਸੇ ਇਕ ਅਜਿਹੇ ਚਿਹਰੇ ਨੂੰ ਵੇਖ ਕੇ ਇਨਸਾਨ ਦੰਗ ਰਹਿ ਜਾਂਦਾ ਹੈ, "ਹੈਂ ? ਇਹ ਤਾਂ ਕੋਈ ਅਨੋਖਾ ਹੀ ਅਲਬੇਲਾ ਇਨਸਾਨ ਹੈ! ਕਿਵੇਂ ਚਿਹਰੇ 'ਤੇ ਗੁਲਾਬੀ-ਗੁਲਾਬੀ ਭਾਅ ਸਜ-ਸਜ ਪੈਂਦੀ ਹੈ ਤੇ ਅੱਖਾਂ 'ਚੋਂ ਕੋਈ ਨੂਰ ਫੁੱਟਦਾ ਹੈ। ਜਿਵੇਂ ਗੁਰੂ ਦੇ ਲੜ ਲੱਗਿਆ ਕੋਈ ਚੇਲਾ, ਅਚਾਨਕ ਹੀ ਖ਼ੁਸ਼ੀਆਂ ਦੀ ਬਉਲੀ ਲੱਭ ਲਵੇ ਤੇ ਉਸ ਬਉਲੀ ਦਾ ਮਿੱਠਾ-ਮਿੱਠਾ ਪਾਣੀ ਪੀ ਕੇ ਸਦਾ ਆਨੰਦ 'ਚ ਖਿੜੇ ਤੇ ਮਹਿਕੇ।"

ਪਰ ਇਹ ਸੁਹਜ ਤੇ ਸੁਹੱਪਣ ਤਦ ਹੀ ਚਿਹਰੇ 'ਤੇ ਆ ਸਕੇਗਾ, ਜੇ ਤੁਹਾਡੇ ਅੰਦਰ ਸੱਚਾਈ ਹੋਵੇਗੀ। ਤੁਹਾਡੀ ਰੂਹ ਧੋਤੀ ਹੋਈ ਹੋਵੇਗੀ। ਨਿਰਮਲ ਜਲ ਵਾਂਗ ਲਿਸ਼ਕਾਂ ਮਾਰੇਗੀ। ਤੁਹਾਡੀ ਬੁੱਧ-ਵਿਵੇਕ ਸੂਰਜ ਵਾਂਗ ਹੀ ਦਗੇਗੀ ਤੇ ਰੌਸ਼ਨੀ ਵੰਡੇਗੀ। ਇਹ ਸੁਹਜ ਕੋਈ ਐਵੇਂ ਕਿਵੇਂ ਤੇ ਨਹੀਂ ਖ਼ਰੀਦ ਹੋਣਾ। ਇਹ ਸੁਹਜ ਖ਼ਰੀਦਣ ਲਈ ਮਨ ਸਾਧਣਾ ਪਵੇਗਾ, ਜਿਵੇਂ ਸੋਨੇ ਨੂੰ ਅੱਗ 'ਚ ਪਾ ਕੇ ਸੁਨਿਆਰ ਕੁੰਦਨ ਬਣਾ ਲੈਂਦਾ ਹੈ। ਸਾਰੀ ਖੋਟ ਕਿਧਰੇ ਭਸਮ ਹੋ ਜਾਂਦੀ ਹੈ ਤੇ ਸੋਨੇ 'ਤੇ ਨਿਖਾਰ ਆ ਜਾਂਦਾ ਹੈ ਤੇ ਫਿਰ ਉਹੀ ਸੋਨੇ ਦਾ ਨਿਖਾਰ ਕਿਵੇਂ ਗਹਿਣੇ 'ਚ ਵੱਟ ਕੇ, ਸੁੰਦਰ ਚਿਹਰੇ ਦਾ ਸੁਹੱਪਣ ਬਣਦਾ ਹੈ। ਕਿਸੇ ਰੂਪਵਤੀ ਦੀ ਝਾਲ ਇਨ੍ਹਾਂ ਸੋਨੇ ਦੇ ਸ਼ੁੱਧ ਗਹਿਣਿਆਂ ਨਾਲ ਝੱਲੀ ਨਹੀਂ ਜਾਂਦੀ। ਚੰਨ-ਮੁਖੜੇ ਦੀਆਂ ਸੁਹਲ ਕਿਰਨਾ, ਕਿਸੇ ਰਾਹਗੀਰ ਨੂੰ ਚਿੱਤ ਕਰ ਕੇ ਰੱਖ ਦਿੰਦੀਆਂ ਹਨ। ਅਜਿਹੇ ਹੀ ਕਿਸੇ ਸੁੰਦਰ ਚਿਹਰੇ ਨੂੰ ਵੇਖ ਕੇ ਰਾਹੀ ਰਾਹ ਭੁੱਲ ਜਾਂਦੇ ਨੇ ਤੇ ਕੋਈ ਬਾਣੀਆ ਹੱਟੀ 'ਤੇ ਬੈਠਾ ਹੁਸਨ ਦੀ ਝਲਕ ਵੇਖ ਕੇ ਤੇਲ ਦੀ ਥਾਂ ਸ਼ਹਿਦ ਉਲਟ ਦਿੰਦਾ ਹੈ।

ਪਹਾੜਾਂ ਦੀਆਂ ਸਿਖਰ ਚੋਟੀਆਂ 'ਤੇ ਵੰਨ-ਸੁਵੰਨੇ ਫੁੱਲ ਖਿੜਦੇ ਨੇ ਤੇ ਉਨ੍ਹਾਂ ਫੁੱਲਾਂ ਦੇ ਸੁਹੱਪਣ ਦੀ ਝਲਕ ਅੱਖਾਂ ਨਹੀਂ ਝੱਲ ਸਕਦੀਆਂ। ਇੰਜ ਹੀ ਕਿਸੇ ਸੁੰਦਰ ਮੁਖੜੇ 'ਚੋਂ ਕਿਰਦੇ ਬੋਲ ਸਾਡੀ ਤਕਦੀਰ ਬਦਲ ਸਕਦੇ ਹਨ ਤੇ ਅਜਿਹੇ ਇਕ ਮੁਖੜੇ ਦਾ ਦੀਦਾਰ ਇਨਸਾਨ ਦਾ ਹਾਸਲ ਵੀ ਬਣ ਸਕਦਾ ਹੈ। ਪਰ ਅਜਿਹਾ ਇਕ ਮੁਖੜਾ ਪੈਦਾ ਕਰਨ ਲਈ ਪਤਾ ਨਹੀਂ ਕਿੰਨੀਆਂ ਯਾਤਨਾਵਾਂ ਸਹਿਣ ਕਰਨੀਆਂ ਪੈਣ। ਜਿਵੇਂ ਇਕ ਬਾਗ਼ 'ਚ ਫੁੱਲ ਦੇ ਖਿੜਨ ਦੀ ਉਡੀਕ ਹੁੰਦੀ ਹੈ, ਇਵੇਂ ਹੀ ਇਹ ਫੁੱਲ ਸਾਡੀ ਜ਼ਿੰਦਗੀ ਦਾ ਹਾਸਲ ਵੀ ਬਣ ਸਕਦੇ ਹਨ। ਜੇ ਇਹ ਫੁੱਲ ਸਾਡੇ ਹਿਰਦੇ ਵਿਚ ਖਿੜਨ, ਸਾਡੀਆਂ ਅੱਖਾਂ 'ਚੋਂ ਝਾਕਣ ਤੇ ਸਾਡੇ ਮਨ 'ਚ

ਮਹਿਕਣ।

ਇਹੀ ਫੁੱਲਾਂ ਦੀ ਸੁੰਦਰਤਾ ਤੇ ਸੁਹਜ ਜੇ ਸਾਡੀ ਇਸ ਜ਼ਿੰਦਗੀ ਵਿਚ ਵੀ ਪੈਦਾ ਹੋ ਸਕੇ ਤੇ ਇਹ ਜੀਵਨ-ਜਾਚ ਵਿਚ ਵਸ ਜਾਵੇ ਸਾਡੇ ਮਨ ਦੀ ਮਿੱਟੀ ਵਿਚ ਫੁੱਲਾਂ ਵਰਗੀ ਮਹਿਕ ਤੇ ਛਾਂ ਵਾਸ ਕਰ ਲਵੇ ਤਾਂ ਕੋਈ ਵੱਡੀ ਗੱਲ ਨਹੀਂ ਕਿ ਅਸੀਂ ਇਸ ਜ਼ਿੰਦਗੀ ਦੀ ਤਰਜ਼ ਨੂੰ ਬਦਲ ਕੇ ਇਕ ਚੰਗਾ, ਨਰੋਆ ਤੇ ਫਬਦਾ ਸੰਸਾਰ ਸਿਰਜ ਲਈਏ, ਜਿਥੇ ਸਾਡੀ ਕਿਰਤ ਦੀ ਬਖ਼ਸ਼ਿਸ਼ ਨਾਲ ਸੱਚੀ ਕਮਾਈ ਸਾਡੀ ਝੋਲੀ 'ਚ ਪਵੇ ਤੇ ਇਸ ਸੱਚੀ ਕਮਾਈ ਨਾਲ ਹੀ ਇਹ ਫੁੱਲਾਂ ਵਰਗੀ ਸੁੰਦਰਤਾ ਸਾਡਾ ਚੌਗਿਰਦਾ ਵੀ ਮਹਿਕਣ ਲਾ ਦੇਵੇ ਤੇ ਸਾਡੇ ਅੰਦਰਲੀ ਸਾਰੀ ਈਰਖਾ, ਸਾੜਾ ਤੇ ਕੁੜੱਤਣ ਕਿਧਰੇ ਮਰ-ਮੁੱਕ ਜਾਵੇ। ਜਿਵੇਂ ਕਮਲ ਫੁੱਲ ਚਿੱਕੜ 'ਚ ਖਿੜ ਕੇ ਵੀ ਆਪਣੀ ਧੌਣ ਉੱਚੀ ਚੁੱਕ ਲੈਂਦਾ ਹੈ, ਇੰਜ ਹੀ ਅਸੀਂ ਵੀ ਕਮਲ ਫੁੱਲ ਵਾਂਗ ਖਿੜਣ ਦੀ ਜਾਚ ਸਿੱਖ ਲਈਏ।

ਪਰ ਇਹ ਸਾਰਾ ਕੁਝ ਕਰਨ ਲਈ ਆਪਣੇ ਹੱਥਾਂ ਦੀ ਕਿਰਤ ਨਾਲ ਧਰਤੀ ਦੀ ਹਿੱਕ 'ਚੋਂ ਫੁੱਲ ਉਗਾ ਕੇ ਵੇਖੋ। ਨੀਝ ਨਾਲ ਫੁੱਲਾਂ ਦੇ ਹੁਸਨ ਨੂੰ ਤੱਕੋ ਤੇ ਇਹ ਰਾਜ ਸਮਝਣ ਲਈ ਜੇ ਤੁਹਾਨੂੰ ਕੰਡੇ ਵੀ ਜਰਨੇ ਪੈਣਗੇ ਤਾਂ ਜਰੋ। ਸਿਆਣਿਆਂ ਨੇ ਇਹ ਵੀ ਕਿਹਾ ਹੈ ਕਿ ਕੋਇਲ ਜਦੋਂ ਕੋਈ ਗੀਤ ਗਾਉਂਦੀ ਹੈ ਤਾਂ ਉਸ ਦੀ ਛਾਤੀ 'ਚ ਚੁੱਭਿਆ ਕੰਡਾ ਹੋਰ ਗਹਿਰਾ ਹੁੰਦਾ ਜਾਂਦਾ ਹੈ ਤੇ ਕੋਇਲ ਦੀ ਆਵਾਜ਼ ਹੋਰ ਮਿੱਠੀ ਹੁੰਦੀ ਜਾਂਦੀ ਹੈ।

ਪਹਾੜਾਂ ਦੀਆਂ ਢਾਲਾਣਾਂ 'ਤੇ ਤੁਰਦੇ ਯਾਤਰੀ, ਜਿਉਂ-ਜਿਉਂ ਸਫ਼ਰ ਕਰਦੇ ਹਨ, ਖ਼ੁਸ਼ੀ ਉਨ੍ਹਾਂ ਦੇ ਹਿਰਦੇ 'ਚ ਜਨਮ ਲੈਂਦੀ ਹੈ ਤੇ ਇਕ-ਇਕ ਤੱਕਣੀ 'ਚ ਉਹ ਪਹਾੜਾਂ ਦੀਆਂ ਚੋਟੀਆ ਦਾ ਰਸ ਭਰ ਲੈਂਦੇ ਹਨ। ਏਨੀ ਉਚਾਈ 'ਤੇ ਪਹੁੰਚਣ ਦਾ ਸਿਲਾ, ਇਹ ਖ਼ੁਸ਼ੀ ਤੇ ਅਗੰਮੀ ਹੁਸਨ ਦੀ ਤਸਵੀਰ ਹੀ ਹੋ ਸਕਦੀ ਹੈ, ਜਿਹੜੀ ਫੁੱਟਦੇ ਚਸ਼ਮਿਆਂ ਦੇ ਪਾਣੀ ਦੀ ਕਲਕਲ ਨਾਲ ਅਜਿਹੇ ਯਾਤਰੀਆਂ ਨੂੰ ਇਕ ਅਕਹਿ ਖ਼ੁਸ਼ੀ ਨਾਲ ਬਿਭੋਰ ਕਰਕੇ ਵਿਸਮਾਦ ਨਾਲ ਭਰ ਦਿੰਦੀ ਹੈ। ਆਨੰਦ ਦੀ ਪ੍ਰਾਪਤੀ ਲਈ ਇਨਸਾਨ ਕੀ ਨਹੀਂ ਕਰਦਾ।

ਜਿੰਨਾ ਸੁਹੱਪਣ ਸਾਡੇ ਆਸ-ਪਾਸ ਤੇ ਚੌਗਿਰਦੇ 'ਚ ਕੁਦਰਤ ਰਾਣੀ ਨੇ ਸਿਰਜ ਦਿੱਤਾ ਹੈ, ਜੋ ਇਸ ਸੁਹੱਪਣ ਦੀ ਬਦੌਲਤ ਅਸੀਂ ਆਪਣੇ ਅੰਦਰਲੇ ਮਨ ਨੂੰ ਖ਼ੂਬਸੂਰਤ ਬਣਾ ਲਈਏ ਤਾਂ ਕੋਈ ਮੁਸ਼ਕਿਲ ਨਹੀਂ ਕਿ ਸਾਡਾ ਆਪਾ ਇਸ ਸੁੰਦਰਤਾ ਦੀ ਰੰਗਤ 'ਚ ਰੰਗ ਕੇ ਫੁੱਲਾਂ ਵਾਂਗ ਨਾ ਨਿਖਰੇ ਤੇ ਸੁਹੱਪਣ ਦੀ ਲੋਚਾ ਨਾ ਕਰੇ। ਬਸ ਇਕ ਹੀ ਲੋਚਾ ਬਾਕੀ ਹੈ ਕਿ ਸਾਡੇ ਮਨ ਦੀ ਮਿੱਟੀ ਕੂੜੇ-ਕਰਕਟ ਤੇ ਕੰਕਰ ਤੋਂ ਰਹਿਤ ਹੋਵੇ। ਫਿਰ ਇਸ ਮਨ ਦੀ ਮਿੱਟੀ 'ਚ ਰੰਗ-ਬਰੰਗੇ ਫੁੱਲ ਉੱਗ ਕੇ ਅਵੱਸ਼ ਹੀ ਤੁਹਾਡੇ ਚਿਹਰੇ ਦੀ ਰੂਪ ਰੇਖਾ ਬਦਲ ਸਕਦੇ ਹਨ। ਹਜ਼ਾਰਾਂ ਬਹਾਰਾਂ ਤੁਹਾਡੇ ਚਿਹਰੇ 'ਤੇ ਖਿੜ ਸਕਦੀਆਂ ਹਨ ਤੇ ਤੁਸੀਂ ਆਪਣੇ ਹੱਥਾਂ ਦੀ ਬਰਕਤ ਨਾਲ, ਹਰ ਚੀਜ਼ ਇਸ ਮਨ ਦੀ ਮਿੱਟੀ 'ਚ ਉਗਾ ਕੇ ਪ੍ਰਾਪਤ ਵੀ ਕਰ ਸਕਦੇ ਹੋ।

ਜਦੋਂ ਚੰਦਰਮਾ ਪੂਰੇ ਜੋਬਨ 'ਤੇ ਚਾਂਦਨੀ ਬਿਖੇਰ ਰਿਹਾ ਹੋਵੇ ਤਾਂ ਸਮੁੰਦਰ ਦੇ ਪਾਣੀਆਂ ਵਿਚ ਹਲਚਲ ਮੱਚ ਜਾਂਦੀ ਹੈ। ਨੱਚਦਾ, ਗਾਉਂਦਾ ਤੇ ਗਰਜਦਾ ਪਾਣੀ ਜਵਾਰਭਾਟੇ ਦੇ ਰੂਪ

'ਚ ਕੰਡਿਆਂ ਤੋਂ ਉਛਲ-ਉਛਲ ਪੈਂਦਾ ਹੈ। ਇੰਜ ਹੀ ਕਿਸੇ ਸੁੰਦਰ, ਸੁਹਜ ਤੇ ਸੁਹੱਪਣ ਦਾ ਬਲਿਆ ਚਿਰਾਗ਼ ਲੱਖਾਂ ਹਿਰਦਿਆਂ 'ਚ ਤਰਥੱਲ ਮਚਾ ਦਿੰਦਾ ਹੈ। ਬਸ ਇਸ ਹੀਰੇ ਦੀ ਕਣੀ ਲੱਭਣ ਲਈ ਜ਼ਿੰਦਗੀ ਦੇ ਕਿੰਨੇ ਵਰ੍ਹੇ ਲੱਗ ਜਾਣ ਤਾਂ ਕੀ, ਆਖ਼ਰਕਾਰ ਇਹ ਜ਼ਿੰਦਗੀ ਦੇ ਸੁਹਜ ਦਾ ਹੀਰਾ ਤੁਹਾਡੀ ਜ਼ਿੰਦਗੀ ਦਾ ਹਾਸਲ ਬਣ ਕੇ ਤੁਹਾਨੂੰ ਉਮਰ ਭਰ ਰੌਸ਼ਨੀ ਵੰਡਣ ਦੇ ਸਮਰੱਥ ਹੈ।

ਤੁਸੀਂ ਖ਼ੁਸ਼ੀਆਂ ਨਾਲ ਮਾਲੋ-ਮਾਲ ਹੋਏ, ਦਿਨ-ਰਾਤ ਕਿਸੇ ਧੁਨ ਵਿਚ ਧੁੰਨੇ ਆਪਣੀ ਮੰਜ਼ਲ ਵੱਲ ਵਧਦੇ ਜਾਂਦੇ ਹੋ। ਜਿਵੇਂ ਕੋਈ ਫ਼ਰਹਾਦ ਕਿਸੇ ਚਾਅ ਨਾਲ ਨਹਿਰ ਪੁੱਟਦਾ-ਪੁੱਟਦਾ ਸ਼ੀਰੀ ਦੇ ਨਗਰ ਪਹੁੰਚਦਾ ਹੈ।

ਬਿਨਾਂ ਤੜਪ, ਬਿਨਾਂ ਲਗਨ, ਬਿਨਾਂ ਜੀਵਨ-ਜਾਚ ਇਹ ਜ਼ਿੰਦਗੀ ਇਕ ਹਨੇਰੀ ਸੁਰੰਗ ਵਾਂਗ ਹੀ ਰਹੇਗੀ। ਆਓ! ਇਸ ਹਨੇਰੀ ਸੁਰੰਗ ਵਿਚ ਰੌਸ਼ਨੀ ਕਰਨ ਲਈ ਦਿਲਾਂ ਵਿਚ ਦੀਵੇ ਬਾਲੀਏ ਤੇ ਚਾਨਣ-ਚਾਨਣ ਹੋ ਜਾਈਏ। ਫੁੱਲਾਂ ਦੀ ਸੰਗਤ ਵਿਚ ਫੁੱਲਾਂ ਵਾਂਗ ਵਿਚਰੀਏ। ਰੰਗਾਂ, ਸੁਗੰਧਾਂ ਤੇ ਚਾਅ ਨਾਲ ਭਰਿਆ ਤੁਹਾਡਾ ਹਿਰਦਾ ਸਾੜੇ, ਈਰਖਾ ਤੇ ਗ਼ੁੱਸੇ ਵਰਗੀਆਂ ਅਲਾਮਤਾਂ ਨੂੰ ਸਦਾ ਲਈ ਅਲਵਿਦਾ ਕਹਿ ਦੇਵੇ।

ਆਸ ਦੇ ਸੁਨਹਿਰੀ ਖੰਭ

ਹਰ ਇਨਸਾਨ ਆਸ ਦੀ ਕੰਨੀ ਫੜ ਕੇ ਜ਼ਿੰਦਗੀ ਗੁਜ਼ਾਰਦਾ ਹੈ। ਭਾਵੇਂ ਕੋਈ ਦੁਖੀ ਹੈ ਜਾਂ ਸੁਖੀ, ਆਸ ਦਾ ਸੁਨਹਿਰੀ ਖੰਭਾਂ ਵਾਲਾ ਪੰਛੀ ਹਰ ਵਕਤ ਉਸ ਦੀ ਚੇਤਨਾ ਵਿਚ ਸਮਾਇਆ ਰਹਿੰਦਾ ਹੈ। ਆਸ, ਉਹ ਪੰਛੀ ਹੈ ਜਿਸ ਨੂੰ ਇਨਸਾਨ, ਇਕ ਪਿੰਜਰੇ ਵਿਚ ਪਾਈ ਰੱਖਦਾ ਹੈ ਅਤੇ ਸਮੇਂ-ਸਮੇਂ ਇਸ ਪਿੰਜਰੇ ਦਾ ਢੱਕਣ ਖੋਲ੍ਹ ਕੇ ਵੇਖਦਾ ਹੈ ਕਿ ਕੀ ਆਸ ਦਾ ਪੰਛੀ ਵੱਡਾ ਹੋਇਆ ਕਿ ਨਹੀਂ। ਇਸ ਦੇ ਖੰਭ ਨਿਕਲ ਆਏ ਕਿ ਨਹੀਂ ਤੇ ਫਿਰ ਸਾਰੀ ਜ਼ਿੰਦਗੀ ਇਹ ਪੰਛੀ ਇਨਸਾਨ ਨੂੰ ਜ਼ਿੰਦਗੀ ਜੀਣ ਦਾ ਸਹਾਰਾ ਦੇਈ ਰੱਖਦਾ ਹੈ।

ਆਸ ਵਿੱਚੋਂ ਅਜਿਹੀ ਇਕ ਖੁਸ਼ੀ ਜਨਮ ਲੈਂਦੀ ਹੈ, ਜਿਸ ਨਾਲ ਇਨਸਾਨ ਦੀ ਜ਼ਿੰਦਗੀ ਰੰਗੀਨ ਬਣੀ ਰਹਿੰਦੀ ਹੈ। ਕਿਸੇ ਇਨਸਾਨ ਨੂੰ ਜ਼ਿੰਦਗੀ ਦੀ ਲੰਬੀ ਉਮਰ ਦੀ ਕਾਮਨਾ ਹੈ ਤੇ ਉਹ ਹਰ ਦਿਨ ਇਸੇ ਆਸ 'ਤੇ ਜੀਉਂਦਾ ਹੈ ਕਿ ਮੇਰੀ ਉਮਰ 100 ਸਾਲ ਜਿੰਨੀ ਲੰਬੀ ਹੋਏ। ਕੋਈ ਆਸ ਦੀ ਸੁਨਹਿਰੀ ਕੰਨੀ ਫੜ ਕੇ ਪੜ੍ਹਾਈ ਕਰਨ ਉਪਰੰਤ ਵੱਡਾ ਅਹੁਦਾ ਪ੍ਰਾਪਤ ਕਰਨਾ ਚਾਹੁੰਦਾ ਹੈ ਅਤੇ ਕੋਈ ਹੋਰ ਆਸ ਦੀ ਬੇੜੀ 'ਤੇ ਸਵਾਰ ਹੋ ਕੇ ਜ਼ਿੰਦਗੀ ਦੇ ਭਵਸਾਗਰ ਨੂੰ ਪਾਰ ਕਰਨ ਬਾਰੇ ਸੋਚਦਾ ਹੈ।

ਜਵਾਨੀ ਦੀ ਉਮਰ 'ਚ ਇਨਸਾਨ ਆਸਾ ਦੀ ਬੇੜੀ ਉੱਤੇ ਸਵਾਰ ਹੋ ਕੇ ਆਪਣੇ ਹੋਣ ਵਾਲੇ ਜੀਵਨ ਸਾਥੀ ਦੀ ਤਲਾਸ਼ ਕਰਦਾ ਹੈ। ਸੁਪਨੇ ਬੁਣਦਾ ਹੈ ਤੇ ਰੰਗੀਨ ਸੁਪਨਿਆਂ ਦੀ ਚਾਦਰ ਨੂੰ ਅੱਖਾਂ ਨਾਲ ਛੁਹਾ ਕੇ ਖੁਸ਼ੀ ਹੁੰਦਾ ਹੈ। ਉਨ੍ਹਾਂ ਪਲਾਂ ਦੀ ਉਡੀਕ ਕਰਦਾ ਹੈ ਜਦੋਂ ਇਹ ਦੁਨੀਆਂ ਉਸ ਲਈ ਇਕ ਸਵਰਗ ਦਾ ਰੂਪ ਧਾਰ ਲਵੇਗੀ। ਜੀਵਨ ਸਾਥੀ ਦੇ ਸੋਹਣੇ ਮੁੱਖ 'ਤੇ ਹਾਸੇ ਡੁੱਲ੍ਹ-ਡੁੱਲ੍ਹ ਪੈਂਦ ਤੇ ਜ਼ਿੰਦਗੀ ਖੁਸ਼ੀਆਂ, ਖੇੜਿਆਂ ਦੀ ਬਹਾਰ ਦੇ ਸਨਮੁੱਖ ਹੋਵੇ। ਜਿਥੇ ਕੇਵਲ ਸੁੱਖ ਹੈ ਤੇ ਦੁੱਖ ਦੀ ਕੋਈ ਗੁੰਜਾਇਸ਼ ਨਹੀਂ ਹੈ। ਉਹ ਦੋਵੇਂ ਪਤੀ-ਪਤਨੀ ਦੇ ਰੂਪ ਵਿਚ ਅਜਿਹੇ ਬਾਗ਼ ਵਿਚ ਪ੍ਰਵੇਸ਼ ਕਰ ਜਾਣ ਜਿਥੇ ਫੁੱਲ, ਫਲ ਤੇ ਮਹਿਕਾਂ ਚਾਰ-ਚੁਫੇਰੇ ਬਿਖਰੀਆਂ ਹੋਣ।

ਪਰ ਇਹ ਸਮਾਂ ਆਸ ਦੀ ਕੰਨੀ ਨਾਲ ਇੰਜ ਹੀ ਬੱਝਿਆ ਰਹਿੰਦਾ ਹੈ। ਛੇਤੀ ਕੀਤਿਆਂ ਕੋਈ ਅਜਿਹਾ ਜੀਵਨ ਸਾਥੀ ਨਹੀਂ ਮਿਲਦਾ ਜਿਸ ਨੂੰ ਪ੍ਰਾਪਤ ਕਰ ਕੇ ਉਹ ਪਿਆਰ ਦੇ ਸਾਗਰ ਵਿਚ ਡੁੱਬਕੀਆਂ ਲਾ ਸਕੇ। ਸਗੋਂ ਸਮਾਂ ਬੀਤਦਾ ਜਾਂਦਾ ਹੈ ਤੇ ਆਸ ਦਾ ਪੰਛੀ ਉਸੇ ਤਰ੍ਹਾਂ ਪਿੰਜਰੇ ਦੀਆਂ ਸੀਖਾਂ ਨਾਲ ਆਪਣੇ ਖੰਭ ਫੜਫੜਾਉਂਦਾ ਹੈ। ਜ਼ਿੰਦਗੀ ਸਾਹ ਲੈਂਦੀ ਹੈ, ਹੌਕਦੀ ਹੈ ਅਤੇ ਚੱਲਦੀ ਰਹਿੰਦੀ ਹੈ। ਇਨਸਾਨ ਆਸ ਦੇ ਪੰਛੀ ਨੂੰ ਮੁੜ-ਮੁੜ

ਵੇਖਦਾ ਹੈ। ਜਿੰਨਾ ਚਿਰ ਪੰਛੀ ਜੀਵਿਤ ਹੈ, ਆਸ ਵੀ ਕਾਇਮ ਹੈ।

ਸਮੁੰਦਰ ਦੇ ਕਿਨਾਰੇ 'ਤੇ ਕੁੰਡੀ ਜਾਲ ਲਾ ਕੇ ਬੈਠੇ ਮਛੇਰੇ ਇਸੇ ਆਸ ਦੇ ਸਹਾਰੇ ਸਾਰਾ ਸਾਰਾ ਦਿਨ ਬੈਠਦੇ ਹਨ ਕਿ ਕਦੋਂ ਉਨ੍ਹਾਂ ਦੀ ਕੁੰਡੀ ਵਿਚ ਵੱਡੀ ਤੇ ਭਾਰੀ ਮੱਛੀ ਫਸ ਜਾਵੇ ਜਾਂ ਉਨ੍ਹਾਂ ਦਾ ਸਮੁੰਦਰ ਵਿਚ ਪਾਇਆ ਜਾਲ ਸਾਰੇ ਦਾ ਸਾਰਾ ਹੀ ਮੱਛੀਆਂ ਨਾਲ ਭਰ ਜਾਵੇ ਤੇ ਉਹ ਮਹੀਨੇ ਭਰ ਦਾ ਰਾਸ਼ਨ ਇਕੱਠਾ ਕਰ ਲੈਣ। ਉਨ੍ਹਾਂ ਦੀ ਕਿਸਮਤ ਜਾਗ ਪਵੇ ਤੇ ਕੋਈ ਵੱਡੀ ਮੱਛੀ ਉਨ੍ਹਾਂ ਦੀ ਪਕੜ 'ਚ ਆ ਜਾਵੇ। ਦਿਨ ਮੁੱਕਦਾ ਜਾਂਦਾ ਹੈ ਪਰ ਆਸ ਕਾਇਮ ਹੈ। ਸ਼ਾਮ ਪੈ ਜਾਂਦੀ ਹੈ ਪਰ ਆਸ ਫਿਰ ਵੀ ਕਾਇਮ ਹੈ। ਕਈ ਵਾਰ ਸਾਰੀ ਸਾਰੀ ਰਾਤ ਵੀ ਉਹ ਮੱਛੀਆਂ ਦੇ ਫਸਣ ਦੀ ਉਡੀਕ ਕਰਦੇ ਰਹਿੰਦੇ ਹਨ ਅਤੇ ਆਖ਼ਰਕਾਰ ਹੈਮਿੰਗਵੇ ਦੇ ਨਾਵਲ ਬੁੱਢਾ ਤੇ ਸਮੁੰਦਰ ਦੇ ਮੁੱਖ ਪਾਤਰ ਵਾਂਗ ਵੱਡੀ ਤੋਂ ਵੱਡੀ ਮੱਛੀ ਫੜ ਵੀ ਲੈਂਦੇ ਹਨ।

ਕਿੰਨੇ ਨੌਜਵਾਨ ਅੱਜ ਇਸੇ ਆਸ ਦੀ ਕੰਨੀ ਫੜ ਕੇ, ਜਹਾਜ਼ਾਂ 'ਤੇ ਸਵਾਰ ਹੋ ਪ੍ਰਦੇਸ਼ਾਂ ਦੀਆ ਸੈਰਾਂ ਕਰਦੇ ਹਨ। ਬੇਗਾਨੇ ਮੁਲਕਾਂ 'ਚ ਮਿਹਨਤ ਕਰ ਕੇ, ਦਿਨ-ਰਾਤ ਦੀ ਮੁਸ਼ੱਕਤ ਤੋਂ ਬਾਅਦ ਕੁਝ ਹੀ ਸਾਲਾਂ ਵਿਚ ਅਮੀਰ ਹੋ ਜਾਂਦੇ ਹਨ। ਕੋਠੀਆਂ, ਕਾਰਾਂ ਤੇ ਵੱਡੀਆਂ ਜਾਇਦਾਦਾਂ ਦੇ ਮਾਲਕ ਬਣ ਕੇ ਉਹ ਫੁੱਲੇ ਨਹੀਂ ਸਮਾਉਂਦੇ। ਪਰ ਜਦੋਂ ਆਪਣਾ ਦੇਸ਼ ਛੱਡਦੇ ਹਨ ਤਾਂ ਪੱਲੇ ਕੱਖ ਵੀ ਨਹੀਂ ਹੁੰਦਾ, ਸਿਵਾਏ ਆਸ ਦੇ, ਸਿਵਾਏ ਇਕ ਵੱਡੇ ਸੁਪਨੇ ਤੇ ਹੌਸਲੇ ਦੇ, ਸਿਵਾਏ ਆਪਣੀ ਕਿਸਮਤ ਦੇ ਸੁਨਹਿਰੀ ਪਲਾਂ ਦੇ। ਸਿਵਾਏ ਬਾਹਾਂ ਦੇ ਬਲ ਅਤੇ ਸੀਨੇ ਵਿਚ ਧੜਕਦੇ ਦਿਲ ਦੇ।

ਆਸ ਦਾ ਇਹੀ ਸੁਨਹਿਰੀ ਪੰਛੀ ਬੇਗਾਨੇ ਮੁਲਕਾਂ ਵਿਚ ਉੱਡਦਾ ਵੀ ਹੈ ਤੇ ਕਮਾਈਆਂ ਵੀ ਕਰਦਾ ਹੈ। ਗੱਲ ਕੀ, ਜੇ ਹਿੰਮਤ, ਉਤਸ਼ਾਹ ਆਸ ਤੇ ਉਮੀਦਾਂ ਬਰ ਆ ਜਾਣ ਤਾਂ ਵਾਰੇ-ਨਿਆਰੇ ਹੋਣ ਲੱਗਿਆ ਦੇਰ ਨਹੀਂ ਲੱਗਦੀ।

ਆਸਾਂ ਦੀ ਲਗਾਈ ਛੱਤਰੀ 'ਤੇ ਪਤਾ ਨਹੀਂ ਕਦੋਂ, ਤੁਹਾਡੇ ਸੁਪਨਿਆਂ ਦੀ ਸੁਨਹਿਰੀ ਪਰੀ ਆ ਬੈਠੇ। ਕਦੋਂ ਕਿਸਮਤਾਂ ਖੁੱਲ੍ਹ ਜਾਣ ਤੇ ਕਦੋਂ ਤੁਸੀਂ ਫ਼ਕੀਰ ਤੋਂ ਸ਼ਹਿਨਸ਼ਾਹ ਬਣ ਜਾਵੋ। ਭਾਵੇਂ ਜੀਵਨ ਇਕ ਬੇਜਾਨ ਵਸਤੂ ਵਾਂਗ ਹੈ, ਜਿਸ ਵਿਚ ਕੋਈ ਹਰਕਤ ਨਹੀਂ ਹੁੰਦੀ। ਆਸ ਹੀ ਇਸ ਹਰਕਤ ਪੈਦਾ ਕਰਦੀ ਹੈ ਤੇ ਆਸ ਦੇ ਕਾਰਨ ਹੀ ਮਨੁੱਖ 'ਚ ਸੰਜਮ, ਸਹਿਣਸ਼ੀਲਤਾ ਤੇ ਮਿੱਠਾ ਸੁਭਾਅ ਪੈਦਾ ਹੋ ਜਾਂਦਾ ਹੈ। ਆਸ ਮਨੁੱਖੀ ਆਤਮਾ ਦੀ ਜਾਨ ਹੈ। ਇਹ ਸਦਾ ਆਤਮਾ ਨੂੰ ਪ੍ਰਸੰਨ ਰੱਖਦੀ ਹੈ। ਸਾਰੇ ਦੁੱਖਾਂ ਨੂੰ ਸਹਿਲ ਬਣਾ ਦਿੰਦੀ ਹੈ ਤੇ ਮਿਹਨਤ ਵੱਲ ਪ੍ਰੇਰਦੀ ਹੈ ਅਤੇ ਮਨੁੱਖ ਨੂੰ ਬੜੇ ਸਖ਼ਤ ਤੇ ਔਖੇ ਕੰਮ ਲਈ ਤਿਆਰ ਰੱਖਦੀ ਹੈ।

ਮਾਂ ਨਿੱਕੇ ਬੱਚੇ ਨੂੰ ਜਨਮ ਦੇ ਕੇ ਪਾਲਣੇ ਵਿਚ ਪਾ ਕੇ ਲੋਰੀਆਂ ਦਿੰਦੀ ਹੈ। ਝੂਟੇ ਝੁਟਾਉਂਦੀ ਹੈ ਅਤੇ ਗੀਤ ਵੀ ਗਾਉਂਦੀ ਹੈ। ਉਹ ਗੀਤ ਇਸੇ ਆਸ ਦੇ ਹੁੰਦੇ ਹਨ ਕਿ ਕਦੋਂ ਮੇਰਾ ਇਹ ਬੱਚਾ ਵੱਡਾ ਹੋਵੇ। ਜਵਾਨ ਹੋਵੇ ਤੇ ਮੇਰੇ ਘਰ ਦੀ ਤਸਵੀਰ ਨੂੰ ਵੀ ਬਦਲ ਦੇਵੇ। ਪੜ੍ਹਾਈ ਕਰ ਕੇ, ਬੋਰਡ ਜਾਂ ਯੂਨੀਵਰਸਿਟੀ ਵਿੱਚੋਂ ਫ਼ਸਟ ਆ ਜਾਵੇ। ਨਾਮਣਾ ਖੱਟੇ। ਤਰੱਕੀ ਪਾਵੇ ਅਤੇ ਅਜਿਹੀ ਉੱਚੀ ਪਦਵੀ ਪ੍ਰਾਪਤ ਕਰੇ, ਜੋ ਅੱਜ ਤਕ ਕਿਸੇ ਨੇ ਪ੍ਰਾਪਤ ਨਹੀਂ ਕੀਤੀ।

ਲੋਕ ਮੇਰੇ ਬੱਚੇ ਵੱਲ ਵੇਖ-ਵੇਖ ਹੈਰਾਨ ਹੋਣ। ਮੇਰਾ ਪੁੱਤਰ ਸ਼ਹਿਨਸ਼ਾਹ ਬਣ ਜਾਵੇ। ਵੱਡੇ-ਵੱਡੇ ਘਰ, ਕੋਠੀਆਂ ਤੇ ਕਾਰਾਂ ਹੋਣ ਮੇਰੇ ਪੁੱਤਰ ਦੀਆਂ ਕਿੰਨੀਆਂ ਆਸਾਂ ਮਾਂ ਦੀ ਹਿੱਕ 'ਚ ਪਲਦੀਆਂ ਰਹਿੰਦੀਆਂ ਹਨ ਤੇ ਉਸ ਦੇ ਬੁੱਢੀ ਹੋਣ ਤੀਕ, ਬਲਕਿ ਆਖਰੀ ਸਾਹ ਲੈਣ ਤੀਕ ਇਹ ਆਸਾਂ ਇੰਝ ਹੀ ਆਪਣੇ ਖੰਭ ਫੜਫੜਾਉਂਦੀਆਂ ਹਨ ਤੇ ਕਈ ਵਾਰ ਇਹ ਆਸਾਂ ਪੂਰੀਆਂ ਵੀ ਹੋ ਜਾਂਦੀਆਂ ਹਨ। ਮਾਂ ਨੂੰ ਖੁਸ਼ੀ 'ਚ ਪਾਗਲ ਹੋਈ ਨੂੰ ਯਕੀਨ ਨਹੀਂ ਆਉਂਦਾ ਕਿ ਹੈਂ! ਵਾਕਿਆ ਹੀ ਮੇਰਾ ਉਹ ਪੁੱਤਰ ਏਡੀ ਵੱਡੀ ਪਦਵੀ 'ਤੇ ਲੱਗ ਚੁੱਕਾ ਹੈ, ਜਿਸ ਨੂੰ ਕਦੇ ਪਾਲਣੇ 'ਚ ਪਾ ਕੇ ਮੈਂ ਲੋਰੀਆਂ ਦਿੱਤੀਆਂ ਸਨ, ਝੂਟੇ ਝੁਟਾਏ ਸਨ ਤੇ ਗੀਤ ਗਾਏ ਸਨ।

ਐ ਅਕਾਸ਼ ਦੀ ਰੌਸ਼ਨੀ! ਐ ਨਿਰਾਸ਼ ਦਿਲਾਂ ਦੀ ਤਸੱਲੀ! ਤੇਰਾ ਹੀ ਨਾਂ ਹੈ ਆਸ! ਤੇਰੇ ਹੀ ਹਰੇ ਭਰੇ ਤੇ ਫਲੇ ਫੁਲੇ ਬਾਗ਼ ਵਿੱਚੋਂ ਹਰ ਇਕ ਮਿਹਨਤੀ ਨੂੰ ਫਲ ਮਿਲਦਾ ਹੈ। ਤੇਰੇ ਕੋਲ ਹਰ ਦੁੱਖ ਦਾ ਦਾਰੂ ਹੈ। ਤੇਰੇ ਹੀ ਕਾਰਨ ਹਰ ਦੁੱਖ ਵਿਚ ਸੁੱਖ ਹੈ।

ਢਲ ਚੱਲੀਆਂ ਛਾਵਾਂ

ਸਮਾਂ ਆਪਣੀ ਨਿਰੰਤਰ ਚਾਲ ਚੱਲਦਾ ਰਹਿੰਦਾ ਹੈ। ਇਸ ਦਾ ਵਹਾਅ ਤੇਜ਼ ਵਗਦੇ ਪਾਣੀਆਂ ਵਰਗਾ ਹੈ, ਜੋ ਕਈ ਵਾਰ ਆਪਣੇ ਨਾਲ ਕਈ ਚੀਜ਼ਾਂ ਵੀ ਰੋੜ੍ਹ ਕੇ ਲੈ ਜਾਂਦਾ ਹੈ। ਹੈਰਾਨੀ ਇਸ ਗੱਲ ਦੀ ਹੈ ਕਿ ਸਮੇਂ ਅੱਗੇ ਕਿਸੇ ਦੀ ਵਾਹ ਨਹੀਂ ਚੱਲਦੀ, ਕੋਈ ਤਾਲ ਨਹੀਂ ਰਲਦਾ, ਸਗੋਂ ਸਮੇਂ ਦੀ ਗਤੀ ਨਿਰੰਤਰ ਵਹਿੰਦੀ ਜਾਂਦੀ ਹੈ। ਇਸੇ ਲਈ ਕਿਸੇ ਸਿਆਣੇ ਨੇ ਕਿਹਾ ਹੈ, 'ਲੰਘਦਾ ਜਾਂਦਾ ਸਮਾਂ ਤੇ ਵਗਦਾ ਪਾਣੀ ਮੁੜ ਕੇ ਵਾਪਸ ਨਹੀਂ ਆਉਂਦੇ।'

ਸਮੇਂ ਦੇ ਵਹਾਅ ਤੇ ਗਤੀ ਕਾਰਨ ਗੁੱਡੀਆਂ-ਪਟੋਲੇ ਖੇਡਦੀਆਂ ਬੱਚੀਆਂ ਕੁਝ ਹੀ ਸਾਲਾਂ 'ਚ ਜਵਾਨ ਹੋ ਕੇ ਆਪਣੇ ਸਹੁਰੇ ਘਰ ਚਲੀਆਂ ਜਾਂਦੀਆਂ ਹਨ। ਅਨੇਕਾਂ ਸੁਪਨੇ, ਅਰਮਾਨ ਤੇ ਚਾਅ ਉਹ ਆਪਣੇ ਸੀਨੇ 'ਚ ਹੀ ਲੁਕੋਈ ਰੱਖਦੀਆਂ ਹਨ। ਕਈਆਂ ਦੇ ਚਾਅ ਤਾਂ ਬੜੀ ਜਲਦੀ ਪੂਰੇ ਵੀ ਹੋ ਜਾਂਦੇ ਹਨ। ਜਿਨ੍ਹਾਂ ਦੇ ਚਾਅ ਜਲਦੀ ਕੀਤਿਆਂ ਪੂਰੇ ਨਹੀਂ ਹੁੰਦੇ, ਉਹ ਸਮੇਂ ਦੀ ਨਿਰੰਤਰ ਤੋਰ ਵੱਲ ਅੱਖਾਂ ਲਗਾ ਕੇ ਵੇਖਦੀਆਂ ਰਹਿੰਦੀਆਂ ਹਨ ਤਾਂ ਕਿ ਕਦੇ ਤਾਂ ਉਨ੍ਹਾਂ ਦੇ ਚਾਅ ਪੂਰੇ ਹੋ ਜਾਣ।

ਸਮਾਂ ਸਾਡੇ ਚਿਹਰੇ 'ਤੇ ਨਿਰੰਤਰ ਆਪਣੇ ਨਕਸ਼ ਚਿੱਤਰਦਾ ਰਹਿੰਦਾ ਹੈ। ਜਿਹੜਾ ਇਨਸਾਨ ਇਹ ਆਸ ਰੱਖਦਾ ਹੈ ਕਿ ਉਹ ਕਦੇ ਬੁੱਢਾ ਨਹੀਂ ਹੋਵੇਗਾ, ਕੁਝ ਹੀ ਸਾਲ ਬਾਅਦ ਜਦੋਂ ਸ਼ੀਸ਼ੇ 'ਚ ਆਪਣਾ ਚਿਹਰਾ ਵੇਖਦਾ ਹੈ ਤਾਂ ਪਰਛਾਵੇਂ ਢਲ ਚੁੱਕੇ ਹੁੰਦੇ ਹਨ। ਚਿਹਰੇ ਦੇ ਨਕਸ਼ ਬਦਲ ਚੁੱਕੇ ਹੁੰਦੇ ਹਨ। ਕਈ ਵਾਰ ਸਮਾਂ ਚਿਹਰੇ 'ਤੇ ਉਦਾਸੀ, ਨਿਰਾਸ਼ਾ ਤੇ ਬੁੱਢਾਪੇ ਦੀਆਂ ਲਕੀਰਾਂ ਚੁੱਪ-ਚਾਪ ਇਨਸਾਨ ਦੇ ਚਿਹਰੇ 'ਤੇ ਲਿਖ ਜਾਂਦਾ ਹੈ। ਜਿਨ੍ਹਾਂ ਦੇ ਹਿਰਦੇ 'ਚ ਜਵਾਨੀਆਂ ਤਰਥੱਲੀ ਮਚਾਈ ਰੱਖਦੀਆਂ ਹਨ, ਉਹ ਵੀ ਹੌਲੀ-ਹੌਲੀ ਢਲ ਕੇ ਕੁਝ ਹੋਰ ਦੇ ਹੋਰ ਬਣ ਜਾਂਦੇ ਹਨ। ਇਸ ਤਰ੍ਹਾਂ ਸਮਾਂ ਜੋ ਸਭ ਤੋਂ ਬਲਵਾਨ ਹੈ, ਆਪਣੇ ਦਸਤਖ਼ਤ ਹਰ ਇਕ ਇਨਸਾਨ ਦੇ ਚਿਹਰੇ 'ਤੇ ਕਰੀ ਜਾਂਦਾ ਹੈ।

ਕਈ ਇਨਸਾਨ ਜਵਾਨ ਰਹਿਣ ਦੇ ਬੜੇ ਉਪਰਾਲੇ ਕਰਦੇ ਹਨ। ਬੜੀਆ ਨਿੱਗਰ ਖ਼ੁਰਾਕਾਂ ਵੀ ਖਾਂਦੇ ਹਨ, ਪਰ ਅੰਤ ਨੂੰ ਤਾਂ ਹਰ ਇਨਸਾਨ ਨੇ ਬੁਢਾਪੇ 'ਚ ਦਾਖ਼ਲ ਹੋ ਜਾਣਾ ਹੈ। ਸਮੇਂ ਨੇ ਆਪਣੀ ਖੇਡ ਖੇਡੀ ਜਾਣੀ ਹੈ ਅਤੇ ਇਨਸਾਨ ਨੇ ਬਚਪਨ ਤੋਂ ਜਵਾਨੀ ਤੇ ਫਿਰ ਜਵਾਨੀ ਤੋਂ ਅੱਧਖੜ ਉਮਰ ਤੇ ਫਿਰ ਆਖ਼ਰ ਬੁਢਾਪੇ 'ਚ ਜਾ ਕਦਮ ਰੱਖਣੇ ਹਨ।

ਇੰਝ ਹੀ ਰੁੱਖਾਂ ਨਾਲ ਵਾਪਰਦਾ ਹੈ। ਹਰ ਸਾਲ ਰੁੱਖ ਨਵੀਂ ਪੁਸ਼ਾਕ ਪਹਿਨਦਾ ਹੈ ਤੇ ਇਹੀ ਪੁਸ਼ਾਕ ਅਗਲੇ ਸਾਲ ਉਤਰ ਕੇ ਕਿਧਰੇ ਅਲੋਪ ਹੋ ਜਾਂਦੀ ਹੈ। ਰੁੱਖ ਹਰ ਨਵੇਂ ਸਾਲ

ਜਵਾਨ ਵੀ ਹੁੰਦਾ ਹੈ ਅਤੇ ਨਾਲੋ-ਨਾਲ ਬੁੱਢੀ ਵੀ ਹੋਈ ਜਾਂਦਾ ਹੈ। ਕਈ ਰੁੱਖ ਏਨੇ ਪੁਰਾਣੇ ਹੋ ਜਾਂਦੇ ਹਨ ਕਿ ਉਨ੍ਹਾਂ ਦੀਆਂ ਜੜ੍ਹਾਂ ਦੁਬਾਰਾ ਧਰਤੀ 'ਚ ਪਿੱਪਲ ਤੇ ਬੋਹੜਾਂ ਦੀ ਦਾਹੜੀ ਵਾਂਗ ਆ ਧਸਦੀਆਂ ਹਨ। ਪਰ ਰੁੱਖ ਹੈ ਕਿ ਉਹ ਆਪਣਾ ਧਰਮ ਪਾਲਦਾ ਹੈ, ਛਾਂ ਦਿੰਦਾ ਹੈ, ਫਲ ਦਿੰਦਾ ਹੈ ਅਤੇ ਕਈ ਪੀੜ੍ਹੀਆਂ ਨੂੰ ਖੁਸ਼ੀਆਂ ਵੰਡਦਾ ਹੈ।

ਇਕ ਲੋਕ-ਬੋਲੀ ਇਸ ਦਾ ਬਾਖ਼ੂਬੀ ਪ੍ਰਮਾਣ ਹੈ:

ਪਿੱਪਲ ਦੇ ਪੱਤਿਆ, ਮਾਹੀ ਵੇ।
ਕੇਹੀ ਖੜ-ਖੜ ਲਾਈ ਆ, ਢੋਲਾ।
ਪਤਝੜੇ ਪੁਰਾਣੇ ਮਾਹੀ ਵੇ।
ਰੁੱਤ ਨਵਿਆਂ ਦੀ ਆਈ ਆ, ਢੋਲਾ।

ਅਸਲ 'ਚ ਇੰਜ ਪੱਤਿਆਂ ਦਾ ਝੜਨਾ ਤੇ ਫਿਰ ਨਵੇਂ ਪੱਤਿਆਂ ਦਾ ਫੁੱਟਣਾ ਵੀ ਸਮੇਂ ਦੀ ਨਿਰੰਤਰ ਗਤੀ ਨੂੰ ਹੀ ਦਰਸਾਉਂਦੇ ਹਨ, ਪਰ ਰੁੱਖ ਹਨ ਕਿ ਆਪਣੇ ਸਬਰ ਨਾਲ ਆਪਣਾ ਧਰਮ ਪਾਲਦੇ ਹਨ। ਕਸ਼ਟ ਸਹਿ ਕੇ ਵੀ ਸੀ ਤੱਕ ਨਹੀਂ ਕਰਦੇ, ਸਗੋਂ ਕੜਕਦੀਆਂ ਧੁੱਪਾਂ 'ਚ ਵੀ ਸਾਨੂੰ ਛਾਂ ਦਿੰਦੇ ਹਨ ਤੇ ਆਖ਼ਰਕਾਰ ਜਦ ਅਉਧ ਬੀਤ ਜਾਂਦੀ ਹੈ ਤਾਂ ਬਾਲਣ ਵਜੋਂ ਕੰਮ ਆਉਂਦੇ ਹਨ। ਕਈ ਅਜਿਹੇ ਰੁੱਖ ਵੀ ਵੇਖਣ 'ਚ ਆਉਂਦੇ ਹਨ, ਜੋ ਸਮੇਂ ਦੇ ਨੈਣ-ਨਕਸ਼ ਆਪਣੀ ਦੇਹ 'ਤੇ ਸੰਭਾਲ ਲੈਂਦੇ ਹਨ। ਕਿਸੇ ਪੁਰਾਣੇ ਤੋਂ ਪੁਰਾਣੇ ਰੁੱਖ ਦਾ ਮੋਟਾ ਤਣਾ ਗਹੁ ਨਾਲ ਵੇਖੋ, ਇੰਜ ਲੱਗਦਾ ਹੈ ਜਿਵੇਂ ਕਿਸੇ ਨੇ ਚਿੱਤਰਕਾਰੀ ਕੀਤੀ ਹੋਵੇ। ਹਰ ਵਰ੍ਹੇ ਦੇ ਨਕਸ਼ ਤਣੇ 'ਤੇ ਸਾਨੂੰ ਦਿਖਾਈ ਦਿੰਦੇ ਹਨ। ਕਈ ਵਾਰ ਤਾਂ ਹੈਰਾਨੀ ਦੀ ਕੋਈ ਹੱਦ ਨਹੀਂ ਰਹਿੰਦੀ ਜਦੋਂ ਰੁੱਖ ਦੇ ਤਣੇ 'ਤੇ ਇਕ ਬੁੱਢੇ ਇਨਸਾਨ ਦਾ ਚਿਹਰਾ ਚਿੱਤਰਿਆ ਮਿਲ ਜਾਵੇ। ਚਿਹਰਾ ਵੀ ਝੁਰੜੀਆਂ ਵਾਲਾ, ਸਿਆਣਪ ਵਾਲਾ। ਇਹ ਚਿਹਰਾ ਜਿਸ ਨੇ ਤੂਫ਼ਾਨ, ਹਨੇਰੀਆਂ, ਧੁੱਪਾਂ ਤੇ ਝੱਖੜਾਂ ਨੂੰ ਆਪਣੇ ਪਿੰਡੇ 'ਤੇ ਸਹਾਰਿਆਂ ਹੋਵੇ।

ਹਰ ਇਨਸਾਨ ਨੂੰ ਬੀਤ ਰਹੇ ਸਮੇਂ ਦਾ ਅਹਿਸਾਸ ਤਾਂ ਹੁੰਦਾ ਹੈ, ਪਰ ਕਈ ਵਾਰ ਉਹ ਸਮੇਂ ਨੂੰ ਅੱਖਾਂ ਮੀਚ ਕੇ ਹੀ ਲੰਘਾ ਦਿੰਦਾ ਹੈ। ਕਈ ਸਮੇਂ ਦੀ ਤੋਰ ਪਛਾਣਨ ਵਾਲੇ ਇਨਸਾਨ, ਹਰ ਵਕਤ ਤਿਆਰ-ਬਰ-ਤਿਆਰ ਹੁੰਦੇ ਹਨ ਤੇ ਉਹ ਆਪਣੇ ਸਾਰੇ ਕੰਮ ਸਮੇਂ ਸਿਰ ਕਰਦੇ ਹਨ। ਕੋਈ ਕੰਮ ਵੀ ਲੇਟ ਨਹੀਂ ਹੋਣ ਦਿੰਦੇ ਤੇ ਨਾ ਹੀ ਸਮੇਂ ਤੋਂ ਅਵੇਸਲੇ ਹੁੰਦੇ ਹਨ। ਇਹੋ ਜਿਹੇ ਇਨਸਾਨ ਹੀ ਜ਼ਿੰਦਗੀ ਵਿਚ ਕਾਮਯਾਬ ਹੁੰਦੇ ਹਨ। ਜਿਹੜੇ ਲੰਬੀਆਂ ਤਾਣ ਕੇ ਸੁੱਤੇ ਰਹਿਣ, ਸਮਾਂ ਚੁੱਪ-ਚਾਪ ਉਨ੍ਹਾਂ ਦੇ ਕੋਲੋਂ ਦੀ ਗੁਜ਼ਰ ਜਾਂਦਾ ਹੈ ਤੇ ਪਛੜ ਜਾਣ ਕਾਰਨ ਜ਼ਿੰਦਗੀ ਵੀ ਉਨ੍ਹਾਂ ਨੂੰ ਕਦੇ ਮਾਫ਼ ਨਹੀਂ ਕਰਦੀ। ਇਹੋ ਜਿਹੇ ਪਛੜੇ ਹੋਏ ਇਕ ਇਨਸਾਨ ਨੂੰ ਕਿਸੇ ਸਿਆਣੇ ਨੇ ਪੁੱਛਿਆ, "ਤੂੰ ਅਜੇ ਤੀਕ ਵਿਆਹ ਕਿਉਂ ਨਹੀਂ ਕਰਵਾਇਆ ?" ਉਸ ਨੇ ਝੱਟ ਜੁਆਬ ਦਿੱਤਾ, "ਬੱਸ ਘੌਲ ਵਿਚ ਹੀ ਸਮਾਂ ਲੰਘ ਗਿਆ ਤੇ ਮੇਰੀ ਉਮਰ ਚਾਲ੍ਹੀਆਂ ਦੀ ਹੋ ਗਈ।"

ਇਸੇ ਲਈ ਸਿਆਣਿਆਂ ਦੀ ਕਹਾਵਤ ਹੈ ਕਿ ਆਲਸ ਤਾਂ ਕਈ ਵਾਰ ਜੀਉਂਦੇ

ਇਨਸਾਨ ਨੂੰ ਵੀ ਦਫ਼ਨ ਕਰ ਦਿੰਦੀ ਹੈ। ਆਲਸ-ਆਲਸ 'ਚ ਕਈ ਇਨਸਾਨ ਜ਼ਿੰਦਗੀ ਦੇ ਕੀਮਤੀ ਵਰ੍ਹੇ, ਉਂਜ ਹੀ ਭੰਗ ਦੇ ਭਾੜੇ 'ਚ ਲੰਘਾ ਦਿੰਦੇ ਹਨ। ਛੜੇ-ਛੜਾਂਗ ਰਹਿ ਕੇ ਕਿਸੇ ਹੋਰ ਦੇ ਖੇਤਾਂ 'ਚ ਮਾੜਾ-ਮੋਟਾ ਕੰਮ ਕਰ ਕੇ, ਆਖ਼ਰੀ ਸਾਹ ਤੀਕ ਇੰਜ ਹੀ ਨਰਕ ਢੋਂਦੇ ਮਰ ਜਾਂਦੇ ਹਨ।

ਪਿੱਪਲ ਦੀਆਂ ਢਲ ਚੁੱਕੀਆਂ ਛਾਵਾਂ ਸਾਨੂੰ ਜ਼ਿੰਦਗੀ ਦੇ ਬੜੇ ਡੂੰਘੇ ਰਾਜ਼ ਸਮਝਾ ਦਿੰਦੀਆਂ ਹਨ। ਕਈ ਇਨਸਾਨ ਸਮੇਂ ਦੀ ਤੋਰ ਪਛਾਣ ਕੇ ਚੱਲਦੇ ਹਨ ਤੇ ਠੀਕ ਸਮੇਂ 'ਤੇ ਆਪਣੇ ਸਾਰੇ ਕੰਮ ਕਰੀ ਜਾਂਦੇ ਹਨ। ਅਜਿਹੇ ਇਨਸਾਨ ਨੂੰ ਸਮੇਂ ਦੇ ਬੀਤ ਜਾਣ ਦਾ ਪਛਤਾਵਾ ਵੀ ਨਹੀਂ ਹੁੰਦਾ। ਪਰ ਜਿਹੜੇ ਇਨਸਾਨ ਸਮੇਂ ਦੀ ਕਦਰ ਕਰਨ ਲੱਗ ਪੈਣ, ਉਹ ਕਦੇ ਵੀ ਉਦਾਸ ਜਾਂ ਨਿਰਾਸ਼ ਨਹੀਂ ਹੁੰਦੇ। ਉਹ ਤਾਂ ਸਮੇਂ ਨੂੰ ਅੱਖਾਂ ਵਿਚ ਅੱਖਾਂ ਪਾ ਕੇ ਮਿਲਣ ਦੇ ਆਦੀ ਹੋ ਜਾਂਦੇ ਹਨ ਤੇ ਲੰਘ ਗਏ ਸਮੇਂ ਦੀਆਂ ਘੰਟੀਆਂ ਉਨ੍ਹਾਂ ਨੂੰ ਨਿਰੰਤਰ ਤੁਰਦੇ ਰਹਿਣ ਦਾ ਸੰਕੇਤ ਵੀ ਦਿੰਦੀਆਂ ਹਨ। ਉਹ ਹਰ ਕੰਮ ਨੂੰ ਉਤਸ਼ਾਹ, ਉਮਾਹ ਤੇ ਚਾਅ ਨਾਲ ਕਰਦੇ ਹਨ। ਇਸੇ ਚਾਅ ਦੀ ਖ਼ੁਸ਼ੀ ਉਨ੍ਹਾਂ ਦੇ ਚਿਹਰੇ 'ਤੇ ਖ਼ੁਸ਼ੀਆਂ ਦੀ ਛਹਿਬਰ ਵੀ ਲਾਈ ਰੱਖਦੀ ਹੈ ਅਤੇ ਹਰ ਸਮੇਂ ਜੁਆਨ ਰਹਿਣ ਦਾ ਸੰਕਲਪ ਵੀ ਸਿਰਜਦੀ ਹੈ।

ਆਪੋ-ਆਪਣੇ ਮਨ ਦੀ ਬਸੰਤ

ਇਨਸਾਨ ਬਚਪਨ ਤੋਂ ਲੈ ਕੇ ਆਖ਼ਰੀ ਉਮਰ ਤੀਕ ਕਿੰਨੀਆਂ ਬਸੰਤ ਰੁੱਤਾਂ ਭੋਗਦਾ ਰਿਹਾ ਹੈ ? ਕੁਦਰਤ ਦੇ ਅਟੱਲ ਨਿਯਮ ਅਨੁਸਾਰ ਰੁੱਤਾਂ ਬਦਲਦੀਆਂ ਰਹਿੰਦੀਆਂ ਹਨ, ਪਰ ਇਨਸਾਨ ਆਪਣੀ ਜ਼ਿੰਦਗੀ ਉਸੇ ਤਰ੍ਹਾਂ ਇਨ੍ਹਾਂ ਰੁੱਤਾਂ ਤੋਂ ਅਣ-ਭਿੱਜ ਰਹਿ ਕੇ ਗੁਜ਼ਾਰੀ ਜਾਂਦਾ ਹੈ। ਕਈ ਵਾਰ ਤਾਂ ਕਿਸੇ ਰੁੱਤ ਦੇ ਲੰਘਣ ਤੋਂ ਬਾਅਦ ਹੀ ਪਤਾ ਲੱਗਦਾ ਹੈ ਕਿ ਕਿਹੜੀ ਰੁੱਤ ਆਈ ਤੇ ਫਿਰ ਕਿਹੜੀ ਰੁੱਤ ਬੀਤ ਕੇ ਚਲੀ ਵੀ ਗਈ। ਜ਼ਿੰਦਗੀ ਦੀ ਕਰੂਰਤਾ ਤੇ ਬੋਝਲਤਾ ਕਾਰਨ ਹੀ ਇਨਸਾਨ ਦੀ ਜ਼ਿੰਦਗੀ ਕਈ ਵਾਰ ਬੇ-ਢੱਬੀ ਹੋ ਕੇ ਗੁਜ਼ਰਦੀ ਰਹਿੰਦੀ ਹੈ ਤੇ ਇਨਸਾਨ ਇਸ ਗੁਜ਼ਰ ਰਹੀ ਜ਼ਿੰਦਗੀ ਨੂੰ ਬਸ ਬਸਰ ਕਰੀ ਜਾਂਦਾ ਹੈ। ਇੰਜ ਹੀ ਜਿਵੇਂ ਸਾਰੀਆਂ ਰੁੱਤਾਂ ਆਪਣੇ-ਆਪਣੇ ਠੱਪੇ, ਇਨਸਾਨ ਦੀ ਜ਼ਿੰਦਗੀ 'ਤੇ ਲਗਾ ਕੇ ਲੰਘੀ ਜਾਂਦੀਆਂ ਹੋਣ ਤੇ ਇਨਸਾਨ ਇਕ ਰੁੱਖ ਦੀ ਤਰ੍ਹਾਂ ਉਜਾੜ-ਬੀਆਬਾਨ ਵਰਗੀ ਜ਼ਿੰਦਗੀ ਕੱਟ ਕੇ ਇਸ ਫ਼ਾਨੀ ਸੰਸਾਰ ਤੋਂ ਸਦਾ ਲਈ ਵਿਦਾ ਹੋ ਜਾਂਦਾ ਹੈ।

ਉਸ ਨੂੰ ਇਸ ਗੱਲ ਦਾ ਆਭਾਸ ਤਕ ਨਹੀਂ ਹੁੰਦਾ ਕਿ ਰੁੱਤਾਂ ਦਾ ਲਿਬਾਸ ਕਿਹੋ ਜਿਹਾ ਹੈ ਤੇ ਰੁੱਤਾਂ ਦੇ ਰੰਗ ਕਿਹੋ ਜਿਹੇ ਹਨ ਜਾਂ ਪੰਛੀਆਂ ਦੀਆਂ ਬੋਲੀਆਂ ਕਿੰਨੀਆਂ ਮਿੱਠੀਆਂ ਹਨ ? ਪਹਾੜਾਂ ਤੋਂ ਵਹਿੰਦੇ ਨੀਰ ਕਿੰਨੇ ਦਿਲ ਲੁਭਾਉਂਦੇ ਹਨ ਤੇ ਝਰਨੇ, ਆਬਸ਼ਾਰਾਂ ਦੇ ਰੰਗ ਕਿਵੇਂ ਵਿਸਮਾਦ 'ਚ ਰੰਗੇ ਸਾਰੀ ਕਾਇਨਾਤ ਨੂੰ ਰੰਗੀ ਜਾ ਰਹੇ ਹਨ।

ਕਿਵੇਂ ਤਰ੍ਹਾਂ ਤਰ੍ਹਾਂ ਦੇ ਫੁੱਲ, ਬਨਸਪਤੀ ਦੇ ਚੀਲ, ਦਿਉਦਾਰ ਦੇ ਬ੍ਰਿਛ ਇਸ ਧਰਤੀ ਦੀ ਸ਼ੋਭਾ ਬਣ ਕੇ ਇਸ ਨੂੰ ਰੰਗ-ਭਾਗ ਲਗਾ ਰਹੇ ਹਨ। ਗੱਲ ਕੀ, ਧਰਤੀ ਦਾ ਇਕ-ਇਕ ਕਿਣਕਾ ਇਸ ਗੱਲ ਦੀ ਗਵਾਹੀ ਭਰਦਾ ਹੈ ਕਿ ਕੁਦਰਤ ਦੇ ਅਨਮੋਲ ਖ਼ਜ਼ਾਨੇ ਕਿੰਜ ਇਨ੍ਹਾਂ ਪਰਬਤਾਂ ਨਾਲ ਆਫਰੇ ਪਏ ਹਨ ਤੇ ਕੋਈ ਪਾਰਖੂ ਅੱਖ ਹੀ ਇਨ੍ਹਾਂ ਅਨਮੋਲ ਖ਼ਾਜ਼ਾਨਿਆਂ ਨਾਲ, ਆਪਣੀ ਝੋਲੀ ਭਰ ਸਕਦੀ ਹੈ। ਕੋਈ ਦਿਲਾਂ ਦਾ ਆਸ਼ਿਕ ਹੀ ਇਸ ਕੁਦਰਤ ਦੇ ਗੁੱਝੇ ਭੇਤ ਨੂੰ ਜਾਣ ਕੇ, ਰੁੱਖਾਂ, ਬੂਟਿਆਂ ਦੀ ਸੁੰਦਰਤਾ ਨੂੰ ਆਪਣੇ 'ਪ੍ਰਾਣਾਂ' 'ਚ ਵਸਾ ਕੇ, ਇਨ੍ਹਾਂ ਦੀ ਸੁੰਦਰਤਾ ਨੂੰ ਡੀਕ ਲਾ ਕੇ ਪੀ ਸਕਦਾ ਹੈ। ਵਣਾਂ 'ਚ ਗਾਉਂਦੀਆਂ ਚਿੜੀਆਂ, ਘੁੱਗੀਆਂ ਤੇ ਗੁਟਾਰਾਂ ਕਿਸੇ ਕੁਦਰਤੀ ਭੇਤ ਦੇ ਖ਼ਜ਼ਾਨਿਆਂ ਨੂੰ ਹੀ ਆਪਣੀ ਬੋਲੀ 'ਚ ਨਿਰੂਪਤ ਕਰ ਰਹੀਆਂ ਹਨ ਤੇ ਹਿਰਨ-ਹਿਰਨੀਆਂ ਦੇ ਝੁੰਡ ਵੀ ਬਨ-ਲੀਲ੍ਹਾ ਦੀ ਖ਼ੁਸ਼ਬੂ ਸੁੰਘ ਕੇ ਹੀ ਆਪਣੇ ਆਪ ਨੂੰ ਭੁੱਲੇ, ਇਨ੍ਹਾਂ ਜੰਗਲੀ ਥਾਵਾਂ ਦੀ ਲੀਲ੍ਹਾ ਨੂੰ ਮਾਣ ਰਹੇ ਹਨ। ਕੁਦਰਤ ਦਾ ਪੱਤਾ ਪੱਤਾ ਬੋਲ ਕੇ, ਕਿਸੇ ਰਸ-ਲੀਲ੍ਹਾ ਦੀ ਆਰਤੀ ਉਤਾਰਦਾ, ਖ਼ਾਮੋਸ਼ ਝਰਨਿਆਂ, ਆਬਸ਼ਾਰਾਂ ਤੇ

ਪਹਾੜਾਂ ਦੀ ਸੁੰਦਰਤਾ ਦਾ ਗੁਣਗਾਨ ਕਰਦਾ ਹੈ। ਫਿਰ ਅਜਿਹੀ ਅਬੋਲ ਸੁੰਦਰਤਾ ਦਾ ਰਸ ਪੀਣ ਲਈ ਇਨਸਾਨ ਪਿੱਛੇ ਕਿਉਂ ?

ਕੀ ਅੱਜ ਦੇ ਇਨਸਾਨ ਦੀਆਂ ਅੱਖਾਂ 'ਤੇ ਪੱਟੀ ਬੰਨ੍ਹੀ ਹੋਈ ਹੈ ਜਾਂ ਆਧੁਨਿਕਤਾ ਦੀ ਚਕਾਚੌਂਧ ਨੇ ਹੀ ਉਸ ਨੂੰ ਅੰਨ੍ਹਾ ਕਰ ਦਿੱਤਾ ਹੈ। ਮਾਇਆਧਾਰੀ ਹੋਇਆ ਇਨਸਾਨ ਜਿਥੇ ਆਪਣੀ ਅਮੀਰ ਵਿਰਾਸਤ, ਪ੍ਰੰਪਰਾ ਤੇ ਪੰਜਾਬੀ ਰਹਿਤਲ ਤੋਂ ਕੋਹਾਂ ਦੂਰ ਹੁੰਦਾ ਜਾ ਰਿਹਾ ਹੈ, ਉਥੇ ਅਖੌਤੀ ਆਧੁਨਿਕਤਾ ਦੀ ਆੜ 'ਚ ਭੁੱਲਿਆ ਆਪਣੇ ਆਪ ਨੂੰ ਅਨੁਭਵਾਂ ਤੋਂ ਸੱਖਣਾ ਕਰ ਕੇ, ਨਿਰੋਲ ਰੋਬੋਟ ਵਾਂਗ ਮਕੈਨਕੀ ਵੀ ਬਣਦਾ ਜਾ ਰਿਹਾ ਹੈ। ਇਸ ਮਸ਼ੀਨੀ ਯੁੱਗ ਦੀ ਮਸ਼ੀਨਤਾ ਨੇ, ਉਸ ਨੂੰ ਅਜਿਹਾ ਘੇਰਾ ਪਾਇਆ ਹੋਇਆ ਹੈ ਕਿ ਉਹ ਮਹਿਸੂਸਣ, ਜਾਨਣ, ਪਰਖਣ ਤੇ ਕੁਦਰਤੀ ਖ਼ੁਸ਼ੀਆਂ ਦੇ ਖ਼ਜ਼ਾਨਿਆਂ ਤੋਂ ਸਦਾ ਲਈ ਵਿਰਵਾ ਹੁੰਦਾ ਜਾ ਰਿਹਾ ਹੈ।

ਮਨੁੱਖ ਦੇ ਰੁਝੇਵੇਂ ਹੀ ਅਜਿਹੇ ਬਣ ਗਏ ਹਨ ਕਿ ਮਾਂ-ਬਾਪ ਦੀ ਅਸੀਸ ਲੈਣੀ ਵੀ ਭੁੱਲ ਗਿਆ ਹੈ ਤੇ ਭੈਣ-ਭਰਾਵਾਂ ਵਾਲੀ ਡੂੰਘੀ ਧੜਕਣ ਅੱਜ ਕਿਧਰੇ ਮਹਿਸੂਸ ਨਹੀਂ ਹੁੰਦੀ। ਅੱਜ ਦੇ ਯੁੱਗ ਦੀ ਅੰਨ੍ਹੀ ਦੌੜ 'ਚ ਦੌੜਦਾ ਇਨਸਾਨ ਹਫਿਆ, ਹਾਰਿਆ ਤੇ ਉਦਾਸ ਜਿਹਾ ਵਿਖਾਈ ਦਿੰਦਾ ਹੈ ਤੇ ਕਈ ਵਾਰ ਤਾਂ ਉਸ ਦੇ ਬੋਲ ਹੀ ਇਸ ਖੋਖਲੇ ਜੀਵਨ ਦੀ ਸ਼ਾਅਦੀ ਭਰ ਦਿੰਦੇ ਹਨ। ਜਦੋਂ ਕਿਸੇ ਦਾ ਹਾਲ ਪੁੱਛਿਆ ਜਾਵੇ ਤਾਂ ਬਸ ਉਹ ਏਨਾ ਹੀ ਕਹੇਗਾ, "ਵਕਤ ਕੱਟੀ ਕਰ ਰਿਹਾ ਹਾਂ ਜਾਂ ਉਂਜ ਹੀ ਜ਼ਿੰਦਗੀ ਗੁਜ਼ਰ ਰਹੀ ਹੈ।"

ਜ਼ਿੰਦਗੀ ਦੀ ਗਾਗਰ ਖ਼ਾਲੀ ਨਜ਼ਰ ਆਉਂਦੀ ਹੈ। ਰਸ, ਸੁਗੰਧ, ਲੀਨਤਾ ਤੇ ਸੁਰਤਾਲ ਤੋਂ ਸੱਖਣਾ ਇਨਸਾਨ ਕਿਵੇਂ ਬਸੰਤ ਰੁੱਤ ਦਾ ਪਹਿਰਨ, ਅੱਖਾਂ 'ਚੀ ਵਸਾ ਸਕਦਾ ਹੈ ? ਕਿਵੇਂ ਭਿੰਨੀ-ਭਿੰਨੀ ਰੁੱਤ ਦੀ ਬਸੰਤੀ ਧੁੱਪ ਨੂੰ ਆਪਣੇ ਹੱਥਾਂ ਨੂੰ ਛੂਹ ਕੇ, ਮਸਤਕ ਨੂੰ ਛੂਹ ਸਕਦਾ ਹੈ ਤੇ ਕਿਵੇਂ ਖਿੜੇ ਫੁੱਲਾਂ ਦੀ ਬਹਾਰ ਉਸ ਨੂੰ ਖ਼ੁਸ਼ੀਆਂ ਦੇ ਉਪਹਾਰ ਪੇਸ਼ ਕਰ ਸਕਦੀ ਹੈ, ਜਦੋਂ ਕਿ ਉਸ ਦੀ ਸੁਰਤੀ ਵਿਚੋਂ ਹੀ ਫੁੱਲ, ਬੂਟੇ, ਝਰਨੇ ਤੇ ਆਬਸ਼ਾਰਾਂ ਗ਼ਾਇਬ ਹੋ ਚੁੱਕੀਆਂ ਹਨ। ਬਸੰਤ ਰੁੱਤ ਰੰਗੀ ਧਰਤੀ ਦੇ ਕਣ-ਕਣ ਦੀ ਖ਼ੁਸ਼ਬੂ ਤਾਂ ਉਹ ਕਿਵੇਂ ਅਨੁਭਵ ਕਰੇ, ਇਸ 'ਚ ਸਾਹ ਲਵੇ ਤੇ ਖ਼ੁਸ਼ਬੂ ਨੂੰ ਵੀ ਮਾਣ ਸਕੇ। ਕਿਵੇਂ ਪਿੰਡਾਂ 'ਚ ਘੁਲਾੜੀਆਂ 'ਚ ਪੀੜੇ ਜਾਂਦੇ ਗੰਨੇ ਦੇ ਰਸ ਤੇ ਪੱਕਦਾ ਗੁੜ ਉਸ ਦੀ ਬਿਰਤੀ 'ਚ ਵੀ ਆਪਣੇ ਵਰਗਾ ਹੀ ਰਸ ਘੋਲ ਸਕਦਾ ਹੈ ਜਾਂ ਗੁੜ ਦੀ ਮਿੱਠੀ-ਮਿੱਠੀ ਮਹਿਕ ਇਸ ਨੂੰ ਮਹਿਕਾਅ ਵੀ ਸਕਦੀ ਹੈ ?

ਅੱਜ ਦਾ ਇਹ ਢੋਲ-ਢਮੱਕਾ ਤੇ ਤਰ੍ਹਾਂ-ਤਰ੍ਹਾਂ ਦੇ ਵਾਜੇ-ਗਾਜੇ, ਓਨਾ ਚਿਰ ਨਿਰਮੂਲ ਹੋ ਕੇ ਰਹਿ ਜਾਂਦੇ ਹਨ ਜਿੰਨਾ ਚਿਰ ਇਨਸਾਨ ਦਾ ਮਨ ਇਨ੍ਹਾਂ ਦੀ ਸੁਰੀਲੀ ਗੂੰਜ 'ਚ ਨਾ ਭਿੱਜਿਆ ਹੋਵੇ ਤੇ ਜਿੰਨਾ ਚਿਰ ਇਨਸਾਨ ਦੇ ਅੰਦਰਲੇ ਮਨ 'ਚ ਸੁਰਤਾਲ ਇਨ੍ਹਾਂ ਆਵਾਜ਼ਾਂ ਨਾਲ ਨਾ ਬੱਝੇ ਹੋਣ, ਜਿੰਨਾ ਚਿਰ ਮਨ 'ਚ ਖੇੜਾ ਨਹੀਂ ਵੱਸਦਾ, ਮਨ 'ਚ ਖ਼ੁਸ਼ੀਆਂ ਪੈਲਾਂ ਨਹੀਂ ਪਾਉਂਦੀਆਂ, ਓਨਾ ਚਿਰ ਜੰਗਲ ਦਾ ਮੋਰ ਭਾਵੇਂ ਕਿੰਨੀ ਵੀ ਸੁਹਣੀ ਪੈਲ ਪਾ ਲਵੇ, ਇਨਸਾਨ ਦਾ ਮਨ ਖ਼ਾਲੀ-ਖ਼ਾਲੀ ਹੀ ਰਹੇਗਾ। ਕਿਸੇ ਆਜੜੀ ਲੜਕੇ ਦੀ ਬੰਸਰੀ ਦੀ ਧੁੰਨ ਵੀ ਅਜਿਹੇ ਕੰਨਾਂ 'ਤੇ ਕੋਈ ਅਸਰ ਨਹੀਂ ਕਰ ਸਕਦੀ, ਜਿੰਨਾ ਚਿਰ ਕੰਨਾਂ 'ਚ ਅਜਿਹੀ ਤਾਂਘ ਨਾ ਵੱਸੀ

ਹੋਵੇ ਤੇ ਰਸ-ਭਿੰਨਾ ਹੁਲਾਰ ਮਨ 'ਤੇ ਨਾ ਵਸੇ ਰਸੇ। ਮਨ ਦੇ ਚਿੱਤਰਪਟ 'ਤੇ ਕੋਈ ਅਣ-ਦਿੱਖ ਚਿੱਤਰਕਾਰੀ ਨਾ ਕੀਤੀ ਹੋਵੇ ਤੇ ਦਿਲ ਦੇ ਰੰਗ ਪਿਆਰ-ਰਸ 'ਚ ਨਾ ਭਿੱਜੇ ਹੋਣ।

ਇਸੇ ਲਈ ਸਿਆਣਿਆਂ ਨੇ ਕਿਹਾ ਹੈ ਕਿ ਮਨ ਨੂੰ ਆਪਣੇ ਕਾਬੂ 'ਚ ਰੱਖੋ ਤੇ ਮਨ 'ਤੇ ਤੁਹਾਡੀ ਆਪਣੀ ਪੂਰੀ ਕਮਾਂਡ ਵੀ ਹੋਵੇ। ਅਜਿਹਾ ਨਾ ਹੋਵੇ ਕਿ ਤੁਹਾਡਾ ਮਨ ਬਾਂਦਰ ਦੀ ਨਿਆਈਂ, ਗਲੀ-ਗਲੀ ਭਟਕਦਾ ਰਹੇ ਤੇ ਨਕਲਾਂ ਲਾਈ ਜਾਵੇ ਤੇ ਤੁਹਾਨੂੰ ਇਸ ਗੱਲ ਦਾ ਅਹਿਸਾਸ ਤਕ ਨਾ ਹੋਵੇ ਕਿ ਮਨ ਹੈ ਕਿੱਥੇ ?

ਵਜੂਦ ਤਾਂ ਬੱਸ ਨਿਰੀ ਮਿੱਟੀ ਦੀ ਢੇਰੀ ਹੈ। ਜੇ ਇਸ 'ਚ ਮਨ ਹੀ ਨਹੀਂ ਵੱਸਦਾ ਤਾਂ ਵਜੂਦ ਦੀ ਕੀ ਪਛਾਣ ? ਤੁਹਾਡੇ ਮਨ ਨੇ ਹੀ ਸੁੰਦਰ ਕੱਦ-ਬੁੱਤ ਨੂੰ ਰੂਹਾਨੀਅਤ ਬਖ਼ਸ਼ਣੀ ਹੈ। ਤੁਹਾਡੇ ਚਿਹਰੇ ਦਾ ਨਿਖਾਰ ਤੇ ਪਸਾਰ, ਸਭ ਮਨ ਦੀ ਕਰਾਮਾਤ ਹੀ ਹੈ। ਜਿਥੇ ਮਨ ਸਿਧਾਏ ਹੋਣ, ਉੱਥੇ ਤਾਂ ਮੁਖੜੇ ਆਪਣੇ ਆਪ ਹੀ ਫੁੱਲਾਂ ਦੀ ਕਿਆਰੀ ਬਣ ਬਣ ਪੈਂਦੇ ਹਨ। ਉੱਥੇ ਤਾਂ ਤੁਸੀਂ ਕਿਸੇ ਯੁੱਗ-ਪੁਰਸ਼ ਦੀ ਰੂਹਾਨੀਅਤ ਵੇਖ ਕੇ ਹੀ ਹੈਰਾਨ ਹੋ ਜ਼ਾਂਦੇ ਹੋ, ਯੋਗੀ, ਸੰਨਿਆਸੀ, ਪੀਰ-ਪੈਗ਼ੰਬਰ, ਨਬੀ, ਅਵਤਾਰ ਆਪਣੇ ਸੁੰਦਰ ਨਰੋਏ ਤੇ ਬੇਦਾਗ ਮਨ ਕਾਰਨ ਹੀ ਖ਼ੂਬਸੂਰਤ ਲੱਗਦੇ ਹਨ। ਤੇ ਫਿਰ ਇਹ ਤੁਹਾਡੀ ਰੂਹਾਨੀਅਤ ਤੇ ਮਸਤੀ ਦਾ ਆਲਮ ਹੀ ਹੈ ਕਿ ਇਸ ਬੇਅੰਤ ਅਮੀਰੀ ਕਾਰਨ ਤੁਸੀਂ ਬਸੰਤ ਨੂੰ ਵੇਖਦੇ, ਮਾਣਦੇ ਜਾਂ ਜਾਨਣ ਤਕ ਹੀ ਮਹਿਦੂਦ ਨਹੀਂ ਰਹਿੰਦੇ, ਸਗੋਂ ਖ਼ੁਦ ਬਸੰਤ ਰੁੱਤ ਬਣ ਜਾਂਦੇ ਹੋ। ਜਦੋਂ ਬਸੰਤ ਰੁੱਤ ਦੀ ਆਭਾ 'ਚ ਰੰਗੇ ਤੁਹਾਡੇ ਮਨ-ਹਿਰਦੇ ਦੀ ਪਛਾਣ ਬਸੰਤ ਬਣ ਜਾਵੇ ਤਾਂ ਇਸ ਤੋਂ ਵੱਡੀ ਹੋਰ ਕਿਹੜੀ ਖ਼ੁਸ਼ੀ ਹੋ ਸਕਦੀ ਹੈ।

ਬਸੰਤ ਰੁੱਤ ਦੀ ਸ਼ੋਭਾ ਇਸ ਕਾਰਨ ਵੀ ਵਧੇਰੇ ਹੈ ਕਿ ਪੂਰੀ ਦੀ ਪੂਰੀ ਬਨਸਪਤੀ ਇਸ ਰੁੱਤ 'ਚ ਖਿੜੀ ਹੁੰਦੀ ਹੈ। ਫੁੱਲਾਂ ਤੋਂ ਝਰਦਾ ਰੰਗ ਤੁਹਾਡੇ ਮਨ ਦਾ ਰੰਗ ਬਣ ਜਾਂਦਾ ਹੈ। ਰੁੱਖਾਂ ਬੂਟਿਆਂ ਦੀਆਂ ਕੋਮਲ ਪੱਤੀਆਂ ਤੁਹਾਡੇ ਮਨਾਂ 'ਚ ਵੀ ਆਪਣੀ ਕੋਮਲਤਾ ਘੋਲ ਦਿੰਦੀਆਂ ਹਨ। ਤਿੱਤਰ/ਮੋਰ ਦੇ ਮੁੱਕਟ ਤੁਹਾਡੇ ਆਪਣੇ ਮੋਰ-ਮੁੱਕਟ ਵੀ ਹੋ ਸਕਦੇ ਹਨ।

ਇਸ ਵੱਸਦੀ-ਰਸਦੀ ਦੁਨੀਆ ਦੇ ਰੰਗ ਮਾਨਣ ਲਈ ਇਨਸਾਨ ਨੂੰ ਪਹਿਲਾਂ ਆਪਣੇ ਮਨ ਨੂੰ ਸੁਰਤਾਲ ਕਰਨਾ ਪਵੇਗਾ। ਤਦ ਹੀ ਸੁਰਤਾਲ 'ਚ ਹੋਇਆ ਮਨ, ਕਿਸੇ ਸੁਰ-ਲਹਿਰੀ ਦੇ ਗੀਤ ਸੁਣਾ ਸਕਦਾ ਹੈ ਤੇ ਆਵਾਜ਼ਾਂ ਦੇ ਰੰਗ ਵੀ ਆਪਣੇ ਮਨ 'ਚ ਭਰ ਸਕਦਾ ਹੈ। ਮੋਰ, ਪਪੀਹੇ ਤੇ ਵਣ-ਪੰਛੀ ਸਦਾ ਹੀ ਸੁਰਾਂ 'ਰ ਬੱਝੇ ਆਪਣੇ ਅਲਾਪ ਨਾਲ ਕੁਦਰਤ ਦੀ ਸ਼ੋਭਾ ਨੂੰ ਹੋਰ ਰੰਗੀਨ ਤੇ ਹੁਸੀਨ ਬਣਾ ਰਹੇ ਹਨ ਪਰ ਇਨਸਾਨ ਦਾ ਮਨ, ਤਦ ਹੀ ਅਜਿਹੀਆਂ ਰੰਗੀਨੀਆਂ ਮਾਣ ਸਕਦਾ ਹੈ ਜੇ ਮਨ 'ਚ ਬਸੰਤੀ ਰੰਗ ਵੱਸ ਜਾਵੇ, ਮਨ ਦੇ ਲਹਿਰੀਏ ਬਸੰਤੀ ਬਣ ਬਣ ਪੈਣ ਤੇ ਮਨ 'ਚ ਤਰੰਗਾਂ ਜਾਗ ਪੈਣ। ਤਰੰਗਤ ਹੋਇਆ ਮਨ, ਇਨ੍ਹਾਂ ਆਵਾਜ਼ਾਂ ਨੂੰ ਪਛਾਣ ਕੇ, ਅਨੰਤ ਖ਼ੁਸ਼ੀਆਂ ਦਾ ਭਾਗੀ ਬਣ ਸਕਦਾ ਹੈ। ਉਹ ਪੱਤੀਆਂ ਜਿਨ੍ਹਾਂ ਦੀਆਂ ਕੋਂਪਲਾਂ ਦਿਲ 'ਚ ਫੁੱਟਦੀਆਂ ਹਨ।

ਕਿਸੇ ਅੱਖਾਂ ਤੋਂ ਅੰਨ੍ਹੇ ਇਨਸਾਨ ਨੂੰ ਵੀ ਬਸੰਤ ਬਹਾਰ ਦਾ ਰੰਗ ਚੜ੍ਹ ਸਕਦਾ ਹੈ,

ਉਹ ਇਹ ਰੰਗ ਆਪਣੀਆਂ ਅੱਖਾਂ ਨਾਲ ਤਾਂ ਨਹੀਂ ਵੇਖ ਸਕਦਾ ਪਰ ਉਸ ਦੇ ਮਨ ਦੀਆਂ ਅੱਖਾਂ ਇਨ੍ਹਾਂ ਰੰਗਾਂ ਨੂੰ ਵੇਖ ਸਕਦੀਆਂ ਹਨ। ਬੜੇ ਅਜਿਹੇ ਇਨਸਾਨ ਵੀ ਹੋਏ ਹਨ ਜੋ ਮਿਲਟਨ ਵਾਂਗ ਅਨੇਕਾਂ ਬਸੰਤਾਂ ਦੇ ਰੰਗ ਆਪਣੇ ਮਨ 'ਚ ਭਰ ਲੈਣ। ਜੋ ਅਨੇਕਾਂ ਖ਼ੁਸ਼ੀਆਂ ਦੀ ਬਹਾਰ ਆਪਣੇ ਮਨ 'ਚ ਸਮੋਅ ਲੈਣ। ਇਨ੍ਹਾਂ ਬਸੰਤੀ-ਬਹਾਰ ਫੁੱਲਾਂ ਦੀ ਸ਼ਾਅਦੀ ਹਰਿਭਜਨ ਸਿੰਘ ਦੀ ਕਵਿਤਾ ਦੀਆਂ ਇਹ ਸਤਰਾਂ ਇੰਜ ਕਰਦੀਆਂ ਹਨ :

ਡਾਲੀ ਦਿਆ ਫੁੱਲਾ, ਅੱਗ ਰੰਗੀਆਂ ਨੀ ਪੱਤੀਆਂ
ਦਿਲੇ ਵਿਚ ਰੱਖੀਆਂ ਨੀ, ਕਾਹਨੂੰ ਗੱਲਾਂ ਰੱਤੀਆਂ
ਕਿਹਦੇ ਲਈ ਡਾਹੀ ਏ, ਤੂੰ ਲਾਲ ਲਾਲ ਛਾਂ ਵੇ।

ਝਨਾਂ ਵਰਗੀ ਸ਼ੂਕਦੀ ਜਵਾਨੀ

ਜਵਾਨੀ ਹਰ ਇਨਸਾਨ 'ਤੇ ਹੀ ਆਉਂਦੀ ਹੈ ਤੇ ਕਈ ਵਾਰ ਇਹ ਇਨਸਾਨ ਨੂੰ ਤੇਜ਼ ਪਾਣੀਆਂ ਦੇ ਵਹਾ ਵਾਂਗ ਆਪਣੇ ਨਾਲ ਰੋੜ੍ਹ ਕੇ ਵੀ ਲੈ ਜਾਂਦੀ ਹੈ। ਇਸੇ ਲਈ ਜਵਾਨੀ ਦੀ ਉਮਰ 'ਚ ਹਰ ਇਨਸਾਨ ਵਧੇਰੇ ਵੇਗਵਾਨ ਤੇ ਅੱਖੜ ਵੀ ਹੁੰਦਾ ਹੈ। ਇਹ ਉਹ ਉਮਰ ਹੈ ਜਦ ਸਭਨੀਂ ਕੂੰਟੀਂ ਰੰਗ ਬਿਖਰੇ ਨਜ਼ਰ ਆਉਂਦੇ ਹਨ ਅਤੇ ਅੱਖਾਂ ਵਿਚ ਕੋਈ ਸਰੂਰ ਝਲਕਾਂ ਮਾਰਦਾ ਹੈ। ਇਸੇ ਉਮਰ 'ਚ ਹੀ ਅੱਖਾਂ ਦੇ ਡੋਰੇ ਸਦਾ ਕਿਸੇ ਨਸ਼ੱਈ ਵਾਂਗ ਸਰੂਰੇ ਹੁੰਦੇ ਹਨ ਤੇ ਕਈ ਵਾਰ ਅਜਿਹੀ ਸ਼ੂਕਦੀ ਉਮਰ ਕਿਸੇ ਰਾਹੀ ਨਾਲ ਨਜ਼ਰ ਮਿਲਾ ਕੇ ਆਪਣੀ ਸਾਰੀ ਜ਼ਿੰਦਗੀ ਉਸ ਦੇ ਨਾਂ ਵੀ ਕਰ ਦਿੰਦੀ ਹੈ। ਇਸੇ ਲਈ ਜਵਾਨੀ ਦੀ ਉਮਰ 'ਚ ਜਦ ਧੀ ਜਾਂ ਪੁੱਤ ਪੈਰ ਰੱਖ ਲਵੇ ਤਾਂ ਮਾਂ-ਬਾਪ ਦੀ ਨੀਂਦਰ ਕਿਧਰੇ ਉੱਡ-ਪੁੱਡ ਜਾਂਦੀ ਹੈ। ਜਵਾਨ ਧੀ ਜਦੋਂ ਬਾਹਰ ਜਾਂਦੀ ਹੈ ਤਾਂ ਮਾਂ ਉਸ ਦੀਆਂ ਸੁੱਖਣਾ ਸੁੱਖਦੀ ਹੈ ਕਿ ਕਿਧਰੇ ਮੇਰੀ ਧੀ ਕਿਸੇ ਗ਼ਲਤ ਰਾਹ 'ਤੇ ਪੈਰ ਨਾ ਪਾ ਲਵੇ, ਜਾਂ ਮੇਰੀ ਧੀ ਨੂੰ ਕੋਈ ਨਜ਼ਰ ਲਗਾ ਦੇਵੇ ਜਾਂ ਮੇਰੀ ਧੀ ਦਾ ਕੋਈ ਵੈਰੀ ਹੀ ਪੈਦਾ ਨਾ ਹੋ ਜਾਵੇ। ਇਸ ਤਰ੍ਹਾਂ ਦੇ ਅਨੇਕਾਂ ਡਰ ਮਾਂ ਨੂੰ ਆ ਘੇਰਦੇ ਹਨ। ਤੇ ਇਹ ਗੱਲ ਹੈ ਵੀ ਸੱਚ।

ਜਦੋਂ ਕੋਈ ਜਵਾਨ-ਜਹਾਨ ਕੁੜੀ ਘਰੋਂ ਨਿਕਲ ਤੁਰਦੀ ਹੈ ਤੇ ਇੰਜ ਲੱਗਦਾ ਹੈ ਕਿ ਜਿਵੇਂ ਕੋਈ ਅੱਗ ਦੀ ਲਾਟ ਤੁਰੀ ਜਾ ਰਹੀ ਹੋਵੇ। ਹਰ ਪਾਂਧੀ ਜਵਾਨ ਕੁੜੀ ਵੱਲ ਵੇਖ ਕੇ ਆਪਣੀਆਂ ਹਸਰਤਾਂ ਪੂਰੀਆਂ ਕਰਨੀਆਂ ਚਾਹੁੰਦਾ ਹੈ ਜਾਂ ਕੋਈ ਜਵਾਨ ਮੁੰਡਾ ਸਹਿਵਨ ਹੀ ਅਜਿਹੀ ਹੀਰ ਸਲੇਟੀ ਅੱਗੇ ਆਪਣਾ ਦਿਲ ਆਪਣੇ ਹੱਥਾਂ 'ਚ ਪਰੋਸ ਕੇ ਉਸ ਨੂੰ ਭੇਟ ਕਰਦਾ ਹੈ।

ਸਾਡੇ ਇਸ ਚੰਦਰੇ ਸਮਾਜ 'ਚ ਹਰ ਜਵਾਨ-ਜਹਾਨ ਕੁੜੀ ਦਾ ਸੂਰਜ ਵਾਂਗ ਦਗਦਾ ਚਿਹਰਾ ਵੇਖ ਕੇ ਹਰ ਗੁਣੀ ਗਿਆਨੀ ਵੀ, ਆਪਣੀ ਵੇਖਣ ਭੁੱਖ ਦੀ ਤ੍ਰਿਪਤੀ ਕਰਨੀ ਚਾਹੁੰਦਾ ਹੈ। ਸੁੰਦਰ ਚਿਹਰੇ ਦੀਆਂ ਸੁੰਦਰ ਝਾਕੀਆਂ ਵੇਖ ਕੇ ਬੁੱਢੇ ਇਨਸਾਨ ਵੀ ਜੋ ਸੋਟੀ ਦੇ ਸਹਾਰੇ ਤੁਰ ਰਹੇ ਹੋਣ, ਆਪਣੀਆਂ ਅੱਖਾਂ 'ਤੇ ਹੱਥਾਂ ਦਾ ਛੱਜ ਜਿਹਾ ਬਣਾ ਕੇ ਜਵਾਨ ਕੁੜੀ ਵੱਲ ਵੇਖਦੇ ਹਨ। ਕੋਈ ਵੀ ਸ਼ਰਮ ਨਹੀਂ ਕਰਦਾ ਕਿ ਮੈਂ ਕਿਉਂ ਕਿਸੇ ਦੀ ਜਵਾਨ ਧੀ ਵੱਲ ਵੇਖ ਰਿਹਾ ਹਾਂ।

ਇਹ ਉਹ ਉਮਰ ਹੈ ਜਦ ਹਰ ਪਾਸੇ ਸਤਰੰਗੀ ਪੀਂਘਾਂ ਪਈਆਂ ਨਜ਼ਰ ਆਉਂਦੀਆਂ ਹਨ ਤੇ ਇਸ ਉਮਰ 'ਚ ਹਰ ਇਨਸਾਨ ਆਪਣੇ ਮਨ 'ਚ ਸੁਪਨੇ ਬੁਣਦਾ ਰਹਿੰਦਾ ਹੈ। ਕਈ ਵਾਰ ਇਨ੍ਹਾਂ ਸੁਪਨਿਆਂ ਦੇ ਘਨੇੜੀ ਚੜ੍ਹ ਕੇ ਸੱਤ ਸਮੁੰਦਰੋਂ ਪਾਰ ਦੀ ਉਡਾਰੀ ਮਾਰ ਜਾਂਦਾ ਹੈ।

ਕੋਈ ਵੀ ਸਿਆਣਾ ਮਾਂ-ਬਾਪ ਅਜਿਹੀ ਅੱਗ ਵਾਂਗ ਮੱਚਦੀ ਉਮਰ 'ਤੇ ਭਰੋਸਾ ਨਹੀਂ ਕਰਦਾ। ਹਰ ਮਾਂ-ਬਾਪ ਨੂੰ ਆਪਣੇ ਜਵਾਨ ਧੀ ਜਾਂ ਪੁੱਤ 'ਤੇ ਸ਼ੱਕ ਪੈਂਦਾ ਹੈ ਤੇ ਕਈ ਵਾਰ ਪਿਆਰ-ਪੀਂਘਾਂ ਝੂਟਦੇ-ਝੂਟਦੇ ਕਈ ਨੌਜਵਾਨ ਮੁੰਡੇ ਤੇ ਕੁੜੀਆਂ ਘਰਦਿਆਂ ਤੋਂ ਬਾਗ਼ੀ ਹੋ ਕੇ ਕਿਸੇ ਅਜਨਬੀ ਨਾਲ ਵਿਆਹ ਵੀ ਰਚਾ ਲੈਂਦੇ ਹਨ ਜਾਂ ਕਚਹਿਰੀ 'ਚ ਜਾ ਕੇ ਇਕ ਦੂਜੇ ਦੇ ਨਾਂ ਆਪਣੀ ਉਮਰ ਲਿਖ ਦਿੰਦੇ ਹਨ। ਕਈ ਵਾਰ ਕੋਈ ਕੁੜੀ ਇੰਜ ਸਤਰੰਗੀ ਪੀਂਘ ਝੂਟਦੀ ਝੂਟਦੀ ਕਿਧਰੇ ਕਿਸੇ ਓਪਰੇ ਮੁੰਡੇ ਨਾਲ ਉੱਧਲ ਵੀ ਜਾਂਦੀ ਹੈ। ਮਾਂ-ਬਾਪ ਦੇ ਨਾਂ ਨੂੰ ਕਲੰਕ ਲਾ ਕੇ ਪਤਾ ਨਹੀਂ ਕਿਧਰ ਅਲੋਪ ਹੋ ਜਾਂਦੀ ਹੈ।

ਗੱਲ ਕੀ, ਇਸ ਜਵਾਨੀ ਦੀ ਉਮਰ 'ਚ ਰਾਤਾਂ ਦੀ ਨੀਂਦ ਉੱਡ-ਪੁੱਡ ਜਾਂਦੀ ਹੈ ਤੇ ਕਾਲੀਆਂ ਰਾਤਾਂ 'ਚ ਅਸਮਾਨ 'ਚ ਤਾਰਿਆਂ ਦੀ ਸੁੰਦਰ ਜੜ੍ਹਤ ਮਨ ਨੂੰ ਕਿਸੇ ਹੋਰ ਹੀ ਅਲੋਕਾਰ ਸੰਸਾਰ ਵਿੱਚ ਜਾ ਖੜਦੀ ਹੈ। ਚੰਦ ਦੀ ਮਿੱਠੀ-ਮਿੱਠੀ ਚਾਨਣੀ 'ਚ ਆਪਣੇ ਜਿਹੇ ਹੀ ਕਿਸੇ ਹੋਰ ਪਰਛਾਵੇਂ ਦੀ ਖ਼ੁਸ਼ਬੂ ਵੀ ਆਉਂਦੀ ਹੈ। ਸਾਰੀ-ਸਾਰੀ ਰਾਤ ਮਨ ਕਿਸੇ ਕਲਪਿਤ ਰਾਂਝੇ ਜਾਂ ਹੀਰ ਦੇ ਸੁਪਨੇ ਵੇਖੀ ਜਾਂਦਾ ਹੈ। ਕਈ ਜਵਾਨ-ਜਹਾਨ ਮੁੰਡੇ-ਕੁੜੀਆਂ ਲੰਬੇ-ਲੰਬੇ ਖ਼ਤ ਲਿਖ ਕੇ ਆਪਣੀ ਪਿਆਰ-ਭੁੱਖ ਪੂਰੀ ਕਰਦੇ ਹਨ। ਇਨ੍ਹਾਂ ਖ਼ਤਾਂ ਦੀ ਇਬਾਰਤ ਮਿਸ਼ਰੀ ਵਾਂਗ ਮਿੱਠੀ 'ਤੇ ਗੂੜ੍ਹੀ ਹੁੰਦੀ ਹੈ। ਗੰਨੇ ਦੇ ਰਸ ਵਾਂਗ ਰਸੀ ਇਹ ਉਮਰ ਹਰ ਵਕਤ ਆਪਣਾ ਹਾਣ ਭਾਲਦੀ ਹੈ। ਖੱਬੇ ਸੱਜੇ ਆਪਣਾ ਸਾਥੀ ਲੱਭਦੀ ਹੈ। ਜਵਾਨੀ ਦੇ ਰੰਗੀਨ ਸੁਪਨੇ, ਕਦੇ ਕਿਸੇ ਨੂੰ ਨਾ ਸੌਣ ਦਿੰਦੇ ਹਨ, ਬਲਕਿ ਕਈ ਵਾਰ ਰਾਤ-ਰਾਤ ਭਰ ਜਾਗ ਕੇ, ਕੋਈ ਹੀਰ ਜਾਂ ਰਾਂਝਾ, ਆਪਣੇ ਪ੍ਰੇਮੀ ਦੀਆਂ ਧੁਨਾਂ 'ਚ ਗੁਆਚਿਆ, ਗੂੰਗਾ ਬੋਲ਼ਾ ਹੋਇਆ ਇਕ ਕਲਪਿਤ ਸੰਸਾਰ ਵਸਾ ਲੈਂਦਾ ਹੈ।

ਇਕ ਸਾਧਾਰਨ ਕੁੜੀ ਵੀ ਜਵਾਨ ਲੜਕੇ ਨੂੰ ਕੋਈ ਪਰੀ ਜਾਪਦੀ ਹੈ। ਅਜਿਹੀ ਪਰੀ ਜੋ ਕਿਸੇ ਵਕਤ ਵੀ ਆਪਣੇ ਫ਼ਰਜ਼ੀ ਖੰਭਾਂ ਨਾਲ ਉੱਡ ਕੇ ਅਸਮਾਨ 'ਚ ਜਾ ਵੱਸੇਗੀ। ਸਾਡੇ ਕਿੱਸੇ/ਕਹਾਣੀਆਂ ਅਜਿਹੀਆਂ ਪਰੀ-ਕਹਾਣੀਆਂ ਨਾਲ ਭਰੇ ਪਏ ਹਨ। ਹੁਸਨਬਾਨੋ ਦੀ ਪੈੜ ਲੱਭਦਾ-ਲੱਭਦਾ ਕੋਈ ਸ਼ੁਦਾਈ ਅਚਾਨਕ ਕਿਸੇ ਅੰਨ੍ਹੇ ਖੂਹ 'ਚ ਵੀ ਜਾ ਡਿੱਗਦਾ ਹੈ ਪਰ ਇਹ ਉਹ ਉਮਰ ਹੈ ਕਿ ਬਿਨਾਂ ਪੌੜੀ ਤੋਂ ਕੋਈ ਆਸ਼ਕ ਚੁਬਾਰੇ ਜਾ ਚੜ੍ਹਦਾ ਹੈ ਤੇ ਬਿਨਾਂ ਲੱਜ ਤੋਂ ਕੋਈ ਪ੍ਰੇਮਣ ਆਪਣੇ ਪ੍ਰੇਮੀ ਲਈ ਖੂਹ 'ਚੋਂ ਪਾਣੀ ਕੱਢ ਕੇ ਪਿਲਾ ਸਕਦੀ ਹੈ।

ਇਸ ਰੰਗੀਨ ਉਮਰ 'ਚ ਰੰਗੀਨ ਸੁਪਨੇ ਵੇਖ ਕੇ ਜਿਵੇਂ ਕੋਈ ਲੜਕੀ ਜਾਂ ਲੜਕਾ, ਦਿਨ ਰਾਤ ਕਿਸੇ ਨਸ਼ੇ 'ਚ ਡੁੱਬਿਆ ਰਹਿੰਦਾ ਹੈ, ਇਵੇਂ ਹੀ ਕਈ ਵਾਰ ਇਹ ਉਮਰ ਅੱਗ ਵਾਂਗ ਮੱਚ ਕੇ, ਆਪਣਾ ਹਾਣ ਪ੍ਰਵਾਨ ਵੀ ਲੱਭ ਲੈਂਦੀ ਹੈ। ਅੱਜ ਤੱਕ ਕਿਹੜਾ ਇਨਸਾਨ ਹੈ ਜਿਸ ਨੇ ਪਿਆਰ ਨਾ ਕੀਤਾ ਹੋਵੇ, ਕਿਹੜਾ ਇਨਸਾਨ ਹੈ ਜਿਸ ਨੇ ਪਿਆਰ 'ਚ ਹਾਰ ਨਾ ਖਾਧੀ ਹੋਵੇ। ਗਿੱਟੇ-ਗੋਡੇ ਭਨਾ ਕੇ ਹੀ ਪਤਾ ਲੱਗਦਾ ਹੈ ਕਿ ਜਿਸ ਖ਼ਿਆਲੀ ਘੋੜੇ 'ਤੇ ਸਵਾਰ ਹੋਏ ਸੀ, ਉਹ ਤਾਂ ਲੱਕੜ ਦਾ ਬਣਿਆ ਸੀ ਜਾਂ ਜਿਸ ਝਨਾਂ 'ਚ ਛਾਲਾਂ ਮਾਰੀਆਂ ਸਨ, ਉਸ 'ਚ ਤਾਂ ਪਾਣੀ ਹੀ ਨਹੀਂ ਸੀ ਜਾਂ ਜਿਸ ਅੰਬਰ 'ਚ ਉਡਾਰੀ ਲਾਈ ਸੀ, ਉਹ ਤਾਂ ਇਕ ਸੁਪਨਾ ਸੀ ਤੇ ਬੱਸ।

ਇਹ ਤਾਂ ਸਾਡੀ ਕਲਪਨਾ ਸ਼ਕਤੀ ਹੁੰਦੀ ਹੈ ਜਿਸ ਦੇ ਸਤਰੰਗੀ ਖੰਭ ਸਾਨੂੰ ਆਪਣੇ ਨਾਲ ਉਡਾ ਕੇ, ਕਿਤੇ ਦੀ ਕਿਤੇ ਲੈ ਜਾਂਦੇ ਹਨ, ਜਿਵੇਂ ਅਕਸਰ ਪਰੀ ਕਹਾਣੀਆਂ 'ਚ ਪਰੀਆਂ ਦੇ ਦੇਸ਼ ਜਾ ਕੇ ਪਤਾ ਲੱਗਦਾ ਹੈ ਕਿ ਇਥੇ ਕੋਈ ਪਰੀ ਨਹੀਂ ਰਹਿੰਦੀ ਬਲਕਿ ਇਥੇ ਤਾਂ ਕਿਸੇ ਦੈਂਤ ਦਾ ਪਹਿਰਾ ਹੈ। ਜੇ ਜਵਾਨੀ ਦੀ ਉਮਰ ਅੰਨ੍ਹੀ ਨਾ ਹੁੰਦੀ ਤਾਂ ਸੋਹਣੀ ਕਿਉਂ ਕੱਚੇ ਘੜੇ 'ਤੇ ਤਰਨ ਦੀ ਜ਼ਿੱਦ ਕਰਦੀ ਜਾਂ ਸੱਸੀ ਕਿਉਂ ਪੁੰਨੂੰ-ਪੁੰਨੂੰ ਕਰਦੀ ਥਲਾਂ 'ਚ ਜਾਨ ਗਵਾਉਂਦੀ। ਜਿਵੇਂ ਕਿਸੇ ਬੰਸਰੀ ਦੀ ਮਿੱਠੀ ਆਵਾਜ਼ ਸੁਣ ਕੇ, ਕੋਈ ਇਨਸਾਨ ਕਿਸੇ ਹਨੇਰੀ ਦਿਸ਼ਾ ਵੱਲ ਹੋ ਤੁਰੇ, ਇਹੀ ਇਸ ਉਮਰ ਦੇ ਲੱਛਣ ਹਨ।

ਪਰ ਸਿਆਣਿਆਂ ਨੇ ਕਿਹਾ ਹੈ ਕਿਸੇ ਵੀ ਚੀਜ਼ ਦੀ ਅਤਿ ਚੰਗੀ ਨਹੀਂ ਹੁੰਦੀ, ਸਗੋਂ ਵੇਲੇ ਸਿਰ ਸੰਭਲ ਕੇ, ਵਗਦੇ ਪਾਣੀਆਂ 'ਚ ਬਾਹਰ ਆ ਜਾਣਾ ਚਾਹੀਦਾ ਹੈ। ਇਕੱਲੀ ਕਲਪਨਾ ਇਨਸਾਨ ਨੂੰ ਕਿਤੇ ਵੀ ਨਹੀਂ ਪਹੁੰਚਾ ਸਕਦੀ। ਪੈਰਾਂ ਥੱਲੇ ਠੋਸ ਜ਼ਮੀਨ ਹੀ ਸਾਨੂੰ ਜ਼ਿੰਦਗੀ ਦਾ ਆਧਾਰ ਬਖ਼ਸ਼ਦੀ ਹੈ। ਕਈ ਸਿਆਣੇ ਪ੍ਰੇਮੀ ਪੀਂਘ ਦਾ ਹੁਲਾਰਾ ਵੀ ਲੈ ਲੈਂਦੇ ਹਨ ਤੇ ਡਿੱਗਦੇ ਵੀ ਨਹੀਂ। ਇੰਜ ਸਿਆਣਪ ਦੀ ਪਾਣ-ਚੜ੍ਹੇ ਪ੍ਰੇਮੀ, ਇਸ ਪ੍ਰੇਮ-ਡੋਰ ਨਾਲ ਬੱਝੇ ਇੱਕ ਦੂਜੇ ਦੀ ਜ਼ਿੰਦਗੀ ਰੰਗੀਨ ਬਣਾਈ ਰੱਖਦੇ ਹਨ। ਕਾਲਜਾਂ 'ਚ ਉੱਚੀਆਂ ਪੜ੍ਹਾਈਆਂ ਕਰ ਕੇ, ਜ਼ਿੰਦਗੀ ਨੂੰ ਕਿਸੇ ਬੰਨ੍ਹੇ ਕੰਢੇ ਵੀ ਲਗਾ ਲੈਂਦੇ ਹਨ। ਕਈ ਸਿਆਣੇ ਵਿਦਿਆਰਥੀ ਡਾਕਟਰ, ਇੰਜੀਨੀਅਰ ਜਾਂ ਹੋਰ ਉੱਚੀਆਂ ਡਿਗਰੀਆਂ ਲੈ ਕੇ ਪਿਆਰ ਕਰਨ ਦੇ ਨਾਲ-ਨਾਲ ਜ਼ਿੰਦਗੀ ਨੂੰ ਕਿਸੇ ਰਾਹ ਪਾ ਕੇ, ਆਪਣੀ ਕਿਸਮਤ ਖ਼ੁਦ ਘੜਦੇ ਹਨ। ਅਜਿਹੇ ਸਿਆਣੇ ਮੁੰਡੇ, ਕੁੜੀਆਂ ਆਪਣੀ ਉਮਰ ਨੂੰ ਪਿਆਰ ਦੇ ਮੂੰਹ-ਜ਼ੋਰ ਅੰਨ੍ਹੇ ਪਾਣੀਆਂ 'ਚ ਰੁੜ੍ਹਨ ਨਹੀਂ ਦਿੰਦੇ, ਬਲਕਿ ਪਿਆਰ ਨੂੰ ਉਹ ਇੱਕ ਸ਼ਕਤੀ ਵਜੋਂ ਵਰਤਦੇ ਹਨ। ਉਹ ਸ਼ਕਤੀ ਨਿਰਬਲ ਇਨਸਾਨ 'ਚ ਜੋਸ਼ ਭਰਦੀ ਹੈ। ਖ਼ਾਲੀ ਅਤੇ ਬੀਆਬਾਨ ਜ਼ਿੰਦਗੀ 'ਚ ਰੰਗੀਨੀਆਂ ਲੈ ਆਉਂਦੀ ਹੈ ਜਾਂ ਡਿੱਗਦੇ ਡੋਲਦੇ ਕਦਮਾਂ ਨੂੰ ਸਥਿਰ ਕਰ ਵਿਖਾਉਂਦੀ ਹੈ।

ਪਿਆਰ ਉਹ ਸ਼ਕਤੀ ਹੈ ਜੋ ਕਮਜ਼ੋਰ, ਬਲਹੀਨ ਅਤੇ ਹਾਰੇ-ਟੁੱਟੇ ਇਨਸਾਨ 'ਚ ਵੀ ਜੋਤਾਂ ਜਗਾ ਦਿੰਦੀ ਹੈ। ਬੁਝੇ ਹੋਏ ਮਨ ਰੌਸ਼ਨ ਹੋ ਜਾਂਦੇ ਹਨ ਅਤੇ ਇੱਕ ਖ਼ਾਲੀ ਬੀਆਬਾਨ ਵਰਗੇ ਦਿਲ 'ਚ ਵੀ ਚਿਰਾਗ਼ ਬਲ ਪੈਂਦੇ ਹਨ। ਪਿਆਰ-ਸ਼ਕਤੀ ਨਾਲ ਤਾਂ ਫ਼ਰਹਾਦ ਨੇ ਨਹਿਰ ਕੱਢ ਵਿਖਾਈ ਸੀ, ਫਿਰ ਅੱਜ ਦਾ ਕੋਈ ਫ਼ਰਹਾਦ ਕਿਵੇਂ ਆਪਣੀ ਸ਼ੀਰੀਂ ਨੂੰ ਖ਼ੁਸ਼ ਕਰਨ ਲਈ ਉੱਚ ਪਾਏ ਦੀ ਡਿਗਰੀ ਪ੍ਰਾਪਤ ਨਾ ਕਰੇ ?

ਪਿਆਰ ਦੀ ਸ਼ਕਤੀ ਸਭ ਸ਼ਕਤੀਆਂ ਤੋਂ ਵੱਧ ਤਾਕਤਵਰ ਹੈ। ਇਸੇ ਲਈ ਕਈ ਇਨਸਾਨ ਜੋ ਜ਼ਿੰਦਗੀ ਨੂੰ ਖ਼ਤਮ ਕਰਨ ਬਾਰੇ ਸੋਚਦੇ ਹਨ, ਪਿਆਰ ਦੀ ਓਟ 'ਚ ਆ ਕੇ ਭੈੜੇ ਵਿਚਾਰ ਤਿਆਗ ਦਿੰਦੇ ਹਨ। ਖ਼ੁਦਕੁਸ਼ੀ ਦੇ ਕਿਨਾਰੇ ਲੱਗੇ ਇਨਸਾਨ ਵੀ ਪਿਆਰ ਕਰਕੇ, ਪ੍ਰਫੁੱਲਤ ਹੁੰਦੇ ਵੇਖੇ ਗਏ ਹਨ। ਜ਼ਿੰਦਗੀ 'ਚ ਕੋਈ ਅਜਿਹਾ ਮੁਕਾਮ ਨਹੀਂ ਆਉਂਦਾ ਜਿਥੇ ਪਿਆਰ ਨਾ ਵੱਸਦਾ ਹੋਵੇ, ਬਲਕਿ ਬੁਢਾਪੇ 'ਚ ਵੀ ਇਹ ਪਿਆਰ-ਸ਼ਕਤੀ ਨਿਰਬਲ ਸਰੀਰ 'ਚ ਜਾਨ ਭਰ ਦਿੰਦੀ ਹੈ। ਖੜ੍ਹ-ਸੁੱਕ ਸਰੀਰ ਫਿਰ ਤੋਂ ਫੁੱਟ ਨਿਕਲਦੇ ਹਨ। ਇਕ ਪਿਆਰ ਭਰੀ ਨਿਗਾਹ ਬਿਮਾਰ ਨੂੰ ਤੰਦਰੁਸਤ ਕਰ ਸਕਦੀ ਹੈ। ਔਝੜ ਰਾਹ ਪਿਆ ਇਨਸਾਨ ਵੀ ਜੇਕਰ

ਪਿਆਰ ਦੀ ਓਟ-ਛਾਂ 'ਚ ਆ ਜਾਵੇ ਤਾਂ ਉਹ ਸਭ ਬੁਰਾਈਆਂ ਤਿਆਗ ਕੇ, ਇੱਕ ਚੰਗਾ ਖ਼ੁਸ਼-ਰਹਿਣਾ ਇਨਸਾਨ ਬਣ ਜਾਂਦਾ ਹੈ। ਇਹੀ ਵਜ੍ਹਾ ਹੈ ਕਿ ਕਿਸੇ ਛੜੇ-ਛੜਾਂਗ ਬੰਦੇ ਨੂੰ ਜਦ ਕੋਈ ਔਰਤ ਅਪਣਾ ਲਵੇ ਤਾਂ ਉਹ ਕੋਮਲ-ਚਿੱਤ, ਸੁਹਿਰਦ ਤੇ ਵਧੀਆ ਇਨਸਾਨ ਬਣ ਜਾਂਦਾ ਹੈ। ਜਵਾਨ ਜਜ਼ਬੇ ਜਿਥੇ ਜ਼ਿੰਦਗੀ ਨੂੰ ਤਾਕਤ ਨਾਲ ਭਰ ਦਿੰਦੇ ਹਨ, ਉਥੇ ਜ਼ਿੰਦਗੀ ਦੀਆਂ ਅਤਿ ਮੁਸ਼ਕਿਲ ਹਾਲਤਾਂ 'ਚ ਰਹਿ ਕੇ ਵੀ ਜ਼ਿੰਦਗੀ ਦਾ ਮੁਕਾਬਲਾ ਕਰਦੇ ਹਨ। ਭੈੜੇ, ਕਠਿਨ ਅਤੇ ਮੁਸ਼ਕਿਲਾਂ 'ਚ ਫਸੀ ਜਾਨ ਨੂੰ ਵੀ ਇਹ ਜਜ਼ਬੇ ਧੜਕਣਾਂ ਬਖ਼ਸ਼ ਦਿੰਦੇ ਹਨ। ਇਸੇ ਲਈ ਜਿਨ੍ਹਾਂ ਇਨਸਾਨਾਂ ਨੇ ਕਦੇ ਸੋਚਿਆ ਵੀ ਨਹੀਂ ਸੀ ਕਿ ਉਨ੍ਹਾਂ ਦੀ ਜ਼ਿੰਦਗੀ ਏਨੀ ਖ਼ੂਬਸੂਰਤ ਹੋਵੇਗੀ, ਉਹ ਪਿਆਰ ਪ੍ਰਾਪਤ ਕਰ ਕੇ ਅਤਿ-ਹੁਸੀਨ ਅਤੇ ਖ਼ੁਸ਼ ਰਹਿਣੇ ਇਨਸਾਨ ਬਣ ਜਾਂਦੇ ਹਨ।

ਜ਼ਿੰਦਗੀ 'ਚ ਸੁਹਜ, ਸਲੀਕਾ ਅਤੇ ਮਟਕ ਭਰਨ ਲਈ ਪਿਆਰ ਜ਼ਰੂਰੀ ਹੈ। ਇਹ ਪਿਆਰ-ਸ਼ਕਤੀ ਜੇ ਜ਼ਿੰਦਗੀ ਦੀ ਗੱਡੀ ਅੱਗੇ ਜੋੜ ਲਈ ਜਾਵੇ ਤਾਂ ਇਹ ਜ਼ਿੰਦਗੀ ਦੀ ਗੱਡੀ ਨੂੰ ਅੱਗੇ ਹੀ ਅੱਗੇ ਤੋਰੀ ਜਾਵੇਗੀ। ਜਿਵੇਂ ਤਾਰਿਆਂ ਨਾਲ ਜੜੀ, ਹਨੇਰੀ ਰਾਤ ਖ਼ੂਬਸੂਰਤ ਲੱਗਦੀ ਹੈ, ਇੰਜ ਹੀ ਪਿਆਰ ਦੇ ਚਿਰਾਗ਼, ਜਿਨ੍ਹਾਂ ਜੂਹਾਂ 'ਚ ਜਗ ਪੈਣ, ਉਹ ਜੂਹਾਂ ਰੌਣਕਾਂ ਨਾਲ ਭਰ ਜਾਂਦੀਆਂ ਹਨ ਅਤੇ ਜਿਨ੍ਹਾਂ ਦਿਲਾਂ 'ਚ ਪਿਆਰ ਦੇ ਚਸ਼ਮੇ ਫੁੱਟ ਪੈਣ, ਉਹ ਹਮੇਸ਼ਾ ਲਈ ਰੌਸ਼ਨ ਹੋ ਜਾਂਦੇ ਹਨ।

ਖ਼ੁਸ਼ੀ ਦੇ ਦੁਆਰ 'ਤੇ ਦਸਤਕ

ਇਨਸਾਨ ਸਾਰੀ ਉਮਰ ਖ਼ੁਸ਼ੀ ਲਈ ਤਾਂਘਦਾ ਹੈ ਤੇ ਇਸ ਦੀ ਭਾਲ 'ਚ ਹਰ ਥਾਂ ਭਟਕਦਾ ਫਿਰਦਾ ਹੈ; ਪਰ ਖ਼ੁਸ਼ੀ ਨਹੀਂ ਮਿਲਦੀ, ਸਗੋਂ ਕਈ ਵਾਰ ਖ਼ੁਸ਼ੀ ਦੀ ਥਾਂ ਗ਼ਮ ਤੇ ਦੁੱਖ ਮਿਲਦੇ ਹਨ। ਪਰ ਖ਼ੁਸ਼ੀ ਦੀ ਰਚਨਾ ਤਾਂ ਹਰ ਵਕਤ ਇਨਸਾਨ ਦੇ ਦਿਲ ਵਿਚ ਬਰਕਰਾਰ ਰਹਿੰਦੀ ਹੈ। ਕੌਣ ਹੈ ਜੋ ਖ਼ੁਸ਼ੀਆਂ ਲਈ ਫ਼ਰਹਾਦ ਵਾਂਗ ਨਹਿਰ ਪੁੱਟਣ ਲਈ ਤਿਆਰ ਨਹੀਂ ਜਾਂ ਪਰਬਤ, ਪਹਾੜ ਲੰਘ ਕੇ, ਜ਼ਿੰਦਗੀ ਦੇ ਰੂ-ਬ-ਰੂ ਨਹੀਂ ਹੋਣਾ ਚਾਹੁੰਦਾ। ਜ਼ਿੰਦਗੀ ਮ੍ਰਿਗ-ਤ੍ਰਿਸ਼ਨਾ ਬਣਦੀ ਜਾ ਰਹੀ ਹੈ। ਸੋਨੇ ਦਾ ਮਿਰਗ ਬਣ ਕੇ, ਜ਼ਿੰਦਗੀ ਇਨਸਾਨ ਨੂੰ ਲੁਭਾਉਂਦੀ ਤਾਂ ਹੈ, ਪਰ ਉਸ ਦੇ ਹੱਥ ਨਹੀਂ ਆਉਂਦੀ। ਫਿਰ ਵੀ ਇਨਸਾਨ ਨੂੰ ਆਪਣੇ ਸੁਪਨੇ ਸਾਕਾਰ ਕਰਨ ਲਈ ਮਿਹਨਤ, ਮੁਸ਼ੱਕਤ ਤਾਂ ਕਰਨੀ ਹੀ ਪੈਂਦੀ ਹੈ। ਜਿਸ ਨੇ ਮਿਹਨਤ, ਮੁਸ਼ੱਕਤ ਦਾ ਰਾਹ ਅਪਣਾ ਲਿਆ ਹੈ; ਉਸ ਨੂੰ ਵਿਹਲ ਹੀ ਕਿੱਥੇ ਹੈ ਕਿ ਉਹ ਮਖ਼ਮਲੀ ਚਾਹਵਾਂ ਦੇ ਸੁਪਨੇ ਲਵੇ ਜਾਂ ਕੋਮਲ-ਤਾਂਘ ਦੀ ਉਡੀਕ ਕਰੇ; ਇਹ ਤਾਂ ਸਿਰ ਸੁੱਟ ਕੇ, ਮਿਹਨਤਾਂ ਵਿਚ ਲੱਗਾ ਰਹਿੰਦਾ ਹੈ। ਸਿਆਣੇ ਕਹਿੰਦੇ ਹਨ ਕਿ ਜਿਸ ਨੇ ਪਾਣੀ ਪੀਣ ਲਈ ਖੂਹ ਪੁੱਟ ਲਿਆ ਹੈ; ਉਹ ਕਦੇ ਪਿਆਸਾ ਨਹੀਂ ਮਰ ਸਕਦਾ; ਉਸ ਲਈ ਤਾਂ ਹਰ ਕੰਮ ਕਰਨਾ, ਆਸਾਨ ਤੇ ਖ਼ੁਸ਼ੀਆਂ ਭਰਿਆ ਹੋ ਨਿਬੜਦਾ ਹੈ। ਇਸੇ ਲਈ ਪੂਰੀ ਲਗਨ, ਮਿਹਨਤ ਦੇ ਸਿਦਕ ਨਾਲ ਜਿਹੜੇ ਮੰਜ਼ਲਾਂ ਵੱਲ ਵਧੀ ਜਾਂਦੇ ਹਨ; ਉਹ ਖ਼ੁਸ਼ੀ ਦੇ ਦੁਆਰ 'ਤੇ ਪਹੁੰਚ ਕੇ, ਪਰਚਮ ਲਹਿਰਾ ਸਕਦੇ ਹਨ। ਖ਼ੁਸ਼ੀ ਤਾਂ ਤੁਹਾਨੂੰ ਮਿਲਣ ਦੀ ਚਾਹਵਾਨ ਹੈ ਜੇ ਤੁਸੀਂ ਜ਼ਿੰਦਗੀ ਵਿਚ ਰੰਗ ਭਰਨੇ ਸਿੱਖ ਲਵੋ।

ਜ਼ਿੰਦਗੀ ਦਾ ਕਿਹੜਾ ਪਲ ਹੈ ਜੋ ਖ਼ੁਸ਼ੀਆਂ ਤੋਂ ਸੱਖਣਾ ਹੁੰਦਾ ਹੈ। ਕੀ ਜਦੋਂ ਕਿਸਾਨ ਮਿੱਟੀ ਪੋਲੀ ਕਰਕੇ, ਕਣਕ ਬੀਜਦਾ ਹੈ; ਉਹ ਖ਼ੁਸ਼ੀ ਦਾ ਪਲ ਨਹੀਂ ਹੁੰਦਾ ਜਾਂ ਕੋਈ ਕਲਾਕਾਰ, ਕਲਾ 'ਚ ਲੀਨ ਹੋਇਆ, ਸੁੰਦਰ-ਕਲਾ ਕਿਰਤੀ ਨੂੰ ਜਨਮ ਦਿੰਦਾ ਹੈ; ਉਹ ਖ਼ੁਸ਼ੀ ਦਾ ਪਲ ਨਹੀਂ। ਜਿਹੜੀ ਮਾਂ ਸੁੰਦਰ ਤੇ ਗੋਭਲੇ ਜਿਹੇ ਬੱਚੇ ਨੂੰ ਜਨਮ ਦਿੰਦੀ ਹੈ ਕੀ ਉਹ ਖ਼ੁਸ਼ੀਆਂ ਤੋਂ ਖ਼ਾਲੀ ਹੁੰਦੀ ਹੈ ? ਉਸ ਵਕਤ ਤਾਂ ਮਾਂ, ਆਪਣੇ ਚੰਨ ਜਿਹੇ ਬਾਲ ਨੂੰ ਵੇਖ ਕੇ, ਖ਼ੁਸ਼ੀਆਂ 'ਚ ਖੀਵੀ ਹੋਈ ਪੂਰੇ ਸੰਸਾਰ ਨੂੰ ਭੁੱਲ ਜਾਂਦੀ ਹੈ। ਪੁੱਤਰ ਨੂੰ ਜਨਮ ਦੇ ਕੇ, ਤਾਂ ਮਾਂ ਦਾ ਹਿਰਦਾ, ਸਭ ਬਹਿਸ਼ਤਾਂ ਪ੍ਰਾਪਤ ਕਰ ਲੈਂਦਾ ਹੈ ਤੇ ਉਸ ਲਈ ਧਰਤੀ, ਅਸਮਾਨ ਇਕ ਹੋਏ ਪ੍ਰਤੀਤ ਹੁੰਦੇ ਹਨ। ਨਿੱਕੇ ਬਾਲ ਦੀ ਮੁਸਕਰਾਹਟ ਤੋਂ ਵੱਧ ਸੁੰਦਰ ਚੀਜ਼, ਦੁਨੀਆਂ ਵਿਚ ਕੋਈ ਨਹੀਂ ਤੇ ਬੱਚੇ ਦੇ ਲਾਡ-ਪਿਆਰ ਤੋਂ ਵਧ ਕੇ, ਕੋਈ ਖ਼ੁਸ਼ੀ ਦੁਨੀਆਂ ਵਿਚ ਨਹੀਂ।

ਜਦੋਂ ਕੋਈ ਗੱਭਰੂ, ਕਿਸੇ ਮੁਟਿਆਰ ਨਾਲ, ਲਾਵਾਂ ਫੇਰਿਆਂ ਦੀ ਰਸਮ ਨਿਭਾ

ਰਿਹਾ ਹੁੰਦਾ ਹੈ ਤਾਂ ਉਹ ਖ਼ੁਸ਼ੀਆਂ ਦਾ ਕਿੰਨਾ ਵੱਡਾ ਮੌਕਾ-ਮੇਲ ਹੋ ਨਿਬੜਦਾ ਹੈ ਤੇ ਗੱਭਰੂ ਦੇ ਮਨ ਵਿਚ, ਸਜੀ ਫਬੀ, ਮੁਟਿਆਰ, ਇਕ ਜੱਨਤ ਤੋਂ ਘੱਟ ਨਹੀਂ ਜਾਪਦੀ। ਇਹ ਸ਼ੁੱਭ-ਸ਼ਗਨ ਤੇ ਜਸ਼ਨ, ਜ਼ਿੰਦਗੀ ਦੀਆਂ ਬਹਾਰਾਂ ਲਈ ਸਭ ਰਾਹ ਖੁੱਲ੍ਹੇ ਕਰ ਦਿੰਦੇ ਹਨ। ਪਰ ਇਨ੍ਹਾਂ ਬਹਾਰਾਂ ਨੂੰ ਬਣਾਈ ਰੱਖਣ ਲਈ ਸਿਰ ਤਲੀ 'ਤੇ ਧਰਨਾਂ ਪੈਂਦਾ ਹੈ। ਜ਼ਿੰਦਗੀ ਦੀ ਪੂਰੀ ਇਬਾਰਤ ਲਿਖਣ ਲਈ, ਮਿਹਨਤਾਂ, ਮੁਸ਼ੱਕਤਾਂ ਵਿਚੋਂ ਲੰਘਣਾ ਪੈਂਦਾ ਹੈ; ਜਿਨ੍ਹਾਂ ਬਿਨਾਂ ਜ਼ਿੰਦਗੀ ਅਧੂਰੀ ਹੈ ਤੇ ਸਭ ਸੰਸਾਰ ਅਧੂਰਾ ਹੈ।

ਸਿਆਣੇ ਕਹਿੰਦੇ ਹਨ, ਜੇ ਖ਼ੁਸ਼ੀ ਲੱਭਣੀ ਹੈ ਤਾਂ ਫੁੱਲਾਂ ਵਰਗੇ ਬਣੋ। ਫੁੱਲਾਂ ਦੀ ਸੰਗਤ ਵਿਚ ਰਹੋ ਤੇ ਧਰਤੀ ਦੀ ਕੁੱਖ ਪੋਲੀ ਕਰਕੇ, ਤੁਸੀਂ ਵੀ ਆਪਣੇ ਹੱਥੀਂ ਫੁੱਲ ਉਗਾਉਣੇ ਸਿੱਖ ਲਵੋ, ਨਰਮ-ਨਰਮ, ਧਰਤੀ ਵਿਚੋਂ ਜਦੋਂ ਕੋਂਪਲ ਫੁੱਟਦੇ ਹਨ ਤਾਂ ਇਹ ਖ਼ੁਸ਼ੀ ਦੇ ਦੁਆਰੇ 'ਤੇ ਇਕ ਪੋਲੀ ਜਿਹੀ ਦਸਤਕ ਹੁੰਦੀ ਹੈ ਕਿ ਇਨ੍ਹਾਂ ਕੋਂਪਲਾਂ ਨੇ ਫੁੱਟ ਕੇ, ਕਦੇ ਬਾਗ ਦੀ ਨੁਹਾਰ ਬਦਲਣੀ ਹੈ। ਇਨ੍ਹਾਂ ਕੋਂਪਲਾਂ ਵਿਚੋਂ ਹਜ਼ਾਰਾਂ ਫੁੱਲ ਖਿੜ ਕੇ, ਕਿੰਨੀਆਂ ਅੱਖਾਂ ਦੀ ਸੁੰਦਰਤਾ ਨੂੰ ਜਨਮ ਦੇਣਾ ਹੈ ਤੇ ਕਿੰਨੇ ਚਿਹਰਿਆਂ 'ਚ ਰੁਸ਼ਨਾਈ ਭਰਨੀ ਹੈ।

ਖ਼ੁਸ਼ੀ ਜੇ ਮੁੱਲ ਵਿਕਦੀ ਹੁੰਦੀ ਤਾਂ ਅਮੀਰ ਇਨਸਾਨ, ਇਸ ਨੂੰ ਖ਼ਰੀਦਣ ਲਈ, ਸਭ ਤੋਂ ਪਹਿਲਾਂ, ਖ਼ੁਸ਼ੀ ਦੇ ਸਟੋਰਾਂ 'ਤੇ ਪਹੁੰਚ ਜਾਂਦੇ। ਪਰ ਅਜਿਹਾ ਨਹੀਂ ਹੈ। ਅਮੀਰ ਇਨਸਾਨ, ਕਾਰਾਂ, ਏ. ਸੀ., ਮਹਿੰਗਾ ਫਰਨੀਚਰ ਤੇ ਮਹਿੰਗੇ ਕੱਪੜੇ ਤਾਂ ਖਰੀਦ ਸਕਦੇ ਹਨ; ਪਰ ਖ਼ੁਸ਼ੀ ਨਹੀਂ। ਇਨਸਾਨ ਦੀ ਕਿੰਨੀ ਵੱਡੀ ਭੁੱਲ ਹੈ ਕਿ ਖ਼ੁਸ਼ੀ ਨੂੰ ਵਸਤਾਂ ਵਿਚੋਂ ਭਾਲਦਾ ਹੈ ਤੇ ਇਸੇ ਲਈ ਵੱਧ ਤੋਂ ਵੱਧ ਧਨ ਇਕੱਠਾ ਕਰਨ ਵਿਚ ਲੱਗਾ ਹੋਇਆ ਹੈ।

ਅਸਲ ਵਿਚ ਖ਼ੁਸ਼ੀ ਦਾ ਥੁਹ-ਟਿਕਾਣਾ ਕਿਹੜਾ ਹੈ, ਇਹ ਭੇਤ ਅੱਜ ਤੀਕ ਕਿਸੇ ਨੇ ਨਹੀਂ ਜਾਣਿਆ। ਪਰ ਕਈ ਵਾਰ ਤਾਂ ਰਾਹ ਜਾਂਦਿਆਂ-ਜਾਂਦਿਆਂ ਹੀ ਖ਼ੁਸ਼ੀ ਮਿਲ ਜਾਂਦੀ ਹੈ; ਜਦੋਂ ਪ੍ਰੇਮੀ-ਪ੍ਰੇਮਿਕਾ ਪਹਿਲੇ ਪਿਆਰ ਦੀ ਮੁਸਕਰਾਹਟ ਸਾਂਝੀ ਕਰਦੇ ਹਨ; ਕੋਈ ਪ੍ਰੇਮੀ, ਹਿਰਦਾ, ਦਿਲ ਦੀਆਂ ਡੂੰਘੀਆਂ ਤਹਿਆਂ ਵਿਚੋਂ ਖ਼ਤ ਲਿਖ ਕੇ, ਪ੍ਰੇਮਿਕਾ ਦੀ ਭੇਂਟ ਕਰਦਾ ਹੈ। ਪ੍ਰੇਮ ਦੀ ਅਵਸਥਾ ਵਿਚ ਦੋਵੇਂ ਹਿਰਦੇ ਸਮਰਪਣ ਦੀ ਅਵਸਥਾ ਵਿਚ ਹੁੰਦੇ ਹਨ। ਇਸੇ ਸਮਰਪਣ ਭਾਵਨਾ ਵਿਚੋਂ ਖ਼ੁਸ਼ੀ ਜਨਮ ਲੈਂਦੀ ਹੈ। ਇਸ ਤੋਂ ਇਹ ਵੀ ਸਿੱਧ ਹੋ ਜਾਂਦਾ ਹੈ ਕਿ ਖ਼ੁਸ਼ੀ ਕਿਸੇ ਤੋਂ ਲੈਣ ਵਿਚ ਓਨੀ ਨਹੀਂ ਮਿਲਦੀ ਜਾਂ ਅਨੁਭਵ ਹੁੰਦੀ ਜਿੰਨੀ ਕਿ ਕਿਸੇ ਨੂੰ ਕੁਝ ਦੇਣ ਜਾਂ ਅਰਪਣ ਕਰਨ ਵਿਚ ਹੁੰਦੀ ਹੈ।

ਸਿਆਣੇ ਕਹਿੰਦੇ ਹਨ ਕਿ ਜੇ ਖ਼ੁਸ਼ੀਆਂ ਪ੍ਰਾਪਤ ਕਰਨੀਆਂ ਚਾਹੁੰਦੇ ਹੋ ਤਾਂ ਪਹਿਲਾਂ ਆਪਣਾ ਹਿਰਦਾ ਸ਼ੁੱਧ ਕਰ ਲਵੋ; ਕਿਉਂਕਿ ਮੈਲੇ ਹਿਰਦੇ ਵਿਚ ਖ਼ੁਸ਼ੀਆਂ ਨਹੀਂ ਸਮਾਅ ਸਕਦੀਆਂ। ਜਿਵੇਂ ਮੈਲੇ ਭਾਂਡੇ ਵਿਚ ਵਸਤੂ ਸ਼ੁੱਧ ਨਹੀਂ ਰਹਿੰਦੀ; ਇੰਜ ਹੀ ਖ਼ੁਸ਼ੀ ਵੀ ਮੈਲੇ ਮਨ ਵਿਚ ਤ੍ਰੇੜੀ ਜਾਂਦੀ ਹੈ।

ਜਿੰਨਾ ਤੁਸੀਂ ਆਪਣਾ ਪੱਲੂ ਵੱਡਾ ਕਰੀ ਜਾਵੋਗੇ; ਓਨੀਆਂ ਹੀ ਵੱਧ ਖ਼ੁਸ਼ੀਆਂ ਇਸ ਵਿਚ ਸਮਾਈ ਜਾਣਗੀਆਂ; ਪਰ ਇਹ ਨਾ ਭੁੱਲਣਾ ਜੇ ਤੁਸੀਂ ਖ਼ੁਸ਼ੀ ਪ੍ਰਾਪਤ ਕਰਨੀ ਚਾਹੁੰਦੇ ਹੋ ਤਾਂ ਇਸ ਦਾ ਕੁਝ ਨਾ ਕੁਝ ਮੁੱਲ ਵੀ ਤੁਹਾਨੂੰ ਤਾਰਨਾ ਪਵੇਗਾ। ਫੁੱਲ ਪ੍ਰਾਪਤ ਕਰਨ ਲਈ

ਕੰਡਿਆਂ ਦੀ ਪੀੜ ਸਹਿਣੀ ਹੀ ਪੈਂਦੀ ਹੈ। ਬੱਚੇ ਨੂੰ ਜਨਮ ਦੇਣ ਵੇਲੇ, ਮਾਂ ਨੂੰ ਕਿੰਨੀ ਵੱਡੀ ਪੀੜ ਸਹਿਣੀ ਪੈਂਦੀ ਹੈ।

ਸਗੋਂ ਖ਼ੁਸ਼ੀਆਂ ਹਾਸਲ ਕਰਨ ਲਈ ਆਪਾ ਵਾਰਨਾ ਪੈਂਦਾ ਹੈ। ਪ੍ਰੇਮਿਕਾ ਦਾ ਦਿਲ ਜਿੱਤਣ ਲਈ ਜ਼ਿੰਦਗੀ ਸਮਰਪਣ ਕਰਨੀ ਪੈਂਦੀ ਹੈ ਤੇ ਕਈ ਵਾਰੀ ਪੂਰੇ ਪਿਆਰ ਦੀ ਕੀਮਤ, ਜ਼ਿੰਦਗੀ ਦੀ ਕੀਮਤ ਤੋਂ ਵੱਧ ਆਂਕੀ ਜਾਂਦੀ ਹੈ।

ਕਈ ਵਾਰੀ ਰਾਹ ਜਾਂਦਿਆਂ ਜਾਂਦਿਆਂ ਵੀ ਖ਼ੁਸ਼ੀਆਂ ਮਿਲ ਜਾਂਦੀਆਂ ਹਨ। ਜਿਵੇਂ ਸਫ਼ਰ 'ਤੇ ਤੁਰੇ ਯਾਤਰੀ ਨੂੰ ਵਗਦੇ ਪਾਣੀਆਂ ਦੇ ਸੰਗੀਤ ਵਿਚੋਂ ਖ਼ੁਸ਼ੀ ਮਿਲ ਜਾਂਦੀ ਹੈ ਜਾਂ ਸਵੇਰੇ ਸੁਗੰਧ ਸਮੀਰ, ਪਹਿਲੇ ਉੱਠੇ ਯਾਤਰੀ ਦਾ ਸੁਆਗਤ ਕਰਦੀ ਹੈ, ਬਾਗ਼ਾਂ, ਫੁੱਲਾਂ, ਤਿੱਤਲੀਆਂ, ਰੰਗਾਂ, ਸੁਗੰਧੀਆਂ ਤੇ ਕੁਲ ਪ੍ਰਕਿਰਤੀ ਦੀ ਸੁੰਦਰਤਾ ਖ਼ੁਸ਼ੀਆਂ ਵੰਡ ਰਹੀ ਹੈ। ਉੱਡਦੇ ਪੰਛੀ ਤੇ ਚਹਿਕਦੇ ਪਰਿੰਦੇ, ਤੁਹਾਨੂੰ ਖ਼ੁਸ਼ ਕਰਨ ਲਈ ਕੰਮ ਨਹੀਂ ਕਰਦੇ। ਝਰਨੇ, ਆਬਸ਼ਾਰਾਂ ਤੇ ਬਹਾਰਾਂ, ਸਭ ਖ਼ੁਸ਼ੀ ਦੀ ਦਾਅਵਤ ਹਨ। ਆਪਣੇ ਫ਼ੁਰਸਤ ਦੇ ਪਲਾਂ ਵਿਚ ਇਨ੍ਹਾਂ ਖ਼ੁਸ਼ੀਆਂ ਦੇ ਸੋਮਿਆਂ ਵੱਲ ਧਿਆਨ ਧਰੋ ਤੇ ਖ਼ੁਸ਼ੀਆਂ ਆਪਣੀ ਝੋਲੀ ਵਿਚ ਭਰ ਲਵੋ। ਕੁਦਰਤ ਦੇ ਆਬੇ-ਹਿਆਤ ਵਿਚੋਂ ਮਾਮੂਲੀ ਦਸਤਕ ਦੇਣ 'ਤੇ ਵੀ ਖ਼ੁਸ਼ੀ ਮਿਲ ਸਕਦੀ ਹੈ। ਕਿਸੇ ਅਗਿਆਤ ਕਵੀ ਦੀਆਂ ਇਹ ਸਤਰਾਂ ਖ਼ੁਸ਼ੀ ਨੂੰ ਕਿੰਨੇ ਸੁਹਣੇ ਢੰਗ ਨਾਲ ਵਿਅਕਤ ਕਰਦੀਆਂ ਹਨ :

ਹੱਸਦਿਆਂ ਹੋਇਆਂ ਉਹ ਖ਼ੁਸ਼ੀ ਦੇ ਫੁੱਲ ਲੈ ਕੇ ਆਈ।
ਮੇਰੇ ਪਾਸ ਸਿਰ.ਫ .ਗਮਾਂ ਦੇ ਫੁੱਲਾਂ ਤੋਂ ਬਿਨਾ ਕੁਝ ਨਹੀਂ ਸੀ।
ਮੈਂ ਉਸ ਨੂੰ ਪੁੱਛਿਆ ਕਿ ਜੋ ਕੁਝ ਆਪਣੇ ਪਾਸ ਹੈ
ਜੇ ਆਪਾਂ ਉਸ ਨੂੰ ਇਕ ਦੂਜੇ ਨਾਲ ਵਟਾ ਲਈਏ
ਤਾਂ ਕੌਣ ਘਾਟੇ ਵਿਚ ਰਹੇਗਾ ?
ਮੁਸਕਰਾਉਂਦਿਆਂ ਹੋਇਆਂ ਉਸ ਸੁੰਦਰੀ ਨੇ ਉੱਤਰ ਦਿੱਤਾ,
"ਠੀਕ ਹੈ, ਆਉ ਆਪਾਂ ਇਨ੍ਹਾਂ ਨੂੰ ਵਟਾਈਏ
ਤੂੰ ਮੇਰੇ ਫੁੱਲ ਲੈ ਲੈ
ਬਦਲੇ ਵਿਚ ਤੂੰ ਮੈਨੂੰ ਹੰਝੂਆਂ ਨਾਲ ਭਰਪੂਰ ਆਪਣੇ ਫੁੱਲ ਦੇ ਦੇ !"

ਵਗਣਾ ਹੀ ਜੀਵਨ ਹੈ

ਜ਼ਿੰਦਗੀ ਤੁਰਨ ਦਾ ਨਾਂ ਹੈ। ਰੁਕੀ ਹੋਈ ਜ਼ਿੰਦਗੀ ਕਿਸੇ ਖਰਾਬ ਹੋਈ ਘੜੀ ਵਾਂਗ ਲੱਗਦੀ ਹੈ। ਤੇ ਕਈ ਵਾਰ ਘਰਾਂ ਵਿਚ ਖਰਾਬ ਹੋਏ ਵਾਹਨ ਵੀ ਘਰ ਦੇ ਇਕ ਕੋਨੇ 'ਚ ਸਾਂਭੇ ਇਹੀ ਸੁਨੇਹਾ ਦਿੰਦੇ ਹਨ। ਟੁੱਟੀਆਂ ਕਾਰਾਂ, ਮੋਟਰਾਂ ਤੇ ਸਾਈਕਲ ਸਭ ਕਬਾੜਖਾਨਾ ਜਾਪਦੇ ਹਨ ਪਰ ਜਦੋਂ ਇਹੀ ਠੀਕ ਹਾਲਤ ਵਿਚ ਸੜਕ 'ਤੇ ਦੌੜਦੇ ਹਨ ਤਾਂ ਜ਼ਿੰਦਗੀ ਕਿੰਨੀ ਖ਼ੂਬਸੂਰਤ ਲੱਗਦੀ ਹੈ। ਸਵਾਰੀ ਵੀ ਆਪਣੀ ਆਪ 'ਚ ਹਰਕਤ, ਧੜਕਨ ਤੇ ਜ਼ਿੰਦਗੀ ਦੀ ਰੌਅ ਮਹਿਸੂਸ ਕਰਕੇ ਖ਼ੁਸ਼ ਹੁੰਦੀ ਹੈ। ਕਿੰਨੇ ਮੁਸਾਫਰ ਸਵੇਰੇ ਹੀ ਗੱਡੀਆਂ, ਬੱਸਾਂ ਵੱਲ ਦੌੜਦੇ ਹਨ ਤੇ ਕਈ ਆਪ ਦੀ ਹੀ ਸਕੂਟਰ ਜਾਂ ਸਾਈਕਲ 'ਤੇ ਸਵਾਰ ਹੋ ਕੇ ਆਪਣੇ ਕੰਮ ਵਾਲੀਆਂ ਥਾਵਾਂ 'ਤੇ ਪਹੁੰਚਦੇ ਹਨ। ਇਨ੍ਹਾਂ ਲੋਕਾਂ 'ਚ ਇਕ ਉਤਸ਼ਾਹ, ਉਮਾਹ ਤੇ ਹਿੰਮਤ ਠਾਠਾਂ ਮਾਰਦੀ ਵਿਖਾਈ ਦਿੰਦੀ ਹੈ। ਕੰਮ ਕਰਨ ਦਾ ਜੋਸ਼ ਚਿਹਰੇ 'ਤੇ ਝਲਕਾਂ ਮਾਰਦਾ ਹੈ ਤੇ ਜ਼ਿੰਦਗੀ 'ਚ ਹਰਕਤ ਆਉਂਦੀ ਹੈ।

ਇੰਝ ਹੀ ਸਵੇਰੇ ਸਵੇਰੇ ਅੰਬਰਾਂ 'ਤੇ ਪੰਛੀਆਂ ਦੀਆਂ ਡਾਰਾਂ ਕਿਵੇਂ ਖੰਭ ਮਾਰਦੀਆਂ ਆਪਣੀਆਂ ਮੰਜ਼ਲਾਂ ਵੱਲ ਭੱਜੀ ਜਾਂਦੀਆਂ ਹਨ। ਕਈ ਪੰਛੀ ਤਾਂ ਲੰਬੇ ਸਫ਼ਰਾਂ 'ਤੇ ਨਿਕਲਦੇ ਹਨ ਤੇ ਕਈ ਕਈ ਦਿਨ ਉਹ ਉੱਡਦੇ ਉੱਡਦੇ ਦੂਜੀਆਂ ਧਰਤੀਆਂ ਤੇ ਦੂਜੇ ਦੇਸ਼ਾਂ 'ਚ ਜਾ ਡੇਰਾ ਲਾਉਂਦੇ ਹਨ। ਦਿਨ ਵੇਲੇ ਧਿਆਨ ਨਾਲ ਵੇਖੋ ਪੰਛੀਆਂ ਦੇ ਆਲ੍ਹਣੇ ਕਰੀਬ ਕਰੀਬ ਖ਼ਾਲੀ ਹੀ ਹੁੰਦੇ ਹਨ ਜਾਂ ਇਨ੍ਹਾਂ ਦੇ ਨਿੱਕੇ ਬੋਟ ਭਾਵੇਂ ਹਿਫ਼ਾਜ਼ਤ ਵਜੋਂ ਆਲ੍ਹਣੇ ਵਿਚ ਬਸੇਰਾ ਕਰ ਰਹੇ ਹੋਣ ਵਰਨਾ ਵੱਡੇ ਪੰਛੀ ਨਰ ਜਾਂ ਮਾਦਾ ਜੋ ਵੀ ਹੋਣ, ਆਪਣੇ ਸਫਰਾਂ 'ਤੇ ਨਿਕਲ ਚੁੱਕੇ ਹੁੰਦੇ ਹਨ। ਇੰਝ ਹੀ ਵਗਦੀਆਂ ਨਦੀਆਂ ਸਾਵੀ ਤੋਰ ਆਪਣੀਆਂ ਮੰਜ਼ਿਲਾਂ ਵੱਲ ਵਗਦੀਆਂ ਵਿਖਾਈ ਦਿੰਦੀਆਂ ਹਨ। ਕਈ ਨਦੀਆਂ ਗੀਤ ਗਾਉਂਦੀਆਂ ਵਗਦੀਆਂ ਹਨ ਤੇ ਕਈ ਬਿਲਕੁਲ ਖ਼ਾਮੋਸ਼। ਗੀਤ ਗਾਉਂਦੀ ਨਦੀ ਕਿੰਨੀ ਪਿਆਰੀ ਲੱਗਦੀ ਹੈ ਤੇ ਨਦੀ ਕਿਨਾਰੇ ਆਰਾਮ ਕਰਨ ਬੈਠਾ ਕੋਈ ਰਾਹੀ, ਪਾਂਧੀ ਵੀ ਇੰਝ ਨਦੀ ਦਾ ਧੀਮਾ ਤੇ ਸੁਰੀਲਾ ਗੀਤ ਸੁਣ ਕੇ ਖ਼ੁਸ਼ ਹੁੰਦਾ ਹੈ। ਤੇ ਪਾਂਧੀ ਵੇਖਦੇ ਹਨ ਕਿ ਇਨ੍ਹਾਂ ਵਗਦੇ ਪਾਣੀਆਂ 'ਚ ਜੇ ਕੋਈ ਪੱਥਰ ਜਾਂ ਰੋੜੇ ਵੀ ਰੁਕਾਵਟਾਂ ਵੀ ਖੜ੍ਹੀਆਂ ਕਰਨ ਤਾਂ ਇਨ੍ਹਾਂ ਦਾ ਵੇਗ ਸਗੋਂ ਹੋਰ ਤੇਜ਼ ਹੋ ਜਾਂਦਾ ਹੈ। ਇੰਝ ਹੀ ਕਈ ਵਾਰ ਨਹਿਰ, ਸੂਇਆਂ ਤੇ ਕੱਸੀਆਂ ਦੇ ਪਾਣੀ ਨੂੰ ਵੀ ਤੇਜ਼ ਕਰਨ ਲਈ ਠੋਕਰਾਂ ਬਣਾਈਆਂ ਜਾਂਦੀਆਂ ਹਨ। ਠੋਕਰਾਂ ਪਾਣੀ ਦੀ ਗਤੀ ਤੇਜ਼ ਕਰ ਦਿੰਦੀਆਂ ਹਨ।

ਇੰਜ ਹੀ ਸਾਧੂ, ਸੰਤ, ਸੰਨਿਆਸੀ ਸਵੇਰੇ ਸਵੇਰੇ ਆਪਣੇ ਰਾਹ ਪਏ ਵਗੀ ਜਾਂਦੇ ਹਨ। ਇਨ੍ਹਾਂ ਸਾਧੂਆਂ ਤੇ ਸੰਨਿਆਸੀਆਂ ਦੀ ਤਾਂ ਜ਼ਿੰਦਗੀ ਹੀ ਲਗਭਗ ਤੁਰਨ 'ਚ ਬੀਤਦੀ

ਹੈ। ਸਿਆਣਿਆਂ ਨੇ ਕਿਹਾ ਹੈ ਕਿ ਕਿਸੇ ਵੀ ਸੰਨਿਆਸੀ ਨੂੰ ਕਿਸੇ ਇਕ ਸਰ੍ਹਾਂ 'ਚ ਇਕ ਤੋਂ ਵੱਧ ਰਾਤ ਨਹੀਂ ਕੱਟਣੀ ਚਾਹੀਦੀ। ਇਸ ਤੋਂ ਇਹ ਵੀ ਸੰਕੇਤ ਮਿਲਦਾ ਹੈ ਕਿ ਤੁਰਨਾ ਜੀਵਨ ਹੈ ਤੇ ਰੁਕਣਾ ਮੌਤ। ਕਈ ਵਾਰ ਰੁਕੇ ਹੋਏ ਕਾਫ਼ਲੇ ਕਿਸੇ ਰੁਕਾਵਟ ਕਾਰਨ ਰੁਕਦੇ ਹਨ ਤਾਂ ਕਿੰਨੀ ਮੁਸ਼ਕਲ ਮਹਿਸੂਸ ਕਰਦੇ ਹਨ। ਕਿਵੇਂ ਬਿਹਬਲ ਹੁੰਦੇ ਹਨ ਕਿ ਸਫ਼ਰ ਫਿਰ ਸ਼ੁਰੂ ਕੀਤਾ ਜਾਵੇ ਤੇ ਇੰਝ ਹੀ ਰੁਕੇ ਹੋਏ ਪਾਣੀ ਸੜ੍ਹਾਂਦ ਮਾਰਨ ਲਗਦੇ ਹਨ। ਇਨ੍ਹਾਂ ਰੁਕੇ ਪਾਣੀਆਂ ਕਾਰਨ ਆਸ-ਪਾਸ ਬਿਮਾਰੀਆਂ ਫੈਲ ਜਾਂਦੀਆਂ ਹਨ ਤੇ ਕਈ ਵਾਰ ਇਨ੍ਹਾਂ ਰੁਕੇ ਪਾਣੀਆਂ ਨੂੰ ਕਲੁੰਜ ਕੇ ਟੋਇਆਂ ਵਿਚੋਂ ਬਾਹਰ ਕੱਢਿਆ ਜਾਂਦਾ ਹੈ ਭਾਵ ਰੁਕੇ ਪਾਣੀ ਨੂੰ ਵਗਣ ਲਾ ਦਿੱਤਾ ਜਾਂਦਾ ਹੈ।

ਸਮੁੰਦਰੀ ਤੱਟ 'ਤੇ ਤੁਰਦੇ ਜਹਾਜ਼ ਕਿੰਨੇ ਸੁਹਣੇ ਲੱਗਦੇ ਹਨ ਤੇ ਤੁਰਦੀਆਂ, ਦੌੜਦੀਆਂ ਕਿਸ਼ਤੀਆਂ ਵੀ ਸੁਹੱਪਣ ਦਾ ਰੂਪ ਪੇਸ਼ ਕਰਦੀਆਂ ਹਨ। ਪਰ ਜੇ ਇੱਕ ਜਹਾਜ਼ ਖਰਾਬ ਵੀ ਹੋਇਆ ਖਲੋਤਾ ਹੋਵੇ ਤਾਂ ਉਹ ਕੋਈ ਬਹੁਤੀ ਚੰਗੀ ਝਾਤੀ ਪੇਸ਼ ਨਹੀਂ ਕਰਦਾ।

ਕੰਮ ਕਰਨਾ ਵਾਲਾ ਬੰਦਾ, ਮਿਹਨਤੀ ਕਾਮਾ ਜਾਂ ਕੋਈ ਹੋਰ ਕਰਮਚਾਰੀ ਬਿਮਾਰ ਹੋ ਕੇ ਮੰਜੇ 'ਤੇ ਪੈ ਜਾਵੇ ਤੇ ਉਹ ਵੀ ਭਲਾ ਕਿੰਨਾ ਕੁ ਚੰਗਾ ਲੱਗਦਾ ਹੈ ਸਗੋਂ ਕੋਸ਼ਿਸ਼ ਇਹੀ ਹੁੰਦੀ ਹੈ ਕਿ ਵੱਧ ਤੋਂ ਵੱਧ ਖਾਤਰਦਾਰੀ ਨਾਲ ਬਿਮਾਰ ਬੰਦਾ ਉੱਠ ਕੇ ਤੁਰਨ ਲੱਗ ਪਵੇ ਤੇ ਜ਼ਿੰਦਗੀ ਦੀ ਦੌੜ ਵਿਚ ਫਿਰ ਤੋਂ ਸ਼ਾਮਲ ਹੋ ਜਾਵੇ।

ਗੱਡੀਆਂ ਵਾਲੇ ਟੱਪਰੀਵਾਸ ਵੀ ਹਮੇਸ਼ਾ ਤੁਰਨ ਵਿਚ ਹੀ ਭਲਾ ਚਾਹੁੰਦੇ ਹਨ। ਉਹ ਜੇ ਕਿਸੇ ਪਿੰਡ ਠਹਿਰ ਵੀ ਜਾਂਦੇ ਤਾਂ ਵੱਧ ਤੋਂ ਵੱਧ 8-10 ਦਿਨ ਠਹਿਰ ਕੇ ਫਿਰ ਤੁਰ ਪੈਂਦੇ ਹਨ।

ਇਨ੍ਹਾਂ 8-10 ਦਿਨਾਂ ਵਿਚ ਉਹ ਆਪਣੀ ਕਲਾ ਨਾਲ ਬਣੇ ਭਾਂਡੇ, ਤਕਲੇ, ਸੂਈਆਂ, ਖੁਰਚਣੇ, ਚਿਮਟੇ, ਬੱਠਲ ਤੇ ਹੋਰ ਬੱਚਿਆਂ ਦੇ ਖੇਡਣ ਦਾ ਸਾਮਾਨ ਪਿੰਡਾਂ ਵਿਚ ਵੇਚ ਕੇ, ਅੱਗੇ ਤੁਰਨ ਦੀ ਕਰਦੇ ਹਨ। ਉਹ ਪੱਕਾ ਡੇਰਾ ਜਮ੍ਹਾ ਕੇ ਨਹੀਂ ਬੈਠੇ ਤੇ ਇੰਝ ਅੱਗੇ ਤੁਰਨ ਦੀ ਕਾਹਲ ਤੇ ਲਗਨ, ਉਨ੍ਹਾਂ ਦੇ ਜੀਵਨ ਵਿਚ ਸਦਾ ਖ਼ੁਸ਼ੀਆਂ, ਵੰਨ-ਸੁਵੰਨਤਾ ਤੇ ਚਹਿਲ-ਪਹਿਲ ਭਰੀ ਰੱਖਦੀ ਹੈ। ਇਕੋ ਜਗ੍ਹਾ ਰਹਿ ਕੇ, ਉਹ ਅੱਕੇ-ਥੱਕੇ ਮਹਿਸੂਸ ਕਰਦੇ ਹਨ। ਭਾਂਤ-ਭਾਂਤ ਦੇ ਇਲਾਕੇ, ਦੁਰਲੱਭ ਥਾਵਾਂ ਤੇ ਰੰਗੀਨੀਆਂ ਵੇਖਣ ਦੇ ਚਾਹਵਾਨ ਇਹ ਲੋਕ, ਸਦਾ ਪਾਣੀਆਂ ਵਾਂਗ ਵਗਦੇ ਰਹਿਣ ਨੂੰ ਹੀ ਅਸਲ ਜੀਵਨ ਕਿਆਸਦੇ ਹਨ। ਇਥੋਂ ਤੀਕ ਕਿ ਇਨ੍ਹਾਂ ਨੂੰ ਕੋਈ ਲੋਭ-ਲਾਲਚ ਦੇ ਕੇ ਵੀ ਇੱਕ ਜਗ੍ਹਾ ਨਹੀਂ ਬੰਨ੍ਹ ਸਕਦਾ। ਤੁਰਦੀ-ਫਿਰਦੀ ਸਦਾ-ਬਹਾਰ ਜ਼ਿੰਦਗੀ ਇਨ੍ਹਾਂ ਨੂੰ ਵੱਧ ਪਿਆਰੀ ਲੱਗਦੀ ਹੈ।

ਕਈ ਵਾਰ ਜਦ ਅਸੀਂ ਆਪਣੇ ਸਕੇ-ਸਬੰਧੀ ਨੂੰ ਏਅਰ-ਪੋਰਟ 'ਤੇ ਛੱਡਣ ਵੀ ਜਾਈਏ ਤਾਂ ਅਸੀਂ ਹੈਰਾਨ ਰਹਿ ਜਾਂਦੇ ਹਾਂ ਕਿ ਏਅਰ-ਪੋਰਟ 'ਤੇ ਤਾਂ ਅੱਧੀ ਦੁਨੀਆਂ ਜਮ੍ਹਾਂ ਹੋਈ ਪਈ ਹੈ। ਕੋਈ ਜਾ ਰਿਹਾ ਹੈ ਤੇ ਕੋਈ ਆ ਰਿਹਾ ਹੈ। ਸਭ ਆਪੋ-ਆਪਣੇ ਸਫ਼ਰ ਨਾਲ ਬੱਝੇ ਸਿਰ ਸੁੱਟੀ ਤੁਰੇ ਜਾ ਰਹੇ ਹਨ। ਕਿੰਨਾ ਚਾਅ, ਉਤਸ਼ਾਹ ਤੇ ਇਹਨਾਂ ਮੁਸਾਫ਼ਰਾਂ ਦੇ ਚਿਹਰਿਆਂ ਤੋਂ ਖ਼ੁਸ਼ੀ ਝਲਕਦੀ ਹੈ। ਨਵੀਆਂ ਥਾਵਾਂ ਤੇ ਨਵੇਂ ਮੁਲਕ ਵੇਖਣ ਦੀ ਲਾਲਸਾ ਠਾਠਾਂ ਮਾਰਦੀ

ਹੈ ਤੇ ਕਈ ਵਾਰ ਇਹ ਵੀ ਖ਼ੁਸ਼ੀ ਹੁੰਦੀ ਹੈ ਕਿ ਜਿੱਥੇ ਜਾਣਾ ਹੈ, ਉੱਥੇ ਪਤਾ ਨਹੀਂ ਕੀ ਹੋਊ ਦੀ ਹੋੜ 'ਚ ਲੱਗਾ ਬੰਦਾ ਅੱਗੇ ਅੱਗੇ ਹੀ ਅੱਗੇ ਵਗੀ ਜਾਂਦਾ ਹੈ।

ਪੂਰੇ ਸੰਸਾਰ 'ਚ ਕਈ ਯਾਤਰੀ ਅਜਿਹੇ ਵੀ ਹਨ ਜਿਨ੍ਹਾਂ ਨੇ ਇਸ ਸੰਸਾਰ ਨੂੰ ਵੇਖਣ ਖਾਤਰ ਕਈ ਸਾਲ ਸਫ਼ਰਾਂ 'ਚ ਲੰਘਾ ਦਿੱਤੇ। ਤੇ ਕਈ ਵਾਰ ਉਹ ਸਫ਼ਰ ਨੂੰ ਸਮਰਪਿਤ ਹੋਏ ਫਿਰ ਘਰ ਨਹੀਂ ਮੁੜੇ। ਸਗੋਂ ਜ਼ਿੰਦਗੀ ਦੀ ਨਵੀਨਤਾ ਤੇ ਰੰਗੀਨੀ ਉਨ੍ਹਾਂ ਨੂੰ ਏਨੀ ਪਿਆਰੀ ਲੱਗੀ ਕਿ ਉਹ ਸਾਰੀ ਜ਼ਿੰਦਗੀ ਸਫ਼ਰ 'ਚ ਹੀ ਰਹੇ। ਤੇ ਸਫ਼ਰ 'ਚ ਰਹਿੰਦਿਆਂ ਉਨ੍ਹਾਂ ਨੇ ਆਪਣੇ ਅਨੋਖੇ ਅਨੁਭਵ ਕਈ ਕਿਤਾਬਾਂ 'ਚ ਲਿਖ ਦਿੱਤੇ। ਸਫ਼ਰਨਾਮੇ ਲਿਖ ਕੇ ਲੋਕਾਂ ਨੂੰ ਹੈਰਾਨ ਕਰ ਦਿੱਤਾ।

ਅਸੀਂ ਵੇਖਦੇ ਹਾਂ ਕਿ ਜਿਹੜੇ ਪੰਛੀ ਅੰਬਰਾਂ ਵਿਚ ਉੱਚੀਆਂ ਉਡਾਰੀਆਂ ਮਾਰਦੇ ਹਨ, ਉਹ ਖ਼ੁਸ਼ ਹਨ ਤੇ ਜਿਹੜੇ ਕਿਸੇ ਵਜ੍ਹਾ ਕਾਰਨ ਆਲ੍ਹਣੇ ਵਿਚ ਹੀ ਬੈਠੇ ਹਨ, ਉਹ ਉਦਾਸ ਵਿਖਾਈ ਦਿੰਦੇ ਹਨ। **ਸਿਆਣੇ ਕਹਿੰਦੇ ਨੇ ਕਿ ਪਿੰਜਰਾ ਭਾਵੇਂ ਸੋਨੇ ਦਾ ਹੀ ਕਿਉਂ ਨਾ ਹੋਵੇ, ਪੰਛੀ ਇਸ ਸੋਨੇ ਦੇ ਪਿੰਜਰੇ 'ਚ ਰਹਿੰਦਾ ਵੀ ਉਦਾਸ ਤੇ ਗ਼ਮਗੀਨ ਹੋ ਜਾਂਦਾ ਹੈ।** ਇਹੀ ਹਾਲਤ ਅੱਜ ਕੱਲ੍ਹ ਉਨ੍ਹਾਂ ਲੋਕਾਂ ਦੀ ਬਣੀ ਹੋਈ ਹੈ ਜੋ ਵੱਡੀਆਂ ਵੱਡੀਆਂ ਮਹਿਲਨੁਮਾ ਕੋਠੀਆਂ ਤੇ ਘਰਾਂ ਵਿਚ ਇਕੱਲੇ ਰਹਿੰਦੇ ਹਨ। ਉਹ ਇਨ੍ਹਾਂ ਸੋਨੇ ਦੇ ਬੰਦ ਪਿੰਜਰਿਆਂ 'ਚ ਕੈਦ ਹੋਏ ਮਹਿਸੂਸ ਕਰਦੇ ਹਨ। ਤੇ ਕਈ ਹਾਲਤਾਂ 'ਚ ਇਨ੍ਹਾਂ ਲੋਕਾਂ ਦੇ ਬੱਚੇ ਬਾਹਰਲੇ ਮੁਲਕਾਂ 'ਚ ਰਹਿ ਰਹੇ ਹਨ ਤੇ ਇਨ੍ਹਾਂ ਨੂੰ ਇੱਥੇ ਘਰ ਸੰਭਾਲਣ ਲਈ ਕੈਦ ਕੀਤਾ ਹੋਇਆ ਹੈ। ਇਹ ਬਾਹਰ-ਅੰਦਰ ਜਾਂਦੇ ਵੀ ਹਨ ਤਾਂ ਬੱਸ ਕੋਈ ਛੋਟੀ-ਮੋਟੀ ਸੈਰ ਕਰਨ ਜਾਂ ਫਿਰ ਖਾਣ-ਪੀਣ ਦੀਆਂ ਚੀਜ਼ਾਂ ਖਰੀਦਣ ਕੋਈ ਪ੍ਰਯੋਜਨਾ ਨਜ਼ਰ ਨਹੀਂ ਆਉਂਦਾ। ਇੱਥੋਂ ਤੱਕ ਕਿ ਮੰਜੇ ਤੇ ਲੇਟਿਆ ਨਿੱਕਾ ਬੱਚਾ ਇੰਨਾ ਖ਼ੁਸ਼ ਨਹੀਂ ਵਿਖਾਈ ਦਿੰਦਾ। ਪਰ ਜਦ ਉਹ ਬੱਚਾ ਨਿੱਕੇ ਨਿੱਕੇ ਪੈਰ ਚੁੱਕਦਾ ਤੁਰ ਕੇ ਵੇਖਦਾ ਹੈ ਤਾਂ ਕਿੱਲਕਾਰੀਆਂ ਮਾਰਦਾ ਹੈ। ਖ਼ੁਸ਼ ਹੁੰਦਾ ਹੈ। ਉਹ ਨੂੰ ਇੰਝ ਲੱਗਦਾ ਹੈ ਜਿਵੇਂ ਕੋਈ ਨਵੀਂ ਲੱਭਤ ਉਸ ਦੇ ਹੱਥ ਲੱਗ ਗਈ ਹੋਵੇ।

ਬਾਗਾਂ ਵਿਚ ਫੁੱਲਾਂ 'ਤੇ ਬੈਠੀਆਂ ਤਿੱਤਲੀਆਂ ਏਨੀਆਂ ਖ਼ੂਬਸੂਰਤ ਨਹੀਂ ਲੱਗਦੀਆਂ ਜਿੰਨੀਆਂ ਹੁਣ ਬਾਗ਼ ਵਿਚ ਉੱਡ ਕੇ ਵੱਖ-ਵੱਖ ਫੁੱਲਾਂ 'ਤੇ ਜਾਂਦੀਆਂ ਫੱਬਦੀਆਂ ਹਨ। **ਸਫ਼ਰਾਂ 'ਤੇ ਪਈ ਦੁਨੀਆਂ ਸੁਹਾਣੀ ਤੇ ਸੁੰਦਰ ਲੱਗਦੀ ਹੈ।**

ਵੇਖਿਆ ਗਿਆ ਹੈ ਕਿ ਜਿਹੜੇ ਮੁਸਾਫਰ ਮੰਜ਼ਿਲ 'ਤੇ ਵੀ ਪਹੁੰਚ ਜਾਂਦੇ ਹਨ; ਉਹ ਮੰਜ਼ਿਲ 'ਤੇ ਪਹੁੰਚ ਕੇ ਵੀ ਇਹੀ ਮਹਿਸੂਸ ਕਰਦੇ ਹਨ ਕਿ ਸਫਰ ਵਧੇਰੇ ਖ਼ੂਬਸੂਰਤ ਸੀ। ਮੰਜ਼ਿਲ ਆ ਤਾਂ ਗਈ ਹੈ ਪਰ ਇਹ ਪੱਕਾ ਟਿਕਾਣਾ ਨਾ ਬਣੇ ਤੇ ਜ਼ਿੰਦਗੀ ਦਾ ਸਫ਼ਰ ਹਮੇਸ਼ਾ ਜਾਰੀ ਰਹੇ। **ਸੱਚ ਤਾਂ ਇਹੀ ਹੈ ਕਿ ਜ਼ਿੰਦਗੀ ਇੱਕ ਸਫ਼ਰ ਦਾ ਨਾਂ ਹੈ।**

ਕੁਦਰਤਿ ਦਿਸੈ ਕੁਦਰਤਿ ਸੁਣੀਐ

ਕੁਦਰਤ ਨੂੰ ਵੇਖਣ ਲਈ ਇਨਸਾਨ ਦੀਆਂ ਅੱਖਾਂ, ਖੁੱਲ੍ਹੀਆਂ ਹੋਣੀਆਂ ਚਾਹੀਦੀਆਂ ਹਨ। ਤਦ ਹੀ ਉਹ ਕੁਦਰਤ ਦੇ ਭੇਤ ਜਾਣ ਸਕਦਾ ਹੈ। ਕੁਦਰਤ ਦੀ ਧੜਕਨ ਨੂੰ ਮਹਿਸੂਸ ਕਰ ਸਕਦਾ ਹੈ ਤੇ ਕੁਦਰਤ ਦੀਆਂ ਅਦਭੁੱਤ ਘਾਟੀਆਂ, ਵਣਾਂ, ਪਰਬਤਾਂ ਤੇ ਝਰਨਿਆਂ, ਆਬਸ਼ਾਰਾਂ ਨਾਲ ਵੀ ਸਾਂਝ ਪਾ ਸਕਦਾ ਹੈ। ਕੁਦਰਤ ਦੇ ਆਪਣੇ ਅਟੱਲ ਨਿਯਮ ਹਨ ਜਿਨ੍ਹਾਂ ਨਾਲ ਇਹ ਕੁਦਰਤੀ ਪਾਸਾਰਾ ਸਦੀਆਂ ਤੋਂ ਚਲਿਆ ਆ ਰਿਹਾ ਹੈ। ਕੁਦਰਤ ਵਿਚ ਫੈਲੇ ਵੱਡੇ-ਵੱਡੇ ਪਹਾੜ ਇਸ ਦੀ ਸ਼ੋਭਾ 'ਚ ਸਦੀਆਂ ਤੋਂ ਵਾਧਾ ਕਰਦੇ ਆ ਰਹੇ ਹਨ ਤੇ ਇਹ ਪਹਾੜ ਸਿਰ ਉੱਚਾ ਚੁੱਕੀ ਕਿਵੇਂ ਪੂਰੇ ਸੰਸਾਰ ਨੂੰ ਚੁਣੌਤੀ ਵੀ ਦਿੰਦੇ ਹਨ ਕਿ ਸਾਡੇ ਵਾਂਗ ਸਿਰ ਉੱਚਾ ਚੁੱਕ ਕੇ ਵੇਖ, ਸਾਡੇ ਵਾਂਗ ਗੌਰਵ, ਮਾਣ ਤੇ ਮਰਿਆਦਾ ਨਾਲ ਸੰਸਾਰ 'ਚ ਜੀਣਾ ਸਿੱਖ। ਸਿਆਣੇ ਕਹਿੰਦੇ ਹਨ ਕਿ ਪਹਾੜ ਏਨਾ ਉੱਚਾ ਹੋਣ ਲਈ, ਇਕੱਲਤਾ ਭੋਗਦਾ ਹੈ ਪਰ ਇਸ ਇਕੱਲਤਾ ਨੂੰ ਤਿਆਗਦਾ ਨਹੀਂ। ਇਸ ਇਕੱਲਤਾ ਨੂੰ ਮਾਣਦਾ ਹੈ। ਪੰਛੀ, ਪਰਿੰਦੇ ਵਣਾਂ 'ਚ ਰਹਿੰਦਿਆਂ ਇਨ੍ਹਾਂ ਵਣਾਂ ਦੀ ਲੀਲ੍ਹਾ ਦਾ ਆਨੰਦ ਲੈਣ ਲਈ ਇਨ੍ਹਾਂ ਦੀ ਬੁੱਕਲ 'ਚ ਸਮਾਏ ਹੋਏ ਹਨ ਤੇ ਸਦਾਬਹਾਰ ਜ਼ਿੰਦਗੀ ਨੂੰ ਆਪਣੀਆਂ ਖ਼ੁਸ਼ੀਆਂ ਨਾਲ ਚਹਿਕਾ ਦਿੰਦੇ ਹਨ। ਜਦੋਂ ਕਿਸੇ ਝਰਨੇ ਦੇ ਕੋਲ, ਹਿਰਨ ਚੁੰਗੀਆਂ ਭਰਦੇ ਹਨ ਤੇ ਠੰਢਾ ਜਲ ਪੀ ਕੇ ਆਪਣੀ ਪਿਆਸ ਬੁਝਾਉਂਦੇ ਹਨ ਤੇ ਇਸ ਦੀ ਹਾਮੀ ਡਾ. ਹਰਿਭਜਨ ਸਿੰਘ ਦੀ ਕਵਿਤਾ ਕਿੰਨੀ ਖ਼ੂਬਸੂਰਤੀ ਨਾਲ ਭਰਦੀ ਹੈ :

ਕੀ ਸੱਜਣਾ, ਅਸੀਂ ਮਿਰਗ ਨਿਸਾਏ
ਕੂਲੀਂ ਪੀਂਦੇ ਨੀਰ
ਕੀ ਸਾਡੀ ਤਕਸੀਰ ਵੇ ਸੱਜਣਾ।
ਕੀ ਸਾਡੀ ਤਕਸੀਰ ?

ਕਹਿੰਦੇ ਹਨ ਕਿ ਜੇ ਪਿਆਸਾ ਹਿਰਨ, ਆਪਣੀ ਪਿਆਸ ਬੁਝਾਉਣ ਲਈ ਕਦੇ ਕਿਸੇ ਰੋਹੀ ਬੀਆਬਾਨ 'ਚ ਕਿਸੇ ਇਕੱਲੇ ਦੁਕੱਲੇ ਖੂਹ 'ਤੇ ਪਾਣੀ ਪੀਣ ਲਈ ਆ ਜਾਵੇ ਤਾਂ ਖੂਹ ਦਾ ਪਾਣੀ ਵੀ ਉਪਰ ਆ ਜਾਂਦਾ ਹੈ। ਹਿਰਨ ਦੀ ਪਿਆਸ, ਖੂਹ ਦੇ ਪਾਣੀ ਨੂੰ ਆਪਣੀ ਵੱਲ ਖਿੱਚ ਲੈਂਦੀ ਹੈ। ਹਿਰਨ ਪਾਣੀ ਨਾਲ ਰੱਜ ਜਾਂਦਾ ਹੈ ਫਿਰ ਪਾਣੀ ਪਹਿਲਾਂ ਵਾਲੀ ਥਾਂ ਸਿਰ ਚਲਿਆ ਜਾਂਦਾ ਹੈ।

ਪਰਬਤਾਂ ਨੂੰ ਪਾਰ ਕਰਦੀਆਂ ਉੱਚੀਆਂ, ਨੀਵੀਆਂ ਸਲੇਟੀ ਸੜਕਾਂ, ਕਿਸੇ ਮੁਟਿਆਰ ਦੇ ਸੱਜਰੇ ਵਾਹੇ ਤੇ ਕੱਢੇ ਚੀਰਾਂ ਵਾਂਗ ਲੱਗਦੀਆਂ ਹਨ। ਕਿਤੇ ਕੋਈ ਸੁੰਦਰ ਦ੍ਰਿਸ਼ ਜਾਂ ਝੀਲ ਦਾ ਨਜ਼ਾਰਾ ਲੱਖਾਂ ਬਹਿਸ਼ਤਾਂ ਨੂੰ ਮਾਤ ਕਰਦਾ ਹੈ ਤੇ ਕੁਦਰਤ 'ਚ ਵੱਜਦਾ ਸਦੀਵੀ ਰਾਗ, ਸਦੀਵੀ

ਸੰਗੀਤ ਤੇ ਪੌਣਾਂ ਦੀ ਸਰਸਰਾਹਟ ਤੇ ਪੰਛੀਆਂ ਦੀ ਚਹਿਚਹਾਟ ਤੇ ਘੁਲੀ-ਮਿਲੀ ਬੋਲੀ ਕਾਰਨ, ਕਿਸੇ ਅਦੁੱਤੇ ਸੰਗੀਤ ਨੂੰ ਜਨਮ ਦਿੰਦਾ ਹੈ। ਜੋ ਆਦਿ-ਕਾਲ ਤੋਂ ਸ੍ਰਿਸ਼ਟੀ ਦੀ ਸਿਰਜਣਾ ਵੇਲੇ ਤੋਂ ਇਸ ਸੰਸਾਰ ਦੀ ਸੁੱਖ ਮੰਗਦਾ ਆਇਆ ਹੈ। ਕੁਦਰਤ ਦੀਆਂ ਅਛੂਹ ਟੀਸੀਆਂ, ਬਰਫ਼ਾਂ ਕੱਜੀਆਂ ਸਿਖਰਾਂ ਤੇ ਚੀੜ੍ਹ, ਦਿਉਦਾਰ ਤੇ ਫਲਾਂ ਲੱਦੇ ਬਿਰਖਾਂ ਨਾਲ, ਇਨ੍ਹਾਂ ਵਣਾਂ, ਪਰਬਤਾਂ ਦੀ ਸ਼ੋਭਾ ਹੋਰ ਵੀ ਵਧ ਜਾਂਦੀ ਹੈ।

ਚੁੱਪ ਦਾ ਸੰਗੀਤ ਸੁਣਨ ਲਈ ਮਨ ਦੀਆਂ ਅੱਖਾਂ ਵੀ ਖੋਲ੍ਹ ਕੇ ਰੱਖਣ ਦੀ ਲੋੜ ਪੈਂਦੀ ਹੈ। ਉਹ ਮਨ ਜੋ ਕਿਸੇ.ਨਿੱਕੀ ਜਿਹੀ ਆਹਟ ਨੂੰ ਸੁਣ ਕੇ, ਕਿਸੇ ਵਣ ਪੰਛੀ ਦੀ ਕੂਹੂ-ਕੂਹੂ ਨੂੰ ਮਾਣ ਸਕੇ ਤੇ ਕਿਸੇ ਭੇਡਾਂ ਬੱਕਰੀਆਂ ਚਾਰਦੇ ਮੁੰਡੇ ਦੀ ਬੰਸਰੀ ਦੀ ਹੇਕ ਨੂੰ, ਸੀਨੇ 'ਚ ਵਸਾ ਲਵੇ। ਪਿਆਰ-ਗੀਤ ਦੀ ਲੰਬੀ ਹੇਕ ਜੋ ਪਰਬਤਾਂ ਦੀ ਵੱਖੀ ਚੀਰ ਕੇ, ਹਵਾ 'ਚ ਆਪਣਾ ਜਾਦੂ ਵਸਾ ਦਿੰਦੀ ਹੈ। ਉਹ ਹੇਕ ਤੇ ਉਹ ਕੀਲਦੀ ਆਵਾਜ਼ ਜਿਸ ਨਾਲ ਕਈ ਜਾਨਵਰ ਵੀ ਭੱਜੇ-ਭੱਜੇ ਜਾਂਦੇ ਰੁਕ ਕੇ, ਆਪਣੀ ਬੂਥੀ ਬੰਸਰੀ ਦੀ ਆਵਾਜ਼ ਵੱਲ ਸੇਧ ਲੈਂਦੇ ਹਨ। ਸਿਆਣੇ ਕਹਿੰਦੇ ਹਨ ਕਿ ਜੇ ਇਨਸਾਨ ਪੰਛੀਆਂ, ਜਾਨਵਰਾਂ, ਵਣਾਂ, ਪਰਬਤਾਂ ਤੇ ਜੰਗਲਾਂ ਨੂੰ ਪਿਆਰ ਕਰਨ ਲੱਗੇ ਤਾਂ ਉਸ ਦੇ ਜੋੜ-ਦਰਦ ਕਿੱਧਰੇ ਖਤਮ ਹੋ ਜਾਣ। ਉਸ ਦੀਆਂ ਅੱਖਾਂ ਦੀ ਰੌਸ਼ਨੀ ਮੁੜ ਪਰਤ ਆਵੇ ਤੇ ਉਸ ਦੇ ਸੀਨੇ ਦੀ ਧੌਂਕਣੀ ਜੋ ਗੰਦੀ ਹਵਾ ਨਾਲ ਭਰੀ ਪਈ ਹੈ ਸਾਫ ਤੇ ਸ਼ਫ਼ਾਫ਼ ਹਵਾ ਨਾਲ ਖੁੱਲ੍ਹ ਜਾਵੇ। ਉਸ ਦੀ ਔਸਤ ਉਮਰ ਵੱਧ ਕੇ 100 ਸਾਲ ਹੋ ਜਾਵੇ।

ਕੁਦਰਤ ਜਿਸ ਦੇ ਸਮੁੰਦਰਾਂ 'ਚ ਗਰਜਦਾ ਪਾਣੀ ਇਨਸਾਨ ਨੂੰ ਆਪਣੇ ਕੋਲ ਬੁਲਾ ਕੇ, ਆਪਣੀ ਸ਼ਕਤੀ ਦਾ ਪ੍ਰਦਰਸ਼ਨ ਕਰਦਾ ਹੈ। ਉਹ ਸਮੁੰਦਰੀ ਗਰਜ਼ ਤੇ ਖੂੰਖਾਰ ਛੱਲਾਂ ਜੋ ਸਮੁੰਦਰੀ ਜਹਾਜ਼ਾਂ ਤੇ ਬੇੜੀਆਂ ਦੀ ਰਫ਼ਤਾਰ ਵਧਾ ਦਿੰਦੀਆਂ ਹਨ ਤੇ ਉਹ ਮਧੁਰ ਸੁਰਾਂ ਜੋ ਮਨੁੱਖੀ ਸਿਰਜੇ ਹਰ ਗੀਤ ਨੂੰ ਮਾਤ ਦੇ ਸਕਦੀਆਂ ਹਨ। ਉਹ ਪਾਣੀ, ਜਿਸ ਲਈ ਇਨਸਾਨ ਤੜਪਦਾ ਤੇ ਸਹਿਕਦਾ ਹੈ ਤੇ ਉਹ ਸੀਤਲ ਜਲ ਜੋ ਇਨਸਾਨ ਦੀਆਂ ਸਭ ਪਿਆਸਾਂ ਸ਼ਾਂਤ ਕਰ ਸਕਦਾ ਹੈ।

ਇਹ ਪਾਣੀ ਦੀ ਬਰਕਤ ਹੀ ਹੈ ਕਿ ਮਛੇਰਿਆਂ ਦੀ ਸਾਰੀ ਜ਼ਿੰਦਗੀ ਸਮੁੰਦਰ ਦੇ ਕੰਢੇ ਬਤੀਤ ਹੋ ਜਾਂਦੀ ਹੈ। ਕਿਵੇਂ ਸਮੁੰਦਰ ਉਨ੍ਹਾਂ ਨੂੰ ਵੱਡੀਆਂ ਤੇ ਛੋਟੀਆਂ ਮੱਛੀਆਂ ਦੇ ਕੇ, ਇਸ ਸੌਗਾਤ ਨਾਲ ਉਨ੍ਹਾਂ ਦਾ ਪੇਟ ਭਰਦਾ ਹੈ। ਕਿਵੇਂ ਸਮੁੰਦਰ ਦੀ ਛਾਤੀ 'ਤੇ ਵੱਡੇ ਵੱਡੇ ਜਹਾਜ਼ ਤੁਰਦੇ ਆਪਣੇ ਬਾਦਬਾਨ ਉੱਚੇ ਕਰਦੇ ਤੇ ਜ਼ਿੰਦਗੀ ਦੀ ਖੈਰ ਮੰਗਦੇ ਹਨ। ਇਹ ਸਮੁੰਦਰ ਹੀ ਹੈ ਜੋ ਜ਼ਿੰਦਗੀ ਨੂੰ ਹਰਕਤ ਦਿੰਦਾ ਹੈ ਅਤੇ ਵਿਛੜਿਆਂ ਨੂੰ ਮਿਲਾਉਂਦਾ ਹੈ।

ਕੁਦਰਤ ਦੇ ਪਾਸਾਰ ਨੂੰ ਮਾਨਣ ਦੇ ਜਾਨਣ ਲਈ ਤੁਹਾਨੂੰ ਇਨ੍ਹਾਂ ਬੰਦ-ਡੱਬੇ ਕਮਰਿਆਂ ਵਿਚੋਂ ਬਾਹਰ ਆਉਣਾ ਪਵੇਗਾ। ਤਦ ਹੀ ਤੁਸੀਂ ਕੁਦਰਤ ਦਾ ਭੇਤ ਪਾ ਸਕਦੇ ਹੋ। ਕੁਦਰਤ ਨੂੰ ਜਾਣ ਸਕਦੇ ਹੋ। ਤਦ ਹੀ ਤੁਸੀਂ ਬਾਗਾਂ 'ਚ ਖਿੜੇ ਗੁਲਾਬਾਂ ਤੇ ਗੁਲਦਾਉਦੀਆਂ ਦੀ ਸੁੰਦਰਤਾ ਵੀ ਮਾਣ ਸਕਦੇ ਹੋ ਤੇ ਤਦ ਹੀ ਤੁਸੀਂ ਕਿਸੇ ਸੋਹਣੇ ਜਿਹੇ ਫੁੱਲ ਦਾ ਮਾਣ ਤੇ ਸਤਿਕਾਰ ਵੀ ਕਰ ਸਕਦੇ ਹੋ। ਉਹ ਫੁੱਲ ਜੋ ਰੰਗਾਂ 'ਚ ਭਿੱਜਿਆ, ਕੁਦਰਤ ਦੀ ਸ਼ੋਭਾ 'ਚ ਪੱਤੀਆਂ ਖਿਲਾਰਦਾ ਹੈ ਤੇ ਹਵਾ 'ਚ ਝੂਮਦਾ ਹੈ। ਹਵਾ ਦੇ ਬੁੱਲ੍ਹੇ ਨਾਲ ਨੱਚਦਾ ਹੈ ਤੇ ਗਾਉਂਦਾ ਹੈ। ਉਹ ਹਰਾ ਹਰਾ

ਘਾਹ ਜੋ ਤੁਹਾਡੀ ਪੈਰਾਂ ਦੀ ਆਹਟ ਸੁਣਨ ਲਈ ਵਿਛ ਵਿਛ ਜਾਂਦਾ ਹੈ। ਤੁਹਾਡੀ ਗੰਦੀ, ਰੱਕੜ ਤੇ ਮਿੱਟੀ ਲਿੱਬੜੀ ਧਰਤ ਨੂੰ ਇਕ ਹਰਾ ਗਲੀਚਾ ਬਣਾ ਦਿੰਦਾ ਹੈ। ਉਹ ਘਾਹ ਜਿਸ ਦੇ ਮਾਣ 'ਚ ਮਤਵਾਲੇ ਕਵੀ ਵਾਲਟ-ਵਿੱਟਮੈਨ ਨੇ ਕਵਿਤਾਵਾਂ ਕਹਿ ਕੇ ਕਹਿ ਜ਼ਿੰਦਗੀ ਗੁਜ਼ਾਰ ਦਿੱਤੀ, ਜਿਸ ਦੀ ਸ਼ੋਭਾ ਦਾ ਗੀਤ ਬਣਾ ਬਣਾ ਕੇ, ਉਹ ਖੁਦ ਜੰਗਲੀ ਘਾਹ ਵਰਗਾ ਹੋ ਗਿਆ। ਉਹ ਕੁਦਰਤ ਜਿਸ ਦੀ ਮਿੱਠੀ ਆਵਾਜ਼ ਸੁਣਨ ਲਈ ਡੇਵਿਡ ਥੋਰੋ ਨੇ ਜੰਗਲ 'ਚ ਡੇਰੇ ਜਾ ਜਮਾਏ। ਮਿੱਟੀ ਦੀ ਸੁਗੰਧ ਚੱਖਣ ਲਈ ਜੰਗਲੀ ਜਾਨਵਰਾਂ ਨੂੰ ਆਪਣੇ ਪ੍ਰਾਹੁਣੇ ਕਿਹਾ ਤੇ ਨਿੱਕੀ ਜਿਹੀ ਚਿੜੀ ਦੀ ਆਵਾਜ਼ ਸੁਣਨ ਲਈ ਪੱਬਾਂ ਭਾਰ ਸਵੇਰ ਦੀ ਉਡੀਕ ਕਰਦਾ ਰਿਹਾ।

ਉਹ ਪੰਛੀ ਜੋ ਸਦੀਆਂ ਤੋਂ ਨੀਲੇ ਅੰਬਰਾਂ 'ਚ ਉਡਾਰੀਆਂ ਭਰਦੇ, ਕੁਦਰਤ ਦੀ ਸ਼ੋਭਾ ਵਧਾਉਂਦੇ ਹਨ। ਉਹ ਪੰਛੀ ਜੋ ਤੁਹਾਡੀਆਂ ਅੱਖਾਂ ਦੀ ਤਰਾਵਤ ਬਣਨ ਲਈ, ਤੁਹਾਡੇ ਨੇੜੇ ਆ ਕੇ, ਚੁੱਪ-ਚਾਪ ਕਿਸੇ ਰੁੱਖ ਦੀ ਟਹਿਣੀ 'ਤੇ ਆ ਬਿਰਾਜਦੇ ਹਨ। ਤੁਹਾਨੂੰ ਇਹ ਨਜ਼ਾਰੇ ਮਾਨਣ ਲਈ ਕੁਦਰਤ ਵਰਗਾ ਨਿਰਛਨ ਬਣਨਾ ਪਵੇਗਾ ਤੇ ਕੁਦਰਤ ਵਰਗਾ ਵੱਡਾ ਜੇਰਾ ਤੇ ਵੱਡਾ ਹਿਰਦਾ ਵੀ ਕਰਨਾ ਪਵੇਗਾ। ਤਦ ਹੀ ਕਿਸੇ ਪੰਛੀ ਦੀ ਆਵਾਜ਼ ਤੁਹਾਨੂੰ ਉਦਾਸੀ ਨੂੰ ਖੰਭ ਲਾ ਸਕਦੀ ਹੈ।

ਉੱਭਰ ਰਹੀ ਨਾਰੀ ਸ਼ਕਤੀ ਤੇ ਸਾਡਾ ਸਮਾਜ

ਸਾਡੇ ਸਮਾਜ ਵਿਚ ਨਾਰੀ ਦੀ ਆਦਿ-ਕਾਲ ਤੋਂ ਹੀ ਵਿਸ਼ੇਸ਼ ਭੂਮਿਕਾ ਰਹੀ ਹੈ। ਪੁਰਾਣੇ ਸਮਿਆਂ 'ਤੇ ਘਰ ਦੀ ਹੋਂਦ ਨਾਰੀ ਨਾਲ ਹੀ ਸੰਭਵ ਬਣੀ ਹੋਈ ਹੈ। ਪਰ ਮਨੁੱਖ ਨੇ ਕਦੇ ਵੀ ਡੂੰਘੀ ਝਾਤੀ ਮਾਰ ਕੇ ਇਸਦਾ ਨਿਰਣਾ ਕਰਨ ਦਾ ਕਦੇ ਯਤਨ ਨਹੀਂ ਕੀਤਾ। ਉਹ ਪੁਰਾਣਾ ਸਮਾਂ ਕਿੰਨਾ ਕਠਿਨ ਤੇ ਤਪੱਸਿਆ ਵਰਗਾ ਹੀ ਸੀ ਜਦੋਂ ਤੜਕੇ ਉੱਠ ਕੇ, ਇਕ ਘਰ ਦੀ ਗ੍ਰਹਿਣੀ ਚੱਕੀ 'ਤੇ ਆਟਾ ਪੀਸਦੀ ਸੀ ਤੇ ਦਿਨ ਚੜ੍ਹਨ ਵੇਲੇ ਤੀਕ 5-7 ਕਿਲੋ ਆਟਾ ਪੀਸ ਕੇ, ਘਰ ਦੇ ਸਾਰੇ ਟੱਬਰ ਦੀਆਂ ਰੋਟੀਆਂ ਵੀ ਪਕਾ ਲੈਂਦੀ ਸੀ। ਫਿਰ ਮਾਲ-ਡੰਗਰ, ਘਰ ਦੀ ਸੰਭਾਲ, ਅੰਦਰਲੇ ਤੇ ਬਾਹਰਲੇ ਘਰਾਂ ਦਾ ਗੋਹਾ-ਕੂੜਾ ਤੇ ਬੱਚਿਆਂ ਦੀ ਸੰਭਾਲ ਵਰਗੇ ਕੰਮ ਵੀ ਨਾਰੀ ਦੇ ਜ਼ਿੰਮੇ ਹੀ ਸਨ। ਇੰਝ ਲੱਗਦਾ ਹੈ ਜਿਵੇਂ ਉਸ ਸਮੇਂ ਦੀ ਨਾਰੀ ਲੋਹੇ ਦੀ ਬਣੀ ਹੋਵੇ। ਪਰ ਇਹ ਵੀ ਸੰਭਵ ਹੈ ਕਿ ਉਨ੍ਹਾਂ ਵੇਲਿਆਂ 'ਚ ਉਸ ਨੂੰ ਵਧੇਰੇ ਪਿਆਰ, ਸਤਿਕਾਰ ਤੇ ਬੱਚਿਆਂ ਦਾ ਮੋਹ ਵੀ ਮਿਲਦਾ ਹੋਵੇ।

ਉਨ੍ਹਾਂ ਵੇਲਿਆਂ ਵਿਚ ਹਰ ਘਰ ਆਈ ਨਵੀਂ ਵਹੁਟੀ ਲਈ ਕੰਮਾਂ ਦੇ ਰੁਝੇਵੇਂ ਪਹਿਲਾਂ ਹੀ ਤਿਆਰ ਕਰਕੇ ਰੱਖੇ ਜਾਂਦੇ ਸਨ ਅਤੇ ਕਈ ਸੱਸਾਂ ਤਾਂ ਏਨੀਆਂ ਭਾਰੂ ਹੁੰਦੀਆਂ ਕਿ ਉਹ ਆਪਣੀ ਨਵੀਂ ਵਹੁਟੀ ਨੂੰ ਖੜ੍ਹੇ ਪੈਰ ਰੱਖਦੀਆਂ ਸਨ। ਪਰ ਕੁਝ ਵੀ ਹੋਵੇ, ਭੁੱਲਣਾ ਨਹੀਂ ਚਾਹੀਦਾ ਕਿ ਉਨ੍ਹਾਂ ਸਮਿਆਂ ਵਿਚ ਜਿਥੇ ਵੱਡਿਆਂ ਦਾ ਵਧੇਰੇ ਆਦਰ-ਮਾਣ ਕੀਤਾ ਜਾਂਦਾ ਸੀ, ਉਥੇ ਨਵੀਂ-ਨਵੇਲੀ ਵਹੁਟੀ ਨੂੰ ਵੀ ਛੱਤੀ ਤਰ੍ਹਾਂ ਦੇ ਚਾਵਾਂ ਨਾਲ ਰੱਖਿਆ ਜਾਂਦਾ ਸੀ ਤੇ ਉਸ ਦਾ ਯਥਾ-ਯੋਗ ਆਦਰ-ਮਾਣ ਕੀਤਾ ਜਾਂਦਾ ਸੀ। ਕਈ ਬੁੱਢੀਆਂ ਆਪ ਔਖੇ ਕੰਮ ਕਰਕੇ, ਸਗੋਂ ਵਹੁਟੀ ਨੂੰ ਸੌਖੇ ਕੰਮਾਂ 'ਤੇ ਲਾ ਕੇ ਖ਼ੁਸ਼ ਹੁੰਦੀਆਂ ਸਨ। ਪਰ ਘਰ ਦਾ ਸਾਰਾ ਦਾਰੋ-ਮਦਾਰ ਗ੍ਰਹਿਣੀ ਦੇ ਸਿਰ 'ਤੇ ਹੀ ਟਿਕਿਆ ਰਹਿੰਦਾ ਸੀ। ਇੱਥੇ ਹੀ ਬੱਸ ਨਹੀਂ, ਸਗੋਂ ਭਾਂਡਾ-ਟੀਂਡਾ, ਰੋਟੀ-ਟੁੱਕ, ਪੀਂਹਣ-ਛੱਟਣ, ਕਪਾਹ-ਵੇਲਣ ਤੇ ਕਪਾਹਾਂ ਚੁਗਣ ਵਰਗੇ ਔਖੇ ਕੰਮ ਵੀ ਸੁਆਣੀਆਂ ਹੀ ਕਰਦੀਆਂ ਸਨ। ਨਾਲ ਦੀ ਨਾਲ ਹਰ ਪਰਿਵਾਰ ਵਿਚ 5-6 ਬੱਚਿਆਂ ਦੀ ਸੰਭਾਲ ਵੀ ਕੀਤੀ ਜਾਂਦੀ ਸੀ। ਹਰੇਕ ਪਰਿਵਾਰ 'ਚ ਔਸਤਨ 5-6 ਬੱਚੇ ਤਾਂ ਹੁੰਦੇ ਹੀ ਸਨ। ਏਨੇ ਕੁਝ ਹੁੰਦਿਆਂ-ਸੁੰਦਿਆਂ ਵੀ ਜ਼ਿੰਦਗੀ ਸੁਖਾਵੀਂ ਤੋਰ ਤੁਰੀ ਜਾਂਦੀ ਸੀ।

ਪਰਿਵਾਰਿਕ ਝਗੜੇ-ਝੇੜੇ ਵੀ ਘੱਟ ਹੀ ਹੁੰਦੇ ਸਨ। ਸਗੋਂ ਇਕ ਟੱਬਰ ਮਿਲ ਕੇ, ਦੂਜੇ ਟੱਬਰ ਦੀ ਸਾਂਝ ਪੁਗਾਉਂਦਾ ਸੀ। ਕਈ ਵਾਰ ਰਲ ਕੇ ਕੰਮ ਕਰਨੇ, ਰਲ ਕੇ ਵਾਢੀਆਂ ਕਰਨੀਆਂ ਤੇ ਰਲ ਕੇ ਮੱਕੀਆਂ, ਕਪਾਹਾਂ ਗੁੱਡਣੀਆਂ। ਪਰਿਵਾਰਿਕ ਸਾਂਝਾਂ ਕਾਰਨ ਹਰ ਜੀਅ ਇੰਝ ਮਹਿਸੂਸ ਕਰਦਾ, ਜਿਵੇਂ ਮੇਲੇ ਵਿਚ ਤੁਰਿਆ ਫਿਰਦਾ ਹੋਵੇ। ਕੋਈ ਵੀ ਪਾਸਾ ਵੱਟ ਕੇ ਨਹੀਂ ਸੀ ਲੰਘਦਾ। ਨਵੀਂ ਆਈ ਵਹੁਟੀ ਹਰ ਬੁੱਢੀ ਮਾਈ ਦੇ ਪੈਰੀਂ ਹੱਥ ਲਾ ਕੇ ਜੱਸ ਖੱਟਦੀ

ਦੇ ਅਸੀਸਾਂ ਲੈਂਦੀ। ਇੰਝ ਲੱਗਦਾ ਹੈ ਜਿਵੇਂ ਪੁਰਾਣੇ ਸਮਿਆਂ ਵਿਚ ਪਿਆਰ ਦੇ ਦਰਿਆ ਵਗਦੇ ਹੋਣ ਤੇ ਇਨ੍ਹਾਂ ਦਰਿਆਵਾਂ ਤੋਂ ਬੁੱਕਾਂ ਨਾਲ ਪਾਣੀ ਪੀਂਦੇ ਗੱਭਰੂ-ਮੁਟਿਆਰਾਂ ਪੰਜਾਬ ਦਾ ਮਾਣ ਤੇ ਹੁਸਨ ਬਣ ਕੇ, ਨਵੀਆਂ ਮੁਹੱਬਤਾਂ ਸਿਰਜ ਲੈਂਦੇ। ਪਿਆਰ-ਛੱਲਾਂ ਵਿਚ ਡੁੱਬ-ਡੁੱਬ ਜਾਂਦੇ। ਕੋਈ ਬੇਗਾਨਾ ਨਾ ਜਾਪਦਾ। ਸਭ ਆਪਣੇ ਦਿਲਾਂ ਦੇ ਭੇਤੀ ਤੇ ਰੂਹ ਦਾ ਹਾਲ ਜਾਨਣ ਵਾਲੇ। ਪਿਆਰ ਦੀ ਕਹਾਣੀ ਵੱਡੇ-ਵੱਡੇ ਦਲਾਨਾਂ ਤੇ ਕੱਚੇ ਘਰਾਂ 'ਚ ਕਿੰਨੀ ਸੁਹਣੀ-ਸੁਹਣੀ ਫ਼ਬਦੀ। ਡੰਗਰਾਂ ਨਾਲ ਵੀ ਪਿਆਰ। ਵੱਛੇ ਕੱਟੀਆਂ ਨਾਲ ਮੋਹ ਤੇ ਪਿਆਰ। ਸਾਰਾ ਚੌਗਿਰਦਾਂ ਮਹਿਕਾਂ ਵੰਡਦਾ ਤੇ ਪਿਆਰ ਭਿੱਜੀ ਪੌਣ ਰਾਹੀ ਪਾਂਧੀ ਨਾਲ ਵੀ ਮੁਹੱਬਤਾਂ ਦੀ ਬਾਤ ਪਾਉਂਦੀ। ਜੂਹਾਂ ਬੇਲੇ, ਸਭ ਆਪਣੇ ਮਾਲ-ਡੰਗਰ ਚਾਰਦੇ ਵਾਗੀ ਸਕੇ ਭਰਾ ਜਾਪਦੇ। ਪਿੰਡ ਦਾ ਹਰ ਜੀਅ ਘਰ ਦਾ ਸਕਾ ਜੀਅ ਜਾਪਦਾ। ਇਹ ਸਾਡੇ ਪੰਜਾਬ ਦੇ ਭਾਈਚਾਰੇ ਦੀ ਤਸਵੀਰ ਹੁਣ ਕਿਧਰੇ ਅਲੋਪ ਹੋਈ ਲੱਗਦੀ ਹੈ।

ਇਹੀ ਵਜ੍ਹਾ ਹੈ ਕਿ ਨਵੇਂ ਜ਼ਮਾਨੇ ਦੇ ਤੌਰ-ਤਰੀਕੇ ਸਿੱਖਦਾ-ਸਿੱਖਦਾ ਇਨਸਾਨ ਇੱਕ ਪਰਛਾਵਾਂ ਬਣ ਕੇ ਰਹਿ ਗਿਆ। ਇਕੱਲਤਾ ਵਧ ਗਈ ਹੈ। ਪਿੰਡ ਵੀ ਸ਼ਹਿਰਾਂ ਵਰਗੇ ਬਣਦੇ ਜਾ ਜਾਂਦੇ। ਹਰ ਇਨਸਾਨ ਸਵਾਰਥੀ ਤੇ ਖ਼ੁਦਗ਼ਰਜ਼ ਬਣਦਾ ਜਾਂਦਾ ਹੈ। ਪਰਿਵਾਰਿਕ ਤ੍ਰੇੜਾਂ ਵਧਣ ਨਾਲ, ਘਰਾਂ 'ਚੋਂ ਸੁੱਖ-ਸ਼ਾਂਤੀ ਕਿਧਰੇ ਪਰ ਲਾ ਕੇ ਉੱਡ ਗਈ ਹੈ। ਇਕੱਠੇ ਪਰਿਵਾਰਾਂ ਦੀ ਜੋ ਭੱਲ ਬਣੀ ਹੋਈ ਸੀ, ਉਹ ਖ਼ਤਮ ਹੋ ਚੱਲੀ ਹੈ। ਹਰ ਇਕ ਜੀਅ ਦਾ ਵੱਖਰਾ ਰੁਝਾਨ, ਵੱਖਰੀ ਸੋਚ ਤੇ ਵੱਖਰੀ ਡੁੱਗ-ਡੁੱਗੀ, ਨਵਾਂ ਹੀ ਸਮਾਜ ਸਿਰਜ ਕੇ, ਭਾਵੇਂ ਤਰੱਕੀ ਦੀਆਂ ਪੌੜੀਆਂ ਤਾਂ ਚੜ੍ਹੀ ਹੈ ਪਰ ਔਰਤਾਂ, ਮਰਦ ਉਦਾਸ ਹਨ। ਇੱਕ-ਦੂਜੇ ਵੱਲ ਓਪਰੇ-ਓਪਰੇ ਝਾਕਦੇ ਹਨ। ਅੱਖਾਂ ਦੇ ਸੁੱਕੇ ਸਾਗਰਾਂ ਵਿਚੋਂ ਮੋਹ ਦੀਆਂ ਚਿਣਗਾਂ ਕਿਵੇਂ ਫੁੱਟਣ ? ਤੇ ਫਿਰ ਨਾਰੀ ਨੂੰ ਆਪਣੀ ਸ਼ਕਤੀ ਵਿਖਾਉਣ ਦਾ ਸਬੱਬ ਵੀ ਕਿਵੇਂ ਲੱਭੇ ? ਜਿੱਥੇ ਪਰਿਵਾਰਾਂ 'ਚ ਆਪਸੀ ਸਾਂਝ ਅਲੋਪ ਹੋਈ ਜਾਵੇ, ਉੱਥੇ ਇਕੱਲੀ ਨਾਰੀ ਘਰ ਦੀ ਤਸਵੀਰ ਕਿਵੇਂ ਸੁੰਦਰ ਬਣਾਵੇ ਤੇ ਕਿਵੇਂ ਮੋਹ ਪਿਆਰ ਦੇ ਦੀਵੇ ਜਗਾ ਕੇ, ਘਰ ਦੇ ਬੂਹੇ 'ਤੇ ਟਿਕਾਵੇ। ਇਹੀ ਵਜ੍ਹਾ ਹੈ ਕਿ ਅਸੀਂ ਕਈ ਵਾਰ ਅਖ਼ਬਾਰਾਂ ਵਿਚ ਨੂੰਹ ਨੂੰ ਮਾਰਨ ਵਰਗੀਆਂ ਦੁਖੀ ਘਟਨਾਵਾਂ ਪੜ੍ਹਕੇ, ਉਦਾਸ ਹੋ ਜਾਂਦੇ ਹਾਂ ਤੇ ਕਈ ਵਾਰ ਅਨਪੜ੍ਹ ਜੁਆਨ ਲੜਕੀਆਂ ਨੂੰ ਸਾਧਾਂ ਦੇ ਡੇਰੇ ਨਮੋਸ਼ੀ ਭਰੀ ਹਾਲਤ ਵਿਚ ਵੇਖਦੇ ਹਨ। ਭੂਤ-ਪ੍ਰੇਤਾਂ ਵਰਗੀਆਂ ਅਣਹੋਣੀਆਂ ਗੱਲਾਂ ਸੁਣਦੇ ਹਾਂ। ਘਰਾਂ 'ਚ ਕਲੇਸ਼ ਤੇ ਝਗੜੇ ਤਿੱਖੇ ਕੰਡਿਆਂ ਵਾਂਗ ਸਾਡੇ ਸਾਰੇ ਵਜੂਦ ਨੂੰ ਝਰੀਟੀ ਜਾਂਦੇ ਹਨ। ਆਪਣੇ ਸਮਾਜ ਤੇ ਘਰਾਂ ਦੀ ਵਿਗੜੀ ਹੋਈ ਹਾਲਤ ਤੇ ਤਸਵੀਰ ਵੇਖ ਕੇ, ਸਾਨੂੰ ਰੋਣ ਆਉਂਦਾ ਹੈ। ਦੁੱਖਾਂ ਨਾਲ ਵਲੂੰਧਰੀ ਪਈ ਰੂਹ ਸਿਸਕੀਆਂ ਭਰਦੀ ਹੈ।

ਪਰ ਇਹ ਤਸਵੀਰ ਹਮੇਸ਼ਾ-ਹਮੇਸ਼ਾ ਰਹਿਣ ਵਾਲੀ ਨਹੀਂ। ਜਿਸ ਰਫ਼ਤਾਰ ਨਾਲ ਸਾਡੀਆਂ ਧੀਆਂ-ਭੈਣਾਂ ਉੱਚੀ ਵਿੱਦਿਆ ਪ੍ਰਾਪਤ ਕਰ ਰਹੀਆਂ ਹਨ, ਉਸੇ ਹਿਸਾਬ ਨਾਲ ਤਾਂ ਹੋਰ ਕੁਝ ਸਾਲਾਂ ਵਿਚ ਸਾਰੀ ਸ਼ਕਤੀ ਪੜ੍ਹੀ-ਲਿਖੀ ਨਾਰੀ ਦੇ ਹੱਥ ਹੋਵੇਗੀ ਅਤੇ ਅਜਿਹੀ ਪੜ੍ਹੀ-ਲਿਖੀ ਨਾਰੀ ਘਰ ਦਾ ਚਾਨਣ ਮੁਨਾਰਾ ਬਣ ਕੇ, ਸੁੰਦਰ ਘਰ ਨਵੇਂ ਸਿਰੇ ਤੋਂ ਸਿਰਜ ਵੀ ਲਵੇਗੀ। ਜਿੱਥੇ ਦੋਵੇਂ ਪਤੀ-ਪਤਨੀ ਇਕੋ ਜਿਹੀ ਉੱਚੀ ਵਿਦਿਆ ਹਾਸਲ ਕਰ ਚੁੱਕੇ ਹੋਣ, ਉੱਥੇ ਤਾਂ ਅਵੱਸ਼ ਹੀ ਅਜਿਹੇ ਘਰ, ਇਸ ਧਰਤੀ ਉੱਪਰ ਸਵਰਗ ਦਾ ਰੂਪ ਬਣ ਜਾਣਗੇ।

ਅਜਿਹੀ ਪੜ੍ਹੀ-ਲਿਖੀ ਨਾਰੀ ਜਿੱਥੇ ਬੱਚਿਆਂ ਵਿਚ ਵਧੇਰੇ ਜਾਗਰੂਕਤਾ ਲਿਆ ਸਕੇਗੀ, ਉੱਥੇ ਸਾਡੇ ਸਮਾਜ ਨੂੰ ਵੀ ਚੰਡੀ ਦਾ ਰੂਪ ਧਾਰ ਕੇ, ਨਵੇਂ ਸਿਰੇ ਤੋਂ ਸਿਰਜ ਕੇ, ਸੁੰਦਰ ਬਣਾ ਲਵੇਗੀ।

ਇਸ ਵਿਚ ਕੋਈ ਅਤਿ-ਕਥਨੀ ਨਹੀਂ ਕਿ ਕਈ ਘਰਾਂ ਵਿਚ ਜਿਥੇ ਪਤੀ ਕਿਸੇ ਨਸ਼ੇ ਜਾਂ ਸ਼ਰਾਬ ਦੇ ਆਦੀ ਹਨ, ਉੱਥੇ ਨਾਰੀ ਇਕੱਲੀ ਕੀ ਕਰੇ ? ਉਹ ਸੰਕਟਾਂ ਵਿਚ ਫਸੀ ਹੋਈ ਮਹਿਸੂਸ ਕਰਦੀ ਹੈ। ਮੰਦ-ਬੁੱਧੀ ਪਤੀ ਤਾਂ ਨਸ਼ੇ 'ਚ ਫਸ ਕੇ, ਘਰ ਦਾ ਕਬਾੜਾ ਕਰ ਹੀ ਰਿਹਾ ਹੈ, ਪਤਨੀ ਬੱਚਿਆਂ ਸਮੇਤ ਘਰ ਦੀ ਤਰਸਯੋਗ ਹਾਲਤ 'ਚ ਭੱਠ ਝੋਕਦੀ ਹੈ। ਪਰ ਇਹ ਵੀ ਇਕ ਸੱਚਾਈ ਹੈ ਕਿ ਕੋਈ ਪਤਨੀ ਏਨੀ ਸੂਝਵਾਨ ਤੇ ਮਿੱਠ-ਬੋਲੜੀ ਹੁੰਦੀ ਹੈ ਕਿ ਉਹ ਵਿਗੜੇ ਹੋਏ ਪਤੀ ਨੂੰ ਮਿੰਟਾਂ-ਸਕਿੰਟਾਂ 'ਚ ਲੀਹ 'ਤੇ ਲੈ ਆਵੇ। ਆਪਣੇ ਸਨੇਹ-ਭਰੇ ਸਲੀਕੇ ਤੇ ਵਿਹਾਰ ਨਾਲ ਪਤੀ ਨੂੰ ਮੁੜ ਤੋਂ ਨਵੀਂ ਜ਼ਿੰਦਗੀ ਦੇ ਕੇ, ਪੈਰਾਂ 'ਤੇ ਖੜ੍ਹੇ ਹੋਣ ਦੀ ਸ਼ਕਤੀ ਦੇ ਦੇਵੇ। ਜਿੱਥੇ ਨਾਰੀ ਫੁੱਲਾਂ ਵਰਗੀ ਸੁੰਦਰ ਮੁਸਕਾਨ ਨਾਲ ਪਤੀ ਦਾ ਸੁਆਗਤ ਕਰੇ, ਉੱਥੇ ਤਾਂ ਕੋਈ ਤ੍ਰੇੜ ਦੰਪਤੀ ਜੀਵਨ 'ਚ ਆ ਹੀ ਨਹੀਂ ਸਕਦੀ। ਦੋਵੇਂ ਪਤੀ-ਪਤਨੀ ਗੱਡੀ ਦੇ ਦੋ ਪਹੀਏ ਬਣਕੇ, ਇਸ ਨੂੰ ਸਾਵੀਂ ਤੋਰ ਤੋਰੀ ਰੱਖਦੇ ਹਨ ਤੇ ਜ਼ਿੰਦਗੀ ਖ਼ੁਸ਼ੀਆਂ ਨਾਲ ਭਰੀ ਹੋਈ ਜਾਪਦੀ ਹੈ। ਪਰ ਕਈ ਵਾਰੀ ਕੋਈ ਨਿੱਕਾ ਜਿੰਨਾ ਵਿਗਾੜ ਤੇ ਬੋਲ-ਬਾਣੀ ਵੀ ਘਰ ਦੀ ਸਾਵੀਂ ਤੋਰ ਨੂੰ ਵਿਗਾੜ ਕੇ, ਲੀਹ ਤੋਂ ਲਾਹ ਸਕਦੀ ਹੈ। ਇਸ ਲਈ ਦੋਵੇਂ ਹੀ ਸਮਝ ਤੋਂ ਕੰਮ ਲੈਣ। ਭਾਵੁਕ ਵੇਗ 'ਚ ਵਹਿ ਕੇ, ਇੱਕ-ਦੂਜੇ ਨਾਲ ਲੜਨ ਦੀ ਬਜਾਏ, ਆਪਣੀ ਬੁੱਧੀ-ਵਿਵੇਕ ਦੇ ਸਹਾਰੇ ਪੜਚੋਲ ਕਰਕੇ ਹੋਈ ਗਲਤੀ ਨੂੰ ਠੀਕ ਕਰ ਲੈਣ। ਸਿਆਣੇ ਕਹਿੰਦੇ ਹਨ ਕਿ ਜੇ ਪਤਨੀ ਚਾਹੇ ਤਾਂ ਪਤੀ ਨੂੰ ਭਾਵੇਂ ਬਾਲਕ ਵਾਂਗੂੰ ਆਗਿਆਕਾਰੀ ਤੇ ਆਪਣੇ ਵਰਗਾ ਹੀ ਮਿੱਠ-ਬੋਲੜਾ ਤੇ ਸਲੀਕੇ-ਭਰੇ ਵਿਹਾਰ ਵਾਲਾ ਸੱਭਿਅਕ ਪੁਰਸ਼ ਬਣਾ ਲਵੇ। ਜਿਹੜੀ ਪਤਨੀ ਦੇ ਮੂੰਹੋਂ ਫੁੱਲ ਕਿਰਨ, ਉੱਥੇ ਪਤੀ ਕਿਵੇਂ ਰੁੱਸੇ ? ਜਿਹੜੀ ਪਤਨੀ ਸਾਖਸ਼ਾਤ ਸਰਸਵਤੀ ਵਰਗੀ ਕਲਾਵਾਨ ਤੇ ਨਦੀ ਵਾਂਗ ਅਡੋਲ ਵਗਣ ਵਾਲੀ ਹੋਏ, ਉੱਥੇ ਬੱਚੇ ਸ਼ੋਰ ਕਿਵੇਂ ਕਰਨ? ਜਿਹੜੀ ਪਤਨੀ ਹੁਸਨ ਦੀ ਮੂਰਤ ਹੋਵੇ, ਉੱਥੇ ਤਾਂ ਪਤੀ ਉਸਦੇ ਪੈਰਾਂ ਥੱਲੇ ਹੱਥ ਧਰਨ ਤੀਕ ਜਾਵੇਗਾ। ਬਸ ਲੋੜ ਇਹੀ ਹੈ ਕਿ ਪੜ੍ਹੀ-ਲਿਖੀ ਪਤਨੀ, ਇੱਕ ਪਤਨੀ ਹੁੰਦਿਆਂ, ਸਰਸਵਤੀ ਵਾਂਗ ਵਿਵੇਕ-ਵਾਨ ਤੇ ਮਿੱਠ-ਬੋਲੜੀ ਹੋਵੇ। ਚੌਗਿਰਦੇ 'ਚ ਹਾਸੇ ਖਿਲੇਰ ਸਕੇ, ਮਹਿਕਾਂ ਵੰਡ ਸਕੇ ਤੇ ਘਰ ਦੇ ਮਾਹੌਲ ਨੂੰ ਸੰਗੀਤਕ ਬਣਾ ਸਕੇ। ਬੱਚੇ ਵੀ ਅਜਿਹੇ ਘਰ 'ਚ ਠੁਮਕ-ਠੁਮਕ ਤੁਰਦੇ ਫ਼ਰਿਸ਼ਤੇ ਲੱਗਣ ਤੇ ਘਰ ਹਾਸੇ-ਖ਼ੁਸ਼ੀਆਂ ਨਾਲ ਭਰਿਆ ਸਵਰਗ ਜਾਪੇ। ਜਿਹੜੀ ਪਤਨੀ ਨੇ ਇਸੇ ਧਰਤੀ 'ਤੇ ਸਵਰਗ ਸਿਰਜ ਲਿਆ, ਉਸਨੂੰ ਹੋਰ ਕਿਸੇ ਸਵਰਗ ਬਾਰੇ ਸੋਚਣ ਦੀ ਲੋੜ ਨਹੀਂ।

ਕਿਸੇ ਅਗਿਆਤ ਵਿਦਵਾਨ ਨੇ ਨਾਰੀ ਬਾਰੇ ਇਥੋਂ ਤੀਕ ਲਿਖ ਦਿੱਤਾ ਹੈ, "ਚੰਗੀ ਪਤਨੀ ਉਹ ਹੁੰਦੀ ਹੈ ਜੋ ਪਤੀ ਦੀ ਬੇੜੀ 'ਚ ਆਏ ਤੂਫ਼ਾਨ ਨੂੰ ਵੀ ਸ਼ਾਂਤ ਕਰਨ ਦੀ ਸ਼ਕਤੀ ਰੱਖਦੀ ਹੋਵੇ। ਪਰ ਭੈੜੀ ਪਤਨੀ ਚੰਗੀ-ਭਲੀ ਚਲਦੀ ਪਤੀ ਦੀ ਬੇੜੀ 'ਚ ਕਿਸੇ ਵਕਤ ਵੀ ਤੂਫ਼ਾਨ ਲਿਆ ਸਕਦੀ ਹੈ।" ਹੁਣ ਨਿਰਣਾ ਤੁਹਾਡੇ ਹੱਥ 'ਚ ਹੈ ਕਿ ਚੰਗੀ ਪਤਨੀ ਕਿਹੋ ਜਿਹੀ ਹੋਣੀ ਚਾਹੀਦੀ ਹੈ। ਪਰ ਇਹ ਕਦੇ ਨਾ ਭੁੱਲਣਾ ਕਿ ਨਾਰੀ ਬਿਨਾਂ ਕਿਸੇ ਘਰ ਦੀ ਕੋਈ ਤਸਵੀਰ ਨਹੀਂ ਚਿਤਵੀ ਜਾ ਸਕਦੀ।

ਫੁੱਲਾਂ ਵਾਂਗ ਖਿੜਨ ਦੀ ਜਾਚ

ਜਿਨ੍ਹਾਂ ਦੇ ਹਿਰਦੇ ਪਾਕ ਤੇ ਸ਼ਫ਼ਾਫ਼ ਹਨ, ਉਹ ਫੁੱਲਾਂ ਵਾਂਗ ਖਿੜਦੇ ਹਨ। ਉਹਨਾਂ ਦੇ ਮਨ ਦੁੱਧ ਧੋਤੇ ਹੁੰਦੇ ਹਨ ਤੇ ਕਿਸੇ ਵੀ ਗਿਲੇ-ਸ਼ਿਕਵੇ ਦੀ ਗੁੰਜਾਇਸ਼ ਉਨ੍ਹਾਂ ਕੋਲ ਨਹੀਂ ਹੁੰਦੀ। ਇਸੇ ਲਈ ਕਹਿੰਦੇ ਹਨ ਕਿ ਜਿਸ ਕੋਲ ਚੰਗਾ ਤੇ ਨਰੋਆ ਮਨ ਹੈ, ਉਹ ਇਨਸਾਨ ਹਮੇਸ਼ਾ ਖ਼ੁਸ਼ ਰਹਿ ਸਕਦਾ ਹੈ। ਮਨ ਦਾ ਅਕਸ ਹੀ ਚਿਹਰੇ ਵਿਚੋਂ ਝਾਕਦਾ ਹੈ। ਅੱਜ ਦੇ ਯੁੱਗ ਵਿਚ ਹਰ ਕਿਸੇ ਕੋਲ ਗਿਲੇ-ਸ਼ਿਕਵੇ, ਸ਼ਿਕਾਇਤਾਂ ਤੇ ਨਿਹੋਰਿਆਂ ਦੀ ਪੰਡ ਚੁੱਕੀ ਹੁੰਦੀ ਹੈ। ਜਦੋਂ ਵੀ ਕਿਸੇ ਦਾ ਹਾਲ ਪੁੱਛੋ ਤਾਂ ਅੱਗੋਂ ਹਰ ਕੋਈ ਆਪਣੇ ਮਨ ਦਾ ਦੁੱਖ ਲੈ ਕੇ ਬੈਠ ਜਾਂਦਾ ਹੈ। ਕੋਈ ਵਿਰਲਾ-ਟਾਵਾਂ ਹੀ ਹੋਵੇਗਾ ਜੋ ਕਹੇ ਕਿ ਮੈਨੂੰ ਕਿਸੇ ਨਾਲ ਕੋਈ ਸ਼ਿਕਵਾ-ਸ਼ਿਕਾਇਤ ਨਹੀਂ ਹੈ।

ਅਸੀਂ ਵੇਖਦੇ ਹਾਂ ਕਿ ਬਹਾਰ ਦੀ ਆਮਦ 'ਤੇ ਫੁੱਲ ਕਿਵੇਂ ਟਹਿਕਦੇ ਤੇ ਟਹਿਣੀਆਂ 'ਤੇ ਝੂਲਦੇ ਹਨ। ਕਿਵੇਂ ਮਹਿਕ ਬਿਖੇਰਦੇ ਹਨ ਤਾਂ ਕਿਵੇਂ ਇਨ੍ਹਾਂ ਫੁੱਲਾਂ ਤੇ ਤਿਤਲੀਆਂ ਦੇ ਝੁੰਡ ਆ-ਆ ਕੇ ਆਪਣੇ ਚਿੱਤਰੇ-ਮਿੱਤਰੇ ਖੰਭਾਂ ਨਾਲ ਸਵਰਗ ਸਿਰਜ ਦਿੰਦੇ ਹਨ। ਫੁੱਲਾਂ ਦੀ ਹੋਂਦ, ਮਹਿਕ ਦੇ ਖੇੜੇ ਦੀ ਹੋਂਦ ਹੈ ਜਿਥੋਂ ਕੋਈ ਵੀ ਇਨਸਾਨ ਮਹਿਕ ਪੀ ਸਕਦਾ ਹੈ। ਖੇੜੇ ਤੇ ਖ਼ੁਸ਼ੀਆਂ ਵੀ ਪ੍ਰਾਪਤ ਕਰ ਸਕਦਾ ਹੈ ਪਰ ਇਹ ਖੇੜੇ ਤੇ ਖ਼ੁਸ਼ੀਆਂ ਉਨ੍ਹਾਂ ਮਨਾਂ ਲਈ ਹਨ ਜੋ ਲਾਲਚ ਤੋਂ ਪਰ੍ਹੇ ਹੋ ਕੇ ਜਿਉਂਦੇ ਹਨ ਜਿਹਨਾਂ ਦੀ ਚਾਹਨਾ ਹਰ ਵਕਤ ਖ਼ੁਸ਼ ਰਹਿਣ ਤੇ ਇਸ ਖ਼ੁਸ਼ੀ ਨੂੰ ਹਰ ਹਾਲਤ ਵਿਚ ਬਰਕਰਾਰ ਰੱਖਣਾ ਹੈ। ਜੋ ਇਨਸਾਨ ਇਨ੍ਹਾਂ ਫੁੱਲਾਂ ਦੀ ਸੋਹਬਤ ਵਿਚ ਆ ਕੇ ਖ਼ੁਸ਼ ਰਹਿਣਾ ਸਿੱਖ ਲਵੇ, ਉਸ ਦੀ ਝੋਲ ਵਿਚ ਵੀ ਹਾਸੇ ਤੇ ਮਹਿਕਾਂ ਭਰ ਸਕਦੀਆਂ ਹਨ। ਉਸ ਦੇ ਹਿਰਦੇ ਵਿਚ ਚੰਦਰਮਾ ਵਰਗੀ ਠੰਢ ਪੈ ਸਕਦੀ ਹੈ ਤੇ ਤਪਦੇ ਮਨ ਵਿਚ ਬਹਾਰਾਂ ਖਿੜ ਸਕਦੀਆਂ ਹਨ।

ਪਰ ਇਸ ਤੋਂ ਪਹਿਲਾਂ ਕਿ ਅਜਿਹਾ ਵਾਪਰੇ, ਇਨਸਾਨ ਨੂੰ ਆਪਣੀ ਲੋਭੀ ਬਿਰਤੀ ਵਾਲੀ ਕੁੰਜ ਉਤਾਰਨੀ ਪਵੇਗੀ। ਇਨਸਾਨ ਨੂੰ ਆਪਣੇ ਮੱਥੇ ਦੇ ਵੱਟ ਵੀ ਠੀਕ ਕਰਨੇ ਪੈਣਗੇ ਅਤੇ ਦਿਲ ਵਿਚ ਇਕੱਠੇ ਹੋਏ ਗੁੱਸੇ ਨੂੰ ਪਰ੍ਹੇ ਸੁੱਟਣਾ ਪਵੇਗਾ। ਇਹ ਗੁੱਸਾ ਜੋ ਇਨਸਾਨ ਛੋਟੀ ਛੋਟੀ ਗੱਲ 'ਤੇ ਥੁੱਕਦਾ ਹੈ, ਇਸ ਗੁੱਸੇ ਕਾਰਨ ਹੀ ਉਸ ਦਾ ਮਨ ਗੁੱਸੇ ਵਿਚ ਆ ਕੇ ਸੜ ਕੇ ਮਨੂਰ ਹੋਇਆ ਪਿਆ ਹੈ।

ਗੁੱਸਾ ਤਾਂ ਅਗਨੀ ਸਮਾਨ ਹੈ। ਜਿਵੇਂ ਅਗਨੀ ਸਭ ਲੱਕੜ-ਤਿੰਬੜ ਤੇ ਹਰ ਚੀਜ਼ ਨੂੰ ਸਾੜ ਕੇ ਸੁਆਹ ਕਰ ਦਿੰਦੀ ਹੈ, ਇੰਜ ਹੀ ਇਨਸਾਨ ਦਾ ਇਹ ਗੁੱਸਾ ਦੇਹ ਨੂੰ ਫੂਕ ਕੇ ਰੱਖ ਦਿੰਦਾ ਹੈ, ਹਿਰਦੇ ਨੂੰ ਸਾੜ ਦਿੰਦਾ ਹੈ ਤੇ ਫਿਰ ਇਨਸਾਨ ਕੋਲ ਬਚਣਾ ਵੀ ਕੀ ਹੈ ? ਸਿਰਫ

ਇਕ ਹੱਡੀਆਂ ਦਾ ਪਿੰਜਰ। ਇਸ ਸੱਖਣੇ ਪਿੰਜਰ ਨੂੰ ਲੈ ਕੇ ਇਨਸਾਨ ਮੂੰਹ ਲਮਕਾਈ ਇਸ ਜਗ-ਜਹਾਨ 'ਤੇ ਤੁਰਿਆ ਫਿਰਦਾ ਹੈ। ਉਸ ਨੂੰ ਇਸ ਦਾ ਭੋਰਾ ਵੀ ਗਿਆਨ ਨਹੀਂ ਕਿ ਨੁਕਸਾਨ ਤਾਂ ਮੈਂ ਆਪਦਾ ਹੀ ਕਰ ਰਿਹਾ ਹਾਂ। ਕਿਸੇ ਦਾ ਇਸ ਵਿਚ ਭੋਰਾ ਵੀ ਨੁਕਸਾਨ ਨਹੀਂ, ਬਲਕਿ ਖੁਦ ਨੂੰ ਤਬਾਹ ਕਰ ਕੇ ਇਨਸਾਨ ਦੂਜੇ ਦੀ ਤਬਾਹੀ ਲੋਚਦਾ ਹੈ।

ਕਿੰਨਾ ਚੰਗਾ ਹੋਵੇ ਜੇ ਇਨਸਾਨ ਗੁੱਸੇ 'ਤੇ ਕਾਬੂ ਪਾਉਣਾ ਸਿੱਖ ਲਵੇ। ਆਪਣੀਆਂ ਭਾਵਨਾਵਾਂ ਨੂੰ ਵੱਸ ਵਿਚ ਕਰ ਲਵੇ। ਇਨ੍ਹਾਂ ਮਾਰੂ ਜਜ਼ਬਿਆਂ ਦੇ ਹੜ੍ਹ ਨੂੰ ਬੰਨ੍ਹ ਮਾਰ ਲਵੇ ਤੇ ਇਨ੍ਹਾਂ ਦੀ ਥਾਂ ਮਨ ਵਿਚ ਚੰਗੀਆਂ ਤੇ ਸ਼ੁਭ ਕਾਮਨਾਵਾਂ ਦੀ ਫਸਲ ਬੀਜੇ। ਉਹ ਕਾਮਨਾਵਾਂ ਜੋ ਸਾਰੀ ਕਾਇਨਾਤ ਦਾ ਭਲਾ ਚਾਹੁੰਦੀਆਂ ਹਨ। ਸਾਰੀ ਧਰਤੀ 'ਤੇ ਫੁੱਲ, ਬੂਟੇ ਤੇ ਖਿੜੇ ਬਾਗ ਲੋਚਦੀਆਂ ਹਨ ਤੇ ਉਹ ਕਾਮਨਾਵਾਂ ਜਿਨ੍ਹਾਂ ਨਾਲ ਇਨਸਾਨ ਆਪਣੇ ਚਿਹਰੇ 'ਤੇ ਵੀ ਹਾਸੇ ਤੇ ਖੇੜਿਆਂ ਦੀ ਫਸਲ ਬੀਜ ਸਕਦਾ ਹੈ। ਆਪਣੇ ਮਨ ਨੂੰ ਵਸ 'ਚ ਕਰ ਕੇ ਗਿਲੇ-ਸ਼ਿਕਵਿਆਂ ਦੀ ਸੜ੍ਹਾਂਦ ਨੂੰ ਕਿਧਰੇ ਹੂੰਝ ਕੇ ਬੁਹਾਰ ਵੀ ਸਕਦਾ ਹੈ। ਫਿਰ ਹੀ ਸੰਭਵ ਹੈ ਕਿ ਇਨਸਾਨ ਦਾ ਹਿਰਦਾ ਕੰਵਲ ਦੇ ਫੁੱਲ ਵਾਂਗ ਖਿੜ ਪਵੇ ਤੇ ਇਨਸਾਨ ਹੱਸ ਹੱਸ ਕੇ ਗੱਲਾਂ ਕਰੇ।

ਵਰਨਾ ਇਸ ਦੇਹੀ ਦਾ ਕੀ ਭਰੋਸਾ ? ਕਦੋਂ ਇਨਸਾਨ ਇਸ ਦੁਨੀਆਂ ਦੇ ਮੇਲੇ ਨੂੰ ਫਤਹਿ ਬੁਲਾ ਦੇਵੇ। ਬਿਹਤਰ ਇਹੀ ਹੈ ਕਿ ਜਿੰਨਾ ਚਿਰ ਵੀ ਇਨਸਾਨ ਨੇ ਇਸ ਧਰਤ 'ਤੇ ਜੀਵਨ ਗੁਜ਼ਾਰਨਾ ਹੈ, ਫੁੱਲਾਂ ਕੋਲੋਂ ਇਹ ਜਾਂਚ ਸਿੱਖੇ ਕਿ ਕਿਵੇਂ ਹਰ ਕਿਸੇ ਨੂੰ ਮੁਸਕਾਨਾਂ ਨਾਲ ਨਿਵਾਜਣਾ ਹੈ। ਮੁਸਕਾਨਾਂ ਨਾਲ ਹਰ ਕਿਸੇ ਨੂੰ 'ਜੀ ਆਇਆਂ ਨੂੰ' ਆਖਣਾ ਹੈ।

ਕਿੰਨੇ ਲੋਕੀਂ ਇਨ੍ਹਾਂ ਫੁੱਲਾਂ ਨੂੰ ਤੋੜ ਕੇ, ਹਾਰ ਬਣਾ ਕੇ, ਹਾਰਾਂ ਵਿਚ ਪਰੋ ਕੇ, ਆਪਣੇ ਚਿਹਰਿਆਂ ਦਾ ਸ਼ਿੰਗਾਰ ਬਣਾਉਂਦੇ ਹਨ। ਫੁੱਲ ਭੋਰਾ ਗਿਲਾ ਨਹੀਂ ਕਰਦੇ। ਆਪਣੇ ਆਪ ਨੂੰ ਕੁਰਬਾਨ ਕਰ ਕੇ ਵੀ ਦੂਜੇ ਦੀ ਖ਼ੁਸ਼ੀ ਵਧਾਉਣ ਵਿਚ ਲੱਗੇ ਰਹਿੰਦੇ ਹਨ। ਪਰ ਇਨਸਾਨ ਹੈ ਕਿ ਕਿਸੇ ਮਾੜੀ ਜਿੰਨੀ ਗੱਲ 'ਤੇ ਭੜਕ ਪੈਂਦਾ ਹੈ। ਮਾੜੀ ਜਿੰਨੀ ਗੱਲ 'ਤੇ ਰੁੱਸਿਆ ਫਿਰਦਾ ਹੈ। ਉਲਾਹਮੇ ਦਿੰਦਾ ਹੈ ਤੇ ਮਿਹਣੇ ਮਾਰਦਾ ਹੈ, ਤਾਹਣੇ ਮਾਰਦਾ ਹੈ। ਆਪਣੇ ਵਹਿਣ ਵਿਚ ਪਿਆ ਜਿਥੇ ਖੁਦ ਨੂੰ ਤੰਗ ਕਰਦਾ ਹੈ, ਉਥੇ ਆਪਣੇ ਪਰਿਵਾਰ ਦੇ ਜੀਆਂ ਨੂੰ ਵੀ ਗੁੱਸੇ ਦੀਆਂ ਲਹਿਰਾਂ ਵਿਦ ਲਪੇਟ ਲੈਂਦਾ ਹੈ। ਗੁੱਸੇ ਦੇ ਤੂਫ਼ਾਨ ਲਿਆ ਕੇ ਘਰ ਦੀ ਆਬੋ-ਹਵਾ ਨੂੰ ਜ਼ਹਿਰੀਲੀ ਬਣਾ ਦਿੰਦਾ ਹੈ। ਬੱਚੇ ਤੇ ਬੁੱਢਿਆਂ ਦੀਆਂ ਮੁਸਕਾਨਾਂ ਖੋਹ ਕੇ, ਫ਼ਿਕਰਾਂ ਬਰਪਾ ਦਿੰਦਾ ਹੈ। ਪਰ ਆਪ ਦਾ ਨਿਰੀਖਣ ਕਰਨ ਦਾ ਯਤਨ ਨਹੀਂ ਕਰਦਾ। ਆਪਣੇ ਮਨ ਅੰਦਰ ਝਾਤੀ ਨਹੀਂ ਮਾਰਦਾ।

ਜੇ ਇਨਸਾਨ ਸ਼ੀਸ਼ੇ ਵਾਂਗ ਸਾਫ਼ ਹੋ ਕੇ, ਆਪਣੇ ਮਨ ਅੰਦਰ ਝਾਤੀ ਮਾਰਨੀ ਸਿੱਖ ਲਵੇ ਤਾਂ ਉਸ ਦੀ ਕਾਇਆ ਵੀ ਸ਼ੀਸ਼ੇ ਵਾਂਗ ਹੀ ਸਾਫ ਤੇ ਸਫਾਫ਼ ਹੋ ਸਕਦੀ ਹੈ। ਉਸ ਦੇ ਵਿੰਗ-ਟੇਢ ਨਿਕਲ ਕੇ, ਉਸ ਨੂੰ ਇੱਕ ਚੰਗਾ ਤੇ ਖੁਸ਼ ਰਹਿਣਾ ਇਨਸਾਨ ਬਣਾ ਸਕਦੇ ਹਨ। ਉਸ ਦੇ ਹਿਰਦੇ ਵਿਚ ਵੀ ਫੁੱਲ ਖਿੜ ਸਕਦੇ ਹਨ। ਉਸ ਦੇ ਚਿਹਰੇ ਦੀ ਆਭਾ ਵੀ ਨਿਖਰ ਸਕਦੀ ਹੈ ਪਰ ਇਹ ਸਭ ਕੁਝ ਹੋਣ ਤੋਂ ਪਹਿਲਾਂ ਖੁਦ ਨੂੰ ਸੁਧਾਰਨਾ ਪਵੇਗਾ। ਮਨ ਵਿਚ ਪਈਆਂ ਝਾੜੀਆਂ ਸਾਫ ਕਰਨੀਆਂ ਪੈਣਗੀਆਂ।

ਸਿਆਣੇ ਕਹਿੰਦੇ ਹਨ ਕਿ ਇਹ ਦੁਨੀਆਂ ਤੁਹਾਨੂੰ ਉਸੇ ਤਰ੍ਹਾਂ ਦੀ ਦਿਖਾਈ ਦਿੰਦੀ ਹੈ ਜਿਸ ਤਰ੍ਹਾਂ ਦੇ ਤੁਸੀਂ ਖੁਦ ਹੋ। ਚੰਗੇ ਇਨਸਾਨ ਨੂੰ ਚੰਗੀ ਤੇ ਮਾੜੇ ਨੂੰ ਮਾੜੀ। ਚੰਗੇ ਇਨਸਾਨ ਨੂੰ ਤਾਂ ਮਾੜਾ ਕੋਈ ਵਿਖਾਈ ਹੀ ਨਹੀਂ ਦਿੰਦਾ। ਸਭ ਸੋਹਣੇ, ਸੁਹੱਪਣ ਭਰੇ ਤੇ ਖ਼ੁਸ਼ਮਿਜਾਜ਼ ਦਿੱਸਦੇ ਹਨ। ਪਰ ਜਦੋਂ ਤੁਹਾਡੇ ਆਪਣੇ ਮਨ ਵਿਚ ਹੀ ਕੁਲਾਹੋਂ ਤੇ ਬੀਜੀ ਗਈ ਤਾਂ ਫਿਰ ਤੋਂ ਸਰੀਰ ਕੰਚਨ ਕਿਵੇਂ ਬਣ ਸਕਦਾ ਹੈ। ਇਹ ਕੁਲਾਹੋਂ ਤੇ ਕੰਗਿਆਰੀ ਤਾਂ ਚੰਗੀ ਭਲੀ ਕਣਕ ਦੀ ਬੱਲੀ ਨੂੰ ਸਾੜ ਕੇ ਸੁਆਹ ਕਰ ਦਿੰਦੀ ਹੈ। ਫਿਰ ਤੁਹਾਡਾ ਮਨ ਇਸ ਕੁਲਾਹੋਂ ਤੋਂ ਕਿਵੇਂ ਬਚ ਸਕਦਾ ਹੈ। ਸਿਆਣੇ ਕਹਿੰਦੇ ਹਨ ਕਿ ਦਾਨ ਦਿੱਤਿਆਂ ਘਟਦਾ ਨਹੀਂ, ਮਨ ਨੂੰ ਸ਼ਕਤੀ ਮਿਲਦੀ ਹੈ ਪਰ ਦਾਨ ਦੇਣ ਲਈ ਦਿਲ ਵਿਸ਼ਾਲ ਹੋਵੇ। ਤਿਆਗੀਆਂ ਵਾਲਾ ਮਨ ਹੋਵੇ ਜੋ ਸਭ ਕੁਝ ਤਿਆਗ ਕੇ ਵੀ ਖ਼ੁਸ਼ ਫਿਰਦੇ ਹਨ। ਜਿਨ੍ਹਾਂ ਦੇ ਮਨ ਵਿਚ ਗੌਤਮ ਬੁੱਧ ਵਾਂਗ ਫੁੱਲ ਖਿੜਦੇ ਹਨ ਤੇ ਮਨ ਤੇ ਕਾਇਆ ਸ਼ੀਸ਼ੇ ਵਾਂਗ ਸਾਫ ਹੈ।

ਜਦੋਂ ਸਾਰਾ ਗੁੱਸਾ, ਵਿਰੋਧ ਤੇ ਸ਼ਿਕਵੇ ਗੁਆ ਦਿੱਤੇ ਤਾਂ ਫਿਰ ਆਪਣੇ ਆਪ ਹੀ ਮਨ ਫੁੱਲਾਂ ਵਾਂਗ ਖਿੜੇਗਾ। ਖ਼ੁਸ਼ ਵੀ ਹੋਵੇਗਾ।

ਸੋ, ਬਿਹਤਰ ਇਹੀ ਹੈ ਕਿ ਅਸੀਂ ਆਪਣੇ ਛੋਟੇ-ਮੋਟੇ ਸਾੜੇ, ਈਰਖਾਵਾਂ, ਵੈਰ-ਭਾਵਨਾਵਾਂ ਤੇ ਸੰਸਿਆਂ-ਝੋਰਿਆਂ ਨੂੰ ਤਿਆਗ ਕੇ ਸਰੀਰ ਦੀ ਕੁੰਜ ਬਦਲ ਲਈਏ। ਸੱਪ ਵੀ ਤਾਂ ਪੁਰਾਣੀ ਕੁੰਜ ਲਾਹ ਕੇ ਫਿਰ ਨਵੀਂ ਪਹਿਨ ਲੈਂਦਾ ਹੈ, ਪੁਰਾਣਾ ਲਿਬਾਸ ਕਿਧਰੇ ਸੁੱਟ ਪਾਉਂਦਾ ਹੈ।

ਇੰਜ ਇਨਸਾਨ ਨੂੰ ਵੀ ਖ਼ੁਸ਼ ਰਹਿਣ ਲਈ ਤੇ ਫੁੱਲਾਂ ਵਾਂਗ ਖਿੜਨ ਲਈ ਆਪਣੀ ਪੁਰਾਣੀ ਕੁੰਜ ਲਾਹ ਸੁੱਟਣੀ ਚਾਹੀਦੀ ਹੈ। ਫਿਰ ਨਵੀਂ ਕੁੰਜ ਤੇ ਨਵੇਂ ਲਿਬਾਸ ਵਿਚ ਤੁਸੀਂ ਪੁਨਰ-ਜਨਮ ਵੀ ਲੈ ਸਕਦੇ ਹੋ। ਉਹ ਪੁਨਰ-ਜਨਮ ਜਿਸ ਵਿਚ ਤੁਹਾਨੂੰ ਕਿਸੇ ਨਾਲ ਵੀ ਕੋਈ ਸ਼ਿਕਵਾ-ਸ਼ਿਕਾਇਤ ਨਾ ਹੋਵੇ। ਤੁਸੀਂ ਦੂਜਿਆਂ ਨਾਲ ਪਿਆਰ ਵੀ ਕਰੋ ਤੇ ਖ਼ੁਸ਼ੀਆਂ ਵੀ ਪ੍ਰਾਪਤ ਕਰ ਸਕੋਂ।

ਹੰਝੂ ਤੇ ਮੁਸਕਾਨ

ਹੰਝੂ ਤੇ ਮੁਸਕਾਨ ਸਾਡੇ ਜੀਵਨ ਦਾ ਅਨਿੱਖੜਵਾਂ ਅੰਗ ਹਨ। ਜਦੋਂ ਇਨਸਾਨ ਵੱਡੇ ਦੁੱਖ ਜਾਂ ਸੰਕਟ ਵਿਚ ਫਸਿਆ ਹੋਵੇ ਤਾਂ ਹੰਝੂ ਆਪਣੇ ਆਪ ਹੀ ਆ ਕੇ ਸਾਡੀਆਂ ਪਲਕਾਂ ਵਿਚ ਤੈਰਨ ਲੱਗਦੇ ਹਨ। ਕਈ ਵਾਰ ਤਾਂ ਇੰਜ ਲੱਗਦਾ ਹੈ ਕਿ ਜਿਵੇਂ ਨਦੀ 'ਚ ਹੜ੍ਹ ਵਗ ਤੁਰਿਆ ਹੈ। ਹੰਝੂ ਅੱਖਾਂ ਵਿਚੋਂ ਨਿਕਲ ਕੇ ਵਗੀ ਜਾਂਦੀ ਹਨ ਤੇ ਇਨਸਾਨ ਬਿਨਾਂ ਸੋਚੇ-ਸਮਝੇ ਰੋਈ ਜਾਂਦਾ ਹੈ। ਇੰਝ ਹੰਝੂਆਂ ਦਾ ਇਨਸਾਨ ਨਾਲ ਇਕ ਸਦੀਵੀ ਰਿਸ਼ਤਾ ਹੈ। ਬਿਨਾਂ ਹੰਝੂ ਵਗੇ ਇਨਸਾਨ ਦੇ ਬੇਰੋਕ ਜਜ਼ਬਿਆਂ ਨੂੰ ਠੱਲ੍ਹ ਨਹੀਂ ਪਾਈ ਜਾ ਸਕਦੀ। ਕਈ ਵਾਰ ਜੇ ਕਿਸੇ ਆਪਣੇ ਨੇੜਲੇ ਸਾਥੀ ਜਾਂ ਰਿਸ਼ਤੇਦਾਰ ਨੇ ਸਾਡੇ ਨਾਲ ਬੇਇਨਸਾਫੀ ਜਾਂ ਧੋਖਾ ਜਾਂ ਬੇਵਫ਼ਾਈ ਕੀਤੀ ਹੋਵੇ ਤਾਂ ਹੰਝੂ ਬੇਰੋਕ ਵਗਣ ਲੱਗ ਪੈਂਦੇ ਹਨ। ਕਈ ਸਿਆਣੇ ਕਹਿੰਦੇ ਹਨ, "ਭਾਈ! ਦਿਲ 'ਤੇ ਕੋਈ ਗਹਿਰੀ ਸੱਟ ਲੱਗੀ ਹੈ। ਰੋ ਲੈਣ ਦਿਓ। ਇੰਜ ਰੋਣ ਨਾਲ ਦਿਲ ਦਾ ਭਾਰ ਹਲਕਾ ਹੋ ਜਾਵੇਗਾ।"

ਇਹ ਇਕ ਸੱਚਾਈ ਹੈ ਕਿ ਜਦੋਂ ਦਿਲ 'ਤੇ ਕੋਈ ਦੁੱਖਾਂ ਦਾ ਬੋਝ ਵਧ ਜਾਵੇ ਤਾਂ ਇਹ ਦੁੱਖ ਹੰਝੂਆਂ ਦਾ ਰੂਪ ਧਾਰ ਕੇ ਵਗਣ ਲੱਗਦੇ ਹਨ। ਕਈ ਵਾਰੀ ਜ਼ਿੰਦਗੀ ਆਪਣੀ ਕਹਾਣੀ ਹੰਝੂ ਵਹਾ ਕੇ ਹੀ ਬਿਹਤਰ ਢੰਗ ਨਾਲ ਦੱਸ ਸਕਦੀ ਹੈ। ਜ਼ੁਬਾਨ ਬੋਲਣ ਤੋਂ ਇਨਕਾਰੀ ਹੋ ਜਾਂਦੀ ਹੈ। ਇਨਸਾਨ ਦੁੱਖ ਵਿਚ ਸਿਰ-ਸੁੱਟੀ, ਜ਼ਾਰੋ-ਜ਼ਾਰ ਰੋਈ ਜਾਂਦਾ ਹੈ।"

ਇਸ ਸੰਸਾਰ ਵਿਚ ਜਨਮ ਲੈਣ ਵਾਲਾ ਕਿਹੜਾ ਅਜਿਹਾ ਇਨਸਾਨ ਹੋਇਆ ਹੈ, ਜਿਸ ਨੇ ਕਦੇ ਹੰਝੂ ਨਾ ਵਹਾਏ ਹੋਣ ? ਹਰ ਕੋਈ ਰੋਂਦਾ ਹੈ। ਕੋਈ ਖੁਲ੍ਹਮ-ਖੁੱਲ੍ਹਾ ਤੇ ਕੋਈ ਬਾਕੀ ਦੁਨੀਆਂ ਤੋਂ ਲੁਕਾ ਕੇ। ਕਈ ਵਾਰ ਨਵੀਂ ਵਿਆਹੀ ਵਹੁਟੀ ਰਸੋਈ ਵਿਚ ਧੂੰਏਂ ਦਾ ਬਹਾਨਾ ਬਣਾ ਕੇ ਹੰਝੂ ਵਹਾਈ ਜਾਂਦੀ ਹੈ। ਉਹ ਆਪਣੇ ਪੇਕਿਆਂ ਨੂੰ ਯਾਦ ਕਰ ਕੇ ਰੋਂਦੀ ਹੈ। ਖ਼ਾਸ ਤੌਰ 'ਤੇ ਉਦੋਂ ਜਦੋਂ ਉਹਦੇ ਹੰਝੂ ਦੇਖਣ ਵਾਲਾ ਕੋਲ ਕੋਈ ਨਹੀਂ ਹੁੰਦਾ। ਇੰਜ ਹੰਝੂ ਬੇਸਹਾਰਾ ਇਨਸਾਨ ਦਾ ਬਹੁਤ ਵੱਡਾ ਸਹਾਰਾ ਹਨ। **ਦਿਲ ਦਾ ਭਾਰ ਹਲਕਾ ਕਰਨ ਲਈ ਹੰਝੂਆਂ ਦਾ ਵਗਣਾ ਜ਼ਰੂਰੀ ਹੈ।**

ਪ੍ਰੇਮੀ ਜਾਂ ਪ੍ਰੇਮਿਕਾ ਵੀ ਜਦੋਂ ਅਤਿ ਗੂੜ੍ਹੇ ਪਿਆਰ ਦੇ ਰਾਹ ਪੈ ਜਾਣ ਤਾਂ ਇਕ ਦੂਜੇ ਨੂੰ ਯਾਦ ਕਰ ਕੇ ਰੋਂਦੇ ਹਨ, ਹੰਝੂ ਵਗਾਉਂਦੇ ਹਨ ਅਤੇ ਹਵਾਵਾਂ ਹੱਥ ਸਿੱਲ੍ਹੇ ਸੁਨੇਹੜੇ ਭੇਜਦੇ ਹਨ। ਪਰ ਸਭ ਤੋਂ ਵੱਧ ਉਹ ਉਦੋਂ ਰੋਂਦੇ ਹਨ ਜਦੋਂ ਪਿਆਰ ਵਿਚ ਧੋਖਾ ਹੋ ਜਾਵੇ।

ਕਈ ਪ੍ਰੇਮੀ ਅਜਿਹੀ ਹਾਲਤ ਵਿਚ ਸਮੁੰਦਰ ਜਾਂ ਦਰਿਆ ਕੰਢੇ ਜਾ ਕੇ ਹੰਝੂ ਵਹਾਉਂਦੇ ਹਨ। ਇਹ ਸਮੁੰਦਰ ਦੀਆਂ ਲਹਿਰਾਂ ਨੂੰ ਆਪਣਾ ਗਵਾਹ ਬਣਾ ਕੇ ਰੋਂਦੇ ਹਨ। ਇਨ੍ਹਾਂ ਲਹਿਰਾਂ

ਤੋਂ ਸਹਾਰਾ ਲੈ ਕੇ ਸਕੂਨ ਭਾਲਦੇ ਹਨ। ਤੇ ਕਈ ਵਾਰ ਇਹ ਲਹਿਰਾਂ ਜਾਂ ਡੂੰਘਾ ਪਾਣੀ ਉਨ੍ਹਾਂ ਦਾ ਰਾਜ਼ਦਾਰ ਵੀ ਬਣ ਜਾਂਦਾ ਹੈ।

ਇੰਜ ਹੰਝੂ ਜ਼ਿੰਦਗੀ ਦੀ ਇਕੱਲਤਾ ਤੇ ਉਪਰਾਮਤਾ ਤੋਂ ਧਰਵਾਸ ਬਖ਼ਸ਼ਦੇ ਹਨ। ਦੁੱਖਾਂ-ਤਕਲੀਫ਼ਾਂ ਨੂੰ ਸਹਿਣ ਅਤੇ ਭਵਿੱਖ ਦੀ ਚੁਣੌਤੀਆਂ ਨਾਲ ਦੋ-ਚਾਰ ਹੋਣ ਦੀ ਤਾਕਤ ਤੇ ਕਾਬਲੀਅਤ ਵੀ ਬਖ਼ਸ਼ਦੇ ਹਨ। **ਦੂਜੇ ਪਾਸੇ ਮਸਕਾਨ ਤੋਂ ਬਿਨਾਂ ਜ਼ਿੰਦਗੀ ਉੱਜੜੇ ਘਰ ਵਰਗੀ ਲੱਗਦੀ ਹੈ। ਮੁਸਕਾਨ ਜ਼ਿੰਦਗੀ ਦੀ ਬਹਾਰ ਵੀ ਹੁੰਦੀ ਹੈ** ਅਤੇ ਜ਼ਿੰਦਗੀ ਦਾ ਗਹਿਣਾ ਵੀ। ਜਿਹੜੇ ਮੁਸਕਾਨ ਚਿਹਰੇ 'ਤੇ ਸਜਾਉਣੀ ਸਿੱਖ ਲੈਣ ਉਨ੍ਹਾਂ ਨੂੰ ਜਿਊਣਾ ਔਖਾ ਨਹੀਂ ਲੱਗਦਾ। ਜ਼ਿੰਦਗੀ ਜੇ ਮੁਸਕਾਨ ਨਾਲ ਭਰੀ ਹੋਵੇ ਤਾਂ ਕੁਦਰਤ ਦੇ ਸਭ ਵੇਲ-ਬੂਟੇ, ਬਾਗ, ਪਹਾੜ ਤੇ ਝਰਨੇ ਜੀ ਆਇਆਂ ਨੂੰ ਕਹਿੰਦੇ ਜਾਪਦੇ ਹਨ। ਹਰਾ ਹਰਾ ਘਾਹ ਵੀ ਅਜਿਹੇ ਖ਼ੁਸ਼ ਰਹਿਣ ਵਾਲੇ ਇਨਸਾਨ ਦੇ ਪੈਰਾਂ ਵਿਚ ਵਿਛ-ਵਿਛ ਜਾਂਦਾ ਹੈ।

ਕੁਦਰਤ ਨੂੰ ਤਿਊੜੀਆਂ ਵਾਲਾ ਚਿਹਰਾ ਭਾਉਂਦਾ ਨਹੀਂ। ਕੁਦਰਤ ਤਾਂ ਆਪ ਮੁਸਕਾਨਾਂ ਵੰਡਦੀ ਤੇ ਵੰਡਾਉਂਦੀ ਹੈ। ਕਦੇ ਖਿੜੇ ਹੋਏ ਫੁੱਲ ਦੇ ਨਜ਼ਦੀਕ ਬੈਠ ਕੇ ਵੇਖੋ। ਉਹ ਤੁਹਾਡੇ ਚਿਹਰੇ ਨੂੰ ਵੀ ਮੁਸਕਾਨਾਂ ਭੇਜ ਕੇ ਖ਼ੁਸ਼ ਕਰ ਦੇਣਗੇ। ਖ਼ਾਮੋਸ਼ ਹਾਸੇ ਨਾਲ ਤੁਹਾਡਾ ਸੁਆਗਤ ਕਰਨਗੇ। ਤੁਹਾਡੇ ਦਿਲ ਨੂੰ ਆਪਣੇ ਅਨੂਠੀ ਛਬ ਤੇ ਮਿਲੇ ਰੰਗਾਂ ਦੀ ਬਹਾਰ ਨਾਲ ਭਰ ਦੇਣਗੇ। ਤੁਹਾਡੀਆਂ ਅੱਖਾਂ ਵਿਚ ਰੰਗ ਬਿਖੇਰ ਕੇ ਸੁੰਨੀਆਂ ਸੱਖਣੀਆਂ ਅੱਖਾਂ ਵਿਚ ਨੂਰ ਭਰ ਦੇਣਗੇ।

ਪਰ ਇਹ ਵੀ ਸੱਚ ਹੈ ਕਿ ਮੁਸਕਾਨ ਸਾਡੇ ਚਿਹਰੇ 'ਤੇ ਉਦੋਂ ਹੀ ਖੇਡਦੀ ਹੈ ਜਦੋਂ ਦਿਲ ਵਿਚ ਸਰੂਰ ਹੋਵੇ। ਕਿਸੇ ਸਫਲਤਾ ਨੇ ਸਾਡੇ ਬੂਹੇ 'ਤੇ ਆ ਕੇ ਦਸਤਕ ਦਿੱਤੀ ਹੋਵੇ। ਸਾਡੀਆਂ ਕੀਤੀਆਂ ਮਿਹਨਤਾਂ ਰਾਸ ਆ ਰਹੀਆਂ ਹੋਣ। ਮੁਸ਼ੱਕਤਾਂ ਨੂੰ ਬੂਰ ਪੈ ਜਾਵੇ। ਖਾਲੀ ਸੱਖਣੀਆਂ ਝੋਲੀਆਂ ਖ਼ੁਸ਼ੀਆਂ ਨਾਲ ਭਰ ਜਾਣ। ਕੋਈ ਖ਼ੂਬਸੂਰਤ ਚਿਹਰਾ ਜਦੋਂ ਮੁਸਕਾਨਾਂ ਪਹਿਨ ਲਏ ਤਾਂ ਰੱਬੀ ਮੂਰਤ ਜਾਪਦਾ ਹੈ। ਇਹੋ ਵਜ੍ਹਾ ਹੈ ਕਿ ਛੋਟਿਆਂ ਬੱਚਿਆਂ ਦਾ ਚਿਹਰਾ ਹਮੇਸ਼ਾ ਹੀ ਸਾਨੂੰ ਸੁੰਦਰ ਲੱਗਦਾ ਹੈ।

ਹੰਝੂ ਜ਼ਰੂਰ ਵਹਾਓ ਪਰ ਆਪਣੇ ਦਿਲ ਨੂੰ ਹਲਕਾ ਕਰਨ ਮਗਰੋਂ ਮੁਸਕਰਾਉਣਾ ਵੀ ਸਿੱਖੋ। ਜੇ ਹੰਝੂ ਸਕੂਨ ਦਾ ਸੋਮਾ ਹਨ ਤਾਂ ਮੁਸਕਾਨ ਜਿੱਤ ਦੀ ਜਾਚ। ਸਿਰਫ ਇਹੀ ਜਾਚ ਹੀ ਸਾਡੇ ਜੀਵਨ ਨੂੰ ਨੂਰੋ-ਨੂਰ ਕਰ ਸਕਦੀ ਹੈ।

ਮਨਿ ਜੀਤੇ ਜਗੁ ਜੀਤੁ

ਮਨ ਨੂੰ ਜਿੱਤਣ ਨਾਲ ਇਨਸਾਨ ਆਪਣੀਆਂ ਸਾਰੀਆਂ ਮੁਸ਼ਕਲਾਂ, ਚਿੰਤਾਵਾਂ ਤੇ ਸਮੱਸਿਆਵਾਂ 'ਤੇ ਕਾਬੂ ਪਾ ਲੈਂਦਾ ਹੈ। ਇਸੇ ਲਈ ਮਨ ਨੂੰ ਜਿੱਤਣ ਦੀ ਗੱਲ ਗੁਰੂ ਸਾਹਿਬਾਨ ਨੇ ਕਈ ਸਦੀਆਂ ਪਹਿਲਾਂ ਕਹੀ ਹੈ, ਪਰ ਮਨ ਨੂੰ ਜਿੱਤਣਾ ਏਨਾ ਆਸਾਨ ਨਹੀਂ ਕਿਉਂਕਿ ਮਨ ਨੂੰ ਜਿੱਤਣ ਲਈ ਬੜੇ ਅਭਿਆਸ ਦੀ ਲੋੜ ਪੈਂਦੀ ਹੈ। ਸਰੀਰਕ ਕਿਰਿਆਵਾਂ ਨੂੰ ਸਾਧ ਕੇ ਆਪਣੇ ਵੱਸ ਵਿਚ ਕਰਨਾ ਪੈਂਦਾ ਹੈ ਤੇ ਹੌਲੀ-ਹੌਲੀ ਜਦ ਸਾਰੀਆਂ ਸਰੀਰਕ ਇੱਛਾਵਾਂ ਬੰਦੇ ਦੇ ਵੱਸ ਵਿਚ ਹੋ ਜਾਣ ਤਾਂ ਇਕ ਤਰ੍ਹਾਂ ਨਾਲ ਇਹ ਇਨਸਾਨ ਇਸ ਦੁਨੀਆਂ ਦਾ ਬਾਦਸ਼ਾਹ ਬਣ ਜਾਂਦਾ ਹੈ। ਜਦੋਂ ਇਨਸਾਨ ਨੇ ਮਨ ਨੂੰ ਆਪਣੇ ਵੱਸ ਵਿੱਚ ਕਰ ਲਿਆ ਤਾਂ ਉਸ ਦੀਆਂ ਲੋੜਾਂ ਵੀ ਬਹੁਤ ਘੱਟ ਹੋ ਜਾਂਦੀਆਂ ਹਨ ਤੇ ਉਸਦਾ ਗੁਜ਼ਾਰਾ ਅੱਠ ਪਹਿਰੀ ਰੋਟੀ ਖਾ ਕੇ ਵੀ ਹੋ ਸਕਦਾ ਹੈ। ਅੱਜ-ਕੱਲ੍ਹ ਦੇ ਕਾਰਾਂ, ਕੋਠੀਆਂ ਵਾਲੇ ਸਾਧੂ ਸੰਤ ਤਾਂ ਨਹੀਂ ਬਲਕਿ ਪੁਰਾਣੇ ਯੁੱਗ ਦੇ ਸਾਦਾ ਜੀਵਨ ਬਤੀਤ ਕਰਨ ਵਾਲੇ ਸਾਧੂ-ਸੰਨਿਆਸੀ ਅਜਿਹਾ ਕਰਦੇ ਆਏ ਸਨ।

ਸਿਕੰਦਰ ਮਹਾਨ ਵਾਲੀ ਮਿਸਾਲ ਸਾਡੇ ਸਾਹਮਣੇ ਹੈ। ਜਦੋਂ ਸਿਕੰਦਰ ਨੇ ਇੱਕ ਵੱਡੇ ਵਿਦਵਾਨ ਤੇ ਚਿੰਤਕ ਨੂੰ ਆਪਣੀ ਕੁਟੀਆ ਵਿਚ ਅਰਾਮ ਕਰਦੇ ਵੇਖਿਆ ਤਾਂ ਉਸ ਨੇ ਕਿਹਾ ਮੈਂ ਸਿਕੰਦਰ ਮਹਾਨ ਹਾਂ। ਮੰਗ ਜੋ ਮੰਗਦਾ ਹੈ। ਮੈਂ ਤੇਰੀ ਹਰ ਇੱਛਾ ਪੂਰੀ ਕਰਨ ਲਈ ਤਿਆਰ ਹਾਂ, ਪਰ ਉਸ ਨੇ ਤੁਰੰਤ ਜਵਾਬ ਦਿੱਤਾ ਕਿ ਉਸ ਨੂੰ ਕਿਸੇ ਚੀਜ਼ ਦੀ ਜ਼ਰੂਰਤ ਨਹੀਂ ਹੈ, ਬਲਕਿ ਜੋ ਸੂਰਜ ਦੀ ਧੁੱਪ ਉਸ 'ਤੇ ਪੈ ਰਹੀ ਹੈ ਉਹ ਧੁੱਪ ਛੱਡ ਦੇਵੇ ਕਿਉਂਕਿ ਸਿਕੰਦਰ ਦਾ ਪਰਛਾਵਾਂ ਉਸ ਸਾਧੂ 'ਤੇ ਪੈ ਰਿਹਾ ਸੀ। ਉਸ ਸਾਧੂ ਦਾ ਨਾਂ ਡਾਇਓਜੀਨੀਜ਼ ਸੀ।

ਮਨ ਨੂੰ ਵੱਸ ਕਰਨ ਵਾਲੇ ਇਨਸਾਨ ਦੇ ਜੀਵਨ ਬਾਰੇ ਭਟਕਣ ਖਤਮ ਹੋ ਜਾਂਦੀ ਹੈ। ਜ਼ਿੰਦਗੀ ਸਥਿਰ ਹੋ ਜਾਂਦੀ ਹੈ ਤੇ ਕਈ ਇੱਛਾਵਾਂ ਨੂੰ ਮਾਰਨ ਜਾਂ ਦਬਾਉਣ ਉਪਰੰਤ ਇਨਸਾਨ ਇੰਜ ਮਹਿਸੂਸ ਕਰਦਾ ਹੈ ਜਿਵੇਂ ਦੁਨੀਆਂ ਦੀ ਹਰ ਇਕ ਚੀਜ਼ ਉਪਰ ਉਸਦਾ ਅਧਿਕਾਰ ਹੋ ਗਿਆ ਹੋਵੇ। ਜਿਵੇਂ ਉਹ ਕੋਈ ਮਹਾਂਸ਼ਕਤੀ ਹੋਵੇ, ਜਿਵੇਂ ਉਹ ਕੋਈ ਖ਼ੁਸ਼ੀਆਂ ਦਾ ਮੁਜੱਸਮਾ, ਹੋਵੇ। ਗੌਤਮ ਬੁੱਧ ਨੇ ਸਿਧਾਰਥ ਤੋਂ ਬੁੱਧ ਬਣਨ ਲਈ, ਮਨ 'ਤੇ ਹੀ ਲੰਮੀ ਸਾਧਨਾ ਕਰਕੇ ਇੱਛਾਵਾਂ ਨੂੰ ਕਾਬੂ ਵਿਚ ਕੀਤਾ ਸੀ ਤੇ ਇੱਛਾਵਾਂ ਨੂੰ ਕਾਬੂ ਕਰਨ ਉਪਰੰਤ ਜੋ ਉਸ ਨੇ ਉਪਦੇਸ਼ ਦਿੱਤਾ ਸੀ ਉਸ ਦਾ ਸਾਰਅੰਸ਼ ਇਹ ਸੀ, "ਆਪਣੀ ਇੱਛਾ ਨੂੰ ਤਿਆਗੋ, ਇੱਛਾ ਹੀ ਸਭ ਦੁੱਖਾਂ ਦੀ ਮਾਂ ਹੈ।"

ਪਰ ਅੱਜ ਦੇ ਮੁਕਾਬਲੇ ਦੇ ਯੁੱਗ ਵਿਚ ਇਕ ਇਨਸਾਨ, ਅਜਿਹਾ ਨਹੀਂ ਕਰ ਸਕਦਾ। ਜੇ ਇਕ ਇਨਸਾਨ, ਮਿਹਨਤ ਕਰ ਕੇ, ਧਨ ਕਮਾਉਂਦਾ ਹੈ ਤੇ ਫਿਰ ਆਪਣੀ ਮਿਹਨਤ ਦੀ ਕਮਾਈ ਨਾਲ ਕੋਠੀ ਉਸਾਰਦਾ ਹੈ ਤਾਂ ਇਹ ਕੋਈ ਮਾੜੀ ਗੱਲ ਨਹੀਂ ਹੈ। ਕਾਰਾਂ,

ਕੋਠੀਆਂ ਦਾ ਮਾਲਕ ਬਣ ਜਾਂਦਾ ਹੈ, ਉਹ ਆਪਣੀ ਅਜਿਹੀ ਤਰੱਕੀ 'ਤੇ ਮਾਣ ਤੇ ਗੌਰਵ ਮਹਿਸੂਸ ਕਰਦਾ ਹੈ। ਪਰ ਮਾੜੀ ਗੱਲ ਤਾਂ ਇਹ ਹੈ ਜਦੋਂ ਉਹ ਆਪਣੀਆਂ ਇੱਛਾਵਾਂ ਨੂੰ ਪੂਰਨ ਲਈ ਹੋਰ ਕਮਜ਼ੋਰ ਲੋਕਾਂ ਦੀ ਜ਼ਿੰਦਗੀ ਜਿਉਣੀ ਮੁਸ਼ਕਲ ਕਰ ਦਿੰਦਾ ਹੈ ਜਾਂ ਆਪਣੀਆਂ ਇੱਛਾਵਾਂ ਨੂੰ ਪੂਰ ਕਰਨ ਲਈ ਕਈ ਗਰੀਬ ਇਨਸਾਨਾਂ ਨੂੰ ਜੋਖਮ ਦੀ ਭੱਠੀ ਵਿਚ ਝੋਕ ਦਿੰਦਾ ਹੈ। ਆਪਣੀਆਂ ਇੱਛਾਵਾਂ ਨੂੰ ਪੂਰਾ ਕਰਨ ਲਈ ਗ਼ਰੀਬਾਂ ਦਾ ਖ਼ੂਨ ਸਰਿੰਜਾਂ ਭਰ-ਭਰ ਕੇ ਪੀਂਦਾ ਹੈ। ਨਿਤਾਣਿਆਂ ਨੂੰ ਦੁੱਖ ਦਿੰਦਾ ਹੈ। ਜੀਵ-ਹੱਤਿਆਵਾਂ ਕਰਦਾ ਹੈ ਤੇ ਕਈ ਵਾਰ ਸ਼ਕਤੀ ਤੇ ਨਸ਼ੇ ਦੀ ਲੋਰ ਵਿਚ ਬਲਾਤਕਾਰ ਕਰਦਾ ਹੈ। ਕਿਸੇ ਹੋਰ ਦੀਆਂ ਧੀਆਂ, ਭੈਣਾਂ ਦੀ ਇੱਜ਼ਤ ਬਰਬਾਦ ਕਰਦਾ ਹੈ। ਇਕ ਇਨਸਾਨ ਤੋਂ ਵਧ ਕੇ, ਉਹ ਹੈਵਾਨ ਬਣ ਜਾਂਦਾ ਹੈ।

ਪਰ ਜਿਸ ਇਨਸਾਨ ਦਾ ਮਨ ਆਪਣੇ ਵੱਸ ਵਿਚ ਹੈ, ਉਹ ਕਦੇ ਵੀ ਅਜਿਹੀ ਵਧੀਕੀ ਨਹੀਂ ਕਰਦਾ। ਉਹ ਤਾਂ ਸਗੋਂ ਕਈ ਵਾਰ ਹੋਰ ਇਨਸਾਨਾਂ ਦੀ ਭਲਾਈ ਲੋਚਦਾ ਹੈ। ਕਈ ਵਾਰ ਉਹ ਹੋਰਨਾਂ ਦੇ ਦੁੱਖ ਹਰਨ ਲਈ, ਉਨ੍ਹਾਂ ਦੀ ਸਹਾਇਤਾ ਕਰਦਾ ਹੈ। ਅਸੀਂ ਵੇਖਦੇ ਹਾਂ ਕਿ ਇਸ ਸੰਸਾਰ 'ਤੇ ਜੇਕਰ ਭੈੜੇ ਇਨਸਾਨਾਂ ਦੀ ਗਿਣਤੀ ਵਧ ਰਹੀ ਹੈ ਤਾਂ ਚੰਗੇ ਇਨਸਾਨ ਵੀ ਆਪਣੀ ਜਗ੍ਹਾ ਚੰਗਿਆਈ ਕਰੀ ਜਾ ਰਹੇ ਹਨ। ਕਈ ਲੋਕ ਦਾਨ-ਪੁੰਨ ਕਰ ਕੇ, ਗ਼ਰੀਬਾਂ ਦੀ ਰੱਖਿਆ ਕਰਦੇ ਹਨ। ਤੇ ਕਈ ਹੋਰ ਕਮਜ਼ੋਰ, ਨਿਰਬਲ ਤੇ ਨਿਆਸਰਿਆਂ ਨੂੰ ਰੋਟੀ ਦਿੰਦੇ ਹਨ। ਯਤੀਮਖਾਨੇ ਖੋਲ੍ਹ ਕੇ ਲਾਵਾਰਸ ਬੱਚਿਆਂ ਨੂੰ ਪਾਲਦੇ ਹਨ। ਵਿਦਿਆ ਦਿੰਦੇ ਹਨ ਤੇ ਅਜਿਹੇ ਲਾਵਾਰਸ ਬੱਚਿਆਂ ਲਈ ਸਕੂਲ ਖੋਲ੍ਹਦੇ ਹਨ।

ਮਨ ਨੂੰ ਟੇਕ ਵਿਚ ਰੱਖਣਾ ਬੜਾ ਜ਼ਰੂਰੀ ਹੈ। ਟੇਕ ਨਾਲ ਮਨ ਨੂੰ ਸਥਿਰ ਕੀਤਾ ਜਾ ਸਕਦਾ ਹੈ। ਜੇ ਇਨਸਾਨ ਇਸ ਮਨ ਦੀ ਟੇਕ, ਪ੍ਰਭੂ ਨੂੰ ਹੀ ਬਣਾ ਲਵੇ ਤਾਂ ਇਹ ਇਕ ਵੱਡਾ ਸਹਾਰਾ ਹੈ। ਪ੍ਰਭੂ ਤੋਂ ਵੱਡਾ ਸਹਾਰਾ ਤਾਂ ਸ਼ਾਇਦ ਇਸ ਸੰਸਾਰ ਵਿਚ ਹੋਰ ਕੋਈ ਹੈ ਹੀ ਨਹੀਂ। ਉਹ ਪ੍ਰਭੂ ਦੀ ਟੇਕ ਜਿਸ ਦੀ ਆਗਿਆ-ਪਾਲਣ ਨਾਲ ਕੁੱਲ ਸ੍ਰਿਸ਼ਟੀ ਦਾ ਕਾਰਜ ਹੋਈ ਜਾ ਰਿਹਾ ਹੈ ਕਿਧਰੇ ਫੁੱਲ, ਬੂਟੇ, ਰੁੱਖ-ਵਣ ਪਲ ਰਹੇ ਹਨ ਤੇ ਕਿਧਰੇ ਹੋਰ ਚਸ਼ਮੇ ਫੁੱਟ ਕੇ ਨਿਰਮਲ ਜਲ ਦੀ ਧਾਰਾ ਵਹਿ ਰਹੀ ਹੈ।

ਕਿਧਰੇ ਪਹਾੜ ਆਪ ਦਾ ਸਿਰ ਉੱਚਾ ਕਰ ਕੇ ਖਲੋਤੇ ਹਨ ਤੇ ਕਿਧਰੇ ਇਨ੍ਹਾਂ ਪਹਾੜਾਂ 'ਤੇ ਅਨੇਕਾਂ ਕਿਸਮਾਂ ਦੀਆਂ ਜੜ੍ਹੀਆਂ-ਬੂਟੀਆਂ ਉੱਗੀਆਂ ਹੋਈਆਂ ਹਨ, ਜਿਨ੍ਹਾਂ ਨੂੰ ਕੋਈ ਬੀਜਦਾ ਵੀ ਨਹੀਂ, ਪਰ ਮਾਨਵਤਾ ਦੇ ਭਲੇ ਲਈ ਇਹ ਉੱਗ ਖਲੋਂਦੀਆਂ ਹਨ ਤੇ ਇੰਜ ਮਾਨਵਤਾ ਦੇ ਭਲੇ ਲਈ ਕੁਦਰਤ ਕਿੰਨੇ ਵੰਨ-ਸੁਵੰਨੇ ਰੂਪਾਂ ਵਿਚ ਆਪਦੇ ਰੰਗ ਵਿਖਾ ਰਹੀ ਹੈ।

ਪਰ ਇਕ ਇਨਸਾਨ ਹੈ ਕਿ ਉਸ ਦਾ ਮਨ ਹਰ ਵਕਤ ਪਾਰੇ ਵਾਂਗ ਡੋਲਦਾ ਹੈ। ਹਰ ਛਿਣ ਅਨੇਕਾਂ ਰੰਗਾਂ ਦੀ ਆਭਾ ਚਿਹਰੇ ਉਪਰ ਰੂਪਵਾਨ ਹੁੰਦੀ ਹੈ ਪਰ ਸਥਿਰਤਾ ਨਹੀਂ ਮਿਲਦੀ। ਇਹ ਸਥਿਰਤਾ ਤਦ ਹੀ ਮਿਲ ਸਕਦੀ ਹੈ ਜੇ ਇਨਸਾਨ ਕੇਵਲ ਸਾਧਨਾਂ ਮਗਰ ਦੌੜ ਕੇ ਇਨ੍ਹਾਂ ਸਾਧਨਾਂ ਨੂੰ ਹੀ ਆਪਣੀ ਮੰਜ਼ਿਲ ਨਾ ਮਿੱਥੇ। ਸਗੋਂ ਮੰਜ਼ਿਲ ਤਾਂ ਇਨ੍ਹਾਂ ਸਾਧਨਾਂ ਤੋਂ ਕਿਤੇ ਪਰ੍ਹੇ ਹੈ। ਜੇਕਰ ਅਸੀਂ ਕਿਸੇ ਗੱਡੀ ਵਿਚ ਸਵਾਰ ਹੋ ਜਾਈਏ ਤਾਂ ਉਹ ਗੱਡੀ ਸਾਡੀ ਮੰਜ਼ਿਲ ਨਹੀਂ ਹੋ ਸਕਦੀ। ਗੱਡੀ ਤਾਂ ਇਕ ਸਾਧਨ ਹੈ ਕਿਸੇ ਹੋਰ ਥਾਂ ਪਹੁੰਚਣ ਦਾ। ਇੰਜ ਹੀ

ਕਿਸੇ ਨਦੀ ਦੇ ਕਿਨਾਰੇ ਬੱਝੀ ਬੇੜੀ ਜੋ ਪੂਰਾਂ ਤੇ ਪੂਰ ਦੂਜੇ ਪਾਰ ਲੰਘਾ ਦਿੰਦੀ ਹੈ, ਵੀ ਇਕ ਸਾਧਨ ਮਾਤਰ ਹੈ। ਮੰਜ਼ਿਲ ਫਿਰ ਕੀ ਹੈ ?

ਕੀ ਮੰਜ਼ਿਲ ਇਸ ਸੰਸਾਰ 'ਤੇ ਚੰਗੇ-ਚੰਗੇ ਪਕਵਾਨ ਖਾਣਾ ਹੈ ਜਾਂ ਰੇਸ਼ਮ, ਪੱਟ ਤੇ ਜ਼ਰੀ ਪਹਿਨਣਾ ਹੈ ? ਅਸਲ ਵਿਚ ਮੰਜ਼ਿਲ ਇਨਸਾਨ ਦੀ ਪ੍ਰਭੂ ਭਗਤੀ ਵਿਚ ਲੀਨ ਹੋ ਕੇ ਹੋਰ ਲੋਕਾਈ ਦਾ ਭਲਾ ਕਰਨਾ ਹੈ। ਮਿਹਨਤ ਕਰ ਕੇ ਆਪਣੇ ਪਰਿਵਾਰ ਦੀ ਪਾਲਣਾ ਕਰਨਾ ਹੈ ਤੇ ਨਾਲ ਹੀ ਆਪਣੇ ਬੱਚਿਆਂ ਦੀ ਉੱਚੀ ਸਿੱਖਿਆ ਦੇਣਾ ਵੀ ਹੈ। ਜ਼ਿੰਦਗੀ ਵਿਚ ਤਰੱਕੀ ਕਰ ਕੇ ਉੱਚੇ ਰੁਤਬੇ ਨੂੰ ਪ੍ਰਾਪਤ ਕਰਨਾ ਹੈ। ਪਰ ਇਸ ਦੇ ਨਾਲ ਨਾਂਲ ਉਸ ਪ੍ਰਮਾਤਮਾ ਦੀ ਮਿਹਰ ਵੀ ਪ੍ਰਾਪਤ ਕਰਨੀ ਹੈ, ਜਿਸ ਦੀ ਅਪਾਰ ਕਿਰਪਾ ਨਾਲ ਇਹ ਸ੍ਰਿਸ਼ਟੀ ਹੋਂਦ ਵਿਚ ਆਈ ਤੇ ਇਸ ਦਾ ਕੰਮ-ਕਾਜ ਚੱਲੀ ਜਾ ਰਿਹਾ ਹੈ।

ਜਦੋਂ ਇਨਸਾਨ ਨੇ ਮਨ ਜਿੱਤ ਲਿਆ ਹੁੰਦਾ ਤਾਂ ਉਸ ਦੀ ਭਟਕਣ ਖਤਮ ਹੋ ਜਾਵੇਗੀ। ਤ੍ਰਿਸ਼ਨਾ ਘੱਟ ਹੋ ਜਾਵੇਗੀ ਤੇ ਇੱਛਾਵਾਂ ਦੇ ਵੇਗਵਾਨ ਘੋੜੇ ਵੀ ਥਮ ਜਾਣਗੇ। ਇਹ ਇੱਛਾਵਾਂ ਦੇ ਵੇਗਵਾਨ ਘੋੜੇ ਜੋ ਇਨਸਾਨ ਨੂੰ ਬਿਨਾਂ ਵਜ੍ਹਾ ਹੀ ਕਿੱਥੇ-ਕਿੱਥੇ ਭਟਕਾਈ ਫਿਰਦੇ ਹਨ ਉਸ ਨੂੰ ਟਿਕ ਕੇ ਦੋ ਪਲ ਵੀ ਆਰਾਮ ਨਹੀਂ ਕਰਨ ਦਿੰਦੇ ਤੇ ਕਈ ਵਾਰ ਇਨ੍ਹਾਂ ਇੱਛਾਵਾਂ ਦੇ ਵੇਗਵਾਨ ਘੋੜਿਆਂ 'ਤੇ ਸਵਾਰ ਹੋ ਕੇ ਏਨੀ ਤੇਜ਼ ਸਪੀਡ ਫੜ ਲੈਂਦੇ ਹਨ ਕਿ ਕਈ ਵਾਰ ਜ਼ਿੰਦਗੀ ਤੋਂ ਵੀ ਹੱਥ ਧੋ ਬੈਠਦੇ ਹਨ। ਐਕਸੀਡੈਂਟ ਕਰ ਲੈਂਦੇ ਹਨ। ਉਨ੍ਹਾਂ ਅੰਦਰਲੀ ਜੋ ਅਗਨੀ ਹੈ, ਉਨ੍ਹਾਂ ਨੂੰ ਅੰਦਰੋਂ ਭਸਮ ਕਰਦੀ ਰਹਿੰਦੀ ਹੈ। ਕਿਸੇ ਇਕ ਜਗ੍ਹਾ ਟਿਕ ਕੇ ਬੈਠਣ ਨਹੀਂ ਦਿੰਦੀ ਤੇ ਕਈ ਵਾਰ ਤਾਂ ਕਿਸੇ ਇਕ ਕੰਮ ਵਿਚ ਜੀਅ ਲਗਾ ਕੇ ਕੰਮ ਵੀ ਨਹੀਂ ਕਰਨ ਦਿੰਦੀ।

ਕਿਸੇ ਕੰਮ ਨੂੰ ਵੀ ਅਸੀਂ ਮਨ ਦੀ ਇਕਾਗਰਤਾ ਨਾਲ ਤੇ ਮਨ ਦੇ ਟਿਕਾਅ ਨਾਲ ਹੀ ਕਰ ਸਕਦੇ ਹਾਂ। ਜੇ ਮਨ ਟਿਕਾਅ ਵਿਚ ਹੋਵੇ ਤਾਂ ਕੰਮ ਵਿਚ ਦਿਲਚਸਪੀ ਵਧ ਜਾਂਦੀ ਹੈ। ਜੇ ਕਿਸੇ ਦਾ ਮਨ ਟਿਕਾਅ ਵਿਚ ਨਹੀਂ ਤਾਂ ਕੋਈ ਵੀ ਕੰਮ ਸਿਰੇ ਨਹੀਂ ਚਾੜ੍ਹਿਆ ਜਾ ਸਕਦਾ। ਮਨ ਦੇ ਟਿਕਾਅ ਨਾਲ ਹੀ ਚਿੱਤਰਕਾਰ, ਕਿਸੇ ਚਿੱਤਰ ਵਿਚ ਜਾਨ ਪਾ ਸਕਦਾ ਹੈ। ਮੋਨਾ ਲਿਜ਼ਾ ਜਿਹੀ ਮੁਸਕਰਾਹਟ ਪੈਦਾ ਕਰ ਸਕਦਾ ਹੈ। ਕਲਪਨਾ ਦੇ ਖੰਭਾਂ 'ਤੇ ਬੈਠ ਕੇ ਆਪ ਦਾ ਸਵਰਗ ਚਿੱਤਵ ਸਕਦਾ ਹੈ। ਬਲਕਿ ਉਹ ਆਪਣੇ ਲਈ ਸਵਰਗ ਉਸਾਰ ਵੀ ਸਕਦਾ ਹੈ ਜਿਵੇਂ ਕੋਈ ਦਾਨਿਸ਼ਵਰ ਚਿੱਤਰਕਾਰ ਤੇ ਕਲਾਕਾਰ ਸਿਰਜਣਾ ਕਰਕੇ ਕਰ ਦਿੰਦੇ ਹਨ। ਚਿੱਤਰਕਾਰ ਐਮ. ਐਫ. ਹੁਸੈਨ ਦੇ ਚਿੱਤਰ ਅਮਰੀਕਾ ਵਿਚ ਕਰੋੜਾਂ ਡਾਲਰਾਂ ਦੇ ਵਿਕਣ ਲੱਗੇ ਹਨ। ਇਹੀ ਕਲਾ ਦਾ ਕਮਾਲ ਹੈ।

ਮਨ ਤੇ ਸੋਚ ਦੀ ਉਡਾਰੀ ਹੈ। ਟਿਕੇ-ਮਨ ਦਾ ਜਲਵਾ ਹੈ। ਮਨ ਦੇ ਟਿਕਾਅ ਵਿਚੋਂ ਉਪਜੀ ਉਹ ਫੁੱਲਕਾਰੀ ਹੈ ਜਿਸ ਨਾਲ ਇਨਸਾਨ ਇਸ ਨੂੰ ਚਿੱਤਰ ਕੇ ਡੂੰਘੀ ਨੀਂਦ ਸੌਂ ਵੀ ਸਕਦਾ ਹੈ ਤੇ ਸਿਰਜਣਾ ਕਰਦਾ ਕਰਦਾ ਆਪ ਦੀ ਕਿਸਮਤ ਖੁਦ ਘੜ ਵੀ ਸਕਦਾ ਹੈ। ਇਸੇ ਲਈ ਗੁਰੂ ਨਾਨਕ ਦੇਵ ਜੀ ਇਨ੍ਹਾਂ ਸ਼ਬਦਾਂ ਨਾਲ ਟਿਕੇ ਮਨ ਦੀ ਵਡਿਆਈ ਕਰਦੇ ਹਨ, "ਮਨਿ ਜੀਤੇ ਜਗੁ ਜੀਤੁ" ਭਾਵ ਮਨ ਨੂੰ ਜਿੱਤਣ ਨਾਲ ਇਨਸਾਨ ਪੂਰੇ ਸੰਸਾਰ ਨੂੰ ਜਿੱਤ ਸਕਦਾ ਹੈ।

ਮਾਵਾਂ ਠੰਢੀਆਂ ਛਾਵਾਂ

ਹਰ ਬੱਚਾ ਮਾਂ ਲਈ ਰੱਬ ਵੱਲੋਂ ਇਕ ਬਹੁਤ ਵੱਡੀ ਸੁਗਾਤ ਹੁੰਦਾ ਹੈ। ਉਹ ਮਾਂ ਜੋ ਏਨੀ ਪੀੜ ਸਹਿ ਕੇ, ਬੱਚੇ ਨੂੰ ਜਨਮ ਦਿੰਦੀ ਹੈ, ਉਸ ਬੱਚੇ ਲਈ ਦੁੱਖ ਸਹਿਨ ਕਰਨ ਲਈ ਤਿਆਰ ਹੁੰਦੀ ਹੈ। ਬੱਚਾ ਮਾਂ ਲਈ ਇੱਕ ਨਿੱਕਾ ਪੈਗੰਬਰ ਹੁੰਦਾ ਹੈ ਜਿਸ ਦੀ ਟਹਿਲ ਸੇਵਾ ਕਰਕੇ ਉਹ ਕਦੇ ਥਕਾਵਟ ਮਹਿਸੂਸ ਨਹੀਂ ਕਰਦੀ। ਕਈ ਮਾਵਾਂ ਬੱਚੇ ਨੂੰ ਦੁਲਾਰਦੀਆਂ ਨਹੀਂ ਥੱਕਦੀਆਂ। ਆਪਣੇ ਨਿੱਕੇ ਬੱਚੇ ਨੂੰ ਪੰਘੂੜੇ ਪਾ ਕੇ ਜਦ ਕੋਈ ਮਾਂ ਲੋਰੀਆਂ ਦਿੰਦੀ ਹੈ ਤਾਂ ਇਸ ਤੋਂ ਵੱਧ ਕੇ ਕੋਈ ਵੀ ਖ਼ੂਬਸੂਰਤ ਦ੍ਰਿਸ਼ ਇਸ ਦੁਨੀਆਂ ਵਿਚ ਨਜ਼ਰ ਨਹੀਂ ਆਉਂਦਾ। ਇਕ ਨਿੱਕੇ ਬਾਲ ਲਈ ਮਾਂ ਆਪਣੀਆਂ ਅੱਖਾਂ ਵਿੱਚ ਕਿੰਨੇ ਸੁਪਨੇ ਸੰਜੋਅ ਕੇ ਰੱਖਦੀ ਹੈ। ਕਿੰਨੀਆਂ ਦੁਆਵਾਂ ਰੱਬ ਕੋਲੋਂ ਮੰਗਦੀ ਹੈ ਕਿ ਮੇਰੇ ਬੱਚੇ ਨੂੰ ਤੱਤੀ ਵਾਅ ਨਾਲ ਲੱਗੇ। ਹਰ ਮਾਂ ਨੂੰ ਆਪਣਾ ਬੱਚਾ ਸਭ ਤੋਂ ਵੱਧ ਖ਼ੂਬਸੂਰਤ ਲੱਗਦਾ ਹੈ, ਇਸੇ ਲਈ ਹਰ ਮਾਂ ਆਪਣੇ ਬੱਚੇ ਦੀ ਤਾਰੀਫ਼ ਕਰਦੀ ਹੈ। ਉਸ ਦੀਆਂ ਸਿਫਤਾਂ ਕਰਦੀ ਨਹੀਂ ਥੱਕਦੀ। ਇਹ ਅਟੱਲ ਸਚਾਈ ਹੈ ਕਿ ਜਿੰਨੀ ਵੱਧ ਸੇਵਾ ਭਾਵਨਾ ਨਾਲ ਮਾਂ ਬੱਚੇ ਨੂੰ ਪਾਲਦੀ ਹੈ, ਓਨਾ ਹੀ ਉਹ ਵੱਧ ਲਾਇਕ ਤੇ ਸੁਘੜ, ਸਿਆਣਾ ਵੀ ਬਣਦਾ ਹੈ। ਕਈ ਮਾਵਾਂ ਤਾਂ ਬੱਚੇ ਨੂੰ ਹੱਥੀਂ ਛਾਵਾਂ ਕਰਨ ਤੀਕ ਵੀ ਜਾਂਦੀਆਂ ਹਨ। ਜਦ ਕਿਸੇ ਬਚੇ ਨੂੰ ਕੋਈ ਤਕਲੀਫ਼ ਹੁੰਦੀ ਹੈ ਤਾਂ ਮਾਂ ਦਾ ਹਿਰਦਾ ਕਿੰਨਾ ਤੜਫਦਾ ਹੈ। ਮਾਂ ਆਪਣੇ ਬੱਚੇ ਲਈ ਹਰ ਕੁਰਬਾਨੀ ਕਰਨ ਲਈ ਤਿਆਰ ਹੁੰਦੀ ਹੈ। ਕਈ ਮਾਵਾਂ ਬੱਚੇ ਨੂੰ ਨਿੱਕੇ ਹੁੰਦਿਆਂ ਸੁੱਕੇ ਪਾ ਕੇ ਆਪ ਗਿੱਲੀ ਥਾਂ ਪੈ ਜਾਂਦੀਆਂ ਹਨ। ਹਰ ਮਿੱਠੀ ਤੇ ਚੰਗੀ ਚੀਜ਼ ਆਪਣੇ ਬੱਚੇ ਨੂੰ ਖਾਣ ਲਈ ਦਿੰਦੀਆਂ ਹਨ। ਜਦੋਂ ਕੋਈ ਬਾਲ ਹੱਸ ਹੱਸ ਕੇ, ਨਿੱਕੇ ਨਿੱਕੇ ਪੈਰਾਂ ਨਾਲ ਤੁਰਨ ਲੱਗਦਾ ਹੈ ਤਾਂ ਮਾਂ ਖੁਸ਼ੀ ਵਿਚ ਫੁੱਲੀ ਨਹੀਂ ਸਮਾਉਂਦੀ। ਅਸਲ ਵਿਚ ਮਾਂ ਹੀ ਬੱਚੇ ਦੀ ਸਿਰਜਕ ਹੁੰਦੀ ਹੈ। ਉਹ ਆਪਣੀ ਸਿਰਜਣਾ ਨੂੰ ਅਦੁੱਤੀ ਸਮਝ ਕੇ ਰੱਬ ਅੱਗੇ ਹੱਥ ਅੱਡਦੀ ਹੈ ਕਿ ਹੇ ਰੱਬਾ! ਮੇਰੇ ਬੱਚੇ ਨੂੰ ਤੱਤੀ ਵਾਅ ਨਾ ਲੱਗੇ। ਮੇਰੇ ਬੱਚੇ ਨੂੰ ਕੋਈ ਤਕਲੀਫ਼ ਨਾ ਹੋਵੇ ਤੇ ਮੇਰਾ ਬੱਚਾ ਸਭ ਬੱਚਿਆਂ ਤੋਂ ਵੱਧ ਸੋਹਣਾ, ਖੁਸ਼ ਤੇ ਹੱਸਮੁੱਖ ਹੋਵੇ।

ਸਿਆਣਿਆਂ ਨੇ ਕਿਹਾ ਹੈ ਕਿ ਹਰ ਮਾਂ ਬੱਚੇ ਲਈ ਉਮਰ ਭਰ ਖੁਸ਼ੀਆਂ ਮੰਗਦੀ ਹੈ ਤੇ ਉਸ ਨੂੰ ਵੱਡਾ ਹੁੰਦਾ ਵੇਖ ਕੇ ਖੁਸ਼ ਹੁੰਦੀ ਹੈ। ਕਈ ਮਾਵਾਂ ਬੱਚੇ ਨੁਹਾ ਕੇ, ਸੁੰਦਰ ਕੱਪੜੇ ਪਾ ਕੇ ਚੰਨ ਜਿਹੇ ਮੂੰਹ 'ਤੇ ਇਕ ਕਾਲਾ ਟਿੱਕਾ ਲਾ ਦਿੰਦੀਆਂ ਹਨ ਕਿ ਬੱਚੇ ਨੂੰ ਕਿਸੇ ਦੀ ਬੁਰੀ ਨਜ਼ਰ ਨਾ ਲੱਗੇ।

ਜਿਨ੍ਹਾਂ ਮਾਵਾਂ ਦੇ ਪੁੱਤਰ ਪਰਦੇਸੀ ਜਾ ਵਸਦੇ ਹਨ, ਮਾਵਾਂ ਉਨ੍ਹਾਂ ਲਈ ਵੀ ਲੱਖਾਂ ਅਸੀਸਾਂ ਰੱਬ ਕੋਲੋਂ ਮੰਗਦੀਆਂ ਹਨ ਕਿ ਬੇਗਾਨੀਆਂ ਧਰਤੀਆਂ 'ਤੇ ਰਹਿੰਦਿਆਂ ਵੀ ਪੁੱਤਰ

ਰਾਜ਼ੀ ਖੁਸ਼ੀ ਹੋਣ। ਇਹੀ ਵਜ੍ਹਾ ਹੈ ਕਿ ਜਦੋਂ ਪਰਦੇਸ਼ ਤੋਂ ਕੋਈ ਫੋਨ ਆਉਂਦਾ ਹੈ ਤਾਂ ਮਾਂ ਦਾ ਹਿਰਦਾ ਆਪਦੇ ਲਾਡਲੇ ਦਾ ਫੋਨ ਸੁਣ ਕੇ ਗਦਗਦ ਹੋ ਜਾਂਦਾ ਹੈ। ਪਰ ਕਈ ਪੁੱਤਰ ਪਰਦੇਸੀ ਵੱਸ ਕੇ, ਪੁੱਤਰ ਨਾ ਹੋ ਕੇ ਕੁ-ਪੁੱਤਰ ਵੀ ਹੋ ਜਾਂਦੇ ਹਨ। ਉਹ ਘਰੇ ਮਾਂ ਨੂੰ ਫੋਨ ਨਹੀਂ ਕਰਦੇ ਤੇ ਕਹੀ ਵਾਰ ਇਹ ਫੋਨ 2-2 ਮਹੀਨੇ ਵੀ ਨਹੀਂ ਆਉਂਦਾ ਤਾਂ ਮਾਂ ਕੰਧਾਂ, ਕੌਲਿਆਂ ਨਾਲ ਲੱਗਦੀ ਫਿਰਦੀ ਹੈ। ਜਿਵੇਂ ਹਵਾਵਾਂ ਤੋਂ ਪੁੱਤਰ ਦੀ ਸੁੱਖ-ਸਾਂਤ ਪੁੱਛ ਰਹੀ ਹੋਵੇ ਤੇ ਕਈ ਵਾਰ ਜੇ ਕੋਈ ਅਫਵਾਹ ਪੁੱਤਰ ਬਾਰੇ ਮਿਲ ਜਾਵੇ ਜਾਂ ਕੋਈ ਦੁਰਘਟਨਾ ਵਾਪਰ ਜਾਵੇ ਤਾਂ ਮਾਂ ਦਾ ਹਿਰਦਾ ਵਲੂੰਧਰਿਆ ਜਾਂਦਾ ਹੈ। ਸਾਰੀ ਰਾਤ ਨੀਂਦ ਨਹੀਂ ਪੈਂਦੀ ਤੇ ਮਾਂ ਰੱਬ ਅੱਗੇ ਲੱਖਾਂ ਅਰਜ਼ੋਈਆਂ ਕਰਕੇ ਪੁੱਤਰ ਦੀ ਸ਼ੁਭ-ਕਾਮਨਾ ਲੋੜਦੀ ਹੈ। ਹਜ਼ਾਰਾਂ, ਲੱਖਾਂ ਮੀਲਾਂ ਦੀ ਦੂਰੀ ਤੋਂ ਵੀ ਪੁੱਤਰ ਦੀ ਆਹਟ ਸੁਣਨ ਲਈ ਬਿਹਬਲ ਹੋ ਜਾਂਦੀ ਹੈ। ਪੌਣਾਂ ਹੱਥ ਸੁਨੇਹੇ ਭੇਜਦੀ ਹੈ ਤੇ ਅਸਮਾਨ ਅੱਗੇ ਹੱਥ ਅੱਡ ਕੇ ਪੁੱਤਰ ਲਈ ਇਨਸਾਫ ਭਾਲਦੀ ਹੈ। ਇਹ ਇਕ ਅਟੱਲ ਸਚਾਈ ਹੈ ਕਿ ਮਾਂ, ਮਾਂ ਹੀ ਰਹਿੰਦੀ ਹੈ, ਪੁੱਤਰ ਭਾਵੇਂ ਕੁਪੁੱਤਰ ਹੋ ਜਾਵੇ।

ਜਦੋਂ ਕੋਈ ਮਾਂ ਆਪਣੇ ਟੱਬਰ ਲਈ ਚੁੱਲ੍ਹੇ 'ਤੇ ਰੋਟੀਆਂ ਪਕਾਉਂਦੀ ਹੈ। ਇਹ ਦ੍ਰਿਸ਼ ਵੀ ਖੂਬਸੂਰਤ ਹੁੰਦਾ ਹੈ। ਮਾਂ ਹਰ ਬੱਚੇ ਲਈ ਰੋਟੀ ਪਰੋਸਦੀ ਹੈ ਤੇ ਕਿੰਨੇ ਪਿਆਰ ਨਾਲ ਰੋਟੀਆਂ ਪਕਾ ਬੱਚਿਆਂ ਦੀ ਥਾਲੀ ਵਿਚ ਰੱਖਦੀ ਹੈ। ਕਈ ਵਾਰ ਆਪ ਤਾਂ ਮਾਂ ਬੇਹਾ ਜਾਂ ਬਚਿਆ ਹੋਇਆ ਭੋਜਨ ਖਾ ਲੈਂਦੀ ਹੈ ਪਰ ਪੁੱਤਰ, ਧੀਆਂ ਲਈ ਸੱਜਰਾ ਭੋਜਨ ਪਕਾ ਕੇ ਦਿੰਦੀ ਹੈ। ਚੰਗੀ ਤੋਂ ਚੰਗੀ ਚੀਜ਼ ਖੁਆ ਕੇ ਖ਼ੁਸ਼ ਹੁੰਦੀ ਹੈ। ਕੋਈ ਮਾਂ ਕਿਸੇ ਹੋਰ ਘਰੋਂ ਮਿਲੀ ਕੋਈ ਮਿੱਠੀ ਚੀਜ਼ ਚੁੰਨੀ ਦੇ ਲੜ ਬੰਨ੍ਹ ਕੇ ਲੈ ਆਉਂਦੀ ਹੈ ਤੇ ਫਿਰ ਪੁੱਤਰ ਨੂੰ ਭੇਟ ਕਰਕੇ ਖ਼ੁਸ਼ ਹੁੰਦੀ ਹੈ।

ਸਿਆਣਿਆਂ ਨੇ ਕਿਹਾ ਹੈ, ਕਦੇ ਵੀ ਕਿਸੇ ਨੂੰ ਮਾਂ ਦਾ ਹਿਰਦਾ ਨਹੀਂ ਦੁਖਾਉਣਾ ਚਾਹੀਦਾ। ਮਾਂ ਦੇ ਹਿਰਦੇ ਵਿਚ ਰੱਬ ਵੱਸਦਾ ਹੈ ਤੇ ਕਈ ਵਾਰ ਮਾਂ ਜੇ ਕਿਸੇ ਨੂੰ ਦੂਰ-ਅਸੀਸ ਦੇ ਦੇਵੇ ਤਾਂ ਉਹ ਪੂਰੀ ਹੋ ਜਾਂਦੀ ਹੈ। ਮਾਂ ਦੇ ਹਿਰਦੇ ਦੇ ਬੋਲ, ਰੱਬ ਦੀ ਦਰਗਾਹ ਵਿੱਚੋਂ ਨਿਕਲੇ ਬੋਲ ਹੁੰਦੇ ਹਨ। ਮਾਂ ਜੇ ਚਾਹੇ ਤਾਂ ਪੁੱਤਰ ਨੂੰ ਪੜ੍ਹਾ ਲਿਖਾ ਕੇ ਡਾਕਟਰ, ਕਪਤਾਨ, ਇੰਜੀਨੀਅਰ ਜਾਂ ਵੱਡਾ ਅਫਸਰ ਵੀ ਬਣਾ ਸਕਦੀ ਹੈ।

ਜਿਹੜੇ ਬੱਚੇ ਵੱਡੇ ਹੋ ਕੇ ਆਪਣੀਆਂ ਮਾਵਾਂ ਦੀ ਸੇਵਾ ਸੰਭਾਲ ਕਰਦੇ ਹਨ, ਉਹ ਜੱਸ ਖੱਟ ਲੈਂਦੇ ਹਨ ਤੇ ਮਾਂ ਦੇ ਚਰਨਾਂ ਵਿਚ ਰਹਿੰਦਿਆਂ ਦੁਨੀਆਂ ਦੀਆਂ ਸਭ ਖੁਸ਼ੀਆਂ ਹਾਸਲ ਕਰ ਲੈਂਦੇ ਹਨ। ਇਸੇ ਲਈ ਕਿਸੇ ਸਿਆਣੇ ਨੇ ਕਿਹਾ ਹੈ ਕਿ ਮਾਂ ਦੇ ਚਰਨਾਂ ਤੋਂ ਵੱਡਾ ਕੋਈ ਸਕੂਲ ਨਹੀਂ। ਮਾਂ ਦਾ ਗੋਡਾ ਸਭ ਤੋਂ ਵੱਡੀ ਪਾਠਸ਼ਾਲਾ ਹੈ। ਮਾਂ ਦੀ ਨਿਗ੍ਹਾ ਆਪਣੇ ਬੱਚੇ ਨੂੰ ਖੂਬਸੂਰਤੀ ਬਖਸ਼ ਦਿੰਦੀ ਹੈ ਤਾਂ ਮਾਂ ਦੇ ਹਿਰਦੇ ਵਿੱਚੋਂ ਨਿਕਲਿਆ ਹਰ ਇਕ ਬੋਲ, ਕੋਈ ਦੁਰਲੱਭ ਬਾਣੀ ਦੇ ਸਮਾਨ ਹੁੰਦਾ ਹੈ।

ਜਿਹੜਾ ਬੱਚਾ ਵੱਡਾ ਹੋ ਕੇ ਵੀ ਮਾਂ ਦੇ ਬਚਪਨ ਵਾਲੇ ਬੋਲ, ਮਾਂ ਦੀਆਂ ਦਿੱਤੀਆਂ ਲੋਰੀਆਂ ਨੂੰ ਯਾਦ ਰੱਖਦਾ ਹੈ, ਉਹ ਕਦੇ ਖਤਰਾ ਨਹੀਂ ਖਾ ਸਕਦਾ। ਪਰ ਜਿਹੜੇ ਬੱਚੇ ਪ੍ਰਦੇਸੀਂ ਵੱਸ ਕੇ, ਮਾਵਾਂ ਨੂੰ ਭੁੱਲ ਜਾਣ, ਉਹ ਸੰਸਾਰਿਕ ਚਾਕਚੌਂਧ ਵਿਚ ਗੁੰਮ ਗੁਆਚ ਜਾਂਦੇ ਹਨ। ਕੋਈ ਵੱਡਾ ਹੋ ਕੇ ਕਿਤੇ ਵੀ ਰਹਿੰਦੇ ਹੋਵੇ, ਉਸ ਨੂੰ ਆਪਣੀ ਮਾਂ ਦੀਆਂ ਅਸੀਸਾਂ ਦੀ ਹਰ

ਵਕਤ ਲੋੜ ਰਹਿੰਦੀ ਹੈ। ਕਈ ਵਾਰ ਤਾਂ ਮਾਂ ਦੀਆਂ ਦਿੱਤੀਆਂ ਗਾਲ੍ਹਾਂ ਵੀ ਘਿਓ ਦੀਆਂ ਨਾਲਾਂ ਸਾਬਤ ਹੁੰਦੀਆਂ ਹਨ। ਮਾਂ ਬੱਚੇ ਨੂੰ ਹਰ ਬੋਲ ਆਪਣੇ ਦਿਲ ਦੀ ਪਵਿੱਤਰ ਕੋਠੀ ਵਿੱਚੋਂ ਉਚਾਰਦੀ ਹੈ ਇਸੇ ਲਈ ਇਹ ਬੋਲ ਪੈਗੰਬਰ ਦੀ ਦੁਆ ਵਰਗੇ ਹੁੰਦੇ ਹਨ।

ਮਾਵਾਂ ਇਸ ਕਾਰਨ ਵੀ ਮਹਾਨ ਹਨ ਕਿਉਂਕਿ ਮਾਵਾਂ ਨੇ ਪੈਗੰਬਰਾਂ, ਪੀਰਾਂ ਤੇ ਵੱਡੇ ਮਹਾਂਪੁਰਸ਼ਾਂ ਨੂੰ ਜਨਮ ਦਿੱਤਾ ਹੈ। ਮਾਂ ਦਾਰ੍ਹਿ ਦੱਤਾ ਕੌਣ ਦੇ ਸਕਦਾ ਹੈ ? ਮਾਂ ਦੀ ਇਕ ਇਕ ਝੁਰੜੀ ਵਿੱਚ ਉਸ ਦੀ ਉਮਰ ਦੀ ਕਮਾਈ ਝਲਕਾਂ ਮਾਰਦੀ ਹੈ। ਇਸੇ ਲਈ ਕਿਸੇ ਮਾਂ ਦਾ ਬੁੱਢੇ ਵੇਲੇ ਦਾ ਚਿਹਰਾ ਵੀ ਖ਼ੂਬਸੂਰਤ ਲੱਗਦਾ ਹੈ। ਵੇਲਾ ਨਾ ਖੁੰਝਾਓ। ਜੇ ਤੁਹਾਡੀ ਮਾਂ ਜ਼ਿੰਦਾ ਹੈ ਤਾਂ ਉਸ ਦੇ ਚਰਨਾਂ ਵਿਚ ਆਪਣਾ ਸੀਸ ਝੁਕਾ ਦੇਵੋ। ਮਾਂ ਦਾ ਦਿੱਤਾ ਵਰਦਾਨ, ਤੁਹਾਨੂੰ ਦੁਨੀਆਂ ਦੀ ਹਰ ਖੁਸ਼ੀ ਬਖ਼ਸ਼ ਸਕਦਾ ਹੈ ਤੇ ਮਾਂ ਦੀ ਦਿੱਤੀ ਅਸੀਸ ਤੁਹਾਨੂੰ ਦੁਨੀਆਂ ਦੀ ਹਰ ਖੁਸ਼ੀ ਬਖਸ਼ ਸਕਦੀ ਹੈ ਤੇ ਮਾਂ ਦੀ ਦਿੱਤੀ ਅਸੀਸ ਤੁਹਾਡੀ ਕਿਸਮਤ ਬਦਲ ਸਕਦੀ ਹੈ।

ਜਿਉਣਾ ਚਾਹੋ ਤਾਂ ਤੁਸੀਂ ਵੀ ਜੀਅ ਸਕਦੇ ਹੋ

ਤੁਸੀਂ ਉਨਾ ਚਿਰ ਹੀ ਜਿਉਂ ਸਕਦੇ ਹੋ, ਜਿੰਨਾ ਚਿਰ ਜਿਊਣ ਦੀ ਇੱਛਾ ਰੱਖਦੇ ਹੋ। ਜਿਨ੍ਹਾਂ ਦੇ ਮਨਾਂ 'ਚ ਜੀਵਨ ਪ੍ਰਤੀ ਨਵੇਂ-ਨਵੇਂ ਚਾਅ ਤੇ ਉਮਾਹ ਹੋਣ ਉਨ੍ਹਾਂ ਨੂੰ ਜਿਉਣਾ ਚੰਗਾ ਲਗਦਾ ਹੈ। ਉਹ ਸਭ ਮੁਸ਼ਕਲਾਂ ਦੇ ਬਾਵਜੂਦ ਜ਼ਿੰਦਗੀ ਨੂੰ ਭਰਪੂਰ ਕਰ ਲੈਂਦੇ ਹਨ। ਉਨ੍ਹਾਂ ਲਈ ਖਿੜੇ ਗੁਲਾਬ, ਖ਼ੁਸ਼ੀਆਂ ਦੀ ਦਾਅਵਤ ਹਨ ਤੇ ਕੰਡੇ ਉਨ੍ਹਾਂ ਨੂੰ ਕਦੇ ਨਜ਼ਰ ਨਹੀਂ ਪੈਂਦੇ। ਉਹ ਤਾਂ ਕਿਸੇ ਰੁੱਖ ਦੀ ਖਿੜੀ ਬਹਾਰ ਵੇਖ ਕੇ ਹੀ ਪ੍ਰਸੰਨ ਹੋ ਜਾਂਦੇ ਹਨ। ਕਿਸੇ ਕੋਇਲ ਦੀ ਸੁਰੀਲੀ ਆਵਾਜ਼ ਉਨ੍ਹਾਂ ਨੂੰ ਮਿੱਠੀ ਲਗਦੀ ਹੈ ਤੇ ਖ਼ੁਦ ਉਨ੍ਹਾਂ ਦੇ ਆਪਦੇ ਮਨ 'ਚ ਤਰੰਗਾਂ ਫੁੱਟ ਪੈਂਦੀਆਂ ਹਨ। ਅਜਿਹੇ ਇਨਸਾਨ ਕਿਸੇ ਇਕ ਦੇ ਲੜ ਲੱਗ ਕੇ, ਜ਼ਿੰਦਗੀ ਨੂੰ ਸੁਖਾਵਾਂ ਬਣਾ ਲੈਂਦੇ ਹਨ। ਪਰ ਇਹ ਜੀਵਨ ਉਨ੍ਹਾਂ ਲੋਕਾਂ ਲਈ ਪਹਾੜ ਵਰਗਾ ਮੁਸ਼ਕਲ ਹੋ ਜਾਂਦਾ ਹੈ, ਜੋ ਬਹਾਰ ਵਿੱਚ 'ਵੀ ਖਿਜਾਵਾਂ ਭਾਲਦੇ ਹਨ। ਜਿਨ੍ਹਾਂ ਨੂੰ ਖ਼ੁਸ਼ੀਆਂ ਓਪਰੀਆਂ ਲਗਦੀਆਂ ਹਨ ਤੇ ਜਿਨ੍ਹਾਂ ਦੇ ਸਰੀਰ 'ਚ ਹਰ ਵਕਤ ਕੋਈ ਚੀਸ ਉੱਠਦੀ ਹੈ, ਦਰਦ ਹੁੰਦਾ ਹੈ। ਜਿਨ੍ਹਾਂ ਨੂੰ ਹਰਾ-ਹਰਾ ਘਾਹ ਵੀ ਸੁਖਾਵਾਂ ਨਹੀਂ ਲੱਗਦਾ ਤੇ ਜਿਨ੍ਹਾਂ ਦੀਆਂ ਅੱਖਾਂ 'ਚ ਖ਼ੁਸ਼ੀਆਂ ਦੀ ਥਾਂ, ਪੱਤਝੜਾਂ ਆ ਵਿਰਾਜਣ। ਜਿਨ੍ਹਾਂ ਨੂੰ ਬੱਚਿਆਂ ਦੀਆਂ ਕਿਲਕਾਰੀਆਂ ਵੀ ਚੰਗੀਆਂ ਨਾਲ ਲੱਗਣ ਤੇ ਕੇਵਲ ਰੌਲਾ ਰੱਪਾ ਹੀ ਜਾਪਣ। ਅਜਿਹੇ ਇਨਸਾਨ ਇਸ ਦੁਨੀਆਂ 'ਤੇ ਆ ਕੇ ਆਪਣੀ ਜ਼ਿੰਦਗੀ ਤਾਂ ਅਜਾਬ ਵਰਗੀ ਬਣਾ ਹੀ ਲੈਂਦੇ ਹਨ ਤੇ ਉਹ ਹੋਰਨਾਂ ਲਈ ਵੀ ਕਈ ਮੁਸ਼ਕਲਾਂ ਖੜ੍ਹੀਆਂ ਕਰ ਦਿੰਦ ਹਨ। ਉਨ੍ਹਾਂ ਨੂੰ ਕੋਇਲ ਦੀ ਮਿੱਠੀ ਆਵਾਜ਼ 'ਚ ਵੀ ਵੈਣ ਸੁਣਾਈ ਦਿੰਦੇ ਹਨ ਤੇ ਖਿੜਿਆ ਪੁੜਿਆ ਇਹ ਸੰਸਾਰ ਇਕ ਬੁਝਾਰਤ ਜਾਪਦਾ ਹੈ। ਅਜਿਹੇ ਲੋਕ ਤਾਂ ਜ਼ਿੰਦਗੀ 'ਚ ਅਜਿਹਾ ਨਾ-ਪੱਖੀ ਰਵੱਈਆ ਅਪਣਾ ਲੈਂਦੇ ਹਨ ਕਿ ਨਾ ਰਾਤਾਂ ਨੂੰ ਉਹ ਗੂੜ੍ਹੀ ਨੀਂਦ ਸੌਂ ਸਕਦੇ ਹਨ ਤੇ ਨਾ ਹੀ ਦਿਨ 'ਚ ਪੈਂਦੇ ਭੰਗੜੇ ਉਨ੍ਹਾਂ ਨੂੰ ਸੁਖਾਵੇਂ ਲੱਗਦੇ ਹਨ। ਉਹ ਹਰ ਚੀਜ਼ ਨੂੰ ਹੀ ਅਣ-ਸੁਖਾਵੀਂ ਦ੍ਰਿਸ਼ਟੀ ਨਾਲ ਵੇਖਦੇ ਹਨ। ਪਰ ਸਦਕੇ ਜਾਈਏ ਉਨ੍ਹਾਂ ਲੋਕਾਂ ਦੇ ਜੋ ਆਪਣੀ ਜ਼ਿੰਦਗੀ ਤਾਂ ਸੌਖੀ ਤਰ੍ਹਾਂ ਗੁਜ਼ਾਰਦੇ ਹਨ, ਸਗੋਂ ਹੋਰ ਲੋਕਾਂ ਲਈ ਵੀ ਖ਼ੁਸ਼ੀ ਦਾ ਮਾਹੌਲ ਪੈਦਾ ਕਰਦੇ ਹਨ। ਅਜਿਹੇ ਲੋਕਾਂ ਦੇ ਚਿਹਰੇ ਦੀ ਇਕ ਮੁਸਕਾਨ ਹੀ ਇਸ ਸੰਸਾਰ ਨੂੰ ਜਿਉਣ ਦਾ ਸੱਦਾ ਦੇ ਦਿੰਦੀ ਹੈ। ਇਨ੍ਹਾਂ ਦੇ ਹਾਸੇ ਕਹਿ ਕਹੇ ਤੇ ਬਹਾਰਾਂ ਵਰਗੀ ਚਾਲ-ਢਾਲ ਵੇਖ ਕੇ ਨੱਚਣ ਨੂੰ ਦਿਲ ਕਰਦਾ ਹੈ। ਹੈ। ਨਗਮੇਂ ਫੁੱਟਦੇ ਇਨ੍ਹਾਂ ਦੇ ਰੁੱਖਸਾਰਾਂ 'ਤੇ। ਸਿਆਣੇ ਕਹਿੰਦੇ ਹਨ ਕਿ ਹੱਸਦਿਆਂ ਦੇ ਘਰ ਵੱਸਦੇ। ਜਿਸ ਪਰਿਵਾਰ ਦੇ ਜੀਅ ਚਿੜੀਆਂ, ਜਨੌਰਾਂ ਤੇ ਚੰਦ, ਤਾਰਿਆਂ ਵਿਚੋਂ ਮੁਸਕਾਨਾਂ ਲੱਭ ਲੈਣ, ਉਥੇ ਕਾਹਦੀ ਘਾਟ ਹੋ ਸਕਦੀ ਹੈ। ਉਨ੍ਹਾਂ ਨੂੰ ਤਾਂ ਖਿੜੇ ਬਾਗ, ਗਾਉਂਦੇ ਪੰਛੀ ਤੇ ਨੱਚਦੇ ਮੋਰ ਵੇਖ ਹੀ ਖ਼ੁਸ਼ੀਆਂ ਲੱਭ ਪੈਣ। ਇਨ੍ਹਾਂ ਲਈ ਰਾਹੀ ਪਾਂਧੀ ਵੀ ਕੋਈ ਸੁੱਖ ਦਾ ਸੁਨੇਹਾ ਦੇਣ ਵਾਲਾ ਪੈਗੰਬਰ ਹੀ ਲੱਗਦਾ ਹੈ। ਕਹਿੰਦੇ ਹਨ ਕਿ ਜੇ ਤੁਸੀਂ

ਜਿਉਣ ਦਾ ਮਨ ਬਣਾ ਹੀ ਲਿਆ ਹੈ ਤਾਂ ਖ਼ੁਸ਼ੀਆਂ ਦੀ ਕੋਈ ਘਾਟ ਨਹੀਂ ਹੋ ਸਕਦੀ।

ਇਹ ਸੰਸਾਰ ਖ਼ੁਸ਼ੀਆਂ ਨਾਲ ਭਰਿਆ ਪਿਆ ਹੈ। ਪਰ ਇਨ੍ਹਾਂ ਖ਼ੁਸ਼ੀਆਂ ਨੂੰ ਲੱਭਣਾ ਤੁਸੀਂ ਆਪਣੀ ਦ੍ਰਿਸ਼ਟੀ ਨਾਲ ਹੀ ਹੈ। ਕੀ ਵਗਦੇ ਪਾਣੀ ਦੀ ਕਲਕਲ ਤੁਹਾਨੂੰ ਖ਼ੁਸ਼ ਨਹੀਂ ਕਰਦੀ ਜਾਂ ਫਿਰ ਅਨੇਕਾਂ ਰੰਗਾਂ ਦੇ ਖਿੜੇ ਗੁਲਾਬ ਤੁਹਾਨੂੰ ਖ਼ੁਸ਼ੀਆਂ ਨਹੀਂ ਦਿੰਦੇ। ਕੁਦਰਤ ਦੇ ਕੁੱਲ-ਆਲਮ ਵਿੱਚ ਖ਼ੁਸ਼ੀਆਂ ਭਰੀਆਂ ਪਈਆਂ ਹਨ। ਇਨ੍ਹਾਂ ਖ਼ੁਸ਼ੀਆਂ ਨੂੰ ਤੁਸੀਂ ਸਦਾ ਬਹਾਰ ਅੱਖਾਂ ਨਾਲ ਇਕੱਠੀਆਂ ਕਰ ਲਵੋ। ਜਿਵੇਂ ਕੋਈ ਤਿਤਲੀ ਖੰਭ ਫੈਲਾਅ ਕੇ ਫੁੱਲਾਂ ਤੇ ਖ਼ੁਸ਼ੀ ਦੀ ਭਾਲ 'ਚ ਜਾਂਦੀ ਹੈ। ਇੰਜ ਤੁਸੀਂ ਵੀ ਤਿਤਲੀ ਬਣ ਕੇ ਵੇਖੋ। ਤਿਤਲੀ ਵਰਗੀ ਚਾਹ ਆਪਦੇ ਮਨ 'ਚ ਭਰ ਲਵੋ ਜਾਂ ਫਿਰ ਸ਼ਹਿਦ ਦੀਆਂ ਮੱਖੀਆਂ ਦੀ ਤਰ੍ਹਾਂ ਜ਼ਿੰਦਗੀ ਦਾ ਮਿੱਠਾ ਸ਼ਹਿਦ ਇਕੱਠਾ ਕਰ ਲਵੋ। ਇਹ ਸ਼ਹਿਦ ਵੀ ਤੁਹਾਨੂੰ ਕੁਦਰਤ ਦੀਆਂ ਖਿੜੀਆਂ ਬਹਾਰਾਂ ਵਿਚੋ ਹੀ ਮਿਲ ਸਕੇਗਾ। ਅਸੀਂ ਵੇਖਦੇ ਹਾਂ ਕਿ ਪਹਾੜਾਂ ਤੇ ਰਹਿਣ ਵਾਲੇ ਗਰੀਬ ਲੋਕ ਵੀ ਕਿੰਨੇ ਖ਼ੁਸ਼ ਹੁੰਦੇ ਹਨ। ਉਹ ਖ਼ੁਸ਼ੀਆਂ ਪਹਾੜਾਂ ਦੀਆਂ ਸੁੰਦਰ ਚੋਟੀਆਂ 'ਚੋਂ ਲੱਭਦੇ ਹਨ। ਨਿਰਮਲ ਜਲ ਦੀਆਂ ਧਾਰਾਂ ਤੇ ਫੁੱਟਦੇ ਝਰਨੇ ਨੂੰ ਆਬੇ-ਹਿਯਾਤ ਵਰਗੇ ਲਗਦੇ ਹਨ। ਇਨ੍ਹਾਂ ਪਹਾੜਾਂ ਦਾ ਠੰਢਾ ਜਲ ਪੀ ਕੇ ਉਹ ਔਖੇ ਤੋਂ ਔਖੇ ਕੰਮ ਨੂੰ ਵੀ ਸਹਿਜਤਾ ਨਾਲ ਕਰ ਵਿਖਾਉਂਦੇ ਹਨ। ਕਿਸੇ ਜੰਗਲ ਵਿਚ ਲੱਕੜ ਕੱਟਣ ਵਾਲੇ ਕਸ਼ਮੀਰੀ ਹਾਤੇ ਨੂੰ ਵੇਖੋ ਕਿਵੇਂ ਉਹ ਪੂਰੇ ਤਾਣ ਨਾਲ ਆਪਦੀ ਕੁਹਾੜੀ ਵਾਹੁੰਦਾ ਹੈ। ਤੇ ਵੱਡੇ ਵੱਡੇ ਰੁੱਖਾਂ ਨੂੰ ਵੱਢ ਕੇ ਜ਼ਮੀਨ ਤੇ ਵਿਛਾ ਦਿੰਦਾ ਹੈ। ਉਸ ਦੀਆਂ ਢਲਾਨਾਂ ਤੇ ਚਰਦੀਆਂ ਭੇਡਾਂ, ਉਸ ਨੂੰ ਸਕੂਨ ਬਖਸ਼ਦੀਆਂ ਹਨ ਤੇ ਕਿਸੇ ਆਜੜੀ ਦੀ ਬੰਸਰੀ ਦੀ ਕੋਈ ਸੁਰੀਲੀ ਧੁੰਨ, ਜ਼ਿੰਦਗੀ ਦੀ ਪਹਿਲੀ ਬਹਾਰ ਅਜਿਹੇ ਦ੍ਰਿਸ਼ ਵੇਖ ਕੇ ਤੁਸੀਂ ਜ਼ਰੂਰ ਖ਼ੁਸ਼ ਹੋ ਸਕਦੇ ਹੋ ਕਿਉਂਕ ਖ਼ੁਸ਼ੀ ਮਨ ਦੀ ਅਵਸਥਾ ਹੈ। ਦਿਲ ਦੀ ਅਮੀਰੀ ਹੈ ਤੇ ਬਹਾਰ ਦਾ ਨਗਮਾ ਹੈ।

ਜਿਵੇਂ ਕੋਈ ਰੋਂਦਾ ਬੱਚਾ ਕਿਸੇ ਖਿਡੌਣੇ ਵੇਚਣ ਵਾਲੇ ਭਾਈ ਨੂੰ ਵੇਖ ਕੇ ਖ਼ੁਸ਼ ਹੋ ਜਾਂਦਾ ਹੈ, ਤੁਸੀਂ ਵੀ ਆਪਣਾ ਖਿਡੌਣੇ ਵੇਚਣ ਵਾਲਾ ਭਾਈ ਲੱਭ ਲਵੋ। ਇਹ ਭਾਈ ਕੋਈ ਮਤਵਾਲਾ ਤੇ ਦੀਵਾਨਾ ਰਾਹਗੀਰ ਵੀ ਹੋ ਸਕਦਾ ਹੈ। ਜੋ ਖ਼ੁਸ਼ੀਆਂ ਦੇ ਗੀਤ ਗਾਉਂਦਾ ਆਪਣੇ ਰਾਹੇ ਰਾਹ ਜਾ ਰਿਹਾ ਹੋਵੇ ਜਾਂ ਕੋਈ ਗੱਡੀਆਂ ਵਾਲੀ ਸਜੀ-ਫਬੀ ਮੁਟਿਆਰ ਜੋ ਚਾਕੂ ਛੁਰੀਆਂ ਸੂਈਆਂ ਤੇ ਸੁਰਮੇਦਾਨੀਆਂ ਵੇਚਦੀ ਤੁਹਾਡੀ ਗਲੀ 'ਚ ਆ ਕੇ ਖ਼ੁਸ਼ੀਆਂ ਦਾ ਹੋਕਾ ਦੇ ਰਹੀ ਹੋਵੇ।

ਜਿਹੜੇ ਲੋਕੀਂ ਆਪਣੇ ਕੰਮਾਂ ਵਿਚ ਮਸਰੂਫ ਹਨ, ਉਨ੍ਹਾਂ ਨੂੰ ਤਾਂ ਸਿਰ ਖੁਰਕਣ ਦੀ ਵਿਹਲ ਨਹੀਂ। ਖ਼ੁਸ਼ੀਆਂ ਆਪ-ਮੁਹਾਰੇ ਹੀ ਉਨ੍ਹਾਂ ਦੇ ਦਿਲਾਂ ਵਿਚ ਆ ਜਾਂਦੀਆਂ ਹਨ। ਜਿਵੇਂ ਕੋਈ ਬਾਲਕ ਆਪਣੇ ਖਿਡੌਣਿਆਂ ਨਾਲ ਜ਼ਮੀਨ ਤੇ ਬੈਠਾ ਖੇਡ ਰਿਹਾ ਹੋਵੇ। ਦੇਰੀ ਨਾ ਕਰੋ। ਤੁਸੀਂ ਵੀ ਕੋਈ ਅਜਿਹਾ ਕੰਮ ਲੱਭ ਲਵੋ ਤੇ ਕੰਮ ਵਿਚ ਜੁੱਟ ਜਾਵੋ। ਫਿਰ ਵੇਖੋ ਤੁਹਾਨੂੰ ਕਿੰਨੀ ਖ਼ੁਸ਼ੀ ਮਿਲਦੀ ਹੈ। ਕੋਈ ਕੰਮ ਸੰਵਾਰ ਕੇ, ਕੋਈ ਕੰਮ ਕਰ ਕੇ ਰੁੱਖਾਂ 'ਤੇ ਟਪੂਸੀਆਂ ਮਾਰ ਮਾਰ ਖੇਡਦੀ ਕਾਟੋ ਵੀ ਇੰਜ ਹੀ ਆਪਦੀ ਖ਼ੁਸ਼ੀ ਖੁਰਾਕ ਇਕੱਠੀ ਕਰਨੀ ਤੇ ਟਪੂਸੀਆਂ ਮਾਰਨ ਵਿਚੋਂ ਲੱਭ ਲੈਂਦੀ ਹੈ।

ਬੁਢਾਪਾ

ਕੋਈ ਵੀ ਇਨਸਾਨ ਨਹੀਂ ਚਾਹੁੰਦਾ ਕਿ ਉਹ ਬੁੱਢਾ ਹੋਵੇ, ਫਿਰ ਵੀ ਬੁਢਾਪਾ ਹਰ ਇਨਸਾਨ ਤੇ ਆਉਂਦਾ ਹੈ। ਕਈਆਂ ਲਈ ਬੁਢਾਪਾ ਵੀ ਵਰਦਾਨ ਸਾਬਤ ਹੁੰਦਾ ਹੈ ਪਰ ਕਈ ਬੁਢਾਪੇ ਵੇਲੇ ਬੜੀਆਂ ਔਕੜਾਂ ਤੇ ਤਕਲੀਫਾਂ ਝੱਲਦੇ ਹਨ। ਕਈ ਇਹ ਮੰਨਣ ਲਈ ਤਿਆਰ ਹੀ ਨਹੀਂ ਹੁੰਦੇ ਕਿ ਉਹ ਬੁੱਢੇ ਹੋ ਚੁੱਕੇ ਹਨ ਸਗੋਂ ਸਾਰੀ ਜ਼ਿੰਦਗੀ ਉਹ ਆਪਣੀ ਜ਼ਿੰਦਗੀ ਦੀ ਚਾਦਰ ਨੂੰ ਰੰਗ ਚਾੜ੍ਹੀ ਰੱਖਦੇ ਹਨ। ਬੁਢੇਪੇ ਵੇਲੇ ਵੀ ਵਾਲ ਰੰਗ ਕੇ, ਜਵਾਨਾਂ ਵਰਗੇ ਬਣੇ ਰਹਿੰਦੇ ਹਨ ਤੇ ਇਹ ਮੰਨਣ ਲਈ ਕਦੇ ਵੀ ਤਿਆਰ ਨਹੀਂ ਹੁੰਦੇ ਕਿ ਉਹ 60 ਸਾਲ ਦੇ ਹੋ ਚੁੱਕੇ ਹਨ ਸਗੋਂ ਜਵਾਨਾਂ ਵਾਂਗ ਮਟਕ ਚਾਲ ਚਲਦੇ ਹਨ ਤੇ ਸੋਚਦੇ ਹਨ—"ਮੇਰੇ 'ਤੇ ਤਾਂ ਕਦੇ ਵੀ ਬੁਢਾਪਾ ਨਹੀਂ ਆਵੇਗਾ। ਮੈਂ ਸਦਾ ਜਵਾਨ ਹੀ ਬਣਿਆ ਰਹਾਂਗਾ। ਮੇਰੀ ਸਿਹਤ ਹਮੇਸ਼ਾ ਹੀ ਜਵਾਨਾਂ ਵਰਗੀ ਰਹੇਗੀ ਤੇ ਮੈਂ ਅੰਬਰਾਂ 'ਤੇ ਉਡਾਰੀ ਭਰਦਾ ਰਹਾਂਗਾ।"

ਪਰ ਇਹ ਅਟੱਲ ਸਚਾਈ ਹੈ ਕਿ ਇਨਸਾਨ ਕਿੰਨੀਆਂ ਵੀ ਸੇਖੀਆਂ ਮਾਰਦਾ ਰਹੇ, ਇਕ ਦਿਨ ਅਜਿਹਾ ਆ ਹੀ ਜਾਂਦਾ ਹੈ ਜਦ ਇਨਸਾਨ ਆਪਣੇ ਗੋਡਿਆਂ 'ਤੇ ਹੱਥ ਧਰ ਕੇ ਉਠਦਾ ਹੈ। ਤੁਰਦਾ ਤੁਰਦਾ ਸਾਹ ਲੈਂਦਾ ਹੈ ਅਤੇ ਕਿਸੇ ਰੁੱਖ ਦੀ ਛਾਵੇਂ ਬੈਠ ਕੇ ਬੀਤੀ ਉਮਰ ਦੀਆਂ ਯਾਦਾਂ ਨੂੰ ਫਿਲਮ ਵਾਂਗ ਵੇਖਦਾ ਹੈ। ਕਈਆਂ ਦਾ ਬੁਢਾਪਾ ਵੀ ਬੜਾ ਖੂਬਸੂਰਤ ਹੁੰਦਾ ਹੈ। ਉਨ੍ਹਾਂ ਦੇ ਚਿਹਰੇ ਤੇ ਬੁਢਾਪੇ ਵੇਲੇ ਵੀ ਲਾਲੀਆਂ ਭਾਅ ਮਾਰਦੀਆਂ ਹਨ ਤੇ ਅੱਖਾਂ ਜਵਾਨਾਂ ਵਾਂਗ ਹੀ ਰੰਗੀਨ ਸੁਫ਼ਨੇ ਆਪਣੇ ਵਿਚ ਸੰਜੋਈ ਰੱਖਦੀਆਂ ਹਨ। ਇਸੇ ਲਈ ਸਿਆਣਿਆਂ ਨੇ ਕਿਹਾ ਹੈ ਕਿ ਘੋੜੇ ਤੇ ਮਰਦ ਕਦੇ ਬੁੱਢੇ ਨਹੀਂ ਹੁੰਦੇ, ਜੇਕਰ ਉਨ੍ਹਾਂ ਨੂੰ ਚੰਗੀਆਂ ਖੁਰਾਕਾਂ ਮਿਲਦੀਆਂ ਰਹਿਣ। ਜਿਹੜੇ ਇਨਸਾਨ ਬੁਢਾਪੇ ਵੇਲੇ ਵੀ ਜਵਾਨਾਂ ਵਾਂਗ ਵਿਚਰਦੇ ਹਨ, ਉਨ੍ਹਾਂ ਤੋਂ ਇਹ ਸਾਫ ਪਤਾ ਲੱਗ ਜਾਂਣਾ ਹੈ ਕਿ ਉਨ੍ਹਾਂ ਨੇ ਆਪਣੀ ਜ਼ਿੰਦਗੀ ਖੂਬਸੂਰਤੀ ਨਾਲ ਗੁਜ਼ਾਰੀ ਹੈ। ਉਨ੍ਹਾਂ ਨੇ ਜਵਾਨੀ ਵੇਲੇ ਮਿਹਨਤਾ ਕਰ ਕੇ, ਧਨ ਕਮਾਇਆ ਹੈ ਤੇ ਹੁਣ ਬੁੱਢੇ ਬਾਰੇ ਉਹ ਅਰਾਮ ਦਾ ਜੀਵਨ ਬਸਰ ਕਰਦੇ ਹਨ। ਘਰ ਦੀ ਕੋਠੀ ਜਾਂ ਘਾਹ ਦੇ ਲਾਅਨ 'ਤੇ ਬੈਠੇ ਉਹ ਖਿੜਦੇ ਗੁਲਾਬਾਂ ਦੀ ਝਲਕ ਵੇਖਦੇ ਹਨ ਤੇ ਆਪਣੇ ਸਮੁੱਚੇ ਜੀਵਨ ਨੂੰ ਵੀ ਇਸ ਖਿੜੇ ਗੁਲਾਬ ਨਾਲ ਤੁਲਨਾ ਦੇ ਕੇ ਖੁਸ਼ ਹੁੰਦੇ ਹਨ। ਆਪਣੀਆਂ ਪ੍ਰਾਪਤੀਆਂ ਦੀ ਲੰਮੀ ਸੂਚੀ ਵੇਖ ਕੇ ਫੁੱਲੇ ਨਹੀਂ ਸਮਾਉਂਦੇ ਤੇ ਫਿਰ ਆਪਣੀ ਔਲਾਦ ਨੂੰ ਵੀ ਆਪਣੇ ਜਿਹਾ ਜੀਵਨ ਜੀਉਣ ਦੀ ਪ੍ਰੇਰਨਾ ਦਿੰਦੇ ਹਨ। ਅਜਿਹਾ ਬੇਦਾਗ਼ ਬੁਢਾਪਾ ਰਸ਼ਕ ਕਰਨ ਯੋਗ ਹੁੰਦਾ ਹੈ। ਜਿਹੜੇ ਬੁਢਾਪੇ ਵੇਲੇ ਵੀ ਜਵਾਨ ਵਿਖਾਈ ਦੇਣ, ਇਸ ਨਾਲੋਂ ਵੱਡੀ ਖੁਸ਼ੀ ਤੇ ਖੁਸ਼ਕਿਸਮਤੀ ਕੀ ਹੋ ਸਕਦੀ ਹੈ।

ਜੇ ਬੁੱਢੇ ਬਾਰੇ ਵੀ ਤੁਹਾਨੂੰ ਰੰਗੀਨ ਸੁਫ਼ਨੇ ਆਉਂਦੇ ਹਨ ਤੇ ਤੁਹਾਡੀ ਨੀਂਦ, ਤੁਹਾਡਾ ਸਾਥ ਨਿਭਾਉਂਦੀ ਹੈ ਤਾਂ ਤੁਸੀਂ ਵਿਰਲਿਆਂ ਵਿਚੋਂ ਇਕ ਹੋ। ਤੁਹਾਡੇ ਸਾਰੇ ਸਰੀਰ ਦੀ ਤੰਦਰੁਸਤੀ ਇਹ ਯਕੀਨ ਦਿਵਾਉਂਦੀ ਹੈ ਕਿ ਹੋਰ ਕਈ ਸਾਲ ਇਸ ਬੁਢਾਪੇ ਨੂੰ ਤੁਸੀਂ ਇਸੇ ਤਰ੍ਹਾਂ ਰੰਗੀਨੀਆਂ ਭਰਿਆ ਜੀਅ ਸਕਦੇ ਹੋ। ਸਿਆਣੇ ਕਹਿੰਦੇ ਹਨ ਕਿ ਨਿਰੋਗ ਤੇ ਤੰਦਰੁਸਤ ਸਰੀਰ ਲੱਖਾਂ ਨਿਆਮਤਾਂ ਬਰਾਬਰ ਹੈ। ਜਿਸ ਇਨਸਾਨ ਦਾ ਸਰੀਰ ਰਿਸ਼ਟ-ਪੁਸ਼ਟ ਹੈ, ਉਹ ਲੰਮੀ ਉਮਰ ਭੋਗਦਾ ਹੈ। ਜੇ ਬੁੱਢੇ ਬਾਰੇ ਵੀ ਤੁਹਾਡੀ ਨਿਗ੍ਹਾ ਠੀਕ ਹੈ, ਅੱਖਾਂ ਦੀ ਰੋਸ਼ਨੀ ਬਰਕਰਾਰ ਹੈ ਤੇ ਕੰਨਾਂ ਤੋਂ ਵੀ ਤੁਸੀਂ ਠੀਕ ਤਰ੍ਹਾਂ ਸੁਣ ਸਕਦੇ ਹੋ ਤਾਂ ਇਹੀ ਸਮਝੋ ਕਿ ਤੁਸੀਂ ਅਜੇ ਬੁੱਢੇ ਨਹੀਂ ਹੋਏ।

ਪਰ ਅਜਿਹਾ ਖੂਬਸੂਰਤ ਬੁਢਾਪਾ ਉਨ੍ਹਾਂ 'ਤੇ ਹੀ ਆ ਸਕਦਾ ਹੈ ਜਿਨ੍ਹਾਂ ਦੀ ਆਮਦਨ ਚੋਖੀ ਹੈ। ਕਿਸੇ ਕਿਸਮ ਦਾ ਫਿਕਰ ਨਹੀਂ ਸਗੋਂ ਧੀਆਂ-ਪੁੱਤਰ ਵੀ ਵਿਆਹੇ ਵਰ੍ਹੇ ਹਨ। ਸਭ ਧੀਆਂ ਤੇ ਪੁੱਤਰ ਆਪਣੀ ਆਪਣੀ ਥਾਂ ਠੀਕ ਫਰਜ਼ ਨਿਭਾਅ ਰਹੇ ਹਨ ਤੇ ਤੁਸੀਂ ਕਿਸੇ ਵੇਲੇ ਵੀ ਆਪਣੇ ਕਿਸੇ ਪੁੱਤਰ ਜਾਂ ਧੀ ਕੋਲ ਆ-ਜਾ ਸਕਦੇ ਹੋ ਤਾਂ ਤੁਸੀਂ ਬਹੁਤ ਖੁਸ਼ਕਿਸਮਤ ਹੋ।

ਪਰ ਬੁਢਾਪਾ ਉਨ੍ਹਾਂ ਲਈ ਦੋਜ਼ਖ਼ ਸਮਾਨ ਹੁੰਦਾ ਹੈ ਜਿਨ੍ਹਾਂ ਦੀ ਜੇਬ ਖਾਲੀ ਹੋਵੇ। ਕੋਈ ਵੀ ਪੁੱਤਰ ਜਾਂ ਧੀ ਸਹਾਹਿਤਾ ਕਰਨ ਲਈ ਤਿਆਰ ਨਾ ਹੋਵੇ ਤੇ ਉਹ ਇਨਸਾਨ ਉਮਰ ਦੇ ਇਸ ਪੜਾਅ 'ਤੇ ਇਕੱਲਤਾ ਭੋਗ ਰਿਹਾ ਹੋਵੇ। ਜੇਕਰ ਤੁਹਾਡੀ ਘਰਵਾਲੀ, ਇਸ ਬੁਢਾਪੇ ਦੀ ਉਮਰ ਵਿਚ ਤੁਹਾਡਾ ਸਾਥ ਨਿਭਾਅ ਰਹੀ ਹੈ ਤਾਂ ਤੁਸੀਂ ਇਸ ਔਖੀ ਘੜੀ ਵਿਚੋਂ ਵੀ ਸੁੱਖੀ-ਸਾਂਦੀ ਪਾਰ ਜਾ ਸਕਦੇ ਹੋ। ਪਰ ਜੇ ਕੋਈ ਇਕੱਲਾ ਹੀ ਹੋਵੇ ਤੇ ਘਰਵਾਲੀ ਵੀ ਅੱਲ੍ਹਾ ਨੂੰ ਪਿਆਰ ਹੋ ਚੁੱਕੀ ਹੋਵੇ ਤਾਂ ਅਜਿਹਾ ਬੁਢਾਪਾ, ਨਰਕ ਸਮਾਨ ਹੁੰਦਾ ਹੈ। ਕੋਈ ਵੀ ਤੁਹਾਡੇ ਕੋਲ ਬੈਠ ਕੇ, ਤੁਹਾਡੀ ਗੱਲ ਸੁਣਨ ਲਈ ਤਿਆਰ ਨਹੀਂ ਹੁੰਦਾ ਤੇ ਨਾ ਹੀ ਕੋਈ ਬੱਚਾ, ਜਵਾਨ ਜਾਂ ਕੋਈ ਹੋਰ, ਆਂਢੀ-ਗੁਆਂਢੀ ਤੁਹਾਡੀ ਖ਼ਬਰ ਸਾਰ ਲੈਂਦਾ ਹੈ। ਅਜਿਹੇ ਬੁਢਾਪੇ ਤੋਂ ਕੀ ਥੁੜ੍ਹਿਆ ਪਿਆ ਹੈ। ਜੇ ਤੁਸੀਂ ਬਿਮਾਰੀ ਵੇਲੇ ਮੰਜੇ ਤੇ ਪਏ, ਚਾਂਗਰਾਂ ਮਾਰਦੇ ਹੋ ਪਰ ਕੋਈ ਸੁਣਦਾ ਹੀ ਨਹੀਂ ਤਾਂ ਅਜਿਹੇ ਬੁਢਾਪੇ ਤੋਂ ਜਿੰਨੀ ਜਲਦੀ ਛੁਟਕਾਰਾ ਮਿਲੇ, ਬਿਹਤਰ ਹੈ। ਪਰ ਸਿਆਣਿਆਂ ਦਾ ਕਥਨ ਹੈ ਕਿ ਪ੍ਰਮਾਤਮਾ ਨੇ ਜਿੰਨੀ ਕਿਸੇ ਨੂੰ ਉਮਰ ਬਖ਼ਸ਼ੀ ਹੈ, ਉਹ ਭੋਗਣੀ ਹੀ ਪੈਣੀ ਹੈ। ਭਾਵੇਂ ਹੱਸ ਕੇ ਗੁਜ਼ਾਰ ਲਵੋ ਜਾਂ ਭਾਵੇਂ ਰੋ ਕੇ। ਉਮਰ ਦੇ ਆਖਰੀ ਸਾਹ ਤੱਕ ਤੁਹਾਨੂੰ ਜਿਉਣਾ ਹੀ ਪਵੇਗਾ। ਕਈ ਇਸ ਨਰਕ ਵਰਗੀ ਉਮਰ ਵਿਚ ਕਈ ਕਈ ਸਾਲ ਜਾਂ ਮਹੀਨੇ ਮੰਜੇ ਨਾਲ ਜੁੜੇ ਰਹਿੰਦੇ ਹਨ। ਤੇ ਅਖ਼ੀਰ ਜਦੋਂ ਰੱਬ ਦੀ ਦਰਗਾਹ ਵੱਲੋਂ ਸੱਦਾ ਆ ਜਾਵੇ ਤਾਂ ਕਿਤੇ ਜਾ ਕੇ ਸੰਸਾਰ ਤੋਂ ਕੂਚ ਕਰਦੇ ਹਨ।

ਪਰ ਇਹ ਵੀ ਸਚਾਈ ਹੈ ਕਿ ਇਨਸਾਨ ਜੇ ਚਾਹੇ ਤਾਂ ਆਪਣੇ ਬੁਢਾਪੇ ਨੂੰ ਖੂਬਸੂਰਤ ਬਣਾ ਸਕਦਾ ਹੈ। ਇਸ ਉਮਰ ਵਿਚ ਵੀ ਕੋਈ ਸ਼ੌਕ ਪਾਲ ਕੇ ਆਪਣੀ ਜ਼ਿੰਦਗੀ ਵਿਚ ਰੰਗੀਨੀ ਭਰ ਸਕਦਾ ਹੈ। ਕਿਸੇ ਸੌਖੇ ਕਿੱਤੇ ਦੇ ਲੜ ਲੱਗ ਕੇ, ਉਮਰ ਨੂੰ ਹੋਰ ਲੰਮੀ ਵੀ ਕਰ ਸਕਦਾ ਹੈ। ਜਿਨ੍ਹਾਂ ਨੂੰ ਇਸ ਉਮਰ ਵਿਚ ਕਿਤਾਬਾਂ ਪੜ੍ਹਨ ਦਾ ਸ਼ੌਕ ਹੈ, ਉਹ ਕਦੇ ਅਜਿਹਾ ਮਹਿਸੂਸ ਨਹੀਂ ਕਰਦੇ ਤੇ ਕੋਈ ਲਿਖਾਰੀ ਇਸ ਬੁਢਾਪੇ ਦੀ ਉਮਰ ਵਿਚ ਉਹ ਲਿਖਤਾਂ ਵੀ

ਲਿਖ ਜਾਂਦੇ ਹਨ। ਜਿਹੜੀਆਂ ਉਹ ਜਵਾਨੀ ਵੇਲੇ ਨਹੀਂ ਲਿਖ ਸਕੇ। ਇਹ ਉਮਰ ਜ਼ਿੰਦਗੀ ਦਾ ਨਿਚੋੜ ਕੱਢਣ ਵਾਂਗ ਬੜੀ ਪਰਪੱਕ ਹੁੰਦੀ ਹੈ ਤੇ ਇਸ ਉਮਰ ਵਿਚ ਲਏ ਨਿਰਣੇ ਤੇ ਫੈਸਲੇ ਵੀ ਰੱਬੀ ਹੁਕਮ ਵਰਗੇ ਹੁੰਦੇ ਹਨ। ਇਸੇ ਲਈ ਜੇ ਕੋਈ ਮਸਲਾ ਉਲਝਿਆ ਹੋਵੇ ਤਾਂ ਸਿਆਣਿਆਂ ਦੀ ਸਲਾਹ ਲਈ ਜਾਂਦੀ ਹੈ। ਕਈ ਇਸ ਉਮਰ ਵਿਚ ਗੌਤਮ ਬੁੱਧ ਵਾਂਗ ਰੌਸ਼ਨ ਦਿਮਾਗ ਤੇ ਚਾਨਣ ਵੰਡਣ ਦੇ ਸਮਰੱਥ ਹੋ ਜਾਂਦੇ ਹਨ। ਕਈ ਬਜ਼ੁਰਗ ਇਸ ਅਵਸਥਾ ਵਿਚ ਅਜਿਹੇ ਵੀ ਵੇਖੇ ਗਏ ਹਨ, ਜਿਨ੍ਹਾਂ ਨੂੰ ਸਾਰਾ ਪਿੰਡ ਨਮਸਕਾਰ ਕਰਦਾ ਹੈ ਤੇ ਉਨ੍ਹਾਂ ਦੀ ਸਲਾਹ ਲੈ ਕੇ ਖੁਸ਼ੀਆਂ ਪ੍ਰਾਪਤ ਕਰ ਲੈਂਦਾ ਹੈ। ਪਰ ਬੁਢਾਪਾ ਓਨਾ ਚਿਰ ਹੀ ਖ਼ੂਬਸੂਰਤ ਮੰਨਿਆ ਜਾ ਸਕਦਾ ਹੈ, ਜਿੰਨਾ ਚਿਰ ਇਨਸਾਨ ਆਪਣੇ ਸਾਰੇ ਕੰਮ ਆਪ ਕਰ ਸਕੇ। ਆਪਣੀ ਕ੍ਰਿਆ ਸਾਧਣ ਦੇ ਸਮਰੱਥ ਹੋਵੇ। ਆਪਣਾ ਮੰਜਾ, ਪੀੜ੍ਹੀ ਖੁਦ ਡਾਹ ਲਵੇ ਤੇ ਕਿਸੇ 'ਤੇ ਨਿਰਭਰ ਨਾ ਹੋਵੇ। ਜਦੋਂ ਤੁਸੀਂ ਬੁਢਾਪੇ ਵਿਚ ਕਈ ਗੱਲਾਂ ਲਈ ਦੂਜਿਆਂ 'ਤੇ ਨਿਰਭਰ ਹੋ ਜਾਵੋਂ ਤਾਂ ਬੁਢਾਪੇ ਦੀ ਰੰਗੀਨੀ ਫਿੱਕੀ ਪੈਣੀ ਸ਼ੁਰੂ ਹੋ ਜਾਂਦੀ ਹੈ। ਜੇਕਰ ਤੁਸੀਂ ਪਾਣੀ ਦਾ ਗਲਾਸ ਪੀਣ ਲਈ ਵੀ ਕਿਸੇ ਦੂਜੇ 'ਤੇ ਨਿਰਭਰ ਹੋ ਤਾਂ ਇਹ ਕਾਹਦਾ ਬੁਢਾਪਾ ? ਚੰਗੀ ਗੱਲ ਤਾਂ ਇਹ ਹੈ ਕਿ ਇਸ ਉਮਰ ਵਿਚ ਵੀ ਤੁਸੀਂ ਆਪਣੇ ਸਾਰੇ ਕੰਮ ਆਪ ਨਿਪਟਾ ਸਕੋ।

ਇਸ ਉਮਰ ਵਿਚ ਇਨਸਾਨ ਜੇ ਚੁੱਪ ਰਹਿਣਾ ਸਿੱਖ ਲਵੇ ਤਾਂ ਸੌਖੀ ਉਮਰ ਭੋਗਦਾ ਹੈ ਪਰ ਕਈ ਇਨਸਾਨ ਉਮਰ ਦੇ ਇਸ ਪੜਾਅ 'ਤੇ ਵੀ ਕੋਈ ਨਾ ਕੋਈ ਨੁਕਤਾਚੀਨੀ ਕਰਦੇ ਹੀ ਰਹਿੰਦੇ ਹਨ। ਇੰਜ ਕਰਨ ਨਾਲ ਪਰਿਵਾਰ ਵਿਚ ਉਹ ਆਪਣੀ ਸ਼ਾਖ ਗਵਾ ਲੈਂਦੇ ਹਨ। ਕੋਈ ਉਨ੍ਹਾਂ ਦੀ ਪ੍ਰਵਾਹ ਨਹੀਂ ਕਰਦਾ ਸਗੋਂ ਝਿੜਕਾਂ ਤੇ ਗਾਲ੍ਹਾਂ ਦਾ ਸਾਹਮਣਾ ਵੀ ਕਰਨਾ ਪੈ ਜਾਂਦਾ ਹੈ। ਚੰਗਾ ਹੈ, ਇਕ ਰੁੱਖ ਵਾਂਗ ਅਬੋਲ ਰਹਿ ਕੇ ਹੀ ਬੁਢਾਪਾ ਗੁਜ਼ਾਰ ਲਿਆ ਜਾਵੇ।

ਇਹ ਇਕ ਸਚਾਈ ਹੈ ਕਿ ਇਨਸਾਨ ਕਦੇ ਵੀ ਮਰਨਾ ਨਹੀਂ ਚਾਹੁੰਦਾ। ਬੁੱਢੇ ਬਾਰੇ ਵੀ ਔਖਾ-ਸੌਖਾ ਸਾਹ ਲੈ ਕੇ ਜੀਵੀ ਜਾਂਦਾ ਹੈ। ਕਈ ਰੁੱਖਾਂ ਦੀ ਜੀਰਾਂਦ ਵਰਗੇ ਇਨਸਾਨ ਸੌ ਸਾਲ ਦੀ ਉਮਰ ਭੋਗ ਕੇ ਮਰਦੇ ਹਨ। ਪਰ ਜੇ ਤੁਸੀਂ ਕੇਵਲ ਅੰਨ ਖਾਣ ਲਈ ਹੀ ਜੀਵਤ ਹੋ ਤਾਂ ਇਹ ਕਾਹਦਾ ਜੀਵਨ ! ਜੀਵੋ ਇਸ ਤਰ੍ਹਾਂ ਕਿ ਤੁਸੀਂ ਬੁਢਾਪੇ ਵੇਲੇ ਵੀ ਕਈਆਂ ਦੀ ਲੋੜ ਸਾਰ ਸਕੋ, ਕਈਆਂ ਦੇ ਦੁੱਖ-ਸੁੱਖ ਵੰਡਾ ਸਕੇ ਤੇ ਕਈਆਂ ਦਾ ਹੁੰਗਾਰਾ ਭਰ ਕੇ ਜ਼ਿੰਦਗੀ ਵਿਚ ਜੋਸ਼ ਤੇ ਉਤਸ਼ਾਹ ਭਰ ਸਕੋ। ਕਈਆਂ ਨੂੰ ਤੁਹਾਡੀ ਉਡੀਕ ਹੋਵੇ ਤੇ ਕਈਆਂ ਨੂੰ ਤੁਸੀਂ ਉਡੀਕਦੇ ਹੋਵੋ। ਘੋਰ ਇਕੱਲਤਾ ਵਿਚ ਕਿਸੇ ਨੇਰ-ਕੋਠੜੀ ਵਿਚ ਜੇ ਪਿਆ ਕੋਈ ਬੁੱਢਾ ਜੀਅ ਰਿਹਾ ਹੈ ਤਾਂ ਇਸ ਨਾਲੋਂ ਮੌਤ ਚੰਗੀ। ਮੌਤ ਵੀ ਤਾਂ ਇੱਕ ਰੰਗੀਨ ਸੁਫ਼ਨਾ ਲੈ ਕੇ ਆਉਂਦੀ ਹੈ ਜੋ ਇਨਸਾਨ ਨੂੰ ਸਾਰੇ ਦੁੱਖਾਂ ਤੋਂ ਛੁਟਕਾਰਾ ਦਿਵਾ ਦਿੰਦੀ ਹੈ। ਮੌਤ ਵਿਚ ਵੀ ਇਕ ਖ਼ੂਬਸੂਰਤੀ ਭਰੀ ਹੁੰਦੀ ਹੈ।

ਖੁੱਲ੍ਹੀਆਂ ਵਗਣ ਹਵਾਵਾਂ

ਜਦੋਂ ਕੋਈ ਇਨਸਾਨ ਸ਼ਹਿਰ ਦੇ ਭੀੜ-ਭੜੱਕੇ ਤੋਂ ਦੂਰ ਕਿਸੇ ਨਹਿਰ ਦੇ ਕਿਨਾਰੇ ਜਾ ਸੁੰਦਰ ਬਗੀਚੇ ਵਿਚ ਕਦਮ ਰੱਖਦਾ ਹੈ ਤਾਂ ਉਸ ਦਾ ਸਾਹਮਣਾ, ਇਕ ਅਜੇਹੀ ਬਹਿਸ਼ਤ ਨਾਲ ਹੁੰਦਾ ਹੈ, ਜਿਵੇਂ ਸਵਰਗ ਦੀ ਹਵਾ ਬਗੀਚੇ ਵਿਚ ਸੀਟੀਆਂ ਮਾਰ ਰਹੀ ਹੋਵੇ। ਪੰਛੀਆਂ ਦੀਆਂ ਉਡਾਰੀਆਂ ਰੁੱਖਾਂ, ਬੂਟਿਆਂ ਤੇ ਫੁੱਲਾਂ ਨਾਲ ਅਠਖੇਲੀਆਂ ਕਰਦੀਆਂ ਹੋਣ ਤੇ ਤਿਤਲੀਆਂ ਦੇ, ਖੰਭ ਸਾਰੀ ਕਾਇਨਾਤ ਨੂੰ ਆਪਣੇ ਰੰਗਾਂ ਵਿਚ ਰੰਗ ਲੈਣ! ਡੁੱਬ ਰਹੇ ਸੂਰਜ ਦੀ ਗੁਲਾਬੀ-ਗੁਲਾਬੀ ਭਾਅ ਸਾਰੇ ਆਕਾਸ਼ ਵਿਚ, ਆਪਣੀ ਸੁੰਦਰਤਾ ਖਿਲੇਰ ਦੇਵੇ। ਉਦੋਂ ਇਨਸਾਨ ਹਰੇ-ਹਰੇ ਘਾਹ 'ਤੇ ਬੈਠਾ ਵੀ ਰੱਬ ਦੀ ਕੁਦਰਤ ਨੂੰ ਨਮਸਕਾਰ ਕਰ ਕੇ, ਸ਼ੁਕਰ ਗੁਜ਼ਾਰ ਹੁੰਦਾ ਹੈ ਕਿ ਹੇ ਰੱਬਾ ਤੇਰੀ ਕਾਇਨਾਤ ਦੇ ਰੰਗ ਕਿੰਨੇ ਸੁਹਾਵਣੇ ਹਨ। ਤੇਰੇ ਪੰਛੀਆਂ ਦੇ ਗੀਤ ਕਿੰਨੇ ਮਿੱਠੇ ਹਨ ਤੇ ਤੇਰੀ ਪ੍ਰਕਿਰਤੀ ਦੀ ਛਬ ਕਿੰਨੀ ਅਨੂਠੀ ਤੇ ਅਨੋਖੀ ਹੈ। ਸੱਚ ਹੀ ਸਿਆਣਿਆਂ ਨੇ ਕਿਹਾ ਹੈ ਕਿ ਭਲਾ ਹਵਾ ਨੂੰ ਵੀ ਕਿਸੇ ਨੇ ਬੰਨ੍ਹਿਆ ਹੈ। ਹਵਾ ਤਾਂ ਹਵਾ ਹੈ, ਇਹ ਰੱਬ ਦੀ ਰਜ਼ਾ ਵਿਚ ਹਰ ਵਕਤ ਵਗਦੀ ਰਹਿੰਦੀ ਹੈ। ਕਦੇ ਚੰਗੀ ਵੀ ਤੇ ਕਦੇ ਮਾੜੀ ਵੀ। ਚੰਗੀ ਹਵਾ ਉਦੋਂ ਵਗਦੀ ਹੈ ਜਦ ਮਨ ਦੇ ਆਕਾਸ਼ ਵਿਚ ਹਵਾ ਦੀਆਂ ਸੀਟੀਆਂ ਵੱਜਦੀਆਂ ਸੁਣਾਈ ਦੇਣ ਤੇ ਧੁਰ ਹਿਰਦੇ ਦੀ ਕੋਠੀ ਵਿਚ ਕੋਈ ਮਨ ਦਾ ਪੰਛੀ ਚੂਹ-ਚੂਹ ਕਰ ਰਿਹਾ ਹੋਵੇ ਤੇ ਇਨਸਾਨ ਨੂੰ ਬਗੀਚੇ ਵਿਚ ਬੈਠਿਆਂ ਹੀ ਸੱਤੇ ਬਹਿਸ਼ਤਾਂ ਭੁੱਲ ਜਾਣ। ਸਾਰੇ ਸੰਸਾਰ ਦੀ ਖੜਕਾਹਟ ਕਿਧਰੇ ਗੁੰਮ-ਗੁਆਚ ਜਾਵੇ ਤੇ ਇਨਸਾਨ ਨੂੰ ਇਹ ਇਲਮ ਨਾ ਹੋਵੇ ਕਿ ਉਹ ਇਸ ਵਕਤ ਹੈ ਕਿੱਥੇ ? ਕਿਹੜੇ ਬਾਗਾਂ ਦੀ ਸੈਰ ਲਈ ਨਿਕਲਿਆ ਹੈ ਉਹ ਤੇ ਕਿੰਨੇ ਫੁੱਲਾਂ ਦੀ ਰੰਗੀਨੀ ਵਿਚ ਗੁੰਮ ਚੁਕਿਆ ਹੈ ਉਸਦਾ ਮਨ ? ਕਿੰਨੇ ਲਿੱਲੀ ਦੇ ਚਿੱਟੇ ਤੇ ਪੀਲੇ ਫੁੱਲ ਉਸ ਦੀ ਸੁਰਤੀ ਆਪਣੀ ਰੰਗਾਂ-ਲੀਲ੍ਹਾ ਨਾਲ ਮਦਹੋਸ਼ ਕਰੀ ਜਾ ਰਹੇ ਹਨ। ਕਿੰਨੀਆਂ ਚਿੜੀਆਂ ਦੀ ਚਹਿਚਾਹਟ ਤੇ ਪੰਛੀਆਂ ਦਾ ਸਮੂਹ ਗਾਨ ਉਸ ਨੂੰ ਸੁਣਾਈ ਦੇ ਕੇ ਇਸ ਆਥਣ ਦੀ ਖੁਸ਼ੀ ਵਿਚ, ਖੁਸ਼ ਹੋਣ ਦਾ ਸੱਦਾ ਦੇ ਰਿਹਾ ਹੈ।

ਕਈ ਵਾਰ ਇਨਸਾਨ ਦੇ ਮਨ ਨੂੰ ਵਣ-ਪੰਛੀ ਇਸ ਕਦਰ ਮੋਹ ਲੈਂਦੇ ਹਨ ਕਿ ਉਸ ਦਾ ਮਨ, ਘਰ ਪਰਤਣ ਲਈ ਤਿਆਰ ਨਹੀਂ ਹੁੰਦਾ। ਜੰਗਲ ਵਿਚ ਜੰਗਲੀ ਪੰਛੀ, ਹਰਨ, ਹਰਨੋਟੇ ਤੇ ਤਿੱਤਰ ਬਿਟੇਰ, ਉਸ ਨੂੰ ਕਿਸੇ ਹੋਰ ਹੀ ਅਲੌਕਿਕ ਸੰਸਾਰ ਵਿਚ ਜਾ ਖੜ੍ਹਦੇ ਹਨ। ਇਨਸਾਨ ਉੱਚੇ-ਉੱਚੇ ਪਹਾੜਾਂ ਵੱਲ ਨਿਗਾਹ ਮਾਰ ਕੇ, ਅਸਚਰਜ ਰਹਿ ਜਾਂਦਾ ਹੈ। ਰੁੱਖਾਂ, ਵਣਾਂ ਵਗ ਦੇ ਪਾਣੀਆਂ ਦੀ ਸੁਰੀਲੀ ਆਵਾਜ਼ ਇਨਸਾਨ ਦੇ ਮਨ ਨੂੰ ਗ਼ਜ਼ਬ ਨਾਲ ਭਰ ਦਿੰਦੀ ਹੈ। ਕਿਧਰੇ ਖਿੜੇ ਗੁਲਾਬੀ, ਉਨਾਭੀ ਤੇ ਨੀਲੇ-ਨੀਲੇ ਕਾਸ਼ਨੀ ਫੁੱਲ ਆਪਣੀ ਸੁੰਦਰਤਾ ਨਾਲ ਇਨਸਾਨ ਦਾ ਮਨ ਮੋਹ ਲੈਂਦੇ ਹਨ। ਅਜਿਹੀ ਅਜਬ ਬਹਾਰ ਵੇਖ ਕੇ ਇਕ ਬਿਮਾਰ

ਇਨਸਾਨ ਵੀ ਤੰਦਰੁਸਤ ਹੋ ਕੇ ਹੌਲਾ ਫੁੱਲ ਮਹਿਸੂਸ ਕਰਦਾ ਹੈ। ਸਿਆਣੇ ਕਹਿੰਦੇ ਹਨ ਕਿ ਚਸ਼ਮਿਆਂ ਦਾ ਨਿਰਮਲ ਪਾਣੀ ਇਨਸਾਨ ਨੂੰ ਹਜ਼ਾਰਾਂ ਰੋਗਾਂ ਤੋਂ ਮੁਕਤੀ ਦਿਵਾ ਸਕਦਾ ਹੈ। ਜੰਗਲ ਦੀ ਸਵੱਛ ਹਵਾ, ਇਨਸਾਨ ਦੇ ਰੋਗੀ ਸਾਹਾਂ ਨੂੰ ਵੀ ਤੰਦਰੁਸਤ ਕਰ ਸਕਦੀ ਹੈ। ਇਸੇ ਲਈ ਕਈ ਜੋਗੀ, ਫੱਕਰ, ਫਕੀਰ ਤੇ ਪੁੱਜੇ ਹੋਏ ਸਨਿਆਸੀ ਕਈ ਵਾਰ ਜੰਗਲ ਵਿਚ ਜਾ ਡੇਰੇ ਲਾਉਂਦੇ ਹਨ। ਰੱਬ ਦੀ ਭਗਤੀ ਵਿਚ ਲੀਨ ਹੋ ਕੇ, ਕੁਦਰਤ ਨਾਲ ਇਕਸੁਰ ਹੋ ਕੇ ਉਹ ਨਿਰਮਲੇ-ਸਾਧੂਆਂ ਤੇ ਫਕੀਰਾਂ ਵਾਂਗ ਜ਼ਿੰਦਗੀ ਗੁਜ਼ਾਰ ਕੇ ਖੁਸ਼ੀ ਹਾਸਲ ਕਰਦੇ ਹਨ। ਜੰਗਲ, ਬੇਲੇ ਤੇ ਚਰਾਗਾਹਾਂ ਦੀ ਸੁੰਦਰਤਾ ਨਾਲ ਉਨ੍ਹਾਂ ਦਾ ਮਨ ਵੀ ਨਿਰੋਗ ਤੇ ਤੰਦਰੁਸਤ ਹੋ ਕੇ ਵਿਸਮਾਦ ਅਵਸਥਾ 'ਚ ਜਾ ਪੁੱਜਦਾ ਹੈ।

ਕਦੇ ਇਕ ਅਮਰੀਕੀ ਦਾਨਿਸ਼ਵਰ, ਥੋਰੋ ਨੇ ਜੰਗਲੀ ਹਵਾਵਾਂ ਨਾਲ ਪਿਆਰ ਪਾ ਕੇ ਵਾਲਡਨ ਦੇ ਕੰਢੇ ਜਾ ਘਰ ਵਸਾਇਆ ਸੀ। ਪੰਛੀਆਂ, ਜਨੌਰਾਂ ਨਾਲ ਮਿੱਤਰਤਾ ਪਾ ਕੇ ਥੋਰੋ ਫੁਲਿਆ ਨਹੀਂ ਸੀ ਸਮਾਉਂਦਾ। ਕਈ ਸਾਲ ਵਾਲਡਨ ਦੇ ਕੰਢੇ ਰਹਿ ਕੇ ਥੋਰੋ ਨੇ ਆਪਣੇ ਅਨੁਭਵ ਇਕ ਕਿਤਾਬ ਵਿਚ ਦਰਜ ਕਰ ਦਿੱਤੇ ਸਨ। ਮਸ਼ਹੂਰ ਲਿਖਾਰੀ ਐਮਰਸਨ ਨੇ ਵੀ ਥੋਰੋ ਨੂੰ ਇਕ ਸਾਧੂ ਦਾ ਖਿਤਾਬ ਦੇ ਕੇ ਨਿਵਾਜਿਆ ਸੀ। ਅੱਜ ਦੇ ਯੁੱਗ ਵਿਚ ਇਨਸਾਨ ਸ਼ਹਿਰਾਂ ਦੀਆਂ ਤੰਗ ਬਸਤੀਆਂ ਵਿਚ ਰਹਿ ਕੇ, ਕਿੰਨਾ ਸੜੀਅਲ, ਈਰਖਾਲੂ ਤੇ ਚਿੱਬ-ਖੜਿਬਾ ਜਿਹਾ ਬਣ ਗਿਆ ਹੈ। ਉਸ ਦੇ ਸੁਭਾਅ ਵਿਚ ਸੌੜੀਆਂ ਗਲੀਆਂ ਨੇ ਸੌੜੀ ਸੋਚ ਭਰ ਕੇ ਉਸ ਨੂੰ ਇਕ ਇਨਸਾਨ ਰਹਿਣ ਹੀ ਕਿੱਥੇ ਦਿੱਤਾ ਹੈ। ਇਸੇ ਲਈ ਅੱਜ ਦਾ ਇਨਸਾਨ ਬੋਨਾ ਜਿਹਾ ਦਿਖਾਈ ਦੇ ਰਿਹਾ ਹੈ। ਜਿਸ ਦੀ ਸੋਚ ਉਸ ਦੇ ਪਰਿਵਾਰ ਤੋਂ ਅੱਗੇ ਕਿਧਰੇ ਨਹੀਂ ਜਾਂਦੀ ਤੇ ਉਹ ਆਪਣੇ ਗੁਆਂਢੀਆਂ ਪ੍ਰਤੀ ਵੀ ਵੈਰ-ਭਾਵਨਾ ਪਾਲ ਕੇ ਇਕ ਚੰਗਾ ਇਨਸਾਨ ਹੋਣ ਦਾ ਸਬੂਤ ਨਹੀਂ ਦੇ ਸਕਦਾ। ਅੱਜ ਦੇ ਤੇਜ ਰਫ਼ਤਾਰ ਯੁੱਗ 'ਚ ਇਨਸਾਨ ਦੀ ਸੋਚ ਲੰਗੜੀ ਜਿਹੀ ਬਣ ਕੇ ਰਹਿ ਗਈ ਹੈ ਤੇ ਇਕ ਇਨਸਾਨ ਦੂਜੇ ਇਨਸਾਨ ਨੂੰ ਪਿਆਰ ਕਰਨਾ ਭੁੱਲਦਾ ਜਾ ਰਿਹਾ ਹੈ। ਖੁੱਲ੍ਹੇ-ਖੁੱਲ੍ਹ ਖੁਲਾਸੇ ਸੁਭਾਅ ਤੇ ਰੰਗੀਨੀ ਭਰੀ ਤਬੀਅਤ ਅੱਜ ਕਿਧਰੇ ਕਿਸੇ ਇਨਸਾਨ ਵਿਚ ਨਜ਼ਰ ਨਹੀਂ ਆਉਂਦੀ। ਪੇਂਡੂ ਸੁਭਾਅ ਦੀ ਰੰਗੀਨ, ਤਬੀਅਤ ਹੁਣ ਕਿੱਥੇ ਲੱਭੀ ਜਾ ਸਕਦੀ ਹੈ। ਸਾਡਾ ਪੰਜਾਬੀ ਵਿਰਸਾ ਤੇ ਪੰਜਾਬੀਅਤ ਦੀ ਖੁੱਲ੍ਹੀ ਡੁੱਲ੍ਹੀ ਰੰਗਤ ਹੁਣ ਬਸ ਇਸ਼ਤਿਹਾਰਾਂ ਫੋਟੋਆਂ ਤੇ ਅਜਾਇਬ-ਘਰਾਂ 'ਚ ਸਜਾਈ ਹੋਈ ਭਲਾ ਕਿਤੇ ਦਿੱਸ ਜਾਵੇ, ਵਰਨਾ ਕੁੱਲ ਲੋਕਾਈ ਖੁੱਲ੍ਹੀਆਂ ਹਵਾਵਾਂ ਤੋਂ ਵਿਰਵੀ ਹੁੰਦੀ ਜਾ ਰਹੀ ਹੈ।

ਉਹ ਖੁੱਲ੍ਹੀਆਂ ਹਵਾਵਾਂ ਜਿਨ੍ਹਾਂ ਨੂੰ ਕਦੇ ਪ੍ਰੋ. ਪੂਰਨ ਸਿੰਘ ਵਰਗੇ ਪੰਜਾਬੀ ਪੁੱਤਰ ਨੇ ਆਵਾਜ਼ਾਂ ਮਾਰੀਆਂ ਸਨ ਤੇ ਪਿੱਪਲਾਂ, ਬੋਹੜਾਂ ਦੀ ਛਾਂ ਖ਼ਾਤਰ ਆਵਾ-ਜ਼ਾਰ ਹੋਇਆ ਸੀ। ਅੱਜ ਇਨ੍ਹਾਂ ਪਿੱਪਲਾਂ, ਬੋਹੜਾਂ ਦੀ ਹੋਂਦ ਹੀ ਮਿੱਟਦੀ ਜਾ ਰਹੀ ਹੈ। ਫਿਰ ਭਲਾ ਇਹ ਪਿੱਪਲਾਂ ਦੇ ਪੱਤਿਆਂ ਦੇ ਗੀਤ ਕਿੱਥੋਂ ਸੁਣ ਸਕੇਗਾ।

ਪਿੱਪਲ ਦੇ ਪੱਤਿਆ, ਮਾਹੀ ਵੇ!
ਕਿਹੀ ਖੜ ਖੜ ਲਾਈ ਏ, ਢੋਲਾ!!
ਪੱਤ ਝੱਡੇ ਪੁਰਾਣੇ ਮਾਹੀ ਵੇ!
ਰੁੱਤ ਨਵਿਆਂ ਦੀ ਆਈ ਏ, ਢੋਲਾ!!

ਠਰ੍ਹੰਮਾ, ਸਹਿਜ ਤੇ ਆਨੰਦ

ਕਾਹਲ-ਰਹਿਤ ਇਨਸਾਨ ਠਰ੍ਹੰਮੇ ਵਿੱਚ ਹੁੰਦਾ ਹੈ ਤੇ ਠਰ੍ਹੰਮਾ ਹੀ ਅਜਿਹਾ ਗੁਣ ਹੈ ਜਿਸ ਨਾਲ ਇਨਸਾਨ ਦੀ ਸੋਚਣ ਸ਼ਕਤੀ ਵਧੇਰੇ ਕੰਮ ਕਰਦੀ ਹੈ। ਠਰ੍ਹੰਮਾ ਇਕ ਅਜਿਹਾ ਗੁਣ ਹੈ ਜਿਸ ਨਾਲ ਇਨਸਾਨ ਕਈ ਗਲਤੀਆਂ ਕਰਨ ਤੋਂ ਬਚਿਆ ਰਹਿੰਦਾ ਹੈ। ਠਰ੍ਹੰਮੇ ਨਾਲ ਕੀਤੇ ਫੈਸਲੇ ਸਦਾ ਕਾਰਗਰ ਸਾਬਤ ਹੁੰਦੇ ਹਨ ਤੇ ਠਰ੍ਹੰਮੇ ਵਿੱਚ ਵਿਚਰ ਰਹੇ ਵਿਅਕਤੀ ਦੀ ਰਕਤ-ਚਾਪ ਹਮੇਸ਼ਾ ਠੀਕ ਕੰਮ ਕਰਦੀ ਹੈ। ਠਰ੍ਹੰਮੇ ਵਾਲੇ ਵਿਅਕਤੀ ਕਦੇ ਗੱਡੀ ਤੇਜ਼ ਨਹੀਂ ਚਲਾਉਂਦੇ ਤੇ ਨਾ ਹੀ ਠਰ੍ਹੰਮੇ ਵਾਲਾ ਇਨਸਾਨ ਕਦੇ ਹਾਰਟ-ਅਟੈਕ ਦਾ ਭਾਗੀ ਬਣਦਾ ਹੈ।

ਠਰ੍ਹੰਮੇ ਵਾਲਾ ਇਨਸਾਨ ਸੰਸਾਰ ਵਿੱਚ ਇੰਜ ਵਿਚਰਦਾ ਹੈ ਜਿਵੇਂ ਹਵਾ ਵਗਦੀ ਹੈ; ਜਿਵੇਂ ਧੁੱਪ ਚਮਕਦੀ ਹੈ ਜਾਂ ਜਿਵੇਂ ਪੰਛੀ ਰੁੱਖ ਦੀ ਇਕ ਟਾਹਣੀ ਤੋਂ ਉੱਡ ਕੇ ਦੂਜੀ 'ਤੇ ਜਾ ਬੈਠਦਾ ਹੈ।

ਠਰ੍ਹੰਮੇ ਨਾਲ ਕੀਤੇ ਕੰਮ ਸਦਾ ਠੀਕ ਹੁੰਦੇ ਹਨ ਤੇ ਠਰ੍ਹੰਮੇ ਵਿੱਚ ਰਹਿ ਕੇ ਹੀ ਇਨਸਾਨ ਜ਼ਿੰਦਗੀ ਵਿੱਚ ਸਹੀ ਤਰ੍ਹਾਂ ਵਿਚਰ ਸਕਦਾ ਹੈ ਤੇ ਜਿਹੜਾ ਇਨਸਾਨ ਹਰ ਵਕਤ ਅੱਗ ਲੱਗੀ ਵਾਲਿਆਂ ਵਾਂਗ ਭੱਜਾ ਫਿਰੇ ਉਹ ਗਲਤ ਕੰਮ ਕਰੇਗਾ। ਕਈ ਵਾਰ ਗੱਡੀ ਤੇਜ਼ ਚਲਾ ਕੇ ਐਕਸੀਡੈਂਟ ਕਰ ਲਵੇਗਾ ਜਾਂ ਕੋਈ ਹੋਰ ਨੁਕਸਾਨ ਕਰ ਬੈਠੇਗਾ।

ਨਦੀਆਂ ਦੇ ਪਾਣੀ ਠਰ੍ਹੰਮੇ ਨਾਲ ਵਗਦੇ ਹਨ ਤੇ ਸੰਗੀਤ ਵੀ ਪੈਦਾ ਕਰਦੇ ਹਨ। ਜਿਹੜੇ ਇਨਸਾਨ ਠਰ੍ਹੰਮੇ ਵਿਚ ਰਹਿਣਾ ਸਿੱਖ ਲੈਣ, ਉਹ ਆਦਮੀ ਸਿਹਤ ਠੀਕ ਰੱਖਦੇ ਹਨ। ਵਕਤ ਦੇ ਪਾਬੰਦ ਵੀ ਹੁੰਦੇ ਹਨ ਤੇ ਉਨ੍ਹਾਂ ਦੀ ਸਮਝ-ਸੋਝ ਵੀ ਗਿਣਵੀਂ, ਤੋਲਵੀਂ ਤੇ ਸਾਵੀਂ ਹੁੰਦੀ ਹੈ। ਠਰ੍ਹੰਮੇ ਵਾਲਾ ਇਨਸਾਨ ਕਿਸੇ ਨਾਲ ਛੇਤੀ ਲੜੇਗਾ ਨਹੀਂ ਤੇ ਨਾ ਹੀ ਤੈਸ਼ ਵਿੱਚ ਆ ਕੇ ਗਾਲੀ-ਗਲੋਚ ਕਰੇਗਾ।

ਸਹਿਜ ਵਿੱਚ ਰਹਿਣਾ ਇਕ ਹੋਰ ਵੱਡਾ ਗੁਣ ਹੈ; ਜਿਸ ਵਿੱਚ ਰਹਿ ਕੇ ਇਨਸਾਨ ਵੱਡੀਆਂ ਪ੍ਰਾਪਤੀਆਂ ਕਰ ਸਕਦਾ ਹੈ। ਜਿਹੜੇ ਇਨਸਾਨ ਸਹਿਜ ਵਿੱਚ ਰਹਿਣਾ ਸਿੱਖ ਲੈਣ ਉਹ ਕਦੇ ਹਾਰਦੇ ਨਹੀਂ ਤੇ ਨਾ ਹੀ ਉਹ ਉਦਾਸ ਮਾਯੂਸ ਜਾਂ ਪ੍ਰੇਸ਼ਾਨ ਹੁੰਦੇ ਹਨ। ਸਿਆਣੇ ਕਹਿੰਦੇ ਹਨ ਕਿ ਸਹਿਜ ਵਿੱਚ ਰਹਿ ਕੇ ਤਾਂ ਇਨਸਾਨ ਪਹਾੜ ਵੀ ਚੜ੍ਹ ਸਕਦਾ ਹੈ, ਦਰਿਆ ਪਾਰ ਕਰ ਸਕਦਾ ਹੈ ਤੇ ਅਸਮਾਨ ਵੀ ਛੂਹ ਸਕਦਾ ਹੈ।

ਸਹਿਜ ਨਾਲ ਉਸਰਦੇ ਮਕਾਨ ਹੀ ਵੱਡੀਆਂ ਇਮਾਰਤਾਂ ਬਣਦੇ ਹਨ ਤੇ ਸਹਿਜ ਨਾਲ ਪੱਕੀਆਂ ਰੋਟੀਆਂ ਵੀ ਮਿੱਠੀਆਂ ਹੁੰਦੀਆਂ ਹਨ। ਸਹਿਜ ਨਾਲ ਚੁੱਕੇ ਕਦਮ ਹੀ ਮੰਜ਼ਿਲਾਂ 'ਤੇ ਪਹੁੰਚਦੇ ਹਨ ਅਤੇ ਸਹਿਜ ਵਿੱਚ ਕੀਤੇ ਫੈਸਲੇ ਜ਼ਿੰਦਗੀ ਦੀ ਜਿੱਤ ਸਾਬਤ ਹੁੰਦੇ

ਹਨ। ਸਹਿਜ ਵਿੱਚ ਰਹਿ ਕੇ ਜਿੱਥੇ ਜ਼ਿੰਦਗੀ ਨੂੰ ਪ੍ਰਫੁੱਲਤਾ ਨਾਲ ਜੀਵਿਆ ਜਾ ਸਕਦਾ ਹੈ, ਉਥੇ ਸਿਹਤ ਵੀ ਠੀਕ ਰੱਖੀ ਜਾ ਸਕਦੀ ਹੈ। ਸਿਆਣੇ ਕਹਿੰਦੇ ਹਨ ਕਿ ਕਾਹਲ ਵਿੱਚ ਕੀਤੇ ਕੰਮ ਗਲਤ ਹੁੰਦੇ ਹਨ ਅਤੇ ਕਈ ਵਾਰ ਇਨ੍ਹਾਂ ਨੂੰ ਦੁਬਾਰਾ ਵੀ ਕਰਨਾ ਪੈਂਦਾ ਹੈ। ਕਾਹਲ ਵਿਚ ਬੀਜੇ ਬੀਜ ਕਦੇ ਨਹੀਂ ਉੱਗਦੇ। ਕਈ ਇਨਸਾਨ ਸਹਿਜੇ-ਸਹਿਜੇ ਹੀ ਕਦਮ ਪੁੱਟਦੇ, ਮੰਜ਼ਿਲ 'ਤੇ ਪਹੁੰਚ ਜਾਂਦੇ ਹਨ। ਸਹਿਜ ਵਿੱਚ ਰਹਿ ਕੇ ਲਿਖਿਆ ਖਤ ਸੁੰਦਰ ਇਬਾਰਤ ਬਣ ਜਾਂਦਾ ਹੈ ਅਤੇ ਸਹਿਜ ਨਾਲ ਲਿਖਦਾ ਲਿਖਾਰੀ ਵੀ ਵੱਡਾ ਵਿਚਾਰਵਾਨ ਅਤੇ ਅਫਲਾਤੂਨ ਵੀ ਬਣਦਾ ਹੈ। ਸਹਿਜ ਵਿੱਚ ਰਹਿ ਕੇ ਪਾਏ ਪਿਆਰ, ਜ਼ਿੰਦਗੀ ਭਰ ਨਿੱਭਦੇ ਹਨ ਅਤੇ ਸਹਿਜ ਵਿੱਚ ਰਹਿ ਕੇ, ਖਾਧੀ ਰੋਟੀ ਆਨੰਦ ਵੀ ਦਿੰਦੀ ਹੈ। ਸਹਿਜ ਵਿੱਚ ਰਹਿਣ ਵਾਲੇ ਇਨਸਾਨ ਲੰਬੀ ਉਮਰ ਭੋਗਦੇ ਹਨ। ਗੁਰਬਾਣੀ ਵਿੱਚ ਵੀ ਸਹਿਜ ਨੂੰ ਵਡਿਆਇਆ ਗਿਆ ਹੈ:-

ਮੰਨੁ ਧੋਵਹੁ ਸ਼ਬਦਿ ਲਾਗਹੁ ਹਰਿ ਸਿਉ ਰਹਹੁ ਚਿਤੁ ਲਾਇ॥
ਕਹੈ ਨਾਨਕ,
ਗੁਰ ਪਰਸਾਦੀ ਸਹਿਜ ਉਪਜੈ ਇਹ ਸਹਸਾ ਇਵ ਜਾਇ॥

ਜਿਨ੍ਹਾਂ ਇਨਸਾਨਾਂ ਵਿੱਚ ਠਰ੍ਹੰਮਾ ਅਤੇ ਸਹਿਜ ਵਰਗੇ ਗੁਣ ਆ ਜਾਂਦੇ ਉਹ ਆਨੰਦ ਦੀ ਅਵਸਥਾ ਨੂੰ ਵੀ ਪ੍ਰਾਪਤ ਕਰ ਲੈਂਦੇ ਹਨ। ਆਨੰਦ ਉਹ ਅਵਸਥਾ ਹੈ ਜਦੋਂ ਇਨਸਾਨ ਸਾਰੇ ਪਾਸਿਆਂ ਤੋਂ ਭਰਪੂਰ ਰਹਿ ਕੇ ਜ਼ਿੰਦਗੀ ਨੂੰ ਖੁਸ਼ੀ ਖੁਸ਼ੀ ਬਤੀਤ ਕਰ ਰਿਹਾ ਹੋਵੇ। ਕੋਈ ਝੋਰਾ, ਦੁੱਖ ਜਾਂ ਕਸ਼ਟ ਨਾ ਹੋਵੇ ਅਤੇ ਇਨਸਾਨ ਹਰ ਪਲ ਉਸ ਸੱਚੇ ਪਾਤਿਸ਼ਾਹ ਦਾ ਸ਼ੁਕਰ ਗੁਜ਼ਾਰ ਵੀ ਹੋਵੇ ਜਿਸ ਨੇ ਇਸ ਸ੍ਰਿਸ਼ਟੀ ਨੂੰ ਸਾਜਿਆ ਹੈ। ਇਸ ਅਵਸਥਾ ਵਿੱਚ ਇਨਸਾਨ ਦੇ ਸਾਰੇ ਦੁੱਖ, ਕਲੇਸ਼ ਅਤੇ ਝਗੜੇ ਝੇੜੇ ਨਵਿਰਤ ਹੋਏ ਜਾਪਦੇ ਹਨ। ਪਰਿਵਾਰਿਕ ਖੁਸ਼ੀਆਂ ਮਾਣਦਾ ਹੋਇਆ, ਇਨਸਾਨ ਕਿਸੇ ਵਿਸਮਾਦ ਅਵਸਥਾ ਵਿੱਚ ਵਿਚਰਦਾ ਹੈ। ਉਸ ਨੂੰ ਜ਼ਿੰਦਗੀ ਇਕ ਹਨੇਰ ਨਹੀਂ ਬਲਕਿ ਚਾਨਣ ਮਹਿਸੂਸ ਹੁੰਦੀ ਹੈ। ਉਸ ਦਾ ਮਨ ਪੰਛੀਆਂ ਵਾਂਗ ਉੱਚੀਆਂ ਉਡਾਰੀਆਂ ਮਾਰਦਾ ਹੈ ਅਤੇ ਅੰਬਰਾਂ 'ਤੇ ਪੈਲਾਂ ਪਾਉਂਦਾ ਹੈ। ਕਈ ਵਾਰ ਜਦੋਂ ਕਿਸਮਤ ਵੱਲੋਂ ਹੀ ਇਨਸਾਨ ਦੇ ਸਾਰੇ ਪਾਸਿਆਂ ਤੋਂ ਦਰਵਾਜ਼ੇ ਖੁੱਲ੍ਹ ਜਾਣ ਤਾਂ ਆਨੰਦ ਤਾਂ ਆਉਂਦਾ ਹੀ ਹੈ। ਕਈ ਲੋਕ ਛਿਣ-ਭੰਗਰੀਆਂ ਖੁਸ਼ੀਆਂ ਨੂੰ ਆਨੰਦ ਸਮਝਦੇ ਹਨ ਪਰ ਅਜਿਹਾ ਨਹੀਂ ਹੈ। ਆਨੰਦ ਤਾਂ ਉਹ ਅਵਸਥਾ ਹੈ ਜਿਥੇ ਇਨਸਾਨ ਇਸ ਧਰਤੀ 'ਤੇ ਰਹਿੰਦਾ ਹੋਇਆ ਵੀ ਸਵਰਗ ਮਹਿਸੂਸ ਕਰੇ। ਠੰਢੀਆਂ ਹਵਾਵਾਂ ਉਸ ਨੂੰ ਖੁਸ਼ੀਆਂ ਦੇਣ ਅਤੇ ਪਰਿਵਾਰ ਦੇ ਮਿੱਠੇ ਤੇ ਰਸੀਲੇ ਬੋਲ ਉਸ ਦਾ ਧਰਵਾਸ ਬਣਨ। ਉਸ ਨੂੰ ਕਿਸੇ ਨਾਲ ਵੀ ਕੋਈ ਗਿਲਾ, ਸ਼ਿਕਵਾ ਮਹਿਸੂਸ ਨਾ ਹੋਵੇ ਸਗੋਂ ਕੁੱਲ ਪ੍ਰਕਿਰਤੀ ਉਸ ਨੂੰ ਖੁਸ਼ੀਆਂ ਵੰਡਦੀ ਜਾਪੇ।

ਉਦਾਸ ਹੋਣਾ ਮਨ੍ਹਾ ਹੈ

ਹਰ ਇਨਸਾਨ ਕਦੇ ਨਾ ਕਦੇ ਉਦਾਸ ਹੁੰਦਾ ਹੈ। ਕਈ ਵਾਰ ਉਦਾਸ ਹੋਣ ਦਾ ਕੋਈ ਨਾ ਕੋਈ ਕਾਰਨ ਹੁੰਦਾ ਹੈ ਪਰ ਕਈ ਵਾਰ ਕਈ ਇਨਸਾਨ ਬਿਨਾਂ ਕਾਰਨ ਵੀ ਉਦਾਸ ਹੋ ਜਾਂਦੇ ਹਨ। ਉਦਾਸੀ ਵਿੱਚ ਡੁੱਬਿਆ ਵਿਅਕਤੀ ਇੰਜ ਮਹਿਸੂਸ ਕਰਦਾ ਹੈ ਜਿਵੇਂ ਕਿਸੇ ਹਨੇਰੀ ਗੁਫਾ ਵਿਚ ਘਿਰ ਗਿਆ ਹੋਵੇ ਤੇ ਚਾਨਣ ਲਈ ਸਾਰੇ ਬੂਹੇ-ਬਾਰੀਆਂ ਬੰਦ ਹੋ ਗਏ ਹੋਣ। ਇਹ ਉਦਾਸੀ ਹੀ ਹੈ ਜਦੋਂ ਇਨਸਾਨ ਡੂੰਘੇ ਖੂਹ ਵਿਚ ਉਤਰ ਕੇ, ਖੁਦ ਨੂੰ ਆਵਾਜ਼ਾਂ ਮਾਰਦਾ ਹੈ ਜਾਂ ਉਦਾਸੀ ਵਿਚ ਡੁੱਬ ਕੇ ਹਾਉਕੇ ਭਰਦਾ ਹੈ, ਰੋਂਦਾ ਹੈ ਤੇ ਕਈ ਵਾਰ ਬੇਕਾਬੂ ਹੋ ਕੇ ਖੁਦਕੁਸ਼ੀ ਕਰਨ ਬਾਰੇ ਸੋਚਦਾ ਹੈ। ਇਨਸਾਨ ਨੂੰ ਇੰਜ ਮਹਿਸੂਸ ਹੁੰਦਾ ਹੈ ਜਿਵੇਂ ਜ਼ਿੰਦਗੀ ਵੱਲ ਖੁੱਲ੍ਹਦੇ ਸਾਰੇ ਬੂਹੇ ਬੰਦ ਹੋ ਗਏ ਹਨ। ਹੁਣ ਜਿਉਣ ਦਾ ਕੋਈ ਚੱਜ ਨਾ ਰਿਹਾ ਹੋਵੇ ਤੇ ਖਿੜੀਆਂ ਬਹਾਰਾਂ ਵੀ ਉਸ ਨੂੰ ਬੇਅਰਥ ਜਿਹੀਆਂ ਲੱਗਣ।

ਕਈ ਇਨਸਾਨ ਉਦਾਸੀ ਵਿਚ ਰੰਗੇ ਹੋਏ, ਕੋਈ ਮਾਅਰਕਾ ਵੀ ਮਾਰ ਲੈਂਦੇ ਹਨ, ਜਿਵੇਂ ਕੇ. ਐਲ. ਸਹਿਗਲ ਜਦੋਂ ਉਦਾਸੀ ਵਿਚ ਡੁੱਬ ਕੇ ਗਾਉਣ ਲਗਦਾ ਤਾਂ ਉਸ ਦੇ ਗੀਤ, ਲੋਕਾਂ ਦਾ ਮਨ ਮੋਹ ਲੈਂਦੇ। ਉਹ ਏਨਾ ਮਕਬੂਲ ਹੋਇਆ ਕਿ ਲੋਕ ਉਸ ਨੂੰ ਉੱਚਕੋਟੀ ਦਾ ਕਲਾਕਾਰ ਮੰਨਣ ਲੱਗ ਪਏ। ਉਸ ਦੀ ਕਲਾ ਦਾ ਸਿੱਕਾ ਉਦਾਸੀ ਕਾਰਨ ਹੀ ਏਨੇ ਲੋਕਾਂ ਦੇ ਦਿਲਾਂ ਵਿਚ ਘਰ ਕਰ ਗਿਆ ਕਿ ਅੱਜ ਵੀ ਲੋਕ ਉਸ ਦੇ ਗੀਤ ਸੁਣ ਕੇ ਆਨੰਦ ਮਾਣਦੇ ਹਨ। ਇੰਜ ਹੀ ਸ਼ਿਵ ਕੁਮਾਰ ਜਦੋਂ ਉਦਾਸੀ ਵਿੱਚ ਡੁੱਬ ਕੇ ਗੀਤ ਗਾਉਂਦਾ ਤਾਂ ਸਭ ਕਵੀਆਂ ਨੂੰ ਮਾਤ ਪਾ ਦਿੰਦਾ ਸੀ। ਉਸ ਦੇ ਗੀਤਾਂ ਦੀ ਡੂੰਘੀ ਹੂਕ, ਅੰਬਰਾਂ ਨੂੰ ਹਿਲਾ ਦਿੰਦੀ ਸੀ। ਸੁਣਨ ਵਾਲੇ ਸਰੋਤੇ ਕੀਲੇ ਜਾਂਦੇ ਸਨ। ਇੰਜ ਇਹ ਉਦਾਸੀ ਕਈਆਂ ਲਈ ਵਰਦਾਨ ਵੀ ਸਾਬਤ ਹੋਈ, ਸਿਰਫ ਓਦੋਂ ਜਦੋਂ ਕੋਈ ਇਸ ਵਿੱਚੋਂ ਕਿਸੇ ਮਹਾਨ ਕਲਾ ਦੀ ਸਿਰਜਣਾ ਕਰਦਾ ਹੈ। ਵਾਨਗਾਗ ਵਾਂਗ ਅਜਿਹੇ ਚਿੱਤਰ ਬਣਾ ਦਿੰਦਾ ਹੈ ਕਿ ਰਹਿੰਦੀ ਦੁਨੀਆਂ ਤੱਕ ਅਜਿਹੇ ਕਲਾਕਾਰ ਦੀ ਕਲਾ ਜੀਵਤ ਰਹਿੰਦੀ ਹੈ। ਵਾਨਗਾਗ ਦਾ ਜੀਵਨ ਵੀ ਉਦਾਸੀ ਭਰਿਆ ਸੀ। ਉਸ ਦੇ ਜਿਉਂਦੇ ਜੀਅ ਉਸ ਦੀ ਕਲਾ ਦਾ ਕੋਈ ਮੁੱਲ ਨਾ ਪਿਆ ਪਰ ਮਰਨ ਉਪਰੰਤ ਹਰ ਪਾਸੇ ਉਸ ਦੇ ਚਿੱਤਰਾਂ ਦੀ ਮੰਗ ਹੋਣ ਲੱਗੀ। ਕਈ ਕਲਾ-ਕ੍ਰਿਤਾਂ ਕਰੋੜਾਂ ਡਾਲਰਾਂ ਵਿਚ ਵਿਕਣ ਲੱਗੀਆਂ।

ਇੰਜ ਜੇ ਉਦਾਸੀ ਕਲਾ ਸਿਰਜਣਾ ਲਈ ਕੰਮ ਆ ਸਕੇ ਤਾਂ ਇਹ ਵਰਦਾਨ ਸਾਬਤ ਹੁੰਦੀ ਹੈ। ਜਦੋਂ ਕਿ ਬਨਾਉਟੀ ਹਾਸਾ ਉਪਰਲੀ ਉਪਰਲੀ ਹਾ-ਹਾ-ਹੀ-ਹੀ ਇਨਸਾਨ ਦਾ ਕੁਝ ਨਹੀਂ ਸੁਆਰਦੀ। ਕਈ ਵਾਰ ਉਦਾਸ ਇਨਸਾਨ ਆਪਣੇ ਆਪ ਨਾਲ ਏਨਾ ਇਕਮਿਕ

ਹੋਇਆ ਹੁੰਦਾ ਹੈ ਕਿ ਉਹ ਖੁਦ ਇਕ ਪੈਗੰਬਰ ਦਾ ਰੂਪ ਧਾਰ ਸਕਦਾ ਹੈ। ਉਸ ਦੇ ਉਚਾਰੇ ਬੋਲ, ਰੱਬੀ-ਬਾਣੀ ਵਾਂਗ ਸਾਬਤ ਹੋ ਸਕਦੇ ਹਨ। ਗੁਰੂ ਨਾਨਕ ਦੇਵ ਜੀ ਨੇ ਚਾਰ ਉਦਾਸੀਆਂ ਵਿਚ ਕਿੰਨੇ ਲੋਕਾਂ ਦਾ ਭਲਾ ਕੀਤਾ, ਸਿੱਧਾਂ ਨਾਲ ਗਿਆਨ-ਗੋਸ਼ਟਾਂ ਰਚਾਈਆਂ ਤੇ ਇਨ੍ਹਾਂ ਉਦਾਸੀਆਂ ਵਿਚੋਂ ਹੀ ਚਾਨਣ ਪੈਦਾ ਕਰਕੇ ਲੋਕਾਈ ਨੂੰ ਨਵੀਂ ਜ਼ਿੰਦਗੀ ਦਿੱਤੀ।

ਪਰ ਇਹ ਉਦਾਸੀ ਵੀ ਅਸਲੀ ਉਦਾਸੀ ਹੋਵੇ ਤਾਂ ਹੀ ਇਨਸਾਨ ਦਾ ਅੰਦਰਲਾ ਆਪਾ, ਇਸ ਉਦਾਸੀ ਵਿਚ ਪਿੰਘਲ ਕੇ ਸੋਨਾ ਬਣਦਾ ਹੈ। ਇਸ ਉਦਾਸੀ ਵਿਚੋਂ ਕਲਾ-ਕ੍ਰਿਤਾਂ ਫਲਦੀਆਂ ਹਨ ਪਰ ਬਨਾਉਟੀ ਉਦਾਸੀ 'ਤੇ ਉਦਾਸ ਹੋ ਕੇ ਖਿਚਵਾਈਆਂ ਫੋਟੋਆਂ ਕਿਸੇ ਦਾ ਕੁਝ ਨਹੀਂ ਸੰਵਾਰਦੀਆਂ। ਕਈ ਇਨਸਾਨ ਵਧੇਰੇ ਉਦਾਸ ਹੋ ਕੇ ਖੁਸ਼ ਹੁੰਦੇ ਹਨ। ਵਧੇਰੇ ਗੰਭੀਰ ਹੋ ਕੇ ਹੀਰੋ ਬਣਦੇ ਹਨ। ਇਹ ਬਨਾਉਟੀ ਪਲ ਕਦੇ ਕਿਸੇ ਦਾ ਹਾਸਲ ਨਹੀਂ ਬਣ ਸਕੇ।

ਕਈ ਇਨਸਾਨ ਉਦਾਸੀ ਵਿਚ ਏਨੇ ਡੁੱਬੇ ਤੇ ਗੁਆਚੇ ਹੁੰਦੇ ਹਨ ਕਿ ਉਨ੍ਹਾਂ ਨੂੰ ਇਸਸੰਸਾਰ ਦੀ ਕੋਈ ਖਬਰਸਾਰ ਨਹੀਂ ਰਹਿੰਦੀ। ਕਈ ਇਸ ਉਦਾਸੀ ਵਿਚੋਂ ਬਾਹਰ ਨਿਕਲਣ ਲਈ ਨਸ਼ਾ ਕਰਦੇ ਹਨ, ਸ਼ਰਾਬ ਪੀਂਦੇ ਹਨ ਤੇ ਕਈ ਕਈ ਦਿਨ ਇਸੇ ਅਵਸਥਾ ਵਿਚ ਰਹਿ ਕੇ ਖੁਸ਼ ਹੁੰਦੇ ਹਨ ਪਰ ਇਹ ਜ਼ਿੰਦਗੀ ਲਈ ਘਾਤਕ ਨਿਸ਼ਾਨੀਆਂ ਹਨ। ਇਉਂ ਕਈ ਇਨਸਾਨ ਜ਼ਿੰਦਗੀ ਤੋਂ ਤੰਗ ਆਏ ਆਤਮ-ਹੱਤਿਆ ਵੀ ਕਰਦੇ ਦੇਖੇ ਗਏ ਹਨ। ਨੋਬਲ ਇਨਾਮ ਜੇਤੂ ਅਰਨੈਸਟ ਹੈਮਿੰਗਵੇ ਨੇ ਜ਼ਿੰਦਗੀ ਤੋਂ ਤੰਗ ਆ ਕੇ ਹੀ ਆਤਮ-ਹੱਤਿਆ ਕੀਤੀ ਸੀ। ਕਈ ਉਦਾਸ ਤਾਂ ਹੁੰਦੇ ਹਨ ਪਰ ਥੋੜ੍ਹੇ ਚਿਰ ਲਈ, ਕੁਝ ਦਿਨਾਂ ਲਈ, ਫਿਰ ਇਸ ਉਦਾਸੀ ਵਿਚੋਂ ਉਭਰ ਕੇ ਜ਼ਿੰਦਗੀ ਦੇ ਚਾਨਣ ਪੱਖ ਵੱਲ ਆ ਜਾਂਦੇ ਹਨ। ਇੰਜ ਥੋੜ੍ਹ-ਚਿਰੀ ਉਦਾਸੀ ਜ਼ਿੰਦਗੀ ਲਈ ਮਾੜੀ ਨਹੀਂ ਹੁੰਦੀ। ਇਹ ਕੰਮ ਕੇਵਲ ਕਰਵਟ ਬਦਲਣ ਵਰਗਾ ਹੁੰਦਾ ਹੈ। ਜਿਵੇਂ ਇਨਸਾਨ ਮੰਜੇ 'ਤੇ ਇਕ ਪਾਸੇ ਪਿਆ ਪਿਆ ਥੱਕ ਜਾਵੇ ਤੇ ਫਿਰ ਦੂਜਾ ਪਾਸਾ ਬਦਲ ਲਵੇ।

ਪਰ ਘੋਰ ਉਦਾਸੀ ਵਿਚ ਡੁੱਬੇ ਇਨਸਾਨ ਕਈ ਵਾਰ ਇਸ ਉਦਾਸੀ ਵਿਚ ਅਜਿਹੇ ਗਰਕਦੇ ਹਨ ਕਿ ਮੁੜ ਉਠਦੇ ਹੀ ਨਹੀਂ। ਮੌਤ ਨੂੰ ਸੱਦਾ ਦਿੰਦੇ ਨੇ ਅਜਿਹੇ ਇਨਸਾਨ। ਕ੍ਰਿਸ਼ਨ ਭਗਵਾਨ ਨੇ ਗੀਤਾ ਵਿਚ ਕਿਹਾ ਹੈ ਕਿ ਜਿਹੜਾ ਇਨਸਾਨ ਡੂੰਘੀ ਚਿੰਤਾ ਤੇ ਉਦਾਸੀ ਵਿੱਚ ਡੁੱਬਿਆ ਹੈ, ਉਸ ਦਾ ਵਿਨਾਸ਼ ਅਵੱਸ਼ ਹੋਵੇਗਾ। ਕਈ ਇਨਸਾਨ ਉਦਾਸ ਰਹਿ ਰਹਿ ਕੇ ਜ਼ਿੰਦਗੀ ਦੀ ਖੇਡ ਖਤਮ ਕਰ ਬੈਠਦੇ ਹਨ। ਕਈ ਉਦਾਸੀ ਦੀ ਵਜ੍ਹਾ ਕਾਰਨ ਹੀ ਕਈ ਹੋਰ ਰੋਗ ਲੁਆ ਬੈਠਦੇ ਹਨ ਜਿਵੇਂ ਹਾਈ ਬਲੱਡ ਪ੍ਰੈਸ਼ਰ, ਹਾਰਟ-ਅਟੈਕ ਤੇ ਬਲੱਡ ਸ਼ੂਗਰ ਆਦਿ। ਉਦਾਸੀ ਦੀ ਅਵਸਥਾ ਵਿਚ ਰਹਿ ਕੇ ਜੀਵਨ ਗੁਜ਼ਾਰਨਾ ਚੰਗੀ ਗੱਲ ਨਹੀਂ ਹੈ। ਇਕ ਇਨਸਾਨ ਲਈ ਓਨਾ ਹੀ ਚੰਗਾ ਹੈ ਜਿੰਨਾ ਉਹ ਫੁੱਲਾਂ ਵਾਂਗ ਖਿੜ ਕੇ ਜ਼ਿੰਦਗੀ ਗੁਜ਼ਾਰੇ। ਜੀਵਨ ਨੂੰ ਖੁਸ਼ੀਆਂ ਖੇੜੇ ਦੀ ਦਾਅਵਤ ਦੇਵੇ ਤੇ ਜ਼ਿੰਦਗੀ ਗੁਜ਼ਾਰੇ। ਜੀਵਨ ਨੂੰ ਖੁਸ਼ੀਆਂ ਖੇੜੇ ਦੀ ਦਾਅਵਤ ਦੇਵੇ ਤੇ ਜ਼ਿੰਦਗੀ ਨੂੰ ਰੰਗੀਨ ਬਣਾ ਲਵੇ। ਜ਼ਿੰਦਗੀ ਵਿਚ ਰੰਗੀਨੀ ਵੀ ਤਦ ਹੀ ਆ ਸਕੇਗੀ ਜਦੋਂ ਇਨਸਾਨ ਡਟ ਕੇ ਕੰਮ ਕਰੇ। ਧਨ ਕਮਾਵੇ ਤੇ ਸਾਰੇ ਪਰਿਵਾਰ ਦਾ ਪਾਲਣ-ਪੋਸ਼ਣ ਜ਼ਿੰਮੇਵਾਰੀ ਨਾਲ ਨਿਭਾਵੇ। ਜ਼ਿੰਦਗੀ ਪ੍ਰਤੀ ਦ੍ਰਿਸ਼ਟੀਕੋਣ ਸਹੀ ਬਦਲ ਕੇ, ਚੜ੍ਹਦੀ ਕਲਾ ਵਿਚ ਰਹਿਣ ਦਾ ਵਲ ਸਿੱਖੇ। ਘਰ-ਪਰਿਵਾਰ ਵਿਚ ਮਹਿਕਾਂ ਤੇ ਹਾਸੇ ਬਿਖੇਰਨ ਦੇ ਸਮਰੱਥ

ਬਣ ਸਕੇ। ਚੰਗੇ ਕੰਮਾਂ ਵੱਲ ਰੁਝਾਨ ਕਰੇ। ਗੁਰਬਾਣੀ ਤੋਂ ਪ੍ਰੇਰਣਾ ਲੈ ਕੇ ਸੱਚੇ ਮਾਰਗ 'ਤੇ ਚੱਲੇ। ਜਿਨ੍ਹਾਂ ਇਨਸਾਨਾਂ ਦੇ ਚਿਹਰਿਆਂ 'ਤੇ ਮੁਸਕਾਨਾਂ ਖਿੜੀਆਂ ਹੋਣ, ਉਨ੍ਹਾਂ ਨੂੰ ਹਰ ਕੋਈ ਪਸੰਦ ਕਰਦਾ ਹੈ ਜਦੋਂ ਕਿ ਉਦਾਸ ਚਿਹਰੇ ਵੱਲ ਕੋਈ ਝਾਤੀ ਮਾਰਨ ਲਈ ਤਿਆਰ ਨਹੀਂ, ਸਗੋਂ ਉਦਾਸ ਚਿਹਰੇ ਨੂੰ ਵੇਖ ਕੇ ਹਰ ਕੋਈ ਪਾਸਾ ਵੱਟ ਕੇ ਲੰਘਦਾ ਹੈ। ਬਿਹਤਰ ਇਹੀ ਹੈ ਕਿ ਉਦਾਸੀ ਦੇ ਲੇਪ ਨੂੰ ਚਿਹਰੇ 'ਤੇ ਵਧੇਰੇ ਸਮੇਂ ਲਈ ਨਾ ਚਿਪਕਾਇਆ ਜਾਵੇ। ਹਰ ਵੇਲੇ ਖੁਸ਼ ਰਹਿਣ ਦੀ ਕੋਸ਼ਿਸ਼ ਕਰੋ। ਖੁਸ਼ ਰਹਿ ਕੇ ਜ਼ਿੰਦਗੀ ਗੁਜ਼ਾਰਨਾ ਤੇ ਪਰਿਵਾਰ ਲਈ ਇਕ ਜ਼ਿੰਮੇਵਾਰ ਇਨਸਾਨ ਬਣ ਕੇ ਵਿਖਾਉਣਾ ਹੀ ਇਨਸਾਨ ਦਾ ਉਦੇਸ਼ ਹੋਣਾ ਚਾਹੀਦਾ ਹੈ। ਹੋ ਸਕੇ ਤਾਂ ਕਿਸੇ ਹੋਰ ਇਨਸਾਨ ਦਾ ਫਾਇਦਾ ਕਰੋ। ਲੋੜ ਵੇਲੇ ਸਹਾਇਤਾ ਕਰੋ ਤਾਂ ਅਵੱਸ਼ ਹੀ ਖੁਸ਼ੀ ਪ੍ਰਾਪਤ ਹੋ ਸਕੇਗੀ। ਜਿਨ੍ਹਾਂ, ਇਨਸਾਨਾਂ ਨੇ ਚੜ੍ਹਦੇ ਸੂਰਜ ਵਾਂਗ ਜ਼ਿੰਦਗੀ ਨੂੰ ਜੀਵਿਆ ਹੈ, ਉਹ ਕਦੇ ਉਦਾਸ ਨਹੀਂ ਹੁੰਦੇ ਤੇ ਹਮੇਸ਼ਾ ਮੰਜ਼ਲਾਂ ਤੈਅ ਕਰਕੇ ਹੀ ਦਮ ਲੈਂਦੇ ਹਨ।

ਕਿਸੇ ਕਵੀ ਦੀਆਂ ਇਹ ਸਤਰਾਂ ਜ਼ਿੰਦਗੀ ਨੂੰ ਕਿੰਨੇ ਸੋਹਣੇ ਸ਼ਬਦਾਂ ਨਾਲ ਰੂਪਮਾਨ ਕਰਦੀਆਂ ਹਨ।

ਤਾਕੀ ਖੋਲ੍ਹ ਦਿਓ!
ਤਾਂ ਕਿ ਨੀਲਾ ਆਕਾਸ਼ ਤੇ ਫੁੱਲਾਂ ਦੀ ਖੁਸ਼ਬੋ
ਮੇਰੇ ਕਮਰੇ ਵਿਚ
ਨਿਧੜਕ ਦਾਖਲ ਹੋ ਸਕਣ
ਤਾਂ ਕਿ ਚੜ੍ਹਦੇ ਸੂਰਜ ਦੀਆਂ ਕਿਰਨਾਂ
ਭਰ ਦੇਣ
ਮੇਰੇ ਵਜੂਦ ਨੂੰ।

ਪਿਆਰ

ਪਿਆਰ ਬੜੀ ਵੱਡੀ ਸ਼ਕਤੀ ਹੈ, ਪਿਆਰ ਦੀ ਓਟ ਵਿਚ ਆ ਕੇ, ਮੂਰਖ ਤੇ ਅਨਾੜੀ ਇਨਸਾਨ ਵੀ ਸਿਆਣੇ ਤੇ ਵਿਦਵਾਨ ਬਣ ਜਾਂਦੇ ਹਨ। ਜਦੋਂ ਇਨਸਾਨ ਨੂੰ ਕਿਸੇ ਪਾਸਿਓਂ ਪਿਆਰ ਮਿਲਣ ਲੱਗੇ ਤਾਂ ਉਸਦੇ ਤੌਰ-ਤਰੀਕੇ ਬਦਲ ਜਾਂਦੇ ਹਨ। ਇਹ ਨਿਮਰ, ਕੂਲਾ ਤੇ ਮੁਲਾਇਮ ਬਣ ਜਾਂਦਾ ਹੈ। ਅੱਖੜ ਸੁਭਾਅ ਵੀ ਪਿਆਰ ਦੀ ਘਾਟ ਕਾਰਨ ਹੀ ਬਣਦੇ ਹਨ, ਜਿਸ ਨੂੰ ਕੋਈ ਪਿਆਰ ਨਹੀਂ ਕਰਦਾ, ਉਹ ਸੁੱਕ ਚੁੱਕੀ ਲੱਕੜ ਵਾਂਗ ਹੋ ਜਾਂਦਾ ਹੈ। ਜ਼ਿੰਦਗੀ ਦੀ ਰੌਅ ਕਿਧਰੇ ਮਰ-ਮੁੱਕ ਜਾਂਦੀ ਹੈ। ਅਜਿਹਾ ਇਨਸਾਨ ਨਸ਼ਿਆਂ ਦੀ ਓਟ ਵਿਚ ਆ ਕੇ, ਸਮਾਂ ਗੁਜ਼ਾਰਾ ਕਰਦਾ ਹੈ, ਪਰ ਪਿਆਰ ਪ੍ਰਾਪਤ ਕਰਕੇ, ਇਨਸਾਨ ਦਾ ਅੰਦਰਲਾ ਆਪਾ ਖਿੜ ਜਾਂਦਾ ਹੈ। ਅੰਦਰ ਕਰੂੰਬਲਾਂ ਫੁੱਟ ਪੈਂਦੀਆਂ ਹਨ ਤੇ ਇਨਸਾਨ ਦਾ ਅੰਦਰਲਾ ਬ੍ਰਿਛ ਹਰਾ ਭਰਾ ਤੇ ਫੁੱਲਾਂ ਲੱਦਿਆ ਬਣਕੇ, ਟਹਿਕ ਉੱਠਦਾ ਹੈ।

ਪਿਆਰ ਦੀ ਖ਼ਾਤਰ ਹੀ ਪ੍ਰਵਾਨੇ, ਸ਼ਮ੍ਹਾ ਉਪਰ ਜਲਕੇ, ਆਪਣੀ ਜਾਨ ਕੁਰਬਾਨ ਕਰ ਦਿੰਦੇ ਹਨ। ਪਿਆਰ ਨਾਲ ਰੱਜੇ ਤੇ ਮਦਮਸਤ ਜੋੜੇ ਜ਼ਿੰਦਗੀ ਦੀ ਗੱਡੀ ਨੂੰ ਖੁਸ਼ੀਆਂ ਨਾਲ ਚਲਾਉਂਦੇ ਹਨ ਤੇ ਬੱਚੇ ਜੰਮ ਕੇ, ਘਰ ਵਿਚ ਰੌਣਕਾਂ ਲੱਗ ਜਾਂਦੀਆਂ ਹਨ। ਇਹ ਪਿਆਰ ਹੀ ਹੈ ਜਿਸ ਨਾਲ ਉੱਜੜੇ ਘਰ ਵੀ ਵੱਸ ਜਾਂਦੇ ਹਨ ਤੇ ਮੁੜ ਤੋਂ ਘਰ ਵਿਚ ਚਹਿਲ-ਪਹਿਲ ਹੋ ਜਾਂਦੀ ਹੈ।

ਪੰਛੀ ਰੁੱਖਾਂ ਨੂੰ ਪਿਆਰ ਕਰਦੇ ਹਨ ਤੇ ਹਰੀਆਂ ਕਚਾਰ ਟਹਿਣੀਆ ਉਪਰ ਬੈਠਕੇ ਗਾਉਂਦੇ ਤੇ ਕਲੋਲਾਂ ਕਰਦੇ ਹਨ। ਜਦੋਂ ਕੋਈ ਇਨਸਾਨ ਪਿਆਰ ਕਰਨ ਲੱਗੇ ਤਾਂ ਉਸਦੇ ਅੰਦਰਲੇ ਰੋਗ ਟੁੱਟ ਜਾਂਦੇ ਹਨ। ਹਾਰਟ ਅਟੈਕ, ਹਾਈ ਬਲੱਡ-ਪ੍ਰੈਸ਼ਰ ਤੇ ਸ਼ੂਗਰ ਵਰਗੇ ਰੋਗ ਵੀ ਕਿਧਰੇ ਛੂਹ-ਮੰਤਰ ਹੋ ਜਾਂਦੇ ਹਨ। ਪਿਆਰ ਦਾ ਹੁਲਾਸ ਤੇ ਖੇੜਾ, ਅੰਦਰਲੇ ਵਿਸਮਾਦ ਨਾਲ ਝੂਮ ਉਠਦਾ ਹੈ। ਅੰਦਰੇ ਹੀ ਕਿਧਰੇ ਸਤਰੰਗੀ ਪੀਂਘ ਅੰਦਰਲੇ ਆਪੇ ਨੂੰ ਰੰਗ ਚਾੜ੍ਹ ਦਿੰਦਾ ਹੈ। ਪਰ ਪਿਆਰ ਉਹੀ ਕਰ ਸਕਦਾ ਹੈ ਜਿਹੜਾ ਕੁਰਬਾਨ ਹੋਣਾ ਜਾਣਦਾ ਹੋਵੇ, ਜਿਸਦੇ ਮਨ ਵਿਚ ਕਪਟ, ਕ੍ਰੋਧ, ਵੈਰ-ਭਾਵਨਾ ਤੇ ਈਰਖਾ, ਸਾੜਾ ਨਾ ਹੋਵੇ। ਜਿਸਦੀ ਕਾਇਆ ਦੁੱਧ-ਧੋਤੀ ਤੇ ਚਿੱਟੇ ਲੱਠੇ ਵਰਗੀ ਹੋਵੇ। ਜਿਸਦੇ ਨੈਣਾਂ ਵਿਚੋਂ ਅੰਮ੍ਰਿਤ-ਰਸ ਚੋਅ ਰਿਹਾ ਹੋਵੇ ਤੇ ਜਿਹੜਾ ਪਿਆਰ-ਭਾਵਨਾ ਨਾਲ ਰੱਜ ਕੇ, ਪ੍ਰਭੂ ਭਗਤੀ ਵਿਚ ਲੀਨ ਹੋਇਆ, ਨੱਚਣ ਲੱਗ ਪਵੇ, ਜਿਸਨੂੰ ਸਾਰੀ ਧਰਤੀ ਆਪਣੀ ਆਪਣੀ ਲੱਗੇ ਤੇ ਜਿਹੜਾ ਰੁੱਖ, ਬੂਟੇ, ਫੁੱਲ ਤੇ ਲਿੱਲੀ ਜਿਹੇ ਨਿੱਕੇ ਪੌਦੇ ਨੂੰ ਵੀ ਅੱਖਾਂ ਨਾਲ ਛੂਹਾ ਕੇ, ਝੂਮਣ ਲੱਗ ਪਵੇ।

ਤੁਸੀਂ ਕਿਸੇ ਗਲੀ ਵਿਚ ਜਾਂ ਹਨੇਰੀ ਨੁੱਕਰ ਵਿਚ ਵੇਖੋ, ਇਕ ਕੁੱਤੀ ਆਪਣੇ

ਕਤੂਰਿਆਂ ਨੂੰ ਕਿਵੇਂ ਪਿਆਰ ਕਰਦੀ ਹੈ। ਕਿਵੇਂ ਉਹਨਾਂ ਨੂੰ ਚੁੰਮ-ਚੱਟ ਕੇ, ਲਾਡ ਲਡਾਉਂਦੀ ਹੈ ਤੇ ਕਿਵੇਂ ਇਕੱਲੇ ਇਕੱਲੇ ਕਤੂਰੇ ਨੂੰ ਦੁੱਧ ਚੁੰਘਾ ਕੇ, ਆਪਾ ਵਾਰਦੀ ਹੈ। ਉਹਨਾਂ ਖਾਤਰ ਦਰ ਦਰ 'ਤੇ ਟੁੱਕਰ ਲੱਭਦੀ ਫਿਰਦੀ ਹੈ। ਇੰਝ ਹੀ ਚਿੜੀ ਨਿੱਕੇ ਬੋਟਾਂ ਨੂੰ ਨਿੱਕੇ ਨਿੱਕੇ ਤੀਲਿਆਂ ਦੇ ਆਲ੍ਹਣੇ ਵਿਚ ਬਿਠਾ ਕੇ, ਉਹਨਾਂ ਲਈ ਚੋਗ ਇਕੱਠਾ ਕਰਦੀ ਹੈ। ਉਹਨਾਂ ਦੇ ਅੱਡੇ ਮੂੰਹ ਵਿਚ ਭੋਰਾ ਭੋਰਾ ਅੰਨ ਦੇ ਟੁੱਕੜੇ ਪਾਕੇ, ਖੁਸ਼ ਹੁੰਦੀ ਹੈ। ਮਮਤਾ ਪਾਲ੍ਹਦੀ ਹੈ ਤੇ ਬੱਚਿਆਂ ਨੂੰ ਪਿਆਰ ਕਰਕੇ, ਮਦਮਸਤੀ ਵਿਚ ਉੱਡੀ ਫਿਰਦੀ ਹੈ। ਗਾਉਂਦੀ ਤੇ ਚੀਂ ਚੀਂ ਕਰਕੇ, ਬੱਚਿਆਂ ਦਾ ਮਨ ਪਰਚਾਉਂਦੀ ਹੈ।

ਪਿਆਰ ਵਿਚ ਖੀਵਾ ਹੋਈ ਮਾਂ, ਨਿੱਕੇ ਬਾਲ ਨੂੰ ਛਾਤੀ ਦਾ ਦੁੱਧ ਚੁੰਘਾ ਕੇ, ਸੰਤੁਸ਼ਟ ਹੋ ਜਾਂਦੀ ਹੈ। ਬੱਚੇ ਨੂੰ ਲੋਰੀਆਂ ਦੇ ਕੇ, ਲਾਡ ਲਿਡਾ ਕੇ, ਬੱਚੇ ਦੀਆਂ ਨਿੱਕੀਆਂ ਨਿੱਕੀਆਂ ਪੁੱਛਾਂ ਦੇ ਜੁਆਬ ਦਿੰਦੀ ਹੈ। ਕਈ ਵਾਰ ਬੱਚੇ ਨੂੰ ਚੁੰਮਦੀ ਚੱਟਦੀ ਹੈ ਤੇ ਦੁਲਾਰਦੀ ਹੈ। ਉਸ ਨੂੰ ਨੁਹਾ-ਧੁਆ ਕੇ, ਚੰਨ ਵਰਗੇ ਚਿਹਰੇ 'ਤੇ ਕਾਲਾ ਟਿੱਕਾ ਲਗਾ ਦਿੰਦੀ ਹੈ ਕਿ ਕਿਧਰੇ ਮੇਰੇ ਬੱਚੇ ਨੂੰ ਨਜ਼ਰ ਨਾ ਲੱਗ ਜਾਵੇ। 'ਤੇ ਕਈ ਮਾਵਾਂ ਬੱਚਿਆਂ ਦੀ ਸੇਵਾ ਸੰਭਾਲ ਵਿਚ ਆਪਾ ਵਾਰ ਕੇ, ਆਪ ਰੁੱਖੀ ਮਿੱਸੀ ਖਾ ਕੇ, ਰੋਹੀ ਦੀਆਂ ਕਿੱਕਰਾਂ ਵਾਂਗ ਖੜ-ਸੁੱਕ ਵੀ ਹੋ ਜਾਂਦੀਆਂ ਹਨ। ਪਰ ਪਿਆਰ ਵਿਚ ਘਾਟ ਨਹੀਂ ਆਉਣ ਦਿੰਦੀਆਂ।

ਸੱਸੀ, ਸੋਹਣੀ ਤੇ ਹੀਰ ਨੇ ਪਿਆਰ ਖ਼ਾਤਰ ਆਪਣੀ ਜ਼ਿੰਦਗੀ ਕੁਰਬਾਨ ਕਰ ਦਿੱਤੀ ਤੇ ਦੁਨੀਆਂ ਵਿਚ ਆਪਣਾ ਨਾਂ ਰੌਸ਼ਨ ਕਰ ਵਿਖਾਇਆ। ਫਰਹਾਦ ਨੇ ਪਿਆਰ ਖਾਤਰ ਨਹਿਰ ਕੱਢ ਦਿੱਤੀ ਤੇ ਉਸਨੇ ਪਿਆਰ ਜਜ਼ਬੇ ਅਧੀਨ ਹੀ ਪੂਰਾ ਪਹਾੜ ਖੋਦ ਮਾਰਿਆ। ਪਿਆਰ ਵਿਚ ਏਨੀ ਸ਼ਕਤੀ ਹੈ ਕਿ ਤੁਸੀਂ ਪਿਆਰ ਨਾਲ ਸਾਰੀ ਦੁਨੀਆਂ ਨੂੰ ਆਪਣੇ ਵੱਸ ਵਿਚ ਕਰ ਸਕਦੇ ਹੋ। ਜੋ ਪਿਆਰ ਦੀ ਭਾਸ਼ਾ ਜਾਣਦਾ ਹੋਵੇ, ਉਸ ਨੂੰ ਕੋਈ ਡਰ, ਤੇ ਭੈਅ ਨਹੀਂ ਰਹਿੰਦਾ, ਉਹ ਨਿਰਭੈ ਹੋ ਜਾਂਦਾ ਹੈ। ਮਦਮਸਤ ਜੋਗੀ ਤੇ ਫ਼ਕੀਰ, ਔਲੀਏ, ਪਿਆਰ ਨਾਲ ਪੂਰੀ ਦੁਨੀਆਂ ਨੂੰ ਜਿੱਤ ਲੈਂਦੇ ਹਨ। ਉਹਨਾਂ ਲਈ ਕੋਈ ਬਿਗਾਨਾ ਨਹੀਂ ਰਹਿੰਦਾ। ਰੱਬ ਵੀ ਉਹਨਾਂ ਦੀ ਰਜ਼ਾ ਵਿਚ ਖੁਸ਼ ਹੋ ਕੇ, ਮੀਂਹ ਵਸਾ ਦਿੰਦਾ ਹੈ। ਰੱਕੜਾਂ ਵਿਚ ਗੁਲਜ਼ਾਰਾਂ ਖਿੜ ਪੈਂਦੀਆਂ ਹਨ ਤੇ ਪਿਆਰ ਵਿਚ ਅਲਮਸਤ ਹੋ ਕੇ, ਪੌਣਾਂ ਨਾਚ ਕਰਦੀਆਂ ਹਨ। ਰਾਬੀਆ ਨੇ ਰੱਬ ਨਾਲ ਪਿਆਰ ਪਾ ਕੇ, ਰੱਬ ਨੂੰ ਆਪਣੇ ਵਸ ਵਿਚ ਕਰ ਲਿਆ।

ਜਦੋਂ ਅੱਖਾਂ ਵਿਚ ਪਿਆਰ ਵਸ ਜਾਵੇ ਤਾਂ ਦਿਸ਼ਾਵਾਂ ਰੰਗੀਆਂ ਜਾਂਦੀਆਂ ਹਨ। ਰੁੱਖ, ਬੂਟੇ, ਫੁੱਲ ਤੇ ਬਨਸਪਤੀ ਝੂਮ ਉੱਠਦੀ ਹੈ। ਚੰਨ ਤੇ ਚਕੋਰ ਦੀ ਪ੍ਰੀਤ ਵੀ ਜੁੱਗਾਂ ਪੁਰਾਣੀ ਹੈ। ਚੰਨ ਚੜ੍ਹਨ ਉੱਤੇ ਚਕੋਰ ਆਪਣੀ ਧੌਣ ਚੰਨ ਵੱਲੀ ਮੋੜ ਲੈਂਦਾ ਹੈ ਤੇ ਫਿਰ ਚੰਨ ਦੇ ਨਾਲ ਨਾਲ ਹੀ ਉੱਧਰ ਮੋੜਾ ਮੋੜੀ ਜਾਦਾ ਹੈ, ਇਥੇ ਤੀਕ ਕਿ ਚੰਨ ਦੇ ਡੁੱਬ ਜਾਣ ਤੇ ਪ੍ਰਾਣ ਤਿਆਗ ਦਿੰਦਾ ਹੈ।

ਮਦਰ ਟਰੇਸਾ, ਤੇ ਭਗਤ ਪੂਰਨ ਸਿੰਘ ਪਿਆਰ ਕਰਨ ਵਾਲੀਆਂ ਰੂਹਾਂ ਸਨ ਜਿਨ੍ਹਾਂ ਨੇ ਮਨੁੱਖਤਾ ਨੂੰ ਪਿਆਰ ਕੀਤਾ। ਲੱਖਾਂ ਪੀੜਿਤ ਪਰਿਵਾਰਾਂ ਦੀ ਸੇਵਾ ਕੀਤੀ ਤੇ ਲੋਕਾਈ ਦੇ ਭਲੇ ਲਈ ਜੀਵਨ ਵਾਰ ਦਿੱਤਾ। ਇੰਝ ਹੀ ਅੱਜ ਭਗਵੰਤ ਸਿੰਘ ਦਿਲਾਵਰੀ ਤੇ ਸੰਤ ਸੀਚੇਵਾਲਾ

ਕਰ ਰਹੇ ਹਨ। ਇਹਨਾਂ ਦੇ ਚਿਹਰੇ ਤੋਂ ਹੀ ਪਿਆਰ ਝਲਕਾਂ ਲੱਭ ਪੈਂਦੀਆਂ ਹਨ। ਪਿਆਰ ਵਿਚ ਰੰਗੀ ਰੂਹਾਨੀਅਤ ਜ਼ਾਹਿਰ ਹੋ ਜਾਂਦੀ ਹੈ। ਸਿਆਣੇ ਕਹਿੰਦੇ ਹਨ ਜੇ ਤੁਸੀਂ ਕਿਸੇ ਨੂੰ ਪਿਆਰ ਕਰੋਗੇ ਤਾਂ ਅੱਗੇ ਵੀ ਤੁਹਾਨੂੰ ਉਨੀ ਹੀ ਸ਼ਿੱਦਤ ਨਾਲ ਪਿਆਰ ਮਿਲੇਗਾ। ਅੰਗਰੇਜ਼ੀ ਦੀ ਕਹਾਵਤ ਹੈ: (Love begets Love) ਪਰ ਜੇ ਤੁਸੀਂ ਕਿਸੇ ਨੂੰ ਪਿਆਰ ਹੀ ਨਹੀਂ ਕਰਦੇ ਤਾਂ ਇਹ ਜੀਵਨ ਨਿਸਫਲ ਹੈ। ਤੁਸੀਂ ਕੰਡੇ ਨਾ ਬਣੋ, ਫੁੱਲ ਬਣਕੇ ਵੇਖੋ, ਦੁਨੀਆਂ ਤੁਹਾਨੂੰ ਪਿਆਰ ਕਰੇਗੀ, ਕੰਡਿਆਂ ਵੱਲ ਕੋਈ ਵੇਖਦਾ ਵੀ ਨਹੀਂ।

ਕੁਲ ਪ੍ਰਕਿਰਤੀ ਵਿਚ ਪਿਆਰ ਵਸਿਆ ਹੋਇਆ ਹੈ, ਪਿਆਰ ਨਾਲ ਵਰੋਸਾਈਆਂ ਪੌਣਾਂ, ਧਰਤੀ ਦੀ ਪ੍ਰਕਰਮ ਕਰਦੀਆਂ ਹਨ ਤੇ ਜੰਗਲ ਬੇਲੇ ਵਿਚ ਖਿੜਦੇ ਫੁੱਲ ਕੁਦਰਤ ਦੀ ਬਗੀਚੀ ਦੇ ਦਿਲਕਸ਼ ਨਜ਼ਾਰੇ ਹਨ। ਇੰਝ ਹੀ ਵਗਦੀਆਂ ਨਦੀਆਂ, ਵਹਿੰਦੇ ਦਰਿਆ ਤੇ ਫੁੱਟਦੇ ਚਸ਼ਮੇਂ ਸਾਵੀਂ ਤੌਰ ਤੁਰਦੇ ਜ਼ਿੰਦਗੀ ਦਾ ਸੁਨੇਹਾ ਦਿੰਦੇ ਹਨ, ਉਹ ਜ਼ਿੰਦਗੀ ਜੋ ਪਿਆਰ ਵੰਡਦੀ ਹੈ। ਹਾਸੇ, ਖੇੜੇ ਉਪਜਾਉਂਦੀ ਹੈ ਤੇ ਧਰਤੀ ਉਪਰ ਗੁਲਜ਼ਾਰਾਂ ਖਿੜਾਉਂਦੀ ਹੈ।

ਕਿਸੇ ਨੰਨ੍ਹੇ ਤੇ ਨਿੱਕੇ ਜਿਹੇ ਫਰਿਸ਼ਤੇ ਬੱਚੇ ਨੂੰ ਪਿਆਰ ਨਾਲ ਗਲਵੱਕੜੀ ਪਾਕੇ ਵੇਖੋ, ਕਿਵੇਂ ਉਹ ਤੁਹਾਡੇ ਵੱਲੀਂ ਬਹਾਂ ਫੈਲਾਉਂਦਾ ਹੈ। ਕਿਲਕਾਰੀਆਂ ਮਾਰਦਾ ਹੈ ਤੇ ਹਾਸੇ ਦੀ ਬਹਿਸ਼ਤ ਵੰਡ ਕੇ ਖੁਸ਼ ਹੁੰਦਾ ਹੈ। ਜਿਹੜੇ ਪਰਿਵਾਰਾਂ ਵਿਚ ਪਿਆਰ ਵਸਿਆ ਹੋਵੇ, ਉਥੇ ਕੁਦਰਤ ਵੀ ਫੁੱਲ ਬਿਖੇਰ ਕੇ ਖੁਸ਼ ਹੁੰਦੀ ਹੈ। ਲੋਕਾਈ ਨੂੰ ਪਿਆਰ ਕਰਨਾ ਸਿੱਖੋ, ਤੁਹਾਡੀ ਰੂਹ ਖ਼ਾਲੀ ਨਹੀਂ ਰਹੇਗੀ, ਸਗੋਂ ਤੁਹਾਡੀਆਂ ਅੱਖਾਂ ਵਿੱਚ ਵੀ ਪਿਆਰ ਦੀ ਲੋਅ ਜਗ ਉੱਠੇਗੀ ਤੁਹਾਡਾ ਹਿਰਦਾ ਪਿਆਰ ਨਾਲ ਧੜਕ ਉੱਠੇਗਾ ਤੇ ਤੁਹਾਨੂੰ ਇਹ ਅਹਿਸਾਸ ਵੀ ਹੋਵੇਗਾ ਕਿ ਤੁਸੀਂ ਜਿਉਂਦੇ ਜਾਗਦੇ ਇਨਸਾਨ ਹੋ।

ਕਿਸੇ ਅਗਿਆਤ ਕਵੀ ਦੀਆਂ ਸੁੰਦਰ ਲਾਈਨਾਂ ਪਿਆਰ ਨੂੰ ਇੰਝ ਰੂਪਵਾਨ ਕਰਦੀਆਂ ਹਨ।

ਕੱਲ੍ਹ ਦੇ ਸੁਪਨੇ ਮੁੜ ਪਰਤ ਆਉਣਗੇ
ਅਤੇ ਹਲਕੇ ਜਿਹੇ ਨਵੇਂ ਸਿਰਿਓਂ ਆਲ੍ਹਣਾ ਬਣਾ ਲੈਣਗੇ
ਮਿੱਠੀਆਂ ਯਾਦਾਂ ਬੰਸਰੀ ਦੀ ਖੋਈ ਸੁਰ ਮੋੜ ਦੇਣਗੀਆਂ

ਉਸਦੀ ਭਾਸ਼ਾ ਤਾਂ ਮੈਂ ਨਹੀਂ ਸੀ ਜਾਣਦਾ ਪ੍ਰੰਤੂ ਜੋ ਕੁਝ ਉਸ ਦੀਆਂ ਨਜ਼ਰਾਂ ਨੇ ਕਿਹਾ ਉਸਦੀ ਵੇਦਨਾ ਹਮੇਸ਼ਾ, ਮੇਰੇ ਮਨ ਵਿਚ ਉੱਕਰੀ ਰਹੇਗੀ।

ਜ਼ਿੰਦਗੀ ਦਾ ਬੋਝ

"ਜ਼ਿੰਦਗੀ ਦਾ ਬੋਝ ਬੜਾ ਭਾਰੀ ਹੈ; ਇਸ ਨੂੰ ਚੁੱਕਣ ਲਈ ਇਨਸਾਨ ਦੇ ਮੋਢੇ ਬੜੇ ਮਜ਼ਬੂਤ ਹੋਣੇ ਚਾਹੀਦੇ ਨੇ।" ਇੱਕ ਬਜ਼ੁਰਗ ਆਪਣੇ ਪੁੱਤਰ ਨੂੰ ਕਹਿ ਰਿਹਾ ਸੀ। ਇਹ ਸੁਣ ਕੇ ਮੈਂ ਸੋਚਣ ਲੱਗਾ ਕਿ ਵਾਕਅਈ ਹੀ ਇਸ ਬਜ਼ੁਰਗ ਦੀ ਬਾਤ ਵਿਚ ਬੜਾ ਵਜ਼ਨ ਹੈ। ਅੱਜ ਅਸੀਂ ਵੇਖਦੇ ਹਾਂ ਕਿ ਇਸ ਜ਼ਿੰਦਗੀ ਦੇ ਬੋਝ ਥੱਲੇ ਦੱਬਿਆ, ਹਰ ਇਨਸਾਨ, ਕਿਵੇਂ ਲੰਙੜਾਅ ਕੇ ਤੁਰਦਾ ਹੈ। ਕੋਈ ਰੋਂਦਾ ਕੁਰਲਾਂਦਾ ਇਹ ਬੋਝ ਚੁੱਕਦਾ ਹੈ ਤੇ ਕੋਈ ਹੋਰ ਇਸ ਬੋਝ ਨੂੰ ਚੁੱਕੀ ਵੀ ਜਾ ਰਿਹਾ ਹੈ ਤੇ ਹੱਸੀ ਵੀ ਜਾਂਦਾ ਹੈ। ਹੱਸਣ ਵਾਲੇ ਨੂੰ ਪਤਾ ਹੈ ਕਿ ਜੇ ਮੈਂ ਇਸ ਨੂੰ ਰੋ ਰੋ ਕੇ ਚੁੱਕਾਂਗਾ ਤਾਂ ਇਹ ਬੋਝ ਹੋਰ ਭਾਰੀ ਹੋ ਜਾਵੇਗਾ। ਇਨਸਾਨ ਨੇ ਇਸ ਧਰਤੀ 'ਤੇ ਜਨਮ ਲਿਆ ਹੈ ਤਾਂ ਇਹ ਜ਼ਿੰਦਗੀ ਦਾ ਬੋਝ ਵੀ ਢੋਣਾ ਹੀ ਪਵੇਗਾ। ਪਰ ਕਈ ਇਨਸਾਨ ਨਫ਼ਰਤਾਂ ਕਰਕੇ, ਸਾੜੇ ਦੇ ਈਰਖਾ ਕਰਕੇ, ਇਸ ਜ਼ਿੰਦਗੀ ਨੂੰ ਜੇ ਹਲਕੀ ਵੀ ਹੋਵੇ ਤਾਂ ਬੋਝਲ ਬਣਾ ਲੈਂਦੇ ਹਨ।

ਜਿਨਾ ਚਿਰ ਇਨਸਾਨ ਦਿਲੋਂ ਸਾਫ਼ ਨਹੀਂ; ਉਸ ਦਾ ਦ੍ਰਿਸ਼ਟੀਕੋਣ ਸਪੱਸ਼ਟ ਨਹੀਂ, ਉਹ ਧੁੰਧਲਕੇ ਭਰੀ ਜ਼ਿੰਦਗੀ ਜੀਵੀ ਜਾਵੇਗਾ। ਉਸ ਨੂੰ ਜ਼ਿੰਦਗੀ ਦੇ ਮਾਹਨੇ, ਹੋਰ ਔਖੇ ਲੱਗ ਪੈਣਗੇ ਤੇ ਉਹ ਇਕ ਕਮਜ਼ੋਰ ਵਿਦਿਆਰਥੀ ਵਾਂਗ, ਜ਼ਿੰਦਗੀ ਦੇ ਇਮਤਿਹਾਨ ਵਿਚ ਫੇਲ੍ਹ ਹੋ ਜਾਵੇਗਾ। ਜ਼ਿੰਦਗੀ ਜੀਣ ਲਈ ਮਨ ਦਾ ਸਾਫ਼ ਹੋਣਾ ਤੇ ਦ੍ਰਿਸ਼ਟੀਕੋਣ ਦਾ ਸਪੱਸ਼ਟ ਹੋਣਾ ਬੜਾ ਜ਼ਰੂਰੀ ਹੈ। ਜੇ ਤੁਹਾਡੇ ਮਨ ਦੀ ਸਲੇਟ ਹੀ ਸਾਫ਼ ਨਹੀਂ ਹੈ ਤਾਂ ਤੁਸੀਂ ਕਿਵੇਂ ਜੀਵੋਗੇ? ਕਿਵੇਂ ਇਸ ਮੈਲੀ ਸਲੇਟ ਉੱਪਰ ਜ਼ਿੰਦਗੀ ਦੇ ਮੁਸ਼ਕਲ ਸਵਾਲ ਹੱਲ ਕਰ ਸਕੋਗੇ? ਗਲਤ ਰਾਹਾਂ 'ਤੇ ਚੱਲ ਕੇ, ਕਦੋਂ ਕੋਈ ਰਾਹੀ ਮੰਜ਼ਿਲ 'ਤੇ ਪਹੁੰਚਿਆ ਹੈ। ਗਲਤ ਰਾਹ ਪੈ ਕੇ, ਤਾਂ ਤੁਸੀਂ ਜਿੰਨਾ ਤੇਜ਼ ਦੌੜੋਗੇ, ਓਨਾ ਹੀ ਤੁਸੀਂ ਮੰਜ਼ਿਲ ਤੋਂ ਦੂਰ ਵੀ ਹੁੰਦੇ ਜਾਵੋਗੇ।

ਜਿਹੜਾ ਇਨਸਾਨ, ਆਪਦੀ ਦ੍ਰਿਸ਼ਟੀ ਨੂੰ ਸਪੱਸ਼ਟ ਤੇ ਸਾਫ਼ ਰੱਖਕੇ, ਚੱਲਦਾ ਹੈ; ਉਹ ਕਦੇ ਠੇਢੇ ਨਹੀਂ ਖਾਂਦਾ; ਸਗੋਂ ਓਨਾ ਮੰਜ਼ਿਲ ਹੀ ਤਰਫ਼ ਵਧਦਾ ਜਾਂਦਾ ਹੈ ਤੇ ਉਸ ਨੂੰ ਕੰਮ ਕਰਦਿਆਂ ਕੋਈ ਉਲਝਣ ਵੀ ਪੈਦਾ ਨਹੀਂ ਹੁੰਦੀ। ਪਰ ਜੇ ਦ੍ਰਿਸ਼ਟੀ ਸਾਫ਼ ਤੇ ਸਪਸ਼ਟ ਨਾ ਹੋਵੇ ਤਾਂ ਸਿੱਧੇ ਰਾਹ ਵੀ ਟੇਢੇ ਨਜ਼ਰ ਆਉਂਦੇ ਹਨ। ਸਭ ਕੁਝ ਦੇ ਹੁੰਦਿਆਂ ਹੋਇਆਂ ਵੀ ਇਨਸਾਨ, ਭਟਕਣ ਵਿਚ ਪਿਆ ਰਹਿੰਦਾ ਹੈ; ਸਮਾਂ ਬਿਤਾਉਣ ਦੇ ਖ਼ਾਤਰ ਦੁਕਾਨ 'ਤੇ ਚੱਕਰ ਕੱਟਦਾ ਹੈ, ਸਟੋਰਾਂ 'ਤੇ ਜਾ ਕੇ, ਐਵੇਂ ਕਿਵੇਂ ਹੀ ਬੇਲੋੜੀਆਂ ਚੀਜ਼ਾਂ ਚੁੱਕੀ ਆਉਂਦਾ ਹੈ ਇੰਜ ਚੀਜ਼ਾਂ ਨਾਲ ਘਰ ਭਰ ਜਾਂਦਾ ਹੈ। ਪਰ ਇੰਜ ਘਰ ਭਰ ਭਰਕੇ ਵੀ ਸੰਤੁਸ਼ਟੀ ਨਹੀਂ ਮਿਲਦੀ। ਮਨ ਨਹੀਂ ਰਾਜ਼ੀ ਹੁੰਦਾ। ਦਿਲ ਨਹੀਂ ਬਹਿਲਦਾ। ਜ਼ਿੰਦਗੀ ਜਿਵੇਂ ਕਿਵੇਂ ਬੋਝਲ ਬਣੀ ਰਹਿੰਦੀ ਹੈ। ਇਨਸਾਨ ਦਾ ਸਿਰ ਦਰਦ ਕਰਨ ਲੱਗਦਾ ਹੈ। ਉਹ ਸਿਰਦਰਦ ਦੀਆਂ ਗੋਲੀਆਂ ਖਾਈ

ਜਾਂਦਾ ਹੈ। ਕਦੇ ਡਾਕਟਰ ਕੋਲ ਜਾਕੇ, ਨਬਜ਼ ਵਿਖਾਉਂਦਾ ਹੈ। ਬਲੱਡ-ਪ੍ਰੈਸ਼ਰ ਵੱਧ ਜਾਂਦਾ ਹੈ। ਉਹ ਉੱਚੀ-ਉੱਚੀ ਬੋਲਦਾ/ਬੋਲਦੀ ਹੈ। ਅੱਜ ਦੇ ਇਨਸਾਨ ਦੀ ਇਹ ਤ੍ਰਾਸਦੀ ਹੈ।

ਉਸ ਨੂੰ ਸਮਝ ਨਹੀਂ ਆਉਂਦੀ, ਉਹ ਆਪਣ ਅਕੇਵੇਂ ਦਾ ਕੀ ਕਰੇ? ਆਪਦੀ ਉਦਾਸੀ ਦਾ ਕੀ ਹੱਲ ਢੂੰਡੇ ਤੇ ਆਪਦੇ ਸੱਖਣੇ ਮਨ ਨੂੰ ਕਿਵੇਂ ਜਰੇ? ਆਪਦੀ ਅਰਥ-ਹੀਣਤਾ ਨੂੰ ਕਿਵੇਂ ਬਰਦਾਸ਼ਤ ਕਰੇ? ਇਹੀ ਸਵਾਲ ਜ਼ਿੰਦਗੀ ਦਾ ਸਭ ਤੋਂ ਔਖਾ ਸਵਾਲ ਹੈ। ਇਸ ਸਵਾਲ ਨੂੰ ਹੱਲ ਕਰਨ ਲਈ ਇਨਸਾਨ ਨੂੰ ਆਪਦੀ ਜ਼ਿੰਦਗੀ ਦਾ ਮਨੋਰਥ ਲੱਭਣਾ ਪਵੇਗਾ। ਬਿਨਾਂ ਮਨੋਰਥ ਲੱਭਿਆਂ ਜ਼ਿੰਦਗੀ ਨਹੀਂ ਜੀਵੀ ਜਾ ਸਕਦੀ।

ਕਈ ਇਨਸਾਨ, ਇਨਸਾਨੀਅਤ ਦੇ ਭਲੇ ਲਈ ਕੰਮ ਕਰਦੇ ਹਨ। ਉਹ ਆਪਦੀ ਜ਼ਿੰਦਗੀ ਤਾਂ ਸੁਖਾਵੀਂ ਗੁਜ਼ਾਰਦੇ ਹੀ ਹਨ; ਸਗੋਂ ਹੋਰਨਾਂ ਦੀ ਜ਼ਿੰਦਗੀ 'ਚ ਵੀ ਰੂਹ ਤੇ ਖੇੜਾ ਭਰ ਦਿੰਦੇ ਹਨ। ਕਈ ਡਾਕਟਰ ਮਰੀਜ਼ਾਂ ਨੂੰ ਠੀਕ ਕਰਕੇ, ਤਸੱਲੀ ਮਹਿਸੂਸ ਕਰਦੇ ਹਨ। ਨਾਲ ਹੀ ਰੱਬ ਦਾ ਸ਼ੁਕਰਾਨਾ ਵੀ ਕਰੀ ਜਾਂਦੇ ਹਨ ਕਿ ਹੇ ਦਾਤਿਆ! ਜ਼ਿੰਦਗੀ 'ਚ ਹੋਰ ਕੰਮ ਕਰਨ ਦੀ ਤਾਕਤ ਬਖ਼ਸ਼ੀਂ। ਜ਼ਿੰਦਗੀ ਨੂੰ ਹੋਰ ਖ਼ੁਸ਼ਹਾਲੀ, ਸਹਿਣਸ਼ੀਲਤਾ ਤੇ ਖ਼ੂਬਸੂਰਤੀ ਦੇਵੀਂ। ਅਜਿਹੇ ਲੋਕ ਹੀ ਜ਼ਿੰਦਗੀ ਦਾ ਅਸਲੀ ਲੁੱਤਫ਼ ਲੈ ਸਕਦੇ ਹਨ। ਇਹਨਾਂ ਲੋਕਾਂ ਦੀ ਜ਼ਿੰਦਗੀ ਸਾਦਗੀ ਭਰੀ ਹੁੰਦੀ ਹੈ ਤੇ ਇਹਨਾਂ ਦੀ ਦ੍ਰਿਸ਼ਟੀ ਅਸਮਾਨ ਵਾਂਗ ਸਾਫ਼ ਤੇ ਵਿਸ਼ਾਲ ਵੀ ਹੁੰਦੀ ਹੈ। ਕਈ ਅਜਿਹੇ ਹੀ ਰੱਬ ਵਰਗੇ ਇਨਸਾਨ, ਅੱਜ ਇਸ ਧਰਤੀ 'ਤੇ ਚਾਨਣ ਮੁਨਾਰੇ ਵਾਂਗ ਚਾਨਣ ਖਿਲੇਰ ਰਹੇ ਹਨ।

ਇਹਨਾਂ ਦੀ ਬਾਣੀ ਰੱਬੀ ਸੰਦੇਸ਼ ਵਾਂਗ ਹੁੰਦੀ ਹੈ। ਬੋਲਾਂ ਵਿਚ ਮਿਠਾਸ, ਮਧੁਰਤਾ ਤੇ ਰਸ ਵੀ ਹੁੰਦਾ ਹੈ। ਅਜਿਹੇ ਲੋਕ ਜ਼ਿੰਦਗੀ ਦੇ ਸਹੀ ਰਾਹ-ਨੁਮਾ ਹੁੰਦੇ ਹਨ।

ਅੱਜ ਦੇ ਭੀੜ-ਭੜੱਕੇ, ਚਕਾ-ਚੌਂਧ ਤੇ ਤੇਜ਼ ਰਫ਼ਤਾਰ ਯੁੱਗ ਵਿਚ ਇਨਸਾਨ, ਜ਼ਿੰਦਗੀ ਇੰਝ ਗੁਜ਼ਾਰ ਰਿਹਾ ਹੈ; ਜਿਵੇਂ ਕੋਈ ਇਨਸਾਨ, ਘਰ ਦਾ ਰਾਹ ਭੁੱਲ ਬੈਠਾ ਹੋਵੇ। ਉਹ ਘਰਦੀ ਸਾਫ਼-ਸੁਥਰੀ ਤੇ ਤਸੱਲੀ-ਭਰੀ ਦਾਲ ਰੋਟੀ ਖਾਣ ਦੀ ਬਜਾਏ ਬਾਜ਼ਾਰਾਂ ਦੇ ਛੋਲੇ-ਭਠੂਰੇ ਖਾ ਕੇ, ਵਧੇਰੇ ਖ਼ੁਸ਼ ਹੈ। ਰਾਹੇ-ਰਾਹ ਜਾਂਦਿਆਂ ਰੇਹੜੀਆਂ ਤੋਂ ਚਾਟ-ਮਸਾਲੇ ਖਾ ਕੇ, ਉਸ ਨੂੰ ਵਧੇਰੇ ਤਸੱਲੀ ਲੱਭਦੀ ਹੈ।

ਜਿਹੜੇ ਇਨਸਾਨ, ਜ਼ਿੰਦਗੀ ਦਾ ਖੇੜਾ, ਫੁੱਲਾਂ ਦੇ ਰੰਗਾਂ ਤੇ ਤਿਤਲੀਆਂ ਦੀ ਰਸ-ਭਿੰਨੀ ਉਡਾਨ ਵਿਚੋਂ ਲੱਭਦੇ ਹਨ; ਉਹ ਜ਼ਿੰਦਗੀ ਦੇ ਹਰ-ਮੁਹਾਜ਼ 'ਤੇ ਹੀ ਜ਼ਿੰਦਗੀ ਨੂੰ ਪ੍ਰਸੰਨ ਤੇ ਖ਼ੁਸ਼ ਰੱਖਣ ਦੀ ਆਦਤ ਬਣਾ ਲੈਂਦੇ ਹਨ। ਉਹਨਾਂ ਲਈ ਤਾਂ ਕੁਦਰਤ ਦੀ ਵਿਸ਼ਾਲਤਾ, ਰੁੱਖਾਂ ਬੂਟਿਆਂ ਦੀ ਵੰਨ-ਸੁਵੰਨਤਾ ਤੇ ਵਗਦੇ ਪਾਣੀ ਦੀ ਮਿੱਠੀ ਰਸ-ਭਿੰਨੀ ਆਵਾਜ਼ ਵੀ ਅੰਮ੍ਰਿਤ-ਰਸ, ਕੰਨਾਂ ਵਿਚ ਘੋਲ ਸਕਦੀ ਹੈ। ਇਹ ਤਾਂ ਬੱਚੇ ਦੀ ਅਭੋਲਤਾ, ਤੇ ਸੁੰਦਰ ਮੁਸਕਾਨ ਵਿਚੋਂ ਵੀ ਰੱਬ ਲੱਭ ਲੈਂਦੇ ਹਨ। ਫਿਰ ਇਹਨਾਂ ਨੂੰ ਜ਼ਿੰਦਗੀ ਦਾ ਖੇੜਾ, ਤੇ ਪ੍ਰਸੰਨਤਾ ਲੱਭਣੀ ਕਿਵੇਂ ਮੁਸ਼ਕਲ ਜਾਪ ਸਕਦੀ ਹੈ।

ਖੇੜੇ ਵਿਚ ਮੁਹੱਬਤ ਦੀ ਕਲਾ ਵਰਤਦੀ ਹੈ। ਪਿਆਰ ਹੀ ਇਸ ਹੋਂਦ ਦਾ ਕਾਰਨ ਬਣਦਾ ਹੈ। ਫੁੱਲ ਮੁਹੱਬਤ ਅੰਦਰ ਤੇ ਮੁਹੱਬਤ ਖ਼ਾਤਰ ਖਿੜਦਾ ਹੈ। ਉਹ ਕੀੜਿਆਂ ਰਾਹੀਂ,

ਪਤੰਗਿਆਂ ਰਾਹੀਂ, ਭਉਰਿਆਂ ਰਾਹੀਂ, ਤਿਤਲੀਆਂ ਰਾਹੀਂ ਦੂਜੇ ਫੁੱਲ ਨੂੰ ਪਿਆਰ-ਸੰਦੇਸ਼ ਭੇਜਦਾ ਹੈ। ਇਸੇ ਤਰ੍ਹਾਂ ਆਤਮਾ ਵੀ ਮੁਹੱਬਤ ਵਿਚ ਹੀ ਖਿੜਦੀ ਹੈ। ਮਨੁੱਖ ਨਾਲ ਪਿਆਰ ਕਰੋ ਤਾਂ ਚਿੱਤ ਖਿੜਦਾ ਹੈ। ਰੱਬ ਨਾਲ ਪਿਆਰ ਕਰੋ ਤਾਂ ਆਤਮਾ ਵਿਗਸਦੀ ਹੈ। ਪਿਆਰ ਬਾਝੋਂ ਤਾਂ ਖੇੜੇ ਦਾ ਵਜੂਦ ਹੀ ਨਾ-ਮੁਮਕਿਨ ਹੈ।

ਮਨੁੱਖਤਾ ਨੂੰ ਪਿਆਰ ਕਰਨਾ ਸਿੱਖੋ; ਜ਼ਿੰਦਗੀ ਦਾ ਸਾਰਾ ਬੋਝ ਕਿਧਰੇ ਅਲੋਪ ਹੋ ਜਾਵੇਗਾ। ਜ਼ਿੰਦਗੀ ਬੋਝ ਨਹੀਂ ਜਾਪੇਗੀ; ਸਗੋਂ ਆਤਮਾ 'ਚ ਨੂਰ ਭਰ ਜਾਵੇਗਾ। ਤੁਹਾਡੇ ਚਿਹਰੇ ਤੋਂ ਹੀ ਇਸ ਨੂਰ ਦੀ ਝਲਕ ਵਿਖਾਈ ਦੇ ਜਾਵੇਗੀ।

ਤਿਤਲੀ, ਗੁਲਾਬ ਦੀ ਮਹਿਕ ਤੇ ਕੋਇਲ

ਜਿਥੇ ਕੂੜੇ ਦੇ ਢੇਰ ਲੱਗੇ ਹੋਣ, ਉਥੇ ਤਿਤਲੀ ਵਿਖਾਈ ਨਹੀਂ ਦਿੰਦੀ। ਉਥੇ ਤਾਂ ਸੂਰਾਂ ਦੇ ਬੱਚੇ ਹੀ ਮੂੰਹ ਮਾਰਦੇ ਵਿਖਾਈ ਦੇਣਗੇ। ਪ੍ਰਕਿਰਤੀ ਸੁੰਦਰਤਾ ਸਿਰਜ ਰਹੀ ਹੈ ਪਰ ਇਨਸਾਨ ਕੂੜੇ ਦੇ ਢੇਰ ਜਮ੍ਹਾਂ ਕਰੀ ਜਾਂਦਾ ਹੈ। ਇਹੀ ਕਾਰਨ ਹੈ ਕਿ ਜਦੋਂ ਵਾਤਾਵਰਣ ਦਾ ਸੰਤੁਲਨ ਵਿਗੜ ਜਾਵੇ ਤਾਂ ਝੱਖੜ ਝੁਲਦੇ ਹਨ। ਕਈ ਵਾਰ ਵਧੇਰੇ ਮੀਂਹ ਕਾਰਨ ਫਸਲਾਂ ਤਬਾਹ ਹੋ ਜਾਂਦੀਆਂ ਹਨ ਤੇ ਕਈ ਵਾਰ ਸੋਕਾ ਪੈਣ ਕਾਰਨ, ਫਸਲਾਂ ਮਰ ਜਾਂਦੀਆਂ ਹਨ ਪਰ ਕੁਦਰਤ ਵਾਤਾਵਰਣੀ ਸੰਤੁਲਨ ਨੂੰ ਕਾਇਮ ਰੱਖਣ ਦਾ ਯਤਨ ਕਰਦੀ ਹੈ। ਇਕ ਪਾਸੇ ਨਵੀਆਂ ਕਰੂੰਬਲਾਂ ਫੁਟ ਰਹੀਆਂ ਹਨ ਤੇ ਰੁੱਖਾਂ 'ਤੇ ਨਵੇਂ ਸਿਰੇ ਤੋਂ ਜਵਾਨੀ ਫੁੱਟ ਨਿਕਲਦੀ ਹੈ। ਰੁੱਖ ਨਵੀਂ ਦੁਲਹਨ ਵਾਂਗ ਸਜ ਕੇ, ਸੁੰਦਰਤਾ ਪ੍ਰਦਾਨ ਕਰਦਾ ਹੈ ਤੇ ਨਾਲ ਹੀ ਪੁਰਾਣੇ ਪੱਤੇ ਨ੍ਹੇਰੀ ਤੇ ਹਵਾ ਨਾਲ ਇਕ ਅਲਾਪ ਜਿਹਾ ਕਰਦੇ, ਕੂੜੇ ਵਿਚ ਬਦਲ ਜਾਂਦੇ ਹਨ। ਇੰਜ ਹੀ ਬਸੰਤ ਦੀ ਰੁੱਤ ਆਉਣ 'ਤੇ ਫੁੱਲ ਖਿੜਦੇ ਹਨ ਤੇ ਫੁੱਲਾਂ ਦੀ ਮਹਿਕ, ਚਾਰ-ਚੁਫ਼ੇਰੇ ਖਿਲਰ ਜਾਂਦੀ ਹੈ। ਰਾਹੀ ਪਾਂਧੀ ਨੂੰ ਨੂੰ ਫੁੱਲ ਆਪਣੇ ਵੱਲ ਆਕਰਸ਼ਿਤ ਕਰਦੇ ਹਨ। ਮਨ-ਲੁਭਾਉਂਦੇ ਫੁੱਲ ਡਾਲੀਆਂ 'ਤੇ ਝੂਮਦੇ ਹਨ ਤੇ ਇਨ੍ਹਾਂ ਫੁੱਲਾਂ ਦੀ ਪਰਿਕਰਮਾ ਕਰਦੀਆਂ ਤਿਤਲੀਆਂ ਕਿੰਨੀਆਂ ਖ਼ੂਬਸੂਰਤ ਲੱਗਦੀਆਂ ਹਨ। ਕਿੰਨੇ ਸੁੰਦਰ ਖੰਭਾਂ ਨਾਲ ਉਡਾਰੀ ਭਰਦੀਆਂ ਤਿਤਲੀਆਂ, ਬਗੀਚੀ ਵਿਚ ਚੱਕਰ ਕੱਟਦੀਆਂ ਹਨ। ਉਦਾਸ ਮਨ, ਇਨ੍ਹਾਂ ਤਿਤਲੀਆਂ ਨੂੰ ਵੇਖ ਕੇ ਖ਼ੁਸ਼ ਹੁੰਦਾ ਹੈ ਅਤੇ ਭੌਰੇ ਭੀਂ-ਭੀਂ ਕਰ ਕੇ, ਫੁੱਲਾਂ ਦਾ ਰਸ ਚੂਸਦੇ ਹਨ। ਮਕਰੰਦ ਇਕੱਠੀ ਕਰਦੇ ਹਨ ਤੇ ਕਈ ਸੂਝਵਾਨ ਇਨਸਾਨ ਇਨ੍ਹਾਂ ਗੁਲਾਬ ਦੇ ਫੁੱਲਾਂ ਤੋਂ ਗੁਲਕੰਦ ਵੀ ਤਿਆਰ ਕਰ ਲੈਂਦੇ ਹਨ। ਫੁੱਲਾਂ ਦਾ ਖੇੜਾ ਮਨ ਵਿਚ ਲੱਡੂ ਭੋਰਦਾ ਹੈ ਤੇ ਜੁਆਨ ਦਿਲਾਂ ਵਿਚ ਇਹ ਫੁੱਲ ਖਿੜ ਕੇ ਪਿਆਰ ਦੇ ਬੀਜ, ਬੀਜ ਦਿੰਦੇ ਹਨ। ਕੋਈ ਸੋਹਣਾ ਨੌਜਵਾਨ, ਆਪਣੀ ਪ੍ਰੇਮਿਕਾ ਦੇ ਚਿਹਰੇ ਨੂੰ ਫੁੱਲ ਨਾਲ ਤੁਲਨਾ ਦੇ ਕੇ, ਉਸ ਦੀ ਸੁੰਦਰਤਾ 'ਚ ਵਾਧਾ ਕਰਦਾ ਹੈ। ਤੇ ਕਈ ਵਾਰ ਤਾਂ ਪ੍ਰੇਮਿਕਾ ਨੂੰ ਵੀ ਫੁੱਲ ਕਹਿ ਕੇ ਖ਼ੁਸ਼ ਹੁੰਦਾ ਹੈ। ਜਿਵੇਂ ਪ੍ਰੇਮਿਕਾ ਵੀ ਕੋਈ ਖਿੜਿਆ ਫੁੱਲ ਹੋਵੇ, ਮਹਿਕ ਵੰਡਦਾ ਗੁਲਾਬ ਹੋਵੇ।

ਕਈ ਸੁੰਦਰ ਮੁਟਿਆਰਾਂ, ਆਪਣੀ ਚੁੰਨੀ ਗੁਲਾਬ ਦੇ ਪੀਲੇ ਜਾਂ ਉਨਾਬੀ ਰੰਗ ਵਰਗਾ ਰੰਗ ਲੈਂਦੀਆਂ ਹਨ ਜਿਵੇਂ ਉਹ ਪੀਲੇ ਰੰਗ ਦੀ ਚੁੰਨੀ ਲੈ ਕੇ, ਸਚਮੁੱਚ ਹੀ ਕੋਈ ਪੀਲਾ ਗੁਲਾਬ ਬਣ ਗਈ ਹੋਵੇ। ਜਿੱਥੇ ਫੁੱਲ ਖਿੜਦੇ ਹਨ, ਉਥੇ ਖੇੜਾ, ਖ਼ੁਸ਼ੀ ਤੇ ਮਹਿਕ ਪਹਿਲਾਂ ਪਹੁੰਚ ਜਾਂਦੀ ਹੈ। ਇਹੀ ਵਜ੍ਹਾ ਹੈ ਕਿ ਜਿਹੜੇ ਘਰ ਸੁੰਦਰ ਬਗੀਚੀ ਹੋਵੇਗੀ, ਉਸ ਘਰ ਦੇ ਜੀਅ ਆਪਣੇ ਮਨ ਵਿਚ ਵੀ ਬਗੀਚੀ ਦੀ ਸੁੰਦਰਤਾ ਫੁੱਲਾਂ ਦੀ ਰੰਗੀਨੀ ਨੂੰ ਆਪਣੇ ਦਿਲਾਂ

ਵਿਚ ਵਸਾ ਲੈਂਦੇ ਹਨ। ਕੋਈ ਵੀ ਇਨਸਾਨ, ਫੁੱਲਾਂ ਕੋਲ, ਮੂੰਹ ਸੁਜਾ ਕੇ ਨਹੀਂ ਬੈਠ ਸਕਦਾ। ਫੁੱਲਾਂ ਦੀ ਸੰਗਤ ਵਿਚ ਰਹਿਣਾ ਹੈ ਤਾਂ ਹੱਸਣਾ ਜ਼ਰੂਰ ਪਏਗਾ। ਫੁੱਲਾਂ ਦਾ ਹਾਸਾ, ਮਨ ਵਿਚ ਵਸਾਉਣਾ ਪਵੇਗਾ। ਕਈ ਬਾਗਾਂ ਦੇ ਘਰਾਂ ਵਿਚ ਜਦੋਂ ਕਿਸੇ ਅੰਬ ਨੂੰ ਬੂਰ ਪੈਂਦਾ ਹੈ ਤਾਂ ਚੌਗਿਰਦਾ ਮਹਿਕਣ ਲੱਗਦਾ ਹੈ। ਅੰਬ ਦੇ ਰੁੱਖ ਨੂੰ ਪਿਆ ਬੂਰ, ਮਨ ਵਿਚ ਵੀ ਪੁੰਗਰਦਾ ਹੈ ਅਤੇ ਫਿਰ ਕਿਸੇ ਅੰਬ 'ਤੇ ਲੱਗੇ ਅੰਬ ਇੰਜ ਲੱਗਦੇ ਹਨ ਜਿਵੇਂ ਬਹਿਸ਼ਤ ਇਸ ਧਰਤੀ 'ਤੇ ਉਤਰ ਆਈ ਹੋਵੇ। ਵੱਡੇ-ਵੱਡੇ, ਕੱਚੇ-ਪੱਕੇ ਅੰਬ ਵੇਖ ਕੇ, ਮਨ ਲਲਚਾ ਜਾਂਦਾ ਹੈ ਤੇ ਅੰਬਾਂ 'ਤੇ ਬੈਠੀ ਕੋਇਲ ਕੂਕ-ਕੂਕ ਕੇ, ਇਸ ਖ਼ੂਬਸੂਰਤੀ 'ਚ ਹੋਰ ਵਾਧਾ ਕਰਦੀ ਹੈ। ਕੋਇਲ ਦੀ ਮਿੱਠੀ ਆਵਾਜ਼ ਦਿਲ ਵਿਚ ਗੂੰਜਣ ਲੱਗਦੀ ਹੈ। ਕੋਇਲ ਵੀ ਪਤਾ ਨਹੀਂ, ਕਿੰਨੀਆਂ ਸਦੀਆਂ ਤੋਂ ਪ੍ਰੇਮ ਵਿਚ ਭਿੱਜੀ, ਆਪਣੇ ਪ੍ਰੇਮੀ ਨੂੰ ਹਾਕਾਂ ਮਾਰਦੀ ਹੈ। ਕੁਹੂ-ਕੁਹੂ ਕਰ ਕੇ ਪਾਗਲ ਹੋਈ ਫਿਰਦੀ ਹੈ ਪਰ ਪ੍ਰੇਮੀ ਨਹੀਂ ਬਹੁੜਦਾ। ਸਗੋਂ ਇਸੇ ਬਿਰਹਾ ਵਿਚ ਕੋਇਲ ਦਾ ਰੰਗ, ਕਾਲਾ ਪੈ ਜਾਂਦਾ ਹੈ।

ਕੋਈ ਪ੍ਰੇਮਿਕਾ ਕੋਇਲ ਦੀ ਕੂਕ ਸੁਣ ਕੇ, ਇੰਜ ਬੋਲ ਪੈਂਦੀ ਹੈ :

ਕੋਇਲਾਂ ਕੂਕਦੀਆਂ
ਕਿਤੇ ਬੋਲ ਵੇ, ਚੰਦਰਿਆ ਕਾਵਾਂ।

ਚੰਦਰੇ ਕਾਂ ਤੋਂ ਭਾਵ ਹੈ ਕਿ ਕਾਂ ਬੋਲੇਗਾ ਤਾਂ ਉਸ ਦੇ ਪ੍ਰੇਮੀ ਦੇ ਆਉਣ ਦੀ ਕੋਈ ਸੂਹ ਵੀ ਮਿਲ ਸਕੇਗੀ। ਪਰ ਅੱਜ-ਕੱਲ੍ਹ ਭਾਵੇਂ ਲੱਖਾਂ ਕਾਂ ਬੋਲਦੇ ਰਹਿਣ, ਕੋਈ ਪ੍ਰੇਮੀ ਨਹੀਂ ਬਹੁੜਦਾ।

ਅੱਜ ਦਾ ਯੁੱਗ, ਆਪਣੇ ਹੀ ਵਹਿਣ 'ਚ ਵਹਿੰਦਾ ਤੁਰੀ ਜਾਂਦਾ ਹੈ। ਨਾ ਕੋਈ ਤਿਤਲੀ ਵੱਲ ਵੇਖਦਾ ਹੈ ਤੇ ਨਾ ਕੋਈ ਫੁੱਲਾਂ ਦੀ ਸੁੰਦਰਤਾ ਵੇਖ ਕੇ ਖ਼ੁਸ਼ ਹੁੰਦਾ ਹੈ। ਕੋਇਲ ਦੀ ਕੂਕ ਭਾਵੇਂ ਕਿਸੇ ਤੁਰੇ ਜਾਂਦੇ ਰਾਹੀ ਦੇ ਕੰਨੀ ਪੈ ਜਾਵੇ ਤੇ ਉਹ ਸਹਿਜੇ ਹੀ ਇਹ ਕੂਕ ਸੁਣ ਕੇ, ਅਸ਼ ਅਸ਼ ਕਰ ਉਠੇਗਾ ਕਿਉਂਕਿ ਕੋਇਲ ਵੀ ਹਰ ਰੁੱਤ ਵਿਚ ਨਹੀਂ ਬੋਲਦੀ। ਇਹ ਤਦ ਹੀ ਕੂਕਦੀ ਹੈ ਜਦ ਅੰਬਾਂ 'ਤੇ ਬੂਰ ਪੈ ਜਾਵੇ ਤੇ ਕੁੱਲ ਪ੍ਰਕਿਰਤੀ ਫੁੱਲਾਂ ਨਾਲ ਸੱਜੀ ਫਬੀ ਖਿੜੀ ਹੋਵੇ। ਉਹ ਇਨਸਾਨ ਕਿੰਨਾ ਭਾਗਾਂ ਵਾਲਾ ਹੋਵੇਗਾ ਜਿਸ ਦੇ ਵਿਹੜੇ ਵਿਚ ਤਿਤਲੀਆਂ ਵੀ ਚੱਕਰ ਕੱਟਦੀਆਂ ਹਨ ਤੇ ਮਹਿਕਦੇ ਫੁੱਲਾਂ ਨੂੰ ਝੂਮਦੇ ਵੇਖ ਕੇ ਕੋਈ ਕੋਇਲ ਵੀ ਕਿਤੇ ਨੇੜੇ ਹੀ ਕਿਤੇ ਕੂਕ-ਕੂਕ ਕੇ ਘਰ ਦੀ ਸੁੰਦਰਤਾ ਵਿਚ ਰੰਗੀਨੀ ਭਰ ਦਿੰਦੀ ਹੈ।

ਬਿਫ਼ਰੇ ਪਾਣੀ, ਵਗਦੇ ਦਰਿਆ

ਕਿੱਥੇ ਗਿਆ ਉਹ ਜ਼ਮਾਨਾ, ਜਦੋਂ ਖੂਹ ਦੀਆਂ ਟਿੰਡਾਂ ਵਿਚੋਂ ਨਿਸਾਰ ਵਿਚ ਡਿੱਗਦਾ ਪਾਣੀ, ਜ਼ਿੰਦਗੀ ਦਾ ਪ੍ਰਤੀਕ ਲਗਦਾ ਸੀ; ਖੂਹ ਵਿਚੋਂ ਠੰਢਾ ਪਾਣੀ ਪੀ ਕੇ, ਰਾਹੀ ਪਾਂਧੀ, ਸੰਘਣੀ ਛਾਂ ਵਿਚ ਵਿਸ਼ਰਾਮ ਕਰਦੇ ਸਨ। ਖੂਹ 'ਤੇ ਜੋੜੇ ਬਲਦ ਆਪਣੀਆਂ ਟੱਲੀਆਂ ਦੀ ਟੁਣਕਾਰ ਨਾਲ, ਵਾਤਾਵਰਣ ਵਿਚ ਸੰਗੀਤ ਘੋਲ ਦਿੰਦੇ ਸਨ ਤੇ ਕਈ ਵਾਰੀ ਖੂਹ 'ਤੇ ਵਗਦਾ ਊਠ ਵੀ ਕਿੰਨਾ ਸੁੰਦਰ ਦ੍ਰਿਸ਼ ਚਿੱਤਰ ਜਾਂਦਾ ਸੀ।

ਜਦੋਂ ਖੂਹ ਵਿਚੋਂ ਨਿਸਾਰ ਵਿਚ ਪਾਣੀ ਡਿੱਗਦਾ ਤਾਂ ਅੰਮ੍ਰਿਤ-ਰਸ ਖਾਲ ਵਿਚ ਦੀ ਵਗਦਾ ਹੋਇਆ, ਸਾਰੇ ਖੇਤ ਨੂੰ ਹੀ ਠੰਢ ਬਖ਼ਸ਼ਦਾ ਸੀ। ਕਣਕਾਂ, ਮੱਕੀਆਂ ਤੇ ਹੋਰ ਫਸਲਾਂ ਸਭ ਖੂਹ ਦੇ ਪਾਣੀ 'ਤੇ ਹੀ ਨਿਰਭਰ ਹੁੰਦੀਆਂ ਸਨ। ਫਿਰ ਭੱਤਾ ਲੈ ਕੇ ਜਾਂਦੀ ਕੋਈ ਮੁਟਿਆਰ, ਹੂਰਾਂ ਪਰੀ ਵਰਗੀ ਲਗਦੀ ਸੀ ਤੇ ਹਾਲੀ ਦੇ ਤੜਕਸਾਰ, ਖੇਤ ਵਿਚ ਗਾਏ ਗੀਤ ਤੇ ਉੱਚੀਆਂ ਹੇਕਾਂ ਮਨ ਨੂੰ ਸਕੂਨ ਬਖ਼ਸ਼ ਦਿੰਦੀਆਂ ਸਨ। ਇੰਝ ਜਾਪਦਾ ਸੀ ਜਿਵੇਂ ਧਰਤੀ ਗਾ ਰਹੀ ਹੋਵੇ। ਖੇਤ ਪੈਲਾਂ ਪਾ ਰਹੇ ਹੋਣ ਤੇ ਅਸਮਾਨ ਇਨ੍ਹਾਂ ਰਹਿਮਤਾਂ 'ਤੇ ਕਦੇ ਬੱਦਲ ਬਣਕੇ ਵਰਸੰਦਾ ਤੇ ਕਦੇ ਖਿੜੇ ਤਾਰਿਆਂ ਵਾਲੀ ਰਾਤ ਨਾਲ ਬਾਤਾਂ ਪਾਉਂਦਾ।

ਕਈ ਵਾਰ ਖੂਹ ਦੇ ਨੇੜੇ ਹੀ ਕੋਈ ਕੇਸੂ ਦਾ ਰੁੱਖ, ਪੂਰੀ ਛਲ-ਢੱਲ ਨਾਲ ਖਿੜਕੇ, ਸਾਰੇ ਰੋਹੀ-ਬੀਆਬਾਨ ਨੂੰ ਸੁੰਦਰਤਾ ਪ੍ਰਦਾਨ ਕਰਦਾ। ਕੇਸੂ ਦੇ ਫੁੱਲ ਲਾਲ-ਲਾਲ ਖਿੜਕੇ, ਮਨ 'ਚ ਖ਼ੁਸ਼ੀਆਂ ਭਰ ਦਿੰਦੇ ਤੇ ਟਿੱਬਿਆਂ 'ਤੇ ਖਿੜਿਆ ਕੇਸੂ ਕੋਈ ਰਿਸ਼ੀ ਜਾਪਦਾ।

ਪਰ ਅੱਜ ਪਾਣੀ ਦੀ ਬੇ-ਕਦਰੀ ਵੱਧ ਗਈ ਹੈ। ਪਾਣੀ ਨੂੰ ਏਨੀ ਮਹੱਤਤਾ ਨਹੀਂ ਦਿੱਤੀ ਜਾਂਦੀ; ਜਦੋਂ ਕਿ ਪਾਣੀ ਹੀ ਇਸ ਜ਼ਿੰਦਗੀ ਦਾ ਆਧਾਰ ਹੈ। ਜਦੋਂ ਕੋਈ ਸ਼ੁੱਭ-ਕਾਰਜ ਕੀਤਾ ਜਾਂਦਾ ਤਾਂ ਪਾਣੀ ਦੀ ਗੜਵੀ ਲੈਕੇ, ਸ਼ਗਨ ਮਨਾਇਆ ਜਾਂਦਾ ਹੈ। ਘਰ ਦੇ ਬੂਹੇ 'ਤੇ ਪਾਣੀ ਛਿੜਕਿਆ ਜਾਂਦਾ ਹੈ ਤੇ ਪੁਰਾਣੀਆਂ ਸੁਆਣੀਆਂ ਤਾਂ ਘਰ ਨੂੰ ਸੁੰਭਰ-ਸੁਆਰ ਕੇ, ਹਰ ਥਾਂ ਹੀ ਪਾਣੀ ਛਿੜਕ ਦਿੰਦੀਆਂ ਸਨ; ਭਾਵ ਧਰਤੀ ਨੂੰ ਪਵਿੱਤਰ ਕਰ ਦਿੰਦੀਆਂ ਸਨ।

ਹੁਣ ਭਾਵੇਂ ਲੋਕ ਪਾਣੀ ਤਾਂ ਪੀਂਦੇ ਹਨ ਪਰ ਇਸ ਨੂੰ ਰੱਬੀ ਸੌਗਾਤ ਨਹੀਂ ਸਮਝਦੇ। ਕੋਈ ਅਭਾਸ ਵੀ ਨਹੀਂ ਹੁੰਦਾ ਕਿ ਪਾਣੀ ਦਾ ਗਿਲਾਸ ਅੰਮ੍ਰਿਤ-ਰਸ ਦੇ ਬਰਾਬਰ ਹੈ। ਪਾਣੀ ਦੀ ਮਹੱਤਤਾ ਤਾਂ ਏਨੀ ਹੈ ਕਿ ਮਰਨ ਵੇਲੇ ਵੀ ਪ੍ਰਾਣੀ ਦੇ ਮੂੰਹ 'ਚ ਦੋ ਚੂਲੀਆਂ ਪਾਣੀ ਹੀ ਪਾਇਆ ਜਾਂਦਾ ਹੈ। ਪਾਣੀ ਦਾ ਭਰਿਆ ਘੜਾ, ਮੁਰਦੇ ਦੇ ਅੱਗੇ ਅੱਗੇ ਲਿਜਾ ਕੇ, ਸ਼ਮਸ਼ਾਨ ਵਾਲੀ ਥਾਂ ਭੰਨ ਦਿੱਤਾ ਜਾਂਦਾ ਹੈ; ਜਿਵੇਂ ਕਿ ਮਰਨ ਵਾਲਾ ਇਨਸਾਨ, ਇਕ ਜਿਊਂਦਾ-ਜਾਗਦਾ ਪਾਣੀ ਦਾ ਘੜਾ ਹੀ ਸੀ ਜੋ ਹੁਣ ਨਹੀਂ ਰਿਹਾ। ਇਸੇ ਲਈ ਪਾਣੀ ਨੂੰ ਜੀਵਨ ਕਿਹਾ ਗਿਆ ਹੈ।

ਗੁਰੂ ਨਾਨਕ ਦੇਵ ਜੀ ਨੇ ਪਾਣੀ ਨੂੰ ਕਿੰਨੀ ਉਪਮਾ ਦਿੱਤੀ ਹੈ, ਜਦੋਂ ਉਹ ਬੋਲ ਉਚਾਰਦੇ ਹਨ :

ਪਹਿਲਾ ਪਾਣੀ ਜੀਉ ਹੈ
ਜਿਤੁ ਹਰਿਆ ਸਭ ਕੋਇ॥

ਪਰ ਅੱਜ ਦਾ ਇਨਸਾਨ, ਇਸ ਅੰਮ੍ਰਿਤ ਵਰਗੀ ਚੀਜ਼ ਨੂੰ ਕੁੱਝ ਨਹੀਂ ਸਮਝਦਾ ਸਗੋਂ ਸ਼ਹਿਰਾਂ ਵਿਚ ਚੱਲਦੀਆਂ ਟੂਟੀਆਂ ਕਈ ਵਾਰ ਖੁੱਲੀਆਂ ਹੀ ਛੱਡ ਦਿੱਤੀਆਂ ਜਾਂਦੀਆਂ ਹਨ। ਪਾਣੀ ਵਗੀ ਜਾਂਦਾ ਹੈ। ਹੋਟਲ ਵਾਲਾ ਆਪਦੇ ਕੰਮ ਵਿਚ ਮਸਤ ਹੁੰਦਾ ਹੈ। ਕੋਈ ਅਹਿਸਾਸ ਹੀ ਨਹੀਂ ਕਿ ਫਾਲਤੂ ਪਾਣੀ ਵਗੀ ਜਾਂਦਾ ਹੈ। ਟੂਟੀ ਬੰਦ ਕੀਤੀ ਜਾਵੇ।

ਪਾਣੀ ਜਦੋਂ ਅੰਬਰਾਂ ਵਿਚੋਂ ਵਰਸਦਾ ਹੈ ਤਾਂ ਕੁੱਲ ਬਨਸਪਤੀ ਖਿੜ ਉੱਠਦੀ ਹੈ। ਸੁੱਕੇ ਡਾਲ ਹਰਿਆਲੀ ਨਾਲ ਭਰ ਜਾਂਦੇ ਹਨ। ਅੱਧ-ਸੁੱਕੇ ਰੁੱਖ ਹਰੇ ਹੋ ਜਾਂਦੇ ਹਨ। ਰੁੱਖਾਂ 'ਤੇ ਡਿੱਗਦੀਆਂ ਪਾਣੀ ਦੀਆਂ ਕਣੀਆਂ, ਰੁੱਖ ਲਈ ਅੰਮ੍ਰਿਤ ਬਣ ਜਾਂਦੀਆਂ ਹਨ। ਉੱਚੀਆਂ ਪਹਾੜੀਆਂ 'ਤੇ ਉੱਗੇ ਨਿੱਕੇ-ਨਿੱਕੇ ਵੇਲ, ਬੂਟੇ, ਰੁੱਖ ਤੇ ਹਜ਼ਾਰਾਂ ਕਿਸਮ ਦੀਆਂ ਵੇਲਾਂ, ਇਸ ਅੰਬਰ ਦੇ ਪਾਣੀ ਨੂੰ ਪੀ ਕੇ, ਪਿਆਸ ਬੁਝਾਉਂਦੀਆਂ ਹਨ। ਜਦੋਂ ਵਲੀ-ਕੰਧਾਰੀ ਨੇ ਮਰਦਾਨੇ ਨੂੰ ਦੋ ਛਿੱਟ ਪਾਣੀ ਦੇਣ ਤੋਂ ਇਨਕਾਰ ਕਰ ਦਿੱਤਾ ਤਾਂ ਗੁਰੂ ਜੀ ਨੇ ਥੋੜ੍ਹੀ ਜਿੰਨੀ ਥਾਂ ਨੂੰ ਠਕੋਰ ਕੇ, ਚਸ਼ਮਾ ਵਗਾ ਦਿੱਤਾ। ਸਾਰੇ ਪਾਸੇ ਹੀ ਪਾਣੀ ਵਗਣ ਲੱਗਾ। ਵਲੀ-ਕੰਧਾਰੀ ਗੁਰੂ ਜੀ ਦੀ ਕਰਨੀ 'ਤੇ ਹੈਰਾਨ ਹੋਇਆ, ਦੰਗ ਰਹਿ ਗਿਆ। ਕੀ ਅਸੀਂ ਕਦੇ ਸੋਚਿਆ ਹੈ ਕਿ ਕਿੰਨੇ ਜੀਵ-ਜੰਤੂ, ਪੰਛੀ, ਜਨੌਰ ਤੇ ਸ਼ੇਰ, ਚੀਤੇ, ਹਾਥੀ, ਇਸ ਪਾਣੀ ਦੀ ਬਰਕਤ ਨਾਲ ਹੀ ਜੰਗਲ ਵਿਚ ਡੇਰੇ ਲਾਈ ਬੈਠੇ ਹਨ। ਪਾਣੀ ਨਾ ਹੋਵੇ ਤਾਂ ਜੀਵਨ ਖ਼ਤਮ ਹੋ ਜਾਵੇਗਾ। ਫਸਲਾਂ ਸੁੱਕ ਜਾਣਗੀਆਂ, ਤੇ ਅਨਾਜ ਦਾ ਨਾਮੋ-ਨਿਸ਼ਾਨ ਮਿੱਟ ਜਾਵੇਗਾ।

ਇਸੇ ਲਈ ਸਿਆਣਿਆਂ ਨੇ ਕਿਹਾ ਹੈ ਕਿ ਪਾਣੀ ਦੀ ਇਕ ਇਕ ਬੂੰਦ ਦਾ ਬੜਾ ਮੁੱਲ ਹੈ। ਪਾਣੀ ਨੂੰ ਅਜਾਈਂ ਨਾ ਗੁਆਉ। ਪਾਣੀ ਦੀ ਕਦਰ ਕਰੋ। ਕਈ ਸੁਆਣੀਆਂ ਪਾਣੀ ਨੂੰ ਅੰਮ੍ਰਿਤ ਮੰਨ ਕੇ, ਮੰਦਰ ਚੜ੍ਹਾਉਣ ਜਾਂਦੀਆਂ ਹਨ। ਮੂਰਤੀ 'ਤੇ ਪਾਣੀ ਪਾ ਕੇ, ਧੋਂਹਦੀਆਂ ਤੇ ਸ਼ੁੱਧ ਕਰਦੀਆਂ ਹਨ। ਜੋ ਇਨਸਾਨ ਪਾਣੀ ਦੀ ਕਦਰ ਨਹੀਂ ਕਰਦਾ; ਉਸਦੀ ਜ਼ਿੰਦਗੀ ਖ਼ਤਮ ਹੋ ਜਾਵੇਗੀ। ਪਾਣੀ ਹੀ ਜੀਵਨ ਹੈ। ਹਾਸਾ ਹੈ, ਖੇੜਾ ਹੈ, ਮਹਿਕ ਹੈ, ਟਹਿਕ ਹੈ ਤੇ ਜ਼ਿੰਦਗੀ ਦਾ ਨਾਚ ਵੀ ਪਾਣੀ ਨਾਲ ਹੀ ਕਾਇਮ ਹੈ। ਬਿਨਾਂ ਪਾਣੀ ਜੀਵਨ ਦੀ ਹੋਂਦ ਹੀ ਨਹੀਂ ਕਿਆਸੀ ਜਾ ਸਕਦੀ। ਜਦੋਂ ਕੋਈ ਪ੍ਰਾਣੀ ਮਰਨ-ਵਰਤ ਰੱਖਦਾ ਹੈ ਤਾਂ ਕੁਝ ਦਿਨਾਂ ਵਿਚ ਹੀ ਉਹ ਮੁਰਝਾਅ ਜਾਂਦਾ ਹੈ। ਪਰ ਵਰਤ ਤੋੜਨ ਵੇਲੇ ਪਾਣੀ ਪਿਲਾ ਕੇ, ਹੀ ਉਸਨੂੰ ਜੀਵਨ-ਰੌਅ ਵਿਚ ਫਿਰ ਸ਼ਾਮਲ ਕਰ ਲਿਆ ਜਾਂਦਾ ਹੈ।

ਨਵੀਂ ਵਿਆਹੀ ਵਹੁਟੀ ਨੂੰ ਘਰ ਪ੍ਰਵੇਸ਼ ਕਰਨ ਸਮੇਂ ਪਾਣੀ ਵਾਰਿਆ ਜਾਂਦਾ ਹੈ। ਮੁੰਡੇ ਦੀ ਮਾਂ, ਵਹੁਟੀ ਦੇ ਸਿਰ ਤੇ ਪਾਣੀ ਦੀ ਗੜਵੀ ਵਾਰਦੀ ਹੈ ਤੇ ਸ਼ਗਨ ਮਨਾਉਂਦੀ ਹੈ। ਕਿਸੇ ਸਫ਼ਰ ਤੇ ਤੁਰਨ ਵੇਲੇ ਵੀ ਪ੍ਰਾਣੀ ਪਾਣੀ ਦਾ ਗਿਲਾਸ ਪੀਕੇ ਹੀ ਤੁਰਦਾ ਹੈ ਕਿ ਸਫ਼ਰ ਸਫਲ ਹੋਵੇਗਾ। ਫਿਰ ਘਰ ਵੜਨ ਵੇਲੇ ਦੁਬਾਰਾ ਪਾਣੀ ਪੀਤਾ ਜਾਂਦਾ ਹੈ। ਗੱਲ ਕੀ ਪਾਣੀ ਹੀ

ਜ਼ਿੰਦਗੀ ਦੀ ਗੱਡੀ ਨੂੰ ਚਲਾਉਂਦਾ ਤੇ ਤੋਰਦਾ ਹੈ। ਜਿਥੇ ਕਿਤੇ ਵੀ ਪਾਣੀ ਨਹੀਂ ਹੈ; ਉਥੇ ਜੀਵਨ ਦੀ ਹੋਂਦ ਵੀ ਖ਼ਤਮ ਹੈ। ਉੱਜੜੇ ਘਰਾਂ ਵਿਚ ਪਾਣੀ ਦਾ ਨਾਮ-ਨਿਸ਼ਾਨ ਨਹੀਂ ਹੁੰਦਾ, ਟਿੱਬਿਆਂ, ਥੇਹਾਂ, ਰੋਹੀਆਂ ਵਿਚ ਕਿਧਰੇ ਪਾਣੀ ਨਹੀਂ ਲੱਭਦਾ।

ਜਿਥੇ ਕਿਤੇ ਵੀ ਪਾਣੀ ਵਿਖਾਈ ਦੇ ਜਾਵੇ; ਪੰਛੀ ਉੱਥੇ ਹੀ ਉਤਰਦੇ ਹਨ। ਮਿਰਗ, ਹਰਨੋਟੇ ਉੱਥੇ ਹੀ ਪਿਆਸ ਬੁਝਾਉਂਦੇ ਹਨ। ਕਵੀ ਹਰਿਭਜਨ ਸਿੰਘ ਨੇ ਕਿੰਨੇ ਸੁਹਣੇ ਬੋਲ ਉਚਾਰੇ ਹਨ :

ਕੀ ਸੱਜਣ, ਅਸੀਂ ਮਿਰਗ ਨਸਾਏ
ਕੂਲੀਂ ਪੀਂਦੇ ਨੀਰ।
ਕੀ ਸਾਡੀ ਤਕਸੀਰ ਵੇ ਸੱਜਣਾ!
ਕੀ ਸਾਡੀ ਤਕਸੀਰ।

ਅੱਜ ਵੀ ਵਹਿੰਦੇ ਦਰਿਆ, ਵਗਦੀਆਂ ਨਦੀਆਂ, ਤੇ ਗਾਉਂਦੇ ਪਾਣੀ ਕਿੰਨੇ ਸੁੰਦਰ ਲੱਗਦੇ ਹਨ। ਬਿਫ਼ਰੇ ਸਮੁੰਦਰ ਛੱਲਾਂ ਨਾਲ ਕਿਨਾਰਿਆਂ 'ਤੇ ਪਟਕ ਪਟਕ ਕੇ ਜ਼ਿੰਦਗੀ ਦਾ ਰਾਗ ਗਾ ਰਹੇ ਹਨ। ਪਾਣੀ ਬਿਨਾਂ ਸਾਡੀ ਹੋਂਦ ਕੀ ਹੈ? ਕੁੱਝ ਵੀ ਨਹੀਂ।

ਮੁਸਕ੍ਰਾਹਟ

ਮੁਸਕ੍ਰਾਹਟ ਵਿਚ ਬੜੀ ਸ਼ਕਤੀ ਹੁੰਦੀ ਹੈ; ਇਕ ਮੁਸਕਰਾਉਂਦਾ ਚਿਹਰਾ ਕਿੰਨਾ ਖ਼ੂਬਸੂਰਤ ਲਗਦਾ ਹੈ; ਪਰ ਮੁਸਕ੍ਰਾਹਟ ਚਿਹਰੇ 'ਤੇ ਲਿਆਉਣ ਲਈ ਸਾਡੀਆਂ ਦਿਲੀ ਤਰੰਗਾਂ ਤਾਲ ਵਿਚ ਹੋਣ ਤਾਂ ਹੀ ਇਹ ਮੁਸਕ੍ਰਾਹਟ ਚਿਹਰੇ 'ਤੇ ਅਸਰ ਕਰਦੀ ਹੈ। ਕਈ ਵਾਰ ਕਿਸੇ ਸੋਹਣੇ ਚਿਹਰੇ ਦੀ ਮੁਸਕ੍ਰਾਹਟ ਸਾਡੀ ਜਾਨ ਕੱਢ ਸਕਦਾ ਹੈ; ਇਕ ਮੁਸਕ੍ਰਾਉਂਦਾ ਚਿਹਰਾ, ਜੇ ਖ਼ੂਬਸੂਰਤ ਵੀ ਹੋਵੇ ਤਾਂ ਇਸ ਦੁਨੀਆਂ ਦਾ ਅਜੂਬਾ ਲੱਗਦਾ ਹੈ। ਮੋਨਾ ਲਿਜ਼ਾ ਦੇ ਚਿਹਰੇ ਦੀ ਮੁਸਕ੍ਰਾਹਟ ਦਾ ਭੇਤ ਕਿਸ ਨੇ ਪਾਇਆ ਹੈ? ਕੀ ਕਹਿ ਰਹੀ ਹੈ ਇਹ ਮੁਸਕ੍ਰਾਹਟ? ਪਰ ਨਿਰੰਤਰ ਜੇ ਮੋਨਾ ਲਿਜ਼ਾ ਦੀ ਤਸਵੀਰ ਵੱਲ ਵੇਖੀ ਜਾਈਏ ਤਾਂ ਦਿਲ ਨੂੰ ਕੀਲ ਕੇ, ਰੱਖ ਦਿੰਦੀ ਹੈ। ਇੰਝ ਹੀ ਗੌਤਮ ਬੁੱਧ ਦੇ ਚਿਹਰੇ ਦੀ ਨਿੰਮ੍ਹੀ ਜਿਹੀ ਮੁਸਕ੍ਰਾਹਟ ਬੜਾ ਕੁਝ ਕਹਿ ਰਹੀ ਜਾਪਦੀ ਹੈ; ਜਿਵੇਂ ਬੁੱਧ ਦੇ ਚਿਹਰੇ 'ਚ ਹੀ ਦੁਨੀਆ ਦੇ ਦੁੱਖਾਂ ਸੁੱਖਾਂ ਦੀ ਪੂਰੀ ਕਹਾਣੀ ਕਿਧਰੇ ਛੁਪੀ ਹੋਈ ਹੋਵੇ।

ਜੇਕਰ ਤੁਹਾਡੇ ਚਿਹਰੇ 'ਤੇ ਮੁਸਕ੍ਰਾਹਟ ਨਹੀਂ ਤਾਂ ਇਸ ਪਹਿਨਣ, ਪੱਲਰਣ ਦਾ ਕੀ ਲਾਭ? ਮਹਿੰਗੀਆਂ ਕਰੀਮਾਂ ਤੇ ਪਾਊਡਰ ਸੁਰਖੀ ਵਰਤ ਕੇ, ਜੇ ਕੋਈ ਨੱਢੀ ਮੁਸਕ੍ਰਾਉਣਾ ਨਾ ਜਾਣਦੀ ਹੋਵੇ ਤਾਂ ਸਭ ਵਿਅਰਥ; ਪਰ ਸਾਦੇ ਲਿਬਾਸ ਵਿਚ ਸਜੀ ਹੋਈ ਸੋਹਣੀ ਜਿਹੀ ਮੂਰਤ ਜੇ ਮੁਸਕ੍ਰਾ ਪਵੇ ਤਾਂ ਜਾਦੂ ਦਾ ਅਸਰ ਹੁੰਦਾ ਹੈ। ਕਈ ਵਾਰ ਕੋਈ ਗ਼ਰੀਬ ਜਿਹੀ ਕੁੜੀ ਵੀ ਜੋ ਭੀਖ਼ ਮੰਗ ਰਹੀ ਹੋਵੇ ਤੇ ਗਲੀ ਵਿਚ ਲੰਘਦੀ ਲੰਘਦੀ ਜੇ ਮੁਸਕ੍ਰਾ ਪਵੇ ਤਾਂ ਜਾਦੂ ਦਾ ਅਸਰ ਹੁੰਦਾ ਹੈ। ਇਸ ਮੁਸਕ੍ਰਾਹਟ ਨਾਲ ਇਕ ਸਧਾਰਣ ਕੁੜੀ ਤੁਹਾਡੇ 'ਤੇ ਕੋਈ ਜਾਦੂ ਬਿਖ਼ੇਰ ਜਾਂਦੀ ਹੈ। ਪਰ ਉਸੇ ਵੇਲੇ ਬਹੁਤ ਅਮੀਰ ਔਰਤ, ਸਭ ਸੱਜਧੱਜ ਦੇ ਬਾਵਜੂਦ ਮੱਥੇ 'ਤੇ ਤਿਊੜੀ ਚੜ੍ਹਾਈ ਕੋਈ ਚੁੜੇਲ ਜਾਪਦੀ ਹੈ। ਇਹ ਜਾਦੂ ਸਿਰਫ਼ ਇਕ ਮੁਸਕ੍ਰਾਹਟ ਕਾਰਨ ਹੀ ਹੁੰਦਾ ਹੈ।

ਸਿਆਣੇ ਕਹਿੰਦੇ ਹਨ ਕਿ ਜਿੰਨਾ ਅਸਰ ਤੁਹਾਡੀ ਇਕ ਮੁਸਕ੍ਰਾਹਟ ਕਰ ਸਕਦੀ ਹੈ; ਓਨਾ ਅਸਰ ਤੁਹਾਡਾ ਪੂਰਾ ਵਿਖਿਆਨ ਵੀ ਨਹੀਂ ਕਰੇਗਾ। ਅਸਲ ਵਿਚ ਮੁਸਕ੍ਰਾ ਕੇ ਅਸੀਂ ਦੂਜੇ ਦੀ ਰੂਹ ਨੂੰ ਛੂੰਹਦੇ ਜਾਂ ਪਕੜਦੇ ਹਾਂ। ਜਿਹੜਾ ਮੁਸਕ੍ਰਾਉਣਾ ਸਿੱਖ ਲਵੇ; ਉਸਨੂੰ ਲੰਬੀ ਇਬਾਰਤ ਵਿਚ ਪੈਣ ਦੀ ਲੋੜ ਨਹੀਂ। ਕਈ ਔਰਤਾਂ ਮੁਸਕ੍ਰਾ ਕੇ ਹੀ ਆਪਦੇ ਪਤੀ ਦੇਵ ਨੂੰ ਵੱਸ ਕਰੀ ਰੱਖਦੀਆਂ ਹਨ। ਇਕ ਮੁਸਕ੍ਰਾਹਟ ਨਾਲ ਹੀ ਉਹ ਘਰ ਵਾਲੇ ਦੇ ਸਾਰੇ ਗਿਲੇ-ਸ਼ਿਕਵੇ ਪਰ੍ਹੇ ਵਗਾਹ ਮਾਰਦੀਆਂ ਹਨ ਤੇ ਕਈ ਹੁਸਨ ਦੀਆਂ ਪਰੀਆਂ ਮੁਸਕ੍ਰਾ ਕੇ, ਸੱਸੀ, ਸਾਹਿਬਾਂ ਵਾਂਗ ਕਿਸੇ ਪੁੰਨੂੰ ਜਾਂ ਮਿਰਜ਼ੇ ਨੂੰ ਸਾਰੀ ਉਮਰ ਦਾ ਰੋਗ ਵੀ ਚੁੰਬੇੜ ਦਿੰਦੀਆਂ ਹਨ। ਜਦੋਂ ਸਫ਼ਰ ਦਾ ਭੰਨਿਆ ਤੇ ਥੱਕਿਆ ਹਾਰਿਆ ਰਾਂਝਾ ਹੀਰ ਦੀ ਸੇਜ 'ਤੇ ਪੈ ਜਾਂਦਾ ਹੈ ਤਾਂ

ਹੀਰ ਨੂੰ ਉਸਦੀਆਂ ਸਹੇਲੀਆਂ, ਇਸ ਬਾਰੇ ਭੇਤ ਖੋਲ੍ਹ ਦਿੰਦੀਆਂ ਹਨ। ਹੀਰ ਛਮਕ ਚੁੱਕ ਕੇ, ਪ੍ਰਦੇਸੀ ਨੂੰ ਮਾਰਨ ਤੁਰ ਪੈਂਦੀ ਹੈ; ਪਰ ਰਾਂਝਾ ਇਕੋ ਮੁਸਕ੍ਰਾਹਟ ਨਾਲ, ਹੀਰ ਦੇ ਸਾਰੇ ਗੁੱਸੇ ਨੂੰ ਕਿਧਰੇ ਕਾਫ਼ੂਰ ਕਰ ਵਿਖਾਉਂਦਾ ਹੈ। ਉਹੀ ਹੀਰ ਜੋ ਗੁੱਸੇ ਵਿਚ ਛਮਕ ਚੁੱਕੀ ਫਿਰਦੀ ਸੀ; ਰਾਂਝੇ ਦੀਆਂ ਲਿੱਲੜੀਆਂ ਕੱਢਣ ਲੱਗ ਪੈਂਦੀ ਹੈ।

ਡਰਿਆ ਹੋਇਆ ਚਿਹਰਾ ਕਦੀ ਨਹੀਂ ਮੁਸਕ੍ਰਾ ਸਕਦਾ। ਅੰਦਰਲੀ ਖ਼ੁਸ਼ੀ, ਭਰਿਆ-ਪਣ ਤੇ ਰੂਹ ਦੀ ਝਲਕਣ ਹੀ ਮੁਸਕ੍ਰਾਹਟ ਦੇ ਰੂਪ ਵਿਚ ਚਿਹਰੇ ’ਤੇ ਝਲਕਦੀ ਹੈ। ਮੁਸਕ੍ਰਾਉਣ ਲਈ ਸਰੀਰ ਵਿਚ ਖ਼ੁਸ਼ੀ ਦੀਆਂ ਤਰੰਗਾਂ ਪੈਦਾ ਹੋਣ ਤਦ ਹੀ ਚਿਹਰੇ ’ਤੇ ਮੁਸਕ੍ਰਾਹਟ ਆ ਸਕੇਗੀ। ਝੂਠੀ ਮੁਸਕ੍ਰਾਹਟ ਦਾ ਕੋਈ ਫਾਇਦਾ ਨਹੀਂ; ਜਿੰਨਾ ਚਿਰ ਦਿਲ ਦੇ ਅੰਦਰ ਫੁੱਲਝੜੀਆਂ ਨਾ ਚੱਲਦੀਆਂ ਹੋਣ। ਆਪਦੇ ਦਿਲ ਨੂੰ ਆਕਾਸ਼ ਵਾਂਗ ਸਾਫ਼ ਰੱਖੋ ਤੇ ਖਿੜੇ ਫੁੱਲਾਂ ਦੀ ਆਭਾ ਤੁਹਾਡੇ ਹਿਰਦੇ ਵਿਚ ਵਸੀ ਹੋਵੇ ਤਾਂ ਮੁਸਕ੍ਰਾਹਟ ਖ਼ੁਦ-ਬਖ਼ੁਦ ਤੁਹਾਡੇ ਚਿਹਰੇ ’ਤੇ ਰੂਪਵਾਨ ਹੋ ਜਾਵੇਗੀ। ਜਿਵੇਂ ਪੌਦੇ ਉਪਰ ਡੋਡੀ ਤੋਂ ਹੌਲੀ ਹੌਲੀ ਇਕ ਫੁੱਲ ਬਣ ਜਾਂਦਾ ਹੈ ਤੇ ਇਸ ਵਿਚ ਰੰਗ ਭਰਦੇ ਜਾਂਦੇ ਹਨ; ਇੰਝ ਹੀ ਤੁਹਾਡੀ ਮੁਸਕ੍ਰਾਹਟ ਦਾ ਰੰਗ ਵੀ ਫੁੱਲਾਂ ਵਾਂਗ ਰੰਗੀਨ ਹੋਵੇ। ਫੁੱਲਾਂ ਜਿੰਨੀ ਮੁਸਕ੍ਰਾਹਟ ਸ਼ਕਤੀ ਵੀ ਹੋਵੇ ਤੁਹਾਡੇ ਚਿਹਰੇ ਦੀ, ਮੁਸਕ੍ਰਾਹਟ ਤਦ ਹੀ ਵੇਖਣ ਵਾਲੇ ’ਤੇ ਅਸਰ ਕਰ ਸਕਦੀ ਹੈ। ਜੇਕਰ ਅੰਦਰ ਤਾਂ ਝੁਲਸਿਆ ਤੇ ਬੁਝਿਆ ਬੁਝਿਆ ਹੋਵੇ ਪਰ ਚਿਹਰੇ ’ਤੇ ਮੁਸਕ੍ਰਾਹਟ ਲਿਆਉਣ ਦੇ ਯਤਨ ਕੀਤੇ ਜਾਣ ਤਾਂ ਇਹ ਖੇਡ ਬਨਾਉਟੀ ਜਿਹੀ ਲੱਗੇਗੀ।

ਅੰਦਰਲੇ ਸੰਸਾਰ ਨੂੰ ਰੰਗੀਨ ਬਣਾਉਣ ਵਿਚ ਮੁਸਕ੍ਰਾਹਟ ਖ਼ੁਦ-ਬਖ਼ੁਦ ਚਿਹਰੇ ’ਤੇ ਪੈਲਾਂ ਪਾਵੇਗੀ। ਹੈਰਾਨੀ ਦੀ ਗੱਲ ਹੈ ਕਿ ਕਿਸੇ ਕਾਲੇ ਹਬਸ਼ੀ ਦੀ ਮੁਸਕ੍ਰਾਹਟ ਵੀ ਕਿੰਨੀ ਖ਼ੂਬਸੂਰਤ ਹੁੰਦੀ ਹੈ। ਕਿਸੇ ਗ਼ਰੀਬ-ਗ਼ੁਰਬੇ ਦੀ ਅਚਨਚੇਤ ਚਿਹਰੇ ’ਤੇ ਆਈ ਮੁਸਕਾਨ, ਚਿੱਤਰਕਾਰ ਫਰੇਮ ਵਿਚ ਜੜ੍ਹ ਲੈਂਦੇ ਹਨ। ਤੇ ਬੁੱਢੇ ਝੁਰੜੀਆਂ-ਭਰੇ ਚਿਹਰੇ ਵੀ ਕਈ ਵਾਰ ਮੁਸਕ੍ਰਾਹਟਾਂ ਕਾਰਨ ਹੀ ਜ਼ਿੰਦਗੀ ਨਾਲ ਧੜਕਦੇ ਤੇ ਖ਼ੂਬਸੂਰਤ ਲਗਦੇ ਹਨ। ਚੁੱਲ੍ਹੇ ਵਿਚ ਅੱਗ ਬਲਦੀ ਹੋਵੇ ਤਾਂ ਬੱਚੇ ਚੁੱਲ੍ਹੇ ਮੂਹਰੇ ਆ ਬੈਠਦੇ ਹਨ; ਪਰ ਬੁਝੇ ਚੁੱਲ੍ਹੇ ਵੱਲ ਕੋਈ ਵੇਖਦਾ ਵੀ ਨਹੀਂ। ਚਿਹਰਾ ਹੀ ਤੁਹਾਡੀ ਅਮੀਰੀ, ਗਰੀਬੀ ਦੇ ਭੇਦ ਖੋਲ੍ਹਦਾ ਹੈ।

ਜੇਕਰ ਤੁਸੀਂ ਜ਼ਿੰਦਗੀ ਵਿਚ ਕੁਝ ਖੱਟਿਆ ਕਮਾਇਆ ਹੈ ਤਾਂ ਤੁਹਾਡੇ ਚਿਹਰੇ ’ਤੇ ਮੁਸਕ੍ਰਾਹਟਾਂ ਫੁੱਟ ਪੈਣਗੀਆਂ ਪਰ ਜਿਸ ਨੇ ਜ਼ਿੰਦਗੀ ਦੀ ਬਾਜ਼ੀ ਹਾਰ ਦਿੱਤੀ ਹੋਵੇ; ਉਹ ਚਿਹਰਾ ਕਿਵੇਂ ਮੁਸਕ੍ਰਾਵੇ ? ਕਿਵੇਂ ਚਿਹਰੇਂ ’ਤੇ ਮੁਸਕ੍ਰਾਹਟਾਂ ਬਿਖੇਰੇ ? ਇਸ ਲਈ ਇਹ ਜ਼ਰੂਰੀ ਹੈ ਹੋ ਜਾਂਦਾ ਹੈ ਕਿ ਅਸੀਂ ਜ਼ਿੰਦਗੀ ਦੀ ਬਾਜ਼ੀ ਨੂੰ ਨਾ ਹਾਰੀਏ ਤੇ ਹਰ ਵੇਲੇ ਕੰਮ ਵਿਚ ਲੱਗੇ ਰਹੀਏ ਤਾਂ ਕਿ ਜ਼ਿੰਦਗੀ ਦਾ ਮਿਸ਼ਨ ਪੂਰਾ ਹੋ ਸਕੇ। ਜ਼ਿੰਦਗੀ ਆਪਣਾ ਹੱਕ ਮੰਨਦੀ ਹੈ। ਇਹ ਹੱਕ ਮਿਹਨਤਾਂ, ਕਰਕੇ, ਸਿਰੜ ਨਾਲ ਹੀ ਪੂਰਾ ਕੀਤਾ ਜਾ ਸਕਦਾ ਹੈ।

ਫੋਕੀਆਂ ਮੁਸਕ੍ਰਾਹਟਾਂ ਵਿਚ ਕੁੱਝ ਨਹੀਂ ਰੱਖਿਆ ? ਮੁਸਕ੍ਰਾਓ ਜਿਵੇਂ ਮਨਾ ਲਿਜ਼ਾ ਮੁਸਕ੍ਰਾਉਂਦੀ ਹੈ; ਜਿਵੇਂ ਬੁੱਧ ਦੇ ਚਿਹਰੇ ’ਤੇ ਕਿਰਨਾਂ ਫੁੱਟਦੀਆਂ ਹਨ। ਜੇਕਰ ਤੁਸੀਂ ਇੰਝ ਮੁਸਕ੍ਰਾਉਣਾ ਸਿੱਖ ਲਿਆ ਤਾਂ ਜ਼ਿੰਦਗੀ ਦੇ ਬਹੁਤ ਸਾਰੇ ਸੁੱਖ, ਤੁਹਾਡੀ ਜ਼ਿੰਦਗੀ ਵਿਚ ਸ਼ਾਮਲ

ਹੋ ਜਾਣਗੇ। ਫਿਰ ਡਾਕਟਰਾਂ ਵੱਲ ਭੱਜਣ ਦੀ ਜ਼ਰੂਰਤ ਨਹੀਂ ਰਹੇਗੀ। ਇਕ ਸੱਚੀ ਮੁਸਕ੍ਰਾਹਟ ਹੀ ਤੁਹਾਡਾ ਬਲੱਡ-ਪ੍ਰੈਸ਼ਰ, ਸ਼ੂਗਰ ਤੇ ਹਾਰਟ-ਅਟੈਕ ਵਰਗੇ ਭਿਆਨਕ ਰੋਗਾਂ ਨੂੰ ਜਿੱਤ ਲਵੇਗੀ। ਬੱਸ ਇਸ ਮੁਸ਼ਕਲ ਨੂੰ ਹੱਲ ਕਰ ਲਵੋ ਕਿ ਮੁਸਕ੍ਰਾਉਣਾ ਕਿਵੇਂ ਹੈ ਤੇ ਚਿਹਰੇ 'ਤੇ ਅਸਲੀ ਨੂਰ ਲਿਆਉਣਾ ਕਿਵੇਂ ਹੈ। ਡਾ. ਜਸਵੰਤ ਸਿੰਘ ਨੇਕੀ ਦੀਆਂ ਇਹ ਸਤਰਾਂ ਇਸ ਅਗੰਮੀ ਖ਼ੁਸ਼ੀ ਦਾ ਭੇਤ ਇੰਝ ਖੋਲ੍ਹਦੀਆਂ ਹਨ :

ਖੁੱਲ੍ਹ ਗਿਆ ਬੂਹਾ ਅੱਜ ਕਿਸੇ ਅਸਮਰ ਦਾ
ਚੰਦਨ ਦਾ ਰੁੱਖੜਾ, ਖੜੋਤਾ ਮੇਰੇ ਵਿਹੜੇ
ਧੁੱਪ ਹੋਵੇ ਛਾਂ ਹੋਵੇ ਮਹਿਕਾਂ ਖਿਲਾਰਦਾ।